தென்னிந்தியச் சிறுகதைகள்

தொகுப்பு : கே.வி. ஷைலஜா

தமிழ் • மலையாளம் • கன்னடம் • தெலுங்கு

வம்சி

தென்னிந்தியச் சிறுகதைகள்
நான்கு மொழிகளின் சிறுகதைத் தொகுப்பு
தொகுப்பு : கே.வி. ஷைலஜா

© மூல ஆசிரியர்களுக்கே

மூன்றாம் பதிப்பு : செப்டம்பர் 2023

அட்டை வடிவமைப்பு :
அபுல் கலாம் ஆசாத்

புத்தக வடிவமைப்பு :
மோகனா, பாஸ்கரன்

வெளியீடு :
வம்சி புக்ஸ்,
19. டி.எம். சாரோன், திருவண்ணாமலை.
செல்: 9445870995

email: kvshylajatvm@gmail.com
website: www.vamsibooks.com

அச்சாக்கம்:
மணி ஆப்செட்,
சென்னை - 600 077.

விலை : 500/-

ISBN : 978-93-80545-01-1

தன் வாழ்வின் துக்கங்களைக் கரைத்துக் கொண்டு
கதைகளின் ருசியை எனக்கு ஊட்டிய
அம்மா மாதவிக்கு...

இன்னமும் இரவுக்குப் பின் பகல்தான்...

பிரபஞ்சன்

தென்னிந்திய மொழிகளில் சிறுகதைகளின் தோற்றங்களுக்கான காரணம் ஒன்று போலவே இருக்கின்றன. ஆங்கிலேய அரசு அறிமுகப்படுத்திய ஆங்கிலமொழி மூலமாக, இந்தியர்களும் குறிப்பாக, தென்னிந்தியர்களும் தங்கள் ஊருக்கு அப்பால் இன்னொரு அகண்ட உலகம் விரிந்து பரந்திருப்பதை அறியலானார்கள். அந்த உலகத்திலே மொழிகளும், அந்த மொழிக்குரிய அற்புதமான இலக்கியங்களும் படைக்கப் பட்டிருப்பதை ஆச்சரியமும் மகிழ்ச்சியுமான மனோபாவத்தோடு கற்கத் தொடங்கினார்கள். உண்மையில் உலகம் என்ற கருத்துரு பத்தொன்பதாம் நூற்றாண்டின் நடுப்பகுதியில் இருந்துதான் குறிப்பாக, தென்னிந்தியருக்கும் புரியத் தொடங்கியது.

தென்னிந்தியாவின் கலாச்சாரத் தலைநகரமாகச் சென்னையே மொழிவாரி மாகாணங்கள் அமையும்வரை இருந்துள்ளதை அறிய முடிகிறது. பத்தொன்பதாம் நூற்றாண்டின் நடுப்பகுதியில் உருவான சென்னைப் பல்கலை, ஆதி ஆங்கிலம் படித்த பட்டதாரிகளை வெளிக் கொணர்ந்தது. அந்தப் பட்டதாரிகள், தென்னிந்தியாவின் பல்வேறு பகுதிகளிலும் இருந்து சென்னை வந்து பயின்றார்கள். அப்பட்டதாரிகளுக்கு ஆங்கிலம் துணைப்பாடமாக இருந்தது. ஆங்கிலச் சிறுகதைகள் அவர்களுக்குப் புதிய மகிழ்வூட்டலாக இருந்தது. அதுபோன்ற கதைகளைத் தங்கள் மொழிகளிலும் அவர்கள் தேடத்தொடங்கினார்கள்.

இந்திய மொழிகளில் சிறுகதைகள் இல்லாமல் இருக்கலாம். ஆனால் கதைகள் இருந்தன. கதைகள் என்பவை மனித இனத்தின் ஆதி கலைகள். கதைகள் இன்றி மனித இனம் தன் நினைவுச் சங்கிலியை, அனுபவக்கிடங்கை, உயிர்ப்பரிமாணப் படிக்கட்டுகளை வளர்த்துச் சேமித்துக் கொள்ளச் சாத்தியமே இல்லை.

ஆதிக்கதைகளில் அமானுஷ்யங்கள் மிகச் சாதாரணமாகச் செயல்படுவதும், பயம் காட்டுவதும், தாமே பயப்படுவதும், பறவைகளும் விலங்குகளும் பாத்திரங்களாகிச் செயல்படுவதும் நிகழ்ந்தன. அவை ஆதிமனிதத் தழும்புகள் என்பது மட்டுமல்லாமல் கதைகளின் மூலமாகவே ஆதிமனிதர்களின் ரத்தநாளங்களில் வரலாறு கடத்தப்படுவதாகவும் இருக்கிறது. மனிதகுல வரலாற்றின் மூலாதாரம் கதைகளேயாகும்.

ஆங்கிலப்படிப்பு கதைகளைச் சிறுகதைகளாக்கக் கற்றுக் கொடுத்தது என்பதைக் கொஞ்சம் மாற்றிச் சொல்லிப் பார்க்கலாம். கதைகளால் ஆன இந்திய மனதை ஒரு புதிய இலக்கிய வடிவத்துக்குக் கொண்டு செலுத்தியது எனலாம். ஆங்கிலக் கதைகள் என்னும்போது ஆங்கிலத்தின் மூலம் அறிய வந்த ப்ரெஞ்ச், ஸ்பானிஷ், ரஷ்யக் கதைகளையும் சேர்த்துக் கொள்ளலாம். இருபதாம் நூற்றாண்டின் முதல் தசாம்சத்தில் ஐரோப்பாவின் ஜன்னல் சற்றே திறந்தது. அப்போது நமது பள்ளிகளில் அறிமுகமான கோட்டு ரூபத்து ஐரோப்பிய பூகோள வரைபடத்தில், நாடுகளில் மக்களை அறிமுகப்படுத்தியது பாடப்புத்தகங்கள் அல்ல, இலக்கியங்களே என்பதே உண்மை. இலக்கியத்தின் பல நோக்கங்களில் ஒன்று இவ்வாறு நிறைவேறியது. நான் சோவியத்துக்குச் சென்றதில்லை. ஆனால் ரஷ்ய இலக்கியங்கள் மூலம், ரஷ்யாவை ஒரு ரஷ்யனைக் காட்டிலும் அதிகம் அறிவேன். தாம் படித்த சிறுகதைகளின்வழி, தென்னிந்திய எழுத்தாளர்கள் தத்தம் மொழிகளில் தம் கலாச்சாரப் பின்னணியோடு தம் வாழ்க்கையை எழுதத் தொடங்கினார்கள். முதல் தலைமுறைக் கதைகள், அவர்கள் புதிதாகக் கற்ற ஆங்கிலச் சிறுகதைப் பாங்குகளோடும், அவர்களது நாட்டுப்புறக் கதைகளோடும், ஏதோ ஒரு ரூபத்தில் தங்கள் மொழிகளில் வந்து சேர்ந்த பஞ்ச தந்திரக் கதைகள் முதலான மூலபலத்தோடு கதைகளை எழுதத் தொடங்கினார்கள். அனைத்து இந்திய மொழிகளிலும் முதல் தலைமுறைக் கதைகள் 'ஒரு ஊரில் ஒரு ராஜா'என்ற பாணியில்தான் தொடங்கி இருக்கின்றன. பொக்காளியோவும், புராணக் கிளைக் கதைகளும்கூட அவர்களுக்குப் புதிய வெளிச்சம் பாய்ச்சி இருப்பதையும் நாம் உணர முடியும். இருபதாம் நூற்றாண்டில் முதல் இரு தசாப்தங்களுக்குள்ளாகவே, தென்னிந்தியச் சிறுகதைகள் தமக்கான இந்தியத் தன்மைகளைத் தமக்குரிய உருவ அழகுகளோடு பெற்றுத் தனித்துறையாக வளர்ச்சி பெற்று விட்டதை அறிய முடிகிறது.

படைப்பாளர்கள் தங்களைத் தயார்செய்து கொண்டிருந்த வேளையில், படைப்பின் பயனாளர்கள் பள்ளிகளிலும் கல்லூரிகளிலும் மாணவர்களாக இருந்தார்கள். ஆங்கில அரசு, பள்ளி கல்லூரிகளில் ஆங்கிலம் பயிற்றுவித்துக் கொண்டிருந்ததோடு, தாய்மொழிகளோடு கூடிய கல்வி பரவலாக்கப்பட்டுக் கொண்டிருந்தது. 'தலையில் பிறந்த வகுப்பாரும், காலில் பிறந்த வகுப்பாரும்'என்கிற பேதம் ஆங்கிலேயர் அறியாதது. மட்டுமல்ல, எல்லோருமே தாய் மூலமே பிறக்கிறார்கள் என்று அவர்கள் அறிந்திருந்தார்கள். ஆங்கிலேயர் பள்ளிக்கூடங்களில், பிறகு தனியார் பள்ளிகளில், இரண்டாயிரம் ஆண்டுகள் இல்லாத புதிய புரட்சி ஒன்று தோன்றியது. பிராமணச் சிறுவனும், பிற்பட்ட, தாழ்த்தப்பட்ட வகுப்புப் பையனும் ஒரே பெஞ்சில் சரிசமமாக அமர்ந்து கல்வி பயின்றார்கள். இந்தப் பள்ளிகள் அந்த நிலையை வந்தெய்தப் பெரும் தியாகங்களைச் செய்ய வேண்டி இருந்ததைக் கேரளத்து அய்யன்காளி வாழ்க்கை வரலாறு ஒரு உதாரணமாக நமக்கு உணர்த்துகிறது.

ஆக, பயனாளர்களான வாசகர்கள் கல்வி கற்று வெளிவந்து இலக்கியம் கற்கத் தயாரானார்கள். இப்போது, படைப்பாளர்கள், வாசகர்களும் தயாராகிவிட்டார்கள். சிறுகதைகளுக்குப் பிரசுரம் சாதனம் தேவைப்படுகிறது. இந்தச் சூழலில்தான் இந்தியாவிலும் இங்கிலாந்திலும் கல்வி கற்று, உலக அரசியல் பயின்ற சில அறிவு ஜீவிகள், சுதந்திரம் பற்றி ஆங்கிலேயரிடம் ஆங்கிலத்தில் உரையாடத் தொடங்கினார்கள். சுதந்திர உணர்ச்சி வெகுமக்கள் கிளர்ச்சியாக வேண்டுமெனில், தாய்மொழிகளில் சுதந்திரத்தைப் பயிற்றுவிக்க வேண்டும் என்கிற கருத்தியலில் தென் இந்திய மொழிகளில் பத்திரிகைகள் தொடங்கப்பட்டன. முதலில் சுவாரஸ்யம் கருதியும், பிறகு நாட்டு நிலைமையை விளக்கவும், கதைகள் வெளியிடத் தொடங்கின இச்சுதேசிப் பத்திரிகைகள். எல்லாத் தென்னிந்திய மொழிகளிலும் 1920-களில் தொடங்கிய கதைப் பிரவாகம், முப்பதுகளில் இலக்கியத்தரம் பெற்று, சுத்தமான சிறுகதை நீரோட்டமாக உருப்பெறுகிறது.

ஆக, சிறுகதை என்கிற மேலை வடிவத்தை இந்தியர்கள் தம் வயமாக்கிக் கொள்ளச் சுமார் நூறு ஆண்டுகள் தேவைப்பட்டிருக்கின்றன. இன்று இந்தியச் சிறுகதைகள், தென்னிந்தியச் சிறுகதைகள்

உலகச் சிறுகதைகளுக்கு ஒப்பக்கூறும் வகையில் நவீன கருத்தியல் களோடு, நவீன வடிவோடு, தகத்தகாயமாய்ப் பிரகாசிப்பதை மேலோட்டமாகப் படிப்பவர்கள்கூட உணர்வார்கள். இந்தியச் சிறுகதைகள், நாட்டார் இலக்கியங்களில் தங்கள் வேர்களை வைத்திருக்கின்றன. ஐரோப்பிய, ஆசிய, ஆப்பிரிக்கக் களத்தின் அமெரிக்கப் படைப்புகளோடு கைகுலுக்கிக் கொள்கின்றன. ஒருகாலத்தில் கவிதை பெற்றிருந்த அந்தஸ்தை இன்று வசனம் அடைந்திருப்பதற்குப் புனைகதைகள் உரைநடையில் இயங்கிய மையே காரணமாக அமைகின்றன. அச்சுக் கலாச்சாரத்தின் முதல் கொடை புனைகதை.

தமிழ்ச் சிறுகதைகளின் முகஜாடையைப் பழைய கதைகளில் தேடுவோம் எனில் வீரமாமுனிவரின் பரமார்த்தகுரு கதைகளிலேதான் காணக்கூடியதாக இருக்கிறது. முனிவர் அவர் காலத்து மடாலயங்களின் தலைவர்களைப் பகடி செய்யவே, பரமார்த்தகுரு கதையை எழுதி இருக்கிறார் என்பதை முதல் வாசிப்பிலேயே நம்மால் புரிந்து கொள்ள முடியும். ஆக, தமிழ் மொழியின் முதல் வசனக் கதை, ஒரு அங்கதக் கதை என்பதில் நாம் மகிழலாம். அவருக்கு முன் இருந்த நாட்டுப்புறக் கதைகள் கேட்ட அனுபவத்தில் முனிவர் தன் கதைகளைப் புனைந்திருக்கிறார் என்றாலும், இவை சிறுகதைகள் அல்ல. சிறுகதை இன்னும் கர்ப்பத்தில்தான் இருந்தது. வீரமாமுனிவரிடம் நாம் காண வேண்டிய, கற்க வேண்டிய விஷயம் ஒன்றுள்ளது. ஒரு மனிதனின் அறிவுத் தெளிவைச் சில சம்பவங்கள் கொண்டு உணர்ந்திட முடியும். ஒரு அறிவாளிப் பாத்திரத்தை உருவாக்குவது எளிது. ஆனால், உடம்பே மூடத்தனமும், மூளையே அபத்தமும், ஐம்புலனும் அசட்டுத்தனமும் நிரம்பிய மனிதப்பிறவிகளைச் சித்தரிக்க முடியுமா? முனிவர் அதைச் செய்திருக்கிறார்.

வ.வே.சு. ஐயரே, தமிழின் முதல் சிறுகதையை எழுதுகிறார். நாடு கடத்தப்பட்ட அகதியாகப் ப்ரெஞ்சியப் புதுச்சேரியில் இருந்துகொண்டு ஐயர், இருபதாம் நூற்றாண்டின் இரண்டாம் தசாப்தத்துக்குள் தன் கதைகளை எழுதி முடித்திருக்கிறார். அவருக்கு, முன்மாதிரியாக ஒரு தமிழ்ச் சிறுகதையும் அமையவில்லை. அவர் தனக்குத் தானே முன்மாதிரியாக இருந்துகொண்டு 'குளத்தங்கரை அரசமரம்' கதையை எழுதுகிறார்.

ஐயர், ஒரு செடியைப் பார்க்கிறார் என்றால், அதன் கிளையை, இலையைப் பார்ப்பது இல்லை. மாறாக, மலர்களையே பார்ப்பவர். ரஸமும் பாவமுமே இலக்கியக் கலையின் பிரதானம் என்று கொள்கை வகுத்துக் கொண்டு எழுதத் தொடங்கினார் அவர். பிரெஞ்ச், ஆங்கிலம், சமஸ்கிருதம், கிரீக், லத்தீன் ஆகிய மொழிகளின் கதைகளைப் பயின்றவர் ஆகையால், தம் கதைகளுக்கு அழகிய உருவம் கொடுக்க அவரால் முடிந்திருக்கிறது. புதுச்சேரி காமாட்சியம்மன் கோயில் தெருவில் குடி இருந்த ஐயருக்குப் பக்கத்து தெருவான ஈஸ்வரன் கோயில் தெருவில் அமர்ந்து பாரதியும் கதைகள் எழுதிக் கொண்டிருக்கிறார் என்பது ஒரு வரலாற்றுச் சுவாரஸ்யம். ‘மங்கையர்க்கரசியின் காதல்’ தொகுப்பை ஐயர் எழுதிக் கொண்டிருந்தபோது தமிழின் மறுமலர்ச்சியின் பிதாமகனாகிய பாரதி, தன் ’ஆறில் ஒரு பங்கு’ கதையை எழுதிக்கொண்டிருக்கிறார். தாகூரின் கதைகளை மொழிபெயர்ப்பதன் மூலம், நவீன இலக்கிய மொழியாக்கத்திற்கும் புதுவழி சமைக்கிறார். பாரதிக்குக் கதை சமையவில்லை. அவர் அந்தக் கலை முயற்சியில் தோற்கிறார்.ஐயர், வெல்கிறார்.

சிறுகதைகள், எங்கோ ஒரு இடத்தில், யாரோ ஒரு மனிதரின் திடுதிப்பென்று செய்யும் செயலில், பேசும் சொற்களில் ஆரம்பமாகக் கூடியது என்பதை ஐயர் அறிவார். ஆனால் தமிழர்களுக்கு, ‘ஒரு ஊரில் ஒரு ராஜா இருந்தான்’ என்று ஆரம்பிக்க வேண்டும். இந்தப் பிரச்னையை ஐயர், சூசிகை என்ற பெயரில் கதைக்கு ‘முன்னுரை’ எழுதிச் சமாளிக்கிறார்.குளத்தங்கரை அரசமரம் கதையின் முகவுரையில் இப்படி எழுதுகிறார்.

‘‘(இந்தக்கதை)எங்களூர் குளத்தங்கரை அரசமரத்தால் சொல்லப்பட்டது. அது நன்னூல் முதலிய இலக்கணங்கள் படித்ததில்லை. செந்தமிழை எதிர்பார்க்க வேண்டாம். நம் கதாநாயகர்கள் பேசிய வார்த்தைகளை அது வழுபற்றி நினைத்துக் கொண்டிருந்தது...

கதை இப்படித் தொடங்குகிறது:

‘‘பார்க்கப்போனால் நான் மரம்தான். ஆனால், என் மனஸிலுள்ளதையெல்லாம் சொல்கிறதானால் இன்றைக்கெல்லாம் தீராது. இந்த ஆயுஸுக்குள் கண்ணாலே எத்தனைப் பார்த்திருக்

கிறேன். காதாலே எத்தனைக் கேட்டிருக்கிறேன். நான் சொல்கிறதிலே எள்ளளவேனும் பொய் இல்லை. நான் பழைய நாளத்து மரம். பொய் சொல்லக் கத்ததில்லை...''

ருக்மிணி என்கிற பெண்ணைப் பற்றிய கதை இது. குடும்பப் பிரச்னை காரணமாகக் கணவனைப் பிரிந்து வாழ்பவள். கணவனுக்கு மறு கல்யாணம் நடக்க இருக்கும் நாளில் முதல் நாள் குளத்தில் விழுந்து தற்கொலை செய்து கொள்கிறாள்.

ஐயர் கதையை ஒரு வேண்டுகோளோடு முடிக்கிறார்.

'பெண்கள் மனசு நோகும்படி ஏதாவது செய்யத் தோணும் போது இனிமேல் இந்தக் கதையை நினைத்துப் பார்த்துக் கொள்ளுங்கள். விளையாட்டுக்காகக்கூடப் பெண்ணாய்ப் பிறந்தவர்களின் மனதைக் கசக்க வேண்டாம்.' இப்படிச் சொல்வது அரசமரம்.

தமிழின் முதல் சிறுகதையாகப் பொதுவாக ஏற்றுக் கொள்ளப்பட்ட ஐயரின் குளத்தங்கரை அரசமரம், சிறுகதை இலக்கிய வெளிக்குப் பல நுண் உதாரணங்களை முன்வைக்கிறது. பெண்ணை எழுது பொருளாகக் கொண்டுள்ளது. பெரியவர்கள் என்போர் ஒரு தமாஷ் விளையாட்டுக்காகத் தங்கள் குழந்தைகளுக்குக் கல்யாணம் செய்து வைப்பதும், என்ன நடக்கிறது என்று தெரியாமலேயே குழந்தைகளும் அந்த விளையாட்டில் பங்கு கொள்வதும், ஆகக் கடைசியில் பெண்களே சகல இழப்புகளுக்குள்ளாகி கையறு நிலையில் நிற்பதுமான சமூக நிகழ்வுகளுக்கு மத்தியில் வாழ்ந்தவர் ஐயர். மூன்று வயதில் திருமணமாகி, ஏழுவயதில் கணவனை இழந்து, தலை மழித்து விதவைக் கோலத்தோடு மிச்ச வாழ்நாளைக் கழிக்கச் சபிக்கப்பட்ட பெண்களைக் காண நேர்ந்தவர் ஐயர். அதன் இலக்கியக் குறுக்கீடே இந்தக்கதை. இலக்கியம், அது உருவாக்கப்படும் சமூக தகிப்புகளைப் புறக்கணிக்கவோ, தவிர்க்கவோ இயலாது என்று ஐயருக்குத் தமிழைப் பொருத்து யாரும் சொல்லிக் கொடுத்திருக்க முடியாது என்று நம்பலாம். பெண்கள் அவருக்குக் குழந்தைகள். அவர்களைத் துன்புறுத்தலை அவரால் ஏற்கமுடியாது என்பது அவரது ஸ்பாவம். அதுவே, இலக்கியத்தின் காரணங்களில் ஒன்றை அவர் கண்டடையப் பயன்பட்டது.

ஐயரைக் கடந்து தமிழ், ஒரு நூற்றாண்டு கால அனுபவம் பெற்று உலகச் சிறுகதை வெளியில் மரியாதைக்குரிய ஒரு இடத்தைப் பெற்றுவிட்டது. இருபதாம் நூற்றாண்டின் முப்பதாம், நாற்பதாம் ஆண்டுகளில் புதுமைப்பித்தனும் மௌனியும் கு.ப.ரா.வும் உச்சங்கள் எனத்தக்க பல சிறுகதைகளைத் தந்துவிட்டார்கள். இவர்களுக்கு இணை சொல்லத்தக்கப் படைப்பாளிகள் ஏனைய தென்னிந்திய மொழிகளிலும் இருக்கவே செய்கிறார்கள் என்றாலும், இன்றுவரை சிறுகதை இலக்கியம் தொடர்ந்து படைக்கப்பட வேண்டிய அவசியம் என்ன?

தேவைதான் எதையும் சிருஷ்டி செய்கிறது. சங்க இலக்கியங்கள் தமிழின் உச்சம் என்பதைத் தமிழுலகம் அறியும்தான் என்றாலும், சங்க இலக்கியங்கள் தோற்றம் பெற்ற காலத்தின் முடிவும் காப்பிய காலத்தின் தொடக்கமும் தவிர்க்க முடியாத காலாதீதத்தின் பெறும்பேறாக இருக்கிறது. இலக்கியம் காலத்தின் ஜீவத் துடிதுடிப்பு. விதைக்காமலேயே புல் முளைக்கிறது. வெட்ட வெட்டத் தழைக்கிறது மரம். இயற்கையின் உயிர்ச்சீற்றம் அது. காலமும் அத்தன்மையது தான். இளங்கோவுக்குப் பிறகு கம்பனும், புகழேந்தியும், ஜெயங் கொண்டாரும், இடைக்காலச் சிற்றிலக்கியக்காரர்களும், குமரகுருபரரும், தாயுமானவரும், பட்டினத்துஅடிகளும், சிவவாக்கியரும், ராமலிங்க அடிகளும் இலக்கிய மரபைத் தங்கள் காலத்தில் தொடர்ந்தார்கள் என்றால், காலம் அவர்களைத் தன்னை எழுதச் சொல்லித் தகவமைத்துக் கொண்டது என்றுதான் அர்த்தம். இவர்கள் வழியேதான் புதுமைப்பித்தன் தொடங்கி இன்றைய தமிழ்நதி வரையும் இடையறாத மரபு நீட்சி தொடர்ந்துகொண்டு இருக்கிறது. தமிழ்மொழி அது சந்தித்திருக்கிற மேடுபள்ளங்கள், ஏற்றத்தாழ்வுகள் ஊடாகத் தன்னை வளர்த்துக் கொண்டது இப்படித்தான்.

தமிழைப் பிரதிநிதித்துவப்படுத்துபவர்கள் யாராக இருக்கும் என்று ஒரு தவிப்பு எனக்குத் தோன்றியது. என் கவலை சரியானவர்கள் தேர்ந்தெடுக்கப்பட வேண்டுமே என்பதுதான். தொண்ணூறுக்குப் பிறகு எழுத வந்தவர்கள், இந்த நூற்றாண்டின் முதல் தசாப்தத்தில் மேலெழுந்தவர்களாக இருப்பவர்கள் என்ற வரம்புக்குள் வருபவர்களாக இருக்க வேண்டும். மிகச் சரியான

எழுத்தாளர்களே தேர்ந்தெடுக்கப்பட்டிருக்கிறார்கள் என்றாலும், பட்டியலில் இருக்கக் கூடாதவர்கள் யாரும் இதில் இல்லை என்பது முக்கியம். அந்த வகையில் தொகுப்பாளர் ஷைலஜா பாராட்டப்பட வேண்டியவர்.

ஜே.பி.சாணக்யா, சந்திரா, மனோஜ், பவா.செல்லதுரை, என்.ஸ்ரீராம், எஸ்.செந்தில்குமார், காலபைரவன் ஆகிய எழுத்தாளர்கள், கடந்த பத்து பதினைந்து ஆண்டுகளில் மிகவும் வீச்சுடன் எழுதிக் கொண்டிருப்பவர்கள். தமிழ்ச் சிறுகதைப் பரப்பை மேலும் விஸ்தரித்ததில் இவர்கள் பங்கு முக்கியமானது. பழைய மதிப்பீடுகள், பழைய சொல்முறைகள், பழைய வெளிப்பாட்டு முறைகள் சார்ந்து வழிமொழியாத இவர்களின் ஆக்கங்கள் நவீன சிந்தனை வாழ்க்கையைப் பிரதிநிதித்துவப்படுத்துவதாக இருக்கிறது.

தனியாக ஒவ்வொரு கதையையும் எடுத்து விளம்ப நான் விரும்பவில்லை. கதைகள் முழுமையாக வாசிக்கப்பட வேண்டியவை. கதை அதன் அளவில் அகண்டதும், பரிபூரண மானதும் ஆகும். அதே வேளைகளில் கதைகள் எங்கோ ஓரிடத்தில் நிறுத்தப்பட்டாலும் அவை முற்றுபெற்று விடுவதில்லை. உண்மையில் நின்ற இடத்தில் தொடங்குகின்றன. அந்த வகையில் கதைகள் மிச்சமில்லாத முழுமைப்பெற்ற பரிபூரணங்களும் இல்லை. கதைகள் கதைகளாகவே இருக்கின்றன. இந்தக் கதைகள் சொல்லப் பட்டவை. பாதி வாசகர்களால் நிரப்பப்பட வேண்டியவை மீதி இலக்கியத்தில் ஜனநாயகமென்பதும் இதுதான். எழுத்தாளர்களால் முற்றும் எழுதித் தீர்க்கப்பட்டவை, இலக்கியம் ஆவதில்லை.

இந்தக் கதைகள் வாழ்வின் புதிர்களை முன்வைக்கின்றன. நேர்க்கோட்டில் இல்லாத வாழ்க்கையின் பார்க்கப்படாத, பார்க்கப்பட்டாலும் பேச விரும்பாத பக்கங்கள் இருப்பதை வாசகப் பிரக்ஞை விளிம்புக்குள் கொண்டுவருகின்றன. மகத்தான கலை ஆளுமைகளில் அல்லது ஏதேனுமொன்றின் ஆளுமை கைவரப் பெற்ற மனித மனங்களின் ரகசியக் கிடங்கை வெளிச்சத்துக்குக் கொண்டு வருகின்றன. எந்தக் கணத்திலும் நேர்ந்துவிடக்கூடிய மனப்பிறழ்வை முன்வைத்து உரையாடுகின்றன. ஒருகதை, இயல்பு என்று நாம் கட்டமைக்கும் நிலைக்கும் பிறழ்வு என்று சமூகம் கட்டமைக்கும் இன்னுமொரு நிலைக்கும் இருக்கிற அல்லது

இல்லாமல் இருக்கிற அந்த மெல்லிய, மிக மெல்லியப் பூடகக்கோட்டை ஒரு கதை நிகழ்வாக்குகிறது. இருப்புக்கும், பிரமைக்கும் இடைப்பட்ட தெளிவுபடுத்தாத அந்தக் காலப் பகுதியைச் சொல்கிறது கதை. இருக்கிறது என்று ஏற்றுக் கொள்வதற்கும், இருக்கும் என்று நம்புவதற்கும் உள்ள வேறுபாட்டுச் சலனம் இக்கதை.

நீர் என்ற வார்த்தைக் கண்டுபிடிப்புக்கும் அந்த யதார்த்தம், பண்பான ஒரு குணத்தைக் குறிக்க ஆகிவருவதற்கும் ஊடான காலவெளி பல நூற்றாண்டுகளாக இருக்கும். வாழ்க்கை, அந்த மனநிலையை ஒரு இரவு, ஒரு பகலுக்குள் சாத்தியமாக்கிவிடுகிறது. கொலைவெறியை ஒரு போர்வை போலத் தம் தோள்களில் போட்டுக்கொண்டு அலையும் ஒரு கிராமம், ஒரு சொட்டு மழையில் மனிதாயப்படுகிறது. வேறொன்றும் இல்லை. மழை, மனித மனசுக்குள் பெய்கிறது என்பதுதான் விஷயம். உண்மையில் அந்தக் கதையில் மக்கள் கொலையைத் தேடி அலைகிறார்கள் என்று நான் வாசிக்கவில்லை. மாறாக, கொலையைத் தவிர்க்கவே அவர்கள் முற்படுகிறார்கள். மனிதர்கள் குற்றப்பரம்பரையினர் இல்லை. அப்படி ஆக்கப்படுபவர்கள். அவர்களின் தேரை நிலைக்குக் கொண்டுவர ஒரு சொட்டு மழை போதுமானதாக இருக்கிறது. உண்மையில் மக்கள் வேண்டுவது ஒருதுளி மழை, ரத்தம் அன்று.

பொது என்கிற குழப்பத்துக்குள் தன் சுயம் இழக்கும் அவலம் ஒன்றைச் சொல்கிறது ஒரு கதை. பெரிதினும் பெரிதாக ஒன்றைக் கொண்டாட ஒருமித்துக் குழுமும் ஒரு தொகுப்பு-மனிதத்தொகுப்பு ஒரு தனிமனிதனைக் காவு கொடுக்கிறது. தன் குடும்பம், தன் உறவு என்கிற தனக்குள்ளேயே தன் முகத்தை இழக்கிற மனிதனின் துர்பாக்கியம், மனித அவலங்களில் முதலானது. குழுமி வாழ்தலே மனித இயல்பாக இருந்த போதும், அந்த முகமற்ற குழுவுக்குள் தன் முகத்தைக் கட்டமைக்கும் போராட்டம். சமூகம் என்ற ஒன்று அமைந்த காலத்துப் பழமையானது என்பதோடு இன்றுவரைக்கும் நீடிக்கும் அகப்போராட்டமும் அதுவேயாகிறது.

ஆற்றில் தொலைத்ததைக் கிணற்றில் தேடுகிறது, ஒரு கதை. இது எவ்வளவு சாத்தியம் என்றால் சாத்தியம்தான் என்கிறது அனுபவம். வாழ்க்கைதான் ஆறு. அங்கு சேகரித்ததை மனக்கிணறு கிளறி

ஆராய்கிறது. மனக்காயங்கள் சுவாரஸ்யமானவை. குருதி வடிய வடிய காயங்கள் தந்த கடந்து போனவைகளில் பார்க்கலாம். காதலின் கிளர்ச்சியே காதலிப்பதால் அன்று, காதலிக்கப்படுகிறோம் என்பதனால் அல்லவா? தன்னைத் தொலைத்துக் கொண்ட இடத்தைக் காடாக உருவகிக்கிறது ஒரு மனம். காடுகள் தொலைந்து போக என்றே உருவாக்கப்பட்டனவோ என்று தோன்றுகிறது. காட்டின் பூடகமும், இனம் தெரியாத அதன் தொடர்ந்த உரையாடலும், மௌனமும் எல்லாக் காலத்திலும் மனித மனங்களை ஈர்த்துக் கொண்டே இருக்கிறது. இந்தத் தொலைதலின் இன்னொரு முகம், இன்னொரு கதை. நீருற்றில் தன்முகத்தையும் தன் தலைவனின் முகத்தையும் தேடுகிறது அக்கதை. கணவர் முகம், மனைவியின் முகத்தைக் காட்டுவதில்லை என்பதுதான் துரதிருஷ்டம். முகம் அற்றுப்போவதில் ஆசுவாசமும், துணையின் முகத்தைத் தின்று செரித்துக் கொண்டாடுவதில் பிறவி இன்பம் காணும் ஆண்முகமாக நடக்கிறது வாழ்க்கை. ஒரு எந்திரம் கண்டுபிடிக்கப்பட்டு, அதன் முன் பெண்கள் நிற்க நேர்ந்தால், அவர்கள் மனதில் உள்ள நேசமுகத்தை அந்த எந்திரம் பிரதிபலிக்கும் என்றால் எந்த முகம் வெளிப்படும் என்கிற மகத்தான கேள்வியின் பதில் பெண்களின் வரலாறாகவே இருக்கும். மகாபாரதக் கதைக்காரர்கள் எழுப்பிய மிகப் பழைய கேள்வியும்கூட இதுதான். நவீனமான இந்த உலகிலும் அதற்கே பதில் இல்லைதான். மதங்களும் சாஸ்திரங்களும் சொல்லவிரும்பாத பதிலை இலக்கியங்கள் காலம் காலமாகச் சொல்லிக்கொண்டுதான் இருக்கின்றன. இந்த அடிப்படைக் கேள்வியைத்தான் இன்னுமொரு கதையும் பட்டிஇடிப்புவழி முன்வைக்கிறது. ஒன்றை இழந்து மற்றொன்று உருவாக்கப்படுகிறது. பொருள்மயம், எதையும் இழக்கும் சக்தி வாய்ந்தது. எந்த விழுமியமும், எந்தக் கரமும் பொருளுக்குமுன் இடிபடவே செய்கின்றன. யுத்தங்கள், குழந்தைகளின் கிலுகிலுப்பைகளை, மரப்பாச்சி பொம்மைகளை லட்சியம் செய்வதில்லை. ஆனால், பரணில் போட்டுவைத்த நடைவண்டிகளும், உடைந்த சிலேட்டுகளும், ஒரு குழந்தையின் வரலாற்றை எழுதிச் செல்கிறது. வாத்தியாரின் கைப்பிரம்புகள் ஒடிக்கப்படலாம். சிறைக் கோட்டங்களை இடிக்கச் சொல்லி மணிமேகலைகள் புறக்கணிக்கப்படலாம். உடைக்கப்பட்ட அந்த ஒற்றைச் சிலம்பைக் கூடக் கூட்டி வாரிக் குப்பையில்

எறிந்துவிடலாம். கனவுகளை என்ன செய்வது? சக்ரவர்த்திகளின் கட்டளைக்குக் கனவுகள் கட்டுப்படாதே.

ஆக, கனவுகளை உருவாக்கும் கலைகளை, கலைகளைப் பயிற்றுவிக்கும் கல்விச்சாலைகளை மூடிவிடலாமா என்று கேட்கிறது ஒரு கதை. கலையின் ஆதாரச் சுருதிதான் எது? நிபுணத்துவமா, மனதுக்குள் ஏற்படுத்தும் பொறியாளரின் கட்டுவிப்பா, கலை புனர் நிர்மாணம் செய்வது பந்தயத்தில் வெற்றி என்கிற மாயமானை நோக்கி ஓடும் ஓட்டமும், வண்டுகள் கூடச் சேர்ந்து பூவுடன் நடத்தும் சம்பாஷணையா, எது கலையின் குரல்?

அந்த இரவுக்கு விடிவு இன்னொரு விடியல்
அந்த விடியலில் அம்மா தாலாட்டுப் பாடலாம்
அந்த வழியில் மரத்தடியில் காதலி காத்திருக்கலாம்
அந்த வழியில் விழிபதித்து மனைவி செவிசாய்க்கலாம்
அந்த வழியோரத்தில் மகள் கோபித்து நிற்கலாம்
அந்த வழியில் எங்கோ பகைவன் நண்பனாகலாம்
அந்த வழியில் எங்கோ மரணம் கை நீட்டலாம்
அந்த வழி மீண்டும் நீள்கிறது...வழி மீண்டும் நீள்கிறது
அந்த வழி மீண்டும்... மீண்டும்
இரவு வாழ்க்கையைப் போல

– கவி.சுகதகுமாரி. தமிழில்:சுகுமாரன்.

மலையாள மொழியிலிருந்து மிகவும் குறிப்பிடத்தகுந்த எழுத்தாளர்கள் தமிழுக்கு இந்தப் புத்தகம் மூலம் வந்திருக்கிறார்கள். மிகுந்த கூரிய அவதானிப்பின்மூலம் அவர்கள் தெரிவு செய்யப் பட்டிருப்பதைக் கதைகளைப் படித்தபின் வாசகர்கள் உணரக்கூடும். மலையாள இளம் தலைமுறை எழுத்தாளர்களுக்குத் தங்கள் முந்தைய மூத்த தலைமுறை எழுத்தாளர்கள் உருவாக்கி வைத்திருக்கும் - சேதுவின் வார்த்தைகளில் சொன்னால் - ஒருவித மந்தத்தை உடைத்து உத்வேகத்தைக் கொண்டு வரவேண்டிய கட்டாயம் இருந்தது. முந்தைய தலைமுறையினர் கதை சொன்ன விதம் சரியில்லை என்று இளம் தலைமுறை (நியாயமாகவே) கருதியது. யதார்த்தத்தை அவர்கள் வெளியிட்டவிதம் சரியில்லை என்றும் சிக்கல் நிறைந்த

நவீன வாழ்க்கையை மேலோட்டமாகவே சித்தரித்தார்கள் என்றும் சேது உள்ளிட்ட எழுத்தாளர்கள் உணர்ந்தார்கள். ‘வாசகரின் சட்டையைப் பிடித்து அவர்களின் கன்னத்தில் அழுத்தமாக அறையும்’ அதிர்ச்சியைக் கொடுக்க அவர்கள் விரும்பினார்கள்.

இலக்கியத்தில் நிகழ்ந்தே தீரவேண்டிய விதி இது. உலகம் முழுவதுமாகவே, புதிய இலக்கியம் தழைக்கும் எல்லா மொழிகளிலும் முன்னோர்கள் அவர்களின் வரலாற்றுப் பாத்திரங்களுக்காக, வரலாற்றை முன் நகர்த்தியமைக்காக அங்கீகரிக்கப்படுகிறார்கள். ஆனால் வீரவணக்கம் செய்யப்பட்டு இவருடன் கவிதை முடிந்து விட்டது. இவருடன் கதை உலகம் முழுமை பெற்றுவிட்டது என்பது போன்ற பிலாக்கணங்கள் செய்யப்படுவதில்லை. பஷீருக்கும், தகழிக்கும், கேசவதேவுக்கும் பின்னால் காத்திரமாக காக்கி நாடன், சக்காரியா, சேது முதலானவர்கள் வரவே செய்தார்கள். அவர்களுக்கும்பின் என்பதுதான் மலையாள இலக்கியத்தின் இன்றைய எழுத்தாளர்கள். இன்றைய தமிழ் எழுத்தாளர்களைப் போலவே, மலையாள எழுத்தாளர்களும் மிகச் சுலபமாகத் தம் முந்தையர்களைக் கடந்து போகிறார்கள், திரும்பிப் பார்க்காமலேயே. எம்.டி.வாசுதேவன் நாயர் போன்றோர், எஸ்.கே.பொற்றேகாட் மற்றும் பஷீர் முதலான முந்தையோர்களை ஆராதித்தாலும் இவர்களைப் பின்பற்றவில்லை என்ற தெளிவில்தான் மலையாள இலக்கியம் புதிய புதிய இலக்கியப் போக்குகளைப் படைத்துக் கொண்டது. கமலாதாஸ் என்னும் முக்கிய ஆளுமை, இளைய தலைமுறையின் தென் அமெரிக்க இலக்கியத்தின்பாலான மோகம் குறித்துத் திருப்தி தெரிவிக்கவில்லை. பஷீர், பொதுவாக இளைய தலைமுறையினரைக் குளிர்ந்த வார்த்தைகளால் வரவேற்கவில்லை. தங்கள் அளவுக்குச் சிரத்தை மேற் கொள்ளவில்லை என்றே அவர்களைப் பற்றி அந்தப் பெருங்கலைஞர் கருத்து கொண்டிருந்தார். மாறாகத் தகழியோ மிகுந்த ஆரவாரமான வரவேற்பை நல்கித் தன் சந்ததிகளை வரவேற்கிறார். மேலும் தங்கள் எழுத்துக்கள் பழசாகிவிட்டது என்றும் புதிய தலைமுறையினரின் புதுப்போக்குகள் தமக்கு மகிழ்ச்சி தருவதாகவும்(1992-ல்) கூறி இருப்பது, பொதுவாக மலையாள இலக்கிய ஆளுமைகள் புதிய எழுத்துகள்பால் குவித்த கவனத்தை நமக்கு உணர்த்துகின்றன.

இந்தச் சூழ்நிலையில்தான் மலையாள இலக்கியத்தை முன் நகர்த்திய, மிகவும் வித்தியாசமான பார்வைக் கோணங்களும் நவீன எழுத்துப் போக்கும், அடங்க மறுக்கும் சுபாவங்களும் கொண்ட புதிய இளம் எழுத்தாளர்கள் உருவாகி வருகிறார்கள். அவர்களில் இருந்து கெ.ஆர்.மீரா, சித்தாரா, சந்தோஷ் ஏச்சிக்கானம், எஸ். ஹரீஷ், உண்ணி. ஆர்,ஈ.சந்தோஷ்குமார், அசோகன் சருவில் தேர்ந்தெடுக்கப் பட்டிருக்கிறார்கள். உலகின் எந்தமொழி இலக்கியக்காரர்களும் சொந்தம் கொண்டாடும் தகுதிக்காரர்கள் இவர்கள். எந்த மொழிக்கு இவர்கள் சென்றாலும் அந்த மொழியின் பண்பாட்டுத் தளத்தில் வினைபுரியக் கூடியவர்களும்கூட.

மரண மற்றும் இரங்கல் செய்திகள் பகுதி எடிட்டராக இருக்கும் அன்னா சந்தோஷ் பால் விசேஷமான குறிப்பிடத்தக்க திறமைகள் கொண்டவள். மரணச் செய்தி படியேறி வரும் முன்னே மரணத்தின் தன்மைகளை அறிந்து கொள்ளும் தன்மையள் அவள். அழுகிய நிலையில் கண்டெடுக்கப்பட்ட பிணச்செய்தி என்றால் செய்தி வாசகங்களில் இருந்துகூட அழுகல் நாற்றத்தை அறிந்து கொள்பவள் அவள். “அன்னா சந்தோஷ் பால், அவளுடைய இருபத்தியாறு வருட சுவாசப் பழக்கம் உள்ள மூக்கை நுட்பமாக்கி மணம் பிடித்தாள்... நாற்றம் மிக தூரத்திலிருந்து வந்தது...ஒரு வேளை நீண்டநாள் படுக்கையில் கிடந்து படுக்கைப்புண் வந்த ஒரு நோயாளியிடமிருந்தா...?” என்று தொடங்கும் கதை ‘‘ஜர்னலிஸ்ட் அன்னா சந்தோஷ் பால் சங்கிலி இறுக்கி அழுகிய நிலையில்...’’ என்று முடிகிறது. ஊடாக அன்னாவின் வாழ்க்கை, புரிந்து கொள்பவனாக இருந்த சந்தோஷ், விட்டு விலகுபவனாக மாறுவதின்றி , தன் தனித்வம் என்று அவள் இதுகாறும் நினைத்துப் பெருமிதம் கொண்டிருந்த அவள் ஆளுமையைச் சிதைக்கிற அக அழுகலில், தொடக்கம் கொண்டு அவளுடைய உடலையும் சிதைத்து விடுவதில் முடிவு காண்பதாக ஓரிடத்தில் நிறுத்தப்பட்டாலும் தொடர்ந்து நீட்சி கொள்கிறது. முதலில் எழுத எடுத்துக்கொண்ட விஷயத்தாலும், அதை வடிவமைத்திருக்கும் பாங்கிலும், சொல்லியதைக் காட்டிலும் சொல்லாமல் விடப்பட்ட விஷயச் செறிவாலும், சிறந்த கதையாகத் தனித்துவம் பெற்று நிற்கிறது இக்கதை. இந்த ஒற்றைக் கதை, ஒரு தொகுதியையே உயர்த்தி நிலைபெறச் செய்துவிடும் ஆற்றல் பெற்றதாக இருக்கிறது. இது போன்ற பல கதைகள் இத்தொகுப்பில் இருக்கவே செய்கின்றன.

ஒரு கதையில் உடைபடும் சத்தம் கேட்டுக்கொண்டே இருக்கிறது. கதைத் தொடக்கம் முதல் இறுதி வரைக்கும் கேட்டுக் கொண்டே இருக்கும் அந்தச் சத்தம், பழைய கோட்டைகளும் அதன் கிடங்குச் சிறைகளும், அது ஏற்படுத்தி வைத்திருந்த மதிப்பீடுகளும் விழுந்து சரிகிற சப்தம் அது. கிறித்துவமும் இந்துத்துவமும் இஸ்லாமியமும் ஜீவத் துடிதுடிப்பு கொண்டு மிளிரும் மனிதத்துவத்துக்கு முன் ஒன்றுமே இல்லாமல் ஆகிவிடுவதன் வெளிப்பாட்டுக் கதை இது.

'கதைகள், தத்துவத்தின் பிம்ப வடிவம்' என்றார் ஆல்பர் காம்யூ. தத்துவத்தின் கலை வடிவம் கதை என்றும் சொல்லலாம். 'கொமாலா' என்கிற கதை, கூட்டில் இளைப்பாறிப்பின் வானளாவிப் பறக்கும் ஒரு மீன்கொத்திப் பறவை. தற்கொலை செய்துகொள்ள கொண்ட சத்தம், ஒரு மரணத்தைக் கண்டு அதிர்கிறது. கண்முன் நேரும் விபத்தும், மரணமும் மனிதனின் வாழும் ஆசையைக் கிளறி விடும் அற்புதம் நடக்கிறது. நீர் செத்த பூமி மழையை வாங்கிக் கொள்கிறது. ஜனநாயகம், அரசு, சட்டம், நீதி, ஊடகம் என்பவை யெல்லாம் எவ்வளவு பெரிய ஆடம்பரப் பொய்கள்?

'மூன்று குருடர்கள் யானையைப் பார்த்த கதை', பார்வை என்கிற புலனை முற்றிலும் அனுபவமும் அனுமானமும் சார்ந்த நுட்பமாக மாற்றியமைக்கிறது. புறமாக நிற்கும் 'பொருளை' சொல் என்கிற சப்தம் கொண்டும், சப்தம் ஏற்படுத்தி வைத்திருக்கும் பிம்பம் கொண்டும் கண்புலன் உள்ளவர்கள் அர்த்தப்படுத்திக் கொள்கிறார்கள். ஆனால், கண்புலன் இல்லாதவர்கள் யானை என்ற பிம்பத்தை எவ்வாறு புலப்படுத்திக் கொள்ள முடியும்? என்பது போன்ற விசாரணையில் தொடங்கும் கதை உண்மையில் யானையைத் தேடுவதாக இல்லை. அந்தக் கண்புலன் இல்லாதவர்கள் இருட்டுக்குள் தம்மைத் தேடிக் கொண்டிருக்கிறார்கள். அதில் ஒருவனின் தொடையில் குத்தியிருக்கும் யானைப்பச்சை அவன் உடலோடும் உணர்வோடும் கலந்து அவனையே யானையாக்கி விட்டிருக்கிறது. ஒரு பழமொழி, ஒரு அங்கதக் கதை, ஒரு இலக்கியமாக உருமாற்றம் பெற்றுவிடுகிறது.

இருக்காது, இருக்கலாகாது, இருக்கக் கூடாது என்று ஆண்களால் கற்பித்து மறைக்கப்பட்ட பெண்களுக்கான வெளியைத் திறந்து காட்டுகிற கதை 'ஆனந்த மார்க்கம்.' ஆண்கள் அஸ்தமனம்

ஆனபிறகே, பெண்களின் சிறகுகள் விரிகின்றன. அவர்கள் கண்களுக்கு அவர்கள் மறந்துபோன வானம் தெரிகிறது, அடையாளம் தெரிகிறது. அதோடு சேர்ந்து தங்கள் அடையாளமும் புரிபடத் தொடங்குகிறது. மாதவிலக்கம் நின்றபிறகு மனுவிலக்கம் செய்யப்பட்ட பெண்கள், தங்கள் இதயமென்னும் ரகசியக் கிடங்கைத் திறந்தால் என்னவெல்லாம் வெளிவரும் என்கிற யதார்த்தத்தில் வெளிப்படும் கதை இது. பெண்களைப் பேசுவது என்பது உண்மையில் ஆண்களைப் பேசுவதாகவே இருக்கிறது.பெண்களின் வெளி ஆண்களால் கட்டமைக்கப்படும்வரை, இது இப்படித்தான் இருக்கும். ஒரு காலம் வரும். பெண்கள் எழுதும் கதைகளில், பறவைகள், விலங்குகள், பூக்கள், ஆயுதங்கள், மற்றும் சினேக பாவத்தோடு கூடிய ஆண்களும் இருப்பார்கள்.

மனிதர்கள் தங்களுக்கான கூடுகளைக் கட்டி வசிக்கும் போதெல்லாம், மதம் அவர்களுக்கான கல்லறைகளைக் கட்டத் திட்டமிடுகிறது. மதத்தாலான அதிகபட்ச பிணியாக அதுவே காலம் காலமாக இருக்கிறது. நமது பிதாக்கள் பரலோகத்தில்தான் இருக்கிறார்கள். அவ்வப்போது தங்கள் மாளிகைகளின் ஜன்னலைத் திறந்து மனுகுலத்தைப் பார்த்து வருத்தப்பட்டுத் தங்கள் கதவுகளை மூடிக்கொள்கிறார்கள். எல்லா ஆண்களின் கைகளிலும் விலக் கப்பட்ட கனிகள். பெண்களோ அழுக்கு படிந்த ஈடன் தோட்டத்தைச் சுண்ணாம்பு அடித்துச் சுத்தம் செய்து கொண்டிருக்கிறார்கள். பெண்களே நரகத்துயர் மிகுந்த தேவவாழ்வை, மனிதர் வாழத் தகுந்த பூவுலகமாக மாற்றிக் கொண்டிருக்கிறார்கள். திருச்சபைகளின் தந்தையர்கள் விதிர்விதித்துத் தங்கள் பாவம் ஒழுகும் அகங்கைகளை அவசர அவசரமாகத் தங்கள் அங்கிக்குள் புதைத்துக் கொள்கிறார்கள். அவர்களின் தொங்கும் சிலுவைகளில் ஏசுக்கள் கண்ணீர் சிந்திக் கொண்டிருக்கிறார்கள்.

இந்திய இலக்கியத்தைப் பிரதிநிதித்வப்படுத்தும் ஆற்றலும், அழகியலும், சர்வதேச இலக்கியம் என்று சொல்லும்படியான படைப்பு உக்ரமும் தமிழ் மலையாளக் கதைகள் கொண்டிருக்கின்றன என்பதற்கு இந்தக் கதைகள் ஆதாரமாகி இருக்கின்றன.

விசுவாமித்திர முனிவரின் பிள்ளைகள் தெற்குநோக்கி வந்தபோது, ஆந்திர நாடும் மக்களும் உருவானதாக ஆந்திரக்

கர்ணபரம்பரைக் கதைகள் சொல்கின்றன. சந்திரகுப்த மவுரியனும் சதவாகனனும் இஷ்வாகு சாளுக்கியர்கள் மற்றும் கிருஷ்ண தேவராயராலும் ஆளப்பட்ட பூமி ஆந்திரம். இன்றைய தெலுங்கானா பகுதியில் இருக்கும் கோல்கொண்டாவில் நிலைத்த சுல்தான்கள் ஆந்திர மற்றும் தமிழகத்தின் பகுதிகளை ஆண்டிருக்கிறார்கள். 1952-ல் பொட்டி ஸ்ரீராமுலு என்ற தியாகி, ஆந்திரத் தனிமாநிலம் கோரி 58 நாட்கள் உண்ணாவிரதமிருந்து உயிரைத் தியாகம் செய்து, 1953-ல் தனி மாநிலம் உருவாகியது. ஸ்ரீராமுலு நாயுடுவுக்கு ஆந்திரம் மிகப்பெரிய மரியாதை செய்திருக்கிறது. தலை கொடுத்தேனும் தலைநகர் சென்னையைக் காப்போம் என்று சூளுரைத்துக் காத்து, திருத்தணியைத் தமிழகத்துக்கு மீட்டு, குமரி மாவட்டத்தையும் காப்பாற்றிய ம. பொ.சிவஞானத்துக்குத் தலைநகரில் எந்த நினைவுச் சின்னமும் வைக்காதவர்கள் தமிழர்கள். முப்பத்து நான்கு சிறிய பெரிய நதிகளால் ஆன ஈரம் கொண்ட மண். அடிக்கடித் தமிழ் அரசியல்வாதிகள் கையேந்தும் கிருஷ்ணா நதி நீர் அங்குதான் ஓடுகிறது. பவுத்த சிந்தனை செழித்து வளர்ந்த பகுதியும்கூட அது. நம் தமிழ்ப்படக் காதலர்கள் காதலிப்பதற்குச் செல்லும் கடல் அலை சீறிப்பாய்ந்து பாறைமேல் அடித்துச் சிதறும் கடற்கரை அங்குதான்.

தெலுங்குச் சிறுகதை இலக்கியத்தின் நான்கு பெரும் தூண்களாக மதிப்பிடப்படுபவர்கள் புச்சிபாபு, பத்மராஜு, கோபிசந்த், குடும்பராவ் ஆகியோர். 1910-ம் ஆண்டிலேயே, குரஜாட்தன் கதைகளைத் தொகுத்து வெளியிட்டுச் சிறுகதை இலக்கியத்தைத் தொடங்கிவைக்கிறார். தெலுங்கானாப் போராட்டங்கள் அன்றும் இன்றும் பல எழுத்துப் படைப்பாளர்களையும் உருவாக்கி இருக்கின்றன. நக்சலைட் இயக்கமும் பல எழுத்தாளர்களை ஈர்த்திருக்கிறது.

'பலாத்காரம்' என்றொரு கதை, இந்தியப் பெண் - ஆண் தொடர்புப் பிரச்னைகளின் ஒரு முகத்தைக் காட்டுகிறது; சவரக்கத்தியின் கூர்மையோடு காட்டுகிறது. பாலியல் வன்முறைக்கு ஆளான பெண். தன் உணவுப்பாத்திரங்களைக்கூடப் பிறர் தொட்டால் அதைத் தூக்கி எறிந்துவிடும் ஆசாரம் கொண்ட அசட்டுக் கணவர். இந்த இரண்டுவரி முரணே கதையின் தாத்பரியத்தைச் சொல்லிவிடக்கூடும். அவன் அழவே இல்லை. அநியாயம்தானே? அழவேண்டியவர்கள் பிறர். பாதிப்புக்கு உள்ளானவள் எழுப்பும் கேள்வி மிக முக்கியமானது.

'மயக்க நிலையில் என்ன நடந்ததோ எனக்குத் தெரியாது. உடம்புக்குத் தெரிந்திருக்கலாம். உடம்பு நானல்லவே'. இதே போன்ற தர்க்கரீதியான கேள்வி ஒன்றைப் பாஞ்சாலியும் எழுப்பிப் பார்த்தாள். 'ஒன்றுமே இல்லாதவர்கள்தானே அடிமைகள். அடிமைகள் ஒரு சொத்துபோல என்னை வைத்துச் சூதாடுவது என்ன நியாயம்?' ஆனால் கௌரவர் சபையில் எந்த நியாயமும் எடுபடுவதில்லை. கௌரவர்கள் என்கிற ஆண்களால், இயற்றப்பட்ட ஆண்மையச் சட்டங்கள், ஆண்மைய நீதிகள் எங்கு நோக்கியும் பரவிக்கிடக்கும் தேசத்தில், இவர்களின் குரல்கள் எடுபட்டதே இல்லை. பேய் அரசில் பிணம் தின்னும் சாஸ்திரம் என்று பாஞ்சாலிக்குக் குரல் கொடுக்கிறார் பாரதி. அந்தக் குரலும் எடுபடவில்லை.

ஆசிரியர் கட்டமைக்கும் கேள்வி மிக முக்கியமானது. பலாத்காரவாதிகள் யார்? 'உன் அண்ணன் மாதிரி உன்னை பி.டெக். படிக்க வைக்க முடியாது. கரஸ்பாண்ட்சில படி' என்று சொன்ன அப்பன், கட்டியவள் சம்பாதித்துக் கொண்டுவந்து கொட்டினாலும் பண்பாடு தெரியாமல் புண்படுத்தும் புருஷன், எத்தனை எத்தனை பலாத்காரர்கள்?

'பார்வையாளச் சக்ரவர்த்தி' ஒரு முக்கியமான சிறுகதை. நம் மனித மனோபாவத்தை மிகவும் மனிதத்துவப் பார்வையோடு பதிவு செய்யும் கதை. சமூகத்தின் சகல நிகழ்வுகளுக்கும், தமக்குச் சம்பந்தப் பட்டாலும் இல்லாவிட்டாலும் வெறும் பார்வையாளராகவே இருந்துவிடும் ஒரு அடிப்படைச் சுபாவத்தை மிக நுணுக்கமாகச் சொல்லிச் செல்கிறது கதை. ஒரு சாரார் சம்பள உயர்வுக்குப் போராடுவார்கள். அதே இலாகாவில் இருந்தும், நமக்கென்ன என்று சட்டை கசங்காமல் வீடு திரும்பி, திரும்புமுன் காய்கறிகள் முற்றாதவையாகப் பார்த்து வாங்கி மறக்காமல் மல்லிகைப்பூவும் வாங்கிக்கொண்டு வீடு திரும்பும் கனவான்களே நிறைந்து கிடக்கிறார்கள். ஆனால், அடிபட்டு சிறைபட்டு யாரோ சில தியாகிகள் வாங்கித்தரும் சம்பள உயர்வைக் கூசாமல் வாங்கிக்கொள்ளும் நன்றி இல்லாத வெட்கம் இல்லாத மனிதர்களின் வகை மாதிரியே இந்தக் கதையில் விவரிக்கப்படும் மனிதன். அணுகுண்டுகள் விழுந்து ராட்சச நாய்க்குடைகள் எழும்பி மனித குலத்தைப் பொசுக்கிப் போட்டாலும் தன் சொந்த நாற்காலி ஆட்டம் காணாமல் பார்த்துக்கொள்வது

முக்கியம் அவருக்கு. ஏதோ ஒரு ரிமோட் குண்டுவெடித்துக் கண் முன்னால் மனிதர்கள் குழந்தைகள் உள்ளிட்ட சக உயிர்கள் துண்டுகளாகிச் சரிந்துப் போகிறபோதும் அந்த மனிதர் சௌகர்யமாகச் சாய்ந்து அமர்ந்துகொள்கிறார்.

இந்த நூற்றாண்டுச் சுபாவங்களில் ஒன்று இது. இதைத்தான் நம் கல்விமுறை, வாழ்க்கைமுறை, சமூகநடைமுறை, நமக்குக் கற்றுத் தருகிறது. இடதும் வலதும் பாராமல் நேராகப் பள்ளிக்குப் போய், திரும்பி, படித்து, வேலைக்குப் போய், நேராகவே கல்யாணம் பண்ணி, நேராகவே குழந்தை பெற்று, நேராகவே கிழண்டு, நேராகவே செத்து, நேராகவே நரகம் புகும் மனிதர்கள் பற்றிய அரிய கதை இது.

'தொடர் ஓட்டம்' இன்னுமொரு லாவண்யாவின் கதை. பெண்ணின் வெளி பற்றி மீண்டும் கேள்வி எழுப்புகிறது இக்கதை. குடும்பம் எனும் அமைப்பு அன்பினாலும் மரியாதையாலும் கட்டமைக்கப்படும்போதும், சக புரிந்துணர்வு அமலில் இருக்கும் போதும் பெரும்பாலும் சிராய்ப்புகள் அதிகமின்றி ஓட்டத்தை ஓடி முடிக்கலாம். ஆண்கள் வெறும் ஆண்களாகவே இருக்கும். குடும்பத்தில், பெண்ணின் ஸ்திதி என்ன ஆவது? பெண்ணுக்குச் சிறகுகள் இருக்கின்றன என்பதையும், அவர்களுக்கு ஒரு வானம் திறந்து கிடக்கிறது என்பதையும் சொல்ல வேண்டியிருக்கிறது. இதை அவனே தெரிந்து கொள்ளும் ஒரு அற்புத கணம் அவனுக்கு வாய்க்கவே செய்யும். சமூகச் சீர்திருத்தவாதிகள் பெண்கள் கல்வி கற்க வேண்டும் என்றார்கள். பணிக்குச் செல்ல வேண்டும் என்றார்கள். சம்பாதனை என்கிற ஒற்றை நோக்குக்காகச் சொல்லப்பட்டது அல்ல இது. வீட்டுக்கு அப்பாலான உலகுக்குள், பெண்களின் மானுடப்பணி என்று ஒன்று இருக்கிறது என்பதற்காகவும், அந்தப் பங்கைப் பெண்கள் ஆற்றுவதற்காகவுமே பெண்கள் பணிக்குச் செல்ல வேண்டும் என்று பெரியார் முதலான பெரியார்கள் சொன்னார்கள். உண்மையில் பெண்ணின் முதல் இடம் அவள் பணி செய்யும் இடமாகவே இருக்க முடியும். வீடு என்பது, உழைத்தவள் ஓய்வு கொள்ளும் இடமாகத்தான் இருக்க முடியும். ஓய்வு, உண்ணல், மகிழ்ச்சியுறல், நட்புகளைச் சீராட்டல் என்பவைகளுக்காகவே வீடு என்ற ஒன்று இருக்கிறது. ஒரு பெண்ணின் இருப்பில், கணவர், தந்தை முதலான ஆண்கள், சமயங்களில் மகன்களும்கூட, அவள்

கருணை சார்ந்து வாழ்பவர்களே அன்றி, அதிகாரம் செலுத்தும் உரிமை பெற்றவர்கள் அல்லர்... என்பது போன்ற சிந்தனைகளைக் கட்டமைக்கும் கதை.

'தேர்வு' எனும் கதை இந்தியாவுடையதும், இந்திய விவசாயிகளுடையதுமான கதை. ஊழல், அலட்சியம், மெத்தனம் ஆகியவற்றையே அணிகளாகவும் ஆடையாகவும் கொண்ட அலுவலர்கள் பற்றியதால் ஒரு இந்தியக் கதையாகவும் மாறிவிடுகிறது. மேலே, குளிரூட்டப்பட்ட அறைகளில் உட்கார்ந்து கொண்டு இந்திய விவசாயம் மேலோங்கத் திட்டமிடுகிற, விவசாயம் பற்றியே ஒரு மண்ணும் அறியாத 'ஆபீசர்கள்' துறைகளையும் மக்களையும் அழித்துக் கொண்டிருக்கிற விஷயத்தை விலக்கும்படிச் சொல்கிறது கதை.

'பழகிப்போன வாழ்க்கை' என்பதுவும் 'கெட்டுப்'போன விவசாயக் குடும்பம் ஒன்றின் கதைதான். மழை முதலான மூலகாரணத்தாலும் நெல் வயல்கள் அந்நிய முதலாளிகளுக்குத் தாரை வார்க்கப்படும் போக்கினாலும் நிலம் இழந்து, பிழைக்க வழி அற்று, கெட்டும் பட்டினம் வந்துசேர்ந்த பெண் - ஆண் பற்றிய கதை இது. முதலில் உணர்ச்சிகளும் உணர்வும் மேலோங்க வாழ்ந்த, அல்லது மனிதத்தனமும் நாகரீகமும் மேலோங்கியிருந்த அந்தத் தம்பதியினரின் நுணுக்கமான மன உணர்வுகளையும் நகரம் எப்படி பலிகொள்கிறது என்பதை மனம் பதைக்கச் சொல்லும் கதை இது. மனிதரின் சுரணையைக் கொல்வதே கொலைகளிலேயே பெரிய கொலை என்பதை நுட்பமாகச் சொல்கிறார் ஆசிரியர்.

'விற்பனைக்கு ஆக்சிஜன்' சுற்றுச்சூழலைப் பற்றிய கதை. பூமிப் பந்தின்மேல் முற்றானதாகக் குடியிருக்க வந்தவர்களே மனிதர்கள். தாவரங்களும் விலங்குகளும் முந்தைய குடியேற்றக்காரர்கள். உலகம் முழுதும் காற்றையும், நீரையும், மரங்கள் உள்ளிட்ட உயிர் இனத்தையும் மனிதர்கள் அழித்தொழிக்கும் அபாயத்தைச் சொல்கிறது இக்கதை. உண்மையில் இயற்கையின் மேல் மனித இனம் செலுத்தும் வன்முறை, மனித இனத்தின் மேல் செலுத்திக் கொள்ளும் வன்முறை என்பதைச் சுனாமிகள் எத்தனை வந்து சொன்னாலும் யாரும் கேட்கத் தயார் இல்லை. அண்மைக் காலத்தில் உருவான புதுவகைப் பணக்காரர்கள் இருவர். ஒரு வகை மணல் திருட்டுப் பணக்காரர்கள். இரண்டாவது சுனாமி ஊழல் பணக்காரர்கள்.

தெலுங்குக் கதைகள், சமூகத்தின் பல கதைகளை நடைகளை, பரிசீலிப்பதில் பின்தங்கவில்லை.

கருமையான மண்ணைக் கொண்ட பூமியைத்தான் கருநாடகம் என்றார்கள். அசோகச் சக்ரவர்த்தி தன் கல்வெட்டுகளை அந்தப் பூமியில் பதித்திருக்கிறார். 1761-ல் ஹைதர் அலி என்கிற சிப்பாய், மைசூரை ஆண்டு வந்த உடையாரோடு போரிட்டு அப்பகுதியை வென்று, தானும் தன் மகன் திப்புசுல்தானுமாக ஆண்டிருக்கிறார்கள். 1973-ல் இன்றைய கர்நாடகம் வடிவம் கண்டிருக்கிறது.

அரசியலில் காந்தியாரும் அவரிடம் முரண்பட்ட கிருபளானி, மற்றும் லோகியா, ஜெயப்பிரகாஷ் நாராயணன் போன்றோரின் சிந்தனைகள் மேவிய பூமி கர்நாடகம். நிறைய இலக்கிய இயக்கங்களைக் கண்ட பூமியும்கூட அது. சுதந்திரப் போர் உச்சத்தில் இருந்தபோது தோன்றிய இயக்கம் 'நவோதயா' இயக்கம். சோவியத் புரட்சி உலகமெங்கும் ஏற்படுத்திய சுதந்திர, மற்றும் சகல ஒடுக்கு முறைகளுக்கும் எதிரான மனோபாவம், யதார்த்தம் என்பதான இலக்கிய முயற்சிகள், தொழிலாளர் வர்க்கப் போராட்டம் இவைகளினூடாகத் தோன்றியது, பிரகதிசீலா இயக்கம். உண்மையில் நவோதயாவின் குழந்தைதான் பிரகதிசீலா என்கிறார் அனந்தமூர்த்தி. அதன்பின் சார்த்தர், காம்யூ, காஃப்கா போன்றவர்களின் நவீன இலக்கியத்தால் ஈர்க்கப்பட்ட இளைஞர்கள் கட்டியது நவ்யா இயக்கம். இவர்களது படைப்புகள் மிகவும் அறிவு ஜீவித்தனம் மிக்கதாக இருக்கிறது என்றும், மக்களிடம் மக்களாகப் பேச வேண்டும் என்றும் ஒரு இயக்கம் பண்டையா - எதிர்ப்பு எனும் பெயரில் தோன்றியது.தலித்துகள் தங்கள் வாழ்க்கையைத் தாங்களே பேசிக்கொள்ள தலித் இயக்கம் இலக்கியத்தில் தோன்றியது.

நம் சென்னை திருவல்லிக்கேணியில் இருந்து சென்ற மாஸ்தி வெங்கடேச ஐயங்கார்தான், கன்னடத்தின் சிறுகதை மற்றும் பல இலக்கிய வகைகளின் பிதாமகராகக் கருதப்படுகிறார் இன்றும். குவெம்பு, காரந்த், பேந்த்ரே போன்ற மாபெரும் படைப்பாளிகளால் கட்டமைக்கப்பெற்ற கன்னட நவீன இலக்கியம் பின்னர் தேவனாரு மகாதேவ, அப்துல் ரஷீத், மோகன் இக்னேஷ், மற்றும் மிக அருமையான கவிஞர்களான சவிதா நாகபூஷணம், மம்தா சாடர், சர்வமங்களா முதலான (பெண்கள்)வர்களால் பொறிக்கப்பட்டுக் கொண்டிருக்கிறது கன்னட இலக்கியம்.

‘காரணபூதம்’ என்கிற சிறந்த ஒரு கதையின் ஊடாகக் கன்னட இலக்கிய உலகில் பிரவேசிக்கலாம். ஆழ்ந்து கொண்டு வரும், அல்லது அழிவின் விளிம்பில் இருக்கும் ஒரு கலாச்சாரத்தை, பண்டிதர் வீடு மற்றும் முக்தா என்ற பெண்ணின் மூலமாக , குறியீடாகச் சொல்லும் கதை. பண்டிதர் வீட்டுப் பிருமாண்டம், பழைய புகைப்படம் போல மங்கிப்போய் வீடு இருளில் ஆழ்ந்திருக்கிறது. தெருவில் இருந்து பார்த்தால், இருட்டு தெரியுமே தவிர வீட்டில் வாழும் மனிதர் முகம் தெரிவது இல்லை.முக்தா என்கிற பரிதாபகரமான பெண்மணி, ஒரு துக்கிரியாகவே ஊர் முடிவு கட்டி அவளை இருட்கிடங்கில் தள்ளுகிறது. ஒரு முறை முக்தா, சாதாரணமாக ஒரு நல்ல தென்னைமரத்தைப் பார்த்து ஏதோ பாராட்டாகச் சொன்னாள்.அந்தத் தென்னை மரத்தில் அன்றிரவே இடி விழுந்தது. வேலைக்காரியின் மகனுக்குத் திருமணம் முடிந்து வந்தபோது, ‘பொண்ணு அழகா இருக்கா’ என்று அவள் சொன்னாள். அவளை இரண்டுநாள் கழித்துப் பாம்பு கடித்தது. ஊர் அவளை விலக்குகிறது. முக்தாவும் ஊரை விலக்குகிறாள் என்றாலும், அவளுக்குள் ஊரும் உறவும் அதன் அசைவுகளும் இருந்து கொண்டேதான் இருக்கின்றன. மனித குலத்தின் ஆதாரமான குணம் ஒன்று இக்கதையில் மிக இயல்பாக விவரிக்கப்படுகிறது. தனிமனிதர்கள் சமூகத்தைப் பகைக்கலாம், விலகலாம். அறுத்துக் கொண்டோ, வெட்டிக்கொண்டோ போய்விட முடியாது. ஏன் எளிய மழை எல்லோருக்குமாகத்தான் பெய்கிறது.

சிறுவர்களின் கண்ணோட்டத்தில் பெரியவர்களின் உலகத்தை ஐந்து கதைகள் பதிவு செய்திருக்கின்றன. ஒரு கேப் டப்பியை அனுமதி இன்றி எடுத்துக்கொண்டு வந்த சிறுவனுக்கு திருட்டுப் பட்டம் கட்டப்படுகிறது. ஆனால் அந்தக் குடும்பத்துச் சொத்தையே , அவனுக்கு அந்தப் பட்டம் தந்தவர்கள் அமுக்கியவர்கள். மிகுந்த பதற்றத்துக்குரிய சூழ்நிலையில் இரண்டாம் திருமணமான சகுந்தலா அக்காவுடனான ஒரு சிறுவனின் சினேகம். தாய் தந்தையை அறியாது வளர்ந்த ஒரு சிறுவன் பெற்றோர்களை அடையாளம் கண்டு கொள்ள மிக நிபுணத்துவம் கொண்ட சொல்முறையில் எழுதப்பட்ட ஒரு கதை. மாதச் சம்பளத்தை வாங்கிக் கொண்டு வந்து அம்மாவை மகிழ்ச்சிக்குள்ளாக்க நினைக்கும் பையனின் அந்த வியர்வைக் கூலி, அவன் அப்பாவின் மூலம் சாராயக்கடைக்குச் சென்று சேர்ந்து போனது

பற்றியதான மிக உருக்கம் கொண்ட கதை. அம்மாவின் சித்தப்பா ஒரு இளம் பெண்ணுடன் மனைவியின் ஸ்தானத்தில் வைக்கப்பட்டவுன் சினிமா பார்க்கப் போக அவர்களுடன் சென்ற சிறுவன் தன்முன்னால் நடந்து கொண்டிருந்த சரச நாடகத்தைக் கண்டது பற்றிய கதை என்று விரிகின்றன இந்தக் கன்னடக்கதை உலகம். இவை குழந்தைக் கதைகள் அல்ல. குழந்தைகளுக்குமுன் பெரியவர்கள் என்போர் காண்பிக்கும் சரிவுகளைப் பற்றிய கதைகள். ஏமாற்று, சிறுமை, அழுக்குகள், பலவீனச் சந்துகள் என்பதாக நிறைந்த ஒரு சரிவுச் சமூகத்தை வளரும் இளைய சமூகத்துக்குக் கையளிக்கும் அபாயங்களை மிகவும் ஆதுரத்தோடு சொல்லும் கதைகள்.

'செம்மானின் கங்கை' காரணபூதம் போலவே மிகவும் தனித்துவம் கொண்ட கதை. செருப்பு தைக்கும் செம்மானின் பெண்ணான கங்கைக்கு சீர் அனுப்பி வைக்கும் கதை. ஒரு நாட்டுப்புறக் கதைபோலத் தொடங்கி,நவீன உருப்பெற்று ஒரு பிரளயத்தில் முடிகிற கதை அது. கன்னட இலக்கிய உயர்வை முன்னிலைப்படுத்துகிற கதைகள் இவை.

மலையாள இலக்கியத்திலிருந்து, தகுதி பொருந்திய செழுமையான புனைவுகளை மற்றும் ஆகிருதிகளைத் தமிழுக்குக் கொண்டுவந்து, தமிழ் இலக்கிய நெடும் பரப்பில் பொருட்படுத் தத்தக்க அசைவுகளை ஏற்படுத்தியவரும், வம்சி புக்ஸ் எனும் பெயரில் தரமிக்கதும், தேவையானதுமான மிக முக்கியமான புத்தகங்களை வெளியிட்ட,வெளியிட்டுக் கொண்டிருக்கும் ஒரு நிறுவனத்தை நடத்திக் கொண்டிருப்பவருமான கே.வி.ஷைலஜா, இந்தத் தொகுப்புக்கும் காரணமானவராக இருக்கிறார். அவருடைய மொழிபெயர்ப்புக் கதைகளும் இந்தத் தொகுப்பில் உள்ளன. தமிழ், மலையாளம், தெலுங்கு, கன்னடம் ஆகிய தென்னிந்திய மொழிகளில் இருந்து பிரதிநிதித்துவக் கதைகளைத் தெரிவு செய்து, அனுபவம் வாய்ந்த மொழிபெயர்ப்பாளர்களிடம் மொழியாக்கப் பொறுப்பை ஒப்படைத்து, தொகுத்து இப்போது தென்னிந்தியச் சிறுகதைகள் என்ற பெயரில் வெளியிட்டிருக்கிறார். புத்தகத்தின் கட்டமைப்பிலும், கதைகளின் தேர்விலும், அவருடைய இலக்கிய ஈடுபாட்டை வாசகர்கள் கவனிக்கத் தவற மாட்டார்கள் என்பதை நான் அறிவேன். இந்தப் பெரும் முயற்சியில் ஷைலஜா சிந்தியிருக்கும் வியர்வையும், செலவிட்ட நாட்களும் விலையற்றவை. காலம்தோறும் யாராவது

ஒருவர் இந்தச் சிலுவைகளைச் சந்தோஷத்தோடு சுமக்க முன்னெடுப்பதால்தான், இலக்கியங்கள் அனைத்து மொழிகளிலும் தழைக்கின்றன.

க.நா.சு.வும் புதுமைப்பித்தனும் இன்றைய ஜெயமோகனும் என்று தொடரும் இந்த இலக்கிய மொழிமாற்றுப் பெரும் பணியாளர்கள் வரிசையில் ஷைலஜா தன் பங்களிப்பின் அடர்த்தி காரணமாக இடம் பெறுகிறார்.

சில காலத்துக்கு முன் , சரஸ்வதி ராம்நாத் போன்றவர்களாலும், இயக்கப் பின்னணி கொண்ட எழுத்தாளர்களாலும், நேஷனல் புக் டிரஸ்ட், சாகித்ய அகாடமி போன்ற பெரிய அமைப்புகளாலும் செய்யப்பட்டு வந்த இது போன்ற பாரிய மொழியாக்கப் புத்தகப் பணியைத் தனி மனுஷியாக இதயபலம் ஒன்றை மட்டுமே கொண்டு தோழர் ஷைலஜா சாத்தியமாக்கியிருக்கிறார் என்பதைத் தமிழுலகம் குறித்துக் கொள்ளத் தவறாது. ஒரு வாசகன் என்ற முறையிலும், இந்தப் பெரும் கிரியையில் எனக்கும் ஒரு இடம் இதை எழுதுவதன் மூலம் மனம் உவந்து அளித்திருக்கும் அவருக்கு என் அகம் நிறைந்த நன்றியைக் கூறிக்கொள்கிறேன்.

தென்னிந்தியச் சிறுகதைகள் எனும் இத்தொகுப்பு மூன்று பேருண்மைகளை உணர்த்தி நிற்கிறது.

ஒன்று - தமிழ், மலையாளம், தெலுங்கு, கன்னடம் ஆகிய தென்னிந்திய மொழிகளின் சிறுகதைகளில் பல, உலகச் சிறுகதைகள் தரத்தில், உலகச் சிறுகதைகள் வளமைக்கு நிகராக வளர்ந்து நிற்கின்றன என்பது. இது குறித்துத் தென்னிந்தியர்கள் நியாயமான பெருமைப்படலாம். இந்தச் சத்தியத்தைச் சாத்தியமாக்கியிருக்கிறது இந்தத் தொகுதி.

இரண்டு - தமிழ்நாடு, கேரளம், ஆந்திரம், கன்னடம் என்று செயற்கையாகப் பிரிக்கப்பட்ட நிலப்பரப்பு முழுதும் இத்தனை மொழி இன வேறுபாட்டுக்கு இடையேயும் மனித மனங்களில் ஈரம் இன்னும் வற்றிப்போய்விடவில்லை என்று மீண்டும் உரக்க, மிக உரக்க நிரூபணம் ஆகியிருக்கிறது. கன்னடம் காவிரியைச் சிறைவைத்தாலும், ஆந்திரத்துக் கிருஷ்ணா தயங்கித் தயங்கித் தேங்கினாலும், அணைகளுக்குமேல் அணையாக வையகத்துக்கு

என்று வானம் வழங்கிய மழைநீரைக் கேரளம் கட்டிமறித்தாலும், நாம் எல்லோரும் மனிதர்களே, மானுடம் என்கிற அந்த ஒற்றைச் சொல்லை நிரூபணம் செய்யவே நம் அனைத்து அக்கறைகளும் நீட்சி பெறுகின்றன என்பதையே இந்தத் தொகுதி முழுதும் கதை மொழியில் இயம்பிக் கொண்டிருக்கிறது. மாநில அரசியல்கள் அல்ல, மனிதப்புரிதலே முதலும் முடிவுமான நிலைபேறு என்பதை இந்தத் தொகுதி மிகவும் தகிப்போடு சொல்கிறது.

மூன்று - இந்தத் தொகுதியில் உள்ள பல எழுத்தாளர்கள், மாநில மொழி எல்லைகளுக்குள்ளாகவே இருக்கிறார்கள் என்கிற யதார்த்த நிலை, நமக்குப் பதற்றத்தை ஏற்படுத்துகிறது. மார்க்வெஸ்ஸின் 'ஒரு நூற்றாண்டுத் தனிமை' உலகக் கரங்களுக்கு வருமுன்னர் லத்தீன் அமெரிக்க நாடுகளிலும் பொருட்படுத்தத் தக்க இலக்கியம் பிறக்க முடியும் என்பதை மேற்குலகம் நம்பவே இல்லை. மட்டுமல்ல, இலக்கியங்களின் தோற்றுவாயே ஐரோப்பாவும், அமெரிக்காவும் என்றே அந்த மேன்மையர் உலகம் நினைத்துக்கொண்டிருந்தது.

விந்திய மலைக்குத் தெற்கேயும் , உலகம் பொருட்படுத்தத்தக்க இலக்கியப் படையல்கள் உருவாகிக் கொண்டிருக்கின்றன என்ற உண்மையை இத்தொகுதி நிரூபணம் செய்தாலும், இவற்றை அடுத்த கட்டத்துக்கு எடுத்துச் செல்ல நாம் என்ன செய்யப் போகிறோம் என்கிற கேள்வி எனக்குள் எழுகிறது. இந்தத் தொகுதியில் இருந்தும், வெளியே இருந்தும் ஒரு இருபது சிறுகதைகளைத் தேர்வு செய்து ஆங்கிலம், ப்ரெஞ்ச், ஸ்பானிஷ், ஜெர்மன் முதலான உலக மொழிகளில் கொண்டு செல்லும் முயற்சியை நாம் மேற்கொள்ள வேண்டும் என்று எனக்கு இத்தொகுதி உணர்த்துகிறது.

வம்சியும், ஷைலஜாவும், அவருக்குத் துணைநிற்கும் பவா செல்லதுரையும்,கே.வி.ஜெயஸ்ரீயும் இத்திக்கில் சிந்திக்க வேண்டும் என்று தென்னிந்தியச் சிறுகதைகள் தொகுதி கோரிக்கை விடுக்கிறது. செய்ய முடியாதது என்று எதுவும் இல்லை. சாதிக்க முடியாதது என்று எதுவும் எப்போதும் இல்லை.

எல்லா இரவுகளும் விடியும்.

எல்லாக் கதைகளும் பலிக்கும் என்பதே நியதி.

-பிரபஞ்சன்

கதைகளின் வழியாக என் பாதை

என் பால்யம் கதைகளைக் கொண்டு நிரப்பப்பட்டது. நிலவு வெளிச்சத்திலும் அடர்ந்த இருளின் குளிரிலும் புழுக்கத்தின் ஈரப் பிசுபிசுப்பிலும் அடைமழையிலும் என எப்போதும் என் பாட் டியின் மடியிலமர்ந்து மூன்று, நான்கு மனைவிகளைக் கல்யாணம் செய்த ராஜாவின் கதையை பற்றியும், ராஜகுமாரி கதைகளையும், அண்ட சராசரம் தாண்டிக் கிளிக்குள் உயிர் ஒளித்து வைத்திருக்கும் மந்திரவாதிகளைப்பற்றியும், சீதா தேவியின் வனவாசம் பற்றியும், குந்தி தேவியின் பிள்ளைச் சோகம் பற்றியும் கேட்டுக் கொண்டே தூக்கத்திலாழ்ந்த என் கனவுகள் வண்ணமயமாய் விரிந்து விரிந்து... நானும் ஒரு கதை சொல்லியாய் மாறிப்போயிருந்தேன்.

தோழிகளின் மத்தியில் கதை சொல்ல மகுடிக்குக் கட்டுப்பட்டப் பாம்பாய் என் பின் அவர்கள் வர, கதைகளின் காலம் கல்லூரி பருவத்தில் எழுத்தாய் மாற, நண்பர்கள் பின் தொடர, கதைகளால் கட்டப் பட்ட கோட்டைக்குள் பத்திரமாக இருந்திருக்கிறேன்.

வாழ்வின் அடுத்த கட்டத்திற்குப் பயணிக்க இருந்த என்னை, தன் கதைகள் மூலம் ஆகர்ஷித்து என் பாதையை நான் விரும்பியபடி தகவமைத்துக் கொள்ள கிடைத்த துணையாய், கதைகளின் மாயலோகத்தை ஓணான்கொடியால் சுற்றிக் கொண்ட பவா. எங்கள் கனவுகளை மண்ணில் ஊன்றியதுபோலக் கதைகளில் பேரார்வம் கொண்ட என் மகன் வம்சி என தலைமுறைகள் தாண்டி கதைகளில் பிணைந்திருக்கிறோம்

இதன் பின்புலத்தில்தான் வேற்று மொழிக்கான தேடலும் அதன் தொடர்ச்சியான வாசிப்பும் எழுத்தும் நடந்தது. கடந்த ஒரு வருடமாக தென்மாநிலச் சிறுகதைகளைத் தொகுக்க வேண்டும் என்ற

ஆர்வத்தினால் பணிகளைத் தொடங்கினேன். ஆனால் அந்தப்பணி நான் நினைத்ததுபோல அவ்வளவு எளிதாக இல்லை. தமிழ், மலையாளம், தெலுங்கு, கன்னடம் என நான்கு மொழிகளிலும் மொழிக்கு ஏழு கதைகளாக இருபத்தியெட்டு கதைகள் தேர்ந்தெடுக்கப்பட்டன. நண்பர்கள் பெரும் கூட்டமாக இதற்கு வேலை பார்த்தார்கள்.

இந்த முயற்சியை நான் முதலில் மொழிபெயர்ப்பாளர் இளம் பாரதியிடம் பகிர்ந்து கொண்டேன். மிகுந்த மகிழ்ச்சியில் தெலுங்குக் கதைகளில் நான்கு கதைகளின் தேர்வையும் மொழிபெயர்ப்பையும் ஒரு இளவயதுக்கான உற்சாகத்துடனும் சந்தோஷத்துடனும் செய்து கொடுத்தார். மீதிக் கதைகளை தன் வீடு, எழுத்துப்பணி, மொழி பெயர்ப்புப் பணி, சாகித்ய அகாடமிக்கான வேலை என பன்முகத் தன்மையோடும், மாறாத உற்சாகத்தோடும், மற்றவர்களை உற்சாகப் படுத்தியும் வாழ்ந்து கொண்டிருக்கும் அற்புத மனுஷி சாந்தா தத் ஏற்றுக்கொண்டார்.

தெலுங்கு கதைகளின் தேர்வில் நண்பர் சிரஞ்சீவி, நண்பர் எல். ஆர் சாமியின் பங்கு மிகவும் முக்கியமானது. எனக்காக ஒவ்வொரு எழுத்தாளர்களின் தொலைபேசி எண்ணையும் தேடிப் பிடித்து அறிமுகப்படுத்திவைத்து பிறகு என்னைப் பேச வைத்த எழுத்தாளரும், மொழிபெயர்ப்பாளருமான எல். ஆர். சாமிக்கு நன்றிக்கு மேலாக ஏதாவது சொல்ல வேண்டும்.

கன்னட மொழிக் கதைகளுக்காக பாவண்ணனிடம் பேசியபோது எப்போதும் தனக்குள் அடைகாத்துக் கொண்டிருக்கும் மென்மை யான சிரிப்புடனும், சினேகமான உரையாடலுடனும் நண்பர் இறையடியானுடன் இணைந்து கன்னடக்கதைகளின் மொழி பெயர்ப்பை என்னிடம் சேர்த்தார். நான் மிகவும் மதிக்கிற மூத்த மொழிபெயர்ப்பளர் தி.சு.சதாசிவம் தன் உடல் நிலை சரியில்லாத நிலையிலும் மிக முக்கியமான கதையைத் தேடி மொழிபெயர்த்துத் தந்திருக்கிறார். அவருக்கு என் பணிவான நன்றி.

மலையாளத் கதைகளின் தேர்வில் எனக்கு உதவிய நண்பர்கள் பலர். அது ஒரு விரிந்த உலகம். எனக்குப் பரிச்சயமானது என்றாலும்

அதில் மிகவும் கவனத்தோடும், அக்கறையோடும், பத்திரமாகவும் பயணிக்க வேண்டியிருந்தது. என் மனநிலை அறிந்த மொழி பெயர்ப்பாளரும் எழுத்தாளரும், மன நல நிபுணருமான டாக்டர் ரகுராம், எழுத்தாளர்கள் உண்ணி. ஆர்., சந்தோஷ் ஏச்சிக்கானம், போன்றவர்கள் என்னுடன் பயணித்தார்கள். அவர்களாலும் சேர்த்து இழுத்துப் பின்னப்பட்ட கண்ணிகள் மிகவும் நேர்த்தியாகவே வந்திருக்கிறது,

எல்லாவற்றையும்விடக் கடும் சோதனையாக எனக்கு இருந்தது தமிழ்ச்சூழல். எத்தனை முறை கலைத்துப் போட்டாலும் கையிலெடுக்கும்போது இருபதிற்கும் குறையாத படைப்பாளிகள் என்னிடம் இருந்தார்கள். அவர்களிடமிருந்து முற்றின வடிவமாய் தேர்ந்தெடுக்கவும், சுண்டக் காய்ச்சின பாலாய் ருசிக்கவும் நான் மிகவும் சிரமப்பட்டேன். எண்ணிக்கையை ஏழென்று முடிவெடுத் திருந்ததால் என் கையிலிருந்து சில கதைகளை நான் மனபாரத்துடன் இறக்கி வைக்க வேண்டியதாயிற்று.

இந்தத் தொகுப்பிற்கான முன்னுரையை, கதைகளால் பிறந்து, வாழ்ந்து, கதைகளை வாழ வைத்துக் கொண்டிருக்கும் பிரபஞ்சன் மட்டுமே எழுத முடியும். அவர் என் முயற்சியை மிக நீண்ட ரத்தினக் கம்பளம் விரித்து கௌரவப்படுத்தி இருக்கிறார். என்னை, நம்மைக் கைப்பிடித்து நீண்டதொரு பெருவெளியை அறிமுகப்படுத்தி, நதி போல நடந்து சென்றிருக்கிறார். ப்ரவாகமாய் மலை உச்சியிலிருந்து தாவி ஒழுகியிருக்கிறார். அலைகளற்ற சமுத்திரமாய் அடர்ந்த மௌனம் காத்திருக்கிறார். அவருக்கு என் எளிமையான நன்றி.

மேலும் இந்தத் தொகுப்பு வேலைகளை முழுமையாக்குவதற்குத் தன்னுடைய மடி கணினி மூலம் எங்கள் வீட்டிலேயே தங்கி மிகுந்த அக்கரையோடும், அன்புடனும், உதவி செய்த நண்பர் கதிருக்கு ஒற்றை வார்த்தையில் நன்றி சொல்லி விட முடியாது.

கடந்து போன ஒரு வாரமாய் இரவென்றும், பகலென்றும் பாராமல், குழந்தைகள், வீடு, சாப்பாடு என்று எதைப் பற்றிய ப்ரக்ஞையும் இல்லாமல், ஒரு பித்துபிடித்த மனநிலையோடு வேலைபார்த்த என் ஜெயஸ்ரீக்கு நான் எதற்கு நன்றி சொல்ல வேண்டும்? அன்பு மட்டுமே.

'தென்னிந்தியச் சிறுகதைகள்' என்றொரு தொகுப்பு கொண்டு வரலாமா என்று கேட்டவுடன் என்னை மிகவும் உற்சாகப் படுத்தி வேலை பார்க்க வைத்த பவா, அதனுடைய ஆக்கத்தில் உதவி செய்த நண்பர்கள் செய்யாறு பாலாஜி, போப்பு, தமிழ் (எ) தமிழ் செல்வன், பரமேஸ்வரி, யுவபாரதி, மோகனா, பாஸ்கரன், ஆனந்தி என எல்லோருக்கும் என் நன்றி.

எல்லாவற்றிற்கும் மேலாக சிறுகதைகள் உலகைப் பார்க்கும் பார்வையாய், உலகம் சிறுகதைகளை பார்க்கும் பார்வையாய் மிக அற்புதமாக அட்டைப் படம் வடிவமைத்த என் நண்பன் அபுல் கலாம் ஆசாத்திற்கு ஆழமான கைகுலுக்கலும் நன்றியும்.

ஒவ்வொரு மாநிலத்தையும் கேமராவின் வழி காட்சிப்படுத்த உதவிய ஆர்.ஆர்.சீனிவாசன், சேலம் விஜய், என எல்லா நண்பர்களுக்கும் நன்றி.

எடுத்துக் கொண்ட வேலையை நிறைவாக முடித்திருக்கிறேன் என்ற மன நிலையில்...

எளிமையான அன்போடு,

கே.வி.ஷைலஜா

19 டி.எம். சாரோன், திருவண்ணாமலை.
cell : 9444867023 - kvshylajatvm@gmail.com

உள்ளே...

• தமிழ்

சத்ரு — 37
பவா செல்லதுரை

ஆண்களின் படித்துறை — 45
ஜே.பி.சாணக்யா

பட்டித் தெரு — 65
காலபைரவன்

அட்சர ஆழி — 84
மனோஜ்

மறையும் முகம் — 101
எஸ்.செந்தில்குமார்

முனிவிரட்டு — 115
என்.ஸ்ரீராம்

காட்டின் பெருங்கனவு — 122
சந்திரா

- **மலையாளம்**

கொமாலா 141
சந்தோஷ் ஏச்சிக்கானம்

பலவிதமான வீடுகள் 160
அசோகன் செருவில்

செய்திகளின் நாற்றம் 169
கெ.ஆர்.மீரா

கடவுளின் அழைப்பு 181
சித்தாரா.எஸ்.

ஆனந்த மார்க்கம் 188
உண்ணி.ஆர்.

மூன்று குருடர்கள் யானையைப் பார்த்த கதை 202
ஈ. சந்தோஷ்குமார்

ரசவாதத்தின் சரித்திரம் 217
எஸ்.ஹரிஷ்

• தெலுங்கு

தொடர் ஓட்டம்	237
அத்தலூரி விஜயலட்சுமி	
பழகிப் போகும் வாழ்க்கை	254
ராஜாராம் மோகன்ராவ்	
விற்பனைக்கு ஆக்ஸிஜன்	270
சலீம்	
ஷகீலா	283
எல்.ஆர்.சாமி	
தேர்வு	292
அட்டாட அப்பல்நாயுடு	
பார்வையாளச் சக்ரவர்த்தி	303
எம்.எஸ்.சூரியநாராயணா	
பலாத்காரம்	310
டி.ஆர்.இந்திரா	

● கன்னடம்

செம்மானின் கங்கை 323
மொஹள்ளி கணேஷ்

வைப்பாட்டி 337
எஸ்.பி.ஜோ குரு

சம்பளநாள் 346
நாயகபாட

கேப் டப்பி 359
பத்மநாப பட்ஷேவ்கர்

இன்னும் ஒரு கதை 373
சந்தீப் நாயக்

கறுத்த சிறுவனின் பாட்டு 388
அப்துல் ரஷீத்

காரண பூதம் 408
விவேக் ஷன்பேக்

சத்ரு

பவா செல்லதுரை

அவன் காசிரிக்கா நாரினால் கயிற்றுக் கட்டிலோடு இழுத்துக் கட்டப்பட்டிருந்தான். சுற்றி நின்றிருந்தவர்களின் முகங்களில் மரணமேறி இருந்தது. சிலர் ஆர்வத்தின் நுனியிலிருந்தார்கள். அவன் பிடிவாதமாய்க் கண் திறக்காமல் கிடந்தான். ரங்கநாயகி கிழவி தனி பொம்பளையாகப் பதட்டமின்றி, அவன் தலைமாட்டில் குந்தி இருந்தாள். அவள் நிதானத்தில் அனுபவம் குழைந்திருந்தது. மௌனம் எல்லோருக்கும் பொதுவாய் பரவி இருந்தது. அந்தச் சின்னக் குடிசை, தன் உள்புறம் இதற்குமேல் ஒரு ஆளையும் அனுமதிக்காத பிடிவாதத்தில் இருந்தது.

வீட்டின் வெளி, புதுசாய் பார்க்கிற எவரையும் பயமுறுத்தும். நீண்டு, அகன்று பரவியிருந்த பாறைகளின் நடுவில் ஒதுங்கியிருந்த மண்திட்டில், கட்டியிருந்த கூரையின் வெளியில் நின்று பார்த்தால், கருங்கோடுகளாய் நீண்டு கொண்டே போகும் பனைமரக்கறுப்பும், பீவேலி மரங்களும், கோடையின் உக்கிரத்தை அநாவசியமாக்கும் எட்டிமர இலைகளும், இந்த அத்துவான வெளியில் வீடு கட்டின பாண்டு ஒட்டனின் தைர்யத்திற்குத் துணைநின்றன.

அவன் உளியின் நுனிகளால் பாறைகளைத் தின்று குழிகளாக்கினான். விழுந்த குழிகளில் கறுப்பு மருந்தேற்றி, திரி பற்ற வைக்கும் லாவகம் வேறெங்கும் காணமுடியாதது. வெடித்துச் சிதறிய கற்பாறைகளின் கங்குகளுக்கும், எழும் கரும்புகைக்கும் நடுவில் ஒவ்வொரு முறையும் வெற்றியோடு வெளிப்படுவான். பெரும் சத்தங்களையும், கலவரத்தையும், குழப்பத்தையும், ஆபத்துகளையும் சதா சந்தித்த அவன் விநாடிகள், நேர் எதிராக நிரந்தர அமைதி தேங்கி நின்ற இந்தப் பாறையின் நடுவில் நிலைத்திருந்தது கூரையாய். கண்டாச்சிபுரம், மேவாலைப்பக்கம் எனக் கல் உடைக்கப் போனவன் இன்னமும் திரும்பவில்லை. காலம் அவனை மீட்டுத்தரும்

நம்பிக்கையை இழந்து, அவன் பாறைகளுக்கு நடுவில் மறைந்தது குறித்து அவ்வப்போது எழுந்த கதைகளையும் ஈவிரக்கமின்றி அழித்து, அவன் பாறை வீட்டை ஊராருக்குப் பொதுவாக்கித் தந்திருந்தது.

தேங்கிநின்ற மௌனத்தின் மீது, சிறு கல்லெறிந்து பார்க்கவும், அவர்களுக்குள் தயக்கம் இருந்தது. அவனுக்கு எதிரான உரையாடல் மொழி இழந்து, நடுக்கத்திலிருந்தது. இத்தனைக்கும் அவன் கண் திறக்காமலேதான் கிடந்தான். பின்கதவு சத்தமின்றித் திறக்கப்பட்டு, அவர்களைப் பின்புறப் பாறையில் உட்கார்த்தி வைத்தது.

சைகை மூலம் ரெங்கநாயகி கிழவி அழைக்கப்பட்டாள்.

அவர்களின் பேச்சு அவர்களுக்கே கேட்காதவாறு இரகசியமாக் கப்பட்டது. அவன் பிடிபட்டதின் அதிகபட்ச கஷ்டங்களும், அவன் மரணத்தின் அவசியமும் ஓரிரு வார்த்தைகளால் ரெங்கநாயகிக்குச் சுருக்கப்பட்டது. விடிகிற பொழுதின் முதல் நாழிகை, அவன் பிணம் எரியூட்டப்பட வசதியாக அவன் மரணம் சௌகரியப் படுத்தப்பட்டது.

பதட்டமற்று இருந்த கிழவியின் முகம் இருளத் துவங்கியது. புள்ளத்தாச்சிப் பொம்பளைகளுக்கு குச்சி வைத்து, ரத்தப் பெருக்கில் புரளும் சதைப் பிண்டங்களை வாரி வீசிய கைகள்தான் எனினும் ஒரு முழுமனிதனின் மரணத்தின் எதிர்கொள்ளல் அவளுக்குள் நடுக்கத்தை ஏற்படுத்தியது. சமாளித்துப் பேசினாள்.

“ஊராருக்கு நான் கட்டுப்படுறேன். ஆனா அவனை நேருக்கு நேரா மொகமெடுக்க முடியலை. வண்டி கட்டி என் வூட்டுக்கு ஆளனுப்பின நம்பிக்கையை நான் கெடுக்கலை சாமிகளா. இந்தப் பகலுக்கும், மலைக்காட்டுல சுத்தி வெஷத் தழ பறிச்சாறேன். என்கூட ஒரு ஆளு இருந்து, இருட்டனப்புறம் பாறையில கொட்டி, ஒட்ட, ஒட்ட அரைக்கணும். ரெண்டு வெண்கலச் சருவச் சட்டி வேணும். சீரா தண்ணி ஊத்தி, தழையை அரைச்சுட்டா போதும். விடியற நேரம் அவன் திமிராம கொள்ளாம நாலு பேரு புடிச்சிக்குங்க, ரெண்டு கையையும் ரெண்டுபக்க சருவச் சட்டில தொவைச்சி புடிச்சிக்குங்க. ஒரே ஒரு மணி நேரம் தான். ஆளு வெரைச்சிடுவான்.

நான் ஒத்தை வீட்டுப் பொம்பளை. அவன் கை கால ஒதைச்சிகிறதப் பாக்க முடியாது, தழை அரைச்சிக் கொடுத்ததும் எனக்கு வெடை குடுங்க சாமிங்களா."

யோசனையின் கச்சிதம் எல்லோருக்குமே பிடித்திருந்தது. தலையில் முடி பொசுங்கும் அந்த மத்தியான அனலில், அவளும் சின்னாபூவும் அனுக்குமலைக் காட்டுக்குள் நுழைந்து மலை ஏறினார்கள்.

கண் திறக்காமல் கட்டிலில் கிடக்கும் பொட்டு இருளனின் திருட்டுச் சாகசங்கள், அந்த மலைக்காட்டு மத்தியானத்தில் ரங்கநாயகி கிழவிக்குக் கதையாக்கப்பட்டு, பகல் நகர்ந்தது.

அந்தப் பஞ்சத்தின் உக்கிரத்தை சொல்லவாவது சில குழந்தைகளை நெட்டித்தள்ளி ஒதுக்க மிச்சமின்றி, பொசுக்கியது காலம். அந்த உரமற்ற நாட்களில் மனிதர்கள் உலர்ந்து, காய்ந்து கருகினார்கள். பிள்ளை பெற்ற பொம்பளைகளின் முலைக் காம்புகள், பச்சைக் குழந்தைகளுக்குச் சொரிவதற்கு ஒரு சொட்டுப் பாலின்றி வெடித்திருந்தன. வளர்ந்த குழந்தைகள், உரம் தேடி மலைக் காடுகளின் பாறை நிழலுக்குள் சதா அலைந்து திரிந்தன. வற்றி வெடித்த பூமியின் முகம் கோரமேறி மனிதர்களை விழுங்கிவிடத் தயாராய் இருந்தன. வைத்த ஒவ்வொரு அடியும், பூமியின் வெடிப்பில் விழுந்து விடாதவாறு எச்சரிக்கை அடைய வேண்டியிருந்தது.

எட்டி மரங்களின் பச்சையும், காய்களின் சிவப்பும் பார்க்கிற எவரையும் ஏமாற்றி, சிரித்து ஏளனப்படுத்தியது. தண்ணி முட்லான் செடிகளின் காய்ந்து போகாத பசுமை, பள்ளிக்கூடம் விட்டகன்ற பிள்ளைகளுக்கு நம்பிக்கையின் மரணத்தைத் தள்ளிப்போட்டு வேடிக்கை காட்டியது.

அவர்கள் காய்ந்த பூமியில் கால் பதித்து, வெறி கொண்டு கிழங்கு தோண்டினார்கள். பூமி தன் இரகசிய மார்பில், தான் தேக்கி வைத்திருந்த தண்ணி முட்லான் கிழங்குகளின் ஈரத்தைத் தன் குழந்தைகளின் நாக்கில் நனைத்து, தன் ஈகையில் நிலைத்தது.

அந்தப் பஞ்சத்தை வகைப்படுத்த முடியாது. தலைமுறைகளில் தப்பிப் பிழைத்திருந்த கிழவன்களும், கிழவிகளுமே பார்த்திருந்திராத

பஞ்சமது. அரசாங்கப் புள்ளி விவரங்களுக்குள் வரமறுத்து, ஊர்ப் பொதுத்திட்டில் வைத்து, அளக்கப்பட்ட மக்காச்சோளத்திற்கு அடங்க மறுத்த பசித்த மனிதர்களைப் போல.

தானியக் குதிர்களில் ரத்தம் சுண்டிய பெருச்சாளிகள் வலை தோண்டி ஏமாந்தன. ஒத்தையான பாதைகளிலும், கள்ளிகளடர்ந்த ரெட்டை மாட்டு வண்டிப் பாதைகளிலும் பாம்புகளின் எலும்புக் கூடுகள் குறுக்காலும் நெடுக்காலும் கிடந்தன. வெளுத்துத் தெரிந்த, ஊர்ந்த அதன் முள்ளெலும்புகள் யாரையும் அச்சப்படுத்தின.

பிறக்கும் குழந்தைகள் இரத்தப் பிசுபிசுப்பின்றி உலர்ந்து செத்துப் பிறந்தன. தண்ணீரற்றுக் காய்ந்து கிடந்த கிணறுகளில், எப்போதோ வாழ்ந்த அடையாளத்தில், நண்டுகள் செத்து, ஓடுகள் மட்டும் உடையாமல் ஒட்டி இருந்தன. ஒரு சிறு குச்சியின் உராய்வில், ஒரு சிறு கல்லின் விழுதலில், உடைந்து சிதறும் அதன் மக்கிய ஓட்டின் சத்தமே, நண்டுகளின் வாழ்ந்த காலத்தின் ஞாபகத்தில் மீந்தது.

மலைக்காட்டுப் பாறை பொந்துகள் வெப்பத்தால் வெளியேற்றிய, காட்டுப் பன்னிகளும், குள்ளநரிகளும், பெரும் கூச்சல் போட்டுப் பஞ்சம் நெருக்கியிருந்த குரல்வளைகளைத் தங்கள் அகோர சப்தத்தால் நிறுத்தின.

ஆடுகளும், மாடுகளும் வந்த விலைக்கு, கிடைத்த சோளத்திற்கு, கம்பந்தட்டைகளுக்கென்று கைமாறின. பூர்சமரக் கிளைகளில் உரிக்கப்பட்ட ஆடுகளின் வரிசை தெரிந்தது. மக்கள் உப்புப் போட்டு அவித்து இறைச்சி தின்றார்கள். ஊராகாலி மாடுகள் யாருமற்ற அனாதைகளாயின. யாரும் யாரையும் தின்று விடக்கூடிய கொலைவெறியைப் பஞ்சம் மனித மனங்களில் ஏற்றியிருந்தது. மனிதர்கள் அவர்கள் வீட்டு ஆடுகள், மாடுகள் போல், அவர்கள் மலைகளின் பெருநரிகள் போல் சிரிப்பற்றுப் போன முகத்தோடு திரிந்தார்கள். அவர்களின் ஒட்டுமொத்தத் தேடலும், ஒருசொட்டு ஈரத்தை நோக்கியதாய் மட்டுமே இருந்தது.

அந்தத் துளியூண்டு ஈரம் மாரியம்மனின் கண்களுக்குள் இருப்பதாக உறுதியாய் நம்பினார்கள். அதைத் தொட்டு உணர்ந்துவிடக் குதிர்களைத் துடைத்து, பானைகளை அலசி, கதிர் அறுத்து நாள் கடந்த வயல்களைப் பெருக்கிச் சேர்த்த எட்டு மரக்கா கேவுறும், அஞ்சி படி கம்பும்தான் மாரியம்மனின் கருணை நிறைந்த

கண்களுக்குப் படைக்கப்படப் போகும் கூழ் ஊற்றல். நம்பிக்கையின் கடைசிப்பிடியில் ஒட்டியிருந்த இரவில்தான் பொட்டு இருளன் அதில் கை வைத்து, கையும் களவுமாய்ப் பிடிபட்டது.

அந்த ஊரே விசித்திரங்களால் அடுக்கப்பட்டிருந்தது. கல் மலைகளும், தரையில் படர்ந்திருந்த பாறைகளும், பாறைகளுக்குள் அடங்கி இருந்த குகைகளும், அங்கங்கே தெரிந்த மண் திட்டுகளில் கட்டியிருந்த வீடுகள், தெருக்கள் என்ற ஒழுங்குக்குள் வர மறுத்தன. பாறைகளுக்குள் மறைந்து கொண்ட வெப்பால மரத்து வேர்கள் இக்காய்ச்சலுக்கும் தாக்குப் பிடித்தன.

துவரம் மிளாறுகளிலான பட்டிகளில், ஒலித்த ஆடுகளின் குரல்கள், இரவுகளில் படிந்து, அந்த ஊரின் விசித்திரத்திற்கு சப்தமேற்படுத்தித் தந்திருந்தது.

பாறையைத் துளைத்து உரல் குடையப்பட்டிருந்தது. எட்டு பங்காளிகளின் வீடேறி, கொண்டு வந்த கம்பு அடிபட்டு மாவாகிக் கொண்டிருந்தது. இடிப்பவளின் முகமே இருண்டிருந்தது. உலக்கையின் நிழலோடு இன்னொரு நிழல் விழுவதைக் கவனித்தாள். கை தானாக நின்று முகம் திருப்பினாள்.

மூன்று பொம்பளைப் புள்ளைகளோடு ஒருத்தி. முகம் வேற்றுமுகம். சாயல் அவளூர் சாயல் இல்லை. கெழக்கத்திக் கூட்டமா? நிதானிக்க முடியவில்லை.

பார்வையால் அவர்கள் நால்வரும் பாறையில் திரண்ட, பச்சை மாவைத் தின்று கொண்டிருந்தார்கள். அந்தப் பார்வைகளை மீறி, மாவிடித்தலுக்குக் கைகள் வலுவற்று இருந்தன.

"என்ன தாயீ பாக்கற?" பதிலற்ற கேள்விகள் தொடர்ந்தன.

கெழக்கத்தி பொம்மனாட்டியா நீ?

"கழுத்துல ஒண்ணயும் காணோம். புருஷன் செத்துட்டானா? இந்தப் பஞ்சத்துல எவன் பொழச்சான்?"

அவளின் தொடர்ந்த கேள்விகள் எதிர் நிற்பவளின் கறுத்த முகத்தில் மோதிப் பாறைகளில் விழுந்தன.

பசியின் பார்வைகள் பச்சை மாவைக் கேட்பது போல் அவள் உணர்ந்து,

“மாவு வேணுமா?”

“ஆமா என் புள்ளைங்களுக்கு, கூழுக்கு, மாவு கரைக்க மாவு தர்றீயா? நாளைக்கே திருப்பி தர்றேன்.”

“அதெப்படி நாளைக்கே திருப்பி தருவெ? இங்க என்ன மழை ஊத்தி, வெள்ளம் பொத்து, வெள்ளாமையை அறுக்க முடியாம அருவா ஒடிஞ்சி ஒலக்கடத்துக்கா நடக்கறோம்.”

“நாளைக்குத் திருப்பி தந்துடுவேன்.”

அவள் குரலில் தெறித்த உறுதி இவளை நிலை குலைய வைத்தது.

“அதான் எப்படி?”

‘‘நாளைக்குச் சத்தியமா திருப்பித் தந்துடுவேன். என் புள்ளைங்க வயிறு குளிரணும் தாயி...”

அவள் குரலில் குழைந்திருந்த கனிவும் அதுவரை அவள் கேட்டிராதது.

நிமிடத்துக்கு நிமிடம் வேறுபட்ட அவள் வார்த்தைகளுக்கு இவள் ஆச்சரியப்பட்டாள்.

அந்த வார்த்தையில், காய்ந்து வெடித்திருந்த அவள் முலைக் காம்புகள் பால் சொரிந்தது மாதிரி உணர்ந்தாள்.

“சட்டி வச்சிருக்கியா தாயி?”

அவள் மூத்த மகள் கருஞ்சட்டியை நீட்டினாள். கம்பம்மாவு சட்டியில் நிரம்பியது.. போட.. போட.. நிரம்புகிறது.. இன்னும்.. இன்னும்.. பாறையின் குழி அவள் மார் மாதிரி சுரந்து, நிரம்பிக் கொண்டே இருக்கிறது. அவள் இடக்கண் முந்திக் கொண்டு ஒரு சொட்டை உதிர்க்கிறது. காலம் கருணையில் நிரம்பி வழிந்தது.

உச்சி மத்தியானத்தில், மாரியம்மன் சிலையின் இடக் கண்ணிலிருந்து ஒரு சொட்டு விழுந்ததைக் கூட்டாத்தான் பார்த்ததைத் திரும்பத் திரும்ப சொல்லிக் கொண்டிருக்க, தலைமுடி பொசுங்க, மலைக் காட்டில் விஷத்தழைப்பறிக்க அலைந்த ரங்கநாயகியின் நெற்றிப் பொட்டில் அத்துளி விழுந்தது.

பூமியை இருளின் நாக்கு ஒரே நொடியில் கவ்விக் கொண்டது. வானம் கிழிந்து ஊற்றுகிறது. எதன் பொருட்டும் அதன் உக்கிரம் குறைய வழி இல்லை. மரங்கள் முறிய, பாறைகள் கரைய, நீரின் வன்மம், விநாடிக்கு விநாடி அதிகரித்துக் கொண்டே போகிறது. மலர்தலுக்குப் பதிலாக மனித முகங்களில் பீதி பற்றிக் கொண்டது.

இனி விடிதலுக்கான, சாத்தியமற்ற இருள் இது. மழையினால் பூமியைத் தின்ன, வெறி பிடித்து வானம் வாய் பிளந்து நிற்கிறது.

மடியில் பறித்த விஷத்தழைகளோடு, பாறைச்சுனையில் ரெங்கநாயகி கிழவி மல்லாந்திருந்தாள். விஷத்தழை ஏறின உடல், யானையளவிற்குப் பெருத்து மிதந்தது.

சின்னாப்பூ அணுக்குமலைக் காட்டில் ஏதாவதொரு பாறையிடுக்கில் குரல்வளை அறுபட்டுக் கிடக்கக் கூடும்.

நீரின் வன்மம் பெருகிக் கொண்டே போகிறது. இத்தனை வருடத்து பூமியின் வெடிப்பை, ஒரே நொடியில் இட்டு நிரப்பச் சொல்கிற காலத்தின் விசித்திரத்தில் ஊர் கிடந்தது.

கதவிடுக்குகளின் இடைவெளிகளில் பார்த்த கண்களுக்கு நீரின் மட்டம் பாறைகளில் தெரிந்தது.

ஒரு நீண்ட ராத்திரியின் மிச்சத்தில் மாட்டி, ஒரு பகல் முழுக்க கண் திறக்காத பிடிவாதத்தில் கிடந்த பொட்டு இருளனை, மழை தான் எழுப்பியது. சுற்றிலும் ஆட்களற்ற பாண்டு ஒட்டனின் வீடு, அவனை பெரிதும் பயமுறுத்தியது. மரணவெறி கொண்ட சில மனிதர்கள் கூடப் பக்கத்தில் இருந்தால் தேவலாம் போல் உணர்ந்தான். இந்தப் பிரளயத்தை மூழ்கடிக்கும் வல்லமையோடு மல்லுக்கட்டும் மழை கொடுத்த தனிமை அவனால் தாங்கிக் கொள்ள முடியாததாய் இருந்தது. விசித்திரமான ஒலிகளை மாற்றி மாற்றி எழுப்பித் தன் தனிமையை வென்றுவிட முயன்றான்.

தலை விரித்தாடிய தாண்டவம் முடிய ஒரு முழு இரவு தேவைப்பட்டது. வானத்திலிருந்து சொட்ட இனி ஒரு துளியும் மீதியில்லை என்ற உறுதியில் அது தன் கோர ஆட்டத்தை நிறுத்தினபோது, விடிந்தது. இரவில் நீடித்த வன்முறையில் நிலவும், நட்சத்திரங்களும் எங்காவது தெறித்து விழுந்திருக்கலாம்.

அவர்கள் பத்திருபது பேர், உரப் பாறைகளில் கால் மாற்றி, கால் மாற்றி வைத்து, பாண்டு ஓட்டனின் வீட்டை அடைவதற்குப் பல மணி நேரம் தேவைப்பட்டிருந்தது.

ராக்கண் விழித்து, பெரும் கலக்கத்திலிருந்த அவனுக்கு அவர்களைப் பார்த்த விநாடி, மீண்டும் தான் மரணத்தின் பற்களில் நசுங்கப்போகும் கணம் நினைவு வந்துவிட்டது. ஆனால் தெப்பலாக நனைந்திருந்த அவர்களின் முகங்களில் தெரிந்த கருணை, ஒரே கணத்தில் அந்த நினைப்பைப் புரட்டிப் போட்டது.

ஒரு குழந்தை மாதிரி மலங்க மலங்க அவன் அவர்களைப் பார்த்தான்.

காசிரிக்கா நாரின் இறுக்கம் தளர்த்தப்பட்டு, கட்டு அவிழ்க்கப்பட்டது. புஜத்தில் கசிந்த ரத்தம் கண்டு அவர்களில் பலர் "உச்" கொட்டினார்கள்.

நடப்பது குறித்த பிரக்ஞையற்று இருந்தான்.

அவர்கள் முகங்கள் வன்மமற்று, குழந்தை முகங்களாகி, புன்னகை புனைந்திருந்தது.

"இனி ஜென்மத்துக்கும் திருடாத. மாரியாத்தா கண் தொறந்து மழை கொடுத்திருக்கா. போ போய் பொழைச்சிக்க"

எல்லோர் குரலும் நனைந்திருந்தது.

அலைகள் மாதிரி, நீர் தளும்பிய சத்தம் கேட்டுக் கொண்டே ஏரிக்கரையின் முடிவிலிருந்த தேவதானப்பேட்டை மலைமீது கால் வைத்து நிமிர்ந்தான்.

வெள்ளம் மலை முழுக்க, சிறு அருவிகளாகி இறங்கிக் கொண்டிருக்கும் பேரழகை எதிர்கொண்டு ஏறுகிறான். நீர்த்துளிகள் முகத்தில் மோதி, சிதறி மலையில் தெறிக்க, தெறிக்க... ஏறித் திரும்பினான்.

ஊர் ஈரத்தில் நனைந்திருந்தது.

ஆண்களின் படித்துறை

ஜே.பி. சாணக்யா

அன்னம்மாள் ஆண்களின் படித்துறையில் அமர்ந்து நீராடிக் கொண்டிருக்கிறாள். படித்துறைக்குக் குளிக்க வரும் ஆண்களின் எண்ணிக்கை அந்நேரங்களில் அதிகரித்துக் கொண்டிருக்கிறது. மத்திய வயது முழுவதையும் அவள் தாண்டிவிட்ட பின்னரும் அவளுடல் இன்னும் வரிசை குலையாமல் இருக்கிறது. தொய் வடையாத முலைகளும், மடிப்பு விழாத இடுப்பும், கொழுத்த குதிரைபோல் பின்பக்கமும் வாலிபர்கள் முதல் வயசாளிகள்வரை சுண்டி இழுத்துக்கொண்டிருக்கின்றன. அது அவளுக்கு மிக நன்றாகத் தெரியும். ஊருக்குப் புதிதாய் வரும் ஆண்களிலிருந்து பாராமுகமாய்ச் செல்லும் கிறுக்குப்பிடித்த ஆண்கள்வரை அவள் படித்துதான் வைத்திருக்கிறாள். ஆண்கள் பற்றி அவள் வைத்திருக்கும் கணிதம் எதுவும் இன்றுவரை தோற்றுப் போனதில்லை.

பல் துலக்கியபடியும் துணி துவைத்தபடியும் வெறுமனே உடலைத் தேய்த்துத்தேய்த்து முங்கிக் குளித்தபடியும் பிரயோசனமற்ற கதையளந்தப் படியும் ஆண்களின் படித்துறை அவளை வெறித்துக் கொண்டிருக்கிறது. அவள் தன் நீராடலைக் காட்சிப்படுத்துவ தனூடாகவே அதைத் தட்டி வீழ்த்துவதான தொனியில் நீராடிக் கொண்டிருக்கிறாள்.

படித்துறை அவள் வீட்டுக்குமுன் வந்தபோது அவள் கணவன் சர்ப்பம் தீண்டி இறந்து போனான். அவள் வீட்டை ஒட்டி ஓடும் வாய்க்காலை முன்னிட்டுப் பஞ்சாயத்து அப்படித்துறையை அவள் வீட்டு வாசலுக்குக் கொண்டுவந்தபோது அனைவரும் அவள் நீராடுவதைப் பார்ப்பார்கள் என்றோ அனைவரும் அவள் வீட்டின் முகப்பில் நீராடுவார்கள் என்றோ யாரும் எதிர்பார்த்திருக்கவில்லை. அகன்ற வாய்க்கால் பஞ்சகாலத்தில் தூர் வாரப்பட்டது. ஊர் மக்கள்

அனைவரும் மூன்று வேளைச் சோற்றுக்கும் படிப் பணத்திற்குமாக வாய்க்காலை மேலும் ஆழப்படுத்தி, சீர்படுத்திவிட்டுப் போனார்கள். அன்னத்தின் வீட்டின் முன், நீளமும் அகலமுமான சிமிண்டு படிக்கட்டுகளுடன் படித்துறை வந்து விழுந்தது. முதலில் அவர்கள் நீராடுவதை வீட்டிலிருந்தபடி பார்த்துக்கொண்டிருந்தாள். பிறகு அவளும் அந்தப் படித்துறையை விரும்பினாள். துணி துவைப்பதிலிருந்து, குளிப்பதிலிருந்து, பாத்திரம் அலம்புவதுவரை எல்லாமும் அவளுக்கு மிகவும் எளிமையாகிவிட்டது. லலிதாவுக்கு அப்படித்துறை தன் வீட்டைச் சுற்றி இருப்பது பிடிக்காமல் போய்விட்டது. அவள் அம்மா அங்கு அனைவருக்காகவும் நீராடுவதுபோல் சென்று குளிப்பது சற்றும் பிடிக்கவில்லை. திருமண வயதில் தன்னை வைத்துக்கொண்டு படித்துறையில் பல்லிளித்துக் கொண்டிருப்பதாக அவளைக் குற்றம் சாட்டிக்கொண்டிருந்தாள்.

மெயின் ரஸ்தாவை ஒட்டி இறங்கும் மரப்பாலம்தான் கிழக்கே ஒதுங்கிக் கிடக்கும் வீடுகளைப் பிணைத்துக்கொண்டிருக்கிறது. அன்னம் படித்துறையில் நீராடும் நேரம் அதிகபட்ச ஆண்களுக்கு அத்துப்படியாகியிருக்கிறது. அவர்கள் அவளுக்காகவே காத்திருக்கிறார்கள். வெவ்வேறு நேரங்களில், வெவ்வேறு முகங்களில், பாத்திரம் அலம்பவோ துணி துவைக்கவோ அவள் புடவையை மழித்து அமர்ந்துகொள்ளும் போது வழுவழுப்பான தொடைகள் பிதுக்கத்துடன் மினுக்க, ஆண்கள் பல் துலக்குகிறார்கள். பெருமூச்சுவிடுகிறார்கள். அதன்பின் அவள் சிறிது நேரம் கழித்து நீராட வருகிறாள். லலிதா அரைப்புடவை கட்டிக்கொண்டு தையல் பள்ளிக்குப் புறப்பட்டுப் போகிறாள். ஆண்களின் சைக்கிளில் அவள் உந்தி ஏறும்போது எதிர்வீட்டுக் கிழவன் தினமும் பார்த்துக் கொண்டிருக்கிறான். அவளது முன்தொடை அந்நேரத்தில் பளிச்சிடுவதை அவன் அதீத விருப்பத்துடன் பார்த்துக் கொண்டிருக்கிறான். லலிதா பெண்கள் ஓட்டும் சைக்கிள் வாங்கிவிட வேண்டுமென்றுதான் ஆசைப்பட்டாள். அது முடியாமல் குறைந்த விலைக்குக் கிடைக்கிறதென்று அன்னம்தான் இந்த சைக்கிளை வாங்கிப் போட்டாள். அது தன் அம்மாவுக்காகத்தான் அவ்விலைக்குக் கிடைத்திருக்கிறதென்று அவளுக்குத் தெரியும்.

அவள் கிளம்பிச் செல்லும்போது அப்படித்துறையை வெறுப்புடன் தான் பார்த்தபடி போகிறாள். அவர்களைச் சொல்லி

என்ன இருக்கிறது, அம்மா சரியில்லை என்று நினைத்துக் கொண்டாள். இன்னும் சிறிது காலத்தில் சாகக் கிடக்கும் அக்கிழவனின் நடத்தை அவளுக்கு ஆச்சர்யமாகத்தான் இருக்கிறது. பல சமயங்களில் அவள் சைக்கிளில் ஏறுமுன் அவன் இருக்கும் பக்கம் பார்த்துக் காறித் துப்பியிருக்கிறாள். அவன் சில நாட்கள் கம்மென்றிருந்துவிட்டு மீண்டும் பார்க்கத் தொடங்கி விடுவான். அவனுக்காகவே அவள் அவன் பார்வை படாத மற்றும் எதிரில் ஆண்கள் வராத நேரமாய் சைக்கிளில் ஏற, ஏதோ சைக்கிளைத் துடைத்துச் சரிசெய்வதுபோலச் சாலையில் நின்று கொண்டிருப்பாள். கிழவன் ஒரு நாள் வீட்டின் பின்புறம் வந்து நின்றுகொண்டு அவளைப் பார்த்தான். அவளுக்கு எரிச்சலாக இருந்தது. பல சமயம் அவனைச் சாடைமாடையாகத் திட்டவும் செய்திருக்கிறாள். அவள் அம்மாவிடம் கூறியபோது அவளும் கிழவனைத் திட்டிவிட்டு மேற்கொண்டு காரியம் பார்க்கத் தொடங்கிவிட்டாள். இத்தனை இளக்காரத்திற்கும் தன் அம்மாவையே லலிதா மீண்டும் மீண்டும் சாடிக்கொண்டிருந்தாள். அவளும் லலிதாவின் மனம் கோணாதபடி நடப்பதற்கு முயற்சி செய்துகொண்டுதானிருக்கிறாள். ஆண்கள் வராத நேரத்தில் நீராடச் சொன்னாள். அவளும் செய்தாள். ஆனாலும் அவள் நீராடும் செய்தி எப்படியோ காற்றின் வழி பரவிவிடுகிறது. சர்க்கஸ் வினோதத்தைப் பார்க்கும் கூட்டம்போல் சிறிது நேரத்தில் வேளை கெட்ட வேளையில் கூட்டம் கூடிவிடுகிறது.

அன்னத்திற்கு எல்லோரையும் தெரியும். படித்துறையில் பல ஆண்களுடன் அவள் நீராடியிருக்கிறாள். அவர்கள் அனைவரும் தன்னை ஒரே மாதிரிதான் பார்க்கிறார்கள், ஒரே புள்ளியில்தான் நடத்துகிறார்கள் என்பதை அவள் அறிவாள். ஆனால் ஆண்களின் பார்வை தன் மகளையும் அப்படியே பாவிக்கும் என்பதைத்தான் ஏற்றுக்கொள்ள முடியாமலிருக்கிறது. முடிந்தவரை தனது நீராடலைப் பிள்ளைக்குத் தெரியாமல்தான் பார்த்துக் கொண்டாள். அவளுக்கான பருவங்கள் விளையத் தொடங்கியதுமே கண்ணாடித் திரைபோல் காட்டிக் கொடுத்துவிட்டது. சில மாதங்களில் தன் மகளுக்கு மாதவிடாய் தள்ளிப்போகும் நாள்களில்கூடப் பதற்றத்துடன் எள்ளும் எள் பண்டங்களும் சூட்டுப் பழங்களும் தின்னத் தருவதை லலிதாவால் பொறுத்துக்கொள்ள முடியவில்லை. அது

மறைமுகமாகத் தன் அம்மாவைப் போலவே தன்னையும் ஆக்கிவிடுவதற்கான வற்புறுத்தலோ என்று குழம்புகிறாள். சில சமயம் அத்தருணங்களில் அன்னத்தை அதற்காகத் திட்டவும் முறைக்கவும் செய்திருக்கிறாள். மறுநாளும் மறுநாளுமான அதிகாலைக் குளியலின் மூலமாய்த் தன் புத்துயிர்ப்பையும் சேதாரமின்மையையும் அதிகாரத்துடன் உணர்த்துவாள். அப்போது லலிதாவின் கோபத்தை அன்னம் பொருட்படுத்துவதில்லை. மாறாக மிகவும் சந்தோஷப்படுவாள். அவளுக்கு அவளே வேலி என மனதில் முணுமுணுத்துக் கொள்வாள்.

அன்னம் வடக்குவெளிக்குச் சாக்கு மடித்து எடுத்துக்கொண்டு கூலி வாங்கப் போகிறாள். அவள் செல்லும் திசையில் தட்டுப்படும் அனைத்து ஆண்களும் அவளுடன் இருந்தவர்கள்கூட, விழிகளால் புணர்ந்து தீர்த்துக்கொள்கிறார்கள். அவள் குனிந்தபடியும் எங்கோ பார்த்தபடியும் இருபுறமும் கரும்புவயல்களும் கருவேலமரங்களும் கிளைத்த வண்டிப்பாதையில் இயல்பாக நடந்துபோகிறாள். யாருமற்ற அவ்வேளைகளில்தான் அவளுக்கு இயல்புநடை கூடிவருகிறது. வானச் சரிவு தூரத்தில் பாதையின் முகத்திருப்பல்கள் மறைந்த நீட்சியைக் கற்பனைக்குள் கொண்டு வருகின்றன. சில வயல்களும் அதன் மறைவிடங்களும் சில புணர்ச்சிச் சம்பவங்களை நினைவில் தட்டிவிட்டு மறைகின்றன. வெவ்வேறு விதமான பகல்பொழுதுகள், வேளைகள், புணர்ச்சி முகங்கள். அவை வெவ்வேறு முகங்களே ஒழிய அதன் தவிப்பிலும் வெளிப்பாட்டிலும் பெரிதான மாற்றங்கள் எதுவும் இல்லை. எதனாலும் எதுவும் மிஞ்சிவிடவில்லை என்று அவள் அனுபவம் சொல்லிச் செல்கிறது.

அவள் செடிகளுக்கும் கரும்பு வயல்களுக்கும் நடுவில் தனித்துப் போவதை எரிமேட்டின் தொலைவிலிருந்து டிங்கு பார்த்தான். மனம் பரபரக்க ஓரமாக சைக்கிளை நிறுத்திப் பூட்டிவிட்டுக் குறுக்கே ஓடிவரத் தொடங்கினான். டிங்கை எல்லோரும் ‘லூஸு’ என்றார்கள். இளம் வாலிப மீசையும் மெல்லிய குறுந்தாடிப் படர்வும் நீளவாகு முகமுமாக சிவப்பாக இருந்தான். கழுத்தோரத்தில் பச்சை நரம்புகள் இலை நரம்புகள்போல் படர்ந்து இறங்கியிருக்கும். வாயைத் திறந்தால்தான் அவன் திக்குவாயால் குளறுவது தெரியும்.

புழுதி வயல்களில் அவன் கால்கள் தறிகெட்டு ஓடி வந்தன. அவன் நினைப்பில் அன்னத்தின் கட்டியணைப்புகள் நெரிந்தன. மூச்சும் வியர்வையும் பெருகின. குறி குறுகுறுப்புடன் மிதக்கத் தொடங்கிவிட்டது. அவள் கூலி வாங்கத்தான் அங்கு போகிறாள் என்று யூகித்துக்கொண்டான். ஆட்கள் எதுவும் தட்டுப்படாத பட்சத்தில் அவளைக் கட்டிப்பிடித்து முத்தமிட வேண்டும் என்று நினைத்தான். இத்தனை நாளும் அவன் அப்படி நடந்துகொண்டதில்லை. ஆனால் அவனால் இனிமேலும் அதை மறைக்க முடியாது என்று எண்ணியிருந்தான். அவள் வீட்டுப் பக்கம் செல்ல மிகுந்த கூச்சமாக இருந்தது. அதோடு ஊரில் அவனைக் கிண்டலடித்தே சாகடித்துவிடுவார்கள் என்று காரணம் வைத்திருந்தான்.

அன்னத்திற்கு அசைபோட நினைவுகள் நிறைய இருக்கின்றன. எதையோ தனக்குள் முணுமுணுத்தபடி நடந்தாள். அவன் மறுதெம்பு வயல்களில் புகுந்து மேடேறி அவளைப் பார்த்தான். நா வறட்சியும் பயமும் கூடிக்கொண்டன. அவளும் அவனைப் பார்த்தாள். கட்டுப்படுத்தப்படும் மூச்சிரைப்பும் வெளியேறும் வியர்வையும் அவன் ஓடி வந்திருக்கிறான் என்பதை எளிதாக உணர்த்தின. "என்ன இந்தப் பக்கம்?" என்று விசாரித்தபடி கடக்க முனைந்தாள். அவன் பல்லிளித்துக் கொண்டு நின்றான். ஒல்லிக்குச்சான கால்கள்தான் அவள் கண்களில் பட்டன.

"வறியா?" என்றான்.

சட்டென அவளுக்குத் தன் இளக்காரம் தெரிந்து கோபம்தான் வந்தது. அவனை அளந்தபடியும் முறைத்தபடியும் நடக்கத் தொடங்கினாள்.

"ஒரே ஒரு வாட்டிதான்" என்றான்.

அவள் ஒட்டுமொத்தமாக அவ்வூர் ஆண்களை நினைத்துக் கொண்டாள். அதில் இவனும் சேர்க்கப்பட்டுவிட்டான். அவள் திரும்பிப் பார்த்துத் தான் கூலி வாங்கப்போவதாகவும் நாளைக்கு வீட்டுக்கு வரும்படியும் கூறினாள். அது ஒன்றும் பிரச்சினை இருக்காது என்று நினைத்தாள். அவன் மனத்தை முறிக்க

இடமில்லாதவள்போலப் பேசினாள். அவன் வயதும் ஓடி வந்திருக்கும் தவிப்பும் அவளுக்கு இசைவாகவும் இருந்தன. அவன் பரிதாபமாக நின்றுகொண்டிருந்தான். அவளும் அவனைப் பார்த்துக்கொண்டிருந்தாள். அவள் கடைத்தெருவில் கூட்டுறவு அங்காடியில் பொருள் வாங்கச் சென்ற போதெல்லாம் அவன் சமீபமாக நடந்துகொண்டிருந்த முறையில் அத்தனையிலும் காமம் ஒளிந்திருந்ததைச் சட்டெனத் தற்போது யூகிக்க முடிந்தது. அவள் பாதையின் இரு பக்கங்களிலும் அரவம் பார்த்தாள். வெயிலில் வயல்வெளி, தனிமையின் ஆங்காரத்தோடு பூத்துக் கிடந்தது. அவன் யாருக்கும் முகம் தெரியாதபடி கரும்பு வயலின் நுனியில் நின்றுகொண்டிருந்தான். அவள் சட்டென முடிவெடுத்தவளாய் அவன் நிற்கும் பக்கம் பார்த்தபடி நடந்தாள். அவன் உடலும் மனமும் சந்தோஷத்தில் பதைக்கத் தொடங்கின.

அவ்விஷயத்தில் அவளுக்குப் படிந்துபோயிருந்த அனுபவம் அவனைப் பார்த்து எடைபோட்டுக்கொண்டிருந்தது. வெப்பமுற்ற வயலில் அவளால் அதிக நேரம் இருக்க முடியாது என்பதை உணர்த்துபவளாய்ப் பேசி உடனே அவன் உடலுறவு முடிய வழி கொடுக்கத் தொடங்கினாள். அவன் அதைத் தாண்டி அவளது உடலைப் பார்க்கும் ஆவல் பெருகியவனாய்த் தீவிரம் தெறிக்கும் முகத்துடன் வியர்வை சொட்டப் பொத்தான்களை விடுவித்து அவள் மார்புகளைப் பார்த்தான். அவள் அவன் குறியைப் பிடித்துத் தனக்குள் சேர்த்தபோது பொருட்படுத்தாதவனாய் அவள் மார்புகளைத் தடவிப் பிடித்தான். நினைவில் பதிய வைத்துக்கொள்வதுபோல் உற்றுப் பார்த்துக் கொண்டிருந்தான். ஏற்றம் குறையாத மார்புகளின் ஒரு கரத்தில் அடங்காத வளமை அவன் காமத்தைப் பெருக்கியது. மாமிசம் கவ்வும் விலங்கைப்போலச் சட்டெனக் குனிந்துச் சுவைத்தான்.

அவன் கட்டுப்படுத்த முடியாதவனாய் இயங்க ஆரம்பித்தான். எல்லாமும் அவன் பெண்ணுடலை அறிந்துகொள்ளும் மனப்பதிவின் தோரணையிலேயே இருப்பதை உணர்ந்தாள். அவன் அப்படி உற்றுப் பார்ப்பது அறிதலுக்காகத்தான் எனும்போது அவன்மேல் சில எண்ணங்கள் ஓடின. அதைக் கேட்க வேண்டாம். ஆண்களுக்குப் புதிதா என்ன என்று கம்மென்றிருந்துவிட்டாள். அவனே பொருத்திக்

கொண்டு இயங்கத் தொடங்கினான். குறி இறுக்கத்தை விரும்பித் தளர்வாக அணுக விடாமல் லேசாகத் தொடைகளை இணைத்து அவள் இறுக்கம் காட்டினாள். அவன் குறி அழுத்தத்துடனும் இறுக்கத்துடனும் செல்வதை இருவரும் உணர்ந்தார்கள். அவன் அவள் மார்புகளைப் பார்த்தவாறே இயங்கினான். நான்கைந்து உந்தல்களிலேயே உச்சம் வந்தவனாய்த் தடுமாறி அவள் மேல் கவிழ்ந்தான். அவள் யூகித்தது சரிதான் என்றாலும், “இதுதான் முதல் தடவையா?'' என்றாள். அவன் சிரித்துக் கொண்டே இசைவாய்த் தலையாட்டினான். “பொய் சொல்லாதே” என்றாள். அவள் தலையில் அடித்துச் சத்தியம் செய்தான். “இன்னொருமுறை வேண்டுமானால் செய்துகொள். இனிமேல் வரக் கூடாது'' என்றாள். அவன் போதும் என்று கூறிக் கூச்சத்துடன் நெளிந்தான். சில வினாடிகளில் அவனைச் சட்டென மேலேற்றி இயங்கக் கூட்டினாள். ஆவேசப்பட்ட இயக்கத்தில் உற்சாகமாய் இயங்கினான். அவள் அவன் உடலைப் பிடித்து நிதானமாக இயக்கத்தைச் சீராக்கினாள். அவனும் அவ்வாறே இயங்கினான். இருவருக்குமான திருப்தியில் இருவரும் கட்டிப் பிடித்துக்கொண்டார்கள். ‘டிங்கு பாவம். அவனுக்குத் திருமணம் ஆகும்வரை வேறு எந்தப் பெண்தான் அவனை விரும்பிப் புணர்ச்சியில் சேர்த்துக் கொள்வாள்’ என்று நினைத்தாள். இதை அவனும் இரண்டாம் உடலுறவின்போது உணர்ந்திருந்தான்.

அவனும் அவளுடன் கூலி வாங்க வருவதாகக் கெஞ்சினான். அவன் வரும்போது யாரும் பெரிதாக எடுத்துக்கொள்ளப் போவதில்லை என்று நினைத்தாள். அம்மா இல்லாத பிள்ளை என்று வேறு பரிதாபம் பார்த்தாள்.

அவள் கூலிக்காக அவனுடன் சென்று களத்தில் காத்திருந்தபோது ஆண்கள் அவளிடம் மாறிமாறிப் பேச்சு கொடுத்தார்கள். எல்லோருமே அவளைப் புணர்வது பற்றியோ அல்லது மற்றவர்களைப் புணர்ச்சிக்கு ஏற்றுக்கொள்வது பற்றியோ அல்லது பொதுவான புணர்ச்சி பற்றியோதான் மறைமுகமாகப் பேசி முடித்தார்கள். அன்னத்திற்கு அவர்களது பேச்சின் சாரம் தெரியும். அவள் நேர்க்கோட்டில் நின்றுதான் பார்த்தாள்; பேசினாள். அவர்களுடன் இங்கேயே படுத்துக் கொண்டால் அவர்களுக்குப் பரம சந்தோஷம். மேலும் இந்த வெட்டி நியாயம் எதுவும் பிறகு

பேசப்படப்போவதில்லை என்று நினைத்தவுடனேயே அவளுக்குத் தன் நடத்தை மீதான ஆசுவாசமும் விடுதலையுணர்வும் ஏற்பட்டன.

லலிதா மரப்பாலத்தின் வழி சைக்கிளை விட்டு இறங்கி நெட்டிக்கொண்டு வருகிறாள். மரப்பாலம் சைக்கிளையும் அவளையும் தாங்கித் திமிர் முறித்துக்கொள்கிறது முனகியபடி. படித்துறைப் படிக்கட்டுகள் யாருமற்று அவளைப் பார்த்துக் கொண்டிருக்கின்றன. அப்படிக்கட்டு நீர்நிலையிலிருந்து அவள் வீட்டுக்கு ஏறிவரும் வழிபோலவே இருக்கிறது. பல்வேறு முகச்சாயலும் அசட்டுச் சிரிப்புமாய் அவளைப் பற்றி இழுத்துத்தான் பார்க்கிறது.

சைக்கிளை நிறுத்திவிட்டுப் பூட்டிக்கிடக்கும் வீட்டைத் திறக்கிறாள். கிழவனின் ஞாபகம் வந்து திரும்பிப் பார்க்கிறாள். அவன் எழுந்து உட்கார்ந்து பார்த்துக்கொண்டிருக்கிறான். அவளை அறியாமலேயே அவன் இருப்பு அவளைப் பரிசோதிப்பதுபோலவே அவன் நினைவு அவ்விடத்தை நிரப்பிக்கொண்டு நிற்கிறது. அவனால்தான் அவள் சைக்கிளில் வீடுவந்து இறங்காமல் பாலத்தின் அம்முனையிலேயே இறங்கிக்கொள்கிறாள். திறந்த வீட்டின் வெறுமை அம்மாவை நினைவுக்குக் கொண்டுவந்து அலுப்பேற்றுகிறது. கதவைத் திறந்து போட்டுச் சிறிது நேரம் படிக்கட்டிலேயே உட்கார்ந்திருக்கிறாள். ரோட்டில் ஒரு புல்லட்டில் நான்குபேர் நெருக்கியடித்துச் செல்கிறார்கள் படபடக்கும் சப்தத்துடன். அவளுக்குச் செல்வத்தின் ஞாபகம் வருகிறது. செல்வத்தின் புல்லட் நிறம் கறுப்பு. அருகிலுள்ள டவுனில் எலக்ட்ரிக்கல் கடை வைத்திருக்கிறான். அவளைப் பார்க்க அடிக்கடி பகிரங்கமாக வீட்டுக்கு வந்து போய்க் கொண்டிருக்கிறான். அவன் தன்னைத் திருமணம் செய்து கொள்ளும் கற்பனைக்குள் அவளை வளர்த்து விட்டிருக்கிறான். பூசிய முகமும் வடிவமான உடலும் ஆண் துணையற்ற வீடும் அவனது 'காதலை'ப் பெருக்கிக் கொண்டிருக்கின்றன. அன்னம் எச்சரிக்கவும் இல்லை. ஊக்கப் படுத்தவுமில்லை. அவ்விஷயம் அதன் போக்கில் போய்ச் சேரட்டுமென விட்டுவிட்டாள். இவ்விஷயத்தில் முடிவுகள் விருப்பமான கற்பனைகளில் மோதிச் சுழலும்போதெல்லாம் கடைசியாக அவளது சாமர்த்தியம் என்று விட்டுவிடுகிறாள்.

லலிதா தையல் பள்ளிக்குப் போகும் வழியில் அவனது கடை இருக்கிறது. கடைத்தெருவை அலற வைத்தபடி சினிமாப் பாட்டு ஒலித்துக்கொண்டிருப்பது அவன் இருப்பு. புகை பிடித்தபடி அவள் வரும் நேரத்தில் ஒருக்களித்து நிற்கும் புல்லட்டில் சாய்ந்து கொண்டு பார்த்துச் சிரிப்பான். அவளுக்கு அவனைப் பிடித்திருக்கிறது. ஆனால் தன் அம்மாவின் நடத்தைகளாலேயே தன்னை அவனிடம் ஒப்புவிக்கத் தயங்கிக் கொண்டிருக்கிறாள். ஆண்கள், அந்த விஷயம் மட்டும் நடந்துவிட்டால் இடத்தைக் காலி செய்துவிடுவார்கள் என்று முழுமையாக நம்பிக்கொண்டிருக்கிறாள். அதுவும் தனது குடும்பப் பிராது இவ்வூரில் அம்பலம் ஏறாது எனவும் தெரிந்துவைத் திருக்கிறாள். அவன் பேச்சையும் போக்கையும் அவளால் முழுதாகப் புரிந்துகொள்ள முடியவில்லை என நெருக்கமான தோழிகளிடம் கூறிவருகிறாள். ஒரு நேரம் அவளுக்காகவே காத்திருப்பது போலவும் சில சமயம் வேற்றாள்போல் பேசிவிடுவதாகவும் கூறுகிறாள். அக்குழப்பங்களைப் பற்றி அவனிடம் பேசிவிடத் தைரியம் எதுவும் வரவில்லை. அவன் தன்னைப் பார்க்க வருவதே பெருமையாகவும் சந்தோஷமாகவும் இருக்கிறது அவளுக்கு. தெருவுக்கு புல்லட் வரும் சப்தம் லலிதாவின் ஞாபகத்தைத்தான் எழுப்பிவிடுகிறது. செல்வம் சாலாக்குக்காரன் என்றார்கள் சில பொம்பளைகள். கல்யாணத்திற்கு முன்பு எங்கு சுற்றி வந்தால் என்ன, குடும்பம் என்று ஆனபின்பு ஊர் மேயாமல் இருந்தால் சரிதான் என்கிறாள் லலிதா. அவளுக்கும் ஆணுலகம் பற்றி அவள் அம்மாவைப் போலச் சில கணக்குகள் இருக்கின்றன. அக்கணக்குகளின்படி அவள் இயற்றிக்கொண்ட சட்டங்கள் தாம் தையலை ஒழுங்காகவும் தீவிரமாகவும் கற்றுக்கொள்வதற்கும் ஆண்களிடம் எல்லையோடு தன் பேச்சை வகுத்துக்கொள்வதற்கும் துணைபுரிகின்றன. ஒருமுறைகூட அவனுடன் அவன் வருந்தி அழைத்த பிறகும்கூடத் தனியாக சினிமாவுக்குச் சென்றதில்லை. பெண்கள் கூட்டம் கிளம்பும் பேச்சுத் தட்டுப்படும் நாளிலிருந்து தேதி அறிவித்து அவனை அங்கு வரவழைப்பாள். அவனும் வேறு வழியின்றித் தன் நண்பர்களுடனோ தனியாகவோ வருவான். டிக்கெட் எடுத்துத் தரும் வேலைகள் முடிந்து உள்ளே சென்றதும் அவள் பெண்களுடனும் அவன் ஆண்களுடனும் தான் அமர முடியும். இப்படி அவன் வருகையையும் தன்

நடத்தையையும் பகிரங்கப்படுத்துவதன் மூலமாகவே அனைவருக்கும் அவள் தெரிவிப்பது அவள் அம்மாவின் நடத்தைகளைத் தன்னோடு ஒப்பிட்டுப் பார்க்க வைப்பதும் அனைவரையும் தங்கள் காதலின் சாட்சியங்களாக ஆக்கிக் கொண்டிருப்பதும்தான்.

வயல்வேலைகளுக்குச் சென்றிருக்கும் அன்னத்திற்குச் சோறு எடுத்துக்கொண்டு செல்லும் வடக்குவெளிக் காட்டுப் பாதையில் செல்வம் எத்தனையோ முறை மறித்தும் சிரித்தும் பேசியிருக்கிறான். அவள் அந்நேரத்தில் இப்படி நடந்துகொள்வதற்காக அவனை வெறுத்துவிடவில்லை. மிகவும் விரும்புகிறாள். தன் உடல் பற்றியும் அழகு பற்றியும் அப்போதைய பிரக்ஞை அவளுக்குத் திமிறிய சந்தோஷத்தைத் தருகிறது. ஆனாலும் சிரித்தபடியே மறுத்துக் கடக்கிறாள். பலமுறை திரும்பிப் பார்த்துச் செல்கிறாள். அப்போது அவள் விழிகளில் மின்னும் காமம் சொல்லிச் செல்வதெல்லாம் அவள் அவளையே பொக்கிஷமாக வைத்திருப்பது போலவும் அது அவனுக்காக மட்டுமே என்பது போலவும்தான் இருக்கிறது.

லலிதாவை அன்னத்தோடு ஒப்பிட்டுப் பார்த்துப் புகழ்ந்து கொண்டுதானிருக்கிறார்கள். அதே சமயம் அன்னத்தை யாரும் கீழ்த்தரமாக நடத்திவிடவில்லை. 'ரெண்டாளம் கெட்டவள்' என்றுதான் வகைப்படுத்தி வைத்திருக்கிறார்கள். "அடிச்சிட்டு அள்ளிக் குடுத்தா வாங்கித் திம்பா" என்கிறாள் பச்சையம்மாள். அவள் எந்தப் புருஷன்மாரைப் பற்றியும் எந்தப் பெண்களிடமும் துப்புக் கொடுத்தது கிடையாது என்கிறார்கள் விவரம் தெரிந்த பெண்கள். அவள் நடத்தைகளை விவரிக்கும்போதே பெண்ணுலகத்தின் சிரிப்புக் கதைகளின் வகைகளில்தான் அவை வெளிவருகின்றன. ஆனால் அவள் ஆண்களிடம் பலரது கதைகளைப் புட்டுப் புட்டு வைக்கிறாள். ஆண்கள் சிரித்துக்கொள்கிறார்கள். விருதாங்க நல்லூரிலிருந்து செட்டியாரின் வேலைக்காரன் ஒருவன் அவரது நிலத்தைப் பார்த்துக்கொள்ள வந்துபோய்க்கொண்டிருந்தான். அவன் கொஞ்ச நஞ்சமல்ல நிறையவே கூச்ச சுபாவியாக இருந்தான். அவளே அவனிடம் சாடைமாடையாகவும் பிறகு நேரிடையாகவும் பேசியும் அவன் வராது சலித்துத்தான் போனாள். இதோடு தொலையட்டும் என்று அவளும் அப்படிப் பேசுவதை ஓர் எல்லையோடு

நிறுத்திக்கொண்டு பொது உரையாடல்களைத் தொடங்குவாள். அவன் விடாமல் காமம் சொட்டப் பார்க்கத் தொடங்குவான். அது அவளுக்கு ஆரம்பத்தில் எரிச்சலாக இருந்தது. ‘இந்த கேஸ் இப்படித்தான்’ என்று ‘சொல்’ கொடுத்துவிட்டுச் சிரிக்கத் தொடங்கிவிட்டாள். காமம் சொட்ட நான்கு பார்வைகள்; காதலிப்பதுபோல் சில பேச்சும் பார்வைகளும் சில அசட்டுச் சிரிப்புகளும்; தூரத்தில் மறையும்போது ஒரு சில திரும்பிப் பார்த்தல்கள். அவ்வளவுதான் அவனது தொடர் நடவடிக்கைகள். இது ஒருவகை என்று அவளும் அவனுக்குத் தோதாகத் திரும்பிச் செய்துகொண்டிருந்தாள்.

ஒருநாள் வயலில் அவள் செட்டியாருக்காகக் காத்துக் கொண்டிருந்த போது திடுமென அவள்முன் வந்து நின்றான். அவனைப் பிறகு வரும்படி கூறினால் அதோடு முடிந்தது கதை. செட்டியார் வருவதற்குள் அவனை அனுப்பவிட முடியுமென்று அவனுடன் இருக்கத் தொடங்கினாள். அவன் செய்கைகள் அனைத்தும் குழந்தையின் சேட்டைகள் போலவே இருந்தன. செட்டியார் குறிப்பிட்ட நேரத்திற்கு முந்தியே வருவார் என்று அவள் எதிர்பார்த்திருக்கவில்லை. அக்கோலத்தில் அவனைப் பார்த்ததும் அவர் திரும்ப நடக்க ஆரம்பித்து விட்டார். அவளுக்குச் சிரிப்புத்தான் வந்தது. அவன் உடைகளைச்சரி செய்துகொண்டு பள்ளிக் கூடப் பிள்ளை பிராது கூறி அழுவதுபோல், “இதுக்குதான் நான் வர்லேன்னது” என்று அழுதான். அவள் வாய்விட்டுச் சிரித்துக் கொண்டிருந்தாள்.

அன்னம் தன் மகள் உறங்குவதற்காகக் காத்துக் கொண்டிருக்கிறாள். லலிதா புரண்டு படுப்பதும் உறங்காதிருக்கும் அம்மாவைப் புரிந்து கொண்டு உறங்காமலிருக்க முயற்சிப்பதுமாய் இருக்கிறாள். விளக்குகள் அணைந்து தெருவே தூக்கத்தில் மிதக்கத் தொடங்கிவிட்டதை அறிந்து அன்னத்தின் மனம் லேசாகப் பதைத்துக் கொண்டிருந்தது. லலிதாவின் உறக்கம் அல்லது உறங்குவதுபோன்ற ஒரு நடிப்பையாவது எதிர்பார்த்துக் கொண்டிருந்தாள். லலிதா தனது தூக்கமின்மையால் மட்டுமே அம்மாவைப் பிடித்து நிறுத்த முடியுமென் நினைத்துப் பிடிவாதமாகத் தூக்க மின்மையை நாசுக்காகத் தெரிவித்துக் கொண்டிருக்கிறாள். ‘அவர்’

அவளைக் கூப்பிடுவார் என்று அவள் சற்றும் எதிர்பார்த்திருக் கவில்லை. ஊரில் வசதியான குடும்பங்களின் வரிசையில் முக்கியமான மற்றும் மிகக் கௌரவமான நடத்தையுள்ள மனிதராக மதிக்கப்படுகிறவர்களில் அவரும் ஒருவர். மதிய வெயிலில் அன்னம் கடைத் தெருப்பக்கம் போனபோது அவர் கறிக்கடையில் உட்கார்ந்து பேப்பர் படித்துக்கொண்டிருந்தார். ''ஒரு விஷயம் கேட்டுப் போ'' என்றுதான் கூப்பிட்டார். சிறிய கடைத்தெரு மதிய வெயில் மயக்கத்தில் குட்டை நிழல்களுடன் காற்றோடிக் கிடந்தது. வாசல் பக்கம் சென்று பவ்யமாய் ஒதுங்கி நின்றாள். அவர் உள்ளே கூப்பிட்டார். எதுவோ தன்மீது பஞ்சாயத்து என்றுதான் உடனே அவள் மனம் கற்பனை செய்தது. எதுவாயிருந்தாலும் அவரிடமே சரிசெய்யச் சொல்லிக் காலில் விழுந்துவிடவும் தயாராக இருந்தது மனம். அவர், கடையில் சரக்கு வாங்கும் தோரணையில், "விசாலம் ஊருக்குப் போயி ரெண்டு வாரமாவுது. ராத்திரி வூட்டுக்கு வந்துட்டுப் போ'' என்றார். அவளுக்கு வந்த சிரிப்பை அடக்கிக் கொண்டாள். அச்சிரிப்புகூட உடன் எழுந்த சந்தோஷத்தினால் உண்டானதுதான். இவள் சம்மதமாய்த் தலையாட்டினாள். கடை உள்ளே சுற்றும் முற்றும் பார்த்தாள். "யாருமில்லை" என்றார் அவர். சிரித்தபடி திரும்பினாள். "தலை குளிச்சிட்டு வா" என்றார். அவள் திரும்பிப் பார்த்துச் சிரித்தாள். செட்டியார் கடையில் வேண்டுமட்டும் மளிகைச் சாமான்கள் வாங்கிக்கொள்ளச் சொன்னார். அவளுக்கு ஒரு பழக்கம் இருந்தது. அவளுடன் இருப்பதற்கான கூலியாய் எதையும் பெறாமல் நிராகரித்து விடுவது, அவர்களின் பகல் நேரப் பார்வைகளின் முன் தன் நடையைக் கம்பீரமாக வைத்துக்கொள்ள உதவுகிறது. இதே உதவியை அவள் கேட்டிருந்தாலோ அவர் வேறு நேரத்தில் கூறியிருந்தாலோ கும்பிடு போட்டு வாங்கியிருப்பாள். அவள் சிரித்தபடியே சென்றுவிட்டாள்.

நடுநிசிக்குமேல் நாய்க்குரைப்புச் சப்தத்துடனும் முக்காட்டுடனும் அவர் வீட்டுக்குச் சென்றாள். அவர் ஏதோ முதலிரவைக் கொண்டாடுவது போல் பழங்களும் மலர்களும் சூழ ஊதுவத்திப் புகையுடனும் கைப் பனியனுடனும் உட்கார்ந்திருந்தார். அந்தத் தோரணை அவளுக்கு மிகவும் பிடித்திருந்தது. கதவடைக்கப்பட்டவுடன் அவர் கட்டியணைத்தபடி பேசிய

வார்த்தைகள் அவள் வாழ்வில் மறக்க முடியாதவை. ஆசைநாயகிபோல் அவள் அவரிடம் நடந்து கொண்டாள். அது அவள் பருவத்தையும் பழசையும் மறக்கடித்துக் கொண்டிருந்தது. அவருக்கு அவள் மீதிருந்த ஏக்கங்களையெல்லாம் கடந்த காலத்திலிருந்து எடுத்துப் பேசிக் கொண்டிருந்தார். அவளது மார்புகளைக் காண்பிக்கச் சொன்னார். அவள் மனம் திறந்த புன்னகையுடன் காண்பித்து அவர் ரசிப்பதை ரசித்தாள். ஆசையுடன் தடவிப் பிடித்தார். அவர் கடக்கும்போதெல்லாம் அவள் அண்ணாந்து தலை சிலுப்பக் கேசத்தைக் கோதிக்கொள்வது போலவோ எதன்பொருட்டோ கைகளை எப்படியாவது தலைப்பக்கம் செலுத்தியோ தனது முலைகளின் நிலைத்தன்மையைக் காட்டிக் கொண்டிருப்பதாக அவர் கூறினார். அவள் சிரித்தபடி ஆமாம் என்றாள். "எல்லோரும் பார்க்கிறார்கள். நீங்கள் மட்டுமென்ன?" என்றாள். அவர் வெகுநேரம் சிரித்துக் கொண்டிருந்தார். குறும்பு செய்த பெண்ணைப்போல் உட்கார்ந்திருந்தாள். அவள் மளிகைச் சாமான்கள் எதையும் வாங்கிக் கொள்ளவில்லை என்பதை இரண்டுநாள் கழித்துத்தான் தெரிந்து கொண்டார். அவளைக் கூப்பிட்டுப் பணம் கொடுத்தார். கைப்பிடியில் நூறுரூபாய்த் தாள்கள் சுருட்டிக் கொண்டு நின்றன. அவள் நெல் அரைப்பதற்கு ஐந்து ரூபாய் சில்லறை கேட்டாள். அவர் வேறு சில்லறை இல்லையென்று நூறு ரூபாயாவது எடுத்துக்கொள் என்றார். அவள் பிடிவாதமாக நின்று ஐந்து ரூபாய்ச் சில்லறை வாங்கிக்கொண்டு காதல் பார்வை பார்த்து விட்டுச் சென்றாள்.

லலிதா அன்னத்திற்குச் சோறு கொடுத்து விட்டுக் கனமற்ற வாளியோடுவீடு திரும்பிக் கொண்டிருக்கும் ஒற்றை நடையைப் பார்த்துக் கொண்டிருக்கிறது காடு. எப்படியும் தனது பிழைப்பிற்குள் குடும்பத்தைக் கொண்டுவந்துவிட வேண்டுமென்று துடியாய் நினைத்துக்கொண்டு நடக்கிறாள் லலிதா. காட்டுப்பாதையின் தனிமையும் அவள் நினைப்பும் அவ்வழிதோறும் ஒன்று சேர்ந்துகொள்கின்றன. அவள் அப்படியான தனிமையில் இக்காட்டுப் பாதையில் நடந்து வரும்போதெல்லாம் சட்டென இந்நினைவு ஆக்ரமித்துக்கொள்வதை இன்று நினைத்துக்கொள்கிறாள். அவள் ஆடைகள் நடை சரசரப்பில் பேசிக்கொள்வதையும் கொலுசொலி

'உச்சு'க் கொட்டுவதையும் கேட்டு வருகிறாள். அந்தச்சூழல் அவளுக்குப் பிடித்திருக்கிறது, பயமும் குறுகுறுப்புமாய். இப்படி இந்தக் காட்டில் ஒரு குச்சு வீடுகட்டிக்கொண்டால் என்ன என்று நினைக்கிறாள். அந்நினைவு அடிக்கடி இவ்விடத்தில் வருவதுதான் என்றாலும் ஒவ்வொரு முறையும் அது சந்தோஷத்தைத் தருகிறது. அக்கற்பனையில் அவளுக்குச் சினேகமான தோழிகளும் திருமணமாகி அக்கம் பக்கத்து வீடுகளில் வசித்தார்கள். முக்கியமாக, வெள்ளை நிற நாய்க்குட்டி ஒன்று அவளுடன் ஓடிவருகிறது. அதன் உடல் தன்மையும் மெல்லிய குரைப்பும் இன்பம் தருவதாக இருக்கின்றன. அது அவளிடம் மட்டும் அன்பாக இருக்கிறது. அதைப் பொருட்படுத்தாது விலகி வீட்டினுள் செல்கிறாள். அது அவளை முகர்ந்துகொண்டு அவள் செல்லுமிடமெல்லாம் விளையாடிக் கொஞ்சியபடி அவளுடனே வருகிறது. அந்நாய்க்குட்டி தொடர்ந்து வருவதிலும், தான் அதன் அன்பைப் பெயருக்குப் புறக்கணித்த படியே விரும்ப வருவதிலும்தான் அவளது ஆனந்தம் ஒளிந்து கிடக்கிறது. பல சமயங்களில் அதைத் தன்னுடனேயே கட்டிக் கொண்டு உறங்கியும் போய்விடுகிறாள். அப்போது அந்நாய்க்குட்டியும் அவளுக்கு இணையான உறக்கத்தைக் கொண்டிருக்கிறது.

ஒற்றைப் பனைமர வளைவிலிருந்து தூரத்தில் தெரியும் வீடுகளின் கூட்டம் அவளது வீட்டை அவளுக்கு ஞாபகப் படுத்துகிறது. வீட்டை மெழுக வேண்டும். அழுக்குத் துணிகள் சேர்ந்துவிட்டன. இன்று எல்லாவற்றையும் துவைத்துப்போட்டு விட வேண்டும். வெண்ணிறத்தில் சாம்பல் புள்ளிகளும் கறுப்பு பார்டருமான சேலையை மட்டும் இஸ்திரி போட்டு வைத்துக் கொள்ள வேண்டும். விசேஷ ஆடை அது மட்டும்தான். செல்வம் வாங்கிக் கொடுத்தது. அதை வாங்கிக் கொடுத்த தினமும் செல்வத்தின் சிரிப்பும் அவளுக்குச் சந்தோஷத்தைத் தருகின்றன. எப்போதும் அந்நினைவு அவளது திருமணத்தில் சென்று மோதி நிற்கிறது. அவன் அந்த வெண்ணிற நாய்க்குட்டி போலவே அவளைப் பின்பற்றிக் கொஞ்சி விளையாடியபடி வந்து கொண்டிருக்கிறான். பழைய தையல் மிஷின் ஒன்று விலைக்கு வருவதை இன்றாவது செல்வத்திடம் சொல்லிவிட வேண்டும். அது மட்டும் அவன் வாங்கிக் கொடுத்தால்

போதும். 'ஓவர்லாக்' மிஷினைத் தானே சம்பாதித்து வாங்கிக் கொள்ள முடியுமென்று நினைக்கிறாள். அம்மா எதுவும் பேசாது வீட்டுவேலை பார்த்துக் கொண்டு தனக்கு உதவியாய் இருந்தால் போதும்.

அவள் நினைத்ததுபோலும் எதிர்பார்க்காததுபோலும் செல்வம் எதிரில் வந்துகொண்டிருக்கிறான். அவள் நின்று விட்டாள். அவன் சிரித்தபடி வந்துகொண்டிருக்கிறான். அவள் முன்னும் பின்னுமாய் மனித அரவம் தென்படுகிறதாவெனக் கவனித்துக் கொண்டு சிரிக்கிறாள். அவன் அருகிலுள்ள சிறுபாதையில் உள்ளே நுழைந்தபடி உன்னிடம் ஒரு முக்கியமான விஷயம் பேச வேண்டுமென்று கூறுகிறான். அவளும் என்றும்போலல்லாது எதுவும் பேசாது உள்ளே நுழைகிறாள். அவன் அவள் அண்மையை ரசித்துச் சிரிக்கிறான். அவள் காரணம் கேட்டாள். அவன் அவளது வனப்பில் திணறும் சுவாசத்துடன் அவளைக் கட்டிக்கொண்டான். அவள் பெயருக்குத் திமிறுகிறாள். அவன் குழந்தையைக் கொஞ்சுவது போல் முகத்தை வைத்துக்கொண்டு சிணுங்குகிறான். அவளுக்கு ஆசையாகவும் பயமாகவும் இருக்கிறது. அவள் மௌனமாயிருக்க, உடல் சேர்த்துத் தழுவுகிறான். அவளது மென்மையும் சருமமணமும் அவனைக் கிளர்த்துகின்றன. எப்படிச் சட்டென ஒத்துக் கொண்டாள் என்று நினைத்தபடியே அடுத்த நகர்வுக்குச் சென்றபோதுதான் வெறுமனே கட்டித் தழுவ மட்டுமே முடியும் என்ற முடிவுக்கு வந்தான். அவன் அசைவுகளைக் கரம்பிடித்து நிறுத்தினாள். சில வினாடிகள் கம்மென்றிருந்தாள். எல்லாமும் நின்று செயல்கள் துடிக்கும் மௌனம் கரைகிறது அவ்விடத்தில். அவன் கரத்தைத் தன் மார்பிலிருந்து விலக்கிப் பின்னால் தள்ளுகிறாள். அவன் முரண்டு பிடித்தான். என் மீது நம்பிக்கை இல்லையா என்றான். "எல்லாம் கல்யாணத்துக்கு அப்புறம்தான்" என்றாள். "அப்படின்னா எம்மேல நம்பிக்கையில்ல" என்றான். "யாருக்கும் தெரிலன்னாலும் பரவால்ல. ஒரு மஞ்சக் கயித்தக் கட்டிட்டு நீ என்ன வேணா செஞ்சிக்க." அழும் குரலில் உடைந்தாள். அவள் விசும்பலில் அவன் செய்கைகள் நின்று போயின. "எப்போ என்னைக் கல்யாணம் பண்ணிப்ப?" என்றாள். அவன் அவள் முகத்தைப் பார்க்கத் திராணியற்று அவளைக் கட்டியணைக்கிறான். கரம் பிடித்து இழுக்கிறான். அவள் சிலும்பித் தள்ளிவிட்டுப் புறமுதுகு காட்டி நிற்கிறாள். கழுத்தை முத்தி மார்பைப்

பற்றுகிறான். அவள் கரங்களை விலக்கிப் பின்னே தள்ளுகிறாள். 'தையல் மிஷின் விலைக்கு வருவதைச் சொல்லலாமா வேண்டாமா?' என்ற குழப்பம் வருகிறது. வேறு நேரத்தில்தான் சொல்ல வேண்டுமென்று நினைத்துக்கொண்டாள். அவளைப் பின்புறமாகச் சேர்த்து அணைத்து, "இந்த மாசத்தில எங்க வீட்ல சொல்லி ஏற்பாடு பண்றேன்" என்கிறான். அவள் திரும்ப அவன் கண்களைத் தேடிப் பார்க்கிறாள். அவன் சிரிக்கிறான். அவனைக் கட்டிக் கொள்கிறாள். அவளைத் தீண்டியபடி அவன் உடல் உறுப்புகள் உயிர் முளைத்து அலைந்தபடி பரபரக்கின்றன. அவளுக்கு அதன் தீவிரம் தெரிகிறது. அவன் உடல் பதறுவதை அறிகிறாள். ஆண்பிடி. துவள்கிறது உடல். விட்டுவிடுவானென உடல் குறுக்கிக் கொள்கிறாள். மிருகம் விழித்தது போல் அவன் செயலில் மீண்டும் மூர்க்கம் கூடுகிறது. சதையைப் பற்றிப் பிசையும் அழுத்தத்தில் வலி ஏறுகிறது. அவள் கண்களாலும் கரங்களாலும் தடுத்துக் கெஞ்சுகிறாள். அவன் எதையும் பொருட்படுத்தாது திறக்க முடியாமல் மூடியிருக்கும் பண்டத்தைப் பிரித்துத் தின்னும் மூர்க்கத்தில் அவளைப் புரட்டுகிறான். காட்டுச் செடிகளும் தனிமையும் அவர்கள் போராட்டத்தைப் பார்த்துக் கொண்டிருக்கின்றன. அவள் திமிறி வெளியேற நினைக்கிறாள். ஆண் பலம். வெளியேற முடியாத வளையத்துக்குள் நுழைந்து விட்டதுபோல அவள் உடல் திமிறுகிறது மீண்டும் மீண்டும். சட்டென முளைத்த தீவிரம் அவளை அவனிடமிருந்து பிரித்துவிடுகிறது. உதறித் தள்ளி விலகிப்பாதையில் ஓடி நின்றுகொள்கிறாள், உடைகளைச் சரிசெய்தபடி. அவன் அவளைக் காட்டினுள் அழைக்கிறான். அவள் உருண்டு கிடக்கும் சோற்று வாளியைக் கேட்கிறாள். அவன் எடுத்து வைத்துக்கொண்டு அவளைக் கெஞ்சுகிறான். அவள் பாதையை முன்னும் பின்னும் பார்த்து மனித அரவத்திற்கு அஞ்சிக் கேட்கிறாள். அவன் பிடிவாதமாகக் காட்டினுள் அழைத்தபடியே இருக்க அவள் அலுத்து நடக்கத் தொடங்கினாள். அவன் வாளியைக் கொடுப்பதாக மீண்டும் மீண்டும் கூப்பிடுகிறான். திரும்பிப் பார்த்தால் ஒரே ஒருமுறையெனக் கெஞ்சுகிறான்.

அவள் தீர்மானமாக வீட்டை நோக்கி நடையைக் கட்டும்போது அவள் முதுகுப்பக்கம் அவளது தூக்குப் பாத்திரம் விழுந்து உருளும் ஓசையில் திரும்பிப் பார்த்தாள். திறந்துகொண்ட வாளி சப்தமெழுப்ப

உடலை உருட்டிக்கொண்டு காட்டுப்பாதையில் கிடக்க, எதிர்ப்பக்கம் சென்றுகொண்டிருந்தான் அவன். அழுகை எழும்பிவர அடக்கிக் கொண்டபடி வாளியைச் சேர்த்துக்கொண்டு அவன் திரும்பிப் பார்ப்பானென அப்பாதை முடியும்வரை திரும்பித் திரும்பிப் பார்த்துக்கொண்டு நடந்துவந்தாள்.

சாயங்காலம் மௌனமாய் ஊருக்குமேல் எட்டிப் பார்க்கிறது. லலிதா வாசற்படியில் நிலைக்கல்போல் யோசனையில் உட்கார்ந்திருக்கிறாள். ஏதேதோ நினைவுகள் முளைத்து வளர்ந்து சோற்றுவாளி பாதையில் பிளந்து கிடந்ததில் வந்து முடிந்து கொண்டிருந்தது. தன்னை எப்படியாவது தேற்றிக்கொள்ள வேண்டு மென்றும் தனக்கு இன்னும் மனத்தைரியம் வேண்டுமென்றும் நினைத்துக்கொண்டாள். பயம் வந்து கொண்டிருந்தது. எதை நினைத்து என்றறியாதபடி ஆழத்தில் சிக்கிக்கொண்டிருந்தது. படிமானம் நழுவியது போலும் பற்றுக்கோல்கள் அற்றபடியும் தத்தளிப்பாக இருக்கிறது மனம்.

அன்னம் செல்வத்தோடு பேசியபடி வீடு வருவதைப் பார்க்கிறாள் லலிதா. அவன் சிரிப்பான் என்று எதிர்பார்த்தாள். காதலோடும் குறும்போடும் அவனைப்பார்த்தாள். அவன் அவள் அங்கு இருப்பதாகவே கண்டுகொள்ளாமல் நின்று கொண்டிருந்தான். அன்னம் அவனை வீட்டுக்குள் அழைத்தாள். லலிதா எழுந்து வழிவிட, செல்வம் உள்ளே சென்று ஸ்டூலில் உட்கார்ந்துகொண்டான். லலிதாவுக்குத் தன் கோபத்தைக் காட்டவேண்டும் போலிருந்தது. உள்ளே சென்று துணிகளை வாரிக்கொண்டு படித்துறைக்கு வந்து விட்டாள்.

துணிகளை நனைத்து வாரிப் போட்டுக்கொண்டு துவைக்கத் தொடங்கினாள். நினைவு தறிகெட்டு ஓடிக்கொண்டிருந்தது. அவனது கோபம் அவளுக்குப் பிடித்திருந்தது. அவளைப் பார்த்து முறைத்திருந்தால் அவள் ஏதாவது பழிப்புக்காட்டியிருப்பாள். துண்டடியான அக்கோபத்தை அவளால் தாங்கிக்கொள்ள முடியவில்லை. கிழவனின் இருமல் சப்தம் கேட்டது. ஆடை சரியாக இருக்கிறதாவென ஒரு தரம் பார்த்துக்கொண்டு அவன் இருக்கும் திசையைப் பார்த்தாள். கொட்டகையின் இருட்டில் எதுவும் தெரியவில்லை.

சிறிது நேரத்திற்குப்பின் அவளுக்குச் சட்டெனக் குறுகுறுப்பாக இருக்க, துவைப்பதை நிறுத்தி நீரள்ளித் துணிகளின்மேல் தெளித்தபடி யோசனையை நீட்டித்தாள். சட்டென வேகம் வந்தவளாய் மெதுவாக எழுந்து வீட்டினுள் சென்றாள். அவள் அம்மா மருகிப் பின்னுக்கு விலகவும் அவன் நெருங்கிப் பிடித்துச் சேர்த்து அணைக்கவும் இருந்ததைப் பார்க்க முடிந்தது. அவள் ஏதோ ஒருவகையில் எதிர்பார்த்ததுதான். இந்த அம்மாவுக்கும் ஆண்களுக்கும் விவஸ்தையே இல்லை. அவனை வெளியே துரத்த வேண்டும் போலிருந்தது. இனி உனக்கும் எனக்கும் எந்த உறவும் கிடையாது; என்னைத் தேடிக்கொண்டு இங்கே வரவே கூடாது என்று சொல்லிவிட வேண்டும் என்று நினைத்தாள். வெளியே வரட்டும். அவன் உடனே வந்துவிடுவான் என்றுதான் நினைத்தாள். அவன் எல்லாவற்றையும் திட்டமிட்டுத்தான் செய்வதாக எண்ணினாள். சக்தியற்றவள்போல் துணிகளை வாரிப் போட்டுக் கும்மத் தொடங்கினாள். அழுகை புரட்டிக்கொண்டு எழுகிறது. வடியும் கண்ணீரைக் கட்டுப்படுத்த முடியவில்லை. அவன் மூஞ்சும் முகரக் கட்டையும். இவள் ஒரு விவஸ்தை கெட்டவள். இவளெல்லாம் ஏன் உயிரோடிருக்க வேண்டும்? பஸ்ஸிலோ லாரியிலோ யார் யாரோ அடிபட்டுச் சாகிறார்கள் என்ற நினைப்பு அன்னத்தை நேருக்கு நேராய்த் திட்டும் ஆசுவாசத்தைத் தந்து கொண்டிருந்தது. அவன் வெளியே வந்து நின்று வேறு பக்கம் பார்த்தபடி நிதானமாக மரப்பாலத்தைக் கடந்து போகிறான். அவள் அவனைக் கவனியாது கவனிக்கிறாள். அவன் திரும்பிக்கூடப் பார்க்கவில்லை.

அன்னம் படித்துறைக்கு இறங்கி வருகிறாள். எந்த முகபாவத்தையும் காட்டிவிடக் கூடாத பரபரப்பு லலிதாவுக்குத் தொற்றிக்கொள்கிறது. அன்னம் நீரில் இறங்கி முகம் கைகால் அலம்பியபடி, ‘‘இந்த மாசக் கடேசில அவுங்க வூட்ல சொல்லிப் பேசறேன்று சொல்லிருக்கு'' என்றாள் அன்னம். தன் மீதான அவனது தொடுகையில் மகளின் திருமண ஒப்பந்தமும் ஒப்பேற்றப் பட்டிருக்கிறது என்பது மகளிடம் கூறிவிட முடியாத தடையாக நின்றுகொண்டிருந்தது. இவள் எதுவும் பேசாது துணி அலசிக் கொண்டிருந்தாள். அவள் படிக்கட்டு ஏறி வீட்டுக்குள் சென்றுவிட்டாள்.

துணிகளை உதறிக் காயவைக்கும்போது அன்னம் விளக்கைப் போட்டுவிட்டுக் கடைத்தெருப் பக்கம் சென்றுவருவதாகக் கூறிச் சென்றாள். இருள் கூடிக்கொண்டு வந்தது. பெயர்ந்து கிடக்கும் மண்தரை. எரிச்சலாக வருகிறது லலிதாவுக்கு. நாளை மெழுகிக்கொள்ளலாம் என்ற எண்ணம் தரும் சமாதானம் போதுமானதாக இல்லை. வாசற்படியிலேயே அமர்ந்திருக்கும் அவளது நிழல் படித்துறைக் கற்களில் நீண்டு துண்டு துண்டாய் மடிந்து இறங்கி மறைகிறது.

எல்லோரும் விளக்கு வைத்து வீட்டுக்குள் சென்று கதவடைத்துக் கொண்டதுபோல் மூடிக் கிடந்தது தெரு. யாரிடமாவது சொல்ல வேண்டும் போலிருந்தது அவளுக்கு. ஆத்திரத்துடன் ஆனால் நிதானமான நத்தைபோல் கதவடைத்து வெறும் தரையில் சுருண்டுகொண்டாள். எல்லாவற்றையும் அழுது தீர்த்து விடுபவள்போல் துடைக்காமல் கொள்ளாமல் அழுது கொண்டிருந்தாள். நெருக்கமான தோழிகள் முகம் நினைவுக்கு வரக் கிளம்பிச் சென்று தங்கிவிட வேண்டுமென்று நினைத்துச் சிறிது யோசித்தாள். அவளுக்குள் கலைந்த அடுக்குகளில் நினைவுகள் குழறி ஓடின. கிழவனும் அம்மாவும் செல்வமும் அருகிலுள்ளவர்களும். யார் யாரோ தடுக்கிப் பேசிச் சென்றார்கள். கவிழ்ந்து படுத்துக்கொண்டாள். செல்வம் நடந்துகொண்டது நினைவுக்கு வந்து அழுத்தம் தந்தது.

படித்துறையில் யாரோ துணி தப்பும் ஓசையும், காறிச் சளி துப்பும் ஓசையும் மாறி மாறிக் கேட்கின்றன. நீரில் குதித்தெழும்பும் நீரடிப்புச் சத்தம் வீட்டை நிரப்புவதுபோல் வந்துகொண்டிருந்தது. மெல்ல எழுந்து படித்துறைச் சத்தங்களுக்கு நடுவே அம்மாவின் பழஞ்சேலை ஒன்றை எடுத்து ஸ்டூல் மேல் ஏறி மூங்கில் கழியில் சுருக்கிட்டாள். ஆண் துணையற்ற அவ்வீட்டின் தனிமையை உடைப்பதாகவோ மறந்துவிடுவதாகவோ தன்னை ஏதோ ஒரு புள்ளியில் அலட்சியமாகச் சமன்செய்துகொண்டாள். அவ்வூர் ஏதோ ஓர் ஓரவஞ்சனை நீதியைப் புகட்டுவதான எண்ணம் அவள் செயலைத் தீவிரப்படுத்தியது. கழுத்தைச் சுருக்கில் நுழைத்து உடல் எடையைச் சேலை முடிப்புக்குள் மெல்லத் தக்கவைத்துத் தொங்கிப் பார்த்தாள். சில வினாடிகள் ஸ்டூலில் ஆதரவாகக் கண்மூடி நின்று கொண்டிருந்தாள். கடந்துகொண்டிருந்த வினாடிகளில் ஒன்றில்

சட்டென ஸ்டூலைக் கால்களால் தள்ளிவிட்டாள். சாவின் கணத்தை உணர்ந்தவளாய் அவள் கைகள் மேலே செல்லப் பரபரத்தன. அவள் கழுத்து இறுகுமுன் யாரோ கதவு திறந்து கத்திக் கூப்பாடு போடுவதுபோலும் அவள் கால்கள் பிடித்து உயர்த்தப்பட்டுக் காப்பாற்றப்பட்டு விடுவது போலும் தாமதமான எண்ணங்கள் வந்துபோயின. இன்னும் சில வினாடிகளில் கதவு தட்டப்படப் போகிறது என்று தீர்மானமாக நம்பிக்கொண்டு சலனமில்லாமல் தொங்கிச் சுழன்றுகொண்டிருந்தாள். கண்கள் மிரள நீர் கோர்த்துக் கொண்டது. வாழ்நாளில் அனுபவித்திராத இருமல் எழும்பத் தொண்டையை அடைத்தது. தனக்குள் எழும் குறட்டைச் சத்தம்போல் நெரியும் குரல் குழறியது. அவளது மங்கலான கற்பனையில் எல்லோரும் அவளுக்காக அழுது கொண்டிருந்தார்கள். அன்னத்தைக் கரித்துக் கொட்டினார்கள். செல்வம் மூலையில் நின்று அழுதுகொண்டிருந்தான். கறுப்பேறிய கூரை அவள் விழிகளையும் துருத்தி வெளிவரும் வெளிறிய நாவையும் பார்த்துக்கொண்டிருந்தது. கடைசியாக கூரையிலிருந்து கீழே விழுந்து கிடக்கும் ஸ்டூலைப் பார்க்க முயற்சித்தாள். மீண்டும் கைகளை மேலுயர்த்திப் பிடி தளர்த்திக் கொண்டுவர எண்ணியபோது ஏதோ ஓர் அடையாளமற்ற கௌரவம் அவளைத் தடுத்துக்கொண்டிருந்தது.

யாருமற்ற அவள் வீட்டுவாசலில், சாவைப் பற்றி நினைத்திராத சமயத்தில் துவைத்துக் காயவைத்த ஆடைகள் ஈரத்துடன் காற்றில் படபடத்துக்கொண்டிருந்தன.

எப்படியும் இந்த மாதக் கடைசியில் செல்வம் லலிதாவைப் பெண்கேட்டு வரப்போகும் செய்தியைத் தெரு முழுக்கப் பரவவிட்டுத்தான் அன்னம் வீட்டுக்கு வருவாள். அவளுக்கு இதைவிடப் பெரிதான சந்தோஷம் வேறு என்ன இருக்க முடியும்?

பட்டித் தெரு

காலபைரவன்

ஜில்லா கலெக்டர் லூஷிங்டன் என்பவரின் காரியதரிசியாக இருக்கும் ஜான் இர்வின் என்பவர் தென்னாற்காடு ஜில்லா போர்டு பிரசிடெண்டுக்கு அனுப்பும் மகஜர்:

பிரிட்டிஷ் கம்பெனி ஆளுகைக்குப் பாத்தியப்பட்ட எவரும் இனி எந்தவிதமான கட்டடங்களையோ கோட்டைகளையோ கட்டக் கூடாது. அந்த உரிமை முற்றாக மறுக்கப்படுகிறது. அதையும் மீறிச் செயல்படுபவர்கள் எவ்வித முன்னறிவிப்புமின்றிக் கைது செய்யப் படுவார்கள் என இதன் மூலம் தெரிவிக்கப்படுகிறது.

தென்னாற்காடு ஜில்லாவில் உள்ள ஆதிச்சநல்லூரில் பிரிட்டிஷ் கம்பெனிக்கு எதிராக ஒரு குழு இயங்குவதாக கலெக்டர் லூஷிங்டனுக்கு ஒரு புகார் மனு வந்துள்ளது. அதில் அந்தக் குழுவிற்கு அதே ஜில்லாவில் உள்ள கண்டராதித்தச் சோழபுரத்திலிருக்கும் கம்பெனிக்குப் பாத்தியதையான மாடுகள் அடைக்கும் பட்டியிலிருந்து வெடிமருந்துகள் சப்ளை செய்யப்படுவதாகப் புகார் தெரிவிக்கப் பட்டுள்ளது. இந்த மகஜரின் அவசரம் புரிந்து அந்தக் குழுக்கள் மீது நடவடிக்கை எடுக்கவும் கண்டராதித்த சோழபுரத்திலிருக்கும் அந்தப் பட்டியை இடிக்கவும் இதன் மூலம் ஆணை இடப்படுகிறது.

ஜான் இர்வின்.
முகாம்: தெற்கு நாகலாபுரம்
நாள் :21.3.1800.

“இந்த ஓலையைப் படிச்சப்புறமுமா பட்டிய இடிக்கணும்னு உங்களுக்குத் தோணுது?” என ஆதங்கத்தோடு தங்கமுத்து நாட்டார் அவர்களைப் பார்த்துக் கேட்டார். பிரிட்டீஷ்காரர்களால் அனுப்பப் பட்ட பழுப்பேறியிருந்த அவ்வோலையைப் பத்திரமாகக் காப்பாற்றி வந்ததன் வலியை அவரது கேள்வியில் உணரமுடிந்தது. அதற்கு

வடிவுடையம்மை ரியல் ஏஜென்சியின் அதிபரும் ஆளும் கட்சியின் ஒன்றியச் செயலாளருமான ராமகிருஷ்ணன் கோபத்துடன் நாட்டாரைப் பார்த்துச் சொன்னார்: ''அந்த ஓலைய வச்சிக்கினு நாக்குதான் வழிக்க முடியும்''. அவரின் இந்தப் பேச்சை கேட்ட நாட்டாக்காரருக்குச் சர்வமும் ஒடுங்கிப் போனது. உயிரைக் கொடுத்துப் போராடி வெள்ளையனிடமிருந்து காத்த அந்தப் பட்டியை நினைத்துக் கண் கலங்கினார். ஆனால் ஒன்றியச் செயலாளர் பட்டியை எப்படியும் இடித்தே தீர்வதென உறுதியாக இருந்தார். தாழ்ந்த குரலில் மீண்டும் நாட்டாக்காரரே பேசினார்: "ஏந்தம்பி உங்க மனைப் பிரிவுல வர்ற தெருவ கொஞ்சம் தள்ளி ஓடப் பக்கமா மாத்திப் போட முடியாதா?" அதற்கு ''ஓடப் பக்கமா போட்டா எந்த நாயி வந்து வாங்கும்?" எனச் சிடுசிடுத்த ஒன்றிய செயலாளர், "இவ்ளோ பணம் போட்ட ஒழைப்ப ஓடையிலா கொண்டு போடச்சொல்ற? பட்டிய இடிச்சி நெரவினாதான் மண் எடுப்பா தெரியும்'' எனக் கோபத்தில் பொரிந்து தள்ளினார். இனி அவர்களிடம் பேசி ஒன்றும் ஆகப்போவதில்லை என்று உணர்ந்த நாட்டார் அமைதியாக நின்றார். அவர்களும் சிறிது நேரம் இருந்துவிட்டுக் காரில் ஏறிச் சென்றனர். என்ன செய்தாலும் இம்முறை பட்டியை இடிப்பதிலிருந்து காப்பாற்ற முடியாது என அவர் உள்மனம் எண்ணியது. இக்கட்டான இத்தருணத்தில் ஷண்முக முதலியார் தன் பக்கத்தில் இல்லையே என நொந்து கொண்டார். கூடியிருந்த கூட்டம் பலவாறாகப் பேசியபடி கலைந்து சென்றது. மௌன சாட்சியைப் போல வெயில் காய்ந்து கொண்டிருந்தது.

நூற்றாண்டுகள் பழமைவாய்ந்த பட்டியை நாளை இடிக்கப் போகிறார்கள் என்ற செய்தியைக் கேள்விப் பட்டதிலிருந்து வேம்ப வீட்டு அகிலாண்டத்தால் ஓரிடத்தில் நிற்க முடியவில்லை. பட்டிக்கும் அவளுக்குமான ஒரு தோழமை அவளைத் துடுக்குறச் செய்தது ''திருமணமாகி, புகுந்த வீட்டிற்குச் சென்று மறுநாளே பிறந்த வீட்டிற்குத் திரும்ப வந்தபோது கூட நீ இந்த அளவிற்குக் கஷ்டப் பட்டதில்லையே?" என எதிர் வீட்டுத் தங்கம்மா கேட்ட போது, 'இப்ப எதுக்கு அந்த கதயக் கிண்டற?' என அகிலாண்டம் திரும்பக் கேட்டாள். ஷண்முகத்தின் மீதான தன் காதலையும், அதை அவர் வேண்டாமென மறுத்ததையும் அறிந்த ஒற்றைச் சாட்சியாக வீற்றிருக்கும் பட்டியின் சித்திரம் அவள் மனத்தில் வெவ்வேறு

எண்ணவோட்டங்களை ஏற்படுத்தியது. சிறைவாசம் முடிந்து அவர் விடுதலை பெற்று வந்தபோது ஷண்முகம் தன்னிடம் சொன்ன, "இனி எந்தப் பொம்பளைக்கும் என் வாழ்க்கையில எடம் இல்லை அகிலாண்டம், நீ போய் உம் புருஷனோட சந்தோஷமா இரு. பட்டதெல்லாம் போதும்" எனும் வார்த்தைகள் அவளின் காதுகளில் இத்தனை ஆண்டுகளுக்குப் பிறகும் ஒலித்துக் கொண்டே இருப்பதை அவளால் நன்கு உணரமுடிந்தது. கோடை கத்திரி வெய்யிலைக்கூடப் பொருட்படுத்தாமல் அங்குமிங்கும் அலைந்தவள் கடைசியாக வீட்டிற்கு வெளியில் நின்றிருந்த புங்கை மரத்தின்கீழ் காலை நீட்டிப்போட்டபடி அப்படியே அமர்ந்தாள். அவளுக்கு மூச்சு வாங்கியது. வெம்மையின் அடர்த்தி அவளுக்கு நீர்ச்சுருக்கை ஏற்படுத்தியிருக்க வேண்டும். பாத்திரம் கழுவ பானையில் வைத்திருந்த தண்ணீரைச் சாய்த்துக் குடித்தாள். பின் எழுந்து சிறுநீர் கழிக்க, தோட்டத்திலிருந்த மாட்டுக் கொட்டகை நோக்கிச் சென்றவள் மாட்டுக் கொட்டகைக்குக் கிழக்கே கம்பீரமாக நின்றுகொண்டிருந்த பட்டியையே பார்த்தாள். கருங்கற்கள் கொண்டு கட்டப்பட்ட பட்டியின் சுவர்களில் ஆலமரம் நன்றாக வேர்விட்டு வளர்ந்திருந்தது. ஆங்காங்கே நிறைய குற்றுச்செடிகள் வளர்ந்து காற்றின் வேகத்திற்கேற்ப ஆடிக்கொண்டிருந்தன. ''எப்படி இருந்த கட்டடம் இப்படி சீர் கொலஞ்சி கெடக்கே'' என மனதிற்குள் நினைத்துக் கொண்டே சிறுநீர் கழிக்கக் கீழே அமர புதரிலிருந்து ஒரு பாம்பு வளைந்து நெளிந்து சர சரவெனப் பட்டி நோக்கிச் சென்றது. சிறுநீரை அடக்கிக் கொண்டு பயந்தபடி 'பாம்பு பாம்பு' எனக் கத்திக்கொண்டே தெருவிற்கு ஓடிவந்தாள்.

''இந்தக் கண்றாவிக்குத்தான் இத இடிங்கன்னு சொல்றோம். ஆனா அந்தப் பள்ளத்தெரு ஷண்முகம் மொதலியாரு நா உசுரோட இருக்குறமுட்டும் இத இடிக்க உடமாட்டேன்னு சொல்றாரு'' என்று சின்னக் கணக்கமூட்டு ரங்கசாமி அகிலாண்டத்தைப் பார்த்துக் கோபத்துடன் சொன்னார். அகிலாண்டத்திற்குப் படபடப்பு சற்று அடங்கி இருந்தது. அவள் ரங்கசாமியைப் பார்த்துச் சொன்னாள்: "ஆவூன்னா அத இடுச்சித் தர மட்டமாக்கிடணும் உங்களுக்கு. இதத் தவிர வேற எதுவும் தெரியாதா ஒங்களுக்கு?'' அவளின் கேள்வி ரங்கசாமியின் முகத்தை இறுக்கமாக்கியது. அவருக்கு மூக்கு நுனி வியர்த்துப் கோபத்தின் ரேகைகள் பரவத்தொடங்கியது. தன் பாட்டி

வயதையொத்த அகிலாண்டத்திடம் அவரால் நேருக்கு நேராகப் பேசமுடியாமல் எக்கேடாவது கெட்டு நாசமாப் போங்க. எனக்கென்ன வந்தது? என்று மனத்திற்குள் கருவிக்கொண்டார். ஆனாலும் நாளை யார் தடுத்தாலும் எப்படியாவது பட்டியை இடித்துவிடவேண்டும் என மனத்திற்குள் நினைத்துக்கொண்டார். சூரியன் மெல்ல மேற்கு நோக்கிச் சரியத் தொடங்கியிருந்தது.

பள்ளத்தெரு ஷண்முக முதலியாருக்கு நாளை பட்டியை இடிக்கப்போகும் சங்கதி காற்றுவாக்கில் வந்து சேர்ந்தபோது அவருக்கு மனது கனத்தது. தெருத் திண்ணையில் கிடந்த கயிற்றுக் கட்டிலில் ஆசுவாசப்படுத்திக் கொள்ளச் சற்று நேரம் தலை சாய்த்தவருக்குப் பட்டி குறித்த பழைய சித்திரங்கள் மனத்திரையில் தோன்ற ஆரம்பித்தன.

தாது வருஷ பஞ்சம் தன் கோரமுகத்தைக் காட்டிக் கொண்டிருந்த நேரமது. ஏரியில் மாடுகளை மேய்த்துவிட்டு ஷண்முகம் வீடு திரும்பும்போது இருட்ட ஆரம்பித்திருந்தது. சனிமரப்பான் ஓடை வழியாக மாடுகளை ஓட்டிவந்து பட்டியில் கட்டிவிட்டு, தவிடும் தண்ணீரும் கொண்டுவர வீட்டுத் தோட்டத்திலிருந்த மாட்டுக் கொட்டகைக்குச் சென்றான். மரக்காலில் தவிட்டையும் குடத்தில் தண்ணீரையும் எடுத்துக்கொண்டு பட்டிக்கு வந்து தொட்டியில் தவிட்டைக் கொட்டி, தண்ணீரை ஊற்றிக் கரைத்து மாடுகளைக் குடிக்கச் செய்து பின் அவற்றை மீண்டும் முளைக்குச்சியில் கட்டிவிட்டு நிமிர்ந்தபோது ஷண்முகத்திற்குத் தண்டுவடத்தில் சுளீர் என வலி தோன்றி மறைந்தது. கூலமான வைக்கோல்களை ஒதுக்கித் தள்ளிவிட்டு வைக்கோல் புடுங்கிவர வைக்கோல்போரை நோக்கி நடந்தான். அவனுக்கு நன்றாக வியர்த்தது. இடுப்பில் கட்டியிருந்த துண்டால் துடைத்துக் கொண்டான். போரில் வைக்கோலைப் புடுங்கி பந்துபோலச் சுற்றி எடுத்துக் கொண்டு பட்டிக்குள் நுழைந்தபோது இருட்டில் வேறு யாரோ மாட்டை கட்டிக்கொண்டிருப்பதை அவன் பார்த்தான். ஆனால் யார் எனச் சட்டென்று அடையாளம் காணமுடியாததால் அவன் கேட்டான்: "யாரது?". அதற்கு இருளில் இருந்து பதில் வந்தது: ''அம்மாக்கண்ணு''. புதுவீட்டில் மாடு மேய்க்கும் அம்மாக் கண்ணுதான் உள்ளே இருப்பது என்று தெரிந்ததும் ஒருவித புதுத்

தெம்புடன் வைக்கோலை எடுத்துச்சென்று மாடுகளிடம் போட்டுவிட்டு அவளைப்பார்த்துக் கேட்டான்: ‘‘இன்னா இந்தநேரத்துல வந்து மாட்ட கட்ற?’’. அதற்கு அவள் சலிப்பாகச் சொன்னாள்: ‘‘வாசியாத்தா கோயில் ஏரிக்குதான் ஓட்டிகினு போனேன். ஆனா இந்த எழவெடுத்த மாடுங்க மதியத்துக்கு மேல வளமோட்டு பாறைக்கா மேச்சலுக்கு கௌம்பிடுச்சிங்க. அங்க இருந்து ஓட்டிகினு வரதுக்குள்ள உசுரு போயி உசுரு வந்துடுது”.

அவள் அலுப்பாகச் சொல்லிக்கொண்டிருக்கும் போதே அவன் மெல்ல நடந்து அவளருகில் சென்றான். நன்றாக இருட்டி விட்டிருந்தது. தெருவில் பிள்ளைகள் விளையாடிக் கொண்டிருந்தனர். மாடுகள் வைக்கோல் மெல்லும் சத்தம் நன்றாகக் கேட்டது. மூத்திர நெடி வேறு மூக்கைத் துளைத்தது. இருட்டு அவனுக்குத் தைரியத்தையும் சுதந்திரத்தையும் கொடுக்க அவன் மெல்ல அவளைத் தொட்டான். திடீரென அவன் தொடுகையால் அவள் கலவரமடைந்து நிமிர்ந்து பார்த்து அவனை முறைத்தாள். அவளின் உடம்பு மெல்ல நடுங்குவதை அந்த அடர்ந்த இருளிலும் அவனால் உணர முடிந்தது. அவனையும் பயம் தொற்றிக் கொண்டுதான் இருந்தது. சிறிது நேரம் ஆழ்ந்த மௌனம் அங்கு நிலவியது. மாடுகள் கால்களால் தரையை உதைத்தன. பட்டிக்கு வலப்பக்கமிருந்த தென்னை மரத்திலிருந்து பறவைகள் சடசடவென சிறகுகளை அடித்துக்கொண்டு பறந்தபோது அவன் மெல்ல அவளிடத்தில் கேட்டான்: “ ஏன் உனக்கு இதுல விருப்பம் இல்லயா?”. அவள் ஏதும் பேசாமல் அமைதியாகவே இருந்தாள். மீண்டும் அவன் அவளைப் பார்த்துக் கேட்டான்: “நா கேட்டதுக்கு பதில் சொல்ல மாட்டியா?’’. அவள் மெல்லிய குரலில் அவனிடம் சொன்னாள்: “சட்டுனு கேட்டா என்ன சொல்றது?’’. அவளின் இந்த பதில் அவனுக்கு உள்ளூர சந்தோஷத்தையும் கிளர்ச்சியையும் அளித்தது. மறுபடியும் அங்கே கொஞ்ச நேரம் மௌனம் நிலவியது. மீண்டும் அவனே கேட்டான்: “நேரம் ஆவுதில்ல. சட்டுனு சொல்லேன்”. அவள் தலை கவிழ்ந்தபடி அவனிடம் கேட்டாள்: ‘‘யாராவது வந்துட்டாங்கனா?’’ என வார்த்தையை இழுத்தாள். அவளின் இந்தக் கேள்வி அவனுள் காமத்தின் தீயைப் படரவிட்டது. அவளும் தயாராகவே இருக்கிறாள் என்பதை உணர்ந்தவன் இனி உரையாடல்கள் இங்கு பயனற்றவை என நினைத்துச் செயல்பாட்டில் இறங்கத் தொடங்கினான்.

வைக்கோல்மீது அவளைத் தள்ளி இறுக்கி அணைத்தான். வளையல்கள் உடையும் சத்தத்தைக் கேட்க முடிந்தது. அவள் சிணுங்கியபடியே கேட்டாள்: "என்ன காஞ்ச மாடு கம்புல பூந்த மாதிரி ஆட்டம் போடற? வூட்ல உண்டாகி இருக்காளா?". "ஆமா, சொகத்த அனுபவிச்சி ரொம்ப நாளாது" என்றான். "அதான பாத்தேன்" எனக் கூறி அவளும் அவனை இறுக்கி முத்தமிட்டாள். அடர்ந்த இருளைப் போன்று காமமும் அவர்கள் மீது மெல்ல படர்ந்தது.

பட்டியின் சுவற்றிலிருந்த பல்லி ஒருமுறை கத்தி ஓய்ந்தபோது அவன் புரண்டு படுத்தான். அவள் ஆடைகளை எடுத்து உடுத்திக் கொண்டிருக்கும்போதே பால் கறப்பதற்காகச் கொட்டாக் காரமூட்டுக் சுப்பரமணி பால் சொம்போடு உள்ளே நுழைந்தவர் இருவரையும் பார்த்தார். ஏதும் கேட்காமல் வந்தவழியே திரும்பச் சென்றார். இருவரது உடம்பும் பயத்தால் வெளிறி நடுங்க ஆரம்பித்தது.

"இதுக்குத்தான் நான் அப்பவே சொன்னேன். ஈஸ்வரா என்ன ஆகப்போவுதோ. என் ஊட்டுக்காரனுக்கு தெரிஞ்சா அவ்ளோதான். கண்டம் துண்டமா வெட்டிடுவான்" என அவள் பயத்தால் உளற ஆரம்பித்தாள். ''உனக்கு மட்டும்தான் பிரச்சினையா? எனக்கு இல்லயா? எனக்கும்தான் கொழந்தை குட்டிங்க இருக்கு" என்றான். சற்று நேரம் அங்கு மயான அமைதி நிலவியது. பிறகு அவனே அவளிடம் பேசினான்: "ஒன்னும் பிரச்சினை வராது. அப்படி எதாவது வந்தா நாம இல்லனு சொல்ல வேண்டியதுதான்". சொல்லிவிட்டானே தவிர அவனுக்கு உள்ளூர நடுக்கமாகவே இருந்தது. சிறிது நேரத்திற்குப் பிறகு இருவரும் ஒருவர் பின் ஒருவராகப் பட்டியிலிருந்து வெளியேறினர். தெருவில் இன்னும் பிள்ளைகள் விளையாடிக் கொண்டிருந்தனர். நாலைந்து நாய்கள் குரைத்துக் கொண்டே பள்ளத்தெரு நோக்கி ஓடின.

முதல் நாளிரவு பட்டியில் நடந்த சங்கதியைத் தெருமுனையில் அனைவரும் உற்சாகத்துடன் பேசிக்கொண்டனர். ஏற்படப் போகும் பிரளயத்தை உணராது ஷண்முகம் வீட்டில் நன்றாகத் தூங்கிக் கொண்டிருந்தான். செய்தி ஊதி ஊதிப் பெரிதாக்கப்பட்டு நவுட்டுக்காரமூட்டு அஞ்சலை மூலம் ஷண்முகத்தின் மனைவியை அடைந்தபோது மணி எட்டாகியிருந்தது. அவன் பட்டியில் மாடுகளுக்குத் தண்ணீர் காட்டிக்கொண்டிருந்தான். சாணியை

வாறிக்கொட்டிவிட்டு வைக்கோல் கொண்டுவந்து போட்டுவிட்டு வீட்டிற்கு வந்து சேர்ந்தபோது வீட்டில் பாத்திரங்கள் இறைந்து கிடந்தன. அம்மா ஒரு மூலையிலும் மனைவி ஒரு மூலையிலுமாக அமர்ந்து அழுதுகொண்டிருந்தனர். பிள்ளைகள் ஏதும் விளங்காமல் விளையாடிக்கொண்டிருந்தபோது பெரிய பையனைப் பிடித்து அவன் மனைவி பளார் பளார் எனக் கன்னத்தில் அறைந்தாள். பையன் வலி தாங்க முடியமால் துடித்ததைக்கண்ட இவன் கோபத்தோடு அவளைப்பார்த்துக் கேட்டான்: "ஒனக்கு என்ன புத்திகித்தி கெட்டுப் போச்சா. கொழந்தயப் போட்டு ஏன் மாடு மாதிரி அடிக்கற?" அவன் கேள்வியை அவள் பொருட்படுத்தியதாகவே தெரியவில்லை. அவள் பேசாதது அவனுக்குக் கோபத்தை ஏற்படுத்த ஓங்கி அவள் கன்னத்தில் அறைந்தான். அவள் பெருஞ்சீற்றத்தோடு அவனைப் பார்த்துக் கை நீட்டிக் கேட்டாள்: "ஒரு பொம்பளையைக் கை நீட்டி அடிக்கறியே நீ எல்லாம் ஒரு ஆம்பளையா?" கேட்டு முடித்து அவன் முகத்தை நோக்கிக் காறித் துப்பினாள். அவளுடைய வார்த்தைகள் அவனுள் கூர்மையான ஊசியைப்போல இறங்கின. அவனுக்குக் கோபம் பொத்துக்கொண்டு வந்தது. அவளை இழுத்துப் போட்டு அடி அடியென அடித்தான். ''புள்ளத்தாச்சிக்காரின்னு கூடப் பாக்காம போட்டு இப்படி அடிக்கறியே பாவி'' எனக் கத்திக்கொண்டே அவனுடைய அம்மா ஓடிவந்து தடுத்தாள். அவளையும் எட்டி உதைத்தான். ''அடிடா... நல்லா அடி, நா செத்தாதான அவகூட தெனத்துக்கும் படுக்க முடியும்?'' என்று அவன் மனைவி கேட்ட கணத்தில் அவனுக்குச் சப்த நாடியும் ஒடுங்கியது. அவனுக்கு நா வறண்டு போனது. பதற்றமும் பயமும் அவனைக் கவ்விக்கொண்டது. தலைசுற்றுவதைப்போன்று உணர்ந்தவன் அப்படியே சக்தியற்ற வனாகத் தரையில் அமர்ந்தான். ''ஏன் இப்ப அடிக்க வேண்டியதுதான? பொட்டையாட்டம் ஏன் உக்காந்துட்ட?'' என்ற அவளின் வார்த்தைகள் அவனது இதயத்தைக் குத்தி ரணமாக்கின. பேச வார்த்தைகள் அற்றவனாக அவனிருந்தான். இது நாள்வரை பொத்திப் பாதுகாத்து வந்த தன் அந்தரங்கத்தைத் தன் அம்மாவின் முன்னிலையில் அவள் நெருப்பிட்டுப் பொசுக்கிவிட்டாளே என மனத்திற்குள்ளாகவே புழுங்கினான். சுவற்றில் ஆடிக்கொண்டிருந்த கடிகாரத்தின் பெண்டுலச் சத்தம் கர்ணகொடூரமாக இருந்தது. அப்பாவுக்கும் அம்மாவுக்கும் இடையில் என்ன பிரச்சினை

நடக்கிறது என்று புரிந்து கொள்ளமுடியாமல் பிள்ளைகள் மலங்க மலங்க விழித்துக்கொண்டிருந்தனர். யாரும் எதுவும் பேசிக்கொள்ள முடியாதபடி சூழல் இறுக்கமாகவே இருந்தது. பின் மெல்ல எழுந்து நடந்து தெருத் திண்ணையில் கிடந்த நார்க்கட்டிலில் படுத்துக்கொண்டான் அவன். இனி என்னவெல்லாம் நடக்கப் போகிறதோ என்ற பயம் அவனைக் கவ்விக்கொண்டது. தெருவில் மேய்ச்சலுக்கு மாடுகளை ஓட்டிச் செல்லும் சத்தம் கேட்டது.

"அம்மாக்கண்ணு தூக்கு மாட்டிக்கினாளாம்" என்று தெருவில் யாரோ கத்திக்கொண்டு ஓடியபோது அவனுக்குச் சப்தநாடியும் ஒடுங்கிப் போனது. "கடவுளே அவளுக்கு ஒன்னும் ஆயிடக்கூடாது" என மனத்திற்குள் வேண்டிக்கொண்டான். ஆனாலும் பயம் அவனுக்கு நடுக்கத்தை ஏற்படுத்தியது. தெருவில் சிலர் இப்படியும் அப்படியுமாக நடந்துகொண்டிருந்தனர். யாரையும் கேட்க முடியாத இக்கட்டான நிலை. அவளுக்கு என்ன ஆனதோ எனத் தெரிந்துகொள்ளும் பொருட்டுத் திண்ணையை விட்டுக் கீழே இறங்கினான். அப்போது வாலி வீட்டு ராமனாதன் அந்தப் பக்கமாக இருந்து வந்து கொண்டிருந்தார். அவர் முகம் வெளுத்திருந்தது. அவருடைய பார்வை இவனை ஆழ ஊடுருவித் துளைத்தது. அவர் என்ன சொன்னாலும் சொல்லட்டும் என நினைத்துக்கொண்டு அவரிடம் கேட்டான்: "அம்மாக்கண்ணுக்கு என்னாச்சி, ஒரே சத்தமா இருக்குதே?''. அவர் கைகளை உயரே தூக்கிக் காட்டியபடி சொன்னார்: "போறதுக்குள்ள எல்லாம் முடிஞ்சிடுத்துபா. அவளுக்கு குடுத்து வச்சது அவ்ளோதான்'' என்று அவர் சொல்லச் சொல்ல அவனுக்கு உள்ளுக்குள் ஏதோ ஒன்று அறுபட்டு வீழ்வதை உணர்ந்தான். எல்லாவற்றுக்கும் தானே காரணம் என நினைக்க நினைக்க மண்டை வெடித்துவிடும் போல இருந்தது அவனுக்கு. வேதனையில் துடிக்கும் அவனைப் பார்க்க அவருக்கு சங்கடமாக இருந்தது. அவனை ஆறுதல் படுத்தும் விதமாக அவர் சொன்னார்: ''இந்த மாதிரி விஷயத்துக்கெல்லாம் சாவுதான்னு முடிவெடுத்தா ஊருல பாதி ஜனத்தொகை இருக்காதே'' என்று நிறுத்தி அவனை ஒருமுறைப் பார்த்துவிட்டுச் சொன்னார்: "இப்ப இருக்கிற நெலமயில நீ அங்க போக வேணாம். அவ புருஷங்காரன் வைக்கிறனா தீக்கிறனா பார்னு சத்தம் போட்டுக்கினு இருக்கான்". அவர் இப்படிச் சொன்னது அவனுக்கு மேலும் பயத்தை அதிகப்படுத்தியது. சூழல் மேலும்

மேலும் சிக்கலாகிக்கொண்டு வருவதை உணர்ந்தவன் மாரியம்மன் கோயில் தெருவழியாகக் கழனி நோக்கி நடந்தான். தெருமுனை டீக்கடையில் இருந்தவர்கள் அவனைப் பார்த்த விதம் அவனுக்கு மேலும் சங்கடத்தை ஏற்படுத்தியது. வேக வேகமாக நடந்து கிணற்று மேட்டை அடைந்தான். பம்ப் செட் அறைக்கு முன் புறம் நிழலுக்காகக் போடப்பட்டிருந்த கீற்றுக் கொட்டகையின் எரவானத்தில் வைத்திருந்த சாவியை எடுத்து பம்ப் செட் அறையைத் திறந்தான். உள்ளே சென்று வலதுபுற மாடத்தில் பருத்திக்கு அடிப்பதற்காக வைத்திருந்த பூச்சி மருந்தை எடுத்து முழுவதுமாகக் குடித்தான். மருந்தின் வாடை அவனுக்குக் குமட்டலை ஏற்படுத்த வயிற்றைக் கலக்கிக்கொண்டு வாந்தி வந்தது. மோட்டார் கொட்டகைக்கு வெளியில் வந்து எடுத்தான். அதன் பின்னரும் வாந்தி வருவதைப் போல உணர்ந்தவன் வெளியில் வந்து பருத்திச் செடியிலிருந்த இரண்டு மூன்று சிறிய பருத்திக் காய்களைக் பறித்து வாயில் போட்டு மென்று விழுங்கினான். குமட்டல் சற்று குறைந்திருந்தது. மீண்டும் உள்ளே சென்று மருந்து பாட்டிலை மூடி முன்பிருந்தது போலவே வைத்து விட்டு, பம்பு செட்டைப் போட்டான். கதவை ஒருக்களித்து சாத்திவிட்டு பனம்பாயை எடுத்துக் கீழே போட்டுப் படுத்துக் கொண்டான். அங்கு இந்நேரம் என்ன பிரச்சினை நடந்து கொண்டிருக்கிறதோ என்று எண்ணியவன் எப்படிப் பார்த்தாலும் இப்பிரச்சினைக்கு நாம் தான் காரணம். ஆக நாமே தான் முடித்து வைக்க வேண்டும் என்றும் மனத்திற்குள் சொல்லிக்கொண்டான். அருந்திய மருந்து மெல்ல அதன் பணியைத் தொடங்கியபோது அவனுக்கு மயக்கம் வருவதைப் போன்று உணர்ந்தான். கண்கள் செருக ஆரம்பித்தன.

சிறிது நேரத்திற்குப் பிறகு பருத்தி எடுக்க வேம்ப வீட்டு அகிலாண்டம் கூடையுடன் ஷண்முகத்தின் கழனிக்கு வந்து சேர்ந்தாள். கீழ்த்தளை ஓரமாக நடந்து வந்து மேல் தளையில் ஏறியவளுக்கு ஆச்சரியம். மடை மாற்றப் படாமல் தண்ணீர் ஒரு பாத்தியிலிருந்து வழிந்து வேறு பாத்திகளுக்கு ஓடிக்கொண்டிருப் பதைப் பார்த்தவள் சற்று நேரம் யோசித்தாள். மடை மாற்றாமல் யார் தண்ணீர் பாய்ச்சுகிறார்கள் என யோசித்தபடியே மோட்டார் கொட்டகையைப் பார்த்தாள். கதவு ஒருக்களித்துச் சாத்தியிருப்பதைக் கண்டவள் பம்பு செட்டைக் கிளப்ப விட்டுட்டு அங்கு யார் என்ன

செய்கிறார்கள் என யோசித்துக் கொண்டே மோட்டார் கொட்டகையை நோக்கி நடந்தாள். வெளியில் நின்று "உள்ள யாரு?" என்று கேட்டாள். எந்தப் பதிலும் வராததைக்கண்டு ஒருக்களித்திருந்த கதவைத் தள்ளினாள். அங்கே வாயில் நுரை தள்ளியபடி மயங்கிக் கிடந்த ஷண்முகத்தைப் பார்த்தவள் பயத்தால் ஓங்கிக் கத்தினாள்: "யாராவது ஓடிவாங்களேன். ஷண்முகத்துக்கு நொப்பும் நொரையும் தள்ளிக்கினு கெடக்கு''. அவன் படுத்து கிடந்த விதம் அவளுடைய பயத்தை மேலும் அதிகரித்தது. வெளியில் வந்து மீண்டும் சத்தம் போட்டுக் கூப்பிட்டாள். பக்கத்துக் கழனியில் வேலை செய்து கொண்டிருந்தவர்கள் சத்தத்தைக் கேட்டு ஓடி வந்தனர். முதலில் வந்த கோடியாமூட்டு அப்பர் ஷண்முகத்தைப் புரட்டிப் படுக்க வைத்து சுவாசத்தைச் சோதித்தார். அவனது வாயிலிருந்து பூச்சி மருந்தின் வாசனை வந்து கொண்டிருந்தது. சுவாசம் ஒரே சீராக வரவில்லை என்பதை உணர்ந்தவர் அவனது தொடையில் பலம் கொண்ட மட்டும் அழுந்தக் கிள்ளினார். அவன் உடலில் சிறு அசைவும் ஏற்படாததைக் கண்டு அவருக்கு உள்ளூர பயம் ஏற்பட்டது. அதற்குள் அக்கம் பக்கத்திலிருந்து பலரும் வந்து சேர்ந்தனர். அப்பர் பம்ப் செட் அறையைச் சுற்றும் முற்றும் பார்த்தார். மாடத்திலிருந்த பூச்சி மருந்து டப்பியைப் பார்த்தவர் எழுந்து அதை எடுத்துத் திறந்து பார்த்தார். அது காலியாக இருந்தது. அவர் கூட்டத்தைப் பார்த்துச் சொன்னார். "ஏம்பா யாராவது ரெண்டு பேர் வாங்க. மருந்து குடிச்சிருக்கிறான்னு நெனைக்கிறேன். கட்டில்ல தூக்கினுதான் போவணும்''. அவர் அவ்வாறு கூறியதும் அங்கிருந்தவர்களுக்கு உள்ளூர பயம் ஏற்பட்டது. மூன்று பேர் அவனைக் கட்டிலில் தூக்கிப் போட்டுக்கொண்டு வேக வேகமாக ஓடினர். கூட்டம் பின்னால் ஓடியது. வெயில் நின்று காய்ந்து கொண்டிருந்தது.

ஷண்முகம் மருந்து குடித்த விஷயம் ஊருக்குள் பரவியபோது அம்மாக்கண்ணுவின் சாவில் கூடியிருந்த கூட்டத்தில் சலசலப்பு ஏற்பட்டு, பின் இரு தரப்புப் பிரச்சினையாக மெல்ல மாறிக் கொண்டிருந்தது. அம்மாக்கண்ணுவின் கணவன் அழுதழுது சோர்ந்து போய் வேப்பமர நிழலில் போடப்பட்டிருந்த கயிற்றுக்கட்டிலில் உட்கார்ந்து கொண்டிருந்தான். ஊர் இரு பிரிவாகப் பிரிந்து அம்மாக்கண்ணுவின் சாவையும் ஷண்முகம் மருந்து குடித்ததையும் பேசிக்கொண்டது. விஷயமறிந்து ஷண்முகத்தின் மனைவியும்

அவனது தாயும் வாயிலும் வயிற்றிலும் அடித்துக்கொண்டு ஓடினர். அவர்கள் அவ்வாறு ஓடுவதைக் கண்ட ஷண்முகத்தின் குழந்தைகள் ஏதும் புரியாமல் அழுதுகொண்டே பின்னால் ஓடினர். இதைப் பார்த்துக் கொண்டிருந்த தெரு மக்களை ஒரு வித பதற்றம் தொற்றிக்கொண்டது.

ஷண்முகத்தை மேல்வாலை இருளப் பூசாரியிடம் கொண்டு சென்றனர். அவர் பரிசோதித்து விட்டு ஒரு சில மூலிகைகளை கல்லுரலில் நசுக்கி சாறு பிழிந்து அவனது வாயைத் திறக்கச் சொல்லி ஊற்றினார். பூசாரி யாரிடமும் எதுவும் பேசாமல் ஆழ்ந்த யோசனையில் இருந்தார். பின் அப்பரைப் பார்த்து, "வாழ மட்ட இருந்தா கொஞ்சம் கொண்டு வாங்க. இடிச்சு சாறு எடுத்துக் கொடுக்கணும்" என்று சொன்னார். வாழை மரங்கள் எங்கெங்கு இருக்கும் எனச் சற்று நேரம் யோசித்தவர் தன்னுடன் இன்னொருவரை அழைத்துக் கொண்டு வாசியம்மன் கோயில் பக்கத்தில் இருக்கும் மாந்தோப்புக்காரர் கழனி நோக்கிச் சென்றார். விஷயம் கேள்விப்பட்டு வாழைமட்டைச் சாறை இடித்துக்கொண்டு ஊரே திரண்டது. பூசாரி வாழைமட்டைச் சாற்றை உள்ளுக்குக் கொடுத்து, சிறிது நேரம் கழித்து மீண்டும் கொஞ்சம் பச்சிலைச் சாற்றைக் கொடுத்தார்.

ஷண்முகம் உடல்தேறி வெளியில் வர இரண்டு வாரகாலம் பிடித்தது. ஊரின் உருவம் முற்றாக மாறிவிட்டதைப்போன்று உணர்ந்தவன் கழனியை நோக்கி நடந்தான். இரண்டு வாரங்களுக்கு முன் நடந்தேறிய அனைத்துச் சம்பவங்களும் அவன் மனத்திரையில் ஒன்றன் பின் ஒன்றாகத் தோன்றி மறைந்தன. ஆசுவாசப்படுத்திக் கொள்ள நன்றாக மூச்சை இழுத்து விட்டான். அவனது உடலில் நடுக்கம் ஏற்பட்டு மெல்ல மனம் கலவரம் அடைந்தது. மோட்டார் கொட்டகைக்குச் செல்லும் எண்ணத்தைக் கைவிட்டு வளமோட்டுப் பாறை நோக்கி நடந்தான். வளமோட்டுப்பாறை பனை சூழப்பட்டிருந்தது. அங்கு ஏன் செல்கிறோம் என்று அவனால் உணரமுடியவில்லை. பாறைக்கும் மேற்கே பனை ஓலையால் ஒரு சிறு கொட்டகை போடப்பட்டிருந்தது. அதன் அருகே அமர்ந்து சிலர் மொந்தைகளில் இருந்த கள்ளை அருந்திக்கொண்டிருந்தனர். ஷண்முகமும் கொட்டகையின் அருகில் சென்று அமர்ந்தான். இவனைப் பார்த்த சிலர் முகம் திருப்பிக்கொண்டனர். அவன் எது குறித்தும் கவலைகொள்ளாமல் தனக்கும் இரண்டு மொந்தை கள்

வேண்டுமென்று கடைக்காரரிடம் கேட்டான். கடைக்காரருக்கு ஒன்றும் புரியாமல் அவனிடம் கேட்டார்: ''இன்னா ஷண்முகம் எப்பவும் இல்லாத புதுப் பழக்கம்?'' அவரின் கேள்வி அவனைச் சங்கடப்படுத்தியது. இருந்தும் அவன் சோர்ந்த குரலில் அவரிடம், "மனசு சங்கடமா இருக்குதுனா அதான்..." என இழுத்தான். அவனது நிலையை உணர்ந்தவர் வேறெதுவும் கேட்காமல் கள்ளை மொந்தையில் ஊற்றி, தொட்டுக் கொள்ள வறுத்த கருவாடைக் கொடுத்தார். மொந்தையை வாங்கி வாய் அருகே கொண்டு சென்றவன் முகத்தைச் சுழித்துப் பின் கண்களை மூடிக்கொண்டு மடக் மடக்கென குடித்தான். சிலர் அவனையே பார்த்துக்கொண்டிருந்தனர். கள்ளின் குமட்டலைப் போக்க அவன் இலையிலிருந்த கருவாட்டை வாயில் போட்டு மென்றான். பனைமரத்தில் ஏறி கள் இறக்குபவர்களையே ஆழ்ந்து பார்த்துக்கொண்டிருந்தவன் பின் அடுத்த மொந்தைக் கள்ளையும் மடக் மடக்கெனத் குடித்து கருவாட்டைத் தின்றான். லேசாகத் தலை சுற்றுவதைப் போல இருந்தது அவனுக்கு. காசைக் கொடுத்துவிட்டு தள்ளாட்டத்தோடு நடந்தவனை அங்கிருந்தவர்கள் பார்த்து வேடிக்கையாகச் சிரித்தனர்.

மறுநாளும் காலையிலேயே அவன் எழுந்து வளமோட்டுப் பாறை நோக்கி நடந்தான். முந்தின இரவு வீட்டில் நடந்த சண்டையைப் பற்றிய நினைவு அவனுக்கு வந்தது. சாப்பிட்டுவிட்டு எல்லோரும் படுத்து உறங்க ஆரம்பித்திருந்தனர். அதீத போதை அவனுக்கு உடற்பசியைத் தூண்டியது. திண்ணையில் இருந்து எழுந்தவன் நேராக அவன் மனைவி உறங்கும் சமையலறைக்குச் சென்றான். அவள் நன்றாக உறங்கிக்கொண்டிருந்தாள். அருகில் அமர்ந்து மெல்ல அவளைச் சீண்டினான். பதறியடித்து எழுந்தவள்,"என்ன வேணும்" என்றாள். ஒரு மாதிரி சிரித்துக்கொண்டே அவளை அவன் இறுக்கி அணைக்க, அவள், ''சீ விடு என்னை'' என அவனைப் பிடித்துத் தள்ளினாள். அவள் விளையாட்டிற்காகப் பிகு செய்கிறாள் என்றெண்ணி மீண்டும் அவளை அணைக்கக் கிட்டே சென்றான். தள்ளாடித் தள்ளாடி அவன் நெருங்குவது அவளுக்குக் கோபத்தை ஏற்படுத்தியது. "மரியாதயா தெருவுல போயிப் படு. கிட்ட வராத. அப்புறம் அசிங்கமாகிடும்" என அவள் சொல்லச் சொல்ல கோபம் பொத்துக் கொண்டு வந்தது அவனுக்கு. கோபம் அவனுக்கு வெறியை உண்டாக்கியது. அவன் ஆக்ரோஷத்தோடு அவளை இறுக்கி

அணைத்தான். அவள் அவனைக் காறித் துப்பிக்கொண்டே தன் வலுவையெல்லாம் திரட்டி அவனைக் காலால் எட்டி உதைத்தாள். அவன் நிலை தடுமாறிக் கீழே விழுந்தான். தன் ஆண்மை நசுக்கப் பட்டதாக உணர்ந்தவன் கோபம் கொப்பளிக்க அவளிடம்,''அப்ப என்னிது வேண்டாம்னா வேற எவன்து ஒனக்குக் கேட்குது?" எனக் கேட்டான். அதற்கு அவள் அவனிடம்,"ஒழுங்கு மரியாதையா பேசு. உன்ன மாதிரி நெனச்சிட்டயா என்னையும்" என்று கேட்டது மேலும் அவனைக் கோபமூட்ட அவன் ஆத்திரத்தோடு, ''எவங்கிட்ட காட்டணம்ணு தோணுதோ அவங்கிட்டயே போ. இனி ஒரு நிமிஷம் இங்க இருக்கக் கூடாது" எனச் சொல்லிக்கொண்டே அவளை அடிக்க கை ஓங்கிக்கொண்டு வந்தான். "இந்த அக்ரமத்தைக் கேக்க யாரும் இல்லயா'' எனக் கத்திக்கொண்டே அவள் அவனைப் பிடித்து தள்ளினாள். அவன் கதவில் மோதிக் கீழே சரிந்தான். அதற்குள் சத்தம் கேட்டு அவனுடைய அம்மா எழுந்து ஓடிவந்தாள். "சிவனே அர்த்த ராத்திரியிலுமா இப்படி யாராச்சும் சண்டை போடுவாங்க'' என மருமகளைப் பார்த்துக் கேட்டாள். பின் அவர்களுக்குள் சண்டை வலுத்தது. அக்கம் பக்கத்திலிருந்தவர்கள் வந்து அவர்களைச் சமாதானம் செய்து வைத்தனர். மறுநாள் விடியற்காலையிலேயே இனி இந்தக் குடிகாரனோடு வாழமுடியாது என்று அவன் மனைவி, குழந்தைகளை அழைத்துக்கொண்டு அவள் தாய் வீட்டிற்குச் சென்றாள். எப்படியும் இங்கு வந்துதானேயாக வேண்டும் என்று நினைத்து அவளைத் தடுக்கவில்லை அவன். நாள் முழுக்க அவன் வளமோட்டுப் பாறையிலேயே செலவழித்தான். போதை தலைக்கேறிய நிலையில் அவன் தேம்பித்தேம்பி அழுவதைப் பார்த்தவர்கள் அவன் நிலை கண்டு வருந்தினார்கள். அதீத போதை அவனுக்கு மேலும் தளர்ச்சியைக் கொடுத்தது. சவரம் செய்யாத முகமும் அழுக்கு படிந்த உடையும் அவனை ஒரு பைத்தியக் காரனைப்போல உருமாற்றியிருந்தது. பரிதாபப்பட்டு அவனுக்குச்சிலர் அறிவுரைகளைக் கூறினர். ஆனால் அதையெல்லாம் பொருட் படுத்தும் மனநிலையில் அவன் இல்லாமலிருந்தான். கொஞ்சநாளில் அவன் வளமோட்டுப் பாறையே கதியென்று கிடக்க ஆரம்பித்தான்.

சித்திரை மாத வாசியாத்தாள் கோவில் பொங்கல் இடும் திருவிழா அன்று காலையிலேயே எழுந்துவிட்ட ஷண்முகம் நீண்ட இடைவெளிக்குப் பிறகு தெருமுனையில் இருக்கும் தேநீர்க்

கடைக்குச் சென்று, ஒரு தேநீர் சொல்லிவிட்டு விசுப்பலகையில் அமர்ந்தான். எல்லோருடனும் பேசவேண்டும் என அவனது மனம் சலனப்பட்டது. ஆனால் சட்டென்று பேச முடியவில்லை. டீயைக் குடித்துவிட்டு மீண்டும் வீடுநோக்கி நடந்தான். தெருவில் நின்றுகொண்டு அம்மா யாருடனோ சண்டைப் போட்டுக் கொண்டிருப்பதைத் தொலைவில் இருந்தே பார்த்தவன் வேகமாக நடந்தான். அருகில் வந்தவுடன் தன் மாமியாருடன் தான் அம்மா சண்டையிடுகிறாள் என்பது அவனுக்குப் புரிந்தது. அவனுடைய குழந்தைகள் என்ன நடக்கிறதெனத் தெரியாமல் அழுது கொண்டிருந்தனர். எதற்காக அம்மா சண்டையிடுகிறாள் என்று அவனால் உணரமுடியவில்லை. அவர்களாகவே சொல்வார்கள் என்று சிறிது நேரம் காத்திருந்தான். அவர்கள் சண்டையை நிறுத்துவதாகத் தோன்றவில்லை. அதற்கு மேலும் பொறுக்க முடியாமல் அவன் அவர்களிடம் கேட்டான்: ''அப்படி என்னதாம்மா பிரச்சனை?'' . அவனுடைய இந்தக் கேள்விக்கு என்ன பதில் சொல்வதென்று தெரியாமல் அவள் விழித்தாள். ஆனால் அவனுடைய மாமியார் வாயிலிருந்து தீக்கங்குகள் போல வார்த்தைகள் வந்து விழுந்தன. “கிளிய வளத்து கொறங்குகிட்ட கொடுக்கற மாதிரி எம் பொண்ண உங்கிட்ட கொடுத்தேன். அவ வாழ்க்கைய நாசமாக்கிட்டயே நீ நல்ல கதிக்கு போவியா?” மாமியாரின் இந்தக் கேள்விக்கு அவனால் பதில் சொல்ல முடியவில்லை. அதற்குள் கூட்டம் கூடத்தொடங்கியிருந்தது. அவன், ''வாங்க எதா இருந்தாலும் உள்ள போயிப் பேசிக்கலாம்'' என்று மாமியாரிடம் சொன்னான். அதற்கு அவள், ''இங்கக் குந்தப்போட்டு ஒக்காந்து சாப்டவா வந்திருக்கேன், போடா பொட்டக் கம்னாட்டி பேச வந்துட்டான்'' எனச் சொல்ல அவனுடைய அம்மாவுக்குக் கோபம் பொத்துக்கொண்டு வந்தது. அவள் அவன் மாமியாரைப் பார்த்து, “யாரப் பாத்து பொட்டன்னு சொல்ற, செருப்பு அட்ட வுட்ரும் நாயே. உம்பொண்ணுக்கு அரிப்பெடுத்து எவன் கூடவோ ஓடனதுக்கு இவன் என்னாடி பண்ணுவான். ஆம்புளன்னா அப்படி இப்படினுதான் இருப்பாங்க. அந்த நாயில்ல வெந்தத தின்னுட்டு இங்கே கெடந்திருக்கணும். கொழந்தைங்கள வச்சிருக்க துப்பல்ல வந்துட்டா த்தூ'' என்று காறித்துப்பிவிட்டு, ''எங்கொழந்தைகளை எங்களுக்கு பாத்துக்கத் தெரியும், ஒழுங்கு மரியாதயா ஊடு போய்ச்சேரு'' என ஆத்திரத்தோடு சொன்னாள்.

அவன் வெளிப்பட்ட வார்த்தைகளைக் கேட்டு கூனிக் குறுகிப் போனான். அதற்கு மேல் அங்கு அவனால் நிற்க முடியவில்லை. தன் குழந்தைகளை அழைத்துக்கொண்டு வீட்டிற்குள் சென்றான். அப்போது அவன் மிகவும் வெறுமையாக உணர்ந்தான். வாய் விட்டு அழவேண்டும் போல இருந்தது அவனுக்கு. குழந்தைகளைப் பார்க்கப் பார்க்க அவனுக்கு அவள் மீதான ஆத்திரம் கூடியது. மேலும் அவர்களின் எதிர்காலம் தொடர்பாகவும் அவன் மனத்தில் புதிய வைராக்கியம் தோன்றி மறைந்தது. அவர்களையே பார்த்துக் கொண்டிருந்தவன் அவர்களை அமரச் செய்து சாப்பிட ஏதாவது இருக்கிறதாவெனப் பார்க்க அடுப்படி நோக்கி நடந்தான். தெருவில் சத்தம் அடங்கியிருந்தது. கூட்டம் கலைந்து சென்றபின் அவன் அம்மா உள்ளே வந்தாள். அவன் அவளிடம் எதுவும் பேசவில்லை. ஒரு புழுவைப்போல அவன் மனம் துடித்தது. தன் தாயை நிமிர்ந்து பார்க்கக்கூட முடியாமல் தெருத் திண்ணையில் வந்து அமைதியாகக் கண்களை மூடிப் படுத்தான். அவன் மனத்திரையில் தொடர்பற்ற பல காட்சிகள் தோன்றி மறைந்தன. தெருத் திண்ணையில் படுத்திருந்த ஷண்முகத்துக்குப் புழுக்கம் தாங்காமல் புரண்டு புரண்டு படுத்தான். அப்போதும் உறக்கம் பிடிக்கவில்லை. வெளியில் வெயில் தகித்துக் கொண்டிருந்தது. துண்டை உதறித் தோளில் போட்டுக் கொண்டு வளமோட்டுப் பாறை நோக்கி நடந்தான்.

அந்த வருடத் தொடக்கத்தில் குழந்தைகளைப் பள்ளியில் சேர்த்தான். அன்றும் வழக்கம் போல வெயில் கொளுத்தியது. அனல் காற்றே எங்கும் வியாபித்திருந்தது. ஒரு மரத்தில் கூட இலைகளின் அசைவைக் காணமுடியவில்லை. மனம் சந்தோஷமாக இருப்பது போல உணர்ந்தவன் குடிக்க நினைத்து வளமோட்டுப் பாறை நோக்கி நடந்தான். அவ்வளவாகக் குடிப்பதில்லை என்றாலும் முற்றாகக் குடியை அவன் விட்டுவிடவில்லை. எப்படியும் நிறுத்திவிட வேண்டும் என்று அவ்வப்போது நினைத்துக் கொள்வான். வெயிலின் உக்கிரத்தால் பனந்தோப்பில் கூட்டம் கொஞ்சம் கூடுதலாகவே இருந்தது. அவர்களைப் பார்த்தவுடன் ஷண்முகத்திற்கு மனம் பாரமாகத் தோன்றியது. வாழ்க்கையை அதன் போக்கில் அணுக நினைத்தது தவறோ என்றும் தான் இதுவரை சரியாக எதையும் அணுகவில்லையோ என்றும் மாறி மாறி யோசித்தான். வளமோட்டுப் பாறையேறி தெற்கு நோக்கிக் கீழாக இறங்கித்

தோப்புக்குள் நுழைந்ததும் அவன் முகத்தில் குளிர்ந்த காற்று படருவதை உணர்ந்தான். கள் சேந்தும் பானைகளுடன் சிலர் மரத்தில் ஏறிக்கொண்டிருந்தனர். இறக்கியவுடனே கள்ளைக் குடித்துவிட வேண்டும் எனும் ஆர்வத்தில் சிலர் மரத்தின் கீழே காத்துக் கொண்டிருந்தனர். இன்னும் சிலர் கொட்டகையின் அருகில் அமர்ந்து அங்கு விற்றுக்கொண்டிருந்த கள்ளை மொந்தைகளில் வாங்கி சாப்பிட்டுக்கொண்டிருந்தனர். நெருக்கடிகளில் இருந்து மீள, குடித்தே ஆகவேண்டும் என்று உணர்ந்தவன் கொட்டகையை நோக்கி நடந்தான். கடைக்காரரிடம் மூன்று மொந்தைக் கள்ளையும் தொட்டுக்கொள்வதற்காக அவித்த முட்டையையும் வாங்கிக் கொண்டு வடக்குப் புறமிருந்த ஒரு மரத்தடிக்குச் சென்றான். மிதியடிகளைக் கீழே கழற்றிப் போட்டு அதன்மீது அமர்ந்து மொந்தையில் இருந்த கள்ளை அப்படியே எடுத்து 'மடக் மடக்' எனப் பாதியளவு குடித்து மொந்தையைக் கீழே வைத்துவிட்டு முட்டையில் கொஞ்சம் எடுத்து வாயில் போட்டுக் கொண்டான். அப்போதும் அவன் மனத்திரையில் தொடர்பற்ற பல காட்சிகள் தோன்றி மறைவதை உணர்ந்தவன் மீதியிருந்த கள்ளை எடுத்து முழுவதுமாகக் குடித்தான். கண்களில் மெல்ல சிவப்பு ஏறத் தொடங்கியிருந்தது. லேசாகத் தலை சுற்றுவதுபோல உணர்ந்தவன் தொட்டுக் கொள்ள முட்டையை எடுக்கப் போகும்போது பின் பக்கம் சிலரின் பேச்சு சத்தம் கேட்கத் திரும்பிப் பார்த்தான். கொட்டாகாரமூட்டு சுப்ரமணி சிலருடன் நடந்து வந்துகொண்டிருந்தார். வெகுநாட்களுக்கு பிறகு அவரைப் பார்க்க நேர்ந்ததில் ஷண்முகத்தின் மனதில் பயமும் ஆத்திரமும் ஒரு சேரத் தோன்றியது. ஆனாலும் கண்டும் காணாதது மாதிரி தலையைத் திருப்பிக் கொண்டான். சுப்ரமணியும் அவனைக் காணாதது போலக் கடந்து சென்றார். சுப்ரமணியும் அவருடன் வந்தவர்களும் கொட்டகையின் அருகே சென்று அமர்ந்தனர். அதில் ஒருவர் மட்டும் எழுந்து சென்று கடைக்காரரிடம் மொத்தமாக ஒரு பானைக் கள்ளை வாங்கிவந்து ப்ளாஸ்டிக் ஜக்கில் ஊற்றி அனைவருக்கும் கொடுத்தார்.

சுப்ரமணியத்தின் வருகையும் வெயிலின் தாக்கமும் ஷண்முகத்தை இன்னும் அதிகமாகக் குடிக்கத் தூண்டியது. அவன் தள்ளாடியபடி கொட்டகை நோக்கி நடந்தான். அங்கு சுப்ரமணி தன் சகாக்களுடன் அரட்டை அடித்துக்கொண்டு கள்ளைக் குடித்துக்

கொண்டிருந்தது மேலும் ஷண்முகத்தை உஷ்ணப்படுத்தியது. அவரைப் பார்த்து அவன் காறித் துப்பினான். எச்சில் முகத்தில் பட்டுத் தெறித்த நொடியில் அவர் கோபத்தோடு எழுந்து, “பொண்டாட்டிய ஊர் மேயவுட்டுட்டு வந்து குடிக்கிற நாயி நீ, எம்மேல காறித்துப்புறயா'' என அசிங்கமாகத் திட்டிக்கொண்டே அவனை கீழே பிடித்துத் தள்ளினார். இவர்களின் சண்டையை விலக்க யாரும் முயற்சிக்காமல் கள்ளைக் குடிப்பதிலேயே ஆர்வமாக இருந்தனர். இன்னும் சிலர் போதையில் அவர்கள் சண்டையிட்டுக் கொள்வதைப் பரிகாசத்துடன் ரசித்துக்கொண்டிருந்தனர். அவர் பிடித்து தள்ளியதில் கொட்டகைப் பக்கமாக விழுந்தான். அவன் அந்தரங்கம் தாக்கப் பட்டதால் கோபம் கொப்பளித்தது. தன்னுடைய இந்த நிலைக்கு இவர்தான் காரணம் என்று நினைத்தான். இத்தனை நாட்கள் மனத்திற்குள் போட்டு அழுத்தி வைத்திருந்த இயலாமைகள் மொத்தமும் பெருங்கோபமாக உருமாறி அவர் மேல் குவிந்தது. கீழே விழுந்த ஷண்முகத்தை சட்டைசெய்யாமல் சுப்ரமணி அவர்களுடன் அமர்ந்து தள்ளாடியபடியே கள்ளைக் குடித்துக் கொண்டிருந்தார். அவர் மீதான கோபம் அதிகரித்துக்கொண்டே இருந்ததால் அவன் தன் பலத்தையெல்லாம் திரட்டி தள்ளாடித் தள்ளாடி எழுந்து கொட்டகையைப் பார்த்தான். எறவானத்தில் சாணை தீட்டப்பட்டு பளபளவென இருந்த பாளை சீவும் கொடுவாளைப் பார்த்தான். அடுத்த நொடி அவனுக்கு ஆக்ரோஷம் பொங்கியது. பெருங்கோபத்தோடு கொடுவாளை எடுத்துக்கொண்டு தள்ளாடி தள்ளாடி நடந்து சுப்ரமணியின் பின்புறமாகச் சென்று வலுகொண்ட மட்டும் ஓங்கி கழுத்தைப் பார்த்து வெட்டும்வரை யாரும் கவனிக்காமல் போதையின் பிடியில் உளறியபடி இருந்தனர். சுப்ரமணியின் கழுத்திலிருந்து ரத்தம் பீறிட அவர் அமர்ந்திருந்த வாக்கிலேயே தரை நோக்கிச் சரிந்தார். எல்லோர் மீதும் ரத்தம் பட்டுத் தெறித்தது. நடந்து முடிந்த பயங்கரத்தின் தீவிரம் புரிந்து அனைவரும் உறைந்தனர். தன்னிலிருந்த குரோதம் முழுவதுமாக வடிந்த வெறுமையில் ஷண்முகம் தேம்பித் தேம்பி அழுதான்.

தெருவில் நாய்கள் அதிக சத்தத்தோடு குரைத்துக்கொண்டு ஓடியபோது ஷண்முக முதலியாருக்குக் கடந்த கால நிகழ்வின் தொடர்பு அறுந்தது. அவையெல்லாம் நடந்து முடிந்து பல ஆண்டுகள் ஆயினும் இப்போதும் உடம்பு படபடப்பதை

உணர்ந்தவர் புரண்டு படுத்தார். இந்தமுறை யார் என்ன செய்தாலும் பட்டியைக் காப்பாற்ற முடியாதென அவரது உள்மனம் தொடர்ந்து அவருக்குக் கூறிக்கொண்டே இருந்தது. அந்தச் சிந்தனைகளில் இருந்து விடுபடமுடியாமல் தவித்தவர் மெல்ல எழுந்து ஒரு சுருட்டைப் பற்றவைத்து இழுத்தார். சிறிது நேரம் தெருவையே வெறித்துப் பார்த்தபடி அமர்ந்திருந்தவர் மீண்டும் கட்டிலில் படுத்துக் கொண்டார்.

ஊருக்குள்ளிருந்து வந்த பெரும் சத்தத்தைக் கேட்டு ஷண்முக முதலியாருக்கு லேசாக விழிப்பு வந்தது. சத்தம் மேலும் அதிகரிக்கவே தன்னுடைய கைத்தடியை எடுத்துக்கொண்டு சத்தம் கேட்கும் திசை நோக்கி நடந்தார். மணியக்காரர் தெருவில்தான் பெரும் கூச்சலும் சத்தமும் கேட்டது. பட்டிக்குதான் ஏதோ ஆபத்து என உணர்ந்தவர் இனம் புரியாத வலியால் துடித்தார். அதற்குமேல் அவரால் ஒரு அடிகூட எடுத்து வைக்க முடியவில்லை. பள்ளத்தெருவில் இருந்து திரும்பி மெல்ல மணியம் தெருவிற்குள் நுழைந்து பட்டித்தெருவைப் பார்த்தவருக்கு சர்வமும் ஒடுங்கிப் போனது. எந்திரங்களின் உதவியுடன் பட்டியை இடித்து வாரிக்கொண்டிருந்தனர் சிலர். நாட்டாரும் அகிலாண்டமும் அங்குமிங்குமாக ஓடிக் கொண்டிருந்தனர். என்ன செய்தும் அவர்களால் அதைத் தடுத்து நிறுத்த முடியவில்லை. அகிலாண்டம் ஆத்திரத்தில் ஒன்றியச் செயலாளரைப் பார்த்து, 'போங்கடா நீங்களும் ஒங்க கேடுகெட்ட அரசியலும்'' என்று கத்தினாள். அதை அவன் கேட்கமுடியாதபடி எந்திரத்தின் சத்தம் ஓங்கி ஒலித்தது. அடர்ந்த அவ்விரவிலும் இடிபாடுகளில் இருந்தெழும் புழுதி வானில் வெண்மேகமெனத் திரண்டது. மக்கள் இங்கும் அங்குமாக ஓடிக்கொண்டிருந்தனர். பாதுகாப்பிற்காக நிறைய காவலர்கள் நிறுத்தப்பட்டிருந்தனர். ஒன்றியச் செயலாளர் அங்கு நின்று கொண்டிருந்த காவல்துறை உதவி ஆய்வாளருடன் என்னவோ பேசிக்கொண்டிருந்தார். அதற்குள் விஷயம் பரவி கூட்டம் சேரத் தொடங்கியது. ஷண்முக முதலியாரால் ஒன்றும் பேச முடியவில்லை. அப்படியே குள்ளு வாத்தியார் வீட்டுத் திண்ணையில் அமர்ந்தவர் தனக்குள்ளாகவே சொல்லிக்கொண்டார்: ''பாவிங்களா வெள்ளக்காரன்கிட்ட இருந்துகூடக் காப்பாத்திட்டோம். உங்ககிட்ட இருந்து முடியலயேடா''. அவருக்கு மூச்சு வாங்கியது. சுருட்டை

எடுத்துப் பற்ற வைத்துக்கொண்டு மெல்ல நடந்தார். இடிபாடுகள் தொடர்ந்து நடந்துகொண்டிருந்தன.

    பட்டி இருந்த இடம் சமப்படுத்தப்பட்டுப் பட்டித்தெருவையும் மணியம்தெருவையும் இணைத்துச் சாலை போடப்பட்டது. பட்டி இருந்த இடத்தில் ஒரு சிறு பூங்கா ஏற்படுத்தப்பட்டு புதிய நகர் உதயமானது. நாளடைவில் பட்டித்தெரு எனும் பெயர் மெல்ல வழக்கொழிந்து அந்த ஒன்றியச் செயலாளர் சார்ந்த கட்சித்தலைவரின் பெயரால் அழைக்க அறிவுறுத்தப்பட்டது.

அட்சர ஆழி

- மனோஜ்

எப்படி விளங்கவைப்பது என்பதுதான் எனக்குள்ள பிரச்சினையே. எனக்கு நிகழ்பவை எல்லாம் அவர்களுக்கு விநோதமாகத் தோன்றுகிறது. கண்கள் மின்ன நான் சொல்வதை மிக நிதானமாகக் கேட்கிறார்கள். இதழ்க்கடையில் ஒரு புன்னகை நெளியும். கேலியின் நெளியல் அது. அதன்பின் ஒற்றைச் சொல்லில் அடக்கிவிடுகிறார்கள். 'மாத்திரை சாப்டியா?' குளிகைக் குப்பிகள் நிறைந்திருக்கின்றன. அவற்றை வெறுப்போடு பார்க்கிறேன். இதோ இவ்வளவு பெருத்த உடலோடு அசைவதற்கே மூச்சிரைக்கும் நிலையை உருவாக்கிவிட்ட குளிகைகள். எனக்கு மிகச்சிறிய வயதாக இருக்கும் போதுதான் அம்மாவை விட்டு அப்பா பிரிந்தார். அல்லது அவரை அம்மா போய்விடச் சொன்னார். இப்போது எனக்கு அப்பாவின் முகம் மங்கலாகக்கூட நினைவில் இல்லை. வீட்டில் புகைப்படங்கள் இல்லை. பார்க்க வேண்டும் என்ற ஆவலும் எனக்கில்லை. அரசின் கலால் பிரிவிலே உயர் அதிகாரியான அம்மாவுக்கு அடிப்படையில் தனித்திருப்பதுதான் பிடித்திருந்தது. தன்முனைப்புச் சிக்கலால்தான் அநேகமாக அப்பா பிரிந்து போயிருக்க வேண்டும். அம்மா இப்போது மிகவும் மகிழ்ச்சியுடன் இருக்கிறாள். தனிமை வாழ்வு. ஒரே பிரச்சினை என்றால் அது நானாகத்தானிருக்க வேண்டும் என்று தோன்றுகிறது. நான் விளங்கவைத்தும் அவள் புரிந்து கொள்ளவில்லை. நான் மூன்றாம் வகுப்புப் படித்துக்கொண்டிருக்கும்போது ஒருநாள் அம்மா என்னை சமுத்திரக்கரைக்குக் கூட்டிச் சென்றாள். அப்போதெல்லாம் நான் மெலிந்திருந்தேன். விட்டுவிட்டுப் படர்ந்திருந்த வெள்ளைத்தாடியும் அழுக்கு வேட்டியுமாக ஒருவர் என்னைக் கடந்து சென்றார். அம்மா என் கைபிடித்து கூட்டிச் சென்று கொண்டிருந்தாள். அவர் தலை திருப்பி என்னைப் பார்த்தார். நானும் அவரும் பார்த்துக் கொண்டது

தற்செயல் போல் ஒரே நேரத்தில் இருந்தது. அத்தனை சிநேகத்துடன் அவர் என்னைப் பார்த்துச் சிரித்தபடி தலை திருப்பாது நடந்து கொண்டிருந்தார். நான் சிரிக்கவில்லை. பிறகு அவர் கடல் பார்க்க நடக்கத் தொடங்கினார். அப்போதுதான் மணலிலே அவர் கால் தடத்தை முதல் தடவையாகப் பார்த்து அதிர்ந்தேன். சமுத்திரம் நோக்கி போய்க்கொண்டிருந்த அவரின் பாதச்சுவடுகள் எதிர்த்திசையில் இருந்தன. நான் அம்மாவின் கையை உதறி ஆச்சர்யத்துடன் அந்தப் பாதச்சுவட்டை பார்த்து நின்றேன். குழப்பத்தோடு வந்து நின்ற அம்மாவிடம் தடுமாற்றத்தோடு சொன்னேன். அவளுக்குப் புரியவில்லை. என் கழுத்தில் கைவைத்துப் பார்த்தாள். ஜுரம் போல் கொதித்தது. என்னைத் தூக்கிக் கொண்டு வீட்டுக்கு வந்துவிட்டாள்.

கந்தலும் அழுக்குமாய் திரியும் பக்தர்களுக்கும் சாமியார் களுக்கும் எப்போதும் என்னைப் பார்த்தால் பிடிக்கிறது. அம்மாவுடன் ஒருமுறை காரில் அமர்ந்திருக்கும்போது சாலை யோரத்தில் மனநிலைப் பிறழ்வுக்கு உள்ளானவன் போலவும் சாமியார் போலவும் இருந்த தாடிக்காரன் ஒருவன் என்னையே பார்த்துக் கொண்டிருந்தான். நானும் அவனையே விடாது பார்த்தேன். திடீரென அவன் மிகுந்த முகமலர்வுடன் சிக்னல் நிறுத்தத்தில் நின்றிருந்த பல்வேறு வாகனங்களை கடந்து சாடி, என்னை நோக்கி ஓடி வந்தான். ஜன்னல் வழியே கைவிட்டு என் தலையில் ஊசி கூர்வது போல் கைவைத்து இதுவரை நான் கேட்டறியாத ஒரு மொழியில் சில வார்த்தைகளை முணுமுணுத்தான். அருவருப்பில் நெளிந்தபடி அம்மா அவனை ஆங்கிலத்தில் வைது தீர்த்தாள். பிற்பாடு வீடு சென்றபின் தோட்ட முற்றத்தில் வைத்தே புருஷோத்தமனைக் கூட்டிவந்து ஹோஸ்பைப்பால் குளிப்பாட்டினாள். பின் வீட்டுக்குள் சென்று குளியலறையில் நல்ல சோப்புபோட்டு மற்றொரு முறையும் குளிக்க வைத்தாள்.

ஆங்கிலப்பாட வழியிலான எனது மூன்றாம் வகுப்புப் புத்தகங்கள் அனைத்திலும் எனக்கு அலாதி ஈடுபாடு இருந்தது. புத்தகங்களின் சித்திரங்கள் அசைகின்றன என ஒருமுறை அம்மாவிடம் கூறியபோது அவள் என்னை மருத்துவமனைக்கு அழைத்துச் சென்றாள். எனது நடவடிக்கை விநோதமாக இருப்பதாக புகார்கள் வந்ததால் படிப்பை நிறுத்தினார்கள். ஆறாம் வகுப்புக்கு

மேல் என்னால் பள்ளியில் தொடர முடியவில்லை. நான் வேண்டாமென்று கதறியும் நகரின் பிரதான மனநல நிபுணர்கள் எல்லோரிடமும் அம்மா அழைத்துச் சென்றாள்.

பல ஆண்டுகளாக அவர்களைப் பார்த்துப் பார்த்து எனக்கு அலுத்து விட்டது. என்ன சொல்வார்கள், எப்படிக் கேள்விகள் கேட்பார்கள், என்ன மருந்து கொடுப்பார்கள் என்பதெல்லாம் எனக்குத் தெள்ளத் தெளிவாகத் தெரியும். ஒருமுறை டாக்டர் ஜெயராமன் என்னைச் சோதித்து, பிரிஸ்கிரிப்ஷனில் அவர் எழுதப் போகும்போது, அந்த குளிகைகள் என்னவாக இருக்கும் என்று நான் அடுக்கியதைப் பார்த்து, விக்கித்துப் போயிருக்கிறார். பல மருத்துவர்களைப் பார்த்து, கடைசியில் தீர்த்தகிரியிடம் திருப்தியாகி அம்மா நிறுத்தியிருக்கிறாள். ஒன்றும் பயப்பட வேண்டாம். இது மனச்சோர்வின் ஒருவகைதான் என்று கூறி அது தொடர்பான நீளமான சில ஆங்கிலப் பெயர்களை அம்மாவிடம் சொல்லிக் கொண்டிருந்தார். அவரைப் பார்க்க எனக்குப் பரிதாபமாக இருந்தது. இருக்கை மாறி உட்கார்ந்திருக்கிறோம். தீர்த்தகிரி அப்படித்தான் இருந்தார். பெரும் மனப்பிறழ்வு அவருக்கு இருக்கிறது. அவர் செய்த ஒரு காரியத்துக் காக அவரை மன்னித்துப் பொறுத்துக் கொண்டேன். பையனுக்கு எதில் ஆசையோ அதில் ஈடுபடுத்தி விடுங்கள். புத்தகம் படிப்பதில் அவனுக்கு நிறைய ஆர்வம் இருக்கிறது. அதில் விட்டுவிடுங்கள். பள்ளிக்கு அனுப்ப வேண்டாம். வீட்டில் ஆசிரியரை அமர்த்திக் கொள்ளுங்கள் என்று அம்மாவுக்கு அறிவுரை கொடுத்தார். நல்லவர். பிறகு பல குணாதிசயங்கள் கொண்ட ஆசிரியர்கள் வீட்டிற்கு வந்து போனார்கள். பதினொன்றாம் வகுப்பு வரை ஆசிரியர் வரவு இருந்தது. பிறகு வேண்டாம் என்று அம்மாவிடம் சொல்லிவிட்டேன். மனச்சோர்வு நீக்கி உள்ளிட்ட இன்னபிற குளிகைகளால் என் உடல் பக்கவாட்டில் அகன்று பருத்து விட்டது. வீடு விட்டு வேறெங்கும் நான் செல்வதில்லை. புத்தகம் புத்தகம் புத்தகமாகவே ஏறிக் கிடக்கலானேன். வாசிப்பின் வழி பல்வேறு துறைசார் விஷயங்களைத் தேடித்தேடிப் போனேன். நூல்கள் மாத்திரம் அல்லாது கணினியிலும் பதிவிறக்கம் செய்து வாசித்தேன். எனக்காக மிகப்பெரிய படிப்பறை தயாரானது. சொல்கிற நூல்களை எல்லாம் அம்மா வாங்கிக் குவித்து வந்தாள். வீட்டிற்கு வரும் அவளது நண்பர்கள் எனக்கு புத்தகம் பரிசளிப்பதை வாடிக்கையாகக் கொண்டிருந்தார்கள். மிகச் சிறந்த

நூலகம் என் படிப்பறையில் இருந்தது. என் படிப்பறைதான் எனக்கு சகலமும். உண்பது உறங்குவது எல்லாம் அங்குதான். அது என் உலகம். தனி உலகம். வீட்டிலிருந்து நான் துண்டாடப்பட்டுத் தனியே அவ்வுலகத்தில் கிடந்தேன். அந்தப் பெரும் பங்களாவில் அம்மாவும் நானும் ஒரு காவலாளியும் தோட்டக்காரனும் சமையலாளும்தான். அவர்கள் வீட்டுக்குள் வந்ததில்லை. வீட்டுக்குள்ளும் நான் துண்டாடப்பட்டு என் படிப்பறையோடு மட்டும் சம்பந்தப் பட்டவனாயிருந்தேன். அம்மாவுக்கு நான் அப்படி இருந்தது சற்று வசதியாகத் தான் இருந்தது. நண்பர்கள் சிலருடன் அவள் கொண்டிருந்த நிழல் நடவடிக்கைகள் எனக்குத் தெரியாது என அவள் நம்பியிருந்தாள். அதனால் உறுத்தலற்று இருந்தாள்.

என் வாசிப்புமுறை வித்தியாசமானதாக இருந்தது. குதிரையின் சடுதியில் அட்சரங்களுக்குள் விரைந்து முன்னேறும் போக்கு எனக்கு இல்லை. மிக நிதானமாக வாசிப்பேன். நூல் என்னை ஈர்த்து அமிழத் தொடங்கிவிட்டால் அதில் தோய்ந்து விடுவேன். சலனச் சித்திரமாய் அட்சரக் கோர்வைகள் எனக்கு முன்னே தோற்றம் பெறும். என்னைச் சுற்றி ஓர் அரூபப் படலம் உருவாகி, புறவுலகைத் திரையிட்டு விடும். அது தொடர்பாய், பல விநோதங்கள் நடந்து வீடு அச்சங் கொண்டிருக்கிறது. சிலருக்கு வேலை போயிருக்கிறது. தொடர்ச் சியாய் நான் பல மாதங்கள் வலுக்கட்டாயமாக மருத்துவமனையில் அடைக்கப்பட்டிருக்கிறேன். நான் கூறிய எதையும் அவர்கள் உண்மை என்று கடைசி வரை நம்பவில்லை என்பதே எனக்கு தாளாத வலியாக இருந்தது. என் வாசிப்பு வழக்கத்தை ஒட்டி அதை இரு பிரிவாக நான் பகுத்து வைத்திருக்கிறேன். அதற்கு பெயரும் இட்டிருக்கிறேன். என்னுள் மாற்றத்தைக் கொண்டு வராமல் இருப்பது மேம்போக்கு வகை. சொற் கடலுக்குள்ளே உழன்று மூச்சுத் திணற வைப்பவை ஐக்கிய சரணாகதி வகை. ஏழாம் வகுப்பு பிராயம் இருக்கும் போதுதான் ஐக்கிய சரணாகதியின் பேரனுபவத்தைப் பெற்றேன். அதுவும் விவிலியம் வழியாக.

யுனைடெட் பைபிள் சொசைட்டீஸும் செக்ரட்ரியேட் பார் கிறிஸ்டியன் யூனிட்டியும் இணைந்து, ஆயிரத்து தொள்ளாயிரத்து அறுபத்தெட்டிலே பொது மொழிபெயர்ப்பு செய்யும் கோட்பாட்டை வெளியிட்டதின் அடிப்படையில் ரோமனியக் கத்தோலிக்கத் திருச்சபை சார்பில் தமிழ்நாடு விவிலிய இணைக் குழுவினரும்

ஏனைய திருச்சபைகளின் சார்பில் விவிலியச் சங்கங்களின் பிரதிநிதிகளும் பல்வேறு திருச்சபை மரபுகளைச் சேர்ந்த தமிழ், எபிரேய, கிரேக்க மொழிகளில் பாண்டித்யம் பெற்ற மொழிபெயர்ப் பாளர்களும் பங்கேற்று உருவாக்கிய திருவிவிலிய பொது மொழிபெயர்ப்பு நூல் என் கைக்குக் கிடைத்தபோது நான் அளவிலா ஆனந்தம் அடைந்தவனாயிருந்தேன். தூய ஆவியின் ஆற்றலோடும் மிகுந்த உழைப்போடும் இறைவேண்டலோடும் முப்பத்தைந்து இறைத்தொண்டர்கள் செய்த இம்மொழிபெயர்ப்பு நூலுக்கு என் ஆவியை அர்ப்பணம் செய்தாலும் தகும். சிலிர்ப்பேற்படுத்தும் அதன் கவித்துவ அழகு என் ஊணுறக்கத்தை மறக்கடித்தது.

கடவுள் உலகைப் படைக்கும் ஆரம்பத் தொடக்கத்தில் இருந்த கவியழகு என்னை ஆணியடித்து நிறுத்தியது. மண்ணுலகு உருவற்று வெறுமையாக இருந்தது. ஆழத்தின்மீது இருள் பரவியிருந்தது. நீர்த் திரளின்மேல் கடவுளின் ஆவி அசைந்தாடிக் கொண்டிருந்தது . . நான் விவிலிய மொழிக்கடலின் ஆழங்காணாப் பிரதேசங்களுக்குள் சஞ்சரித்துக் கொண்டிருந்தேன். மண்ணுலகில் வெள்ளப்பெருக்கு ஏற்பட்டபோது, நோவா தம் புதல்வர், மனைவி, புதல்வரின் மனைவியர் ஆகியோருடன் பேழைக்குள் சென்றார். தக்க விலங்குகள், தகாத விலங்குகள், பறவைகள், நிலத்தில் ஊர்வன அனைத்தும் சோடிசோடியாக, ஆணும் பெண்ணுமாக, நோவாவுடன் கடவுள் அவருக்குக் கட்டளையிட்டபடி பேழைக்குள் சென்றன. ஏழு நாட்களுக்குப்பின் மண்ணுலகில் வெள்ளப்பெருக்கு ஏற்பட்டது. பேராழத்தின் ஊற்றுகள் எல்லாம் பீறிட்டெழுந்தன. வானங்களின் மதகுகள் திறக்கப்பட்டன. நான் படித்துக் கொண்டிருந்தது ஆழ்நிசப்தமான பின்னிரவு வேளை. புறச்சூழல் துண்டாகி, எனைச் சுற்றி மென்படலம் சூழ்வதை உணர்ந்தேன். அட்சரக் கோர்வைகளின் வழியே காட்சிகள் விரிந்தன. பேழைக்குள்ளேயான மெல்லிய வெப்பத்தையும் வெளியே நிகழ்ந்த ஆழியின் பேரலை பிரமிப்பையும் ஒருசேர என்னால் உணர முடிந்தது. நாற்பது நாள் முடிவுக்குப் பின்னே சாளரம் திறந்து நோவா வெளியே விட்ட காகத்தின் சிறகடிப்பின் ஒலி என் காதுகளில் கேட்டது. நிலப்பரப்பில் இருந்து வெள்ளம் வடிந்துவிட்டதா என்று பார்க்க அவன் அனுப்பிய புறா மாலையில் தன் அலகில் ஆலிவ் இலையைக் கொத்தித் திரும்பும் அழகிய காட்சி அத்தனை துல்லியமாய் என் கண்ணுக்குத் தெரிந்தது.

உடலனைத்தும் பரவசம் கொண்ட நிலையில் நான் வாசிப்பை நிறுத்தினேன். என்னைச் சூழ்ந்திருந்த படலம் மெதுவாக இளகிக் கலைந்து புறச்சூழலின் தன்மை உணர்த்தியது. பிளாஸ்கின் அடியில் மெதுவெப்பத்தில் இருந்த காபியைக் கோப்பையில் ஊற்றிக் குடித்து ஆசுவாசப்படுத்தினேன். பிறகு துவக்கப் பக்கம் திருப்ப மறுபடி வாசிப்பில் விழ ஆரம்பித்தேன்.

இவ்வாறு கடலின் பெரும் பாம்புகளையும் திரள்திரளாக நீரில் நீந்தி வாழும் உயிரினங்களையும் இறக்கையுள்ள எல்லாவிதப் பறவைகளையும் அவ்வவற்றின் இனத்தின்படி கடவுள் படைத்தார். கடவுள் அது நல்லது என்று கண்டார். விண்ணுலகும் மண்ணுலகும் அவற்றில் உள்ள அமைப்புகள் அனைத்தும் உருவாக்கப்பெற்று நிறைவெய்தியதை உணர்த்தும் கவிநகர்வுகளைப் படித்துக்கொண்டே வருகையில் என் காலடியில் இளகிக் கிடந்த அப்படலம் மறுபடி உருப்பெற்று என்னைச் சூழ ஆரம்பித்தது. ஏதேன் தோட்ட நிர்மாணம் கடந்திருந்தது. அதன் அபார வர்ணிப்புகள் என்னைச் சுருட்டி இழுத்துக் கொண்டிருந்தது. ஆண்டவராகிய கடவுள் மண்ணுலகத்தையும் விண்ணுலகத்தையும் உருவாக்கிய பொழுது, மண்ணுலகில் நிலவெளியின் எவ்விதப் புதரும் தோன்றியிருக்கவில்லை. ஏனெனில் ஆண்டவராகிய கடவுள் மண்ணுலகத்தின்மேல் இன்னும் மழை பெய்விக்கவில்லை. மண்ணைப் பண்படுத்த மானிடர் எவரும் இருக்கவில்லை. ஆனால் நிலத்திலிருந்து மூடுபனி எழும்பி நிலம் முழுவதையும் நனைத்தது. அப்பொழுது ஆண்டவராகிய கடவுள் நிலத்தின் மண்ணால் மனிதனை உருவாக்கி, அவன் நாசிகளில் உயிர் மூச்சை ஊத, மனிதன் உயிர் உள்ளவன் ஆனான். ஆண்டவராகிய கடவுள் கிழக்கே இருந்த ஏதேனில் ஒரு தோட்டம் அமைத்துத் தாம் உருவாக்கிய மனிதனை அங்கே வைத்தார். ஆண்டவராகிய கடவுள் கண்ணுக்கு அழகானதும் உண்பதற்குச் சுவையானதுமான எல்லா வகை மரங்களையும் மண்ணிலிருந்து வளரச் செய்தார். ஏதேன் தோட்டம் என் மனச்சித்திரம் கடந்து வெடித்து வெளியே வந்து பெரும் காட்சியாக நிறைந்து நின்றது.

தோட்டத்திற்குள் நீர் பாய்வதற்காக ஏதேனிலிருந்து ஆறு ஒன்று ஓடிக் கொண்டிருந்தது. அது அங்கிருந்து பிரிந்து நான்கு சிறப்புமிகு ஆறுகள் ஆயிற்று. எனக்கு உடல் சில்லிட்டது. பூவுலகின் முதல் ஆறு. பொங்கிப் பிரவகித்து ஓடிவருகிறது. என் படலத்தினுள்ளே நீர்ச்

சலசலப்பை அறிய முடிந்தது. நான்கு சிறப்புமிகு ஆறுகள். முதலாவதன் பெயர் பீசோன். இது சுவீடன் நாடு முழுவதும் வளைந்து ஓடுகின்றது. அங்கே பொன் விளையும். அந்நாட்டுப் பொன் பசும்பொன். அங்கே நறுமணப் பொருள்களும் வண்ண மணிக்கற்களும் உண்டு. இரண்டாவது ஆற்றின் பெயர் கீகோன். இது எத்தியோப்பியா நாடு முழுவதும் வளைந்து ஓடுகின்றது. மூன்றாவது ஆற்றின் பெயர் திக்ரீஸ். இது அசீரியாவுக்குக் கிழக்கே ஓடுகின்றது. நான்காவது ஆறு யூப்பரத்தீசு. இப்போது படலத்தின் உள்ளிருந்த நீர்ச் சலசலப்பு வெடித்து பிரவாகப் பெருக்கின் பேரோசை கேட்டது. நான் படிப்பு மேசை விட்டு துள்ளி எழுந்தேன். அற்புதமாய் வெள்ளிச் சரிகையாய் வளைந்து ஓடும் நதி. பீசோனா, கீகோனா, திக்ரீசுவா, யூப்பரத்தீசுவா தெரியவில்லை. நதி. பூமியின் முதல் நதி. அதன் கரையிலே நின்றிருக்கிறேன். அரவமற்ற அத்துவான வெளி. நான் முதல் நதியிலே கால் வைக்கிறேன். பாதரச பெருக்கைப் போல, நீர் காலில் ஒட்டாது வழுக்கி ஓடுகிறது. இரு கை குவித்து நதி நீரை அள்ளுகிறேன். தூய்மையும் குளிர்மையும் பிறப்பிலிருந்து இதுவரை அறிந்திராத கந்தமும் ருசியும் கொண்டதாக நதி நீர் இருந்தது. அள்ளி அள்ளிப் பருகியும் என் வேட்கை தீரவில்லை. விடாது அள்ளிப் பருகிக் கொண்டிருந்தேன். குடித்துக்குடித்தே அம் முதல்நதியை வற்றச் செய்துவிட வேண்டும் என்பது போன்ற தீவிரத்துடனும் வெறியுடனும் அள்ளிக் குடித்துக் கொண்டிருந்தேன். என் அறையிலே மூர்ச்சையான நிலையில் தரையில் நான் வீழ்ந்து கிடந்ததாகவும் கட்டில் காலின் முதல் குமிழ் அளவுக்கு அங்கு நீர் நிறைந்து நின்றதாகவும் அறை ஓரங்களில் வண்ணக் கற்கள் சில கிடந்ததாகவும் பிற்பாடு மருத்துவமனையிலே கிடத்தியிருந்தபோது அறிந்து கொண்டேன். மூர்ச்சையுற்றுக் கிடந்த அந்த அகால வேளையில் அம்மா, அவள் அலுவலகச் சிப்பந்திகள் இருவரை உதவிக்காக அழைத்திருந்தாள். நான் ‘முதல் நதி முதல் நதி’ என்று சொல்லிக் கொண்டிருந்ததைக்’ கேட்கச் சகிக்காதவளாக அம்மா முதல் முறையாக என் முகத்தில் அறைந்து ‘ உளர்றத நிறுத்து’ என்றாள். குளிகைகளை எடுத்து வந்து வாயில் திணித்தாள். பின் அவள் குலுங்கிக்குலுங்கி அழுதாள். சிப்பந்திகள் தர்மசங்கடமாக அவளைத் தேற்றினர். பின்னர் என் பெரிய உடலை சிரமப்பட்டுத் தூக்கிக் காரில் ஏற்றினர். அடுக்களைக் குழாயை மூடாமல் சிங்க்கில்

நீர் நிறைத்து அசிரத்தையாக இருந்ததாகக் கூறி சமையல்காரனை அந்த நள்ளிரவிலேயே வேலையை விட்டு நீக்கியிருந்தாள் அம்மா. இத் தகவலைக் கூறியவன் காவலாளி. விடிந்ததும் வீடு வந்து, அப்படி நடப்பதற்கு எந்தச் சாத்தியமுமே இல்லை என்று கெஞ்சிக் கூத்தாடியும் சமையலாளுக்கு திரும்பவும் வேலை கிடைக்கவில்லை.

இதன்பின் ஓர் அனர்த்தம் கொலம்பஸை முன்வைத்து நிகழ்ந்தது. ஆயிரத்து ஐநூற்றி நாற்பத்தி இரண்டிலே கத்தோலிக்க சமயத்தின் டொமினிகன் சபையைச் சேர்ந்த பார்த்தலோமியோ டி லா காஸாஸ் என்ற கிறிஸ்தவப் பாதிரியார் எழுதிய பிரீப் அக்கவுண்ட் ஆப் தி டிவேஸ்டேஷன் ஆப் தி இண்டீஸ் என்ற நூலை அடியொற்றி எழுதப்பட்ட நீண்ட கட்டுரை ஒன்றை அப்போது படித்துக் கொண்டிருந்தேன். அதன் தொடக்க நடையைக் கண்டதும் மேம்போக்கு வகை என்ற தீர்மானமே எனக்கு இருந்தது. ஆனால் கட்டுரைக்குள் செல்லச் செல்ல அது ஐக்கிய சரணாகதி வகை என்று தெரிந்துவிட்டது. அமிழத் தொடங்கிவிட்டேன். உள்ளுணர்வில் அச்சம் தொற்றியது. சிக்கிவிட்டோம், படலம் உருவாகி விடக்கூடாது என்ற ஆழ்மன எண்ண அலைகளை ஒதுக்கி ஒதுக்கி ஓரமாக்கி நூலுக்குள் இருந்து சித்திரங்கள் உருவாகிக் கொண்டிருந்தன. நிழல் மரத்து வந்தது. நில மணம் அறிய முடிந்தது. சிற்சில வேளைகளில் ஒலி கேட்பையும் உணர முடிந்தது.

சரித்திர வாசிப்புகளின் வழியாக சாகசவீரன், அமெரிக்காவைக் கண்டறிந்த மாபெரும் கண்டுபிடிப்பாளன் என்று அறியப்பட்டிருந்த கொலம்பஸின் ஈவிரக்கமற்ற கொடூர முகத்தைக் காட்டுவதாக அது இருந்தது. கொலம்பசும் பிற ஸ்பானியர்களும் செவ்விந்தியர்களுக்கு இழைத்த கற்பனைக்கு எட்டாத கொடுமைகளைப் பதிவுசெய்த ஆவணம் அது. ஸ்பானியர்களின் வெறியாட்டத்தின் உச்சத்தை உணர்த்தும் வகையில் ஒரு சம்பவம் சொல்லப்படுகிறது. செவ்விந்தியத் தலைவன் ஹாடுவே, கம்பத்தில் கட்டி வைக்கப் பட்டிருக்கிறான். அவனை நெருப்பிலிட்டு எரிக்க உள்ளனர். அப்போது அவனிடம் பிரான்சிஸ்கன் சபையைச் சேர்ந்த ஒரு பாதிரியார் வருகிறார். வாழ்வின் கடைசி நேரத்தில் கிறிஸ்தவத்துக்கு மதம் மாற்றுவதற்கு, அவனை இணங்க வைக்கும் முயற்சியில் அவர் இறங்குகிறார். கிறிஸ்தவம் தழுவினால் அவன் ஆன்மா காப்பாற்றப் பட்டு, விண்ணுலகத்துக்குச் செல்லலாம். நரகத்தின் சொல்லவொணா

வேதனைகளில் இருந்து தப்பிவிடலாம் என்கிறார் பாதிரியார். எந்தச் சலனமும் இல்லாமல் இதைக் கேட்டுக் கொண்டிருக்கிறான் ஹாடுவே. பிறகு பாதிரியாரிடம் கேட்கிறான்.''நீங்கள் சொல்கிற அந்த விண்ணுலகிலே ஸ்பானியர்கள் யாரேனும் இருக்கிறார்களா?'' பாதிரி, "இருக்கிறார்கள்" என்கிறார். இதைக் கேட்டதும் ஹாடுவே சொன்ன பதில் : "அப்படியானால் என்னை நரகத்துக்கே அனுப்பி விடுங்கள்"

புதிய உலகைக் கண்டுபிடிப்பதுதான் கொலம்பஸின் நோக்கம் என்பதே மாபெரும் அபத்தக் களஞ்சியம். புதிய உலகம் என்று ஒன்றை யாரும் கண்டுபிடிக்க வேண்டியதில்லை. அங்கே பல்வேறு இனக்குழு மக்கள் பல்லாயிரக்கணக்கான ஆண்டுகளாக வாழ்ந்து வந்தனர். பதினைந்தாம் நூற்றாண்டு ஐரோப்பாவின் கற்பனைக்கே எட்டாத அஸ்டெக், மாயா, இன்கா நாகரிகங்கள் அங்கு இருந்தன. ஆயிரக்கணக்கான ஆண்டுகளுக்கு முன்பே அமெரிக்கக் கண்டத்தைப் பண்டைய எகிப்தியர்களும் லிபியன்களும் நூபியன்களும் ஆப்ரிக்கர்களும் ஆப்ரிக்க அரேபிய வர்த்தகர்களும் கண்டுபிடித்து வைத்திருந்தனர். கொலம்பஸின் லட்சியம் புதிய உலகம் அல்ல. வெறியூட்டும் தங்கம். அட்லாண்டிக் பெருங்கடலின் மறுகரையில் மண்டிக் கிடக்கும் தங்கத்தையும் வாசனாதி திரவியங்களையும் அள்ளிக் கொண்டு வருவதற்கே அவனது நெடிய பயணம் ஆரம்பமாகிறது. கம்யூன்களில் வாழ்ந்த குவானாஹானித் தீவுகளின் அரவாக்குகளைத் தங்க வேட்டைக்காகச் சிறைப்பிடிக்கிறான். கப்பலோட்டிகளின் காமப்பசி வடிவதற்கு செவ்விந்தியப் பெண்கள் வன்கலவிக்கு உள்ளாக்கப்படுகிறார்கள். புதிய புதிய கண்திறப் புகளைக் கொடுத்துக்கொண்டே கட்டுரை நீண்டுகொண்டே சென்றது. மாடியில் அம்மாவின் அறையில் விளக்கணையும் சப்தம் கூட, பிரக்ஞையில் எட்டாது அட்சரங்களுக்குள் அமிழ்ந்து கொண்டிருந்தேன். கடல் வெப்பமும் அலை ஆர்ப்பரிப்புமாக ஒரு வெதுவெதுப்புப் படலம் என்னைச் சூழ்ந்து இறுக்கியது.

ஸ்பெயின் தேச நிர்மாணம் குறித்த கட்டம். எண்ணூறு ஆண்டு கால மூர்களின் ஆட்சி வீழ்கிறது. அவர்கள் ஆண்ட அல்அண்டலாஸ் என்ற நாட்டின் தலைநகரம் க்ரெனடா. கிறிஸ்தவப் படைகள் அதைக் கைப்பற்றுகிறது. பேரழிவு. முப்பது லட்சம் மூர்களும் மூன்று லட்சம் யூதர்களும் வெளியேற்றப்படுகின்றனர். பல்லாயிரக்கணக்கான யூதர்கள் பலவந்தமாக கத்தோலிக்கர்களாக்கப்படுகின்றனர்.

அல்அண்டலாஸ் பிற்பாடு ஆரகான், காஸ்டில் ஆகிய பகுதிகளோடு இணைக்கப்பட்டு ஸ்பெயின் தேசம் உருவாகிறது. நாகரிகமும் பண்பாடும் தழைத்த அல் அண்டலாஸிலே கிரேக்க அரேபிய நாகரிகங்களும் அறிவியலும் போற்றிப் பாதுகாக்கப்பட்டு வந்தன. கிறிஸ்தவப் படை அந்நாட்டைக் கைப்பற்றியவுடன் பல நூற்றாண்டுகளாக அங்கு திரட்டி வைக்கப்பட்டிருந்த பல்லாயிரக் கணக்கான விஞ்ஞான, கணித, வானியல் சாஸ்திர, இலக்கிய நூல்கள் தீயிடப்பட்டன. மனம் தூண்டப்பட்டு என் உடல் அதிர்ந்தது. பெரும் பரப்பிலே குவித்து வைக்கப்பட்டு நூல்கள் சடசடவென எரிந்து தீரும் காட்சி விரிந்தது. சாஸ்திரங்கள் தின்று கொழுத்து சுடர்விட்டு ஆடி நெளியும் பெரு நெருப்பின் வெம்மை என்னைச் சூழ்ந்தது. அதன் மணம் நாசிக்கேறியது. எனது இடதுகை ரோமங்கள் எரிந்து கருகின. மாடியில் அவசரமாய் விளக்கெரிவதும் அம்மாவின் அலறலும் அடியாழத்தில் கேட்பது போலிருந்தது. காவலாளியும் அவுட்ஹவுஸிலிருந்த சமையல்காரனும் ஓடிவந்து என்னை இழுத்துப் போட்டனர். என் படிப்பறையின் திரைச்சீலை பற்றி எரிந்து கொண்டிருந்தது. புத்தக அலமாரியின் மேலிரண்டு அடுக்குகள் தீக்கிரையாகியிருந்தன. காவலாளி அலமாரியின் புத்தகங்களை இழுத்துப்போட்டு அதை அணைத்து முடித்திருந்தான். அம்மா பயமும் பதற்றமுமாக ஆங்கிலத்தில் அவர்களைக் கத்திக் கொண்டிருந்தாள். அவள் நிலைதடுமாறிப் போயிருப்பது புரிந்தது. சமையல்காரன் தீப்பற்றியதன் காரணம் அறியாது அவன் மனத்தில் உதித்த ஒவ்வொன்றாய் அம்மாவிடம் சொல்லிக் கொண்டிருந்தான். நான் அது கிறிஸ்தவப் படைகள் எரியூட்டிய நெருப்பு என்று திரும்பத் திரும்பக் கூறியும் அவர்கள் கேட்கத் தயாராயில்லை. என்னைத் தூக்கி என் அறைக் கட்டிலில் கிடத்தினர். அம்மாவிடம் எத்தனை சொல்லியும் பலனற்றுப் போனது. இரு வண்ணக் கலவைகளில் இருந்த குளிகைகளை அவள் எனக்கு வலுக்கட்டாயமாகப் புகட்டினாள். புரிந்து போயிற்று. விடிந்ததும் மனநல மருத்துவன் தீர்த்தகிரியிடம் அழைத்துச் செல்லப் போகிறாள்.

ஐக்கிய சரணாகதி வகையில் எழும் துன்பங்கள் பெரும்பாலும் அ-புனைவு நூல்களின் வழியேதான் எனக்கு ஏற்பட்டிருக்கிறது. புனைவுகளில் அப்படி ஆனதில்லை. புனைவெழுத்துகளை நான் மற்றதைப்போல் அவ்வளவு விரும்பிப் படிப்பதில்லை என்பதும்

அதில் ஆழ்வதற்கான எந்த ஆழமும் இருப்பதில்லை என நான் கருதியிருந்ததும் காரணமாக இருக்கலாம். ஆனால் ஹோமரின் மாபெரும் காவியமான ஒடீஸியைப் படிக்கையில் வீழ்ந்து விட்டேன். ட்ராய் நகரை முற்றுகையிட்டு பத்தாண்டு நீள் யுத்தத்துக்குப் பின் கிரேக்க வீரர்கள் தாங்கள் பிடித்துவைத்த போர்க் கைதிகளோடும் கைப்பற்றிய திரவியங்களோடும் கூடுகிறார்கள். எல்லோருக்கும் தலைவனான அகமம்னான் அனைவரும் புறப்படலாம் என்ற உத்தரவைப் பிறப்பித்ததுமே போரில் எஞ்சிய வீரர்கள் எல்லோரும் தத்தம் கப்பல்களில் ஏறித் தங்கள் நாட்டை நோக்கி பயணிக்கச் சித்தமாகிறார்கள். அவர்களில் ஒரு தலைவன் ஒடீசியஸ். கிரீஸ் நாட்டின் மேலைக் கரையில் உள்ள இத்தாக்கா என்னும் சிறிய தீவின் தலைவன். ஒடீசியசும் அவனது வீரர்களும் ஒவ்வொன்றும் ஐம்பது பேர்களால் செலுத்தப்படும் பன்னிரு கப்பல்களில் புறப்படுகின்றனர். வெள்ளைப் பாய்மரத் துணியை விரித்தபோது, பெரும்காற்று அதில் மோதி, நீலவண்ணம் பூசப்பட்ட கப்பல்கள் அலையைக் கிழித்துக் கொண்டு செல்கின்றன. ஒடீசியஸின் கடும் துன்பம் தோய்ந்த சாகசப் பயணம் இப்படியாகத் தொடங்குகிறது.

முதலில் சிகோனியர்களின் கடற்கரையான திரேசியாவை அடைகின்றனர். அதன்பின்னே புயலில் சிக்கும் அவர்கள் கப்பல் தென்திசையை நோக்கி அடித்துச் செல்லப்படுகிறது. தாமரைக்கனி உண்ணும் நாட்டுக் கரையிலே அவர்கள் கப்பல் தரைதட்டி நிற்கிறது. வாசிப்பு மிகச் சுலபமாய் முன்னேறிக் கொண்டிருந்த வேளையிலே, தாமரைக்கனி உண்ணும் பதம் என்னுள்ளே ரசவாதங்களை எழுப்பி அமிழச் செய்தது. உடல் குறுகி புத்தக வார்த்தைகளின் ஆகர்ஷணத்தில் உள்ளிழுக்கப்பட்டுக் கொண்டிருந்தேன். கப்பல் நின்ற பத்தாவது நாளில் அத்தீவிலே வாழும் மக்களைப் பற்றியும் அவர்கள் பழக்கவழக்கங்கள் பற்றியும் அறிய ஆவல்கொண்ட ஒடீசியஸ் மூன்று வீரர்களைக் கப்பலில் இருந்து இறக்கிப் போய்ப் பார்த்து வரச் சொல்கிறான்.

அந்நாட்டு மக்கள் மிக அமைதியாக ஒருவித மயக்க நிலையில் சோம்பலாக வாழ்வதைக் கண்டனர் வீரர்கள். தாமரையின் பழங்களை உண்ணுவதைத் தவிர வேறு எதிலும் நாட்டமில்லாத வர்களாக அவர்கள் இருந்தார்கள். ஒடீசியஸின் வீரர்களைப் பார்த்ததும் அம்மக்கள் ஆர்வங்கொண்டு வரவேற்கிறார்கள்.

அந்நாட்டு வழக்கப்படி விருந்து வந்தவர்களுக்கு உண்பதற்காகத் தாமரைக்கனிகளைக் கொடுத்தனர். தயக்கத்தோடு வீரர்கள் தாமரைக்கனியை உண்கிறார்கள். அந்த ருசி, அவர்களை மயக்கி மதியிழக்கச் செய்கிறது. அந்த மயக்கத்தில் ஆழ்கிறார்கள். கப்பலுக்குத் திரும்பி நண்பர்களைப் பார்க்க வேண்டும் என்ற எண்ணமே அவர்களுக்கு எழவில்லை. மறுபடியும் கடலில் சிக்கி அவதியுற அவர்கள் விரும்பவில்லை. உறவினர்களையும் சொந்த நாட்டையும் மறந்து தாமரைக்கனி உண்ணும் நாட்டிலேயே அம் மக்களுடன் கலந்துறவாடி வாழ விருப்பம் கொள்கின்றனர். உண்டு உறங்கிக் களிக்கின்றனர். நண்பர்களைக் காணாத ஒடீசியஸ் ஏனைய வீரர்களுடன் அவர்களைத் தேடிப் புறப்படுகிறான். காட்டுவாசியிடம் சிக்கியிருப்பார்களோ என்ற ஐயப்பாடு அவனுக்கு இருக்கிறது. தாமரைக்கனி உண்போருடன் மூவரும் இருப்பதைக் கண்டு அதிர்ச்சி அடைகிறான். கப்பலுக்கு வர மறுத்து அழுது புரண்ட அவர்களைக் கட்டிவைத்துக் கப்பலைச் செலுத்துகிறான். ஹோமரின் அதியற்புத வர்ணனைகளைக் கடந்து தாமரைக்கனி நாடு என்னுள் புதிய புதிய விரிவுகளுடன் சித்திரமாகத் தொடங்கியிருந்தது. சற்றே மென்கரடோடு கூடிய அதைக் கடித்து உண்பவர்களின் சப்தங்கள் ஆழத்தில் கேட்க ஆரம்பித்தன. காது மடல்களில் தீச்சூடு பரவிக்கூடியது. சூழல் துண்டாகிக் கொண்டிருந்த தருணத்தில் புத்தகத்தின் மேல் ஒரு சிறு உருண்டை வீழ்ந்து என் படிப்பு மேசையின் வலது ஓரப் பக்கத்துக்கு உருண்டோடி நின்றது. அதன் வண்ணம் என்னவென்று அறியமுடியவில்லை. மெல்லிய நடுக்கத்தோடு ஒன்றை எடுத்தேன். தாமரைக்கனியோவென ஆவல் பற்றியது. மனம் தீர்மானிக்கும் முன்னேயே பெரும் பதற்றத்துடன் அதைக் கடிக்க ஆரம்பித்தேன். அதன் சுவை அறிவதற்குள் கரகரப்பு கூடித் தொண்டை கமறியது. காறிக் காறி உமிழ முயன்றேன். கண் செருகிக் கொண்டு வந்தது. அம்மாவுக்கு தெரிந்துவிடக் கூடாது என்ற பயம் முளைத்ததும் செருமுவதை நிறுத்தி, வெளியில் ஓடினேன். என் பெருத்த உடலைக் கொண்டு அவ்வளவு வேகமாக கதவு திறந்து வெளியேறியது அதுவே முதல் தடவையாக இருக்கும். அதற்குள் போதை தலைக்கேறி, கொஞ்சமாய் வாந்தி எடுத்து அதன் மேலேயே வீழ்ந்தேன். தோட்டக்காரன் புருஷோத்தமனுக்கு வேலை போனது. நள்ளிரவு தோட்டத்துக்குச் சென்று காட்டு செடிக்காய்களை கடித்துத்

தின்றிருக்கிறேன் என தீர்த்தகிரி சுலபத்தில் ஒரு முடிவுக்கு வந்து, பொது மருத்துவன் ஒருவனிடம் அழைத்துச் செல்லும்படி அம்மாவிடம் அறிவுரை கூறினான்.

இதனால்தான் இதுபோன்ற எனக்கு நேரும் சம்பவங்களை நான் முன்போல் யாரிடமும் பிரஸ்தாபிப்பதில்லை. உணவருந்தல், என் படிப்பறையில் விடாது படித்தல் என்று கழிந்தது. அமேசான் மழைவனப் பிரதேசங்களில் வாழும் யனோமாமி தொல்குடிகளைப் பற்றிய அரிய புத்தகம் படிக்கக் கிடைத்தபோது நீண்ட நாட்களுக்குப் பின் ஐக்கிய சரணாகதி அதியாழ்வுப் பிரதியாக அது மாறிவிட்டது. அது ஒரு பின்மாலைப் பொழுது. என்னுள் வெம்மைச் சுவர் சூழ்ந்து விரித்தபோது அசைந்தாடும் பிம்பமாய் இறுகிய சதையோடு கூடிய ஒரு யனோமாமி தொல்குடி தோன்றினான். அவனது கையில் பசிய குறுஞ்செடி ஒன்று இருந்தது. மிக்க அன்போடு அதை எனக்கு அளித்து பிம்பச் சலனமாய் என் நூலின் நூற்றி இருபத்தி ஏழாம் பக்கத்தில் நனைவின் தடம் பதித்துக் கிடந்தான். நான் அச்செடியை ஒரு சிறு தொட்டியில் மண்ணிட்டு நட்டு வளர்த்தேன். என் படிப்பு மேசையின் இடதுபுறம் அச்செடி ஜாடி இருந்தது. மாதத்தில் எப்போதாவது ஒரு முறை அம்மாவின் பல்வேறு துறை பாற்பட்ட நண்பர்கள் மாடியில் கூடி மது அருந்துதல் வழக்கம். அத்தகைய நாள் ஒன்றில் எஸ்.என். வேணுகோபால் என்ற தாவரவியல் நிபுணன் ஒருவன் அச்சாடியைக் கண்ணுற்று, வெப்ப மண்டல நாடுகளில் காணக்கிடையாத அரிய வகைத் தாவரம் என்று அதிசயித்து அதுபற்றி என்னைக் குடைந்து குடைந்து கேள்வியில் துளைப்பதை அச்சத்துடன் பார்த்த அம்மா அவனைச் சாமர்த்தியமாக வெளியனுப்பி, அடுத்த நாள் காலை அச்சாடியைத் தூக்கித் தோட்ட மூலையில் விசிறியடித்தாள். பிறகு குளிகைக் குப்பிகளோடு வந்தாள்.

ஆழ்வாசிப்புகளினால்தான் இந்த துயரங்கள் நேர்கிறதென்று அதுபோன்ற நூல்களைத் தொடாமல் இருந்தேன். ஆனால் படித்தல் இல்லாமல் இருப்பதென்பது பெருங்கொடுமை. எனவே மேம்போக்கு வகைகளாக மேய்ந்து கொண்டிருந்தேன். மன லயிப்பேதுமின்றி நாட்கள் கடந்தன. இபின் ஹஸனின் 'தி சென்ட்ரல் ஸ்டிரக்சர் ஆப் தி முகல் எம்பயர்' என்ற ஆய்வு நூலை எடுத்தபோது அது மேம்போக்கு வகையாகத்தான் இருக்கும் என நினைத்திருந்தேன். ஆனால் சுழலில் சிக்கிவிட்டேன். உணவருந்திய

பின்மதியம் மெல்லிய உறக்கம் தழுவும் களைப்போடு அதைப் படிக்க ஆரம்பித்து, மூழ்கத் தொடங்கிவிட்டேன். குறிப்பாக முகலாயர் காலத்துத் தண்டனை முறைகள் பகுதி ஈர்ப்பில் ஆழ்த்தியது. மன்னரின் சீற்றத்துக்கு ஆளானவர்களுக்குக் கிடைத்த தண்டனைகள் புதிது புதிதாக இருந்தன. குஜராத்தில் சுற்றுப்பயணம் செய்தபோது தமது பணியாள் ஒருவன் ஊர்க்காரர் ஒருவரின் மிதியடிகளைப் பலவந்தமாகப் பறித்து வந்து விட்டான் என்பதற்காக அப்பணியாளரின் பாதங்களைத் துண்டித்து விடுமாறு அக்பர் கட்டளையிட்டார். அதேபோன்று முரட்டுத்தனமாக நடந்து கொண்டதற்காகவும் அவமதித்துப் பேசியதற்காகவும் ஹம்சபானின் நா துண்டிக்கப்பட்டது. நாற்பத்திரெண்டாம் ஆட்சியாண்டில் இளவரசர் சலீமைத் தாக்கிப் பேசி அவமரியாதை செய்ததற்காக குவாஜா பூல் நுனி நாக்கை இழந்தார். அதே ஆண்டில் கட்டிளம் பெண்ணின் கற்பைச் சூறையாடிய காஸிம் என்பவனின் ஆண்மை பறிக்கப்பட்டது. முப்பத்தொன்பதாம் ஆண்டில் அரண்மனை அணி அலங்காரக் குழுவைச் சேர்ந்த ஷிதா பெக் தவில்தார் என்பவன் அரண்மனைக் காவலுக்கு வராமல் இருந்துவிட்டான் என்பதற்காக அவனுக்குக் கசையடி தந்து பாமன் மாதக் குளிரில் அவன்மீது குளிர்ந்த நீரைக் கொட்டினர். அவன் குளிர் தாங்க மாட்டாமல் மடிந்து போனான்.

இந்தத் தண்டனை முறைகளைப் படித்து வருகையில்தான் ஒரு திருடனைப் பற்றிய குறிப்பு வருகிறது. பன்னிரெண்டாம் ஆட்சி ஆண்டில் ஜஹாங்கீர் அகமதாபாத்தில் தங்கியிருந்தபோது நடந்த நிகழ்ச்சி அது. நகரத்தில் காவல் தலைவன் கள்வன் ஒருவனைப் பிடித்துக் கொண்டு வந்து மன்னர் முன் நிறுத்துகிறான். அக்கள்வன் ஏற்கெனவே பலமுறை திருடியிருக்கிறான். அதற்காக அவன் பல உறுப்புகளை இழந்த நிலையில் இருந்தான். ஒருமுறை அவனது வலக்கை, மற்றொரு முறை அவனது இடக்கைக் கட்டைவிரல், பிறிதொரு சமயம் இடது காது, வேறொரு சந்தர்ப்பத்தில் மூக்கு என்று உறுப்புகள் ஒவ்வொன்றாக இழந்திருந்தான். ஒருமுறை அவனது பன்தொடை நரம்பினை வெட்டி அவனை முடமாக்கியிருந்தனர். என் முதுகுத் தண்டில் குளிர்மை கூடி நடுக்கியது. பிடிபட்டால் அங்கஹீனத் தண்டனை உண்டு என்று அறிந்தும் ஒருவன் திரும்பத் திரும்ப திருடுகிறான். வாழ்ந்து தீர வேண்டிய கட்டாயத்தின்

பொருட்டு பழகிய ஒன்றைக் கைவிட்டு அவனால் இருந்திட முடிந்திருக்கவில்லை. நூலில் அவன் பெயர் குறிப்பிடப்படவில்லை. அவன்பால் எனக்கு இரக்கம் சுரந்தது.

அந்த விநோதக் கள்வன் குறித்து நூலில் இன்னும் குறிப்பு தீரவில்லை. இத்தனை தண்டனைகள் பெற்ற பின்பும் அவன் தனது தொழிலை விட்டபாடில்லை. நேற்றும் திருடுவதற்காகப் புல் வியாபாரி ஒருவன் வீட்டில் நுழைந்திருக்கின்றான். வீட்டிற்கு உரியவர் அவனைப் பார்த்துப் பிடித்துக்கொண்டார். அவன் அவரைப் பலமுறை கத்தியால் குத்திக் கொன்றுவிட்டான். அங்கு நடந்த கலவரத்திலும் குழப்பத்திலும் 'புல்' வணிகருடைய உறவினர்கள் திருடனைத் தாக்கிப் பிடித்து விட்டனர். பழிவாங்குவதற்காக இறந்தவரின் உறவினர்களிடமே அவனை ஒப்படைக்குமாறு அரசர் கட்டளையிட்டு விடுகிறார். முகம் தெரியாத அந்த ஜஹாங்கீர் காலக் கள்வனைச் சுற்றி என் மனச்சுழல் ஓடியபடி இருந்தது. கால்கள் மரத்துவிட்டன. காதுமடல்கள் தீப்பிடிக்கத் தொடங்கிவிட்டன. துண்டிக்கப்பட்டுக் கொண்டிருக்கிறோம் என பிரக்ஞையின் கடைசிக் கணம் உணர்த்தியபடி இருந்தது.

அப்போது என் படிப்பறை வாசலிலே சலன பிம்பமாய் ஒரு நிழலுரு நின்றது. நான் திடுக்கிட்டு எழுந்துவிட்டேன். அதன் வலக்கை, அறைக்கதவில் படிந்திருந்தது. கைபட்ட இடத்தில் தேக்கு இளகி வழிந்து கொண்டிருந்தது. தாடி வளர்ந்திருந்தது. மிகச் சன்னமான சல்லடைத் தாளை முகத்தில் அழுத்திக்கொண்டு பேசும்போது எழும் இரைச்சலான கிழிபட்ட ஓசையில் பேசியபோதுதான் அவன் அக்கள்வன் எனப் புலப்பட்டது. மரணத்தைச் சந்திக்கப் போகிற திடசித்தம் கொண்டோரிடம் காணப்படும் பேரமைதி அவன் முகத்தில் குடி கொண்டிருந்தது. ஆனால் முகம் முழுக்க துக்கத்தின் சாயல் படிந்திருந்தது. அவன் நிதானித்த குரலில் பேசிக் கொண்டிருந்தான். புல் வணிகனின் குடும்பத்தின் பிடியில் இருக்கிறேன். பழியில் வெறியில் என்னை எந்த வகைக் குரூரத்தில் கொல்வது என அவர்கள் தீர்மானித்துக் கொண்டிருக்கிறார்கள். ஒரு திருமண ஏற்பாட்டைக் கூடிச்செய்யும் ரகசிய உவகை அக்குடும்ப உறவினர்களிடம் இருக்கிறது. புல் வணிகனும் நானும் கட்டிப் புரண்ட இடத்தில்தான் என்னை இருத்தி வைத்துள்ளனர். அவ்வணிகன் என்னை விட்டிருக்கலாம். இரண்டு

மாதத்துக்கான உணவை ஈடு செய்யும் அளவிற்குள்ள ஒரு பொருளைத்தான் நான் எடுத்திருந்தேன். அது அவனுக்கு மிகச் சாதாரண வஸ்து. இதோ இந்த இடத்தில் தான் அந்த மீறல் நடந்தது. தற்காப்பின் பொருட்டு வைத்திருந்த கத்தியை உபயோகிக்க வேண்டி வந்துவிட்டது. என் முதல் கொலை. அவன் குருதி வழிந்தோடிய இடத்தில்தான் என் கால்கள் இரண்டும் இப்போது இருக்கின்றன. அவர்கள் என்னைக் கட்டிப் போடவில்லை. அதை ஒரு சவாலாகவும் நான் தப்ப நினைக்கும் தருணத்தில் மறுபடி பிடித்து அடித்துப் பிழியும் வேட்கையோடும் அவர்கள் நினைத்து இருப்பதாகப்பட்டது. தப்புவது சாத்தியமற்றது என்பது எனக்குத் தெரியும். மிகவும் ஒடிந்து தளர்ந்து இருக்கிறேன். தண்டனைக்கான நேரத்தை அவர்கள் கணித்து விட்டார்கள். கூட்டாலோசனை நடப்பது, எவ்வித வலியின் உச்சத்தில் துடிக்கவைத்துக் கொல்வது என்பது பற்றித்தான். என் மனம் தியானக் குவிப்பில் கூடிவிட்டது. எனக்காக உருகுகிற உள் இரத்தத்தின் மணமும் பரிதவிப்பும் என்னுள் கூடிவந்தது. வரிகளின் இடையே பயணித்து நான் சாகப் போகிற கடைசி வேளையிலே உன்னைப் பார்த்துவிட்ட மெல்லிய மகிழ்வு இருக்கிறது. காலமும் வெளியும் குலைந்த ஒரு சமச்சீரற்ற தருணத்திலே நமது சந்திப்பு நிகழ்ந்திருக்கிறது. அவர்கள் தண்டனையை இன்றேதான் நிறைவேற்றுவார்கள். அநேகமாக உன் காலத்தின் பின்னிரவு நேரமாக அது இருக்கும் என ஊகிக்கிறேன். அதை உணரத் தலைப்பட்டால் எனக்காகப் பிரார்த்தித்துக்கொள். இரைந்து கிழிபட்ட ஓசையில் அவன் பேசிக்கொண்டே போனான். அச்சமும் நடுக்கமுமாய் நான் நினைவு சரியும் நிலையில் அம்மாவைக் கூவி அழைத்தேன். அவள் வந்து பார்த்த வேளையிலே நான் நாற்காலியைத் தள்ளிவிட்டு மார்பிள் சில்லிட்ட தரையிலே வீழ்ந்து கிடந்தேன். உடலெங்கும் வியர்த்து நனைந்திருந்தேன். பதறிய அம்மா என்னை மிகச் சிரமப்பட்டு நிமிர்த்தி கட்டிலில் அமர்த்தினாள். கதவருகே கள்வனைக் காணவில்லை. நடுக்கத்தால் துண்டாகும் சொற்களோடு அம்மாவிடம் சொல்லத் தொடங்கினேன். அவள் மின்விசிறியின் வேகத்தைக் கூட்டி என் தலைகோதி விட்டாள். தேக்கு மரக்கதவில் கைத்தடம் ஒழுகி வழிந்தோடி உறைந்திருப்பதை அவள் அச்சத்தோடு பார்த்தாள். நான் பேசிக்கொண்டே இருந்தேன். பின்னிரவு கடந்திருந்தது. ஒன்று முப்பதுக்கான மணி ஓசையைக்

கொடுத்து அப்போதுதான் ஓய்ந்திருந்தது சுவர்க்கடிகாரம். உடலையும் மனத்தையும் பதறித் துடிக்கச் செய்கிற மரண வலி உச்சத்தில் திடீரெனக் கேட்டது. அம்மா பாய்ந்து என்னைக் கட்டிக் கொண்டாள். இரவு உடை தரித்த அவளது உடலும் வியர்வையில் குளித்திருந்தது. நடுங்கி ஆடிக் கொண்டிருந்தது. இப்போது மறுபடி வலி சகிக்காது கதறி ஓயும் ஒலி கேட்டு நின்றது. என்னைக் கட்டியிருந்த அவள் இன்னும் இறுக்கி அணைத்தாள். சில நொடிகள் நீண்டது. அவள் கண்களில் நீர் திரண்டிருந்தது. "வா... பிரார்த்திக்கலாம்" என என்னை நடத்திச் சென்றாள். குளிகைக் குப்பியை அம்மா எடுக்கவில்லை என்பது எனக்கு மிக ஆசுவாசமாக இருந்தது.

மறையும் முகம்

எஸ்.செந்தில் குமார்

வேளாங்கன்னி திரும்பவும் தனது அம்மாவின் ஊருக்கு வந்து சேர்ந்தபோது அவள் தன்னிடம் ஆட்டுக்குட்டிகளுடன் அமர்ந்திருக்கும் இயேசுவின் சித்திரத்தைக் கேட்பாளென்று நினைத்திருக்கவில்லை. கிறிஸ்டோபர் அவளுக்கு அந்தச் சித்திரங்களை வெவ்வேறு வடிவங்களிலும் நிறங்களிலும் வாங்கித் தந்திருக்கிறான். வேளாங்கன்னி தனது கணவனை இழந்து குழந்தையோடு திரும்பவும் ஊருக்கே வந்துவிடுவோம் என்று எப்போதும் எண்ணியதில்லை. அதேபோலத்தான் நீருற்றுநாதர் தேவாலயத்தில் அதிசயம் நடக்கவுள்ளது தனக்காகத்தான் என்பதையும் அவள் அறிந்திருக்கமாட்டாள்.

கிறிஸ்டோபர் அவள் கேட்ட சித்திரங்களை வாங்கித் தந்துவிட வேண்டுமென ஆசைப்பட்டான். ஏசுநாதர் வளைந்த குச்சியுடன் பாறை மேல் அமர்ந்திருக்கிற படம் அவர்களது வீட்டில் இருந்தது. அந்தப் படம் தேவாலயத்திற்குச் சென்றபோது வாங்கியதுதான். அந்தப் படத்திலிருந்த ஆட்டுக்குட்டியையும் ஏசுநாதரையும் தனித்தனியாகப் பிரித்துவிட்டாள் வேளாங்கன்னி. ஆட்டுக் குட்டிகள் இருந்த படத்தை வேறொரு இடத்தில் ஒட்டி வைத்துவிடுவாள். வேளாங்கன்னிக்குச் சிலுவையைச் சுமக்கும் ஏசுநாதர் படம் பிடிக்காது. ஆட்டுக்குட்டியுடன் இருக்கும் ஏசுநாதரை எங்கு பார்த்தாலும் வாங்கி விடுவாள். அவளது அறையில் நிறைய ஆட்டுக்குட்டிகள் இருந்தன. புத்தகங்களுக்குள்ளிருந்த ஆட்டுக்குட்டிப் படங்கள் கீழே விழுந்து அவளது அறை முழுதும் கிடந்தன. எத்தனை ஆட்டுக்குட்டிகள், எத்தனை ஏசுநாதர்கள் அந்த வீட்டில் இருக்கின்றன என்று யாருக்கும் தெரியாது. கர்த்தரையும் ஆட்டுக்குட்டிகளையும் பிரித்துப்பிரித்து வைத்ததால் தானோ என்னவோ அவளது வாழ்வும் இப்படியாகப் போய்விட்டது என்று சகாயமேரி டீச்சர் புலம்பித் தவித்தாள்.

கிறிஸ்டோபருக்கு என்ன செய்வதென்று தெரியவில்லை. இருந்தபோதிலும் அவளிடம் “தேவாலயத்திற்குச் சென்று வரலாமா?” என்று கேட்டான். அவளும் “சரி” என்றாள். அவர்கள் அதற்குப் பிறகு வந்த ஞாயிற்றுக்கிழமை காலையில் தேவாலயத்திற்குச் சென்றனர். முதன்முதலாக அவர்களுடன் தேவாலயத்திற்குச் சென்ற தினம் கிறிஸ்டோபருக்கு இப்போதும் ஞாபகத்தில் இருந்தது. அன்று சகாயமேரி டீச்சர் வீட்டுப்பிள்ளைகள் மூவரும் பொம்மை ரெயில் பெட்டிகள்போல ஒன்றன்பின் ஒன்றாக அழகாக வாசலில் நின்றிருந்த அந்தக் காலை நேரத்தை அவனால் எப்போதும் மறக்கமுடியாது. டீச்சர் வீட்டுப்பிள்ளைகள் தேவாலயத்திற்குச் செல்லுவதற்கான ஆடைகளையும் சூடிக்கொள்ள வேண்டிய பூக்களையும் முன்கூட்டியே தீர்மானித்துவிடுவார்கள். சகோதரிகள் மூவரும் தேவதைகளைப் போல நடந்து செல்லுவார்கள். சிரிப்பும் பேச்சும் பேருந்தில் ஏறி அமரும்வரை அவர்களுடன் கூடவே வரும். அந்தச் சிரிப்பும் பேச்சும் தேவாலயத்திற்குள் நுழைந்தவுடன் நின்று விடும். கண்ணீர் வழிய அவர்களது பிரார்த்தனையின் மௌனம் ஒரு சித்திரமாக தீட்டப்பட வேண்டியது என்று பலமுறை பாதிரியார் சொல்லியிருக்கிறார்.

தேவாலயத்தில் அவர்கள் செல்லுவதற்குச் சில தினங்களுக்கு முன்பாகத்தான் ஓர் அற்புதம் நடந்து முடிந்திருந்தது. அங்கிருந்த ஏசுநாதர் சிலையின் காலடியில் நீருற்று உண்டாகியிருந்தது. தேன்சுவை ஒத்த நீர், பாவங்களை அகற்றவல்லது என்றும் நோய்களை போக்கக்கூடியதென்றும் கூட்டமாக ஜனங்கள் வந்திருந்தனர். டீச்சருக்கு இந்தத் தகவலைச் சொல்லியது கிறிஸ்டோபரின் அம்மா பேபிமரியாள்தான்.

வேளாங்கன்னியும், கிறிஸ்டோபரும் ஒரே பள்ளிக்கூடத்தில் சகாயமேரி டீச்சர் வகுப்பில்தான் படித்தார்கள். வேளாங்கன்னிக்குப் படிப்பே வராது. பள்ளிப்படிப்பு முடியும்வரை மந்தமாகவே இருந்தாள். நீரூற்றுநாதர் தேவாலயத்திற்குப் போய் வந்ததிலிருந்து வேறொரு வேளாங்கன்னியாக மாறிவிட்டாள். அவள் எப்போதும் மக்கு வேளாங்கன்னியாக இருந்ததில்லை. அவளுக்கும் அறிவிருக்கத்தான் செய்தது. கல்லூரியில் அதிக மதிப்பெண்கள் வாங்கக்கூடிய முதல் மூன்று பெண்களில் அவளும் ஒருத்தியாக வந்துவிட்டாள். டீச்சருக்கு நீருற்று அதிசயத்தைவிட

வேளாங்கன்னியின் மதிப்பெண்கள் அதிசயம் தரக்கூடியதாக அமைந்துவிட்டது.

ஆட்டுக்குட்டிகளின் படங்களை டீச்சர் முன் அவன் தைரியமாக விலைபேசியதைப் பார்த்து டீச்சரின் மூன்றாவது மகள் பால்கனி அவனைக் கேலி செய்தாள். “சொல்லிக் கொடுத்த டீச்சருக்கு ஏதும் மரியாதை இருக்கா. டீச்சரு முன்னாடியே அவங்க பிள்ளைகளோட சிரித்துப் பேசுறியே'' என்று அவனை வம்பு செய்தாள். டீச்சரும் வேளாங்கன்னியும் அதையெல்லாம் பொருட்படுத்திக் கொள்ள வில்லை. பேருந்தில் ஏறிக்கொண்டதும் இருவருக்கும் ஒரே மாதிரியான எண்ணங்கள் உருவாகியிருந்தது. கிறிஸ்டோபரைத் தனது மருமகனாக டீச்சரும், தனது கணவனாக வேளாங்கன்னியும் நினைத்தபடி ஊர் வந்து சேர்ந்தனர். டீச்சரைவிட அவள்தான் கிறிஸ்டோபர்மீது கற்பனைகளை வளர்த்துக்கொண்டிருந்தாள். அந்தக் கற்பனைகளையெல்லாம் யாரோ தெரிந்துவைத்துக்கொண்டு நடக்கக்கூடாதெனச் சபித்து விட்டார்கள்.

தேவாலயத்திற்குக் கிளம்பும்போது டீச்சர் தன் பிள்ளைகளுடன் வாசலுக்கு வந்து நின்றுகொண்டாள். கிறிஸ்டோபர் அவர்களது முகத்தைப் பார்த்துத் திரும்பிக்கொண்டான். அவனைப் பார்க்கும் போதெல்லாம் டீச்சருக்கு சிரிப்புதான் வரும். ஏனென்றே தெரியாத சிரிப்பு அது. தன்னிடம் படித்த பிள்ளை தனக்கு மருமகனாக வரப்போகிறான் என்பதுகூட அவளுக்குச் சிரிப்பை வரவழைத் திருக்கலாம். டீச்சர் அவனிடம் வேளாங்கன்னி வேலை பார்க்கின்ற பள்ளிக்கூடத்தில் வேலை வாங்கித் தருவதாகச் சொன்னாள். வேளாங்கன்னியுடன் வேலை பார்ப்பதற்கு வெட்கப்பட்டுக்கொண்டு கிறிஸ்டோபர் தனக்கு வேலை வேண்டாமென டீச்சர் கேட்கும் போதெல்லாம் சொல்லி விடுவான்.

கிறிஸ்டோபருக்கும் ஆசையிருந்தது. வேளாங்கன்னியுடன் வேலைக்குப் போகவும், பிள்ளைகளுக்குப் பாடம் சொல்லித்தரவும், பரீட்சை பேப்பரைத் திருத்தி சிவப்பு மையில் மார்க் போடுவதையும் விரும்பினான். கூடவே ஒரே குடையில் அதுவும் நீலநிறக் குடையின் நிழலில் நடந்து தேவாலயத்திற்குச் செல்வதையும் அவன் விரும்பினான். கிறிஸ்டோபரின் அப்பா ஊரில் புத்தகக்கடை வைத்திருந்தார். கடைக்கு வராத புத்தகங்களே இல்லை. கிறிஸ்டோபர்

கல்லூரி முடித்துவிட்டு முதுகலை படிக்க வேண்டுமென்று ஆசைப்பட்டான். ஆனால் அவனது அப்பா புத்தகக் கடையிலேயே உட்கார வைத்துவிட்டார். புதியதாக வந்து கொண்டிருந்த பத்திரிகைகளையும், வார இதழ்களையும் டெபாசிட் கட்டி வாங்கி விற்றுக்கொண்டிருந்தார்கள். மேட்டிலிருந்து பள்ளத்திற்கு நீர் இறங்குவது போலவும், பள்ளத்திலிருந்து சற்று மேடான பகுதிக்கு அதே நீர் தேங்கித்தேங்கிக் கடந்து போவது போலவும் புத்தகக்கடை வியாபாரம் போய்கொண்டிருந்தது. பேபிமரியாளிற்கும் சகாயமேரி டீச்சருக்கும் ஓர் ஆசை இருந்தது. அவர்களது வாழ்க்கையில் ஒரே ஒரு ஆசையும் அதுவாகத்தான் இருக்கமுடியும். டீச்சரின் பிள்ளைகளில் மூத்தவளான வேளாங்கன்னியைக் கிறிஸ்டோபருக்கு திருமணம் செய்து வைக்க வேண்டும் என்று அவர்கள் இருவரும் நினைத்தார்கள். அவர்கள் நினைப்பதெல்லாம் நடக்கக்கூடாது என்ற சாபம் இருந்ததுபோல.

கிறிஸ்டோபரின் அப்பா இறந்து போனதும் வேளாங்கன்னிக்கு வேறு ஒரு மாப்பிள்ளை பார்த்து திருமணம் முடிந்ததும் ஒன்றன்பின் ஒன்றாக நடந்துமுடிந்தது. ஏன் என்றே தெரியவில்லை. அவர்களுக்குத் தயக்கமாகவே இருந்தது. ஆரம்பத்திலிருந்த குதூகலத்திற்கு மாறாக மனம் மாறிவிட்டதை டீச்சர் தெரிந்துகொண்டு தனது இரு பிள்ளைகளில் ஒருத்தியை மணம் முடிக்கலாமெனத் தீர்மானித்து விட்டாள். கிறிஸ்டோபருக்கு வருத்தம்தான் என்ற போதிலும் ஏனோ அவனும் தீர்மானத்திற்கு சம்மதித்தவனாகத்தான் இருந்தான். பிறகு தான் பள்ளிக்கூடத்திற்கு வேலைக்குப் போவதாகச் சொன்னான்.

வேளாங்கன்னிக்குத் திருமணம் முடிந்தபிறகு அவள் நீரூற்றுநாதர் தேவாலயத்திற்குச் செல்லவில்லை. டீச்சர் வீட்டில் சுவர்களில் ஒட்டியிருந்த ஆட்டுக்குட்டிகளும் இயேசுநாதரும் காணாமல் போய்விட்டார்கள். அவள் கணவனின் ஊருக்குப் போகும்போது கிறிஸ்டோபரின் நினைவுகளுடனும் கசிந்துருகிய கண்களுடனும்தான் போனாள். தெய்வக்கனியும் பால்கனியும் அவளைச் சமாதானம் செய்து வைத்தார்கள். சகாயமேரி தனது மூத்தபிள்ளையிடம் அன்று கோபமாகப் பேசினாள். வேளாங்கன்னியின் வாழ்க்கை சந்தோசமாக இருக்க வேண்டுமெனப் பிரார்த்தித்துக் காணிக்கைகளை இட்டது வீணாகி விடாது என்ற அவளது கோபம் பிரார்த்தனையின்போது கண்ணீராக வழிந்தது.

வேளாங்கன்னியின் திருமணத்திற்கு வரமுடியாத பாதிரியார் வாழ்த்துச் செய்தியும் கூடவே பரிசுப்பொருளும் அனுப்பித் தந்தார். கணவனின் ஊருக்குப் போய் ஒரு பகல்பொழுதில் சற்றுத் தாமதமாக அந்தப் பரிசுப்பொருளைப் பிரித்துப் பார்த்தபோது அழுதே விட்டாள் வேளாங்கன்னி. கண்ணாடிப் பெட்டியினுள் வர்ணங்களால் தீட்டப்பட்ட இயேசுநாதரும் ஆட்டுக்குட்டிகளும் கிறிஸ்டோபரின் முகத்தோடு தெரியத் தொடங்கியது. அவள் நாள்தோறும் தனது கிறிஸ்டோபரின் ஞாபகமாகவே இருந்தாள். பிறகு தனக்கு முதல்கரு உண்டானபோது எல்லாவற்றையும் மறந்துவிட்டு கணவனுடன் குடியிருக்கும் வீட்டை அலங்கரிப்பதிலும் அருகில் வீட்டிலுள்ளவர்களுடன் பழகுவதுமாகத் தன்னை மாற்றிக் கொண்டாள். சகாய மேரியும் அவளது கணவர் ராயரும் அவளைப் பார்க்கச் சென்றபோது கிறிஸ்டோபரைப்பற்றி ஒரு வார்த்தையும் பேசாமல் இருந்தது டீச்சருக்கு சந்தோசத்தைத் தந்தது. டீச்சர் தன் பிள்ளையின் வீட்டிற்குள் நுழைந்ததுமே புரிந்துகொண்டாள். அவர்களது வீட்டில் அப்போது ஆட்டுக்குட்டிப் படங்களெதுவும் இல்லை. பாதிரியார் தந்த பரிசுகூட அட்டைப்பெட்டியில் வைத்து எங்கோ கிடப்பதாகச் சொன்னாள் வேளாங்கன்னி. கர்த்தர் தங்களுக்குச் சேர வேண்டிய சந்தோசத்தைப் பறிக்காமல் வைத்திருக்கிறார் என்று பாதிரியாரிடம் சொல்லிக் காணிக்கையிட்டாள் சகாயமேரி. பிரசவத்திற்கு அவளை ஊருக்கு அழைத்து வந்தபோது அவள் மிகவும் உடல் பருத்துவிட்டாள் என்று பேபிமரியாள் சொன்னாள்.

முதல் குழந்தை பிறந்தபோது காணிக்கையிடுவதற்குக்கூட வேளாங்கன்னி தேவாலயத்திற்குச் செல்லவில்லை. அந்தத் தேவாலயத்தின் வாசலில் விற்கப்படும் சித்திரங்கள் தன்னைக் கேலி செய்யும் என்று பயந்திருந்தாள். உண்மையும் அதுதான். அந்த தேவாலயத்திற்கு வருகிற விற்பனையாளர்கள் அனைவருமே வேளாங்கன்னியைப் பார்த்ததும் ஆட்டுக்குட்டியுடனிருக்கும் இயேசுநாதரைத்தான் எடுத்துத் தருவார்கள். சிலர் அவளுக்கெனப் பிரத்யேகமாக மறைத்து வைத்திருந்து வீட்டிற்கு வந்துகூடத் தருவார்கள். அவள் கிறிஸ்டோபர் இல்லாமல் படத்தை வாங்கவும் அவன் ஞாபகத்தைத் தரும் படத்தைச் சுவரில் தொங்கவிடவும் விருப்பமில்லாமல் இருப்பது சித்திரங்களுக்குத் தான் செய்யும் துரோகம்போல இருக்குமென, தேவாலயத்திற்குச் செல்லவில்லை.

அந்தச் சித்திரங்களை விற்பவர்களுக்கு அவளது கணவன் இறந்தது தெரிந்துதான் இருந்தது. இருந்தபோதிலும் எதற்காகவோ தேவாலயத்திற்கு வந்து சேர்ந்தாள். விற்பனையாளர்கள் யாரும் எதுவும் பேசவில்லை. துக்கமும் கசப்பும் கலந்துவிட்ட அவளது முகத்தை நிமிர்ந்துகூடப் பார்க்க முடியாதவர்களாகத் தலை குனிந்தபடி அமர்ந்திருந்தனர். சகாயமேரி டீச்சர் இதையெல்லாம் கவனித்தபடிதான் தேவாலயத்திற்குள் நடந்து சென்றார்கள். வேளாங்கன்னியின் கணவன் இறந்த சிறிது நாட்களுக்குப்பிறகு இங்கு வந்திருந்தபோது அவர்களில் ஒருவன் உணர்ச்சி கொண்டவனாக வேளாங்கன்னியைக் கிறிஸ்டோபர் திருமணம் செய்து கொள்வான் என்றும் அவள் திரும்பவும் ஞாயிற்றுக்கிழமை பிரார்த்தனைக்கு வரும்போது பூக்களைச் சூடிக்கொண்டு வருவாள் என்றும் கண்ணீர் விட்டபடி கூறியதை நினைவு கொண்டாள். அப்படி சொன்ன சித்திர விற்பனையாளன், கண்ணீரைத் தலைகுனிந்தபடி இயேசுவின் சித்திரத்தின் மேல் உதிர்த்துக்கொண்டிருந்தான்.

சித்திரம் விற்பவன் சொல்லிய அதே இரவில்தான் தெய்வக்கனியும் சகாயமேரி டீச்சரிடம் முடிவாகச் சொல்லிவிட்டாள். ஏன் தனது மகள் இப்படிப் பேசுகிறாள் என்ற கோபத்தில் ஜெபமாலையுடன் கர்த்தரின் திருவுருவத்திற்கு முன் அமர்ந்து விட்டாள் டீச்சர். தெய்வக்கனி தன்னுடைய கல்லூரிப் படிப்பை முடித்துவிட்டு தினச்சம்பளத்திற்கு வங்கிக்குச் சென்று கொண்டிருந்தாள். அவள் கிறிஸ்டோபரை மணமுடிக்க இயலாது என்றும் வேளாங்கன்னிக்கு அவனைத் திருமணம் செய்துவைக்க வேண்டுமென்றும் சொன்னாள். டீச்சர் அவள் சொல்லியதை நம்பமுடியாதவளாக இருந்தாள். கோபத்தில் தெய்வக்கனியைத் திட்டினாள். தனது ஸ்நேகிதி மரியாளிடம் இதைச் சொல்வதற்குத் தயக்கமாக இருக்கிறது என்று ராயரிடம் சொன்னதும் அவர் "என் மகள் யாரையும் அவனுக்குத் தரமாட்டேன். வேளாங்கன்னியைத்தான் அவன் திருமணம் செய்து கொள்ளவேண்டும். அவள் சொல்லுறதிலே என்ன குத்தம் கண்டுபிடிச்சே இப்போ. உன்னோட ஸ்நேகித மெல்லாம் இவ்வளவுதானா? வெறும் பேருக்கு தானா. என் பிள்ளை ஒருத்தியை வீட்டுல இப்படி வைச்சுட்டு எப்படி நீ அவனுக்கு இன்னொருத்திய கல்யாணம் செய்யப் பேசலாம்?'' என்று ஆத்திரத்தில் பேசினார் ராயர். டீச்சருக்கு என்ன பேசுவது என்று

தெரியவில்லை. தனது ஸ்நேகிதியின் மகனுக்கு வேளாங்கன்னியைத் திருமணம் செய்து வைக்க வேண்டுமென்பதுதான் அவளது விருப்பமும் பிரார்த்தனையுமாக இருந்தது. இருந்தபோதிலும் கணவனை இழந்த அமங்கலியைக் கிறிஸ்டோபருக்குத் தரச் சம்மதிக்கவில்லை அவள். கிறிஸ்டோபருக்கு உண்மையிலேயே ஆசையிருந்தது. அவள் சம்மதித்துவிட்டால் தான் திருமணம் செய்து கொள்ளலாமென்று நினைத்தான். அவனைப் போலத்தான் அவனது அம்மாவும். பேபிமரியாள் தனது ஸ்நேகிதியின் மகள் குழந்தையுடன் துணையற்று கஷ்டப்படுவதைப் பார்த்து எப்படி அவளிடம் கேட்பது என்றுதான் தயக்கமாக இருந்தாள். வேளாங்கன்னி தன் கணவன்மேல் கொண்ட பிரியத்தைவிடவா தன் மகனின்மீது கொண்டிருப்பாள் எனத் தயங்கிவிட்டாள். உண்மையிலேயே கிறிஸ்டேபரின் மேல் இன்னமும் உயிராகத்தான் இருந்தாள் வேளாங்கன்னி. அவள் அவனோடு திருமணம் செய்துகொள்ள ஏனோ விரும்பதாவளாக இருந்தாள்.

அதற்குப் பிறகான நாட்களில் தொடர்ந்து ராயர் தன் மனைவியைத் திட்டிக்கொண்டேதான் இருந்தார். இடையில் நிறுத்தியிருந்த பழக்கத்தையெல்லாம் அவர் மீண்டும் புதுப்பித்துக் கொண்டார். எப்படியாவது வேளாங்கன்னியை அவனுக்குத் திருமணம் செய்து வைத்துவிட வேண்டுமென ராயர் குடித்துவிட்டு தினமும் சண்டையிட்டார். ‘‘ஓஹோ இதெல்லாம் உம்மோட ஏற்பாடுதானா? உனக்கென்னய்யா தெரியும்? நீர் பாட்டுக்கு மிலிட்டரியிலிருந்து வருஷத்திற்கு முப்பதுநாள் படுத்தெந்திரிச் சுட்டுப் போகுறதுக்கு வந்தவரு தானய்யா. உமக்கென்ன தெரியும்? பிள்ளைக்குச் சுகவீனமாகி நாங்க பட்டபாடெல்லாம் கர்த்தருக் குத்தான் தெரியும். கர்த்தருதான் எங்க ஸ்நேகிதியா வந்து வாச்சிருக்கார். நாங்க எங்க பிள்ளைகள சந்தோசமாட்டும் இருக்கட்டுமின்னு நினைக்கிறது தப்பா? நீர் என்ன சம்பாதித்து கொண்டாந்து கொட்டினீரு? குடிச்சுப்போட்டு சலம்பல் செய்த தெல்லாம் மறந்து போயிதான் பேசுறீறா. அந்த பேப்பர்க் கடை மனுஷன் இல்லையான்னா என் பிள்ளைகளைக் காப்பாத்த முடியுமா சொல்லுமய்ய. அந்த வீட்டுக்கு என் பிள்ளைகளை மருமக்களா அனுப்பனுமின்னு நினைச்சது வாஸ்தவந்தான். அதுக்காக கைப்பிள்ளையோடு இருக்கிறவளை எப்படி நான் என் ஸ்நேகிதிக்கு இந்தா உன் மருமகள்ன்னு அனுப்பமுடியும்..?’’

ராயர் ஒன்றும் பேசவில்லை. அவர் இனி பேசமாட்டார் என்பதைப் புரிந்துகொண்ட தெய்வக்கனி கத்திப் பேசத் தொடங்கினாள். கோபத்தில் என்ன பேசுகிறோம் என்பதை அவளால் அறிந்து கொள்ளமுடியவில்லை. ஏதேதோ பேசுகிறோம் என்பதை மட்டும் தெரிந்துகொண்டாள். சகாயமேரி டீச்சர் அவளிடம் தன்னை கர்த்தர் சோதிக்கத் தொடங்கிவிட்டார். அவர் தனது சந்தோஷத்தை யெல்லாம் திரும்பவும் எடுத்துக்கொண்டு தன்னை நிர்க்கதியாக்கி விட்டார் என்று அழத்தொடங்கி விட்டாள். அந்த அழுகையோடு தன் வாழ்வில் யாரிடமும் கெஞ்சியிராத வகையில் தனது ஸ்நேகிதியின் மகனுக்கு, தெய்வக்கனி இல்லையென்றால் பால்கனியை திருமணம் செய்து தாருங்கள் என்று ராயரிடம் மண்டியிடாத குறையாகக் கேட்டாள். அவர்கள் யாரும் டீச்சரின் குரலைப் பொருட் படுத்தவில்லை.

சகாயமேரி டீச்சர் நேராக தனது ஸ்நேகிதியின் இல்லத்திற்குச் சென்றாள். மரியாளிடம் வேளாங்கன்னியை உன் மகனுக்குத் திருமணம் செய்து கொள்கிறாயா என்று கேட்பதற்குத் தயக்கமாக இருந்தது. மரியாள் தேநீர் குடித்துவிட்டுப் பாத்திரங்களைக் கழுவிக்கொண்டிருந்தாள். தேநீரின் நறுமணம் அவளுடைய பதட்டத்தைச் சற்று குறைக்கச் செய்தது. தனது ஸ்நேகிதியிடமிருந்து தேநீரை வாங்கிப் பருகினாள். மரியாள் தன்னிடம் வேளாங்கன்னியின் திருமணத்தைப் பற்றிக் கேட்கமாட்டாளா என்று ஆசைப்பட்டாள்.

டீச்சர் வீட்டில் நடந்த எல்லாவற்றையும் சொல்லிமுடித்தாள். மரியாள் கர்த்தரின் படத்தின் முன்னின்று சப்தமாக அழுதாள். தங்களது வாழ்நாளில் ஒரே ஒரு பிரார்த்தனையும், ஒரே ஒரு ஆசையும் நிறைவேறட்டும். இதுதான் உமது கிருபையானால் நாங்கள் ஏற்றுக்கொள்கிறோம் என்று அழுதாள். அவர்கள் இருவருமே சம்மதித்தவர்களாக வேளாங்கன்னியிடம் கேட்டனர். ஆனால் அவள் கிறிஸ்டோபரைத் திருமணம் செய்து கொள்ளவே முடியாது என்று சொல்லிவிட்டாள். ஏன் என்று கேட்டதற்கும் அவளால் பதில் சொல்ல முடியவில்லை. திரும்பத் திரும்ப டீச்சர் ஏன் முடியாது என்று மட்டும் கேட்டுக்கொண்டே இருந்தாள். தனக்கும் அவனுக்கும் திருமணம் நடந்துமுடிந்துவிட்டால் யாருடைய வாழ்விலாவது துரதிருஷ்டம்

தொடர்ந்தபடியிருக்குமென முடியவே முடியாது என்று மறுத்துவிட்டாள். கிறிஸ்டோபருக்குத் தன்னைவிட அதிர்ஷ்டம் வாய்ந்தவள் வரவேண்டுமென்றும் அந்த அதிர்ஷ்டசாலிகள் தனது சகோதரிகள்தான் என்றும் சொன்னாள் வேளாங்கன்னி. டீச்சர் தெய்வக்கனி சொல்லியதைச் சொல்லியதும் தான் பேசிப்பார்ப்பதாக சொன்னாள். இருவருமே தங்களது திருமணத்தைவிட அக்காவின் திருமணத்தின் மீதுதான் ஈடுபாடுகொண்டிருந்தனர். கிறிஸ்டோபர் நிச்சயமாகத் திருமணத்திற்குச் சம்மதிப்பான் என்று வேளாங்கன்னியிடம் சொன்னார்கள்.

தெய்வக்கனி அவனைத் திருமணம் செய்து கொள்ளக்கூடாது என்பதில் பிடிவாதமாக இருந்தாள். தனது சகோதரிக்குத் திருமணம் நடக்கவேண்டுமென அந்தரங்கமாக நேசித்த கிறிஸ்துவை விட்டுக் கொடுத்துவிட்டாள். அவளுக்கு அதற்குப்பிறகு திருமணம் பேசி முடித்தார்கள். அடையாளம் தெரியாத வேறு யாரையோ அவள் மணந்துகொண்டு வெளியூருக்குப் போனாள். அவர்களது உறவினர்கள்கூட ''ஏன் இந்தக் கிறுக்குப்பிள்ளை கிறிஸ்துவை வேண்டாமுன்னு சொல்லுது'' என்று அவளைத் திட்டினார்கள்.

அந்த நாட்களிளெல்லாம் வேளாங்கன்னி தனியாக உட்கார்ந்துகொண்டு அழுவது யாருக்கும் தெரிந்திருக்க முடியாது. கிறிஸ்டோபரை மூவரும் அதிகப்படியாக நேசித்ததைத் தவிர வேறு எந்த குற்றமும் அவர்கள் செய்திருக்கவில்லை. கிறிஸ்டோபர் தன்னிடம் ஒரு நாளாவது தவறுதலாக ஏதாவது பேசியிருப்பானா அல்லது தனது சகோதரிகளுடனாவது தவறுதலாக ஏதாவது நடந்திருப்பானா? ''பெயரை அழகாகச் சொல்லி அழைப்பதில் சந்தோசம் கொண்டவன்தானே நம்ம கிறிஸ்டோபர். ஏன் அக்கா அவனை வேண்டாம் என்று சொல்லுகிறாய்?'' என பால்கனி கேட்டபோது அவளால் பதிலேதும் சொல்லமுடியவில்லை. ஏன் நீ அவனைத் திருமணம் செய்துகொள்ளேன் என்று பதிலுக்கு அவளைக் கோபித்துக்கொண்டாள். அவளும் அவனைத் திருமணம் செய்ய மறுத்து விடுவதில் பிடிவாதமாக இருந்தாள். தனது அக்காள் ஒரு நாள் நிச்சயம் கிறிஸ்துவைத் திருமணம் செய்துகொள்வாள் என்று நம்பினாள்.

பிறகு டீச்சர்தான் அவனுக்குப் பெண் பார்க்க வேண்டுமென முடிவு செய்தார்கள். பாதிரியார் அவனுக்கு ஆசீர்வாதம் செய்தபோது "சீக்கிரமாகக் கல்யாணம் நடக்கணுமின்னு ஆசீர்வாதம் பண்ணுங்க" என்றாள். பாதிரியாரும் அப்படித்தான் ஜெபித்தார். அப்போதுகூடத் தன்னை மணந்து கொள்ள வேளாங்கன்னி சம்மதிப்பாளென்று பிரார்த்தித்தான் கிறிஸ்டோபர். அவனுக்குத் தயக்கமாக இருந்தது. வேளாங்கன்னியுடன் சினிமாவைப்பற்றிப் பேசுவதைப்போலவோ பாடப்புத்தகங்களைப்பற்றிப் பேசுவதைப் போலவோ திருமணத்தைப் பற்றிப் பேசுவது சுலபமானதில்லை என்று தெரிந்துகொண்டான்.

கிறிஸ்டோபருக்குப் பெண் பார்த்துவிட்டார்கள். அவனுக்கு கருத்தப்பிள்ளைதான் அமைந்தது. கண்கள் மட்டும் அவ்வளவு அழகு. பார்த்துக் கொண்டேயிருக்கலாம் என்று டீச்சரே பெண்ணைப் பற்றி வர்ணித்ததும் வெட்கத்துடன் தனது அம்மாவை அவன் கோபித்துக்கொண்டான். இனி தனக்கு வேளாங்கன்னியைத் திருமணம் செய்துகொள்வதற்கான கொடுப்பினையில்லையெனத் தெரிந்ததும் தன் மனைவியின் பெயர் ரோஸ்மின் கமலம் என்று அவன் மனத்திலும் காகிதங்களிலும் எழுதிக்கொள்ளப் பழகினான். ரோஸ்மின் கமலம் தட்டச்சு செய்வதில் மாநில அளவில் முதல்பரிசு பெற்றவள். அவளைப் பார்க்கச் சென்றபோது முதலில் கிறிஸ்து அவளது கைவிரல்களைத்தான் பார்த்தான். அதிகம் வளர்த்திராத நகத்தினுள் தெரிந்த ரத்தச்சிவப்பு நிறம் அவனை மயக்கம் கொள்ளச் செய்தது. டீச்சர் அவனுக்காகப் பிரார்த்தனை செய்தாள். 'நிம்மதியையும் சந்தோசத்தையும் தரவல்ல கர்த்தரே இனியும் தாமதிக்காதியும்' என வேண்டினாள்.

ரோஸ்மின் கமலம் கிறிஸ்துவைச் சந்திப்பதற்கென ஊருக்கு வந்தாள். அவனிடம் ஏற்கனவே தேவாலயத்தில் கிறிஸ்துவைச் சந்தித்திருப்பதாகச் சொன்னாள். கிறிஸ்டோபர் ஆச்சரியப்பட்டவனாக அவளுக்குக் குளிர்பானம் வாங்கித் தந்தான். கிறிஸ்டோபர் அப்போதுகூட அவளது கண்களைப் பார்க்கவில்லை. அவள் குடித்துவிட்டுத் தந்த டம்ளரை வாங்கிக் கீழே வைத்தான். டம்ளரைக் கொடுக்கும் போதிருந்த பதட்டம் முழுமையாக அவனுக்குக் குறைந்திருந்தது.

''கிறிஸ்டோபருக்கு ஒரு சங்கதியை சொல்லணுமிட்டு நேரடியாக வந்தேன்''

"சரி சொல்லுங்க"

''என்ன வாங்கப் போங்கன்னுட்டு மரியாதையெல்லாம் எனக்கு வேண்டாம். ரோஸ்மின் கமலங்கிறப் பெயரை எப்படி வேணுமினாலும் கூப்பிடுங்களேன்"

"சரி''

''உங்க டீச்சர் அத்தை எங்ககிட்டே வந்து எல்லாம் சொல்லிட்டாங்க. நான் கொஞ்சம் அவகாசம் வேணுமினுன்னு கேட்டேன். டீச்சர் ஏன்னு கேட்டாங்க. நான் யோசிக்கணுமின்னு சொன்னேன். சரி யோசின்னாங்க. என்னைப் பத்தி யோசிக்கிறதுக்கு ஒன்னுமில்லை. நான் கிறிஸ்டோபர்... மன்னிக்கனும் பெயரைச் சொல்லிட்டேனா. யோசிக்கணுமின்னு சொன்னது உங்களைப் பத்தித்தான்னு சொன்னேன். நீயே போய் நேரா பேசிக்கோன்னு அனுப்புச்சிட்டாங்க. நாங்க எப்போவோ முடிவு பண்ணிட்டோம். நீர்தான் எனக்கு மோதிரம் மாட்டப்போறவர்ன்னு. என்ன பேச்சைக் காணோம்?''.

"எனக்கும் தெரியும். நீங்க மறுக்கமாட்டீங்கன்னு. ஒரு மனசு உள்ளுக்குள்ளச் சொல்லுச்சு"

''ஓ.. தேவாலயத்துக்குப் போயி தொடர்ந்து ஜெபம் பண்ணுவீகளா?''

''அப்படியெல்லாம் இல்லையே. ஞாயிற்றுக்கிழமை மட்டும்தான் நாங்க ஊற்றுநாதரைப் பார்க்க வருவோம்"

"வர்றதெல்லாம் உம்ம பிரியம்தான். இவ்வளவு நம்பிக்கையா சொல்லுறீங்களே அதான் கேக்கேன்"

"உங்க மனசிலை ஆசையிருந்தது எனக்குத் தெரியும்"

''இன்னும் என்ன கிறிஸ்டோபருக்கு என்மேல் இவ்வளவு மரியாதை. டீச்சர் வீட்டுப்புள்ளைகளை விட்டுட்டு என்னைய கல்யாணம் செய்யுறதில் வருத்தமில்லையே'' என்று கேட்டதும் கிறிஸ்டோபர் அமைதியாக இருந்தான். அவர்கள் இருவருமே ஒன்றும்

பேசவில்லை. உண்மையிலேயே அதற்கு என்ன பதில் சொல்வது என்று தெரியாதவனாக நின்றிருந்தான். கமலம் அவன் பேசாமல் இருந்ததை விரும்பியவளாக மனத்தில் தனது அந்தோனியாருக்கு நன்றி ஜெபித்துவிட்டு ஊருக்கு வந்து நாள் குறிக்கச் சொன்னாள். கிறிஸ்டோபர்-ரோஸ்மின் கமலம் திருமணத்திற்குத் தெய்வமும், பால்கனியும் வந்திருந்தனர். அவர்கள் இருவரும் எல்லாம் மறந்தவர்களாக மேடையில் ஏறி நின்றுகொண்டனர். அவர்களது சிரிப்பையும் கிறிஸ்டோபருடன் பேசிய வார்த்தைகளையும் கவனித்தபடிதான் இருந்தாள் டீச்சர். அப்போதுகூடத் தன் பிள்ளைகளின் மேலிருந்த கோபம் குறைந்திருக்கவில்லை. ஏன் தன் பிள்ளைகள் அவன்மேல் இவ்வளவு பிரியங்களை வைத்துக் கொண்டு திருமணத்திற்கு மறுக்கின்றனர் எனக் கோபப்பட்டாள்.

திருமணத்திற்குப் பாதிரியார் வந்திருந்தார். அவர் பரிசுப் பொருளைக் கையில் ஏந்திப்பிடித்திருந்த விதத்தில் ஏதோ அர்த்தமிருந்ததாக எல்லோரும் சொன்னார்கள். கமலத்தின் கையில்தான் பரிசைத் தந்தார். அன்றைய இரவில் தம்பதிகள் இருவரும் பரிசைப் பிரித்தபோது ஆச்சரியமாக இருந்தது. அவர்கள் பார்த்தது அன்னை மரியாள் தன் கையில் சிசுவை வைத்திருந்த சித்திரத்தைத்தான். சிவப்பும் பச்சையும் கூடிய அந்தச் சித்திரத்தை அவர்களது படுக்கையறையிலேயே வைத்திருக்க வேண்டுமென சகாயமேரி டீச்சர் சொல்லிவிட்டார்கள். கிறிஸ்து இரவில் ஆணியைத் தேடிக்கொண்டிருந்தான். கமலம் அவனிடம் 'உன்னால் படத்தை நேராக மாட்ட முடியாது. இந்த இரவைக் கடந்துவிட்டால்தான் உன்னால் என் கண்களையே பார்க்கமுடியும்' என்று வம்பு பேசினாள். அதன் பிற்பாடு அவன் சித்திரத்தை வைத்துவிட்டு அவளது கண்களைப் பார்க்க எதிரே நெருக்கமாக உட்கார்ந்து கொண்டான்.

"சிவப்பும் பச்சையுமான அந்தத் சித்திரத்தைப் இப்போதுகூட கடைக்காரர்கள் வைத்திருந்தனர். அந்த சித்திரத்தைப் பார்த்ததும் கிறிஸ்டோபருக்குத் தனது மனைவி சொல்லியதுதான் ஞாபகத்திற்கு வந்துவிடும். அவள் வேளாங்கன்னியின் குழந்தையைப் பார்த்துக் கொள்வதற்கென வீட்டிலேயே இருந்துவிட்டாள். அவள் தன் பிள்ளையின்மேல் இவ்வளவு பிரியமாக இருக்கிறாளேயென வேளாங்கன்னி எல்லோரிடமும் சொல்லிக்கொண்டிருந்தாள். பதிலுக்கு டீச்சர்தான் சொன்னாள். அவனைப்போலதான் அவனுக்குத் துணையும் அமைஞ்சிருக்கு".

‘‘கர்த்தரே இதுவெல்லாம் நீர் எனக்கு அளிக்கும் தண்டனையானால் அதை ஏற்றுக்கொள்கிறேன் என் பிதாவே’’ என்று கண்களை மூடிக்கொண்டு தேவாலயத்திற்குள் நுழைந்தபோது மனத்தில் பிரார்த்தித்துக் கொண்டாள். கல்கட்டடத்தின் குளிர்ச்சி அவளது மனத்திலிருந்த பழைய சம்பவங்களை ஞாபகப்படுத்திக் கொண்டிருந்தது. பிறகு அவள் பாதிரியார் இருக்கும் அறைக்குச் சென்றாள். பாதிரியார் அவளை நீரூற்றைப் பார்க்க உனக்கு இப்பொழுது ஆர்வமாக இருக்கிறதா என்று கேட்டார். அவளும் ஆமாம் என்றாள். எப்படித் தனது மனத்திலிருக்கும் ஆசையைச் சரியாகச் சொல்கிறாரென அவரைப் பார்த்தாள். ‘‘உனக்கு ஒரு அதிசயம் தெரியும் போ. போய்ப் பார் ’’ என்று அனுப்பி வைத்தார். அதற்கு முன் தன் கணவனுடன் வந்திருந்தபோது தண்ணீர் முன் நின்று முகம் பார்த்திருக்கிறாள். நீரில் அவளது முகத்துடன் இணைந்து கணவனது முகமும் தெரியவில்லை. சிறியதாக ஊறி கையளவு கிடக்கும் தண்ணீரில் யாராவது ஒருவரது முகம் மட்டும் தெரியும். அதற்காக ஏன் வருத்தப்பட வேண்டுமென அவளது கணவன் அன்று சொல்லியது நினைவிலிருந்தது.

கர்த்தரின் காலடியில் அனைவரும் மண்டியிட்டு வணங்கினார்கள். நீரூற்று வட்டவடிவத்தில் பெரியஅளவிலான மண்கிண்ணம்போல இருந்தது. அதில் வேளாங்கன்னி தனது முகத்தைப் பார்த்தாள். முகம் பார்த்துவிட்டுத் திரும்பியவள் தற்செயலாகக் கவனித்ததில் தனது கணவனின் முகம் தெரிவதைப் பார்த்தாள். இன்னொருமுறை கவனித்தாள். நீரூற்றில் தான் பார்ப்பது உண்மையிலேயே தனது கணவனது முகம்தானா என்ற ஐயம் உண்டானது. வியப்புடன் திரும்பத்திரும்பப் பார்த்துக் கொண்டேயிருந்தாள். பிறகு வேளாங்கன்னி பாதிரியாரிடம் தான் கண்டதைச் சொன்னாள். பாதிரியார் அவளை அருகில் அழைத்து அதிகாலையிலேயே நீரூற்றில் அவளது கணவனின் முகத்தைக் கண்டுவிட்டதாகவும் எப்படியாவது அவளும் இதைப்பார்க்க வரவேண்டுமெனப் பிரார்த்தித்ததாகவும் சொன்னார். அவள் அழுதபடி இன்னொருமுறை தனது கணவனின் முகத்தைப் பார்க்கலாமா எனப் கேட்டாள். பாதிரியார் அவளின் கையைப்பிடித்து அழைத்துச் சென்றபோது கிறிஸ்டோபர் நீரூற்றைப் பார்த்துவிட்டு திரும்பிக் கொண்டிருந்தான்.

அவனைக் கடந்து பாதிரியாருடன் வேளாங்கன்னி சென்றாள். அவள் கிறிஸ்து அழுத கண்களுடன் செல்வதைப் பார்த்தாள். தனது கணவனின் முகத்தைப் பார்த்துவிட்டு அழுதபடி செல்கிறான் என நினைத்தவள் வேகமாகச் சென்றாள். நீருற்றில் அவள் தனது முகம் ஒரு மலரைப்போல மிதந்து கொண்டிருப்பதைப் பார்த்தாள். கூடவே தனது கண்களிலிருந்து கண்ணீரின் துளி விழுவதையும் பார்த்தாள்.

முனி விரட்டு

என். ஸ்ரீராம்

கொட்டடிப்பவர்கள் ஊருக்குள் போனார்கள். கொட்டடித்த படியே வீட்டுக்கு வீடு நின்று தவசம் வாங்கிக் கொண்டார்கள்.

முனி அப்புச்சி கோயிலுக்குப் பச்சைத் தடுக்கில் கூரை வேய்ந்து கொண்டிருந்த ஆட்கள் வேலை முடிந்து கிளம்பிக் கொண்டிருந் தார்கள். இரவெல்லாம் கண் விழித்ததில் ஆட்களிடம் சடைவு தெரிந்தது.

விநாயகன் கோயில் கல்திண்டில் உட்கார்ந்திருந்த வயதானவர்கள் எல்லாரும் பேசியபடி கோயிலைப் பார்த்துக் கொண்டிருந்தார்கள்.

சேந்து கிணற்றடியில் ஏனோ கூட்டம் குறைவாகவே இருந்தது. பெரிய வீட்டுக்காரர் தலைவாசல் பக்கம் வந்து சத்தமிட்டார். “ஏம்ப்பா... பண்டாரத்த யாராச்சும் பாத்துச் சொன்னீங்களா? இல்ல, மறுபடி ஒரு எட்டு போய்த்தாம் பாத்துட்டு வர்றது...நேரமாகுதுல்ல...”

தடுக்கு வேய்ந்தவர்களில் ஒருவன் ஓடிப்போய் அவருக்குப் பதில் சொல்லிவிட்டு வந்தான். அவர் தூரத்திலிருந்தே கோயிலை நோட்டம் விட்டுவிட்டுத் திரும்பிப் போனார்.

கொட்டுச் சத்தம் மேற்கு வளவில் கேட்டுக் கொண்டிருந்தது. பஜனை மடத்துச் சந்துக்குள்ளிருந்து மாராண்டி வெளிப்பட்டான். எதிர்பாராதவிதமாக அவன் வந்ததில் எல்லாருக்கும் வியப்புத் தொற்றியது.

மாராண்டி நேராகக் கோயிலுக்குச் சென்றான். புதிய மண்கும்பத்தை எடுத்துக்கொண்டு வெளியே வந்தான். யாரிடமும் எதுவும் பேசவில்லை. தெற்குவெளி ஊர்த்தடத்தில் இறங்கி நடந்தான். ‘தீர்த்தம் கொண்டுவரப் போகிறாக’ என அங்கிருந்தவர்கள் பேசிக்கொண்டார்கள்.

மாராண்டி முனி அப்புச்சி சாட்டியதிலிருந்தே விரதம் இருக்கிறான். தீர்த்தம் கொண்டுவந்து வைத்ததில் இருந்து எட்டாவது நாள் முனியை விரட்டுவதோடு சாட்டு முடிகிறது. அடுத்த நாளிலிருந்து விரதத்தைக் கலைத்துக் கொள்வான். அதுவரை, அந்த எட்டு நாளும் முனியாகவே ரூபங்கொண்டு திரிவான்.

நேரம் இளமதியம் கடந்து கொண்டிருந்தது. புறவெளியில் எங்கோ செம்போத்து குரல் கொடுத்த வண்ணம் இருந்தது. தலைவாசலில் சனங்கள் நிரம்பிக் கொண்டிருந்தனர். பேச்சுச் சத்தம் அதிகமாயிற்று.

சேந்து கிணற்றோரம் கொட்டடிப்பவர்கள் தீ மூட்டிப் பலகை 'காய்ச்சி'க் கொண்டிருந்தார்கள். பெரிய வீட்டுக்காரர் முன் நின்று எல்லாம் கவனித்துக்கொண்டிருந்தார். தெற்கு வெளி ஊர்களுக்குப் போகும் தடத்திலிருந்து மாராண்டி வருவது தெரிந்ததும், கொட்டடிப்பவர்கள் ஓடிப்போய் அவனை எதிர்கொண்டு அழைத்து வந்தனர். கொட்டின் சத்தம் ஓங்கிக் கேட்டது. ஒரே தாளகதி இல்லாமல் மாறி மாறி அடி விழுந்தது. சஞ்சணக்கு... சஞ்சணக்கு...

மாராண்டி தீர்த்த கும்பத்தை முனி அப்புச்சிக்கு முன்பு கொண்டுவந்து இறக்கிவைத்து, மஞ்சள் காவித்துணியில் மூடி வேடு கட்டினான்.

பூஜை துவங்கியது. திடீரென மாராண்டிக்கு அருள் வந்துவிட்டது. கோயிலுக்கு வெளியே வந்து, உடம்பை முறுக்கியபடி குதிக்கத் துவங்கினான்.

கொட்டடிப்பவர்கள் சூழ்ந்துகொண்டார்கள். கொட்டின் அடி, இப்போது ஏறி இறங்கிக் கொண்டிருந்தது.

மாராண்டி மண்ணில் விழுந்து புரண்டு ஆடினான். கூட்டத்தில் யாரோ குடத்து நிறைய நீரைக் கொண்டுவந்து மாராண்டி மேல் ஊற்றினார். சிலிர்த்துக் கொண்டான். தொப்பலாக நனைந்து போனான்.

பின் நின்று, நிதானமாகக் கூட்டத்தை நோட்டமிட்டான். விருத்தம் பாடினான். பெண்கள் பக்கமிருந்து யாரையோ கூப்பிட்டான். கணக்கு சொல்லத் துவங்கினான். கூட்டம் நெருங்கி வந்தது. சுற்றிலும் மெள்ள உட்காரத் துவங்கியது.

அப்புறம் வெகுநேரம் சாமியாட்டம் நடந்து, கூட்டமெல்லாம் கலைந்தபின் மாராண்டி கோயில் முன்பு வந்து படுத்துக் கொண்டான். ரொம்பவும் களைத்துப் போயிருந்தான்.

முனி அப்புச்சி கோயில் பச்சைத் தடுக்கு அந்தி வெயில் பட்டுத் தகதகத்தது. முனி அப்புச்சிக்கு என்றுமில்லாத ஒரு பொலிவையும் ராஜகம்பீரத்தையும் வழங்கிக்கொண்டிருந்தது அந்தக் கிரணம், அந்த நேரத்தில்!

கோயில் பக்கம் சொற்பமாக நின்றிருந்தவர்களும் கலைந்து போனபின், தலைவாசல் வெறிச்சென்று ஆகியது.

சேந்து கிணற்றடியில் மட்டும் தண்ணீர் சேந்தும் பெண்கள் இருந்தனர். உருளை கிரீச்சிடும் சத்தம், விநாயகன் கோயில் அரசமரத்தில் அணையும் பறவைகளின் சத்தத்தோடு கலந்து கேட்டபடியே இருந்தது.

முப்பத்திரண்டு வருடங்களுக்குப் பின், முனி அப்புச்சி சாட்டுவதற்கு மழை பெரும்பங்கு வகித்திருந்தது. இந்த நான்கைந்து வருடங்களாகப் பருவமழை தொடர்ந்தாற்போல் பொய்த்ததற்கு முனி அப்புச்சியை நினைக்காததே முழுக்காரணம் எனச் சுற்றுப்பட்டு ஊர் சனங்களும் நம்பத் துவங்கி விட்டனர். அக்னி நட்சத்திரத்துக்குப் பின்னிட்ட வைகாசி நன்னாளில் ஊர்க்கூட்டம் சாட்டை அறிவித்தது.

ஊரில் முனி அப்புச்சி கோயில் சாட்டிய விஷயம் சுற்றுவெளி ஊருகளுக்கெல்லாம் பரவியிருந்தது. பழைய பகை கொண்ட தெற்குவெளி ஊர்களான ஆலாம்பாளையம், வடுக பாளையம், குப்புச்சி பாளையம், நஞ்சியம் பாளையம் போன்ற ஊர்களில் இருந்தும்கூட சனங்கள் மாட்டு வண்டி கட்டிக்கொண்டு வந்தார்கள்.

மாராண்டியின் சாமியாட்டம் பகல் எல்லாம் நடந்துகொண்டே இருந்தது. எட்டு நாளும் சனங்கள் கணக்கு கேட்டபடியே இருந்தனர்.

எருமைக் கிடாவை இழுத்துவந்தார்கள் ஆட்கள். மாராண்டி மண் ஓட்டுச் சாதத்தைக் கையில் எடுத்துக் கொண்டான். முனி அப்புச்சி கோயில் பெரிய வெட்டருவாளை இரண்டு ஆட்கள் பிடித்து ஓங்கிக் கிடாயின் கழுத்தில் வெட்டினார்கள். தலை தெறித்துப்போய் விழுந்தது. மாராண்டி கைப்படாமல், ரத்தத்தைச் சாதத்தின்மேல் பிடித்துக்கொண்டான்.

கொட்டு அடிப்பவனோடு வந்த வேறு சில ஆட்கள், எருமைக் கிடாயின் முண்டத்தைக் கத்தியால் பிளந்தார்கள். குடலை உருவி மாரண்டிக்கு மாலையாகப் போட்டார்கள்.

முனியின் வெறித்த கண்களில் தீவிரம் பற்றியது. அந்தக் கணத்திலிருந்து மாராண்டி மறைந்து போனான். சனங்களின் கண்களுக்கு முனி தெரிந்தது.

முனி கோயிலை நோக்கிப் போனது. கொட்டு அடிப்பவர்கள் தயாரானார்கள். அத்தனை சனங்களும் வீட்டுக்குள் போய்க் கதவை அடைத்துக் கொண்டார்கள். ஜன்னல்களையும் சாத்திக் கொண்டார்கள்.

முனி விரட்டும் ஆட்களோடு, கொட்டு அடிப்பவர்களும் பெரிய வீட்டுக்காரரும் தவிர்த்து, வெளியே ஈ காக்காய் இல்லை. 'முனி எந்த நிமிடமும் தாக்கக்கூடும்' என எதிர்பார்த்திருந்தனர்.

எங்கும் இருள் படர்ந்து கிடந்தது. முனி விரட்டும் ஆட்கள் கோயிலையே பார்த்தபடி இருந்தனர். கப்பென்ற நிசப்தம். ஒருவித அமானுஷ்யமான பயத்தைத் தோற்றுவித்து கொண்டிருந்தது.

திடீரென முனி கோயிலைவிட்டு வெளியே வந்து நின்றது. விழிகள் தெறித்துவிடும்போல் வெறித்தன. வெற்றுவெளியில் கிழக்கே எதையோ கொஞ்சதூரம் துரத்திப் போய்த் திரும்பிற்று.

விரட்டும் ஆட்கள் தயாரானார்கள். கோழிக்குஞ்சு வைத்திருந்தவனும் சாட்டை வைத்திருந்தவனும் முன்னே போயினர். முடிக்கயிரு வைத்திருந்தவன் பின்னே போய்ப் பதுங்கிக் கொண்டான். பெரிய வீட்டுக்காரர் பக்கம் பந்தம் பிடிப்பவன் நின்று கொண்டான்.

முனி, விரட்டும் ஆட்களை வெறித்தது. கொட்டு அடிப்பவர்கள் முனியின் முன்னே போய் அடிக்கத் துவங்கினார்கள். முனி கொட்டின் அடிக்கு இசைவாக ஆடியது. யாரும் எதிர்பாராத தருணத்தில், ஊருக்குள் நுழைந்தது.

ஆழ்ந்த நிசப்தத்தின் ஊடே, சனங்களற்ற வீதிக்கு வசீகரம் கூடியிருந்தது. காரை வீடுகளின் சுவர்கள் மங்கிக் கிடந்தன. சரிந்த தட்டோட்டுக் கூரைகளின் மேலே சிறு சிறு வவ்வால்கள் அலைவது சிதறிய நட்சத்திர ஒளியில் தெரிந்தன.

முனி சில வீட்டுக் கதவுகளை இடித்துத் தள்ள முயன்றது. இருந்திருந்தாற் போல வெறித்தனமாகச் சத்தமிட்டது. இயல்பான தொனி மாறி, முனிக்கே உண்டான குரல் போலிருந்தது.

பெரிய வீட்டுக்காரர் கோழிக்குஞ்சு வைத்திருந்தவனிடம் சொன்னார்... "பலி... கொடு... பலி கொடு..."

கோழிக்குஞ்சு வைத்திருந்தவன் முனியிடம் ஓடினான். முனி மண்டியிட்டு உட்கார்ந்து வாயைப் பிளந்தபடி வானத்தைப் பார்த்தது. தலையைச் சுழற்றி கர்ண கொடூரமாகச் சத்தமிட்டது. கோழிக்குஞ்சு வைத்திருந்தவன், அதை முனியின் வாயில் திணித்தான். முனி நற நறவென்று அதன் குரல்வளையைக் கடித்து ரத்தம் குடித்தது. பின், அதைத் தூரத் துப்பியது.

கொட்டடிப்பவர்கள் சூழ்ந்துகொண்டு அடித்தார்கள். முனி மயக்கமுற்றது போல கீழே தலை போட்டு உட்கார்ந்தது. முடிக்கயிறு வைத்திருந்தவன் பின்னால் போய், முனியின் இடுப்பில் கயிற்றைக் கட்டினான். பின்பு, எட்டப் போய்நின்று, கயிற்றின் நுனியைப் பிடித்துக் கொண்டான்.

கொட்டு அடிப்பவர்கள் முனியின் அருகில் வந்து சத்தமாக அடித்தார்கள். முனி எழுந்து மேற்கு வளவு வீதியில் ஓடியது.

முடிக்கயிறு பிடித்திருந்தவன் கயிற்றைச் சுண்டி முனியை வேறுபக்கம் இழுக்க முயன்றான். ஆனால், அதன் வேகத்துக்கு அவனால் ஈடுகொடுக்க முடியவில்லை. அதோடு சேர்ந்து ஓடினான். கொட்டு அடிப்பவர்களும் முனியின் பின்னால் அடித்துக் கொண்டே ஓடினார்கள்.

முனி, ஊரின் நாலா வீதிகளிலும் நுழைந்தது. திண்டு வைத்த வெளித் திண்ணைகள் வெறுமனே கிடந்தன. வீட்டுக்குள் இருக்கும் சனங்கள், முனியின் திகழ்தன்மை கண்டு உறக்கமற்றுக் கிடந்தனர். குழந்தைகள் பயத்தின் இறுக்கத்தில் மூத்திரம் முட்டித் தவித்தன.

தலைவாசல் வந்து சேர்ந்தபோது, கோழி கூப்பிட்டாகி விட்டது. முனியும் களைத்துப் போயிருந்தது. கோயில் பக்கம் இழுத்துப் போனார்கள். பெரிய வீட்டுக்காரர் கேட்டார்... "என்ன ஓடிர்றியா... இல்லே, இன்னும் இருக்க ஆசையா?"

‘‘முனி போகாது... இந்தத் தடவை ஊருக்குள்ளே ரத்தம் குடிக்காமப் போகவே போகாது’’

முனி சொல்லிவிட்டு முறைத்தது. சாட்டை வைத்திருந்தவன் முனியின் முதுகில் ஓங்கி அடித்தான். சாட்டையின் சுழற்சி, காற்றில் படீரெனச் சத்தமெழுப்பியது. திரும்பவும் முனி வீறாப்பாகச் சொல்லிற்று... “முனி போகாது”

மீண்டும் அடி பலமாக விழுந்தது முதுகில் தடித்துக் கொண்டது. அப்பவும் முனி அசைந்து கொடுக்காமலே நின்றது. அடி மேலும் மேலும் விழுந்து கொண்டே இருந்தது. மற்ற ஆட்கள் சோர்ந்து போய் உட்கார்ந்திருந்தார்கள். கொட்டு அடிப்பவர்களும் அடிப்பதை நிறுத்தியிருந்தார்கள். முனியின் முதுகில் ரத்தம் கசியத் துவங்கியது.

கிழக்கே காரி கட்டியிருந்தது. நீண்ட நாட்களுக்குப் பின்பு காற்று கொம்பு சுழன்று அடித்தது. மழை வருவதற்கான அறிகுறி தென்பட்டது. விடியும் தறுவாயில் முனி. தரையைப் பார்த்தபடி கத்தியது... ‘‘நா போறேன்... ஓடிப்போறேன்... என்னை உட்டுருங்கோ..!’’

சாட்டைக்காரன் அடிப்பதை நிறுத்திவிட்டுக் கேட்டான்... ‘‘மறுக்காவும் வரமாட்டியே?’’

‘‘எங்கப்புச்சி சத்தியமா வரமாட்டேன்!’’

வேறொருவன் குடத்து நீரைக் கொண்டுவந்து முனியின் தலையில் ஊற்றினான். ரத்தம் நீரில் கலந்து ஒழுகியது. முனி அதே இடத்தில் மண்டியிட்டு உட்கார்ந்து கொண்டது.

பெரிய வீட்டுக்காரர் கேட்டார்... ‘‘அப்ப தீர்த்தக் கும்பத்தை விட்டுரலாமா?’’

முனி சரியென்று தலையசைத்தது. மெள்ள எழுந்து சாந்தமடைந்திருந்தது. கோயிலுக்குள்ளே சென்று தீர்த்த கும்பத்தை எடுத்துத் தலையில் வைத்துக்கொண்டு வெளியே வந்து, தெற்குவெளி ஊர்த்தடத்தில் நடந்தது.

ஆற்றுக்குப் போகும் ஒற்றைத் தடத்துப் பக்கம் முனி அப்புச்சி கோயில் கிணறு இருந்தது. பட்டு வரிக்கல் வைத்துக் கட்டிய அகலமான கிணறு. இச்சிமரங்கள் சுற்றிலும் படர்ந்திருந்தன. முனி,

தீர்த்தக் கும்பத்தை அந்தக் கிணற்றுக்குள் வீசிப்போட்டது. தண்ணீரில் கும்பம் விழும் சத்தம் சுவரில் பட்டு எதிரொலித்தது. ஆட்கள் ஊரை நோக்கி ஓடினார்கள். கொட்டு அடிப்பவர்கள் கொட்டு அடித்தபடி வீதியில் நுழைந்தார்கள், சத்தமிட்டார்காள். ''முனி விரட்டியாச்சு சாமியோவ்! எல்லாரும் வெளியே வாங்கோவ்''

பளபளவென விடிந்துவிட்டது. குருவிகளின் சத்தம் கேட்டது. ஒவ்வொரு வீடாகத் தாழ் நீக்கின. சனங்கள் வெளிப்பட்டு, தலைவாசல் பக்கம் வந்தார்கள்.

மாராண்டி கிணற்றில் முங்கி எழுந்தான். காயங்கள் எல்லாம் தடித்துப் போயிருந்தன. உடம்பு மொத்தமும் வலித்தது. படியில் ஏறி வரும்போது பொழுது கிளம்பியிருந்தது.

பெரிய வீட்டுக்காரரைப் பார்க்க அரண்மனை வீட்டுக்குப் போனான். அவர் பணத்தை எண்ணிக் கொடுத்தார். அதில் மளிகைக் கடையில் மிக்ஸர் பொட்டலமும் பழமும் வாங்கிக் கொண்டான்.

வடக்கு வளவு வீதியில் இறங்கி நடந்தான். வீடு சாத்தியிருந்தது. நடையைப் பார்த்தபடி கதவைத் தட்டினான்.

உள்ளே யாரோ நடந்துவரும் சத்தம் கேட்டது. பையன் வந்து திறந்தான். ஏழு வயதிருக்கும். மாராண்டியைக் கண்டதும் வீலென்று கத்தினான்.

"அம்மா... முனி... முனி... வந்திருச்சு..!"

"அடேய்... நாங்கொப்பன்டா!''

"இல்லே... முனி!"

பையன் வேகமாகச் சமையல்கட்டுப் பக்கம் ஓடினான். அழுதபடி அம்மாவைக் கட்டிக் கொண்டான். திரும்பவும் கத்தினான்... "முனி... முனி... வந்திடுச்சு! தொரத்தும்மா அதை!''

பையனின் வார்த்தைகள் குழறி வெளி வந்தன. மாராண்டி அப்படியே சிலையாக நின்று கொண்டான்.

காட்டின் பெருங்கனவு

சந்திரா

பறந்து பறந்து
வெளிகளைக் கடந்த அவள்
பாதம் வைக்க இடமின்றி
தனிமையின் பாடலைக் கேட்டுக்கொண்டிருக்கிறாள்.
-இரா.சின்னசாமி

போரில் சூறையாடப்பட்ட ஊரின் அலங்கோலமும் தனிமையுமாய் நீண்டுகொண்டிருக்கிறது வாழ்க்கை. மிகத் தீவிரமான கணங்கள் சூழ்ந்து இருள் பரவுகிறது. இருட்டின் நிறத்தைக்கூட அறிய முடியாத அளவிற்குக் கடும்இருள் பரவி இருக்கிறது. நட்சத்திரமற்ற வானம் முழுதும் கருமையாகவே காணப்படுகிறது. அவனின் வருகை இத்தகைய தருணத்தில் மட்டுமே நிகழும் என்று எனக்கு முன்னமே உரைக்கப்பட்டிருந்தது. அவன் கால்கள் பூட்டப்பட்டிருப்பதை அறியாமல் நிறங்களற்ற வெளியில் அவன் வரும் தடம் அறிய ஒலியை நம்பத் தொடங்கினேன். மனோரஞ்சித மலர்களை உதிர்க்கும் அழகிய வாயில் கொண்ட என் வீட்டில் அவன் வெகுநேரமாய்ச் சங்கிலியால் பிணைக்கப்பட்டபடி அமர்ந்திருக்கிறான். ஆனால் என் புலன்களால் பூக்கள் உதிரும் சத்தத்தைத் தவிர எதையும் உணர்ந்துகொள்ளமுடியவில்லை. ஒவ்வொரு நொடியும் யுகம் யுகமாய்க் கழிகிறது. காலம் நகர்ந்துகொண்டே இருக்க, கைகளும் கண்களும் பரபரக்கத் தொடங்கின. இரண்டுக்கும் எதுவும் தட்டுப்படவில்லை.

கணநேரம் விலகாது காற்றில் கைகள் அலைந்துகொண்டே இருந்தன. கண்களால் இருட்டைத்தவிர வேறெதையும் காண முடியவில்லை. இருள் விலகத் தொடங்கியது.

மாதுளைபோல் சிவந்திருந்த என் விழிகளால் அவனைத் தேடத் தொடங்கினேன். தூரமாய் ஓர் உருவம் போய்க்

கொண்டிருந்தது. அது அவனாகத்தான் இருக்க வேண்டும். கூப்பிடக் குரல் எழவில்லை. வார்த்தைகள் காற்றாய் வெளியேறின. அந்த ஒலியும் மனோரஞ்சித மரத்தைத்தாண்டிச் செல்லவில்லை. உயிரோடு நடமாடும் ஓவியத்தைப் போல, பனி படர்ந்த வெளியில் என் பார்வையிலிருந்து அவன் மறைந்து போகிறான்.

தினமும் நான் காணும் கனவு இது. என் கனவில் என்னிலிருந்து தூரமாய் மறைந்துபோகிறவன் உண்ணி. இப்பவும் உண்ணிதான் உலகத்திலே எனக்கு மிக நெருக்கமான உறவாகத் தெரிகிறது. உண்ணி எங்கே இருக்கிறான் என்ன செய்கிறான் எதுவுமே தெரியாது. எப்போதும் என் ஞாபகத்தில் அழியாத ஓவியமாய் முகமற்றுக் கிடக்கிறான் என்பது மட்டும் உண்மை. என்னுடைய எல்லா அளவற்ற மகிழ்ச்சியின் முடிவிலும், சோகம் கவ்விய அவனது ஆழமான ஈரவிழிகள் முடிவற்று அழுத்திக்கொண்டே இருக்கிறது. கடைசியாய்ப் பிரிந்தபோது கண்ணீர் ததும்பிய அவனது கண்கள் ஆயிரம் காலத்திற்கு என்னுடனான காதலை வேண்டி நின்றது.

சென்ட்ரல் ரயில் நிலையத்தில் உண்ணியைப் போன்ற சாயலில் ஒருவனைப் பார்த்ததும், வேகமாக வந்துகொண்டிருக்கும் ரயிலில் பறந்துபோய் விழுந்து உடல் சிதறியதைப்போல உயிர் கலங்கி நின்றேன். பொது இடம் என்று பாராமல் இப்படி அவனைப் பற்றிய நினைவுகளை, சிலசமயம் வெளிப்படையாகவே என் கண்களில் காட்டிவிடுவேன். அவனது நினைவுகள் என்னைச் சிதைத்துக் கொண்டிருப்பதை என்னால் தடுக்க முடியவில்லை. அவை எனக்கும் காதல் இருந்தது என்று பெருமை பீற்றிக் கொள்வதற்காகவோ அல்லது எனக்குள் இருக்கும் காதல் உணர்வை நிரந்தரப்படுத்திக் கொள்வதற்கானதோ இல்லை. அந்த உணர்வை என்ன செய்தும் என்னிலிருந்து பிரிக்க முடியவில்லை என்பதை நான் எப்படி விளக்குவது. கனவு, நிஜம் என்று பிரித்துப்பார்க்க முடியாத அளவிற்கு கணநேரமும் என் நினைவிலிருந்து அகலாமல் இருக்கிறான்.

என் வாழ்க்கையைத் தலைகீழாக மாற்றப்போகிறவன் என்பதை அறியாமல் எங்களுடைய முதல் சந்திப்பில் அவனை மிக மிகச் சாதாரணமாக நடத்தினேன். பத்தாம் வகுப்பு முழு ஆண்டு விடுமுறையில் அவனை முதல் முறையாகச் சந்தித்தேன். நானும்

எனது தங்கையும் ஒவ்வொரு விடுமுறைக்கும் பெரியப்பா வீட்டுக்குச் செல்வது வழக்கம். எங்கள் ஊருக்கு மேற்கே கண்ணுக்கு எட்டும் தூரம்வரை மேற்குத் தொடர்ச்சி மலை நீண்டு கிடந்தது. அந்த மலைக்குப் பின்னால் கேரளா பசுமையாக இருந்தது. அங்கே இருந்த என் பெரியப்பாவிற்குச் சொந்தமான மிளகுக் காட்டுக்குத்தான் நானும் என் தங்கையும் ஒவ்வொரு விடுமுறைக்கும் செல்வோம். எங்கள் விடுமுறையைச் செலவிட, பெரியப்பா ஊரைத் தவிர, வேறு எந்த ஊரும் எங்களுக்கு இல்லை. நெருங்கிய உறவினர்கள் யாரும் தொலைதூர ஊர்களில் இல்லை. எல்லோரும் நாங்கள் வசிக்கும் ஊரிலேயே இருந்தார்கள். நானும் தங்கையும் ஊரிலிருந்து எடுத்துவந்த பாம்புக் கட்டத்தில் சோவிமுத்தை உருட்டி விளையாடிக் கொண்டிருப்போம். மலையில் எங்களுடைய அதிகபட்ச விருப்பம் வீட்டு வாசலில் வளர்ந்து கிடந்த கொடி ரோஜாச் செடிகளும் டிசம்பர் பூக்களும்தான். அதைத் தாண்டிக் கொஞ்சம் விருப்பமானது மலையின் குளிர்ச்சி. சில நாட்களில் வாசற்படியில் உட்கார்ந்து மலைப் பள்ளத்தில் தெரியும் எங்கள் ஊரை வேடிக்கை பார்ப்போம். ஊரில் எரியும் லைட் வெளிச்சம் வானத்தில் எரியும் நட்சத்திரங்களைப் போலிருக்கும். அது எங்களுக்குப் பெரும் வியப்பினைக் கொடுக்கும். ‘ ராத்திரி நேரத்துல பூச்சி பொட்டு வரும். வீட்டுக்குள்ள வாங்கடி’ என்று பெரியம்மா எங்களை அழைத்துக் கொள்ளும். மலையின் இருட்டு பயத்தைக் கொடுக்கும். பயத்தைப் போக்குவதற்கு நானும் தங்கையும் தூங்கும்போது எதையாவது பேசிச் சிரித்துக்கொண்டே தூங்குவோம். பேய்க்கதை மட்டும் பேசமாட்டோம்.

அப்போது மிளகு பிடுங்கும் சீசன் என்பதால் பெரியம்மா சீக்கிரம் சமையலை முடித்து மிளகு பிடுங்கும் வேலையை ஆரம்பிக்க வேண்டும் என்று காலையிலேயே சமைக்க ஆரம்பித்தது. வீட்டுக்கும் முன்னால் சீராக வளர்ந்துகிடக்கும் சிவப்பு நிற தண்டங் கீரையைப் பிடுங்கி வருமாறு என்னிடம் சொல்லியது. ஈரம் சொட்டும் கீரையைப் பறித்து தாவணியில் வைத்துக்கொண்டிருந்தேன். என் தங்கை கொளுந்துக் கீரையைப் பிடுங்கி என்னிடம் கொடுத்துக் கொண்டிருந்தாள். பனி அடர்ந்து பூக்களெல்லாம் நீராக வடிந்து கொண்டிருந்தது. அந்தக் காலையில் மலை இறக்கத்தில் யாரோ எங்கள் வீட்டை நோக்கி வருவது தெரிந்தது. மலை முழுவதும் பஞ்சு

மூட்டம் முழு வெண்மையாக மறைத்திருந்ததால் உருவம் தெளிவில்லாமல் தெரிந்தது. அருகில் வரவர கண்ணுக்கு புலப்படத்தொடங்கியது உருவம். முற்றுப்பெறாத ஓவியம்போல் மலை இறக்கத்தில் எங்கள் வீட்டை நோக்கி நடந்து வந்துகொண்டிருந்த அவன் என்னைவிட ஒன்றிரண்டு வயது பெரியவனாகத் தெரிந்தான். லுங்கியை மடித்துக்கட்டி ஒரு முழு இளைஞனைப் போலிருந்தான். ஆனால் அவன் முகமோ குழந்தையைப் போலிருந்தது. அவன் முன்னால் தாவணியை மடியாக பிடித்துக்கொண்டிருந்தது எனக்குள் வெட்கத்தை ஏற்படுத்தியது. விரைந்து வீட்டுக்குள் போய் மறைந்து கொண்டேன்.

அடுப்பு ஊதிக்கொண்டிருந்த பெரியம்மாவிடம் 'யாரோ ஒரு பையன் வந்திருக்கான்' என்றேன். புகை மூண்ட கண்களை கசக்கியபடி பெரியம்மா 'சோறைப் பொங்காம பாத்துக்க. அடுப்பை ஊதிவிடு' என்று சொல்லிவிட்டு வெளியே போனது. மடியில் இருந்த கீரையைச் சொளகில் கொட்டிவிட்டு அவன் யாராக இருக்கும் என்ற ஆவலில் சமையலறை வாசலில் நின்றுகொண்டேன். இடையிடையே சோறு பொங்குகிறதா என்றும் பார்த்துக்கொண்டேன். பெரியம்மா 'உள்ள வா உண்ணி. எப்ப ஊருலருந்து வந்தே?' என்று அவனை வீட்டுக்குள் அழைத்து வயர் கட்டிலில் உட்காரச் சொன்னது. உள்ளே வந்த அவன் 'எப்படிக்கா இருக்கீங்க? அண்ணே எப்படி இருக்காங்க?' என்று தமிழில் கேட்டான். மலையாளியைப்போல் இருக்கும் அவன் இவ்வளவு அழகாகத் தமிழ் பேசுகிறானே என்று வியப்பில் இருந்தேன். என் தங்கை கோபமாக உள்ளே வந்தாள். என்னைச் சமையலைறையில் பின்வாசல் வழியாக வெளியே கூட்டிப்போய் 'ஏக்கா என்கிட்ட சொல்லாம உள்ள வந்த. நீ என்ன லூஸா? நான்பேசாம கீரையைப் புடுங்கி உங்கிட்ட கொடுக்கலான்னு பார்த்தா யாரோ ஒருத்தவங்க நிக்கிறாங்க. நான் பயந்து போயிட்டேன்' என்றாள். 'சரி வா யார்ன்னு பார்ப்போம்' என்றபடி சமையலறைக்குள் போனோம். பெரியம்மா கடை அடுப்பில் அவனுக்குக் கட்டங்காப்பி சுடவைத்துக் கொண்டிருந்தது. 'இல்லக்கா இப்பத்தான் குடிச்சிட்டு வந்தேன்' என்றான். 'பரவாயில்லப்பா குடி' என்று கண்ணாடி டம்ளரில் அவனுக்குக் காப்பியை ஊத்திக் கொடுத்துவிட்டு, கீரையைக் கழுவி அரிவாமனையில் அரிந்தபடி அவனிடம் ''ஊர்ல எல்லாரும் எப்படி இருக்காங்க? படிப்பு

முடிஞ்சிருச்சா" என்று பல கேள்விகளைக் கேட்டுக்கொண்டிருந்தது. அடுப்பை ஊதியபடி எல்லாவற்றையும் கேட்டுக்கொண்டிருந்தேன். அவன் பனிரெண்டாம் வகுப்பு பரீட்சை எழுதிவிட்டு வந்திருக்கிறான். அடுத்த வருடம் காலேஜ் படிக்கப்போவதாகச் சொன்னான். 'கீரை பத்தாது. இன்னும் கொஞ்சம் கீரை பிடுங்கிட்டு வா'' என்று பெரியம்மா சொல்ல அவனைத் தாண்டி வெளியே சென்றேன். என் தங்கையும் என் பின்னாடியே வந்தாள்.

அவன் எங்களைப் பற்றிப் பெரியம்மாவிடம் கேட்டுக் கொண்டிருந்தான். "என் தங்கச்சி மகளுக. லீவுக்கு வந்திருக்காளுக" "நான் ஒரு தடவை கூட பார்க்கலையேக்கா''. "இந்த மலங்காட்டுல எத்தனை நாளைக்கு இருப்பாளுக? நாலு நாளைக்கு இருப்பாளுக. அப்புறம் பொழுது போகலன்னு ஓடிப் போயிடுவாளுக'' என்றது. அவன் பெரியம்மாவிடம் பேசிவிட்டு எங்கள் மிளகுக் காட்டுக்குக் கீழே மலை இறக்கத்தில் இறங்கிப்போனான். அவன் போனதும் அவன் யாரென்று பெரியம்மாவிடம் கேட்டோம். ''அவங்கப்பா மலையாளி. அவங்கம்மா தமிழ். நாகர்கோவில் பக்கம். நாகர்கோவில்ல அவன் அம்மாச்சி வீட்டுலிருந்து தமிழ்ப் பள்ளிக்கூடத்திலதான் படிக்கிறான். நல்லா படிப்பானாம். மலைக்கு வந்தா நம்ம வீட்டுல கிடையா கெடப்பான். நல்ல பையன் "என்றது.

மலை இறக்கத்தில் கீழே இறங்கிப்போன உண்ணி ஒரு மணிநேரம் கழித்துத் தலையில் புல்லுக்கட்டுடன் திரும்ப வந்தான். மூங்கில் ஏணியில் நின்று மிளகு பிடுங்கிக்கொண்டிருந்த பெரியப்பா ''உண்ணி எப்ப வந்த'' என்று சத்தமாக கேட்டது. அவன் புல்லுக்கட்டை கீழே போட்டுவிட்டு ''நேத்துதானே வந்தேன்'' என்றான்.

''அதுக்குள்ள வேலையைப் பாக்க ஆரம்பிச்சிட்டே. கீழே ஓடையில தண்ணி எம்புட்டுப் போகுது?" "கொஞ்ச குறைவாத்தான் இருக்கு. ஆனால் அழகு மங்காம இருக்குண்ணே'' என்றான். பெரியம்மா கட்டங்காப்பியைப் போட்டுக்கொண்டு வந்தது. பெரியப்பா ஏணியிலிருந்து கீழே இறங்கிக் கொஞ்சம் இளைப்பாறிக் காப்பியைக் குடித்தார். உண்ணி ''கிளம்புகிறேன்'' என்றான். பெரியம்மா அவனுக்கும் ஒரு டம்ளர் காப்பியை கொடுத்தது. ''இப்பதானக்கா குடிச்சிட்டுப் போனேன், வேணாம். மாடு சும்மா

கிடக்கும் போய் புல்லைப் போடுறேன்'' என்றான். ''நீ வந்ததும் உங்கம்மாவுக்குப் புல் அறுக்கிற வேலை இல்ல. உங்கக் காட்டுல மிளகு பறிக்கலையா?" என்றார் பெரியப்பா. "இன்னும் ஒரு வாரம் ஆகட்டும் மிளகு பழுக்கட்டும்னு அப்பா சொல்லிட்டார்". "விலை கம்மியா இருந்தாலும் பரவாயில்ல. நாங்க பச்சையாவே புடுங்கிப் போடுறோம்ப்பா'' என்று சொல்லிவிட்டு பெரியப்பா அடுத்த மரத்திற்கு ஏணியை மாற்றி மரத்தின் உயரத்தில் படர்ந்திருந்த கொடியிலிருந்து மிளகைப் பறிக்க ஆரம்பித்தார். நாங்கள் மரத்துக்குக் கீழே நின்று கை எட்டும் தூரம்வரை இருந்த கொடியிலிருந்து மிளகைப் பிடுங்கிக்கொண்டிருந்தோம். உண்ணி தானாகவே கனமான புல்லுக்கட்டைத் தூக்கித் தலையில் வைத்துக் கிளம்பினான்.

தினமும் புல் அறுக்கப் போகும்போதும் வரும்போதும் அவன் கொஞ்ச நேரம் எங்க வீட்டில் இருந்து பெரியப்பா பெரியம்மாவிடம் பேசிவிட்டுப் போனான். வேறு ஆண் பிள்ளைகளுடன் பேசிப் பழக்கம் இல்லாததால் அவனோடு நாங்கள் ஒருபோதும் பேசவில்லை. அவன் பேசும்போது சிரிப்புடனே இருந்தது அவன் முகம். சிரிக்கும் போது ஈரம் படர்ந்த அவனது விழிகள் எப்போதும் நேசத்தையே காட்டின. அவன் படிப்பு, ஊர் பற்றி அவனோடு பேச விருப்பமாக இருந்தது. பெரியம்மா பெரியப்பா என்ன நினைத்துக் கொள்வார்களோ என்று பேசாமல் இருந்துவிட்டேன்.

ஒரு வாரம் கழித்து நாங்கள் ஊருக்கு கிளம்பத் தயாரானோம். காலையிலேயே ஊருக்கு எடுத்துச் செல்லக் காட்டுப் பொருள்களைச் சேகரிக்கத் தொடங்கினோம். காட்டுக்குள் இறங்கி ப்ளம்ஸ், அன்னாச்சி, மாங்காய் எல்லாவற்றையும் சேகரிக்கத் தொடங்கினோம். பூக்களை மட்டும் கிளம்பும் நேரத்தில் பறித்துக் கொள்ளலாம் என்றிருந்தோம். எல்லாப் பொருள்களையும் பையில் வைத்துவிட்டுப் உட்கார்ந்தபோது என் தங்கை 'உன் காதுல ஒரு தோடைக் காணாம்க்கா' என்று குண்டைத் தூக்கிப் போட்டாள். தோடைக் காணாக்கிவிட்டுப் போனால் எங்கம்மா என்னைக் கொன்னே போடும். ஓடிப்போய்ப் பெரியம்மாவிடம் சொன்னோம். நாங்கள் போன இடத்திற்கெல்லாம் போய் மண்ணைக்கிளறித் தோடைத் தேடினோம். தோடு கிடைத்தபாடில்லை. நான் சிறுபிள்ளை போல அழுது கொண்டிருந்தேன். புல் அறுக்கப் போன உண்ணி விசயம் அறிந்து

அவனும் தோடைத் தேடினான். இனி தோடு கிடைக்காது என்று மேலேறி வரப்புக்கு வந்தோம். உண்ணி இருப்பதையும் மீறி நான் அழுது கொண்டிருந்தேன். அவன் என்னைப் பாவமாகப் பார்த்தான். கடைசியாக உண்ணி அன்னாச்சி பழம் இருந்த மண்ணில் தேடிப் பார்த்தான். அவன் சிரித்தபடி தோடு கிடைச்சிருச்சு என்றான். அந்தச் சிரிப்பு இன்னும் அழகாக இருந்தது. தோடு கிடைத்த சந்தோசமும் அழுத வெட்கமுமாய் என் தங்கையைக் கட்டிப் பிடித்துக் கொண்டேன். 'பாருப்பா யாரு கையில் கெடைக்கணும்ணு இருந்திருக்கோ. அவங்க கையிலதான் கெடைச்சிருக்கு' என்று பெரியம்மா அவனிடம் இருந்த தோடை வாங்கி 'இனியாவது சூதானமாப் போட்டுக்கோ' என்று கொடுத்தது. நான் முதன் முறையாக 'தேங்க்ஸ்' என்று சொன்னேன். அதற்கு அவன் ஒரு சிரிப்பைப் பதிலாகத் தந்தான்.

பெரியம்மாவும் பெரியப்பாவும் எங்களை ஊரில் விடக் கிளம்பினார்கள். நாங்கள் ஊருக்குப் போகும் பாதையில்தான் உண்ணி வீடு இருந்தது. எங்கள் காட்டில் வெள்ளை கொடி ரோஜா மட்டும்தான் இருந்தது. உண்ணி காட்டில் மஞ்சள் ரோஜாவும் சிவப்பு ரோஜாவும் மருதாணியும் பிடுங்கித் தருவதாகப் பெரியம்மா சொல்லியிருந்தது. அதைப்போலவே அவங்க வீட்டுக்கு அழைத்துப் போனது. உண்ணி அம்மா எங்களுக்கு கட்டங்காப்பியும், கப்பைக்கிழங்கும் கொடுத்தார்கள். உண்ணியிடம் சொல்லிப் பூக்களைப் பறித்துத் தரச் சொன்னார். நாங்களும் உண்ணியோடு காட்டுக்குள் இறங்கிப் போனோம். செடியில் இருந்த அத்தனை மஞ்சள், சிவப்பு ரோஜாக்களையும் பறித்துக் கொடுத்தான். 'இந்த மருதாணி செக்கச் செவல்னு சிவக்கும்' என்று மருதாணியைப் பிடுங்கித் தந்தான். தோடு எடுத்து கொடுத்த சந்தோசத்தில் அன்று முழுதும் அவன் முகம் மட்டுமே என் நினைவில் வந்து கொண்டிருந்தது. நாங்கள் அவன் வீட்டை விட்டுக் கிளம்பினோம். பாதையில் வரிசையாகப் போய்க் கொண்டிருந்ததில் நான் மட்டும் கடைசியாகப் போய் கொண்டிருந்தேன். கொஞ்ச தூரம் போனதும் திரும்பிப் பார்த்தேன். பாதையில் நின்று நாங்கள் போவதையே பார்த்துக் கொண்டிருந்தான். முதன் முறையாகக் கவலை தோய்ந்த அவன் முகத்தைப் பார்த்தேன். அவன் சிரிக்கும்போது எவ்வளவு சந்தோசமாக இருக்குமோ அதற்குச் சமமாக வலி நிறைந்த துயரத்தில் இருந்தது அவன் முகம். என் கால்கள் நடை தளர்ந்து பின் வாங்கியது.

திரும்பிப் பார்த்துக்கொண்டே போனேன். இதுவரை நான் அனுபவித்திராத பயமும் சந்தோசமும் வலியும் கலந்த உணர்வு என்னுள் ஊற்றெடுத்துக் கொண்டிருந்தது. என் தங்கை கட்டாப்பல் கிடந்த உண்ணிப் பழத்தைப் பறித்துச் சாப்பிட்டுக்கொண்டே வந்தாள். 'உனக்கு வேண்டுமா' என்றவளைப் பதில் ஏதும் சொல்லாமல் முறைத்தேன். 'அதான் தோடு கிடைச்சிருச்சுல்ல. அப்புறம் எதுக்கு உம்முன்னு வர்ற' என்றாள் அவள்.

நாங்க பஸ்ஸுக்காகக் காத்திருந்தபோது மழை தூற ஆரம்பித்தது. கடை வாசலில் ஒதுங்கி நின்றோம். இன்று பஸ் ஸ்ட்ரைக் என்று சொல்லிவிட மாட்டார்களா? காட்டுக்குத் திரும்பி விடமாட்டோமா என்று கற்பனை விரிந்து பறந்து ஓடிக் கொண்டிருந்தது. மழை பெரிதாகப் பெய்ய ஆரம்பித்தபோது குமுளி பஸ் வந்தது. நாங்கள் ஏறிக்கொண்டோம். கேரள எல்லையைத் தாண்டிக் கூடலூர் பஸ்ஸில் ஏறும் போது மழை இடியுடன் பெய்தது. மழை நீரில் பெரும் வரப்பில் இருந்த மண் கரைந்து உருகி வழிந்தோடிக்கொண்டிருந்தது. உண்ணியின் ஞாபகம் மழையை அழகாக்கியது. உண்ணியின் மனத்தில் என்னைப்பற்றி எதையோ நினைத்துக்கொண்டிருக்கிறான். அதனால்தான் அத்தனை கவலையோடு நின்றிருந்தான். மலைப் பயணம் முழுதிலும் அவனைப் பற்றியே யோசித்துக் கொண்டிருந்தேன். ஊருக்குப் போனதும் முதல் வேலையாக மருதாணி அரைத்துக் கையில் வைத்துக்கொண்டேன். மருதாணியில் சிவந்த விரல்கள் அவனை எனக்குள் ஆழமாகப் படிய வைத்துக்கொண்டே இருந்தது.

பத்தாம் வகுப்பு ரிசல்ட் வந்தது. நான் நானூறுக்கு மேல் மார்க் வாங்கியிருந்ததால் பதினொன்றாம் வகுப்பில் கணக்கும் அறிவியலும் எடுத்திருந்தேன். தங்கை எட்டாம் வகுப்பு போயிருந்தாள். அந்த ஆண்டு காலாண்டு விடுமுறைக்குப் பெரியம்மா மலைக்குப் போகிறேன் என்று அம்மாவிடம் கேட்டேன். 'எப்பவும் முழுப்பரிட்சை லீவுக்குத்தானே போவே. இப்ப மட்டும் என்ன புதுசா?' என்று அம்மா மறுத்து விட்டது. பின்பு அடம் பிடித்து அரையாண்டு விடுமுறைக்கு மலைக்குப் போனோம். மனம் முழுக்க உண்ணி வந்திருப்பானா இல்லையா என்ற கேள்வி பாடாய்ப் படுத்தியது. பஸ்ஸிலிருந்து இறங்கி உண்ணி வீடு வரும்வரை நடந்த ஞாபகமே இல்லாமல் நடந்து வந்தேன். வீட்டு வாசலில் நின்றிருந்த

உண்ணி அம்மா 'பிள்ளைக லீவுக்கு வந்துட்டாங்களா?' என்று கேட்டுவிட்டு 'வாங்க கட்டங்காப்பி குடிச்சிட்டுப் போங்க' என்று சொன்னார். 'இல்லம்மா பாவம் அவரு. வீட்ல தனியா கிடக்காரு. சோறாக்கினாரோ என்னவோ போய் பாக்கணும்' என்றது பெரியம்மா. 'உண்ணி அங்கதான் அண்ணனைப் பார்க்க போயிருக்கான். கொஞ்சம் இடியாப்பம் கொடுத்து விட்டேன்' என்று உண்ணியின் அம்மா சொன்னதும் நான் மிக வேகமாக மலை இறக்கத்தில் ஓடினேன். 'எதுக்குடி இம்புட்டு வேகமா போற? விழுக போற' என்று பெரியம்மா சொன்னதைக் காதில் வாங்காமல் இன்னும் வேகமாக ஓடினேன். அதை ஒரு விளையாட்டாக நினைத்து என் தங்கையும் என் பின்னால் வேகமாக ஓடி வந்தாள். ஓடி வந்த வேகத்தில் எங்கள் வீட்டைத் தாண்டி நின்றோம். யார் இப்படி ஓடி வருகிறார்கள் என்று பார்க்க உண்ணி வீட்டுக்குள் இருந்து வேகமாக வந்து நம்ப முடியாத அதிர்ச்சியில் நின்றான். அவனைப் பார்த்ததும் மனம் பூரித்துச் சிவந்தது. அவன் பின்னால் வந்த பெரியப்பா எதுக்கு இம்புட்டு வேகமா ஓடி வர்றீங்க? விழுகப்போறீங்க என்று சொல்ல, மூச்சுவாங்க வாசலில் போய் உட்கார்ந்தோம்.

உண்ணி எந்தத் தயக்கமும் இல்லாமல் 'எத்தனை மார்க்? என்ன குரூப்?' என்று கேட்டான். பதில் சொல்லிவிட்டு நானும் 'நீங்க எத்தனை மார்க்? எந்த காலேஜ்ல சேர்ந்திருக்கீங்க?' என்று கேட்டேன். அவன் பதில் சொல்வதற்கு முன்பே 'தம்பி படிப்புல கெட்டில்ல, இன்ஜினியருக்கு படிக்கிறாரு' என்றார் பெரியப்பா. உடனே எனக்கும் இன்ஜினியரிங் படிக்க ஆசை வந்தது. அதற்குப் பின் உண்ணி புல் அறுக்கப் போவதில்லை. அவர்கள் வீட்டில் இருந்த பால்மாட்டை விற்று விட்டிருந்தார்கள்.

ஆனால் உண்ணி தினமும் எங்கள் வீட்டுக்கு வருவது தவறவில்லை. நாங்கள் சரளமாகப் பேச ஆரம்பித்து விட்டோம். பெரியம்மாவும் பெரியப்பாவும் அதைத் தவறாக எடுத்துக் கொள்ளவில்லை. கொஞ்ச நாள் படிப்பு மட்டும் பற்றியே பேசிக்கொண்டிருந்த நாங்கள் பின்பு எங்கள் விருப்பங்கள் பற்றிப் பேச ஆரம்பித்தோம். அவனுக்கு இந்த மலை பிடித்தமானதாக இருந்தது. எப்போதும் இயற்கையோடு இருக்க ஆசைப்பட்டான். மலை, பறவைகள், காட்டுப்பூக்கள், நீரோடை ஆகியவற்றின் அழகினைப் பேசிக்கொண்டே இருந்தான். அவன் பேசுவது எல்லாம்

கற்பனையைப் போலிருந்தது. அவன் என்ன பேசினாலும் அதில் பயணப்படத் தொடங்கினேன். ஒரு வாரம் மட்டுமே விடுமுறை இருந்தது. நாட்கள் நகரக் கூடாது என்று எண்ணத் தொடங்கினேன். அவன் விருப்பங்களுக்குள் நானே சென்று சேர்ந்தேன். தினமும் ஏதாவது அரிய பொருளை எனக்காகக் கொடுத்துக் கொண்டிருந்தான். அதில் ஒன்று என்னுடைய ஒரு பெட்டியில் நான் பத்திரப் படுத்தியிருக்கும், என் பழைய புத்தகத்தில் உள்ள பெயர் தெரியாத பறவையின் நீளமான மஞ்சள் சிறகு. அதை அவன் கொடுத்த கணம் வாழ்வின் மென்மையின் உச்சம். அவன் என்னை ரசனையான பெண்ணாக்கிக் கொண்டிருந்தான்.

அன்று அதிகாலையிலேயே பெரியம்மா, பெரியப்பா, உண்ணி அம்மா, அப்பா அனைவரும் பக்கத்து காட்டிலிருக்கும், ராணி அக்கா மகள் திருமணத்திற்காக ஆறாம் மைல் போயிருந்தார்கள். அன்று உண்ணி என்னையும் தங்கையையும் மலை இறக்கத்திற்கு அழைத்துப்போனான். மலைப்பாதையில் உண்ணி என்னோடு நடந்து வந்துகொண்டிருந்தான். என்னால் அவனோடு நடந்து போவதை நம்ப முடியவில்லை. காற்றில் மிதந்துகொண்டிருந்தது உடல். பலமுறை என்னைக் கிள்ளிப்பார்த்துக் கொண்டேன். பாதையின் இரண்டு பக்கமும் நாணல் வளர்ந்து கிடந்த பாதையில் நானும் அவனும் என் தங்கையும் கவிழ்ந்திருந்த பனியை விலக்கி ஒருவர் பின் ஒருவராகச் சென்றோம். புற்களில் படிந்திருந்த பனித்துளி எங்கள் கால்களை நனைத்தது. நாங்கள் மூவரும் ஸ்வெட்டரும் குல்லாயும் அணிந்திருந்தோம். உடல் வெப்பமாகத்தான் இருந்தது. பள்ளத்தை நோக்கிச் செல்ல செல்ல சலசலவென்ற நீரோடையின் சத்தம், பல்வேறு பறவைகளின் இனிமையான குரல் நிலத்தில் நான் காணாத அற்புதக் காட்சிகளாக இருந்தன. ஒரு பெருவெளியில் சட்டம் செய்யப்பட்ட ஓவியம் அல்லது புகைப்படத்தைப் போன்றிருந்தது அந்தக் காட்சி. தெளிந்த நீரோடை கூழாங் கற்களின் மேல் விரவிச் சென்றது. அதனைச் சுற்றி இருந்த காட்டுமரங்களில் இருந்து உதிர்ந்த பூக்கள் பல வண்ணங்களில் நீரோடையில் மிதந்துகொண்டிருந்தன. வெளிர் நீலம், மஞ்சள், இளஞ்சிவப்பு இன்னும் நானறியாத பல வண்ணங்களில் காட்டுப் பூக்கள் மிதந்து போய்க் கொண்டிருந்தன. மரங்களை விலக்கி சூரியன் மெல்ல இறங்கி நீரோடையைப் பொன்னிறமாக்கியது. ஒளியில் மிதந்த மலர்கள் எல்லாம் தங்கரதங்களைப் போல நகர்ந்து போய்க்கொண்டிருந்தன. தங்கை

அருகில் இருந்ததையும் மீறி இத்தனை அழகை பார்க்க வைத்த அவனின் கைகளை இறுகப் பற்றிக்கொண்டேன். தங்கை அதைக் கவனிக்கவில்லை. காட்டுப்பூக்களைச் சேகரிக்கத் தண்ணீரில் இறங்கினாள். மிக இயல்பாகக் கைகளை விடுத்து நாங்களும் தண்ணீரில் இறங்கினோம். நீரோடையில் மிதந்த ஒளியைப் படிக்கும் ஆவலினால் இரு கைகளில் நீரை அள்ளினேன். அவனும் அதையே செய்தான். எங்களின் விருப்பங்கள் ஒன்றாக இணைந்தன. மெல்லிய நீரோடையைப்போல் அவன் மனது இருந்தது.

ஓடையைத் தாண்டி இன்னும் கொஞ்ச தூரம் கூட்டிப் போனான். அங்கிருந்து மலையை நிமிர்ந்து பார்த்தோம். மலையிலிருந்து அதள பாதாளத்தில் இருப்பதாகத் தோன்றியது. சமதளத்தில் நீண்ட மஞ்சள்நிறப் புல்வெளி ஒளிபட்டு மின்னிக்கொண்டிருந்தது. கொஞ்ச நேரம் சத்தம் இல்லாமல் அமைதியாக உட்காரச் சொன்னான். காற்றில் சிறகாய் அசைந்து கொண்டிருந்த புல்வெளியின் ஊடே இரண்டு மான்கள் விசுக்கென்று துள்ளி ஓடின. மான்களை முதன் முறையாக மிக அருகில் பார்த்த சந்தோசத்தில் என்னை இறுகக் கட்டிக்கொண்டாள் தங்கை. இன்னும் வேறு விலங்குகள் போகுமா என்று ஆவலோடு பார்க்க ஆரம்பித்தாள். நானும் அவனும் இயற்கையாக எங்களை வர்ணித்துக் பேசிக்கொண்டிருந்தோம். மலையிலிருந்து பொங்கி வழியும் அருவி நான் என்றேன். நீர் வழிந்து உருண்டோடும் நீரோடை என்றான் தன்னை.

பெருங்காற்று நான் என்றேன். அவன் அதில் பறக்கும் ஒற்றை மஞ்சள் சிறகு என்றான். இப்படியே எங்களின் உரையாடல் நீண்டது.

அவனைப் போலவே நானும் இயற்கையை நேசிக்கத் தொடங்கினேன். என் மனத்திற்குள் ஒளிந்திருந்த அழகியலை மீட்டெடுத்தான். முயல் குட்டியின் மென் தோல்களைத் தொட வைத்தான். மலை உச்சியில் மேய்ந்து கொண்டிருந்த மாடுகள் மலைக்கு எவ்வளவு அழகைத் தருகிறது பார் என்றான். எனக்கு அவன் மீது அன்பு துளிர்த்துப் பெருங்காடாக மாறியது. வாழ்நாள் முழுதும் அவனோடு காட்டின் புதுப் புது அழகினைக் கண்டு களித்தால் போதும் என்றிருந்தது. மழை, வெயில், பனி, பூக்கள் மலரும் காலம், இலை உதிரும் காலம் என எல்லாக் காலநிலையிலும் அவன் மனநிலையில் என்னைப் புதுப்பித்துக்கொள்ள வேண்டும். நாங்கள் காதல் என்ற வார்த்தையைப் பயன்படுத்தவில்லை. இயற்கை

எழிலில் ஒன்றிணைந்தோம். ஒருநாளும் நினைவிலிருந்து அகலாத பெருங்கனவாய் மனஆழத்தில் புதைந்து போனது அவனது அன்பும் மென்மையும்.

பெரியம்மா பெரியப்பா வருவதற்குமுன் நாங்கள் மேலேறி விட்டோம். மேட்டில் ஏறச் சிரமமாக இருந்தது. உண்ணி ஆளுக்கொரு குச்சியை கொடுத்து ஊன்றிக்கொண்டு வரச்சொன்னான். அவன் தினமும் இந்தப் பள்ளத்திலிருந்துதான் புல் அறுத்து மேலேறி வந்து கொண்டிருந்திருக்கிறான். நாங்கள் வெறுமனே நடக்க முடியாமல் திணறினோம்.

எப்போதும்போல் ஒரு வாரத்தில் ஊருக்குக் கிளம்பினோம். அவனும் ஊருக்குக் கிளம்பினான். மனது நிரம்பி வழிந்திருந்தது. நன்றாகப் படிக்க வேண்டும் என்றான். நானும் பதிலுக்கு அவனைச் சொன்னேன். எங்களுக்குள் ஒரு வார்த்தைப் பிசகு கூட நிகழவில்லை. பூமியில் எனக்காக உருவாக்கப்பட்ட அன்பின் நீண்ட வெளியாக இருந்தான் அவன். என் வாயாடித்தனங்கள் அவனுடைய அளவற்ற மென்மையில் மறைந்து போயின. அவன் அன்பில் அருள் பாலிக்கப்பட்டவளைப் போல் என் முகம் பொலிவாகியது. என் பேச்சின் அமைதி கண்டு தோழிகள் வியந்து போனார்கள். ஒளி படிந்த நீரோடையும், காட்டுப்பூக்களின் வண்ணங்களும் மனத்தில் அவன் உருவை நிலை நிறுத்திக்கொண்டே இருந்தது. அவனிடம் பாராட்டைப் பெற நன்றாகப் படித்தேன்.

அந்த முழு ஆண்டு விடுமுறையில் எனக்குக் கணிதப் பாடங்களைப் பொறுமையாகக் கற்றுக்கொடுத்தான். பனிரெண்டாம் வகுப்பில் நிறைய மார்க் வாங்க வேண்டும் என்றான்.

அந்த விடுமுறை முழுக்க விடாமல் படித்து அவனிடம் பாடங்களை ஒப்பித்துக்கொண்டிருந்தேன். ஒரு நாள் இரவு வீட்டில் பெரியப்பா வருத்தத்தோடு பெரியம்மாவிடம் ஒரு விசயத்தைப் பற்றிப் பேசிக்கொண்டிருந்தார். மிளகு சரியான வருமானம் இல்லாமல் போனதால் உண்ணி படிப்புக்கும் விடுதிக் கட்டணத்திற்கும் செலவு செய்ய வேண்டியிருப்பதால் உண்ணி அப்பா மிளகுக் காட்டை விற்றுவிடப்போவதாகச் சொன்னார். பக்கத்து மிளகுக் காட்டைச் சேர்ந்த 'பா' காட்டை வாங்கப் போவதாகச் சொன்னார். உண்ணி குடும்பத்தினர் நாகர்கோவிலுக்கு இடம்பெயரப் போவதாகவும்,

அங்கே உண்ணியின் அப்பா மளிகைக் கடை வைக்கப் போவதாகவும் சொன்னார். எனக்குத் தூக்கி வாரிப்போட்டது. உண்ணியை இந்த விடுமுறைக்குப் பின் பார்க்கவே முடியாதா? உண்ணி இதைப் பற்றி ஒரு வார்த்தைகூடப் சொல்லவில்லை. மனம் புரட்டிப் போட்டது. தூக்கம் விலகியது. காலையில் பெரியம்மா உண்ணி வீட்டுக்கு போகும்போது நானும் போனேன். எனக்குத் தெரிந்து விட்டது அறிந்து அவன் அமைதியாக இருந்தான். அந்த வார இறுதியில் ஊருக்குக் கிளம்பப் போவதாக உண்ணியின் அம்மா சொன்னது. வீட்டில் இருந்த பொருள்களை எல்லாம் மூட்டைக் கட்டிக் கொண்டிருந்தான் உண்ணி. அவன் கண்களில் பெருஞ்சோகம் இருந்தது. அவங்க அம்மாவும் இவ்வளவு நாள் இருந்த இடத்தை விட்டுப் போகப்போகிறோம் என்ற துக்கத்தில் அழுதது. பெரியம்மா அவர்களுக்கு ஆறுதல் சொன்னது. அதற்கடுத்து வீட்டுக்கு வந்த நாளில் உண்ணியும் நானும் பேசிக்கொள்ளவில்லை. கண்களில் திரண்ட நீரை யாருக்கும் தெரியாமல் மறைத்துக் கொண்டிருந்தோம். உண்ணி தனியாக மலை இறங்கிப் போனான். காற்றில் கலந்த எங்கள் பேச்சினைத் தனியாக தேடிக்கொண்டிருப்பான்.

மலை முழுதும் பனிப்புகை மூடிய அந்த நாள் வந்தது. இனி அவனுக்குச் சொந்தமான நிலம் இங்கு இல்லை. ஆனால் மலை முழுவதற்கும் நாங்கள் இருவரும் சொந்தம் கொண்டாடினோம். மலை அரசன் மலை அரசியைப்போல் இயற்கை எங்களுக்கு இசைந்தபடி இருப்பதாகக் கனவு கண்டோம். கண்ணீர் மல்க என் முகத்தை நிமிர்ந்து பார்க்காமல் 'நான் ஊருக்கு போறேன்' என்று சொல்லிவிட்டு எங்கள் வீட்டிலிருந்து போனான். எத்தனைத் துப்பாக்கி குண்டுகள் என் உடலில் பாய்ந்திருந்தாலும் இந்த வலியை உணர்ந்திருக்கமாட்டேன். என் மனது முழுதும் அவனைப் பிரியும் துயரம் அடர்ந்த பனியாய் மூடிக் கொண்டது. நெஞ்சுக் கூடெங்கும் வலிபரவி பெருமூச்சாய் வெளியேறியது. அந்தத் துயர்மூச்சை யெல்லாம் உள்ளே இழுத்து ஒரே நொடியில் செத்துவிடலாம் என்று நினைத்தேன். அடக்கி வைத்த பெருமூச்சு அதே கணத்தில் வெளிக்கிளம்பப் பெரும் சத்தமாகக் கேட்டது. அதுவரை யாரும் அறியாத என் காதலை பெரியம்மா முதன் முறையாக உணர்ந்து கொண்டது. அதை வெளிக்காட்டிக் கொள்ளாமல் அவர்களை வழியனுப்ப அவன் பின்னால் போனது.

ஓடிப்போய் அவனைப் பிடித்திழுத்து ‘‘என்னை விட்டுப் போகாதே’’ என்று கெஞ்சி அழ மனம் துடித்தது. என் கால்கள் முன்னோக்கிச் சென்றன. அவர்கள் வீட்டுக்குப் போனால் எல்லோர் முன்பும் வெடித்தழுது விடுவேன். அது மிகப் பெரிய விபரீதத்தில் கொண்டுவிடும். அன்பும் மேன்மையும் கலந்த உறவை என்ன சொல்லி என் பக்கத்தில் வைத்துக் கொள்வது? அவன் என்னிலிருந்து பிரிந்துபோன கடைசிக் கணம் உடலெங்கும் தீப்பிடித்த ரணமாக எரிந்தது. என் மூளை மயங்கிச் சரிந்தது. உண்ணி போன திசையைப் பிரியாத என் கண்களால் பாதை தடுமாறி நிலை குலைந்தேன். எனக்கு நூறாயிரம் பூக்களைக் கொடுத்த வெள்ளைநிறக் கொடிரோஜாச் செடியின் முட்களின் மேல் விழுந்து கிடந்தேன். உடனே எழுந்திருக்கத் தோன்றவில்லை. அப்படியே முட்களில் படுத்திருந்தேன். இப்போதாவது என் உயிர் பிரிய வேண்டும் என்று விரும்பினேன். தங்கை ஓடி வந்து தூக்கினாள். தசைகளிலிருந்து ரத்தம் பரிந்து கொண்டு வந்தது. உடலின் ஈரமும் ரத்தத்தின் பிசுபிசுப்பும் சேர்ந்து என் இதயத்தில் லேசான அமைதியைத் தந்தன.. அவன் திரும்பிப் பார்க்காமல் போய்க் கொண்டிருந்தான். அவன் திரும்பிபார்த்திருந்தால் எல்லாத் துயரத்தையும் சேர்த்து இருவரும் உடைந்து அழுதிருப்போம். அவன் கண்களைத் துடைத்துக்கொண்டுதான் போய்க்கொண்டிருந்தான். காட்டின் ரகசியங்களை, அழகினை, அதன் ஆழங்களை எனக்குள் கூர்மைப் படுத்தியவன். என் ஆன்மாவின் காதலன். எல்லாவற்றையும் விட்டு என்னைப் பிரிந்து போய்க் கொண்டிருக்கிறான். மலை உச்சியில் தூரமாக மேய்ந்து கொண்டிருந்த மாடுகள் இப்போது உச்சபட்சத் தனிமையைக் கொடுத்தது. மலை உருண்டு சிதறித் தரைமட்டமாகி என் தலையில் விழுந்ததுபோல் அடிவயிற்றில் பயம் அப்பிக்கொண்டது.

அந்தக் காடு கனவு. எங்கள் ஆன்மாக்கள் பரந்த வெளியெங்கும் சுற்றிகொண்டிருக்கும். என்னால் அதன் தனிமையைத் தாங்கிக் கொள்ள முடியாது. பெரியம்மா பலமுறை வற்புறுத்தி அழைத்தும் அதன் பின் ஒருபோதும் நான் எந்த விடுமுறையையும் கழிக்க அந்த மலைக்குச் செல்லவில்லை. காடு எனக்குள் இப்போதும் ஒருநாளும் முடிவுக்கு வராத தனிமையைக் கொடுத்துக் கொண்டிருக்கிறது.

பவா செல்லதுரை

குறைவான எழுத்தின் மூலமே தமிழின் முக்கிய படைப்பாளிகளில் ஒருவராக அறியப்பட்டவர். விளிம்புநிலை மனிதர்களின் வாழ்வின் பெருமிதத்தைக் கொண்டாடும் படைப்பாக இவருடைய ஔநட்சத்திரங்கள் ஒளிந்து கொள்ளும் கருவறைஔ சிறுகதை தொகுப்பு பெரிதும் பேசப்படுகிறது. பல கல்லூரிகளிலும் இவருடைய கதைகள் பாடமாக வைக்கப்பட்டுள்ளது. ஒருநாவல், ஒருகவிதைத் தொகுப்பு ஒரு சிறுகதைத் தொகுப்பு என தன் படைப்புகளைக் குறைவாகவே தமிழுக்குத் தந்தாலும் அதன் ஆழத்தினூடே அடுத்த நூற்றாண்டுக்கு தன் காலடிகளை பதித்துப் போகிறார். ‘‘19. டி. எம். சாரோனிலிருந்து’’ என்ற அனுபவப் பகிர்வுகளின் தொகுப்பு 2010 -ல் வம்சி வெளியீடாக வந்திருக்கிறது.

e-mail: bavachelladurai@gmail.com

ஜே.பி. சாணக்யா

கடலூர் மாவட்டம் முடிகண்ட நல்லூர் கிராமத்தில் பிறந்தவர். சிதம்பரம் நடராஜர் சன்னிதியில் கர்நாடக சங்கீதத்தில் வாய்ப்பாட்டு பயிற்சி பெற்ற இவர், அண்ணாமலை பல்கலைக்கழகத்தின் தமிழிசைக் கல்லூரியிலும் சங்கீதம் பயின்றவர். இவர் ஒரு ஓவியரும் கூட. “என் வீட்டின் வரைபடம்” (2002), “கனவுப் புத்தகம்” (2005) என இரு சிறுகதைத் தொகுப்புகள். வெளியாகி உள்ளன. நெய்தல் இலக்கிய அமைப்பின் இளம் படைப்பாளிகளுக்கான சுந்தர ராமசாமி விருது பெற்றுள்ளார். தற்போது திரைப்படத் துறையில் பணிபுரிகிறார்.

e-mail: sanakya.jp@gmail.com

காலபைரவன்

இயற்பெயர் விஜயகுமார். விழுப்புரம் மாவட்டம் கண்டாச்சிபுரத்தில் வசிக்கிறார். அரசுப்பள்ளியில் ஆசிரியப்பணி. "புலிப்பாணி ஜோதிடர்", "விலகிச் செல்லும் நதி" மற்றும் "கடக்க முடியாத இரவு" என்று மூன்று சிறுகதைத் தொகுப்புகளும், "ஆதிராவின் அம்மாவை ஏன் தான் காதலித்தேனோ?" எனும் கவிதைத் தொகுப்பும் வெளியாகியுள்ளது. அதிகாரத்தின் குரலை, தொடர்ந்து கேள்விக்குட் படுத்துவதும், நவீன அரசியல் மற்றும் அறிவியலால் உருமாற்றப் படும் விளிம்புநிலை மக்களின் வாழ்க்கையை, காணாமல் போகும் தொன்மங்களை எழுத்தின் மூலம் மீட்டெடுப்பதையுமே இலக்காகக் கொண்டு இயங்கும் படைப்பாளி.

e-mail: kalabairavan@gmail.com

மனோஜ்

மதுரையில் பிறந்த மனோஜ், விலங்கியலில் பட்டப் படிப்பும், முதுகலையில் வரலாறும் படித்தவர். இருபது ஆண்டுகளுக்கும் மேலாக முன்னணிப் பத்திரிகைகளில் முக்கியப் பணியாற்றி வருகிறார். தற்போது தினகரன் நாளிதழில் செய்தி ஆசிரியராகப் பணிபுரிகிறார். 1988-லிருந்து எழுத ஆரம்பித்த மனோஜ் 2006-ல் தன் ''புனைவின் நிழல்'' என்ற சிறுகதைத் தொகுப்பின் மூலம் நவீனச் சிறுகதை உலகிற்குள் பிரவேசித்தார். உத்திகளையும் பாணியையும் வலிந்து திணிக்காமல் கதைகூறும் நிலைக்கேற்ப வடிவத்தை அமைப்பது இவரின் தனிச்சிறப்பு. கனவுக்கும் நனவுக்கும், யதார்த்திற்குமிடையேயான மெல்லிய திரைக்குள் இவரது பல கதைகள் சஞ்சரிக்கின்றன. மனைவி உமா, மகள் வர்ஷா, மகன் வருண் ஆகியோருடன் சென்னையில் வசிக்கிறார்.

e-mail: manovarsha@gmail.com

எஸ். செந்தில் குமார்

38 வயதாகும் செந்தில்குமார், தன் தொடர்ச்சியான எழுத்தின் மூலம் தமிழ் வாசகர்களைத் தொடர்பிலேயே வைத்திருப்பவர். 2002ல் "குழந்தைகள் இல்லாத வீட்டில் உடையும் ஜாடிகள்" என்ற தன் முதல் கவிதைத் தொகுப்பின் மூலம் அறிமுகமானார். 2006ல் "வெயில் உலர்த்திய வீடு" என்ற கதைத் தொகுப்பும், "சமீபத்திய காதலி" என்ற கவிதைத் தொகுப்பும் 2007ல் "ஜி. சௌந்தர ராஜனின் கதை" என்ற நாவலும் 2008ல் "சித்திரபுலி" சிறுகதைத் தொகுப்பும், 2009ல் "விலகி செல்லும் பருவம்" சிறுகதைத் தொகுப்பும் அதே ஆண்டில் "முறிமருந்து" நாவலும் வெளியாகியுள்ளன. 2009ம் ஆண்டு சுந்தர ராமசாமி விருது பெற்றவர். முழு நேர எழுத்தாளனாகவே தன்னைத் தகவமைத்துக் கொண்ட செந்தில்குமார் தன் மனைவி மலர்விழி, குழந்தை மஞ்சுளா காதம்பரி ஆகியோருடன் தேனி மாவட்டம் போடிநாயக்கனூரில் வாழ்கிறார்.

e-mail: ssenthilkumarbodi@yahoo.in

என். ஸ்ரீராம்

முப்பதெட்டு வயதாகும் ஸ்ரீராம், திருப்பூர் மாவட்டம், தாராபுரம் அருகே நல்லிமடம் என்னும் ஊரில் பிறந்தவர். 1999 -ல் "நெட்டுகட்டு வீடு" என்ற முதல்கதை கணையாழியில் வெளிவந்து, நவீன இலக்கியப் பரப்பில் தனி கவனம் பெற்றது. முதல் சிறுகதைத் தொகுப்பு ''வெளி வாங்கும் காலம்'' இரண்டாவது தொகுப்பு ''மாடவீடுகளின் தனிமை''. இதுதவிர, இவரின் குறுநாவல்கள் "அத்திமரச்சாலை" என்ற பெயரில் தொகுக்கப்பட்டுள்ளன. கடந்த பதினைந்து ஆண்டுகளில் பத்திரிகை, தொலைக்காட்சி, திரைப்படம் ஆகிய துறைகளில் முழுமையாக இயங்கி வருகிறார். இலக்கியத்திலும் உலக சினிமாவிலும் வாசிப்பும் தேடுதலும் உள்ளவர். தற்போது சென்னையில் மனைவி ராதா, மகன் அபிஷேக் இவர்களுடன் வசித்து வருகிறார்.

e-mail: karichankuruvi@yahoo.com

சந்திரா

‘‘பூனைகள் இல்லாத வீடு’’, ‘‘காட்டின் பெரு கனவு’’ ஆகிய இரு சிறுகதைத் தொகுப்பும் “நீங்கிச் செல்லும் பேரண்பு” என்ற கவிதைத் தொகுப்பும் சந்திராவின் புகழ் பெற்ற படைப்புகள். 1999 ல் இருந்து 2003 வரை ‘‘ஆறாம்திணை’’ என்ற இணைய இதழிலும், குமுதம், ஆனந்த விகடன் ஆகிய இதழ்களிலும் பணியாற்றியிருக்கிறார். 2003லிருந்து இயக்குநர் அமீரிடம் உதவி இயக்குநராக பணி. தற்போது தனியாக படம் இயக்கும் முயற்சியிலிருக்கிறார்.

e-mail: abhipowsh@gmail.com

கொமாலா

சந்தோஷ் ஏச்சிக்கானம்
தமிழில்: **டாக்டர்.டி.எம்.ரகுராம்**

"கடன் தொல்லை தாள முடியாததால் வரும் ஆகஸ்டு மாதம் 15-ஆம் தேதி நள்ளிரவு பனிரெண்டு மணிக்கு குடும்ப சகிதம் தற்கொலை செய்யப் போகிறோம்" என்ற அறிவிப்புப் பலகையைத் தன் வீட்டிற்கு முன்னால் தொங்கவிட்டு அதன் விளைவாக ஊடகங்களின் கவனத்தை ஈர்த்தவர், நாற்பத்தைந்து வயதான திரு.குண்டூர் விசுவன். இந்த அப்பட்டமான தற்கொலை அறிவிப்பு தற்போது கேரளம் எதிர்கொண்டிருக்கும் வர்த்தக, சமூக, உளவியல் ரீதியிலான பாகுபாடுகளைச் சுட்டிக்காட்டும் அறிவிப்புப் பலகையும் கூட. விசுவன் குடும்பத்துடன் தற்கொலை செய்வாரா..? இல்லையா...?"

நம் தூக்கத்தைக் கெடுக்கும் இந்தக் கேள்விக்குப் பதில் சொல்ல விசுவன் நம்முடன் தொலைபேசி லைனில் உள்ளார்.

இந்தியாவின் 59-ஆவது சுதந்திர தினத்தில் இப்படிப்பட்ட விசித்திரமான மிரட்டல் உண்மையாகிவிட்டால், அதன் விளைவுகள் என்னவாக இருக்கும்? இதில் குற்றவாளிகள் யார் யார்? வெள்ளூர் கூட்டுறவு வங்கியா அல்லது 50,000 ரூபாய் கடன் வாங்க விசுவனைப் பிணையாளராக ஆக்கியபின் தலைமறைவாகிப்போன அவரது உற்ற நண்பர், வெள்ளூர் கிழக்குத்தெரு நம்பர் 1256/83-இல் வசிக்கும் குஞ்சாமன் மகன் சுதாகரனா? கேரளம் ஒட்டுமொத்தமாக உன்னிப்பாய்க் கவனிக்கும் இந்தப் பிரச்சினையின் பல்வேறு முகங்களைப் பற்றிப் பேசுவதற்காகப் பிரபல உளவியல் நிபுணரும், சமூகத் தொண்டரும், எழுத்தாளருமான டாக்டர் சி.நந்தகுமார், வெள்ளூர் கூட்டுறவு வங்கியின் செயலாளர் திரு.மாதவன் நாயர், நேஷனல் க்ரைம் ரெக்கார்டு ஆய்வு நிறுவனத்தின் அலுவலர் திரு.அலெக்ஸ் புன்னூஸ் ஆகியோர் நம்முடன் ஸ்டுடியோவிலும்

குண்டூர் விசுவன், வக்கீல் பாத்திமா பேகம் தொலைபேசி லைனிலும் உள்ளனர். ''நியூஸ் டைம்'' தொடர்கிறது. அதற்கு முன் ஒரு சிறு இடைவேளை.

உங்கள் கனவு இல்லம் நனவாக இதோ உங்களுடன் நாங்களும் உள்ளோம்.

மூளூர் டவர்ஸ் - ரெசிடென்ஸி.. பெட்டர் லொகேஷன், பெட்டர் லைஃப் ஸ்டைல், கிரியேஷன்ஸ் ஃபார் ஜெனரேஷன்ஸ்.

''நியூஸ் டைம் தொடர்கிறது.. திரு.விசுவன் குண்டூர்... சரியா கேட்குதா... உண்மையில் என்ன நடந்தது, சொல்லுங்க..? உங்கள் குடும்பச்சூழலைப் பற்றிக் கொஞ்சம் சுருக்கமாகச் சொல்லுங்களேன்..''

''நான்தான் விசுவன்... குண்டூரிலிருந்து பேசறேன்.''

''ஆமா... கேட்குது... சொல்லுங்க விசுவன்...''

''எனக்குப் பெண்டாட்டியும் ரெண்டு பெண்பிள்ளைகளும் இருக்காங்க... சாப்பிடாம கொள்ளாம கஷ்டப்பட்டு சேர்த்து வெச்சுதான் இந்த ஏழரை சென்ட் நிலமும் வீடும் வாங்கினேன். இன்னும் சிமெண்ட் பூசலை. கான்கிரீட் வேலை எப்படியோ ஒப்பேத்தி, போன கார்த்திகை மாசத்திலே குடிபுகுந்தோம். இதை, பேங்க்காரங்க கொண்டுபோய்ட்டாங்கன்னா தற்கொலையைத் தவிர வேற வழி தெரியல''

''விசுவன் எப்படி நீங்க இந்த மாதிரி கடன் சிக்கல்ல மாட்டினீங்க?''

''மாட்டல... மாட்ட வெச்சான்... என் நண்பன் சுதாகரன். ரெண்டு வருஷத்துக்கு முன்னாலதான் குடும்ப சகிதம் குண்டூருக்கு மாற்றலாகி வந்தேன். எட்டாங்கிளாஸ் வரைக்கும் வெள்ளூர் கவர்மெண்ட் ஸ்கூல்ல ஒரே பெஞ்சுல உட்கார்ந்து படிச்சவங்க நாங்க. அந்நியனுக்கு உதவி செய்யறது புண்ணியம்னு எங்க வாத்தியார் சொல்லிக்கொடுத்ததை நான் இன்னமும் மறக்கலை. ஒரு நாள் காலையில் அவன் என் வீட்டுக்கு வந்து அழுது புலம்ப அந்தக் கடன் பத்திரத்துல முதலாவது பிணையாள் பெயருக்கு நேரா என் கையெழுத்தை வாங்கிட்டுப் போகும்போது என் உள்ளங்கையைப் பார்த்து அவன் சொன்னதும் இதே வசனம்தான். ''அந்நியனுக்கு

உதவுவது புண்ணியம், அந்நியனைக் கொடுமைப்படுத்துவது பாவம். இந்த உதவியை நான் மறக்க மாட்டேன்டா விசுவன்..'' சுதாகரன் தன் கண்களைக் கசக்கினான். பிறகு, "உனக்கு என்ன தேவை இருந்தாலும் மறக்காம என்னைக் கேளு'' என்றான். மூணு வருஷங்கழிச்சு வட்டியும் அசலுமா 50,000 ரூபாய் கட்டச்சொல்லி ஒரு வங்கி நோட்டீஸ் வீடு தேடி வந்தப்போ நான் கேட்டேன், "சுதாகரா, எனக்கு ரெண்டு பெண் குழந்தைகள். நீ எங்களத் தெருவுக்கு தள்ளி விட்டுடாதே..''

"சரி மிஸ்டர். விசுவன், நாம் மீண்டும் தொடர்பு கொள்வோம். இந்த விஷயத்தைப் பற்றிப் பேச வெள்ளூர் கூட்டுறவு வங்கிச் செயலாளர் மாதவன்நாயர் நம்முடன் இருக்கிறார். மிஸ்டர். நாயர், நீங்கள் செயலாளர் பதவியேற்ற வங்கியின் காரணமாக நிரபராதியான ஒரு மனிதன் தற்கொலை செய்யப்போகிறான். இதைப்பற்றி உங்கள் கருத்து என்ன?''

''எங்களால் கூட்டுறவு வங்கிச்சட்டத்தின் முறைப்படிதான் செயல்பட முடியும். கடன் வாங்கினவர் சுதாகரன். அவர் கடனை அடைக்காத சூழ்நிலையில் அசலும் வட்டியுமாகத் தொண்ணூறாயிரத்து முன்னூற்று நாற்பத்தைந்து ரூபாய் முதல் பிணையாளர் திருப்பிச் செலுத்தியே ஆகவேண்டும். இல்லாவிட்டால் விசுவனின் வீடும் தோட்டமும் ஜப்தி செய்வதன்றி வங்கிக்கு வேறு வழியில்லை.''

''இது இவ்வளவு சீரியசான விஷயம் என்று விசுவனுக்குத் தெரியப்படுத்தி இருந்தீர்களா?''

''கண்டிப்பா. ரெஜிஸ்டர் நோட்டீஸ் உட்பட வங்கியின் எல்லாவிதமான விதிமுறைகளையும் கடைபிடித்திருக்கிறோம். ஜப்தியை ஒத்தி வைக்க எங்களால் முடிந்தவரை முயற்சி செய்தோம். பணம் திரட்ட விசுவனுக்கு வேண்டுமளவு அவகாசமும் கொடுத்தோம். ஆனால் அவர் திருப்பிக் கொடுத்தது வெறும் ஏழாயிரம் ரூபாய்தான். கடன் இப்போது முதலும் வட்டியுமாக தொண்ணூறாயிரம் ஆகிவிட்டது.'

''நாம் விசுவனிடம் திரும்பச் செல்லலாம். ஹலோ விசுவன்.. வங்கிச்செயலாளர் சொன்னதை நீங்க கவனிச்சீங்களா?''

"ஆமாங்க, அவர் சொன்னது உண்மைதான். வெறும் ஏழாயிரம்னு அவர் வேணும்னா இளக்காரமா சொல்லலாம். ஆனா மூணு நாலு வருஷம் மெசின்ல மிதிச்சு தைச்சு இத்தனை பணம் சேர்த்து வைக்க என் ராதா எவ்வளவு கஷ்டப்பட்டிருக்கா தெரியுமா? கடைசீல கால்முட்டி வீங்கி நடக்க முடியாம ஒருவாரம் வைத்தியரோட மருந்தை சாப்பிடவேண்டியதாயிடுச்சி. எனக்குள்ளே பச்சையான ஒரு மனுசன் இருக்கான், சார். அதனாலதானே, ஏழாயிரம்னா ஏழாயிரமாவது கொண்டுபோயி செயலாளர்கிட்ட கொடுத்துக் கைகட்டி நின்னேன். ஒரு மனுசன் இன்னொரு மனுசனுக்கு முன்னால கூப்பின கையோட நிக்கறதவிட பெரிய அவமானம் இந்த உலகத்தில வேற உண்டா? சுதாகரனுக்காக நான் அதையும் பொறுத்துகிட்டேன். இனி என் கையில இந்த வீடும் தோட்டமும் தவிர வேற எதுவும் இல்லை."

"திரு.மாதவன் நாயர், இத்தனை கண்ணியமானவரும் ஏமாற்றப்பட்டவருமான இந்தப் பிணையாளின் விஷயத்தில் விவசாயக் கடன்களைத் தள்ளுபடி செய்வது போன்ற கருணையை உங்கள் வங்கியின் சார்பிலிருந்து எதிர்பார்க்கலாமா?"

"கண்ணீரின் அளவை வைத்துக் கடன்களை முழுத்தள்ளுபடிச் செய்ய ஆரம்பித்தால் பிறகு வங்கியைப் பூட்டிவிட்டு வீட்டில் சும்மா உட்கார வேண்டியதுதான். மனுசனின் உயிரைக் காப்பாற்றும் பொறுப்பு வங்கிகளுக்கு இல்லை. பணம் கொடுக்கல் வாங்கல்தான் வங்கியின் வேலை. கொடுத்த கடன் திரும்பி வரவில்லையென்றால் விசுவனின் சொத்தை நாங்கள் ஜப்தி பண்ணுவோம்."

"இந்தப் பிரச்சினையில் வங்கியின் தரப்பு வாதத்தை விளக்கியுள்ளார் திரு.மாதவன் நாயர். ஆனால் குண்டூர் விசுவனின் வாழ்க்கையோ ஒரு தராசில் ஊசலாடுகிறது. திரு.நந்தகுமார், பிரபல உளவியல் நிபுணரும் சமூகத்தொண்டருமான நீங்கள் என்ன சொல்கிறீர்கள்? விசுவன் தற்கொலை செய்து விடுவாரா?"

"செய்யலாம், செய்யாமல் இருக்கவும் கூடும். எப்படியானாலும் தற்கொலைக்கான திட்டவட்டமான ஏற்பாடுகள் விசுவனின் மனதில் உருவாகி இருக்கும் என்றுதான் புரிந்துகொள்ளவேண்டும். ஆனால் மரணத்தைப் பற்றி யோசிக்கும் ஒருவனை வாழ்க்கை திரும்ப

இழுத்துவிட்டுத் தீவிரமாக ஆசைகாட்டி விடும். அது அவனுக்கு கூடுதலான பயத்தையும் உண்டாக்கும். உதாரணமா, தூக்கிலேற்றப் போகும் குற்றவாளியிடம் கடைசி ஆசையை நாம் கேட்பதில்லையா..?"

''ஆமா, டாக்டர் சொல்லுங்க...''

''கயிற்றைச்சுருக்கி உறுதிப்படுத்திய மரணத்தின் முன்னாலும் அவர்கள் செயலற்று விடுவதில்லை. நல்ல உணவு... உடை... தொலைபேசியில் ஒரு வார்த்தை... இருந்தாலும் மனிதனின் ஆசைகள் ஓய்வதில்லை. விசுவனின் விஷயத்திலும் அதுதான் நடந்திருக்கிறது. அவனுக்குத் தற்கொலை செய்தே ஆகவேண்டும். ஆனால் மரணத்தைவிடப் பெரிய பயம் ஒன்று அவன் மனசுக்குள் கிடந்து உறுமவும் பிறாண்டவும் செய்கிறது. வாழ்க்கையின் வசீகரங்கள் பயங்கரமானவை. மோகங்களின் ஆழ்மட்டத்துக்கு அது நம்மைக் கட்டிப்போட்டு இறக்கிவிடும். ஒரு மண்குடத்தைப் போல நாம் அதன் இதமான சுகத்துக்குள் இறங்கிச்சென்று நீர்த்தாவரங்களுக்கு இடையில் அவற்றின் வருடலை அனுபவித்துக்கொண்டு நம்மையறியாது உறங்கி ஒரு கனவாக மாறிவிடுவோம். சிலசமயம் ஒரு உயிர் நண்பனின் உரிமையோடு அது நம்மைத் தோளில் ஏற்றி ஒரு பாதையில் அழைத்துச் செல்லும். பிறகு ஏதோவொரு கொடிய காட்டில் அது நம்மைக் கைவிட்டுவிடும். யாருமே இதுவரைத் தொடாத செடிகளின், மண்ணின் கடுமையான வாசனை நம்மை ஒரு பட்டாம்பூச்சியாக ஆக்கும். வயதான மரங்களின் மவுனத்திற்கும் மீதாக அவற்றின் தியானத்தை மொழிபெயர்த்துக்கொண்டு ஒரு படகினைப்போல நாம் பயணிப்போம். இதையெல்லாம் மீறி வெள்ளூர் வங்கியின் கடன்காரனாகவோ ராதா என்ற தையல்காரியின் கணவனாகவோ விசுவனால் தொடர்ந்து இருக்க முடிந்தால் அவன் தற்கொலை செய்யக்கூடும். இது நிச்சயம்...''

''டாக்டர் நந்தகுமார்... நாம் பிரச்சினைக்கு வருவோம்''

''எஸ்... எஸ்... ஐ ஆம் கமிங் டு தட் ஆஸ்பெக்ட். சாகவேண்டும் என்று முடிவெடுத்த மனிதன் அதை அப்படியே செய்துவிட வேண்டியதுதானே? ஆனால் விசுவனின் விஷயத்தில் நடந்தது என்ன? இறப்பதற்காக அவன் சுதந்திர தினத்தைத் தேர்ந்தெடுத்தான். வீட்டுக்கு முன்னால் கொட்டை எழுத்தில் மிரட்டல் அறிவிப்பை எழுதி வைத்தான். சாவதற்காக அல்ல, சாகாமல் இருப்பதற்காகத்தான்

இப்படிச் செய்தான். நான் ஏற்கனவே சுட்டிக்காட்டியது போல அவன் மரணத்தைப் போல வாழ்வையும் நேசிக்கிறான். வாட் எவர் இட் ஈஸ், தி ப்ராப்ளம் ஈஸ் வெரி சீரியஸ். ரைட் டு லிவ் பெர்சனல் லிபர்டி ஈஸ் ஃபண்டமெண்ட்டல். அதுகூட நிராகரிக்கப்படுகிறது என்றால் என்னதான் செய்ய...? இங்கு நிலவும் சோஷியல் செட்டப்பின் வக்கிரத் தன்மையைத்தான் விசுவன் நம் முன்னால் எழுதி வைக்கிறான். வெறும் வெள்ளூர் கூட்டுறவு வங்கியோடு ஒதுக்கி வைக்க வேண்டிய விஷயமல்ல இது...''

''டாக்டர், விசுவனின் விஷயத்தில் உங்கள் அபிப்ராயம் என்ன? அவர் இறக்கணுமா கூடாதா?''

''இதற்கு பதில் தேடவேண்டியது நானல்ல. அப்புறம்... இன்னொரு உண்மை இருப்பதையும் நாம் மறந்து விடக்கூடாது. சமுதாயத்தின் முன்பாக ஒரு விஷயம் அலசப்படவேண்டுமெனில் அதற்காக ஒரு தியாகி கண்டிப்பாக இருந்தாக வேண்டும்.''

''ஓகே சார். சர்ச்சையைத் தொடர்வோம்... அதற்கு முன்.. இன்றைய முக்கியச் செய்திகள்...''

'அணுசக்தி ஆய்வுக் கூட்டுறவைப் பலப்படுத்த இந்திய-அமெரிக்க உடன்பாடு'

'அம்யூஸ்மெண்ட் பார்க்குகளுக்கு வரிவசூல் செய்ய எண்டர்டெயிண்மெண்ட் டேக்ஸ் மசோதாவை சட்டசபை அங்கீகரித்தது'

'சபரிமலைக் கோவில் நடை நாளை அடைக்கப்படும்.'

'ஆஷஸ் கிரிக்கெட் தொடரில் ஆஸ்திரேலியா முதல் இன்னிங்ஸில் 190 ரன்களுக்கு ஆல் அவுட் ஆனது.'

''குண்டூர் விசுவனின் பிரச்சினையை மனோதத்துவ முறையில் பரிசீலனை செய்த டாக்டர். நந்தகுமார் இந்த சர்ச்சையின் புதிய திருப்பங்களை உண்டாக்கி இருக்கிறார். தற்கொலை சம்பந்தப்பட்ட சட்டங்களைப் பற்றிப்பேச உயர்நீதிமன்ற வக்கீல் திருமதி. பாத்திமா பேகம் தற்போது லைனில் உள்ளார். ஹலோ... அட்வகேட் பாத்திமா பேகம்...''

"எஸ்..."

"நியூஸ் டைமுக்கு உங்களை வரவேற்கிறோம், வணக்கம். இங்கே இதுவரை விவாதிக்கப்பட்ட விஷயங்களை நீங்கள் கவனித்திருப்பீர்கள் என்று நம்புகிறோம், மேடம்."

"கண்டிப்பாக"

"விசுவன் தற்கொலை செய்வாரா இல்லையா என்ற விஷயம் அப்படியே இருக்கட்டும். மேடம், உங்களிடம் நாங்க கேட்க விரும்புவது, தற்கொலையின் சட்டப்பூர்வமான விஷயங்களைப் பற்றித்தான். தன்னை மாய்த்துக்கொள்ளத் தயாராக இருக்கும் ஒருவன் சட்டப்பூர்வமாக எதிர்கொள்ளவேண்டிய பிரச்சினைகள் எப்படிப்பட்டவை?"

"...."

"ஹலோ... ஹலோ... ஹலோ... மன்னிக்கணும். தொழில்நுட்பக் கோளாறு மூலம் இணைப்பு சரிவர கிடைக்கவில்லை. மீண்டும் முயற்சி செய்வோம். அதற்குமுன், கேரளத்தில் வருடந்தோறும் பெருகி வரும் தற்கொலைகளைப் பற்றிப் பேச தேசிய க்ரைம் ரெக்கார்ட்ஸ் ரிசர்ச் பீரோ (**NCRB**)வின் மூத்த அதிகாரி திரு.அலெக்ஸ் புன்னூஸ் நம்முடன் இருக்கிறார். சார், இப்போது நாங்கள் கூறிய விஷயம் சரிதானா?"

"ரொம்ப ரொம்ப சரி. கேரளா ஹாஸ் தி ஹையஸ்ட் ரேட் ஆப் சூசைட் இன் த கன்ட்ரி. தேசிய சராசரியைப் பார்க்கையில் கேரளம் மிக ஆபத்தான நிலைமையை நோக்கிச் சென்று கொண்டிருக்கிறது என்றே சொல்லலாம். மதுபானம், குற்றச்செயல்கள் போன்ற விஷயங்களிலும் இதே நிலைதான். 2004இன் கணக்குப்படி 11,300 பேர் கேரளாவில் தற்கொலை செய்துள்ளனர். ஒவ்வொரு வருஷமும் தற்கொலைகள் அதிகரித்து வருகின்றன. இன்னொரு விஷயம் கேட்கணுமா... உங்களுக்கு அதிர்ச்சியாக இருக்கும். சமீபத்தில் நடத்திய ஒரு கணக்கெடுப்பில் 11,000 பள்ளி மாணவர்களில், எத்தனை? லெவன் தவுசண்ட். அதில் 27 சதவீதம் பேர் எந்நேரமும் தற்கொலையைப்பற்றியே சிந்தித்துக் கொண்டிருக்கிறார்கள்.

16 சதவீத மாணவர்கள் தாங்கள் எப்படி சாகவேண்டும் என்பதையும் ஏறக்குறைய முடிவு செய்துவிட்டனர். 8 சதவீத

மாணவர்கள் தற்கொலைக்கான முதல் முயற்சியைச் செய்து பார்த்து விட்டார்களாம். இப்படியே போனால் இன்னும் பத்தோ அல்லது இருபதோ வருடங்களுக்குள் கேரளம் இறந்து விட்டவர்களின் மாநிலமாக மாறிவிடக்கூடும். உலகப்புகழ்பெற்ற எழுத்தாளர் யுவான் ருல்ஃபோவின் ‘பெட்ரோ பராமோ’ என்ற நாவலில் வரும்'' ‘கொமாலா’ என்ற நகரத்தைப் போல நம் கேரளம் மாறிவிடும். நானும் நீங்களும் எல்லோரும் இறந்து போனவர்கள்... ஹா... ஹா... ஹா... கேரளம்-கொமாலா, கொமாலா-கேரளம் ஹா... ஹா... ஹா...”

''மனிதன் ஏன் சார் தற்கொலை செய்கிறான்?''

''இந்தக் கேள்வியை நீங்கள் டாக்டர்.நந்தகுமாரிடம் கேட்கவேண்டும். எங்களிடம் நிறைய ''டேட்டா’ மட்டுமே உள்ளன. இருந்தாலும் சொல்கிறேன். நோய், கடன் தொல்லை, காதல் தோல்வி, மனச்சோர்வு போன்ற பலவிதமான காரணங்கள் இதன் பின்னால் இயங்குகின்றன. விசுவனின் விஷயத்தில் கடன் தொல்லை என்று சொல்லலாம். ஆனால் கடன் பிரச்சினை மட்டும்தான் என்று உறுதியாகக் கூறவும் முடியாது. அதற்குமுன் விசுவனைக் கடனாளியாக்கிய சமுதாய அமைப்பையும் ஆராய வேண்டும். அப்படிப் பார்க்கையில் கடன் ஒன்றுதான் உண்மையான காரணம் என்று தெளிவாகிறது. ஒரு தனிமனிதனைக் கடனாளியாக்குவது இந்த நாட்டின் அரசியலமைப்பே. உதாரணமாக...''

''சார், நாம் பிற்பாடு திரும்ப வருவோம். இப்போது வக்கீல்.பாத்திமா பேகம் லைனில் வருகிறார். ஹலோ மேடம், சற்று முன்னர் தற்கொலையின் சட்டரீதியிலான விஷயங்களைப் பற்றி நான் கேட்டிருந்தேன். சற்று விரிவாகச் சொல்கிறீர்களா?''

''இ.பி.கோ 307 பிரிவின்படி தற்கொலை முயற்சியே குற்றம்தான். பத்தாண்டுகள் வரை சிறைத்தண்டனையும் அளித்து அபராதமும் விதிக்க நீதிமன்றத்திற்கு உரிமை இருக்கிறது. தற்கொலை முயற்சி மட்டுமல்ல, தற்கொலைக்குத் தூண்டுவதும் பெரும் குற்றம்தான். ஆகஸ்டு 15-ஆம் தேதி குடும்பத்தோடு தற்கொலை செய்வோன் என்று போர்டு எழுதி வைத்த விசுவன் இந்த முயற்சியில் தோல்வியடைந்தால் மேற்படி குற்றங்கள் இரண்டும் அவர்மீது சுமத்தப்படும் என்பதில் சந்தேகமில்லை. மனைவியையும் குழந்தைகளையும் கொலை செய்கிறான் என்றுகூடச் சொல்லலாம்.''

''தற்கொலை குற்றமல்ல என்று முன்னொரு முறை நீதிமன்றம் தீர்ப்பளித்ததே?''

''அது மஹாராஷ்டிர நீதிமன்றத்தின் தீர்ப்பு. அந்தத் தீர்ப்பைப் பிறகு உச்சநீதிமன்றம் தள்ளுபடி செய்துவிட்டது.''

''அப்போ உங்க வாதத்தின்படி விசுவன் என்பவர் குடும்பத்துடன் இறந்தே ஆகவேண்டும் என்கிறீர்களா?''

''அப்படிச் சொல்லமாட்டேன். ஆனால் இந்த முயற்சியில் அவர் தோல்வியடைந்தால் நூற்றுக்கு நூறு சதவீதம் தண்டனைக் குள்ளாவார்.''

''சரிங்க மேடம். மீண்டும் குண்டூர் விசுவனிடம் திரும்ப வருவோம்... ஹலோ விசுவன்...''

''ஆமா, நாந்தான்... விசுவன்...''

''அடுத்ததா உங்கப் பிரச்சினையைப் பற்றி விரிவா ஒரு சர்ச்சையே இங்கே நடந்து விட்டது. விசுவன், இந்தப் பிரச்சினையில் உங்களுக்கு ஏதாவது முக்கியமா சொல்ல இருக்கிறதா? மிகக்குறைந்த வார்த்தைகளிலே சொல்லணும். நியூஸ் டைம் நேரம் முடியப்போகுது, குறைந்த வார்த்தைகளிலே... ஓகே.. சொல்லுங்க, விசுவன்...''

''எனக்குப் பெரிய படிப்போ அறிவோ மனசுல இருக்கறதை அப்படியே சொல்லிப் புரிய வைக்கிற தெறமையோ இல்லீங்க. ஜப்திக்கும் மரணத்துக்கும் இடையில நானும் என் குடும்பமும் ஒரு நூலின்மேல் நடக்கிறோம். இந்தப் பதினைந்து வருஷத்துக்குள்ளே எவ்வளவோ துன்பப்பட்டவன் நான். சொந்த அனுபவத்துல இருந்துதானே ஒருத்தன் எல்லா பாடமும் கத்துக்கறான். நாளைக்கு வேறொரு மனுசன் என்னமாதிரி பிணையாளா நின்னு ஏமாத்தப் படறதுக்கு முன்னால அவரிடம் நான் ஒன்னு ரெண்டு விஷயம் சொல்ல வேண்டியிருக்கு,''

''சீக்கிரம் சொல்லுங்க... நேரம்...''

''என்னதான் சொன்னாலும் உலகத்தில நாம ஒவ்வொருத்தரும் தனி மனுஷங்கதான். ஆத்துல தூக்கிப் போட்டாலும் அளந்து போடுன்னு ஒரு பழமொழி இருக்கு. அதனால பெத்த தாய்கிட்டயா இருந்தாலும் காசு விஷயத்துல கணக்கு சரியா எழுதி வைக்கணும்.

கணக்கா பேசுறதுக்காக இல்ல. நாளைக்கு மத்தவங்க நம்மள அப்படிப்பேச வைக்கிறபோது ஒழுங்கா பதில் சொல்ல, ஏதாவது ஆதாரம் வேண்டாமா?

ரெண்டாவதா, நெருங்கிய சினேகிதங்களுக்கு இடையிலே பணப் போக்குவரத்து நடத்தக்கூடாது.

மூணாவதா, யாருக்கும் 5000 ரூபாய்க்குமேல கடனாக் குடுக்கக் கூடாது. அப்படி கொடுத்தாலும் போஸ்ட் டேட்டட் செக்கும், ஒப்பந்தப் பத்திரமும் எழுதி வாங்கி வைக்கணும். இல்லாட்டா நாளைக்கு பண விஷயமா பிரச்சினை வந்தா உங்களுக்குள்ளே பேச்சு வளர்ந்து சண்டையாயிடும். உறுதியான நட்புன்னு இனிமையா சொல்லி சப்பு கொட்டிக்கலாம். ஆனா சின்ன ஒரு சச்சரவு வந்தா எந்த பந்தமும் ஒரு நிமிஷத்துக்குள்ள ஒடஞ்சி சின்னாபின்னமாயிடும்.

நாலாவதா, தன்னுடைய பாதுகாப்பும் வாழ்க்கையும் எந்த நெலமையில இருக்குன்னு யோசிக்காம ஒரு பைசாகூட யாருக்கும் உதவியா கொடுக்கக் கூடாது. நாம கொஞ்சம் சுயநலவாதின்னு ஆளாளுக்கு முதல்ல குசுகுசுன்னு பேசிக்கிட்டாலும், அப்படி கறார் இருந்ததுனாலே இப்போ சினேகிதமாவது மிஞ்சியிருக்கேன்னு பிற்பாடு புரியும். கடன் தலைக்கு மேல ஏறி வாழ வழியில்லாத உங்களுக்குக் கள்ளு வாங்கித்தர நிறையபேர் இருப்பாங்க. ஆனா ஒரு கிலோ அரிசி வாங்கப் பணம் கேட்டா ஒருத்தனும் திரும்பிப்பார்க்க மாட்டான்.''

''நேரமாகிறது விசுவன்...''

''கடைசியா ஒரு விஷயத்தையும் சொல்லிடறேன் சார். நிறைய அன்பும் உறுதிமொழியும் எல்லாம் சொல்லிக்கிட்டு உங்க பின்னாடி சுத்தி வரான்னா ஒரு சோதனைன்ற முறைல கொஞ்சம் காசைக் கடனா கேட்டுப்பாருங்க. அடுத்த நாளிலிருந்து அந்த ஆளோட தூசிகூடப் பார்க்க முடியாது.''

''சரி விசுவன், ஒரு தனிமனிதனுக்குப் பிணையாளா நின்னதாலே நீங்க பெரிய விஷயங்களெல்லாம் புரிஞ்சிகிட்டீங்க. டாக்டர். நந்தகுமார், திரு. மாதவன் நாயர், அட்வகேட் பாத்திமா பேகம், திரு. அலெக்ஸ் புன்னூஸ், விசுவன் இந்த சர்ச்சையில் பங்கு

கொண்டதற்கு மிக்க நன்றி."

"குண்டூர் விசுவனின் தற்கொலை இன்றியமையாததா? அபிப்ராய வாக்களிப்பில் பங்குபெற விரும்பும் நேயர்கள் அரபு நாடுகளில் இருந்து 6798 என்ற நம்பரிலும், இந்தியாவுக்குள்ளே இருந்து 2354 என்ற நம்பரிலும் எங்களுக்கு எஸ்.எம்.எஸ் செய்யலாம்."

தன்னுடைய விஷயத்தில் நேயர்களின் அபிப்ராயம் என்னவென்று அறிந்துகொள்ளும் ஆர்வத்துடன் அடுத்தநாள் நியூஸ் டைமுக்கு அரைமணிநேரம் முன்னதாகவே விசுவன் வீட்டிலிருந்து கிளம்பினான். தலைக்குக் குடையாகப்பிடித்த கையின்மீது தூறிக்கொண்டிருந்த லேசான மழையில் நூல்நிலையத்துக்குச் சென்று நுழைந்தபோது, தொலைக்காட்சியின்முன் பொதுவாக என்றைக்கும் இருப்பதைவிட நிறையபேர் இருந்தனர். ஆனால் எதிர்பார்த்தபடி யாரும் முந்தையநாள் நடந்த சர்ச்சையைப்பற்றி விசுவனிடம் எதுவும் கேட்கவில்லை. மாறாக அவர்கள் வங்கக்கடலில் மையம் கொண்டிருந்த புயலைப்பற்றிய கவலையுடன் சிகரெட் புகைத்துக்கொண்டிருந்தனர்.

நியூஸ் டைம் ஆரம்பித்தது.

சாதாரணமாக, முந்தைய நாள் அடிப்படையில் நடத்திய வாக்குப்பதிவின்படி அபிப்ராயங்களின் சதவீதம் எவ்வளவு என்று எழுதிக் காண்பித்து நேயர்களின் கருத்தினைப் பற்றியும், அரசாங்கம் இந்த விஷயத்தில் எடுக்க வேண்டிய அவசர நடவடிக்கைகளைப் பற்றியும் ஒரு முழுமையான அறிக்கையும் தொலைக்காட்சி சேனலின் தரப்பில் தெரிவிப்பதுண்டு. ஆனால் அந்த இரண்டு விஷயங்களும் நடக்கவில்லை. அன்றைய நியூஸ் சேனல் நிகழ்ச்சியில் தொகுப்பாளர் இப்படித்தான் தொடங்கினார்.

"குண்டூர் விசுவனின் தற்கொலை மிரட்டலைச் சார்ந்து நேற்று நடந்த சர்ச்சையில் விசுவன் தற்கொலை செய்யவேண்டுமா கூடாதா என்ற எங்கள் கேள்விக்கு நேயர்களிடமிருந்து எந்தப் பதிலும் வரவில்லை. நியூஸ் டைமை பொறுத்தவரை இது ஒரு புதிய அனுபவம். டிஸ்கவரி விண்வெளிக் கப்பல் கொலம்பியாவிலிருந்து மீண்டும் செல்லுமா? இன்றைய சர்ச்சையைத் துவங்குமுன் ஒரு சிறு

இடைவேளை''

விசுவன் பிறகு அங்கே நிற்கவில்லை. மழையில் இறங்கி நடக்கும் முன்னர் நூலகப்பொறுப்பாளரான ரமேஷிடம் ''பெட்ரோ பராமோ' என்ற புத்தகத்தைப் பற்றி விசாரித்தான். தடிமனான பழைய அலமாரியில் இருந்து பக்கங்கள் செல்லரித்து விழுந்துகொண்டிருந்த புகழ்பெற்ற அந்த மெக்சிகன் நாவலை எடுத்து விசுவனிடம் கொடுக்கையில் ரமேஷ் புன்னகைத்தபடி, "விசுவன் அண்ணே, நீங்க சாகப்போறீங்க இல்ல? இது இறந்தவங்களோட புஸ்தகம்...'' என்று கூறினான். முந்தைய நாள் சர்ச்சையில் அலெக்ஸ் புன்னூஸ் குறிப்பிட்ட ''கொமாலா' என்ற ஊரைப்பற்றித் தெரிந்துகொள்ள விசுவனுக்கு ஆர்வம் அதிகமாயிற்று. இரவில் அனைவரும் படுத்தபின் அரிக்கேன் விளக்கின் சன்னமான ஒளியில் அவன் நாவலின் பக்கங்களைப் புரட்டினான். நாவலை அன்னியோன்யமாகப் புரிந்துக் கொள்ளக் கூடிய ஆள் இல்லையெனினும் ''கொமாலா' இறந்தவர்களின் ஆத்மாக்களின் ஊர் என்பது அவனுக்கு எளிதில் புரிந்தது. 'யுவான் ப்ரீஷியாடோ' என்ற இளைஞன் தன் தந்தையான பெட்ரோ பராமோவைத் தேடி கொமாலாவுக்கு வந்து கொண்டிருக்கும் தருணத்தில் நாவல் தொடங்குகிறது. வறட்சியான ஊர்முழுக்க இறந்தவர்களின் குரல்கள் எதிரொலிக்கின்றன. அங்கே வந்து சேர்ந்த கொஞ்ச நாட்களுக்குள் ப்ரீஷியாடோவும் இறந்து விடுகிறான். நாவலின் ஓர் இடத்தில் 'பார்த்தலோமா'' என்ற கதாபாத்திரம் கொமாலாவைப் பற்றிச் சொன்ன வரிகளின் கீழே விசுவன் பேனாவால் கோடிட்டான்.

''... இங்கே எதுவுமில்லை. எங்கு பார்த்தாலும் தெரிகின்ற கெட்ட, புளித்துப்போன வாடையைத் தவிர. இந்தக் கிராமமே ஒரு துரதிருஷ்டம்தான். வெறும் துரதிருஷ்டம்...''

ஒரே இரவில் வாசித்து முடித்து புத்தகத்தைக் கீழே வைத்தபோது அதன் சிக்கலான கட்டமைப்பும் உள்ளடக்கமும் விசுவனை ஒரு மேகமூட்டத்துக்குள் கொண்டுசென்று விட்டது. தன் வாழ்க்கையும் கொமாலாவைப் போல வறண்டுபோனதும், சகிக்கமுடியாததும்தான் என அவன் புரிந்துகொண்டான். ஜன்னலில் வந்து அடிக்கும் மழைச்சாரலைப் பார்த்தபடி வெகுநேரம் அவன் அழுதுகொண்டிருந்தான். பிறகு விளக்கின் திரியை அணைத்து

விட்டான்.

காலையில் எழுந்தபோது மரணத்திற்கும் வாழ்க்கைக்கும் இடையே எங்கேயோ தன்னைத் தொலைத்துவிட்டதாக அவனுக்குத் தோன்றியது. கையில் தேநீருடன் வந்த மனைவி, டோரத்தியைப்போல ஏற்கனவே இறந்துவிட்டவளோ என்று பயந்தான்.

முந்தைய இரவு வங்கக்கடலில் மையம் கொண்ட புயல் முற்றத்திலிருந்த கிராம்புச் செடிகளின் அத்தனை இலைகளையும் உதிர்த்துவிட்டிருந்தது. எப்படியாவது சுதாகரனைத் தேடி கண்டுபிடிக்க வேண்டும் என்று யோசித்தான். ஆனால் ஒளிந்திருக்கும் ஒருவனை எங்கே என்று விசாரிப்பது?

விசுவன் வெளியே கிளம்பிக்கொண்டிருக்கையில் ''சுதாகரனை ஒருபோதும் உங்களால் கண்டுபிடிக்க முடியாது'' என்றாள் அவன் மனைவி.

''அதுவும் சரிதான்'' என்றான் அவன். செருப்பில் ஒட்டிக்கொண்டிருந்த மழைநீரை உதறினான். பிறகு, ''ஆகஸ்டு பதினைந்து ஆவதற்கு இன்னும் ஒருவாரம் கிடக்கிறது. சாக முடிவு செய்ததாலோ என்னவோ எனக்கு ரொம்பவும் போரடிக்க ஆரம்பிச்சுடுச்சி. இனி மீதியுள்ள ஏழு நாளுக்குள்ளே சும்மா ஒரு பயணம். சுதாகரன்கிட்டே போகலாம்னு நம்பிக்கை இருக்கு. ஒருவேளை பார்க்க முடியாவிட்டாலும் பரவாயில்லை. ஏராளமான நம்பிக்கைகளின் மேலேதானே இந்த உலகமே ஓடிக்கிட்டிருக்கு?'' என்றான்.

ஒரே இரவில் விசுவன் ரொம்பவும் மாறிவிட்டதாக அவன் மனதுக்குக் தோன்றியது. தற்கொலை அறிவிப்பு எழுதிவைத்த பலகை காற்றில் சரிந்துவிட்டிருந்தது. அதை நன்றாக மண்ணில் ஊன்றி வைத்தபடி வீட்டுப்பக்கம் பார்த்துக்கொண்டு ''பயப்படாதே சாகற நேரத்துக்குள்ள திரும்ப வந்துடுவேன்'' என்று சொன்னான். மனைவி தலையசைத்து வீட்டின் முன்வாசல் கதவை மூடினாள்.

சுதாகரனைத் தேடி விசுவன் பல திசைகளிலும் அலைந்தான். உண்மையைச் சொல்லப்போனால் மரணத்துக்கும் முன்னதாக நிலவிய வெறுமையை இல்லாமலாக்கும் ஒரு கற்பனைக் குறிக்கோள் மட்டுமே சுதாகரன் எனலாம். பலரிடம் சுதாகரனைப்பற்றி

விசாரித்தான். அவர்களோ, தங்களை ஏமாற்றிய மற்ற பலரையும் எதிர்பார்த்துக்கொண்டிருந்தனர்.

பயணத்தின் ஐந்தாவது நாள் நேரம் வெகுவாகத் தாண்டிவிட விசுவன் நெடுஞ்சாலையில் லாரிகளுக்கு கைகாட்டி நின்று கொண்டிருந்தான். வாகனங்கள் அவனைக் கவனிக்காமல் தாண்டிச் சென்றுகொண்டிருந்தன. நீண்ட நாள் பயணத்தின் புழுதியும் வியர்வையும் அவன் சட்டைக்காலரில் அழுக்காக அப்பிக்கிடந்தன. அவன் கூட்டுரோட்டில் நின்று கொண்டிருந்தான். அங்கே கட்டிடங்கள் நிறைய இருந்தும் அந்த நேரத்தில் ஒரு தள்ளுவண்டிக்கடை மட்டுமே இயங்கிக்கொண்டிருந்தது. அதைச்சுற்றி பலர் நின்றிருந்தனர். தேநீர் பாத்திரம் வைக்கப்பட்டிருந்த ஸ்டவ்வின் உறுமல் சத்தத்தைத் தவிர்த்தால் பொதுவாக, அந்த அனைவருமே இறந்தவர்களைவிட நிசப்தமாகவே இருந்தனர். எண்ணெயில் வெந்து கொண்டிருந்த மாமிசத்தை நோக்கி அவர்களின் கையிலிருந்த தட்டுகள் நீண்டன. கொமாலாவிலுள்ள மனிதர்களும் ஏறக்குறைய இவர்களைப் போலத்தானே என்று யோசித்தான் விசுவன். முட்டைப் பஜ்ஜியை எடுத்து வாயில்போடுகிறவன் ‘அபுன்தியோ’வாக இருக்கலாம். கையைக் கழுவி, கைக்குட்டையில் துடைத்தபடி பல்லைக் கொடுப்பவன் ‘டோனியாஎதூஹ்ஹேஸாக’ இருக்கலாம்.

அவனுக்கு ரொம்பவும் பசித்தது. லாரிக் காசு போக சட்டைப்பையில் சில நாணயங்கள் மிஞ்சின.

‘‘பாலில்லாத காபி ஒண்ணு’’ என்றான் அவன். வெந்நீரில் காபித்தூளைப்போட்டு ஸ்பூனால் சத்தமாகக் கலக்கிவிட்டு தள்ளு வண்டிக்காரன், விசுவனிடம் தம்ளரை நீட்டினான். காபியை உதட்டில் வைத்தநேரம் ரோட்டில் ப்ரேக் சத்தம் கிறீச்சிடுவதும் டமார் என்ற இடியோசையும் கேட்டு விசுவன் திரும்பிப் பார்த்தான். ஒரு மனிதன் உயரத் தூக்கி எறியப்பட்டுக் காற்றில் தலைகீழாகத் தரைக்கு வந்து தலைமோதி விழுந்தான். நொறுங்கிப்போன மோட்டார்பைக்கின் சக்கரம் சகதியில் வேகமாகச் சுழன்றது. பிறகு மெதுவாக ஓய்ந்தது. அவனுக்கு எந்தவிதமான அதிர்ச்சியும் ஏற்படவில்லை. இது முன் எப்போதாவது நடந்திருந்தால் அவன் அந்தச்சூடான காபியை ஒதுக்கிவிட்டு மீட்பு வேலைகளில் மும்முரமாக ஈடுபட்டிருப்பான்.

அடிபட்டவனை யாராவது சென்று தூக்கியெடுத்து, அவ்வழியாக போய்வரும் வாகனங்களுக்காகக் கைகாட்டுவார்கள் என்று நினைத்து அவன் காபியைக் கொஞ்சம் கொஞ்சமாக ஊதிப் பருகினான். ஆனால் அங்கே கூடியிருந்தவர்களிடம் இருந்து விபத்திற்குள்ளாகிய துரதிருஷ்டசாலியை ஆதரிக்கும் விதத்திலான ஒரு பார்வைகூட எழவில்லை. அவர்கள் சடலங்களைப் போல வெறுமனே சாப்பிடுவதில் குறியாய் இருந்தார்கள்.

உண்மையாகவே இது கொமாலாதானா?

தான் பார்த்துக் கொண்டிருப்பது மரணத்தைக் குறித்த ஒரு குறும்படமா என்றுகூட விசுவன் யோசித்தான். இரவு உணவைச் சாப்பிடும் இவர்களெல்லாம் தன்னைப்போல வரும் சில நாட்களில் இறந்துவிட முடிவெடுத்தவர்களோ? மரணத்தின் புழு அவர்களின் உள்ளே இருந்த இலைகள் முழுவதையும் சாப்பிட்டு முடித்து விட்டதோ? அவர்கள் ஒவ்வொருவரும் புழுக்களின் ஒவ்வொரு மரங்களோ? ஒரு லாரி மிகவேகமாகப் பாய்ந்து சென்றதும் விசுவனின் காலில் வெப்பமான ஏதோ வந்து ஈரமாக்கியது.

இரத்தம்!

அந்த இளைஞனின் ரத்தத்தின்மேல் லாரியின் டயர்கள் தாவிப்பாய்ந்தன. ரத்தத்துடன் மணல் பருக்கைகளைச் சேர்த்து ரோட்டில் அரைக்கும்போது உண்டாகும் சப்தத்தை அவனால் சகிக்க முடியவில்லை. விசுவன் ஓடிச்சென்று அந்த இளைஞனின் பருமனான உடம்பை ரத்தத்திலிருந்து இழுத்து வெளியே போட்டான். கடந்து செல்லும் வாகனங்களின் ஹெட்லைட் வெளிச்சத்தின் முன் பெரிய ஒரு நிழலாய் நின்றுகொண்டு, ''காப்பாத்துங்க... கொஞ்சம் நில்லுங்க... உதவி பண்ணுங்க...'' என்று பலமுறை உரக்கக் கத்தியவாறு கைகளைப் பலமுறை வானை நோக்கி உயர்த்தினான். வாகனங்களின் கண்ணாடி சன்னல்களிலும் பானட்டின்மீதும் கையால் தட்டினான்.

தள்ளுவண்டிக்காரன் கொதிக்க வைக்கும் பாத்திரத்திலிருந்து தண்ணீரையெல்லாம் மண்ணில் கொட்டிவிட்டுக் கடையைப் பூட்டினான். பிறகு விசுவன் பக்கம் வந்து இளக்காரமாகச் சிரித்தபடி, ''சார், இதெல்லாம் இங்க சகஜம்... அப்புறம்... உங்களுக்கு ரொம்ப அவசியமா வேணும்னா மெடிக்கல் காலேஜ் வரைக்கும் கொண்டு

போக ஒரு வண்டி ஏற்பாடு பண்ணித் தரேன். வாடகை நீங்க கொடுக்க வேண்டியிருக்கும். உங்களுடன் துணைக்கு வர நான் தயாரில்லை'' என்று உறுதியாகச் சொல்லிவிட்டுத் தன் தள்ளுவண்டியை நகர்த்தியவாறு அவன் இருளில் மறைந்தான்.

பத்து நிமிடத்துக்குள் ஒரு ஜீப் வந்தது. அந்த இளைஞனின் ஒடிந்துபோன தலையை ஒருமுறை தொடக்கூட முயலாமல் டிரைவர் கிளம்ப அவசரப்பட்டான்.

''இந்த இடம் கொமாலாதான்... இது நரகத்தின் வாசல்...'' என்று விசுவன் தனக்குள் பலமுறை சொல்லிக்கொண்டான்.

திடீரென்று நடுத்தர வயதுள்ள ஒருவர், அக்குளில் ஒரு கருப்புப் பை சகிதம் ஜீப்பை நெருங்கி ஓடி வந்தார்.

''நானும் கூட வரேன்'' என்றார் அவர். விசுவனால் அதை உள்வாங்கிக்கொள்ள முடியவில்லை. அவன் மனதில் ஒரு வகை கடும்குளிர் குடிகொண்டது. இந்தக் கொமாலாவில் வறண்டு போகாத சில இடங்கள் இன்னமும் மிஞ்சியிருக்கின்றனவே! அடிபட்டவனின் கால்களை நகர்த்தி விசுவனின் அனுமதிக்குக் காத்திராமல் கொஞ்சம் இருக்க இடம் சரிசெய்து அவர் அமர்ந்தார். ஜீப் கிளம்பியது. விபத்து நடந்ததற்கு உண்டான சூழ்நிலை, இளைஞனின் மேல்விலாசம் முதலியவற்றைப் பற்றி அந்த நடுவயதுக்காரர் பயணம் முழுவதும் பேசிக்கொண்டிருந்தார். அதற்கிடையில் விசுவனிடம் பரிச்சயம் ஏற்படுத்திக்கொள்ளவும் அவர் மறக்கவில்லை. முந்தைய நாளின் ''நியூஸ் டைம்' அவர் பார்த்திருந்தார். ஆனால் அந்த விஷயத்துக்குள் தலையிடவில்லை. விசுவன் சாகப் போவதைப் பற்றியோ, வாழ்வதைப் பற்றியோ அவர் கவலை கொண்டதாகத் தெரியவில்லை.

மூச்சை இழுக்கத் தவித்துக்கொண்டிருக்கையில் அந்த இளைஞன் சற்று குறுகி வளைந்தான். விசுவன் அவனது நெஞ்சில் பலமாக அழுத்தினான். உள்ளங்காலைப் பிடித்துவிட்டு அவனது உடலின் வெம்மையை மிகைப்படுத்த முயன்றான். அவனின் உடம்பு மரணத்தின்மீது ஊசலாடியது. அவன் என்னமோ சொல்ல முயற்சிப்பது போலிருந்தது.

திடீரென நடுவயதுக்காரர் டிரைவரின் தோளைத் தொட்டான். "கொஞ்சம் நிப்பாட்டுப்பா... இங்கே எறங்கணும்".

வண்டி நின்றது. நடுவயதுக்காரர் தன் பையைத் தேடி எடுத்து அக்குளில் சொருகி, தாவி இறங்கினார். "மன்னிக்கணும், அதோ அந்த வெளிச்சம் தெரியுதே, அதுதான் என் வீடு. நெடுஞ்சாலையில் வண்டி கெடைக்காமத் தவிச்சிக்கிட்டு இருந்தப்பதான் ஜீப்பைப் பாத்தேன். நீங்க ஏத்தி விட்டதால சௌகரியமா வந்து சேர்ந்துட்டேன். தேங்க்ஸ், குட்நைட்" என்றார்.

அந்த ஆள் இருட்டுக்குள் நடந்து மறைந்தார். ஜீப் கிளம்பியது.

நாம் போடும் கணக்கெல்லாம் எவ்வளவு சீக்கிரம் தலைகீழாய்ச் சரிந்துவிடுகிறது என்று யோசித்தான் விசுவன். மனம் ஒரு கள்ளம் கபடமற்ற கற்சிற்பம். சில நிமிடங்கள் முன்னர் பரிச்சயமான ஒரு நபரைச்சுற்றி நற்குணங்களின் கற்களாலால் ஆன ஒரு கற்பனையைக் கட்டமைக்கிறது. ஆனால் அதன் அழகை ரசிக்கும் முன்பே கொஞ்சமும் உறுதியற்ற ஒரு கற்குவியலாய் அது நொறுங்கிவிடுகிறது. ஒரு மனிதன் அந்த நிலைமையில் அழவோ சிரிக்கவோ செய்யலாம். விசுவனுக்கு என்னமோ சிரிக்கத்தான் தோன்றியது. சத்தம் வெளியே கேட்காதபடி கண்களில் நீர் தளும்பும் வரை சிரித்தான்.

இளைஞனின் உதடுகள் மெதுவாகத் திறந்தன. அதன் ஓரத்தில் எச்சில் பசைபோல் ஒட்டிக்கொண்டிருந்தது. அதன் வழியாக அவன் பற்கள் வெளியே தெரிந்தன. கருவிழிகள் பின்னாகச் சொருகிக் கொண்டன.

மரணத்தின் வெம்மை அவனை ஆட்கொண்டுவிட்டது.

விசுவன் டிரைவரின் தோளில் மெதுவாகத் தொட்டபடி, "நிறுத்துப்பா" என்றான். டிரைவர் பிரேக்கில் காலை அழுத்தி அவனை ஏறிட்டுப் பார்த்தான்.

"இந்த ஆள் சாகப்போகிறான். கொஞ்சம் தண்ணியாவது கொடுக்கணும்" என்று சொல்லி விசுவன் ஜீப்பில் இருந்து வெளியே இறங்கினான். வண்டியில் வைத்திருந்த தண்ணீர் பாட்டிலை எடுத்து அதில் ஒரு துளி நீர்கூட இல்லை என்று புரியவைக்க டிரைவர் அதைத்

தலைகீழாகப் பிடித்தான். பாட்டிலைப் பெற்றுக்கொண்டு விசுவன் நடந்தான். டிரைவர் வண்டியை ஒரு ஓரமாக நிறுத்தினான்.

இருட்டில் அங்கே நிறைய மரங்கள் வானைத் தொட்டபடி இருப்பதை விசுவன் கவனித்தான். சட்டென்று அதன்மீது நிலவொளி விழுந்தது. சில்லென்று காற்று வீசியது. மரங்களுக்கு இடையே நடந்து, கீழ்ப்பக்கமாகச் சென்றுகொண்டிருக்கையில் எங்கேயோ நீரின் அசைவு அவனுக்குப் புலப்பட்டது. காட்டுப்புதர்களில் பட்டு, இலைகளின் நுனியை நனைத்தவாறு கூழாங்கற்களுக்கு மீதாக ஒரு கண்ணாடிப்போர்வையைப்போல மெதுவாக ஓடிக்கொண்டிருந்தது, இறந்து கொண்டிருந்த இந்த இளைஞனுக்காக.

தன்னைப்போல அவனும் எங்கெல்லாம் பயணம் செய்தான்; யாரிடமெல்லாம் பேசினான்; போட்டி போட்டான்; தோற்கவும் வருந்தவும் ஜெயிக்கவும் மகிழவும் செய்தான்; நேசிக்கவும் வெறுக்கவும் விழவும் எழுந்து நிற்கவும் செய்தான்; அவன் தன் உடம்பை வேட்கைகளால் தகிக்கவும் வெளியேறும் கழிவுகளில் இருந்து சுத்தப்படுத்தவும் செய்தான். அவனைப்பற்றி எத்தனை பேர் கலந்து பேசினர். அபிப்ராய வாக்களிப்பு நடத்தினர். அப்போ தெல்லாம் அவன் தன்னையறியாமல் தேடிக்கொண்டிருந்த தென்னவோ இதோ தன் கால்விரல்கள் அழுந்தியிருக்கும் இந்தச் சின்ன நீரோடையின் இரண்டே இரண்டு துளித் தண்ணீரை அல்லவா..!

அவனின் அத்தனை தாகங்களும் வேட்கைகளும் இங்கே முடிவடைகின்றன. விசுவன் அந்த இளைஞனின் உதடுகளில் தண்ணீரைச் சொட்டுச் சொட்டாக விட்டுக்கொண்டிருந்தான். துவண்டுகிடக்கும் அவன் கைகளை நெஞ்சோடு சேர்த்து வைத்தான்.

அவன் இறந்து போனான்.

அதுவரையில் எந்தப் பாதிப்பும் இல்லாது நின்றிருந்த டிரைவர் மரணத்தின் முன்னால் வெலவெலத்துப் போனான். பாட்டிலில் மீதமிருந்த நீரை விசுவன் பருகினான்.

ஒருவிதத்தில் பார்த்தால் மனிதர்கள் ஒவ்வொருவரும் கடன்பட்டவர்கள் என்றே கூறலாம்.

அவன் சில்லென்ற காற்றில் நடந்தான்.

இரண்டு துளித் தண்ணீர்தான் என்னுடைய கடன்... அதை நான் சற்றுமுன்னர் அடைத்துத் தீர்த்துவிட்டேன்.

தன் வீட்டுக்கும் முன்னால் எழுதிவைத்த அந்தத் தற்கொலை அறிவிப்பு இருக்கே, அது ஒரு பெரிய முட்டாள்தனம் என்று அவனுக்குப்பட்டது. அப்போது, கூடிய சீக்கிரம் அந்த அறிவிப்பை அங்கிருந்து அப்புறப்படுத்த வேண்டும் என்று நினைத்தான்.

அடிக்குறிப்பு:

✦ பெட்ரோ பராமோ என்ற நாவலின் கதாபாத்திரங்கள் - இறந்தவர்கள்.

பலவிதமான வீடுகள்

அசோகன் செருவில்

தமிழில்: **டாக்டர் டி.எம். ரகுராம்**

அன்று விடியற்காலை ஃபாதர் ஜெ.சி எங்கள் வீட்டுக்கு வருகை தந்தார். அவர் எங்கள் திருச்சபையின் பாஸ்டர். தன் தூய வெள்ளை அங்கியைக் கவனமாகக் கையால் சேர்த்துப் பிடித்தவாறு வராந்தாவிலிருந்த நாற்காலியில் உட்கார்ந்திருந்தவர் என்னைப் பார்த்துப் புன்னகைத்தார்.

நான் உட்காராமல் சுவரோரமாகச் சாய்ந்து நின்றேன். என் காலைக்கடன்கள் ஒன்றும் இன்னும் முடிந்தபாடில்லை. அப்போது தான் தூங்கியெழுந்து நாளிதழைப் பார்க்கத் துவங்கியிருந்தேன். ஃபாதர் வந்த செய்தியறிந்து மரியா சமையலறையிலிருந்து உற்சாகமாக ஓடிவந்தாள். டவலால் கையைத் துடைத்துவிட்டு வாசற்படியிலேயே நின்றாள். பிள்ளைகள் இருவரும் வெளியே எங்கோ இருந்தனர்.

ஃபாதர் மீண்டும் மரியாவைப் புன்னகைத்துவிட்டுக் கேட்டார்.

“காலையிலேயே நான் வந்தது தொந்தரவாயிடுச்சா?''

“அய்யோ, இல்ல ஃபாதர். நீங்க வர்றதுக்கு நாங்க கொடுத்து வச்சிருக்கணுமே'' என்றாள் மரியா.

அன்று புதுவீட்டில் எங்களுக்கு முதல் விடியல். நேற்றுதான் ஃபாதர் வந்து புதுவீடு குடிபுகும் சடங்கை நடத்திவைத்துவிட்டுப் போனார். நான் அவரை முதன்முதலாய்ப் பார்த்ததும் நேற்றுதான். அவரின் அடக்கமான சுபாவமும் அன்பு ததும்பும் பேச்சும் எங்களுக்குப் பிடித்திருந்தது. ‘நேரம் கிடைக்கும்போது வீட்டுக்கு வந்துட்டுப் போங்க, ஃபாதர்’ என்று நாங்கள் அவரிடம் சொல்லியிருந்தோம்.

மரியா ஃபாதரிடம் சொல்லிக்கொண்டிருந்தாள்.

“இவர் இப்பத்தான் ஃபாதர், தூங்கி எழுந்திருச்சார். இன்னும் குளிக்கல. பல்கூட விளக்கல.’’

‘‘அய்யோ, எனக்குத் தெரியாமப் போச்சு, மிஸ்டர். தாமஸ், காலைக் கடனெல்லாம் முடிச்சிட்டு வாங்க. எனக்கு அவசரமேயில்ல”

நான் உள்ளே சென்று டூத்பிரஷ்ஷைக் கையிலெடுத்தேன். நேரம் ஒன்பதாகிவிட்டது. இன்று எழுந்திருக்கத் தாமதமாகிவிட்டது. தூக்கம் கலைந்த பின்னும் வெறுமனே படுத்தபடி இருந்தேன். படுக்கையைவிட்டு எழ மனம் வரவில்லை.

சுகமானதொரு களைப்பு என்னைப் பாதித்திருந்தது. இரண்டு ஆண்டுகளாக அனுபவித்த அவசரம், நெரிசல், தடபுடல் எல்லாமே நேற்றுதான் உச்சகட்டத்தை அடைந்தது. ஹவுஸ் வாமிங்! ஹவுஸ் பிரேக்கிங் என்றுதான் வேடிக்கையாக இதைக் குறிப்பிட்டோம்.

எங்கள் இருவரின் அலுவலகத்திலிருந்தும் சக ஊழியர்களை அழைத்திருந்தோம். மீனும் கறியுமெல்லாம் பரிமாறி உபசரித்தோம். மரியாவின் அண்ணன் ஜார்ஜ் எங்கிருந்தோ ஒரு பாட்டில் ஓட்கா ஏற்பாடு பண்ணியிருந்தான். அனைவரும் சேர்ந்து கட்டாயப் படுத்தவே நானும் இரண்டு பெக் அருந்தினேன்.

மரியா ஒன்றும் எதிர்க்கவில்லை. அவள் நினைத்திருப்பாள். சாப்பிடட்டும், பாவம். ஒரு மகத்தான கனவு நனவாகிய நாளல்லவா?

அப்படியே வந்து படுக்கையில் விழுந்ததுதான். நன்றாகத் தூங்கி நள்ளிரவில் ஒருமுறை விழித்து டம்ளரில் வைத்திருந்த தண்ணீரை மடமடவென்று குடித்தேன்.

மரியா அப்போது சிரித்துக்கொண்டிருந்தாள். அவள் சொல்லித்தான் நேற்று மாலை நடந்த மற்ற விஷயங்களை நான் தெரிந்துகொண்டேன். இரண்டு பெக் உள்ளே சென்றதும் நான் தலைகால் புரியாத நிலையிலிருந்தேனாம். விருந்தாளிகளிடம் உரக்கப் பிரசங்கம் செய்தேனாம். அதுவும் இங்கிலீஷில். அதைத் தொடர்ந்து பாட்டுப் பாடினேனாம். டான்ஸ் ஆடினேனாம்.

‘‘இதில் எந்தளவு உண்மையிருக்குன்னு கடவுளுக்குத்தான் தெரியும்’’ என்றேன் அவளிடம்.

சாட்சி இருக்கிறது என்றாள். கடவுள் மட்டுமல்ல, இன்னும் பத்தோ இருபதோ விருந்தினரும் வேடிக்கை பார்த்தார்களாம். போதாக்குறைக்கு ஜார்ஜ் வேறு எல்லாவற்றையும் வீடியோ எடுத்திருக்கிறானாம். ஆல்பம் வரும்போது பார்த்தால் போகிறது.

விருந்தினரெல்லாம் இரவிலேயே திரும்பிச் சென்றுவிட்டனர். அவர்கள் சொன்னார்களாம், ''இதுவும் ஒருவகை முதலிரவுதான்! அதனால் நாங்க போறோம். நீங்களாச்சு, உங்க பாடாச்சு''

''இருந்தாலும் டான்ஸ் நல்லாவே இருந்தது, சும்மா சொல்லக்கூடாது,'' மரியா மீண்டும் என்னைச் சீண்டினாள்.

அவள் காதைப்பிடித்து வலிக்கும்வரை திருகினேன்.

"சும்மா பொய் சொல்லக்கூடாது.''

காதை விடுவித்துக்கொண்டு அவள் சொன்னாள்.

"அது சரி, வாங்க, பசங்க எப்படிப் படுத்துத் தூங்கினாங்கன்னு பாப்போம்.''

பிள்ளைகள் பக்கத்து அறையில்தான் தூங்கிக் கொண்டிருந்தனர். முதன்முதலாக அவர்கள் தனியாகப் படுத்திருக்கின்றனர். தனி ரூமில் படுக்கவேண்டும் என்பதில் அவர்களுக்கு ஒரே பிடிவாதம். இரண்டு பேருக்கும் தனித்தனி அறை வேண்டுமென்றுதான் முதலில் கோரிக்கை வைத்தனர். ஒரு சிறிய போராட்டத்திற்குப் பிறகு அவர்கள் இருவருக்கும் சேர்த்து ஓர் அறை ஒதுக்கப்பட்டது.

பெரியவன் நெல்சன் நான்காவது படிக்கிறான். இளையவன் டுட்டு ஒன்றாவது. டுட்டுவைத் தன்னுடன் படுக்க வைத்துக் கொள்ள வேண்டுமென்று மரியா விரும்பினாள். ஆனால் இவனோ பிடிவாதமாக மறுத்துவிட்டான். மரியா அவனிடம், ''கண்ணா, உனக்குப் பயமாக இருக்காதா?'' என்று கேட்டாள். ''அதெப்படி பயப்படுவேன், நான் ஆம்பிளைப் பிள்ளை தானே?'' என்றான் பதிலுக்கு.

பையன்கள் இருவரும் உருண்டு சென்று கட்டிலின் இருகோடியிலும் படுத்துத் தூங்கிக் கொண்டிருந்தனர். மரியா அவர்களை எழுப்பாமல் நேராகப் படுக்க வைத்தாள். போர்வையை

இழுத்துச் சரி செய்தாள். ஆளுக்கு ஒரு முத்தம் கொடுத்தாள். அவர்களின் முடியைக் கோதியபடி அங்கேயே உட்கார்ந்திருந்தாள்.

சிறிது நேரம் கழித்து நாங்கள் எங்கள் அறைக்குத் திரும்பி வந்து படுத்தும் எனக்குத் தூக்கம் வரவில்லை. என் மார்பில் முகத்தைப் புதைத்தபடி மரியாவும் படுத்தாள். அவளுக்கும் தூக்கம் வரவில்லை போல.

அறையில் லேசான பெயின்ட் வாசனையும் சிமெண்டு வாசனையும் எஞ்சி நின்றது. நேற்று முந்தைய நாள்தான் பெயிண்டிங் வேலை முடிந்தது. அதற்கு மட்டும் பத்தாயிரம் ரூபாய்க்குமேல் செலவாகிவிட்டது. அத்துடன் மரியாவின் தாலிச்சங்கிலியும் வங்கியைச் சென்றடைந்தது. அவள் கழுத்து காலியாக இருந்தது.

மரியா இளைத்துவிட்டிருந்தாள். பின் கழுத்துக்குக் கீழே எலும்பு தெரிந்தது. இரண்டு ஆண்டுகளின் அலைச்சலும் அவசரங்களும் அவளை நன்கு பாதித்திருந்தது. குளிக்கவும் சாப்பிடவும் மறந்துபோன நாட்கள் எத்தனையோ. என்ன தியாகம் பண்ணியும் எல்லாவற்றையும் சகித்துக்கொண்டும் எப்படியாவது வீட்டைக் கட்டி முடித்துவிடுவது என்று வைராக்கியமாக இருந்தாள் மரியா.

அவள் சொல்வாள்: “நமக்கு ரெண்டு ஆம்பிளைப் பசங்க. நாம பட்ட கஷ்டம் அவங்க படக்கூடாது.’’

ஓர் ஆயுள் இன்சூரன்ஸ் திட்டத்தின் பலத்தில்தான் நாங்கள் இதை ஆரம்பித்தோம். அந்தத் திட்டத்தில் சேர்ந்த நாளிலிருந்து மாதந்தோறும் ஒரு குறிப்பிட்ட தொகையைக் கட்ட ஆரம்பித்தோம். கட்டிய தொகையின் நான்கு மடங்கு கடனாகக் கிடைக்கும். வீட்டுக்கான ப்ளான், எஸ்டிமேட், நகராட்சியினரின் சான்றிதழ் என்று எல்லாவற்றையும் கொடுத்தோம்.

ஆரம்பத்தில் கொஞ்சம் கஷ்டமாகத்தான் இருந்தது. இரண்டு தவணைகளில் அறுபதாயிரம் ரூபாய்தான் கிடைக்கும். சிமெண்டுக்கும் கம்பிக்கும் வேறு விலை ஏறிக்கொண்டே இருந்தது. இருவரின் பி.எஃபிலிருந்தும் லோன் போட்டு அஸ்திவாரம் போட்டோம். அது ரொம்ப நாளைக்கு அப்படியே கிடந்தது. எத்தனை நாள் நீளுதோ

அந்த அளவுக்குப் பலம் ஏறுமென்று எங்களுக்குள் வேடிக்கையாகப் பேசிக் கொள்வோம்.

பட்டணத்திலுள்ள ஒரு ஒற்றை வரிசை குவார்ட்டர்ஸில்தான் தங்கியிருந்தோம். ஒரு கட்டில் போட்டால் பிறகு அறையில் எதற்கும் இடம் காணாது. அதன் பக்கவாட்டிலிருந்த இன்னொரு அறையைச் சமையலறையாகவும் குளியலறையாகவும் மரியா மாற்றி மாற்றிப் பயன்படுத்தினாள். கடவுள் புண்ணியத்தில் எப்போதாவது தண்ணீர் வரும் பொதுக்குழாய் ஒன்றைத்தான் அந்த இரு குடித்தனங்களும் நம்பியிருந்தன.

இரவில் படுக்கும்போது கூரையிலிருந்து மண் பெயர்ந்து விழும். 'ஒருநாள் பொழுது விடிவதற்குள் நாமெல்லாம் மண்ணால் மூடப்பட்டு விடுவோமோ?' என்று மரியாவிடம் கேட்டேன். 'அப்படியெல்லாம் நடக்காது, கர்த்தர் காப்பார்' என்றாள் அவள்.

கர்த்தருக்கும் வேறு இடமில்லாமல் போனது. அவரும் எங்களுடன் அந்தச் சிறிய அறையில்தான் இருந்தார். சின்ன ஒரு கூண்டுச்சிலையாக அணையாவிளக்கின் பிரகாசத்தில் எங்களது அனைத்து பாவ புண்ணியங்களுக்கும் சாட்சியாக அவர் ஒன்றும் செய்ய இயலாதபடி நின்றார்.

வாடகை வீட்டுக்குள் இருந்த எங்களின் முக்கியமான அன்றாட வேலை புதிய வீட்டின் வரைபடத்தை அலசுவதாக இருந்தது. மரியாவும் குழந்தைகளும் கண்டிப்பாக ஏற்றுக்கொள்ளத்தக்க பல ஆலோசனைகளை முன் வைத்தனர். அறைகள் என்றால் பெரியதாக இருக்க வேண்டும். குளியலறையில் ஷவர் தேவை. வரவேற்பறையில் புனித போப் ஆண்டவரின் படம் பதிக்கப்பட்ட டைல் பதிக்க வேண்டும்.

சர்ச்சைகள் நீண்டு நீண்டு ஏளனத்திற்குரிய அளவு போய்விட்டது. அதற்குள் லோனும் பாஸாகி வந்துவிட்டது. மரியா தன் தங்கநகைகளை அடகுவைத்தாள். நான்கு சீட்டுகளில் சேர்ந்து ஏலமும் எடுத்து பணத்தையும் வாங்கியாகிவிட்டது. வேலையும் துவங்கியது.

எப்படியோ ஒருவழியாக வீடு கட்டும் வேலை முடிந்தது. நேற்று காலையில் தூங்காமல் படுத்துக்கொண்டிருந்தபோது, என் மார்புப்பக்கம் ஈரமாவதுபோல் தோன்றிற்று. மரியாவின் கண்களிலிருந்து நீர் பெருகிக்கொண்டிருந்தது.

“என்னாச்சு?'' என்றேன் நான்.

''ஒண்ணுமில்ல, சும்மாதான்'' என்றாள். பிறகு தொடர்ந்து, “எல்லாமே ஒரு கனவுபோலத் தோணுது'' என்றாள்.

நான் சொன்னேன், ''இனிமேல் ஆகவேண்டிய காரியம் முக்கியம். ரெண்டு மாசம் போனதும் பணத்தைக் கட்டத் தொடங்கணும். பி.எஃபில் போடணும். சீட்டுகூட நிறைய பாக்கி கிடக்கு.''

''எல்லாத்துக்கும் ஒரு வழி இருக்கும்'' என்று ஆறுதல் அளித்தாள் அவள்.

“கர்த்தர் வழி காட்டுவாரில்ல?'' நான் கேட்டேன்.

“வேணாம் கிண்டல் பண்ணாதீங்க''

பொய்க்கோபத்துடன் அவள் விலகிச் சென்று படுத்தாள். அதன் பிறகு எப்போது தூங்கிப்போனோம் என்று தெரியவில்லை. ஜன்னல் கண்ணாடியில் வெளிச்சம் பலமாக வந்து தாக்கியபோதுதான் கண் விழித்தேன். அதற்குள் மரியாவின் சமையலறை ஒரே களேபரமாக இருந்தது. பிள்ளைகள் இருவரும் முற்றத்தில் விளையாடிக் கொண்டிருந்தனர்.

குளித்துவிட்டு நான் சென்றபோது, ஃபாதர் டிபன் சாப்பிட்டுக் கொண்டிருந்தார். கூடவே, பச்சைமிளகாய் சேர்த்த சட்னியும் வெங்காயத் துவையலும் தொட்டுக்கொண்டார். மரியாவின் சமையலைப் புகழ்ந்தார்.

ஃபாதருக்கு எங்கள் வீடு மிகவும் பிடித்துவிட்டது. சின்னதாக இருந்தாலும் எல்லா வசதிகளும் இருக்கிறது. அமைதியான சுற்றுப்புறம். நிம்மதியாக தலைசாய்க்க ஏற்ற இடம்.

மரியா சொன்னாள், "ஃபாதர், இதுதான் எங்களோட இந்த நாள் வரைக்குமான சம்பாத்தியமும் இனி வரக்கூடிய சம்பாத்தியமும் எல்லாம்."

ஃபாதர் சொன்னார், "இப்போது வீடு ஆச்சு, ரெண்டு ஆண்பிள்ளைகள். பிழைக்கவும் சம்பாதிக்கவும் வேலை இருக்கு. இனி எப்பவாவது ஆத்மாவைப் பற்றியும் யோசிக்கத் துவங்கலாம். மனுஷன் உயிர்வாழ்வது வெறும் உணவால் மட்டுமில்லையே."

மரியா, அவருடைய தட்டில் இன்னொரு தோசையை வைத்தாள். ஃபாதர், கோயில் சம்பந்தப்பட்ட விஷயங்களைப் பேசத் தொடங்கினார். அவர் இந்த ஊருக்கு வந்து மூன்றாண்டுகளாகி விட்டன. பெரும்பாலும், வியாபாரிகளும் அலுவலக ஊழியர்களுமாக இருந்தனர். மொத்தம் அறுபது வீடுகள். நாங்கள் குடிபுகுந்ததும் எங்களையும் சேர்த்து அறுபத்தொன்றாகிவிட்டது. பொதுவாக இந்தச் சபையைச் சேர்ந்த ஊர்க்காரர்களுக்கு கோயில் விஷயத்தில் நாட்டம் குறைவாகவே இருந்தது. ஃபாதர் வந்துசேர்ந்த காலகட்டத்தில் நிலைமை மிகவும் மோசமாக இருந்ததாம். இப்போது கொஞ்சம் பரவாயில்லை. சமீபத்தில்தான் கோவில் கட்டிடம் புதுப்பிக்கப் பட்டிருந்தது. ஞாயிறு வகுப்புகள் முறையாக நடக்கின்றன. ஒரு பெரிய முயற்சியின் பலனாகக் கோயிலோடு சேர்த்து ஒரு மயானமும் கிடைத்தது.

இப்போது காலம் மாறிவிட்டது. இறந்தால் கௌரவமாக அடக்கம் செய்யப்படவேண்டுமென்று மக்கள் நினைக்கின்றனர். நிம்மதியான, முடிவற்ற உறக்கம். முக்கால்வாசி ஜனங்களும் கல்லறை கட்டி அதற்குள் உடலை அடக்கம் செய்வதுதான் வழக்கம். வெளியே சலவைக்கல் பலகை வைத்து அதன்மீது இறந்தவர்களின் மேன்மைகளைச் செதுக்கிவைப்பார்கள்.

இதற்கு ஒரு பெரிய தொகை தேவை. இடத்தின் விலை, கட்டிடவேலை எல்லாம் சேர்த்தால் ஒரு சின்ன வீடு கட்டுமளவு செலவாகும். பணக்காரர்களுக்கு அது ஒரு பிரச்சினையே அல்ல. ஆனால் சாதாரண மக்களுக்குத் திடீரென்று வரும்போது அது ஒரு பெரிய செலவுதான்.

ஃபாதர் இப்போது ஒரு புதிய திட்டத்தைத் தீட்டியுள்ளார். இந்தச் சபையைச் சேர்ந்த ஊர்க்காரர்கள் ஒவ்வொருவரும் மாதந்தோறும் பத்து ரூபாய் கட்டவேண்டும். இப்படிக் கட்டும் நபர் இறக்கும்போது வேறு எந்தத்தொகையும் மேற்கொண்டு வாங்காமல் அவரைக் கல்லறைக்குள் அடக்கம் பண்ணமுடியும். ஏராளமானோர் இத்திட்டத்தில் சேர்ந்துவிட்டார்கள்.

நமது இடுகாடு மிக அமைதியான இடத்தில் உள்ளது. கல்லறைகளைச் சுற்றி மரம் நடுவதென்று ஒரு திட்டம் போட்டிருக்கிறோம். காலம் செல்லச்செல்ல மரங்கள் வளர்ந்து கல்லறைகளின்மீது தானாகவே பூக்களை உதிர்க்கும்.

ஃபாதர் மிகச் சாமர்த்தியமாக இந்தப் பிரச்சினையை எங்கள் முன் வைத்தார். "விஷயம் ரொம்ப சிம்பிள்" என்றார்.

"நீங்க இப்ப நாலுபேர் இருக்கீங்க. நாற்பது ரூபாய் கட்டணும். இப்பவே கட்ட ஆரம்பிச்சுட்டா கடைசியில அது ஒரு பெரிய பிரச்சினையாகவே இருக்காது.''

ஃபாதர் இப்போது கை கழுவிக் கொண்டிருந்தார். நான் சாப்பிடுவதை நிறுத்தி, மரியாவைப் பார்த்தேன். அவளும் என்னையே பார்த்துக் கொண்டிருந்தாள். வெளியே மணலில் விழுந்து புரளும் குழந்தைகளின் சத்தம் கேட்டுக்கொண்டிருந்தது.

துண்டில் கைககளைத் துடைத்தபடி, "என்ன, உங்களுக்குச் சம்மதம்தானா?'' என்று கேட்டார்.

சிறிது நேரம் நாங்கள் எதுவும் பேசவில்லை. ஃபாதர் வராந்தாவில் சென்று உட்கார்ந்தார். நாங்கள் பின்னாலேயே சென்றோம். அப்போது மரியாதான் கேட்டாள். ''நாங்கள் ரெண்டு பேர் சேர்ந்தால் போதாதா ஃபாதர்?''

அவர் சிரித்தார். பிறகு சொன்னார், "போதும்தான். ஆனா, இது ஒரு பிரத்யேகமான திட்டம். இப்போது சேருபவர்களுக்காக இடுகாட்டிலே இடம் அளந்து தனியாக வைப்போம். பசங்க பெரிசானப்புறம் சேர்க்கலாம்னு நினைச்சா ஒருவேளை இடம் கிடைக்காமல் போகலாம்.''

"அவங்களுக்கு வேண்டாம் ஃபாதர்" என்று கூறி மரியா சட்டென்று உள்ளே சென்றுவிட்டாள்.

"சரி. நான் கிளம்புறேன். ஞாயிற்றுக்கிழமை வரும்போது முதல் தவணைப் பணத்தைக் கட்டணும்."

ஃபாதர் இனிமையாகச் சிரித்தார். பிறகு வாசலை விட்டு இறங்கிச் சென்றார்.

நான் அப்போதும் கைப்பிடிச்சுவரில் சாய்ந்து நின்றபடி இருந்தேன்.

"அப்பா!..."

மேலேயிருந்து பிள்ளையின் குரல். மொட்டைமாடிச் சுவரின்மீது தலையைக் கவிழ்த்து நெல்சன் கூப்பிட்டுக் கொண்டிருந்தான். அவனுக்குப் பின்னால் உற்சாகம் பொங்கும் சிரிப்புடன் டுட்டுவின் பிஞ்சுமுகமும் தெரிந்தது.

"விழுந்துடாதே, ஜாக்கிரதை."

நான் உரக்கக் கத்தினேன்.

செய்திகளின் நாற்றம்

கெ.ஆர்.மீரா

தமிழில் : கே.வி. ஷைலஜா

சதை அழுகுவது போலொரு நாற்றமது. அன்னா சந்தோஷ் பால் அவளுடைய இருபத்தியாறு வருட சுவாசப் பழக்கமுள்ள மூக்கை நுட்பமாக்கி மணம் பிடித்தாள். யாராயிருக்கும் இது? நாற்றம் மிக தூரத்திலிருந்து வந்தது. அதனால் வீட்டிற்குள்ளிருந்து இல்லை என நிச்சயித்துக் கொண்டாள். ஒரு வேளை நீண்டநாள் படுக்கையில் கிடந்து படுக்கைப்புண் வந்த ஒரு நோயாளியிடமிருந்தா? இல்லை ஏதாவது மயானம் காக்கும் வெட்டியானிடமிருந்தா.....?

மேலே சொன்ன மூன்றுபேரில் ஒருவரிடம் இருந்து தான் இந்நாற்றம் வர வேண்டுமெனப் பத்திரிகையின் கடைசிப் பத்தியில் புதிய செய்திக்காக இடம் ஒதுக்கும் அவசரத்திலும் அன்னா தீர்மானித்தாள். புதிய செய்திக்கு, செய்தி கொண்டு வருபவன் செக்யூரிட்டியின் பல கேள்விகளுக்கும் பதில் சொல்லிவிட்டு பாஸ் வாங்கிக்கொண்டு படி ஏறி வரப்போகிற நிதானத்தின்மீது எரிச்சலுற்று, பொறுமையின்றி உட்கார்ந்திருந்தாள்.

அவன் மாடி ஏறி வந்தவுடன் வழக்கம்போல நிமிர்ந்து பார்க்காமல் நாற்காலியைக் காட்டி உட்காரச் சொல்ல வேண்டுமென அன்னா தீர்மானித்தாள். அதே நேரம் அவனறியாமல், இடது கண்ணால் ஓரப்பார்வை பார்த்தால் அவனுடைய முகத்தின் ஆச்சரியத்தைக் கணித்துவிட முடியும். முகத்தை நிமிர்த்தாமல், அரவம் கேட்காமல் என் வரவை நீங்கள் எப்படி உணர்ந்தீர்கள்? என்று அவன் ஆச்சரியப்படக்கூடும். அன்னா அதை பொருட் படுத்தியதாகவே காட்டிக் கொள்ளப் போவதில்லை. ஏனென்றால் சந்தோஷின் முகத்தில் இப்படியான ஆச்சரியத்தைப் பார்த்துப் பார்த்துப் பழக்கமாகிவிட்டது.

அது ஒரு காலம். அப்போதெல்லாம் மூன்று மணிக்கு முன்பே அன்னா மூன்றாவது பதிப்பினை அவசரப்பட்டு முடித்து விடுவாள். எடிட்டரின் இரவு நேரப்பணி முடிந்து செய்தி அறையின் கடைசியிலிருந்து பார்க் அவென்யூ ஷேவிங் லோஷனின் சீரான மணம் வரும். கூடவே தூக்கக் கலக்கமுள்ள கண்களைக் கசக்கியவாறே சந்தோசும் சத்தமில்லாமல் வருவான். கம்ப்யூட்டர் ஸ்கிரீனிலிருந்து தலையைத் திருப்பாமலும் முகத்தை நிமிர்த்தாமலும் அனிச்சையாய் அன்னா சொல்வாள், 'ப்ளாஸ்க்கில் காபி இருக்கு.'

திருமணமான ஆரம்ப நாட்களில் அது சந்தோசுக்குப் பெரிய ஆச்சர்யமாக இருந்தது. 'தலையைத் திருப்பாமல் நீ எப்படி என்னுடைய வருகையைத் தெரிந்து கொள்கிறாய்' என்று கேட்பான். அப்போதெல்லாம் தலையைத் திருப்பி மிகுந்த ப்ரியத்துடனும், பெருமிதத்துடனும் அன்னா சொல்வதுண்டு.

'தட்ஸ் நோஸ் பார் நியூஸ்..'

அன்னா தன்னையறியாமல் தன் மூக்கைத் தடவிப் பார்த்தாள். அப்போதும் அதே நாற்றம் திரும்பி வந்தது. செக்யூரிட்டி கேபின் வரை இப்போது அந்த நாற்றம் பரவியிருக்குமென அன்னா யூகித்தாள். ஆனால் அதற்காகத் தலையை நிமிர்த்தவோ பரபரத்த எதிர்பார்ப்போ இன்றிப் பதற்றமற்றிருந்தாள். தன் நாற்பத்தெட்டு வயது அனுபவத்தில் இப்படி வருகிற செய்திகளின் நாற்றம் எங்கும் தங்கிவிடப் போவதில்லையெனவும், எப்படியும் தன்னை வந்தடையும் எனவும் அவள் அறிந்திருந்தாள். இதழை முடிப்பதற்கான இறுதி நேரம் சமீபித்திருந்தது. பத்திரிகை ஆசிரியருக்கு இந்நேரமே டெட்லைன் என்ற கடைசி நிமிடம்.

"எனக்கு ஒரு டெட் லைன் சொல்லு." முன்பெல்லாம் வெளியில் போகும் சந்தோஷ் தான் எவ்வளவு நேரம் கழித்து வரலாம் என்பதை இப்படிக் கேட்பான். டெட் லைன் இல்லாமல் எந்த வாழ்க்கை, எந்த நிகழ்வு பூர்த்தியாகிறது? சன்னி பிறந்தபிறகு குளிக்கவோ, சாப்பிடவோ நிமிட நேரத்தைச் செலவிடும்போதும் கேட்பான். "என்னுடைய டெட் லைன் என்ன?"

அன்னாவுக்குச் சீக்கிரமாகத் தன் வேலையை முடிக்கத் தோன்றினாலும் சமீபமாக அவளுடைய பணி எப்போதும் தாமதமாகிறது. இன்றுகூடச் சொல்லிக் கொள்வது போல மாற்றங்கள் ஏதும் நான்காம் கட்டப் பத்திரிக்கையாளரின் பக்கத்தில் இல்லை. முதல் கட்டத்தின் தொடுபுழா இருளான் குந்நேல் சூர்யகுமாரை (22) மாற்றிப் பதிலாக அந்த இடத்தில் கொச்சி, துருளையில் வெட்டிக் குழியில் சத்தியவான் (88) பிரதிஷ்டை செய்து, புராண இலக்கியவாதி பரவூர் எஸ். சங்கரதாசின் லேட் செய்தியை மாற்றி பதிலாக ''அபிநவ எப்பிஸ் கோப்பனின் மூத்த சகோதரன்'' என்று பெரிய எழுத்துகளில் போட்டு இருளோ மட்டம் தேவஸ்ய (74) என்பது போன்ற சின்னச் சின்ன மாற்றங்கள் மட்டும்தான் இருந்தது. அதெல்லாம் இரண்டாம் பதிப்பின் பக்கம் முடிக்கும் முன்பே அவள் முடித்திருந்தாள்.

பிறகு பக்கத்தை லேசர் பிரிண்ட் எடுத்துத் திருத்தம் செய்தால் என்ன என்று நினைத்தபோதுதான் அந்தப் பெண் ''இறந்த நிலையிலும்'' தொல்லை கொடுத்துக் கொண்டிருந்தாள்.

காஞரமட்டம் பஞ்சார குந்நேல் பவுல் என்பவரின் கீழே தான் அந்தச் செய்தி. மூன்றாம் பத்தியில் ஒன்றாவதாக காஞரமட்டம் பஞ்சார குந்நேல் பவுல் (98) இறந்துவிட்டார். சவ அடக்கம் இன்று மதியம் 2.00 மணிக்குக் காஞரமட்டம் புத்தன்பள்ளியில் நடக்கும்.

உப்புக்குழி தெக்கேடத்து வீட்டில், காலம் சென்ற மரியா என்றொரு மனைவியும், பிள்ளைகள்: காலம் சென்ற மாத்யூ, லீலாம்மா, அன்னம்மா, மருமகள்கள்: காலம்சென்ற சோசா (முன்னாள் மாவட்ட செஷன்ஸ் ஜட்ஜ்) அலெக்சாண்டர், (தலைமைப் பொறியாளர் பி.டபிள்யூ.டி) நெப்போலியன், (முன்னாள் டி.சி.சி. பொதுச் செயலாளர்) என்ற செய்திக்கு மேல் இரண்டரை செ.மீட்டர் அகலமும் இரண்டரை செ.மீட்டர் நீளமுள்ள கட்டத்திற்கான இடம் விட்டு அதில் ஆணி அடித்து பவுலோவை அமர்த்தினாள். ஒன்றாம் இரண்டாம் எடிஷன்களில் பவுலோ சரியாகப் பொருந்தினார் (கடைசி நாட்களில் அதீதமான சர்க்கரை வியாதியாயிருந்தது அவருக்கு. தொடும் இடமெல்லாம் புண்ணாகி, புண்ணாகும் இடமெல்லாம் சீழ் வைத்து, முகத்துக்கு நேராகக் கெட்ட வார்த்தைகளால் திட்டும் ஹோம் நர்சுகளின் கவனிப்பில் வருடங்களைக் கடத்தியிருந்தார் அவர்) நிமிடங்களின் இடைவெளியில் அன்னா கவனிக்கத் தவறியபோது

ஆணிகளை ஆட்டிப் பெயர்த்து பவுலோ வெளியேறினார். வேறு வழி இல்லாமல் அந்த இடத்தில் 'இறந்த நிலையில்' பிட்டை ஏற்றிப் படுக்க வைத்தாள்.

கடிகாரத்தைப் பார்க்காமலே டெட்லைன் நெருங்கி விட்டதென்று அன்னாவுக்குத் தெரிந்தது. வேலைக்குச் சேர்ந்து ஏழெட்டு வருடங்கள் கழிந்த பிறகும் அன்னா நேரம் பார்க்காமல் வேலை செய்யப் பழகிக்கொண்டாள். டெட் லைன் என்ற கடைசி நேரம் ஒரு பழக்கமாகி விட்டிருந்தது. அந்த நேரத்தில் பக்கம் முடியவில்லையானால் படபடப்பு கூடும். சாகக் கிடக்கும்போது ஒரு சொட்டுத்தண்ணீர் கிடைக்காத படபடப்பு அது.

அன்னாவுக்குத் தாகமாயிருந்தது. முன்பெல்லாம் சந்தோஷ் இந்த நேரத்தில் காபி ஊற்றித் தருவான் என்பதை நினைக்கவே கூடாதென்று தீர்மானித்திருந்தாலும் அதை நினைக்காமல் இருக்க முடியவில்லை. செய்தி கொண்டு வருபவர்கள் உட்காரும் நாற்காலிகளில் ஒன்றை இழுத்துப்போட்டு உட்கார்ந்து சந்தோஷ் காபி ஊற்றித் தருவான். ஒரு கையைக் கீபோர்டில் வைத்தபடியே மறுகையால் வாங்கி மெதுவாகக் காபியை உறிஞ்சிக் குடித்தபடியே மூன்றாவது எடிஷனை முடிக்க வேண்டிய மூன்று மணிக்கும் நான்காம் எடிஷனை முடிக்க வேண்டிய நான்கு மணிக்கும் இடையில் வீட்டுச் செலவுகளைப் பற்றியும், வீடுகட்டும் கடன் குறித்தும், சன்னியின் படிப்புக் குறித்தும், சாதாரணமான பல லௌகீக விஷயங்களை அவர்கள் பேசுவார்கள். அன்னா பேசிக்கொண்டே திருத்தங்களைச் செய்வாள். பக்கங்களின் லேசர் பிரிண்ட்களை ஒட்டிப்பார்த்த சந்தோஷ் தவறுகளைக் கண்டுபிடித்துச் சொல்வான்.

வி.எம். மான்ஸிலில் வீரான்கோயா என்பவரின் செய்தியை அஞ்சலிப் பக்கத்தின் மேல்மூலையில் சரிசெய்யும்போது அன்னா கேட்பாள், ''இன்னைக்குக் காலையில இட்லிக்கு அரிசியும், உளுந்தும் ஊறப்போட மறந்துட்டோமே. ப்ரட் மட்டும் போதுமா?''

'காலம்சென்ற ஈரேழ மானிடும்குழியில் லட்சுமிகுட்டி (90) யின் ஈமக்கிரியை இன்று' என்ற வாசிப்பினிடையில் சந்தோஷ் சொல்வான், ''இப்போதுதான் ஞாபகம் வருகிறது. அம்மச்சியின் தைலம் தீர்ந்துபோச்சு. நாளைக்கு ஞாபகப்படுத்து.''

பிழைதிருத்தம் செய்துகொண்டிருந்த நேரத்தில், 'நகராட்சி சுகாதாரச் செயலாளர் இறந்த நிலையில்' என்ற தலைப்புச் செய்தியை அடிக்கும்போது சந்தோஷ் சிலநேரம் மெயின் டெஸ்க்கில் அன்று கேட்ட நகைச்சுவையைப் பகிர்ந்து கொள்வான். சிரிப்பை அடக்க முடியாத அன்னாவின் கை வழுக்கி, கமிட்டி செயலாளரின் பிள்ளைகளின் அடைப்புக்குறிக்குள் தவறி ஓடிவிடும்.

நான்கு மணிக்கு அன்னா கடைசி பதிப்பையும் முடித்து அச்சில் ஏற்றுவதற்கான கடைசிச் செய்தியைக் கொடுத்துவிட்டு வரும்போது சந்தோஷ் கீழே வந்து குளிர்ந்து உறைந்திருக்கும் பைக்கை மிதித்து ஸ்டார்ட் செய்து நிறுத்தியிருப்பான். நடுங்கும் குளிரையும், மழைக்காலமாக இருந்தால் சுளீரென முகத்தில் அடிக்கும் அதிகாலை மழையையும் ஏற்று வண்டி வீட்டிற்குச் சீறிப் பாயும். நடுநடுங்கியபடி உள்ளே வந்து, தூங்கிக் கொண்டிருக்கும் சன்னியின் நெற்றியில் முத்தமிட்டு, ''பாவம், பத்திரிகையாளர் தம்பதிகள் குடும்பம் நடத்தும் கஷ்டம் பற்றி அவனுக்கு என்ன தெரியும்?'' என்று ஏதாவது சிரிக்கமுடியாதபடி ஜோக் அடித்து சந்தோஷ் படுக்கையில் விழுந்து விடுவான். சன்னிக்கு மறுநாள் பள்ளிக்கூடமாக இருந்தால் ஆறுமணிக்குச் சமையலறைக்குப் போகக் கடிகாரத்தில் அலாரம் வைத்துவிட்டு அன்னா கட்டிலில் சந்தோசின் பக்கத்தில் நெருங்கிப் படுத்துக் கொள்வாள். சந்தோசின் உடலிலிருந்து அப்போதும் மூன்றாம் எடிஷனின் புரூப் காப்பியின் மணத்தை அவளால் நுகர முடியும்... சூடான செய்திகளின் மணம்.

அன்னா ஸ்கிரீனின் பக்கங்களைப் பார்த்தாள். 'பெண் இறந்த நிலையில்' அப்போதும் பழைய இடத்திலேயே இருந்தது. காஞரமட்டத்தின் பஞ்சாரக்குந்நேல் பவுலோஸ், பொன்குன்றம் நவஜீவன் ஆண்ட்ரூ லூக்காஸின் மகன் எபி லூக்கா 2 1/2 இன்ச் மேலே ஏறி நின்றிருந்தது. அன்னா சற்றுக் கோபத்துடன் கம்ப்யூட்டரின் மவுஸால் பவுலோஸின் படத்தின் காதைத் திருகினாள். பிறகு அவரைக் கீழே இழுத்த இழுபறியில் கொஞ்சம் இடம் மாறிப்போன எபிக்குட்டனை அவனுடைய செய்திக்கு நேராக நிறுத்தினாள்.

எங்கிட்டயா விளையாட்டு? அன்னா பவுலோவை புன்னகையோடு பார்த்தாள். ஒவ்வொரு நாளும் இதுபோல எத்தனை

பெரியவர்கள்? எத்தனை பெண்கள்? எத்தனை குழந்தைகள்? சட்டென இருபத்தியாறு வருட சர்வீஸின் இடையில்தான் எத்தனை மாறிப்போயிருக்கிறோம் என்று ஆச்சரியத்தோடு யோசித்துப் பார்த்தாள்.

ஜர்னலிசத்தில் முனைவர் பட்டம் பெற்ற மூன்றாம்நாள், 'அன்னாவிடம் எங்களுக்கு நிறைய எதிர்பார்ப்பு உண்டு. அதனால் நம் பத்திரிகையின் மிகவும் முக்கியமான பக்கங்களின் பொறுப்பினை ஏற்க வேண்டும், எங்களுடைய எதிர்பார்ப்பை அன்னா நூறு சதவீதம் நிறைவேற்றுவீர்கள் என்று நம்புகிறோம்' என்று எழுதப்பட்ட கடிதத்தைப் படித்தபோது முழுவதுமாய் நொறுங்கிப் போனாள் அன்னா.

''என்னால முடியல'' அன்றைக்கு வெறும் காதலனாக மட்டுமிருந்த சந்தோசுக்கு முன்னால் தலையில் அடித்துக் கொண்டு அழுதாள்.

''அஞ்சலிச் செய்திகளின் பக்கத்தை நினைத்தால் எனக்கு பயமாக இருக்கிறது. கனவெல்லாம் அதே வருமே.''

''இப்படி நம்பிக்கை இல்லாம பேசாதே அன்னா... திறமை உள்ள ஒரு ஜர்னலிஸ்ட் அஞ்சலிச் செய்தி போடுவதிலும் தன் தனித்துவத்தைக் காண்பிக்கலாம்.''

பத்து வருடங்களாக அஞ்சலிச் செய்திப் பக்கத்தைக் கவனித்துவந்த அரவிந்தாக்ஷன் நாயர் இந்த மாதத்தோடு பணி ஓய்வு பெற்றுப் போகிறார்.

''இதெல்லாம் ஒரு பிரச்சினையே இல்லை..'' அன்னாவின் கண்ணீர் பார்த்துப் பரிதாபத்துடன் நாயர் சொன்னார்.

''பைபிளில் படிக்கலையா... மரிக்கும்பொழுது அவன் யாதொன்றும் கொண்டு போவதில்லை. அவனுடைய பெருமைகள் எதுவும் அவன் பின்னால் போவதுமில்லை.''

அவர் போனபிறகும் அன்னா மனவேதனையுடன்தான் இருந்தாள். ஆனால் தன்னிச்சையாக மேசையின் மேலிருந்த கோப்புகளைக் கையிலெடுத்திருந்தாள். ராணுவ உடையில் மெடல்கள் குத்தியிருக்கும் கலர் போட்டோ கையில் அகப்பட்டது. அதனுடன், கர்னல் (ஓய்வு) ஆர்.பி.பி.நம்பியார் என்று பொன்

எழுத்துகளில் அச்சடிக்கப்பட்ட லெட்டர் பேடிலிருந்த எழுத்துகளை அன்னா படித்தாள்.

''விஜயபுரம் கர்னல் (ஓய்வு) ஆர்.பி.பி. நம்பியார் (87) மறைந்து போனார். ஜனாதிபதியின் உயரிய சேவைக்கான பதக்கமும் வாங்கியிருக்கிறார். அன்னாருடைய இறுதிச்சடங்கு...''

அன்னா நடுங்கினாள். ஆனாலும் அன்றைய தெளிவின் தாக்கம் தாங்கமுடியாததாக இருந்தது. பிறகு நகரத்தின் புகழ் பெற்ற பழைய பேப்பர் வியாபாரியின் மரணச்செய்தி, பழைய தாளின் பின்னால் எழுதி வந்த போதும், மருத்துவரின் மரணசெய்தியை அவர் கடைசியாக ஆபரேஷன் செய்த நோயாளியே கொண்டு வந்தபோதும் அன்னா அந்த உணர்வினை மீண்டும் மீண்டும் அனுபவித்தாள். எத்தனையோ விதமான மரணங்களை அன்னா எதிர்பாராத மனநிலையோடு எதிர்கொண்டிருக்கிறாள்.

காதலிக்கப்பட்டும், காதலிக்கப் படாமலும், வெறுக்கப் பட்டும், புறந் தள்ளப்பட்டும், உதாசீனப் படுத்தப்பட்டும், குற்றவுணர்ச் சியோடும், விரக்தியோடும்... அன்னாவுக்குத் தன்மேல் கழிவிரக்கம் தோன்றியது.

போனவர்களை விடவும் அதிகமாக இருப்பவர்களுக்கு என்ன சொல்ல இருக்கிறது?

ஜன்னலிலிருந்து வழக்கமான மூன்றுமணி சில் காற்று உள்ளே நுழைந்தது. அவளுக்கு எப்போதுமில்லாமல் இன்று தூக்கம் வந்தது. காற்றில் முகத்திற்குப் பறந்து வந்த நரைத்த முடிகளை ஒதுக்கி முகத்தை அழுத்தித் துடைத்து, சுற்றிலும் பார்த்தாள். அறை நிசப்தமாக இருந்தது. வெள்ளைச் சாயம் அடித்த வளைந்த மேசைகள், சிலுவைகள் நடாத கல்லறைகளை ஞாபகப்படுத்தின.

முன்பெல்லாம் மூன்று மணிக்கெல்லாம் மூன்றாம் கட்டம் முடித்து நாலாம் கட்டத்திற்கான திருத்தங்களைச் செய்து மேலே மூலையில் இரண்டரை சென்டிமீட்டர் நீளமும் இரண்டரை சென்டிமீட்டர் அகலமுள்ள படத்திற்கும், மூன்றரை சென்டிமீட்டர் செய்திக்குமான இடத்தை ஒதுக்கி வைத்து, அன்னா சீக்கிரமே வேலையிலிருந்து விடுபட்டவள்தான். அந்த இடம் எதிர்பார்ப்புக் குட்பட்டது. எப்போதும் எங்கேயும் ஒரு செய்தி கிடைக்கும்.

காத்திருக்கும் ஏதோ ஒரு மரணத்தை விடவும் முக்கியமானதொரு செய்தி வாழ்க்கையில் இல்லை.

''கல்லறை கட்டியாச்சா?'' பக்கத்தின் மேல்மூலையில் இடம்விட்டு அன்னா ஆசுவாசப்படுத்திக் கொள்ளும்போது சந்தோஷ் கேட்பான். ''இனி வரும் ஆள் அதில் அடங்கி நிற்பாரோ என்னவோ?''

''மூன்றரை சென்டிமீட்டர் நீளத்திற்கும் இரண்டரை சென்டிமீட்டர் ஸ்டாம்ப் சைஸிலும் அடங்காத யார் இருக்கிறார்கள் இந்த உலகத்தில்''. அன்னா நுகர ஆரம்பித்திருந்தாள், ''எனக்கு ஏதோ N.R.I. மரண வாசனை அடிக்கிறது.''

''அவள் மரணத்திற்காகக் காத்திருந்தாள்''. சந்தோஷ் அப்போது அன்னாவைப் பரிகசித்து பைபிள் வரிகளை உச்சரிப்பான்,

''காத்திருந்தாலும் அது வரவில்லையே...''

ஆனால் அன்றைக்கு அதிகம் தாமதமில்லாமல் நிறைய N.R.I. பிள்ளைகளைப் பெற்ற அம்மாவின் மரணச் செய்தி வந்தபோது சந்தோஷ் ஆச்சரியப்பட்டான்.

''உனக்கு எப்படித் தெரிந்தது?''

''தட்ஸ் நோஸ் பார் நியூஸ்'' அன்னா சிரித்தாள்.

''அஞ்சலிச் செய்தி எடிட்டருக்கு நோஸ் பார் நியூஸ் இருக்காதா பின்ன?'' மேலும் பரிகசித்தான்.

அந்த நாளை அன்னா மறக்கவில்லை. அதுதான் கடைசி நாளாக வாய்த்தது. பிறகெப்போதும் மூன்றாம் கட்டப் பதிப்பினை முடித்து சந்தோசுடன் வம்பு பேசிக்கொண்டிருக்க முடிந்ததில்லை. வேலை நேரம் முடிந்து மனைவியோடு வம்படித்துக் கொண்டிருக் கிறான் என்று காரணம் காட்டி அவனை டில்லிக்கு மறுநாளே மாற்றியிருந்தார்கள்.

''என்ன வாழ்க்கை?'' சந்தோஷ் பெட்டியை அடுக்கி முடித்திருந்தபோது அன்னா மூக்கைச் சிந்தினாள். ''என்னால முடியல சந்தோஷ்''.

''அப்படிச் சொன்னால் எப்படி?'' சந்தோஷ் ஆறுதல் படுத்தினான்.

''பொதுமாறுதல் சமயத்தில் நாம கேட்டுக்கலாம். சன்னிக்கு அட்மிஷன் போட வேண்டியது மட்டும் தான் அப்ப பிரச்சனையாக இருக்கும். அதை நாம சமாளிச்சுக்கலாம்.''

அன்னா கண்ணீரைத் துடைத்துக் கொண்டாள். தொடர்ந்த நாட்களில் அப்பாவைப் பார்க்காமல் சன்னி அழுதபோது, அன்னா டெல்லியில் அவனைச் சேர்க்கப் போகும் பள்ளிக்கூடத்தைப் பற்றிப் பேசினாள். அவர்கள் வசிக்கப்போகும் வீடு பற்றியும், தங்களுக்காகக் காத்திருக்கும் அற்புத அனுபவங்களைப் பற்றியும் பேசினாள்.

அன்னாவுக்குச் சட்டென டெட் லைனின் ஞாபகம் மீண்டும் வந்தது. இவ்வளவு நேரமாகியும் செய்தி வரவில்லையே என்று அவள் சங்கடப்பட்டாள்.

செய்தி இல்லாதிருந்தால் பக்கத்தை முடித்துவிட்டு வீட்டிற்குப் போய், சன்னியின் கல்லூரிக்கு கொண்டு போகவேண்டிய ஆடைகளுக்கு இஸ்திரி போட்டிருக்கலாம். ஆனால் கீழேயிருந்து செய்தியின் மணம் வந்ததிலிருந்து அவள் நிம்மதியற்றிருந்தாள்... 'அஞ்சலிச் செய்தி எடிட்டருக்கு என்ன நோஸ் ஃபார் நியூஸ்?'

சட்டென அன்னாவுக்கு சந்தோஷின் குரல் கேட்பது போலிருந்தது.

சவப்பெட்டியின் மூடியில் தளர்ந்த ஆணிபோல அன்னாவின் இதயம் தடதடவென ஓசை எழுப்பியது.

டெல்லியில் 5 வருடத்திற்குப் பிறகு சந்தோஷ் வேறொரு பத்திரிகைக்கு மாறப் போகிறான் என்று கேள்விப்பட்டபோதுதான் இப்படித் தோன்றியது. வருகையும், தொலைபேசி அழைப்புகளும், கடிதங்களும், சன்னிக்கான பரிசுப்பொருட்களும்கூட அபூர்வமான காலமது.

''நானும் கூட வரட்டுமா?'' தயங்கித் தயங்கிக் கேட்டாள். ''இனியும் எப்படி நான் மட்டும் தனியா இங்கயே...?''

''அங்க வந்து மட்டும் என்ன பண்ணப்போற?''

சந்தோஷின் வார்த்தைகளில், அகன்ற தூரத்தின் மணத்தை அவள் முகர்ந்தறிந்தாள்.

‘‘ஒரு சம்பளத்தை மட்டும் வைத்துக்கொண்டு பூமியில வாழ முடியாது அன்னா’’

‘‘எனக்கும் ஏதாவது வேலை கிடைக்காதா சந்தோஷ்?’’ வேதனையோடு கேட்டாள்.

‘‘நிறைய கிடைக்குமே! உன்னோட எக்ஸ்பீரியன்ஸ் என்ன? பத்துவருடமாக மரணச்செய்திப் பக்கத்தைப் பார்த்துக் கொண்டதா?’’ சந்தோஷ் ஒரு கொலையாளியைப்போலச் சிரித்தான்.

மரணச்செய்திப் பக்கத்தை மட்டுமே பார்க்கும் உன்னை எப்படி ஒரு பத்திரிகையாளரென்று கூப்பிட முடியும்?

‘‘நான் ஜர்னலிஸ்ட்டில்லையா?’’ அன்னாவின் தன்மானம் ரணப்பட்டது.

‘‘தி ஒன்லி குவாலிட்டி ஃபார் எ ஜர்னலிஸ்ட் ஈஸ் எ நோஸ் ஃபார் நியூஸ்’’.

‘‘எனக்கு நோஸ் ஃபார் நியூஸ் இல்லையா?’’ அன்னா பிடிவாதத்துடன் தனக்குள்ளேயே கேட்டுக்கொண்டாள்.

அந்தப் பிடிவாதத்தில்தான் செய்திகளின் நாற்றம் அன்னாவைப் பிரத்யேகப்படுத்தியது.

சேற்றுக்குழி ராகவனின் மரணச் செய்தியைக் கையில் எடுத்தபோது எதிர்பாராமல் அடித்த ஒரு சாராய மணத்தால் அன்னா மூக்கைச் சுளித்தாள்.

‘‘அது இந்த ஏரியாவின் முக்கியமான சாராய வியாபாரி ராகவ அண்ணனாச்சே...’’, செய்திகளின் கூட்டத்திலிருந்து இறந்தவனின் படம் தேடும் ஏஜெண்டு சிரித்தான்.

இது ஒரு தொடக்கம். பிறகு ஏலக்காட்டின் ஏலியாமா (78) வின் மரணத்தை வாசித்தபோது மதுரை சுருட்டின் மணம் வந்தது. இறந்தவளுக்கு சுருட்டு வியாபாரம் என்று ஏஜெண்ட் விளக்கினான்.

ராமபுரத்து ராவுத்தரின் மரணத்தில் பச்சை இரும்பின் மணம். அவர் பட்டினத்தில் இரும்பு வியாபாரி என்று பிறகு தெரிந்தது. கல் தொட்டி செரியன். கெ.செரியனின் மரணச்செய்தியைத் திறந்தபோது அன்னாவின் மூக்கு நுனியில் அவர் இதுவரை குடித்திருந்த மதுவின் வாசமும், புசித்த உணவுகளின் வாசமும், சுகித்த பெண்களின் உடல்மணமும் ஒருசேரக் கமழத் தொடங்கியது.

பாணக்காமலை சாரதாம்மாளின் மரணத்தில், அவளைக் குனியவைத்துக் கணவன் அடித்தபோது, அவன் குடித்திருந்த நாட்டு சாராயமும், தொட்டுக்கொண்ட மாங்காய் ஊறுகாயின் வாசமும் சேர்ந்து நுகர்ந்த வேதனை தெரிந்தது. தேலக்காட்டில் குஞ்ஞோனச் சனின் செய்தியிலிருந்து ஓடிப்போன மனைவியை நினைத்து முகம் பொத்தி அழுத கண்ணீரெல்லாம் விழுந்து சொத சொதத்துப்போன தலையணையின் மணம்.

தவிர்க்க முடியாமல் அன்னா சில யதார்த்தங்களோடு பொருந்தினாள். நம்புவதற்கு சிரமமாக இருக்கிறதென்பதால் செய்தி செய்தியாகாமல் போவதில்லை. எல்லாச் செய்திகளும் முன்னரே எழுதப்படுபவைதான். ஒவ்வொன்றையும் எவ்வளவு சீக்கிரம் கண்டடையப் போகிறோம் என்பதுதான் பத்திரிகையாளரின் சாமர்த்தியம்.

யாரோ படி ஏறி வருவதுபோல அன்னாவுக்குத் தோன்றியது. அவள் சட்டென யதார்த்தத்துக்குத் திரும்பினாள். அந்தச் செய்தி வருகிறது. அன்னா ஒரு பத்திரிகையாளருக்கு விதிக்கப்பட்ட கௌரவத்தோடு கம்ப்யூட்டர் திரைக்கு முன் தன் முகத்தைத் திருப்பி அந்தரங்கமாக அந்த மணத்தை நுகர முயன்றாள். லேசான அழுகின நாற்றமென்பதால் அவள் தீர்க்கமாக யோசித்தாள்.

யாராயிருக்கும்?

பார்க் அவென்யூ லோஷனின் மணம்தான் அவள் சுவாசித்தது என்றறிந்தபோது மேலும் அதிர்ந்தாள். பிறகு மூக்கினை விடைத்துக் கொண்டாள்.

கூடவே பாய்சன் சென்ட்டின் மணமும் வருகிறதோ? இல்லை. இல்லை...

அவளுக்கு ஒரு போதும் என் முன்னால் வரத் தைரியமில்லை. அன்னா பற்களைக் கடித்தாள். 'மனைவியை ஒதுக்கிவிட்டு இன்னொருத்தியைத் திருமணம் செய்பவன், அவளுக்கு எதிராக விபசாரம் செய்கிறான்' என்ற வரி ஞாபகத்திற்கு வந்தது. அந்த நினைவில் எப்போதும்போல அவளின் கைகள் வேதபுத்தகத்தைத் தேடியது. அது கிடைக்காமல் போனதால் ஒரு முணுமுணுப்பு போல வழக்கமான வார்த்தைகள் அவளிடமிருந்து வந்தன.

''உங்கள் கை உங்களை பாவத்தில் விழச் செய்தால் அதை வெட்டி விடுங்கள். நீங்கள் ஒரு கையுடையவர்களாய் அணையாத நெருப்புள்ள நரகத்திற்குள் தள்ளப்படுவதைவிட கை ஊனமுற்றவராய் நிலை வாழ்வில் புகுவது உங்களுக்கு நல்லது.''-மார்க்கு 9:43

தோளில் யாரோ கை வைப்பதை உணர்ந்து லேசாய் நடுங்கித் திரும்பினாள்.

"அம்மா…''

கொட்டாவியை அடக்கிக் கொண்டு சன்னி சிரிக்க முயன்றான்.

''தூங்க வேண்டாமா?''

"பக்கத்தை முடிக்காமலா?''

அன்னா ஜோக்கடித்ததைப் போலச் சிரித்தாள்.

''கடைசி எடிஷனில் ஒரு சின்ன மாற்றம் இருக்கிறது. அது முடியாமல் அம்மாவால் எப்படி வரமுடியும் சன்னி?''

சன்னி மீண்டும் கொட்டாவியை அடக்கியபடி ''இனி புதிய செய்தி ஒன்னும் வரவேண்டியதில்லையே'' என்றான்.

அவன் அன்னாவின் கைகளைப் பிடித்து எழ வைத்தான். பிறகு அஞ்சலிச் செய்திகளின் நசுங்கிய, சிதைந்த, அழுகிய துண்டுகளிலிருந்து அவளை மெல்ல மெல்ல எழுப்பி நடக்க வைத்தான்.

"இல்லடா. நீ எதுக்கும் ஒரு முறை பாரேன்…''

கட்டிலில் உட்கார முடியாமல் சரியும்போதும், மூக்கு விடைத்தபடி ''இதோ… இதோ… மீண்டும் அந்தச் சதை அழுகும் நாற்றம்…''

சன்னி மௌனமானான்.

அவன் குனிந்து அம்மாவின் இடது கணுக்காலைப் பார்த்தான்.

நீர் கோர்த்து வீங்கின அந்தக் காலிலிருந்து சன்னி, நோஸ் ஃபார் நியூசை நுகர்ந்தான்.

''ஜர்னலிஸ்ட் அன்னா சந்தோஷ் பால் சங்கிலி இறுக்கி அழுகின நிலையில்…''

கடவுளின் அழைப்பு

சித்தாரா .எஸ்

தமிழில்: **டாக்டர் டி.எம்.ரகுராம்**

எனது பழைய வீடு சாம்பிராணியின் வாசனை நிரம்பியதாக இருந்தது. வீட்டைச்சுற்றி அடர்ந்த பசுமையான சேப்பஞ்செடிகளும் வாழைமரங்களும் சிறு ரப்பர் மரங்களும் வளர்ந்து நின்றிருந்தன. அந்த வீட்டுக்குள்ளே மம்மி எப்போதும் ஓடியாடி வேலை செய்து கொண்டிருந்தாள். பால் சேம்பு மேட்டைக் கிளறிக்கொண்டும் மளிகைக்கடையின் வரவு செலவுக் கணக்குகளைச் சரிபார்த்துக் கொண்டும் இருந்தாள். சமையலறையிலிருந்து வெளிவந்த வறுத்த கறியின் வாசனையையும் கருவாட்டு வாசனையையும் முகர்ந்தபடி கொட்டகையில் பசுமாடுகள் தலையாட்டிக் கொண்டு நின்றன. வீட்டு மாடியின் கோடியிலுள்ள அறையில் திராட்சைக்கொடிகள் துளிர்விடுவதாகவும் மாதுளை மரங்கள் மலர்வதாகவுமான சில குமரிப்பருவக் கனவுகள் கண்டபடி மதியவேளைகளில் நான் உறங்கிக்கிடந்தேன். அப்போது என் பெயர் ஷெர்லி.

மதம் மாறி இந்துவான பிறகு ஒரு முறைகூட நான் என் பழைய வீட்டுக்குப் போனதில்லை. இப்போது ஒரு வருஷமாகிவிட்டது. என் கணவன் ஹரியின் அம்மா என் மம்மியைப் போலவே அல்ல. அவள் வீட்டுக்குள்ளே ஓடியாடி வேலைசெய்வதோ, தேங்காய் நறுக்கிப்போட்டு கறி வறுப்பதோ, சமையலறையிலிருந்து பாட்டு முணுமுணுப்பதோ, 'ஷெர்லிக்கண்ணு' என்று ராகம் போட்டு அழைப்பதோ இல்லை. அவள் என்னை சீதா என்று பெயர் சூட்டி அழைக்கிறாள். இதற்குள் அவள் எனக்கு நிறைய பட்டுப் புடவைகளும் நெற்றியில் வைக்க பொட்டுகளும் உச்சி வகிட்டில் தீட்டும் குங்குமத்தைப் போட்டுவைக்கச் சின்னச்சிமிழ்களும் வாங்கித் தந்திருந்தாள். வீட்டுப்பூசையறை சுத்தப்படுத்தி அந்தி மாலை நேரத்தில் விளக்குக் கொளுத்தும் பொறுப்பை அவள் என்னிடம்தான் அளித்திருந்தாள். விளக்கை ஏற்றியதும் ஓத வேண்டிய சில

பிரார்த்தனை சுலோகங்களையும் அவள் எனக்குக் கற்றுக் கொடுத்தாள்.

அப்படியிருக்கையில் சில வேளை காற்றில்லாதபோதே பூஜையறையிலுள்ள குத்துவிளக்கு அணைந்துவிடும். கடவுளர்களின் வண்ணப்படங்களும் கற்பூரத்தட்டும் திரியைப் பற்ற வைக்க ஒரு ஓரமாக வைக்கப்பட்டிருந்த தீப்பெட்டிகளும் ஊதுவத்திகளும் ஒரு நிசப்தமான நடனத்தில் ஆடிப்பொங்கிவிழும். 'கர்த்தரே' என்று பதட்டத்துடன் என் நெஞ்சில் சளி சுண்டி உறைந்துவிடும்.

மதம் மாறிய பிறகு கர்த்தரைப்பற்றி நான் குற்றவுணர்வுடன் தான் யோசித்தேன். இருந்தாலும் நெடுமரங்களிலிருந்து வீசும் காற்றுப்பட்டது போல, நினைக்கும் போதெல்லாம் என் மனது குளிர்ந்து மிருதுவாகிவிடும். அதற்குள் இனம் கண்டுகொள்ள முடியாத ஒரு பதட்டநிலைக்கு என்னைத் தள்ளிவிட்டபடி பூஜை அறையிலுள்ள தெய்வங்களின் வண்ணமுகங்கள் கோயில்வாசல் திறந்தது போன்ற பளிச்சென்ற காட்சியில் என் முன்னால் பிரகாசிக்கும்.

நான் பணிபுரியும் மண் ஆராய்ச்சி நிலையத்தின் கேண்டீனில் ஒரு டம்ளர் தேநீருக்கு எதிரில் அமர்ந்து கொண்டு இதையெல்லாம் என் சக ஊழியனான முகமதிடம் சொன்னேன். இந்த மண் ஆராய்ச்சி நிலையம், நகரத்திலிருந்து சற்று விலகி மரங்களடர்ந்த ஒரு குன்றின் சரிவில் இருந்தது. உயர்ந்த சுவரால் சூழப்பட்டு, அங்கே மங்கலான நீண்ட கட்டிடங்கள் மரங்களுக்கிடையில் மறைந்து கிடந்தன. அனைத்துக்கும் நடுவே கறுத்து மின்னும் தார்ரோடு ஒன்றிருந்தது. அதன் இருபக்கங்களிலிருந்தும் தவழ்ந்தோடும் சிறு கறுப்புப் பாதைகள் பலப்பல சிறு கட்டிடங்களை நோக்கிச் சென்றன. அவற்றில் ஒன்றின் இறுதியில்தான் ஓடு வேய்ந்த பழைய கேண்டீன் இருந்தது. நானும் முகமதுவும் மற்றும் பல ஊழியர்களும் மதிய உணவும் டிபனும் இந்தக் கேண்டீனிலிருந்துதான் சாப்பிட்டோம். பளபளக்கும் கறுப்புப்பாதை வழியாக ஒவ்வொரு முறை நடந்து வரும்போதும் உதிர்ந்து விழும் வெயில் ஒரு வெறியுடன் அல்லது தளர்ந்து மயக்கத்துடன் எங்களை ஸ்பரிசித்துக்கொண்டிருந்தது.

''சின்ன வயசில் சில மத நம்பிக்கைகள் பழக்கப்பட்டு விடுகிறதல்லவா, சட்டென்று அதெல்லாம் மாறும்போது இப்படி சிலச்

சின்னப் பிரச்சினைகள் வருவது சாதாரணம்தான்,'' என்று முகமது என்னைத் தேற்றுவதற்காகக் கூறினான். ஏறக்குறைய இதைப் போலத்தான் ஏதோ ஒன்று சென்ற வருடமும் அவன் கூறியிருந்தான். அன்று இதே கேண்டீனில் எங்களுடன் ஹரியும் இருந்தான். மதம் மாறினால்தான் அம்மா இந்தக் கல்யாணத்துக்குச் சம்மதிப்பாள் என்றும், அப்படி அல்லாத ஒரு கல்யாணம் குடும்பத்திலுள்ள மற்ற இளைய பெண்களைப் பாதிக்கும் என்றும் நமக்குப் பிறக்கும் குழந்தைகள் வளர்ந்தபின் இவையெல்லாம் பிரச்சினையாகும் என்றும் என்னவெல்லாமோ ஹரி கூறியிருந்தான்.

நான் எதையும் மறுத்துச் சொல்லவில்லை. ஐந்து வருடமாகக் காதலித்துக் கொண்டிருந்தோம். எனக்கு எல்லாமே மிகமிக எளிதாகத் தோன்றியது. என் ஆத்மாவுக்கும், மனதுக்கும், வாழ்க்கைக்கும் காயம் உண்டாக்காமல் மற்றவர்களுக்காகவே அமைந்த ஒரு வேடிக்கை விளையாட்டுதான் இதென்று பட்டது.

சூடான தேநீரை ஒரு மடக்கு ஊதிக் குடித்துவிட்டு நான் ஒருமுறை பெரிதாக இருமினேன். இருமலும் மூச்சிரைப்பும் தொடங்கி வெகுநாட்களாகி விட்டது. சின்ன வயசிலேயே எனக்கு அடிக்கடி மூச்சுக்கோளாறு ஏற்படும். சளியின் நூலிழைகள் என் மூச்சுக்குழாயை அடைத்துக்கொண்டு என் நெஞ்சுக்கூட்டிலிருந்து மெதுவாகக் காற்று விலகிச்செல்லும். ஒரு துளி ஆக்சிஜனுக்காக ஏங்கியபடி இரவு முழுவதும் இருமித் தவித்துக் கொண்டிருப்பேன். மம்மி எழுந்து சுக்கும் மிளகும் சின்ன வெங்காயமும் சேர்த்துக் காபி போட்டுத் தருவாள். பிறகு அப்பாவும் மம்மியும் என்னைப் பிரார்த்தனை அறைக்கு அழைத்துச் செல்வார்கள். நோய் தீர்வதற்கான பிரத்யேக பிரார்த்தனைகளை அவர்களோடு சேர்ந்து நான் மூச்சு வாங்கியபடியே சொல்லிக்கொண்டிருப்பேன். சிறிது நேரமானதும் கர்த்தரின் கருணை மிகுந்த கண்கள் குழாயாக மாறி நீண்டு வந்து என் நெஞ்சுக்கூட்டிலுள்ள சளி அத்தனையையும் இழுத்து வெளியேற்றி விடும்.

கல்யாணமான பிறகு ஹரி என்னைப் பல டாக்டர்களிடம் அழைத்துச் சென்றான். ஆனால் எந்த டாக்டரிடமும் கருணை மிகுந்த கண்களை நான் பார்க்கவே இல்லை. இரவு நேரத்தில் தூங்கிக்

கொண்டிருக்கும் ஹரி அருகாமையில் மூச்சுத் திணறியபடி படுத்துக்கொண்டிருக்கும்போது என் பிடியில் சிக்காமல் நழுவும் ஆக்சிஜனைப்போலவே நோய் நிவாரண பிரார்த்தனைகளும் என் தொண்டைக்குள் ஒளிந்து பதுங்கி நின்றன.

"ஷெர்லி- சீதா, உனக்கு உடம்பு சரியில்ல, இல்ல?" என்று கேட்டான் முகமது. என் பெயரை முதலில் தவறாகச் சொன்னது எனக்கு வருத்தம் தந்துவிட்டதோ என்ற சந்தேகம் அவன் முகத்தில் தெரிந்தது. இந்த ஒரு தடுமாற்ற முகபாவம் என்னுடைய பல நண்பர்களின் மற்றும் சக ஊழியர்களின் முகத்தில் பார்த்திருக்கிறேன். ஆனால் ஒரு வருடமாகியும் சீதா என்று மாற்றப்பட்டதை எனக்கே இன்னும் சரியாகக் கிரகிக்க முடியவில்லை. யாராவது "சீதா" என்று என்னைக் கூப்பிடுகையில் பரிச்சயமில்லாத ஏதோ மொழியைக் கேட்பது போல எனக்குள்ளே ஒரு பதற்றம் உருவாகும். என்னமோ கைவிட்டுப் போய்விட்டதோ என்ற பயத்தில் "ஷெர்லி" "ஷெர்லி" என்று எனக்குள் நானே சொல்லிக்கொண்டிருந்தேன்.

நான் மீண்டும் இருமினேன். என் நெற்றியிலிருந்த குங்குமத்தில் சிறு துகள் மேஜை மீது வைத்திருந்த என் கை மீது வந்து விழுந்தது. உச்சிவகிட்டில் குங்குமம் வைத்துக்கொள்ளாமல் வீட்டிலிருந்து வெளியே செல்ல ஹரியின் அம்மா என்னை அனுமதித்ததே இல்லை. வீட்டுக்குள்ளே இருக்கையில்கூடத் தெரியாமல் குங்குமத்தை இட்டுக்கொள்ள மறந்து போனால்கூட அவள் கண்களில் அசிங்கமான ஒரு திட்டும் தோரணை வந்து சேரும். ரத்தத்தின் நிறம் கொண்ட குங்குமம் சக்தி மற்றும் தெய்வீகத் தன்மையின் குறியீடு என்றும் அதை இட்டுக்கொள்வதென்பது ஒரு இந்துப் பெண்ணுக்குக் கௌரவமான விஷயம் என்றும் என்னிடம் சொன்னாள். தப்பான வழியில் சென்ற ஒரு பெண்ணுக்குத் தண்டனையாக ஜனங்களுக்கு இடையில் சிவந்த அடையாளத்துடன் நடக்க வேண்டியதாயிற்று என்று எங்கேயோ படித்த ஞாபகம் வந்தது. இருந்தும் நெற்றியில் இந்தச் சிவப்பு விஷயத்தை மாட்டிக் கொள்வதைப் படபடத்த உள்ளத்துடன் நான் சகித்துக் கொள்ள வேண்டியிருந்தது.

தேநீர் எப்போதோ தீர்ந்துவிட்டது. இனிமேல் ஆபீஸ் செக்ஷனுக்குப் போக வேண்டாம். 'நாம் சிறிது தூரம் நடக்கலாம்'

என்றான் முகமது. கேண்டீனுக்குப் பின்னால் இருந்த சின்ன கேட்டின் வழியாக நாங்கள் வெளியேற, மங்கலான வெயிலில் குன்றின் மேல்பாகத்தை நோக்கி நடந்தோம்.

எங்கும் ஒரே மரங்களாக இருந்தன. இலைகள் அசையாமல் அவை உறைந்து நின்றன. குன்றின் மேல் செல்லும் சிறு பாதையில் பச்சைப்புல் கீற்றுகள் வளைந்து கிடந்தன. அந்தப் பாதையின் இருபுறமும் புதர்களுக்கப்பால் சில வீடுகளின் ஓடு பதிந்த புகைக்கூண்டுகள் தெரிந்தன.

குன்றின் உச்சியில் ஒரு பெரிய மரத்தின் கீழே நாங்கள் உட்கார்ந்தோம். மேட்டில் ஏறுவதற்குள் எனக்கு ரொம்பவும் மூச்சிரைத்தது. நெஞ்சுக்குள் காளானைப்போல அடைத்து நின்ற சளியின் சக்தியால் என் உடம்பு நடுங்கிக் கொண்டிருந்தது. மூச்சு விலகிச்சென்று தொண்டை மற்றும் நெஞ்சின் குழாய்களிலும் உள்ளறைகளிலும் பயத்தைத் தோற்றுவிக்கும் வெறுமை ஒன்றை உணர்ந்தேன்.

என் கண்களில் நீர் நிறைந்து வழிந்தது. என் நெஞ்சைக் கையால் அழுத்திப் பிடித்து வெடவெடக்கும் தொண்டையுடன் கண்களை மூடியபடி அந்தப் பிரார்த்தனையை முணுமுணுத்தேன்.

"ஏசு அருள்புரியும் இந்த வழியிலில்லை ஒரு நோயுமே தோஷங்கள் எதுவும் காண்பதில்லை இந்த வழியிலே காத்தருள்வாய், சக்தி தருவாய் இயேசுபிரானே"

அந்தி நேரமாகிவிட்டது. அப்பா கடையிலிருந்து திரும்பி வந்துவிட்டார். "ஷெர்லிக்கண்ணு, பிரார்த்தனைக்கு நேரமாச்சு, எழுந்திரிம்மா" என்று சொல்லிக்கொண்டிருக்கிறாள் மம்மி. சின்னப் பிரார்த்தனை அறையில் மெழுகுவர்த்தி ஏற்றி வைத்து முட்டி போட்டிருக்கிறார்கள் எல்லோரும். மடத்தில் சேர்ந்து கன்னியாஸ்திரி ஆகிவிட்ட அக்கா லிசியும் வந்து சேர்ந்திருக்கிறாள். நெஞ்சை உருக்கும் குரலில் லிசி அக்கா பிரார்த்தனை செய்கிறாள். சன்னமான குரலிலும் கெட்டியான குரலிலும் மம்மியும் பப்பாவும் அவளைத் தொடர்ந்து பாடிக்கொண்டிருக்கின்றனர். அறையெங்கும் சாம்பிராணி வாசனை. முன்னால் தொங்க விட்டிருந்த இயேசுநாதரின் படத்தில்

மெழுகுவர்த்தி ஒளியின் பிரதிபிம்பம் தெரிந்தது. கர்த்தரின் சிரித்த முகத்தில் எளிமையான சிறு அன்புப் பிரகாசம்.

கண்ணைத் திறந்தபோது என் முகத்திற்கு எதிரில் முகமதின் கருணை மிகுந்த பார்வையைக் கண்டேன். '' போகட்டும் பரவாயில்லை, சீதா'' என்று மிருதுவான குரலில் சொன்னான் அவன்.

''சீதா இல்ல, ஷெர்லி'' என்று அவனைப் பார்த்துப் புன்சிரிப்புடன் கூறினேன். அவன் கைகள் என் கைகளுக்குள்ளே இருந்தது. மெதுவாக, குறுகுறு சப்தம் கேட்கும் என் தொண்டைக்குழியில் அவன் உதடுகள் தொட்டன. ஈரமற்றுப் போன என் கண்களும் அவன் கண்களும் நெருங்கி மூடின. துடிக்கும் என் நெற்றியில் இருந்து என் பொட்டைத் தன் நாக்கின் நுனியால் அசைத்து எடுத்துவிட்டான். என் உச்சி வகிட்டில் தூவியிருந்த சிவந்த துகள்களை அவன் உதடுகளால் உறிஞ்சி எடுத்தான். என் தாலிச்சங்கிலியை ஒருபக்கத்துக்குத் தள்ளிவைத்து, நூற்றுக் கணக்கான சளியின் இழைகளின் வெப்பத்தில் கொதித்துக் கொண்டிருந்த என் நெஞ்சில் அவன் கருணையுடன் தடவினான். அவன் கைகளுக்குள்ளே இருந்தபடி எனது மூச்சுக் காற்றுக்காக நான் அசதியாகப் படுத்துக் காத்துக் கொண்டிருந்தேன்.

எங்களைச் சுற்றிலும் வானத்தைத் தொடும் நெடுமரங்கள் நின்றன. மண்ணின் இந்திரஜாலத்தால் செழிப்பூட்டப்பட்ட ஈரத்தின் ஸ்பரிசத்தினால் இளம் மொட்டுகள் வெடித்துவிடுகின்ற, இலைகள் உலோகத்தகடுகளாகப் பளபளக்கின்ற, கிளைகளால் சலசலப்பு பொழியும் மரங்கள் அவை. திடீரென்று அவற்றிலிருந்து ஒரு இளம் காற்று வீசியது. மலையுச்சியில் உள்ள அருவியைப்போல ஓடுகின்ற, சுத்தமான, குளிர்ச்சியான, பசுமை நிறமுள்ள புதிய ஆக்சிஜன் போலிருந்தது அது. என் முன்னால் சின்ன கண்ணாடித் துளிகளைப் போல அது மிதந்து நடப்பதை நான் கண்டேன். என் நுரையீரலுக்குள் அதை ஒரு வெறியோடு நான் இழுத்துக்கொண்டேன். அதன் ஸ்பரிசத்தால் எனக்குள்ளே இருந்த வெண்மையான சளிக்கட்டிகள் உருகி உருகிப் போயின. என் இதயம் துள்ளி விழித்தெழுந்தது. சுகமானதொரு உணர்வற்ற நிலையில் என் முகம் நடுங்கிக் கொண்டிருந்தது. என் உடம்பே ஒரு துடிக்கும் நாட்டியக் கூடமாயிற்று

வெகுநேரம் கழித்த பின் மலைச்சாரலில் கீழ்நோக்கி நாங்கள் நடந்து வருகையில், 'சூப்பிரண்டிடம் சொல்லி ஒருவாரம் லீவு ஏற்பாடு செய்யணும். ஹரியுடன் வீட்டுக்குப் போய் வரணும்' என்று முகமதிடம் சொன்னேன். பிறகு அவன் கையிலிருந்து செல்போனை வாங்கி ஹரியின் வீட்டு நம்பரை டயல் செய்தேன். மீண்டும் மதம் மாறி ஷெர்லியாகத் தீர்மானித்துவிட்டேன் என்றும் நாளை என்னுடன் என் சொந்த வீட்டிற்கு ஒருமுறை வரவேண்டும் என்றும் கூறிவிட்டு அவனது பதிலுக்குக் காத்திராமல் மொபைல் போனை அணைத்துவிட்டேன்.

மலையோர ஒற்றையடிப்பாதையில் சென்று கொண்டிருக்கையில் நான் கவனிக்காத எதையோ காட்டுவதற்காக முகமது நின்றான். முன்பு எப்போதோ நிலச்சரிவு ஏற்பட்டு உருவானதாக இருக்கலாம், புதர்களுக்கப்பால் பூமி பிளந்தது போல ஒரு வெடிப்பு. முகமதின் கையைப் பலமாகப் பிடித்தவாறு நான் அதன் உள்ளே எட்டிப் பார்த்தேன். பூமியின் ஆழத்திற்குள்ளே செல்லும் ஒரு இருண்ட வழிபோல இருந்தது அது. புராதனமான ஏதோ சில நினைவுகளில் என் நெஞ்சம் கசந்தது. பூமியின் அந்தப் பிளவினை நோக்கி நான் என் தொண்டையில் மிஞ்சியிருந்த சளியைக் காறித் துப்பினேன்.

ஆனந்த மார்க்கம்

உண்ணி. ஆர்

தமிழில்: **கே. வி. ஷைலஜா**

''நீங்க எல்லாம் சேந்து என்ன யோசிச்சுட்டிருக்கீங்க?'' ஆசிரியர்களின் ஓய்வறைக்குள் வந்த புருஷோத்தமன் கேட்டார்.

"என்ன சார். நாங்கள் பெண்கள் கூடி உக்காந்து பேசக்கூடாதா?"

வேதியியல் துறைப் பேராசிரியை ராதாமணி சிரித்தபடி கேட்டார்.

''பெண்களா? கிழவிங்கன்னு சொல்லுங்க... ம்,,, ம்,,, இந்த மேடத்தை வேணும்னா பொண்ணுன்னு கூப்பிடுங்க"

பரிகாசச் சிரிப்புடன் ஆங்கிலத்துறையில் புதிதாய்ச் சேர்ந்திருந்த ஆஷா தாமஸைப் பார்த்தபடி சொன்னபோது அவளுக்கு என்ன சொல்வதென்று தெரியாமல் எல்லோரையும் பார்த்தாள். அறையின் மூலையில் இருக்கும் வாஷ்பேசினில் காறி உமிழ்ந்தபடி புருஷோத்தமன் இறங்கிப் போனான். போகும்போது கையிலிருந்த புத்தகத்தை மேஜைமீது தூக்கி எறிந்ததில் சாக்பீஸின் தூள் ஒருமுறை வெளியே வந்து பார்த்துவிட்டு மீண்டும் உள்ளடங்கிப் போனது.

"இந்த ஆளுக்கு ரொம்ப எளவயசுன்னு நெனப்பு. வழுக்கையும், தொந்தியும் வச்சிட்டு, சொட்டையில யானைவால் மாதிரியிருக்கிற நாலு முடியையும் டை அடிச்சிட்டு திரியறான்"

ராதாமணி முணுமுணுத்தாள்.

"அன்னிக்கி அப்படித்தான் ரூம் கூட்டற சாமளாட்டயிருந்து நல்லா வாங்கி கட்டிகிட்டான்''

இயற்பியல் துறையின் ஆலிஸ் உம்மன் புருஷோத்தமயுனி புத்தகங்களை மேசையிலிருந்து தட்டிவிட்டபடி சொன்னாள்.

“என்ன ஆச்சு அன்னிக்கு?”

மேசையில் ஒரு கையைத் தாங்கி, சாய்ந்து படுத்தபடி மலையாளத் துறையின் சுபைதா பேகம் கேட்டாள்.

“அதென்னவா இருந்தா நமக்கென்ன? போச்சொல்லு அவனை. நாம நம்ம விஷயத்தைப் பேசலாம்.”

அவ்வளவு நேரம் அமைதியாக இருந்த தேவகி சொன்னாள்.

“நாம லேடீஸ் மட்டும் போறோம். காலைல போனால் சாயந்தரம் இருட்டறதுக்குள்ள வந்திடலாம்.”

ராதாமணி சொல்லிவிட்டு எல்லோரையும் பார்க்க, அவர்களும் சம்மதம் தெரிவித்தார்கள்.

‘‘ஒருநாள் மட்டும்னா நான் வரலை’’ டூர் போக மிகவும் ஆசைப்பட்ட தேவகி முகத்திலடித்தது போலச் சொன்னாள்.

‘‘அப்பறம்...?’’

‘‘ஒரு ராத்திரி எங்கயாவது தங்கி, நிம்மதியா எல்லாம் மறந்து, போயிட்டு வரலன்னா அப்பறம் என்ன சந்தோஷம் இருக்கும்? சனிக்கிழமை காலைல போயிட்டு ஞாயிற்றுக் கிழமை சாயந்தரம் வந்தா என்ன?’’

எல்லோரும் முகத்தோடு முகம் பார்த்தார்கள்.

“இல்ல அப்ப வீட்டை யார் பாத்துப்பாங்க?”

எலிசபத் கோசி தயங்கி தயங்கிக் கேட்டாள்.

“மேடம், ஒரு நாள்ல வீடு என்னவாயிரும்? அப்படியே ஏதாவது ஆச்சுன்னா ஆகட்டும்’’.

தேவகிக்குக் கோபமாக வந்தது.

“தேவகி நான் அப்படிச் சொல்லல.......”

எலிசபெத் கோசி ஏதோ சொல்ல வாயெடுத்தபோது தேவகி மறுத்து சொன்னாள்.

"நான் வேணா கோசி சாரைக் கூப்பிட்டு உன்ன அனுப்பச் சொல்லட்டுமா?"

"அய்யோ. வேணாம் வேணாம்" என்றபடி எலிசபெத் கன்னத்தில் கை வைத்து அமைதி ஆனாள்.

"தோ, பெல் அடிச்சிட்டாங்க. நாளைக்கு மதியானம் தீர்மானமா சொல்லிருங்க. ஒரு நாள்னா நான் வரலை."

தேவகி வகுப்புக்குப் போகும்முன் தீர்மானமாகச் சொன்னபடி ஸ்டாஃப் ரூம் படியிறங்கினாள்.

மறுநாள் உணவு இடைவேளையில் சாப்பிட்டுக் கொண்டிருந்த புருஷோத்தமன் தேவகியிடம் மெதுவாகக் கேட்டார்.

"நடுத்தர வயசுக்காரர்களின் வினோதப்பயணம் என்னாச்சு?"

தேவகி சிரித்தபடி புருஷோத்தமனைப் பக்கத்தில் அழைத்து காதில் ஏதோ சொன்னாள். அவர் முகம் சிவந்தபடி வெளியே அவசரமாக இறங்கி நடந்தார்.

"மேடம், அவங்க அப்பாவை அம்மாவை எல்லாம் இழுத்திட்டீங்களா? இப்படி செவந்து போய்ப் போறார்?"

திரைச்சீலை வைத்து பாதி பிரித்திருந்த துறைத்தலைவரின் அறையிலிருந்து குரல் உயர்ந்தது.

"சேச்சே, நான் புருஷோத்தமனுக்கு ஒரு ஸ்லோகம் சொல்லிக் கொடுத்தேன். அவ்வளவுதான் சார்"

தேவகி சிரித்தபடி சத்தமாய்ச் சொன்னாள். மற்ற துறையிலிருந்தும் பேராசிரியைகள் வந்து சேர்ந்தபோது துறைத்தலைவர் நான் இனி இங்க உக்காரல்ல என்று சிரித்தபடி எழுந்து போனார்.

"என்ன தீர்மானம் பண்ணீங்க?" சாப்பிட்டுக் கைகழுவிய தேவகி கேட்டாள்.

"இருபது பேரில் அஞ்சுபேர் தடம் மாறிட்டாங்க" எலிசபெத் கோசி நிராசையோடு சொன்னார்.

"அதுக்கென்னா, பதினஞ்சு பேர் இருக்காங்க இல்ல. நீ லிஸ்ட் போடு."

பதினைந்து பேருடைய பேர் எழுதி முடித்த ராதாமணி சொன்னார்.

"என்ன ஆனாலும் நாப்பத்தஞ்சு வயசுக்குமேல இருக்கறவங்கதான் எல்லாரும். என்ன ஆச்சுன்னு தெரியல. இள வயசுக்காரிகள அனுப்பப் புருஷன்களுக்குப் பயமா இருக்கோ என்னவோ?"

"இருக்கலாம். வயசான நம்மளை யாருக்கும் வேணாம்" எலிசபெத் சிரித்தபடி சொன்னாள்.

"நாம தேக்கடிக்குத்தானே போறோம்?" உஷாதேவி கேட்டாள்.

"ஆமாம். இது ஒரு டிரையல் தான். சக்ஸஸ் ஆச்சுன்னா அடுத்த முறை ஊட்டிக்குப் போலாம்."

"ஊட்டிக்கும் போலாமா?" எப்போதும் குரலில் காட்டும் அதிர்வோடு உஷாதேவி கேட்டாள்.

"உஷா அத விடு"

அவளுக்கு ஒன்றும் புரியவில்லை.

"அடுத்த வருஷத்துக்கான விஷயத்தை இப்பப் பேச வேணாம். நான் இந்த வருஷம் ரிட்டயர்டு ஆயிப்போறேன். அப்பறம் ஊட்டியும் கொடைக்கானலும் நான் எப்படிப் போகப்போறேன். இப்ப போறதைப் பத்திப் பேசுங்க."

எலிசபெத் கோசி வேதனையோடு சொன்னாள்.

"அடுத்த வருஷம் நாம போறதானா எலிசபெத் மேடத்தையும் கூட்டிட்டுப் போகணும்."

"நம்ம வண்டியோட முன்னால காலேஜ் பேரைத் துணியில் எழுதிக் கட்ட வேண்டாமா?"

உஷாதேவிக்குச் சந்தேகம் தொடர்ந்தது.

“அதெல்லாம் வேணாம் உஷா. நாம பேராசிரியர்கள்னு தெரிஞ்சா மத்தவங்க நம்மள மரியாதையா பாக்க ஆரம்பிச்சிடுவாங்க. ஒரு முறை கத்தணும்னு நெனச்சாக்கூட முடியாது” - தேவகி.

“எதுக்கு நாம கத்தணும் மேடம்?”

‘‘சும்மா சொன்னேன் உஷா’’ தேவகி டீச்சர் விளையாட்டாய் அவளுடைய தோளில் இடித்தாள்.

“நான் மோனிச்சன்கிட்ட குட்டிக்கானம் பங்களாவைப் பெருக்கிச் சுத்தம் செய்து வைக்கச் சொல்றேன்” - எலிசபெத் கோசி சொன்னாள்.

‘‘அழகான பெண்கள் வராங்கன்னு அவங்கிட்ட சொல்லு. வேட்டைக் கறியும், கள்ளும் ரெடி பண்ணித் தரச் சொல்லு.”

தேவகி சொன்னதை யாராவது கவனித்தார்களா என்று சுற்றிலும் பார்த்த எலிசபெத் குரலடக்கி மெதுவாகச் சொன்னாள்.

“தேவகி கொஞ்சம் சும்மாயிரு”

“கானாய கத்தோலிக்கப் பெண்ணுக்கா கள்ளைப் பத்திப் பேசினா மானக்கேடா இருக்கு”

தேவகி எலிசபெத்தைக் கிண்டல் செய்ய ஆரம்பித்தார். சனிக்கிழமை காலையில் கல்லூரியிலிருந்து பஸ் புறப்பட்டபோது ஆலிஸ் உம்மன் பிரார்த்தனையை ஆரம்பித்தாள். உஷாதேவியின் சுடிதார் நன்றாக இருக்கிறது என்று ராதாமணி சொல்வது பிரார்த்தித்துக் கொண்டிருந்த எல்லோருக்கும் கேட்டது. ஜெபம் முடிந்தவுடன் அவர்களின் ஒட்டு மொத்தப் பார்வையும் உஷாதேவியின் மேல் படிந்தது.

‘‘நல்லாயிருக்கு உஷா. சுடிதார் மட்டுமில்ல. நீயும் தான்’’ சிலுவையிட்ட பிறகு ஆலிஸ் உம்மன் சொன்னார்.

“உஷா. இந்த டிரஸ்ல பத்து வயசு கொறஞ்ச மாதிரி இருக்கு.

ஆலிஸ் சொல்லி முடித்தவுடன் பஸ்ஸின் பின்னாலிருந்து ஒரு சத்தம். டிரைவர் அதிர்ந்து திரும்பினார். உடல் திருப்பி, தலை சாய்த்து ஜீன்ஸும் சட்டையுமாய்த் தேவகி மேடம் அழகு காட்டினார்.

"கடவுளே, இது எப்ப நடந்திச்சு?"

ராதாமணி மேடம் ஆச்சரியப்பட்டாள்.

புடவை கட்டிட்டுத்தானே பஸ்ஸில் ஏறினாங்க. தேவகி நின்ற இடத்திலிருந்து வட்டமடித்தாள்.

"ஆஹா. சின்ன பொண்ணாயிட்டீங்க. யாராவது பாத்தா காதலிக்க ஆரம்பிச்சிடுவாங்க".

ஸ்ரீதேவி சொன்னதைக் கேட்டு டிரைவர் திரும்பிப் பார்த்தார்.

"டிரைவர் சார் முன்னால வண்டிகளும் மேடு பள்ளங்களும் இருக்கும். பாத்து ஓட்டுங்க".

தேவகி பிரத்யேகக் குரலில் சொன்னதைக் கேட்டு கிளீனர் திரும்பிப் பார்க்கும் ஆசையை உடனே கைவிட்டார். உஷாதேவி ஆலிஸ் உம்மனின் காதில் ஏதோ சொல்ல அவர்கள் ரகசியமாய்த் தலையாட்டிச் சிரித்துக் கொண்டனர்.

பொன்குன்றம் தேவசகாயம் ஹோட்டலில் சாப்பிட்டுவிட்டு இறங்கும் போது தேவகி எலிசபெத்திடம் கேட்டாள்.

"இது ராமச்சந்திரனின் சொந்தக்காரரோட ஹோட்டலா?"

"எந்த ராமச்சந்திரன்?"

"நக்சலைட்டு......"

"அய்யோ கடவுளே, நக்சலைட்டுன்னு சொல்றப்பதான் கட்லெட் ஞாபகமே வருது. நான் நிறைய கட்லெட் செஞ்சு எடுத்திட்டு வந்திருக்கேன். பேகிலேயே இருக்கு" ஆலிஸ் உம்மன் சொன்னாள்.

"சிகப்பு நிறத்தைப் பற்றிப் பேசினால் உங்களுக்கு ரொம்ப அல்பமா இருக்கும். நீங்கள்லாம் ✦விமோசனப் போராட்டவாதிகள்தானே?"

"விமோசனப் போராட்டம் இல்லைன்னா தெரிஞ்சிருக்கும், கேரளம் மொத்தமும் உங்கள் கட்சி பரவி அது ஒரு மேற்குவங்கமாக மாறி இருக்கும்".

"மேற்குவங்கம்ங்கறது கெட்ட வார்த்தை சொல்றது மாதிரியிருக்கே".

ஆலிஸ் சொல்வதைக் கேட்ட உஷா ரகசியமாய் சுபைதாவிடம் கேட்டாள். வண்டி மீண்டும் புறப்பட்டது. உஷா தேவி கையிலிருந்த பாட்டுப் புத்தகத்தைக் காண்பித்துப் பாட விருப்பமுள்ளவர்கள் பாடலாம் என்றாள்.

யாரோடும் அதிகமாய் பேசாமல் மெல்லிய குரலில் பாடம் நடத்தும் மாலதியின் கை, பாட்டுப் புத்தகத்தின் நேராக நீண்டபோது மற்றவர்கள் ஆச்சர்யப்பட்டார்கள். மாணவர்களின் இரைச்சலினூடாக மனித எலும்புக் கூடுகளை வைத்துப் பாடம் நடத்தும் மாலதியின் வார்த்தைகள் நத்தையைப் போல நகர்ந்து போவதுதான் வழக்கம். அப்படியான அமைதியான மேடம் பாட்டுப் புத்தகத்தை வாங்கிப் பார்த்துவிட்டு அப்படியே திருப்பிக் கொடுக்கவும் செய்தாள்.

"என்ன மேடம், புக்க வாங்கின உடனே பாடுவீங்கன்னு நெனச்சோம்"

தேவகி பஸ்ஸின் முன்னாலிருந்து நடந்து வந்தபடி கேட்டாள். பின்னால் போய்விட்ட தேவகியின் சட்டைக்காலரை உஷாதேவி இழுத்துவிட்டாள்.

"உஷா அது கெடக்கட்டும். யாராவது பாத்தா பாக்கட்டும். மாலதி நீங்க பாடுங்க"

"அதில் எல்லாம் புதுப் பாட்டுகளாயிருக்கு. எனக்குப் பழைய பாட்டுதான் தெரியும்."

"அப்பன்னா அதையாவது பாடு"

அப்போது வண்டி ஒரு பெரிய குழியில் விழுந்து எழுந்து ஓடியது. பின்னாலிருந்து சுபைதாவின் அய்யோ என்ற அலறல் கேட்டது.

"அய்யோ, என்ன ஆச்சு?"

"ஒண்ணும் ஆகல. அஞ்சு புள்ள பெத்திட்டும் ஆகாதா இப்ப ஆகப்போகுது. அவளைப் பாடச் சொல்லு."

மாலதி மயக்கும் மெல்லிய குரலில் பாடினாள்.

"இன்றெனக்கு பொட்டு வைக்க
சந்யயைக் கரைத்த செந்தூரம்....
இன்றெனக்கு மை எழுத
விண்ணிலே நட்சத்திர மைக்கூடு....."

பாடி முடித்தவுடன் மாலதியை இரண்டு மூன்றுபேர் கட்டிப்பிடித்து முத்தமிட்டார்கள். டிரைவருக்கும், கிளீனருக்கும் திரும்பிப் பார்க்க ஆசை வந்தபோதும் அடக்கிக் கொண்டார்கள். வண்டி கிழக்கன் குன்றுக்கு ஏற முயன்றபோது காற்று எட்டிப் பார்த்தது. ரப்பரின் மணம் காற்றில் கலந்து வந்தது.

''குருவாயூர் கேசவன், குடையம்படி மேனகா தியேட்டர்லதான் பாத்தேன்"சுபைதா உரக்கச் சொன்னாள்.

''சோமனை நான் திருவல்லாவில் அவரோட வீட்டு முற்றத்தில் லுங்கி மடித்துக் கட்டியபடி உட்கார்ந்திருப்பதைப் பாத்திருக்கிறேன். உப்பன் குருவி மாதிரி சிவப்பு கண்கள் அவருக்கு"

''ஜெயபாரதியின் தொப்புளைப் பார்த்ததில்லையா? அதில ஒரு கிலோ அரிசி போட்டுக் குத்தலாம்...."

தேவகி தன் சட்டையின் பட்டனை அவிழ்த்தபடி சொன்னாள்..

''அப்பறம் அவ கையில வேற பெரிசா வட்டமா பச்சை குத்தியிருப்பா.''

''மெதுவா, டிரைவரும் கிளீனரும் இருக்காங்க'' தேவகியின் கையை அழுத்திப் பிடித்தபடி எலிசபத் சொன்னாள்.

''கேட்டா கேக்கட்டும். யாருக்கும் இல்லாததையா நான் சொல்றேன். சரி வேணாம். இனிமே ககனம், மாரிடம்ன்னு சொல்லலாமா?''

''குண்டின்னும் முலைன்னும் சொல்றதில இருக்கற சுகம் அதிலில்லை மேடம்'' உஷாதேவி.

“ஏய் இந்த உஷாதேவி பாரேன். என்னப் பேச்சு பேசறா பாரேன்.”

உஷாதேவி சொன்னது சரியாகக் காதில் விழாதவர்கள் அவள் என்ன பேசினாள் என்று தெரிந்து கொள்ள ரகசியத்தை சுவாசிக்கும் ஆர்வத்தோடு இருக்கைகளிலிருந்து உயர்ந்தார்கள். ஒவ்வொரு காதுகளுக்கும் அது பரவியது. கடைசியாகப் பின் சீட்டிலிருந்து சுபைதா தீர்ப்பு கூறினாள்.

“உஷா சொன்னதுதான் சரி. கு...வும், மு....வும் போதும்.”

மாலையில் அவர்கள் குட்டிக்கானம் போய்ச் சேர்ந்தார்கள். அங்கே எலிசபெத்தின் தம்பியுடைய பங்களாவில் தங்க ஏற்பாடு செய்யப்பட்டிருந்தது. டிரைவரும், கிளீனரும் ஹோட்டலில் தங்கிக் கொண்டார்கள்.

டிசம்பர் மாதமானதால் பனிமூட்டமாக இருந்தது. பங்களாவைப் பாதுகாக்கும் தமிழன் இரவு சாப்பாட்டினைத் தயார் செய்துவிட்டுப் போயிருந்தான். பனியினூடாக ஒருவரை மற்றொருவர் அன்யோன்ய மாய் பார்த்துக் கொண்டார்கள். எப்போதெல்லாமோ பார்க்க மறந்தது போலிருந்தது, அந்தப் பார்வைகள்.

‘‘எல்லோரும் தங்கத் தனித்தனியா ரூம்ஸ் இருக்கு. இல்லன்னா மாடியில் போய்ப் பெரிய ஹாலில் ஒண்ணாவும் படுத்துக்கலாம்,’’ என்றாள் எலிசபெத்.

“மேடம், இன்னக்கி யாரு படுக்கப் போறது?”

“நாம முழிச்சிட்டிருக்கப்போறம் இல்லியா?”

நைட்டி மாற்றிக்கொண்டு வந்தபடி சுபைதா சொன்னாள்.

“தூங்காமல் முழிச்சிருக்கணும்னா ஏதாவது வேணாமா?”

“அதுக்குத் தேவையானதை நான் கொண்டு வந்திருக்கேன்”

தேவகியின் கேள்விக்குப் பதில் சொன்னபடி எலிசபெத் பேகிலிருந்து ஒரு பாட்டிலை எடுத்தார்.

“கடவுளே!” வழக்கம்போல உஷாதேவி அதிர்ந்தாள்.

“பயப்படாதே. நெல் போட்டு வடித்ததுதான். மோனிச்சன் இப்ப வரும்போது தந்தார். இன்னக்கி ராத்திரி இவன் கதையை முடிச்சிடலாம்” - எலிசபெத் சாதாரணமாகச் சொன்னாள்.

பங்களாவின் மொசைக் கற்கள் பதித்த முற்றத்தில் எல்லோரும் வட்டமாய் உட்கார்ந்தார்கள். டம்ளரும், கறியும், தோசையும் எடுத்து வைத்தார்கள்.

“எல்லா விளக்கையும் அணைச்சிடலாமா?”

“அதெதுக்கு?” ஸ்ரீதேவி சந்தேகத்தோடு கேட்டாள்.

‘‘இவரு உள்ள போயிட்டா வேற வெளிச்சம் ஏதும் வேணாம் ஸ்ரீதேவி” தேவகி ஒவ்வொரு டம்ளரையும் நிறைத்தபடி சொன்னாள்.

‘‘எனக்கு வேண்டாம்’’ கணிதப் பேராசிரியை லட்சுமிதேவி மறுத்தாள்.

‘‘ரொம்ப அலட்டிக்கவேணாம். ஒரு பெக்காவது அடி’’ லட்சுமிதேவி மீண்டும் மீண்டும் மறுத்தாள்.

ஒவ்வொரு டம்ளரின் அளவையும் சரிபார்த்த எலிசபெத் கோசி, ‘‘இதில் ஃபஸ்ட் டைம் குடிக்கறவங்க மட்டும் கை தூக்குங்க’’ என்றாள்.

தேவகி தவிர மீதி எல்லோரும் கை தூக்கினார்கள்.

‘‘ஃப்ஸ்ட் டைம் தானே. கடவுள்ட்ட வேண்டிட்டு அப்படியே அடிச்சிருங்க’’

தேவகி பொத்தாம் பொதுவாய்ச் சொன்னாள். எல்லோரும் டம்ளரை எடுத்தார்கள். சியர்ஸ் சொன்னார்கள். அந்த சப்தம் சிறிது நேரம் அப்படியே வெட்டவெளியில் தங்கிப்பின் மெதுவாகக் குன்றிறங்கிப் போனது.

எலிசபெத்தும் தேவகியும் ஒரே மூச்சில் குடித்தார்கள். சிலர் முகம் வெறுப்பைக் காண்பித்தது. சிலர் நாக்கில் தொட்டு ருசி பார்த்தார்கள். சிலர் கஷ்டப்பட்டு விழுங்கித் தொலைத்தார்கள்.

"எப்படி இருக்கு?" எலிசபெத் கேட்டாள்.

"அமிலம் குடிச்சதுபோல இருக்கு" லட்சுமிதேவி சொன்னாள். மெது மெதுவாக ஒவ்வொரு டம்ளரும் காலியானது. மாலதி 'பௌர்ணமி சந்திரன்' என்ற பாட்டைப் பாடினாள்.

தேவகியும், ஸ்ரீதேவியும் நசீரும் ஷீலாவுமாக மாறினார்கள். இடையில் நசீர் ஷீலாவைக் கட்டிப் பிடித்தார். முத்தமிட்டார். ஷீலா தன் நெஞ்சினை தாழ்த்தியும், உயர்த்தியும் காண்பித்தாள். எல்லோரும் சிரித்தார்கள்.

"என்ன ஆனாலும் ஷீலாவோட உடல்வாகு இப்ப இருக்கற எந்த நடிகைக்கும் இல்ல" - சுபைதா ஷீலாவை ரசித்தாள்.

"சரிதான். 'கள்ளிசெல்லம் மா' படத்தில் அவ வர்றதைப் பாக்க நமக்கே ஆசையா இருக்கும்" ஆலிஸ் உம்மன் கண்களில் மோகம் தெரிந்தது.

"யார் சொல்றாங்க பார் அதை. நம்ம ஆலிஸ் மேடம்...."

"ஏன் நான் சொல்லக்கூடாதா? நான் மலடின்னாலும் எனக்குள்ள இதெல்லாமும் இருக்கு."

"இதெல்லாம் வெளியில் வர, இப்படியான மருந்தெல்லாம் உள்ளப் போக வேண்டியிருக்கு இல்ல?"

"இல்லயா பின்ன...?"

"கொஞ்சம் ஊத்து எலிசபெத்"

"நான் ஊத்தறேன். எனக்கு ஒண்ணும் பிரச்சனை இல்ல. நாளைக்கு வீட்டுக்குப் போகும்போது அப்பா வாசனை புடிச்சா பிரச்சனையாயிடும்."

எலிசபெத்தின் முன்னால் டம்ளரை நீட்டியபடி ஆலிஸ்,"அவருக்கு என்னுடைய வாசனை தெரிஞ்சு ரொம்ப நாளாயிடிச்சு மேடம்."

ஒரு நிமிடம் விரும்பத்தகாத மௌனம் எல்லோரையும் சூழ்ந்தது.

“நீங்கள் யாரும் யாரையும் பார்க்க வேண்டாம். நான் மலடின்னு தெரிஞ்ச பிறகு அவருக்கு நான் எதுக்கு?”

ஆலிஸ் உம்மன் வேதனையோடு சிரித்தாள்.

‘‘மேடம் இப்படி அவங்க வெறுக்கறதுக்கு குழந்தைகள் இருக்கணுமா வேண்டாமா என்பது முக்கியமில்ல. நாப்பத்தியஞ்சு வயசில மாதவிலக்கு நின்னவுடனே அவர் என்ன சொன்னார் தெரியுமா? நீ வெறும் சக்கை தானே’’ சுபைதா தன் வார்த்தைகள் இடறிப் போகாமலிருக்க முயன்று தோற்றாள். ஆனாலும் சுபைதாவின் குறும்பான கண்கள் நிறைந்து வழிவதை எல்லோராலும் பார்க்க முடிந்தது.

‘‘சுபைதா அவங்க அப்படி சொல்லலன்னாதான் ஆச்சர்யம். நாப்கினோட காசு மீதின்னு எம்புருஷன் சொன்னார்” உஷா தேவியின் குரல் கம்மியது.

“உஷா, இந்தக் காசுக்கு இவங்க பறக்கறது எப்பதான் தீருமோ?”

முற்றத்தில் நடந்து கொண்டிருந்த தேவகி மேடம் கேட்டார்.

“அது செத்தாலும் தீராது. என்னோட சொத்து விவரங்கள் எல்லாம் அவருக்குத் தெரியும்னு நெனப்பு. தெரியும். மற்றதெல்லாம் தெரியும். ஆனா இது மட்டும் தெரியாது.” உஷாதேவி சுடிதாரின் பேண்ட்டை கீழே இறக்கிக் காண்பித்தாள். பத்து பவுனில் தங்க அரைஞானம் அவள் இடுப்பல் மின்னியது.

“உஷா, இது அவருக்குத் தெரியாதா?”

“மேடம், ரெண்டு குழந்தைகளுக்காக மட்டும்தான் அவர் என்னத் தொட்டிருக்கிறார்......’’

உஷா முகம் பொத்தி உட்கார்ந்து வெடித்தழுதாள்.

‘‘உஷா இந்தச் சுடிதார் எங்க வாங்கின?’’ தேவகி பேச்சை மாற்றினாள்.

“மேடம், எனக்கு அதில் சங்கடமெல்லாம் இல்ல,” சங்கிலிப் புழு கூடுகட்டுவது போன்ற பிளவுகளுடன் இருக்கும் தன் காலைக் காண்பித்து,‘‘என் மொத்த வேதனைகளும் சங்கடங்களும் இதில் தெரியும் பாருங்க’’ என்றாள். ஒரு நிமிடம் எல்லோரும்

அவரவர்களின் கால் வெடிப்புகளில் வெடித்துப் பிளந்திருக்கும் நீர் கோர்த்த தடங்களை அனிச்சையாய்ப் பார்த்தனர்.

''போதும், போதும், வேதனைகள் போதும்'' சுபைதா குதித்தெழுந்து ஒரு நர்த்தகியைப் போலச் சொன்னாள்.

''என் பெரியம்மாவிற்கு எழுபது வயதிலும் ஒரு ரகசியமான காதலன் இருந்தான். ஆனா அதுக்கெல்லாம் ஒரு யோகம் வேணும், இல்ல.''

அவ்வளவு நேரம் பேசாமலிருந்த லலிதா மேடம் சொன்னாள்.

"முதல் பிரசவத்தோட என்னோட கர்ப்பப்பையை எடுத்திட்டாங்க. அதுக்குப் பிறகு இத்தனை வருஷமாச்சு......"

''மேடம் இதுக்கும் கர்ப்பப்பைக்கும் ஏதாவது சம்மந்தம் இருக்கா?'' சுபைதா அப்பாவியாய்க் கேட்டாள்.

"என்னமோப்பா …….அவருக்கு என்னைத் தொடறதே பிடிக்கல. ஏதோ குறைபட்டப் பெண்ணைப் பாக்கறது போலத்தான் என்னைப் பார்ப்பார். நானொரு முறை......''

லலிதாவால் அந்த வாக்கியத்தை முழுமையாக்க முடியவில்லை. அழுகையின் இழைகள் வாக்கியங்களைக் கட்டி இறுக்கியது. அவளைத் தன்னோடு சேர்த்தணைத்தபடி லட்சுமிதேவி சொன்னாள்.

"எனக்கு முதல் பெண் பிறந்த பிறகு இன்னும் ஒரு குழந்தை கூட வேணும்னு எவ்வளவு ஆசைப்பட்டேன் தெரியுமா? அதை அவர்ட்ட சொன்னதுக்கு, எனக்கு முட்டியெல்லாம் வீங்கி நீர் கோத்திருக்குன்னார். அப்ப அந்த வார்த்தைகளோட அர்த்தம் கூட எனக்குத் தெரியல. மெனோஃபாஸ் ஆன பிறகு படிக்க கீதையும், ராமாயணமும் வாங்கித் தந்திட்டு சத்தமா ஒரு சிரிப்பு சிரிச்சார் பாருங்க. கால காலமாய்ப் புரியாமல் இருந்த பல வார்த்தைகளோட அர்த்தம் எனக்குப் புரிஞ்சிடுச்சு.''

டம்ளர்களில் சில அப்படியே இருந்தன. எல்லோரும் தன்னுள் பயணிக்கத் தொடங்கியிருந்தார்கள்.

‘‘நடுத்தர வயதில் நாம யாருக்கும் பிரயோசனமில்லைன்னு நினைச்சு தற்கொலையா செஞ்சுக்க முடியும்’’ ராதாமணி தேவகியைப் பார்த்துக் கேட்டாள்.

‘‘அதெப்படி முடியும் ராதாமணி. நதி ஒழுகுவதை நிறுத்துவது போல மெனோஃபாஸ் முடிந்தவுடன் நம் உடல் யாருக்கும் வேண்டாமெனத் தீர்மானமாகிறதோ தெரியவில்லை.’’

பனி ஒவ்வொரு முகத்தையும் மறைத்தது. “இன்று முதல் நமக்கு ஏதாவது தேவைப்பட்டால்......?’’ இருட்டோடு சேர்ந்து ஒரு மூலையில் உட்கார்ந்திருந்த மாலதியின் குரலின் கனம் அங்கேயிருந்த எல்லோரையும் அதிர வைத்தது. ஒவ்வொரு முகத்தையும் மறைத்திருந்த பனி மெல்ல விலகியது. முதல்முதலாய் பார்ப்பவர்களைப் போல அதீத ஆழத்தில் அவர்கள் அன்யோன்யமாய்ப் பார்த்தனர்.

சுபைதா சத்தமாகக் கத்தினாள். அப்போது விமான வடிவத்தில் தன் யாத்திரையைத் தொடங்கவிருந்த நட்சத்திரம் அவளை மேலேயிருந்து பார்த்தது. மாலதி மிக மென்மையான குரலில் பாட ஆரம்பித்தாள்.

✸ **விமோசனப் போராட்டம்:** கேரளத்தில் இஎம்எஸ் தலைமையிலான கட்சியை வெளியேற்ற மற்ற எல்லா கட்சிகளும், நிலப்பிரபுக்களும் கிறிஸ்துவ அமைப்புகளும் சேர்ந்து நடத்திய போராட்டம்.

மூன்று குருடர்கள் யானையைப் பார்த்த கதை

ஈ. சந்தோஷ் குமார்
தமிழில்: கே.வி. ஜெயஸ்ரீ

ஒரு வெளிநாட்டுப் பத்திரிகையில் கொஞ்ச நாட்கள் வேலை செய்திருந்த குருவிள என்று ஒருவர் எப்போதாவது எங்களுக்கு இதழியல் வகுப்பெடுக்க வருவார். இந்தியா குறித்தும், முக்கியமாக இங்கேயுள்ள பத்திரிகைத்தொழில் குறித்தும் அவர் எப்போதும் இளக்காரமாகவே நினைப்பார். நடுநடுவே, எங்களைக் கோபப் படுத்துவதற்காக ஒவ்வொரு புதிய பகுதிகளை அவர் தயார் செய்வார். மிகவும் புதுமையாக ஒரு செய்தி பற்றிய அறிக்கை, சிறிதும் பாலியல் கலக்காத ஒரு ஸ்கூப் செய்தி, கற்பனையில் ஒரு நேர்காணல், ஒரே பிரச்சனையைக் குறித்து இரண்டு விதமான தலையங்கங்கள் இப்படியெல்லாம்தான் இருந்தது அந்தப் பகுதிகள். பதில்கள் எப்படியிருந்தாலும் குருவிள சார் அதில் கிண்டல் செய்வதற்கு என்று எதையாவது ஒன்றைக் கண்டுபிடிப்பார். அதனாலேயே, குருவிள சாரை மண் கவ்வச் செய்யும்படியான ஒரு செய்தியை எங்களில் சிலர் தேடிக் கொண்டிருந்தோம்.

வாடகை குறைந்த ஒரு பழைய லாட்ஜில்தான் தங்கியிருந்தேன். அங்கே மாணவனாக நான் மட்டுமே இருந்தேன். மற்றவர்களெல்லாம் உடனே இடமாற்றம் எதிர்பார்த்தபடி காத்திருக்கும் நடுத்தர வயதுடைய அரசு அலுவலர்களாகவோ, அல்லது வியாபாரிகளாகவோ இருந்தார்கள். எதிரெதிராக நிற்கிற, இரண்டு அடுக்குகளைக் கொண்ட இரண்டு கட்டிடங்கள்தான் லாட்ஜாக இருந்தது. இரண்டிற்கும் இடையில் சின்ன இடைவெளிதான் இருந்தது. அதுமட்டுமல்ல, மேல்மாடி இரண்டையும் அகலமான ஒரு சிமெண்ட் பாலத்தால் இணைத்துமிருந்தனர். ஒரு மர ஏணி வழியாகத்தான் மேலே ஏற வேண்டும். அதில் ஏறுவதற்கும் இறங்குவதற்கும் மிகுந்த கவனம் தேவை. அப்போதெல்லாம் கைப்பிடியின் பலகைகள் அசையும் சத்தம் கேட்கலாம்.

என் அறையின் எதிர் அறையில் மூன்று குருடர்கள் தங்கியிருக்கிறார்கள் என்று எனக்குத் தெரியும். ஆனால் அவர்களைக் கவனிக்கவோ, அறிமுகப்படுத்திக் கொள்ளவோ நான் முயற்சி செய்திருக்கவில்லை. எப்போதாவது சிலநாட்களில் நகரத்தின் ஏதாவது மூலையில் அவர்களில் ஒருவரைப் பார்த்திருக்கிறேன். அவ்வளவுதான். குருடர்கள் என்பதைத் தவிர மற்றவர்களிடமிருந்து வித்தியாசமான எதையும் கவனித்திருக்கவில்லை என்பதுதான் சரி.

அந்த சனிக்கிழமை, சோம்பலாக அறையில் பொழுதைக் கழித்துக் கொண்டிருக்கும்போது நான் அவர்களைக் கவனித்தேன். அவர்கள் வெளியில் கிளம்பிக் கொண்டிருந்தார்கள். மூவரும் அறையை விட்டு வெளியேறிய பிறகு, ஒருவன் கதவைச் சாத்தித் தாழ்ப்பாள் இட்டுப் பூட்டினான். மிகுந்த கவனத்தோடுதான் அவன் சாவியையெடுத்து, துவாரத்தில் நுழைத்துப் பூட்டினான். அதன்பிறகு மூருவரும் வரிசையாக வராந்தாவில் கொஞ்சதூரம் நடந்து வந்து, கட்டிடங்களை இணைக்கும் சிமெண்ட்பாலம் கடந்து, இந்தப் பக்கத்துப் படிக்கட்டுகளின் அருகே வந்தார்கள். பின்னர் ஒருமுறை திரும்ப அதுவரை பயன்படுத்தாமல் வைத்திருந்த கோல்களை எடுத்து மரப்படிகளின் மீது மிருதுவாக தட்டியபடியே, எதையோ உறுதிப்படுத்துவதுபோல நடந்தார்கள். தொடர்ந்து கைப்பிடிகள் அசையும் ஓசை தேய்ந்து மறைந்தது.

எனக்கு ஆச்சரியமாக இருந்தது. இந்த மூன்று குருடர்களும் ஒன்றாக, யாருடைய உதவியுமின்றி இரண்டாவது மாடியில் தங்கியிருக்கிறார்களே! இவர்கள் யார்? மூன்றுபேரும் எப்படி ஒன்றாய்ச் சேர்ந்தார்கள். சுமாரான உடையலங்காரத்தையும் லாட்ஜில் தங்குவதையும் பார்க்கும்போது, குருடர்களுக்கென்று நாம் பொதுவாகப் போட்டுவிடும் பிச்சைக்காரர்களின் வேடம் என்னிடமிருந்து அகன்று போனது. இந்தப் புதுமைதான், பரிச்சயமான குருடர்களைப் பற்றி என்னைச் சிந்திக்கத் தூண்டியது. யோசிக்கும்போது, ஒன்றோ இரண்டோ பிச்சைக்காரர்களைத் தவிர, கண்பார்வையற்ற வேறு யாரையும் எனக்குத் தெரியாது. பிறகு பரிச்சயமானது சினிமாவில் கலாபவன் மணியின் குருடன் வேடம்தான்.

நான் எழுந்து வராந்தாவின் கடைசிவரை சென்று அந்த மூன்றுபேரும் எங்கே சென்று கொண்டிருக்கிறார்கள் என்று பார்த்தேன். அவர்கள் அதற்குள் ஜன நெருக்கடியற்ற பாதையைக் கடந்து மறுபக்கத்தை அடைந்திருந்தனர். சிறிது நேரத்துக்குப் பிறகு வந்த பேருந்தில் இரண்டுபேர் ஏறிச் சென்றனர். மூன்றாவது ஆள் தன் கோலுடன் ஓரிரண்டு இடங்களில் தட்டிப் பார்த்தபடி ஓரமாக, பேருந்து சென்ற பாதையின் எதிர்திசையில் நடந்து சென்றான். அவன் என் பாதையிலிருந்து மறைவதுவரை நான் அங்கேயே நின்று கொண்டிருந்தேன். அந்தப் பேருந்து நிறுத்தத்தில் அதிகமான ஆட்கள் இல்லை. இருந்தவர்களும், ஒரு சாதாரணமான காட்சி என்ற நிலையில் இதையெல்லாம் புறக்கணிப்பதாகத் தோன்றியது.

அறைக்குத் திரும்பியபோது, குருவிள சாரும், அவருடைய தலைக்கனம் நிறைந்த வகுப்புகளும் என் நினைவுக்கு வந்தன. இந்தக் குருடர்களையே ஏன் செய்தியாக்கக் கூடாது? மூன்று குருடர்களின் வாழ்க்கை, அவர்களின் தொழில், தங்குமிடம், உணவு, உரையாடல்கள் இவற்றை எழுதலாமே. குருவிள சார் பரிகசிக்கும்படி, நாமே ஒரு செய்தியாகிவிடுவோமோ என்றும் யோசனையாக இருந்தது. அப்போதுதான் எப்போதும் நாம் கேட்டுக் கொண்டிருக்கும் ஒரு பழமொழி என் நினைவுக்கு வந்தது. ‘குருடர்கள் யானையைப் பார்த்ததுபோல.’ அது பழமொழியல்ல, நிஜமும்தான். குருடர்களால் ஒரு யானையை மிகச் சரியாக உருவகப்படுத்த முடியாதாம். இதையே செய்தியாக்கலாம் என்று முடிவு செய்தேன். யானையைப் பற்றிய அவர்களின் நிலைப்பாடு என்ன? பழமொழியை அவர்களும் கேட்டிருப்பார்கள். அதனால் இப்படி ஒரு விசயத்தை அவர்களிடம் சொன்னால், தம்மைப் பரிகசிப்பதாக அவர்கள் எடுத்துக்கொள்ளலாம். மிகக் கவன மாகத்தான் இந்தச் செய்தியை வெளியிட வேண்டும்.

மதிய உணவையும் ஒதுக்கிவிட்டு, சுமார் நான்குமணிவரை நான் அறைக்குள்ளேயே சோம்பலாக இருந்துவிட்டேன். பின்னர் குளித்துவிட்டு வெளியேறி, நகரத்தில் இலக்கின்றிச் சுற்றத் தொடங்கினேன். ஏதோ கிரிக்கெட் போட்டி நடக்கிறது என்று நினைக்கிறேன். தொலைக்காட்சிக் கடைகளின் முன்னால் ஒரே கூட்டம். ஒரு கடையின் முன்னால் சிறிது நேரத்தில் கூட்டம் குறையத்

தொடங்கியது. மூன்று குருடர்களும் ஆட்களுக்கிடையில் நிற்பதைப் பார்த்தபோதுதான் நான் அந்த நேர்காணலைத் தயாரிப்பது பற்றி மறுபடியும் யோசித்தேன். இவர்கள் எப்படி இந்தக் கிரிக்கெட் பைத்தியங்களின் இடையில் மாட்டிக் கொண்டார்கள்? நான் சிறிது தள்ளி நின்று கவனித்தேன். அவர்கள் தங்களுக்குள் எதையோ பேசியபடி, பக்கத்திலிருந்த பேருந்து நிறுத்தத்தை நோக்கி மெதுவாக நடந்து போவதைப் பார்த்துக்கொண்டே நான் அங்கேயே நின்றிருந்தேன். அப்போது ஆறுமணி இருக்கும்.

ஏழரை மணிக்கு நான் லாட்ஜுக்குத்திரும்பினேன். என் அறைக்குப் போகாமல் வராந்தாவில் திரும்ப அந்த மூவரும் தங்கியிருந்த அறையின் முன்னால் நின்றேன். கதவு சாத்தியிருந்தது. உள்ளேயிருந்து உரையாடல்கள் தெளிவின்றிக் கேட்டன. நான் கதவைத் தட்டினேன்.

"சாத்தவில்லை. திறந்து உள்ளே வாங்க" - உள்ளேயிருந்து ஒரு குரல் கேட்டது.

நான் கதவைத் திறந்து உள்ளே சென்றேன். மூன்றுபேரும் தரையில் ஒரு பாயில் உட்கார்ந்திருக்கிறார்கள். சாதாரணமாக எல்லோரும் உட்காருவதுபோல அல்லாமல் மிக நெருக்கமாக அமர்ந்திருந்தனர். அந்த அறையில் நல்ல வெளிச்சமிருந்தது. நகரத்தின் குறைந்த வோல்டேஜ் மின்சார சப்ளையைச் சமாளிக்க, அதிக பவர் உள்ள பல்பு மாட்டப்பட்டிருந்தது. கண் தெரியாத இந்த மூன்று பேரும் அந்த அதிக வெளிச்சத்தில் உட்கார்ந்திருந்தது அசாதாரணமாகவே எனக்குத் தோன்றியது

அதுமட்டுமல்ல, அந்த அறையின் ஒழுங்கும், அழகும் யாரையும் கவர்வதாகவே இருந்தது. மூவருடைய ஊன்றுகோல்களும் ஒன்றாக, ஒரு மூலையில் அவ்வளவு அழகாகச் சாய்த்து வைக்கப்பட்டிருந்தது. ஃபர்னீச்சர் என்று சொல்ல, ஒரு மேஜையும் நாற்காலியும் மட்டுமே அங்கேயிருந்தது. ஒரு கட்டில்கூட இல்லை. மிகவும் அமைதியாகவே இருக்கிறது. மேஜையின்மீது ஓரிரண்டு பைகளும் பழைய ஒரு ஆர்மோனியமும் இருக்கிறது.

"ஹலோ" ஒருவன் என்னை வரவேற்றான்.

"அங்கே உக்காருங்க" மற்றொருவன் நாற்காலி இருக்கும் திசையில் சுட்டினான்.

"நான் இங்க, பக்கத்து அறையில்…." நாற்காலியில் அமர்ந்தபடி நான் என்னை அறிமுகப்படுத்த முயன்றேன்.

"எங்களுக்குத் தெரியும்" மூவரும் ஒன்றாகச் சொன்னார்கள்.

"நீங்கள் வருவதை நாங்கள் கவனித்தோம்"

"அதெப்படி? நாம் இதற்குமுன் பார்த்ததில்லையே?"

அப்படிக் கேட்டாலும் 'பார்ப்பது' என்ற வார்த்தையின் பொருளை அவர்கள் எப்படிப் புரிந்துகொள்ள முடியும் என்று நான் சந்தேகப்பட்டேன்.

"படியேறும் சத்தம் கேட்டால் தெரியும்" என்றான் ஒருவன்.

"இங்கே படிச்சிக்கிட்டிருக்கீங்களா?"

அப்படின்னா இவர்களுக்கு என்னைத் தெரிந்தே இருக்கிறது.

"நாங்க இன்னிக்கி நடந்த கிரிக்கெட் பற்றிப் பேசிக்கிட்டிருந்தோம்" அவன் தொடர்ந்தான்." இதோ, இவன் பயங்கர கிரிக்கெட் பைத்தியம். இந்தியா ஜெயிக்கும்னு பெட்டு கட்டினான். நாங்களாயிருக்கவே காசு வேண்டாம்னு சொல்லிட்டோம்."

"அந்த ஒரேயொரு ரன்அவுட்தான். இல்லன்னா என்ன ஆயிருக்கும்?"

மற்ற இருவரும் புன்னகைத்துக் கொண்டிருந்தனர்.

"இப்போ எனக்கு அவ்ளோ விருப்பமெல்லாம் இல்ல" கிரிக்கெட் ரசிகன் என் பக்கமாகத் திரும்பினான். அவனுடைய கண் இரைப்பைகள் எப்போதும் மூடியே இருந்தன. நடுநடுவே அவை மெதுவாக அசைவதைப் பார்க்கலாம்.

"காவஸ்கர் ரிட்டயர் ஆனதும் நானும் ரிட்டயர் ஆயிட்டேன்."

"அது ஏன்?" நான் சும்மா கேட்டேன்.

“மத்தவங்க எல்லாம் ஒரு டைப். நின்னு விளையாட வேற யார் இருக்கா?’’

நாங்கள் கொஞ்ச நேரம் அமைதியானோம். பின்னர் என் இருப்பைத் தெரிவிக்க நான் ஒருமுறை இருமினேன்.

“காவஸ்கர் பத்தாயிரம் ரன்கள் எடுத்த நாள் எனக்கு இன்னும் ஞாபகமிருக்கிறது.” அவன் தொடர்ந்தான், “அது ஒரு லேட் கட்டாக” இருந்தது. இரண்டு ரன்கள்”

‘‘ஓ... இதெல்லாம் நல்லா ஞாபகமிருக்கே’’ ஒருத்தன் கிண்டலடித்தான்.

‘‘முன்னாடியெல்லாம் ரேடியோல அருமையா கிரிக்கெட் கமென்டரி கேட்க முடியும். டி.வி. வந்தவுடனே ரேடியோ யாருக்கும் வேண்டாம்னு ஆயிருச்சு’’ கிரிக்கெட் ரசிகன் நிராசையோடு சொன்னான்.

“நமக்கொரு டி.வி. வாங்கணும்”

இதைக் கேட்டு அதுவரை பேசாமலிருந்த ஒருவன் ஆவேசப்பட்டான்.

“எதுக்கு? இந்தப் பைத்தியக்கார விளையாட்டு இங்கேயும் வேணுமா?’’ அடுத்தவன் ஒரு சின்ன சிரிப்புடன் என்னிடம் சொன்னான். ‘‘மன்னிக்கணும்பா. இவன் விஷயம் இப்படித்தான். கிரிக்கெட் பத்திப் பேச ஆரம்பிச்சிட்டா அப்புறம் நிறுத்தமாட்டான்”

‘‘பரவாயில்ல. நான் சும்மாதான் வந்தேன். நமக்குள் அறிமுகப்படுத்திக் கொள்ள.”

‘‘ரொம்ப சந்தோஷம். நாம பேச்சயே மாத்திட்டோமே’’ கிரிக்கெட் ரசிகன் என்னை நோக்கிக் கை நீட்டியபடி சொன்னான். ‘‘என் பேரு சேகர். நான் ஒரு டெலிபோன் ஆப்பரேட்டர்,’’ என் கையைப் பிடித்துக் குலுக்கியபடி அவன்தான் வேலை செய்யும் நிறுவனத்தைப் பற்றிச் சொன்னான். ஒரு குருடனின் கையைப் பிடித்துக் குலுக்குவது இதுதான் முதல்முறை என்று எனக்குத் தோன்றியது.

‘‘நானொரு மியூசிக் டீச்சர். நாலைந்து வீடுகளில் டியூசன் எடுக்கிறேன்’’ பக்கத்திலிருந்தவன் சொன்னான்.

“பேர் என்ன?’’

‘‘ரகுராமன். அந்த ஆர்மோனியம் என்னோடது’’ அவன் எழுந்து ஆர்மோனியத்தைத் தடவியெடுத்துக் கொண்டு திரும்பவும் பாயில் வந்து உட்கார்ந்து விரல்களால் தடவியபடி இருந்தான். அவனுடைய கண்களின் பளிங்கு மணிகள் அசைந்து கொண்டிருந்தன.

நானும் என்னை அறிமுகப்படுத்திக்கொண்டேன்.

‘‘என் பேரு சந்திரன். எனக்கு அவ்ளோ பெரிய வேலையெல்லாம் இல்ல. படிப்பும் கொஞ்சம்தான். “மூன்றாவது ஆள் சொன்னான். அவனுடைய குரலில் ஒரு சிறு நிராசை கலந்திருந்தது. “இப்ப ஒரு டூரிஸ்ட் கைடா இருக்கேன்.”

‘‘கைடா?’’ என்னால் கேட்காமல் இருக்க முடியவில்லை. ஆனால் அந்தக் கேள்வியின் ஆச்சரியம் அவனை பாதிக்கவில்லையென்று தோன்றியது.

‘‘அப்படின்னா சுற்றிச் சுற்றி அலைந்து திரியும் கைடு கிடையாது.’’

கொஞ்ச துரத்தில் இருக்கும் பழமையான ஒரு கோவிலில் பயணிகளைச் சுற்றிக் காண்பிப்பதுதான் அவன் வேலை.

கம்பீரமான சிற்பங்களுக்குப் பிரசித்தமானது அந்தக் கோவில். தன்னால் பார்க்க முடியாவிட்டாலும் அவன் மற்றவர்களுக்குக் காண்பிக்கிறான்.

அவ்வளவு நேரத்துக்குள்ளாகவே நாங்கள் ஒருவருக்கொருவர் நெருங்கியிருந்தோம் என்று தோன்றியபோது, மிகவும் பவ்யமாக, ரொம்ப முக்கியமான செய்தி என்பதுபோல நான் என் விஷயத்தை அவர்களிடம் சொன்னேன். அவர்கள் கோபித்துக் கொள்வார்களோ என்று நினைத்துக் கொண்டிருந்தேன்.

ஆனால், அவர்கள் மூவரும் இந்த விஷயத்தை மிகவும் கௌரவமாக ஏற்றுக் கொண்டார்கள். கேட்டு கேட்டுப்

பழக்கப்பட்டதாக இருந்தாலும் யானையைப் பற்றிய செய்தி அவர்களைப் பாதிக்கவேயில்லை. யோசித்துப் பார்த்தால், அப்படிப்பட்ட வழக்குச் சொல்களுக்கும்மேல், அந்த விஷயத்தின் யதார்த்த சாரத்தை மட்டும்தான் அவர்கள் யோசித்திருப்பார்கள் என்று தோன்றுகிறது.

கிரிக்கெட்டைப் பற்றிப் பேசும்போதிருந்த பிரசங்க பாவத்தை உதறிவிட்டு சேகர் நினைவிலிருந்து மீட்டெடுத்துப் பேசினான்.

''நீண்ட நாட்களுக்கு முன்னால் நான் குழந்தையாய் இருந்தபோது நடந்தது. எங்கள் குடும்பம் ரொம்பப் பெரியது. நிறைய ஆட்கள் இருந்தனர். ஊரில் ஏழு நாட்கள் நீண்ட உற்சவ நாட்களில், மேலும் நிறையபேர் வந்து சேருவார்கள். இரவுபகல் பாராமல், கொஞ்ச பேர் உற்சவம் நடக்கும் இடத்திற்கும் வீட்டுக்குமாக அலைந்து திரிந்து கொண்டிருப்பார்கள்.

என்னைப் பொறுத்தவரை உற்சவத்தைக் குறித்த நினைவுகளுக்குப் பேரீச்சம்பழத்தின் வாசனை இருந்தது. உற்சவத் திடலுக்கு என்னை அழைத்துக்கொண்டு போவதேயில்லை. அப்படியே போனாலும் ரொம்ப தூரத்தில் நிறுத்தி வாத்திய இசையைக் கேட்க வைத்துத் திரும்ப வீட்டுக்குக் கூட்டிப் போவார்கள். ஒருமுறை, வளர்ந்த பையன்களுள் ஒருவன் என்னை உண்மையாகவே உற்சவத் திடலுக்கு அழைத்துக்கொண்டு போனான். எங்கோ தூரத்தில், நகரத்தில் தங்கிப் படித்துக் கொண்டிருந்த உறவுக்காரப் பையன் அவன்.

நாங்கள் நடந்துபோகும் வழி முழுவதும் திரும்பி வந்து கொண்டிருக்கும் ஆட்களின் இரைச்சல் கேட்டது. நிறையபேர் உரக்கச் சிரித்தபடி கடந்து போகிறார்கள். குழந்தைகளாக இருந்திருக்கலாம். அழுவதும் வெறுப்பு உண்டாகும்படியாக பீப்பிகள் ஊதுவதுமாக இருந்தனர். ஐஸ்கீரீம் கொண்டுபோகும் சைக்கிள்களின் பெல் அடிக்கப்படுகின்றது. உற்சவத்திடல் நெருங்க நெருங்கக் கூட்டம் அதிகரித்து வந்தது. உடன் வருபவனின் கையைக் கெட்டியாகப் பிடித்தபடி நான் வந்தேன்.

அப்படி, முதல் முறையாக மிகவும் பக்கத்தில் நான் வாத்திய இசையைக் கேட்கத் தொடங்கினேன். உன்னதமான ஒரு உச்சத்தில் செண்டைகள் பைத்தியக்காரப் பூச்சிகள்போல ரீங்காரமிட்டுக்

கொண்டிருந்தன. எல்லோரும் மிகவும் நெருங்கி நெருங்கி இடித்தபடி நின்று கொண்டிருந்தனர். ஒருவனின் வியர்வை வாடை பக்கத்திலிருந்தவனால் உணர முடிந்தது.

"திடீரென ..." இதைச் சொல்லும்போது சேகரின் முகம் வலிந்து இறுகியது. என்னவென்று சொல்ல முடியாத பயம் அவனைப் பிடித்துக் கொண்டது. வெள்ளை நிறமுள்ள அந்தக் கண்மணிகள் துரிதகதியில் அசைந்து கொண்டிருந்தன. அறையில் அப்போது வேறு யாருமில்லையென்று தோன்றும்படியானதொரு தனிமை அவனை ஆவேசப்படுத்தியது போலிருந்தது.

"திடீரென்று நண்பர்களே, அசையாமல் நின்றிருந்த என் சுற்றுப்புறம் அசைவதாகத் தோன்றியது. அது எவ்வளவு வேகமாக நிகழ்ந்தது தெரியுமா? சுற்றிலும் மதில் போல நின்ற ஆட்கள் எல்லோரும் பல இடங்களுக்குச் சிதறினர். யானைக்கு மதம் பிடிச்சிடுச்சுன்னு யாரோ சொன்னார்கள். கூட்ட நெருக்கடியில் மாட்டி நான் விழுந்துவிட்டேன். விழுந்து கிடந்த என் மீதாக நிறையபேர் இடித்தும், குதித்தும், மிதித்தும் கடந்தனர். என்னைக் கூட்டி வந்தவனின் கையிலிருந்து நான் விடுபட்டிருந்தேன். கீழேயிருந்து எழுந்திருக்க நான் ரொம்ப நேரமாக முயன்று கொண்டிருந்தேன். அப்போதெல்லாம் ஆட்களின் பரபரப்பான கூட்டத்தில் நான் தடுமாறி விழுந்தபடி இருந்தேன். உடம்பு முழுவதும் எரிச்சலாக இருந்தது. கொஞ்ச நேரத்துக்குப் பிறகு அந்தத் திடலில் என்னைத் தவிர வேறு யாருமில்லை என்று தோன்றும்படியான நிசப்தமும் வெறுமையும் உருவானது. நான் எழுந்து உட்கார்ந்தேன். அதற்குமேல் எப்படி நகர்வது என்று தெரியாமல் நான் அழுதேன்".

அவனுடைய கைவிடப்பட்ட நிலைக்கு நாங்களும் தள்ளப்பட்டிருப்பதாகத் தோன்றியது. தனித்து விழுந்து கிடப்பது அவன் மட்டுமே என்பதை நாங்கள் மறந்து போயிருந்தோம்.

"அப்போதுதான் பூமி குலுங்குவது போன்ற ஒரு சத்தம். அது பக்கத்தில் வந்து கொண்டிருந்தது. மிக வேகமாக அல்ல. மெதுவாக மிக மெதுவாக அருகே வருகிறது. நண்பர்களே, நீங்கள் நம்புவீர்களோ மாட்டீர்களோ, அந்த ஓசை என்னருகிலா, இல்லை என் மீதா? தெரியவில்லை, ஆனால் நிமிடங்களின் இடைவெளியில்

அது கடந்து போனது" அப்புறம் அவன், அவனால் முடிந்த அளவு உச்சத்தில் அந்த அசைவை விவரிக்க முயன்றான். அதன் அதிர்வில் அவனுடைய மூடியிருந்த கண் இரைப்பைகள் நடுங்கிக் கொண்டிருந்தன.

அதன் பிறகு அவன் சிறிது நேரம் பேசாமலே இருந்தான். எல்லோரும் பீதியின் வலையில் அகப்பட்டது போலத் தோன்றியது.

"பிறகெப்போதும் நான் உற்சவங்களுக்குப் போனதேயில்லை. யானை என்று இந்த நண்பன் சொன்ன உடனே பூமி குலுங்கும் ஓசையை மீண்டும் ஒருமுறை நான் உணர்ந்தேன். என்னைப் பொறுத்தவரை யானை அவ்வளவு பெரிய சலனம்தான் நண்பா... அதனால் பட்டென நிலைத்து விட்ட வாத்தியங்கள், வீழ்ச்சி, ஓடி ஒளிபவர்கள், பயமுறுத்தும் நிசப்தத்திற்கு மேல் அந்த ஓசைகள்.... ஒருவரும் அருகில் இல்லாமல் நான் விழுந்து கிடந்தபோது என்னைக் கடந்துபோன ஒரு உலகத்தின் அரவம்."

சேகர் அதற்குப் பிறகு பேசவேயில்லை. அவன் அதையெல்லாம் மீண்டும் நினைத்துப் பார்க்கிறானா?

"சேகர் சொன்னது போன்ற ஒரு அனுபவமல்ல என்னுடையது" சங்கீத ஆசிரியனான ரகுராமன் அந்த நிசப்தத்திற்கு முடிவு கட்டினான். "எனக்கு அது திரும்பத் திரும்ப நிகழ்கிறது."

"அப்படின்னா?" நான் கேட்டேன்.

"அடிக்கடி நான் யானையைக் கனவு காண்கிறேன்."

"கனவு காண்பதா?"

"ஆமாம் ஓரிருமுறை யானையைக் கூட்டமாகக்கூட"

"நீங்கள் எப்படிக் கனவு காண்கிறீர்கள்?" என் ஆவல் அதிகரித்தது. யானையை விட்டுவிடலாம், ஆனால் ஒரு குருடன் என்ன கனவு காண்பான்? என் கேள்வி அவனை வேதனைப்படுத்தியிருக்குமோ என்ற பயமும் எனக்கேற்பட்டது.

சில விஷயங்களை என்னால் சொல்லி விட முடியாது. "அவன் என் பக்கமாகத் திரும்பியபடி தொடர்ந்தான்." நான் சொன்னது

சரிதான். யானைக் கூட்டத்தை நிச்சயமாகக் கனவு கண்டிருக்கிறேன். ஆனால் இவன் சொன்னதுபோல அவை என்னைப் பயமுறுத்தியதெல்லாம் இல்லை.

"நீங்கள் எப்படிக் கனவு காண்கிறீர்கள்?" நான் கேட்டேன். அவன் புரியாதது போல என்னைப் பார்த்தான்.

"சரியான....." நான் எதையோ சொல்ல முடியாமல் தயங்கினேன். "சரியான வெளிச்சம் இல்லாமல் எப்படி...?"

"கனவு காண எதற்கு வெளிச்சம்?" ரகுராமன் சிறிது நிறுத்திவிட்டு கேட்டான், "ஆமாம்ள, இந்த வெளிச்சம்னா என்ன?"

"வெளிச்சம்.... நான் என்ன சொல்ல வரேன்னா" வார்த்தைகளுக்குப் பதில் நான் அந்த அறையின் பல்பைச் சுட்டிக்காட்ட முயன்றாலும் அது பயனற்றது என்பதை நினைத்து விட்டுவிட்டேன். பின்னர் மெதுவாகச் சொன்னேன். "இந்த அறையில் வெளிச்சம் இருக்கிறது".

"ஆமாம் ஆமாம்" அமைதியாய் இருந்த இருவரில் ஒருவன் சொன்னான்.

"அதனால்தான் பார்க்கிறோம்" நான் விளக்கினேன்.

"ஆனால், ஆனால் காட்சி என்பது என்ன? ரகுராமனின் முகத்தின் ஆர்வம் என்னை மிகவும் குழப்பியது.

"அப்படி இருந்தாலும் நீங்கள் கனவு காண்கிறீர்கள்" என்றேன் நான்.

அது எனக்கு புரிகிறது. ஆனால் நீங்கள் அதைப் புரிந்து கொள்ளவில்லை."

"நான் யானைகளைக் கனவு கண்டதில்லை" நான் தொடங்கிய இடத்திலேயே சலனமற்று நிற்பதாக உணர்ந்தேன்.

"ஆனா, யானைகளைப் பார்த்திருக்கிறீர்கள் இல்லையா? இப்படிக் கேட்பதற்காக ஏதும் நினைத்துக் கொள்ள வேண்டாம்" அவன் பணிவோடு குனிந்தபடி கேட்டான்,

"நீங்கள் பார்த்த அந்த யானை எப்படியிருந்தது நண்பா...?"

நேர்காணல் பெரியதொரு இக்கட்டை நோக்கிச் செல்வதாக எனக்குத் தோன்றியது. நான் சிந்தித்தேன். இந்தப் பாவப்பட்ட மனிதனிடம் ஒரு யானையைப் பற்றி நான் எப்படி விளக்குவேன்? என் மொழியைச் சுற்றி ஒளி குறைந்து இருள் சூழ்வதாகவும் பயன்படுத்தத் தெரியாத நிறைய பொருட்களை வைத்திருக்கும் ஒரு தச்சுத் தொழிலாளியைப் போல எனக்குள் நான் பயனற்றுப் போவதையும் உணர்ந்தேன்.

குருடர்கள் மிகுந்த ஆர்வத்துடன் என்னைக் கவனித்துக் கொண்டிருந்தார்கள்.

“யானையின் நிறம் கறுப்பு என்பது தெரியுமா?”

“தந்தம் மட்டுந்தான் வெள்ளை”

பிறகு அவர்களுக்கு விளங்கும்படியான ஒரு உவமையை மனதிற்குள் உருவகப்படுத்திக் கொண்டு நான் தொடர்ந்தேன்.

“ஒரு பஸ். பஸ் அளவுக்கு அது பெரியதாக இருக்கும்.”

“ஒரு பஸ் போலத்தான் அது இருக்குமா?” ரகுராமன் கேட்டான்.

“அதே மாதிரியில்ல. ஆனா அதன் பெரிய உருவம்....”

“யானை அசைவுதான்” சேகரன் நினைவுபடுத்தினான்.

“பஸ் உருமி ரகு கேட்டதில்லையா?”

“ஆகட்டும் நண்பா.... ” அன்பாக என்னை வரவேற்பதுபோல ரகுநாதன் சொன்னான். “ஒரு வேளை நான் கனவு காணும் இடத்துக்கு நீங்கள் வந்திருந்தீங்கன்னா நான் சொன்ன யானைக்கூட்டத்தை நீங்களும் பார்த்திருக்கலாம்.”

அவன் உரக்கச் சிரித்தபடி தொடர்ந்தான்.

“அதுதான் என்னால முடியும். சின்ன வயசிலேயே நான் கதை சொல்றதுல ரொம்ப மோசம்”

நான் முட்டாளைப்போலச் சிரிக்க மட்டும் செய்தேன்.

“பிள்ளையார்தான் எனக்கு விருப்பமான கடவுள்” ரகுராமன் சந்தோஷமாகச் சொன்னான். பிறகு அவன் ஹார்மோனியத்தில் ஸ்ருதி

சேர்த்துக்கொண்டு தீட்சிதரின் கணேச ஸ்துதியின் பல்லவியைப் பாடினான். விசித்திரமான முகபாவத்துடன் பாடிக் கொண்டிருந்தான்.

"யானைகளை எனக்கும் ரொம்பப் பிடிக்கும்."

கண்ணாடியைச் சரி பண்ணிக்கொண்டே டூரிஸ்ட் கைடான சந்திரன் சொன்னான். "கோயிலின் நாற்பத்தொன்பது கல் யானைகளையும் என்னால் சரியாக இனம் காண முடியும். அதிலும் முன்பக்கமுள்ள சில யானைகளுக்குத் தந்தங்கள் இல்லை. அல்லது சில தந்தங்கள் உடைந்திருக்கின்றன"

"பிள்ளையாராக இருக்கும்" ரகுராமன் யூகித்தான்.

"இல்ல, இல்ல, ஏதோ போர்க்காலத்தில் சிதைக்கப்பட்டிருக்கின்றன. இப்போது அரசாங்கத்தின் நேரடி மேற்பார்வையில் இருக்கிறது இந்தக் கோவில்."

"யானை மீதான ஆர்வம் எனக்குச் சின்ன வயதிலேயே இருந்தது. பூர உற்சவத்திற்கும், கோயிலுக்கும் போனதெல்லாம் ஞாபகத்திலேயே இல்லை. ஆற்றில் குளிக்க அழைத்துவரப்படும் யானைகள்; தென்னை ஓலைகளைக் கேட்பதற்காக வீட்டிற்கு வரும் பாப்பான்கள்; சின்ன வயதில் யானைமுடியால் செய்யப்பட்ட இரட்டைச் சுற்றுள்ள ஒரு மோதிரம்; யானையை உட்கார வைப்பதற்கான ஆணைகள்; எப்போதாவது ஒரு பிளிறல்... ஓரிரு முறை நான் தொட்டுமிருக்கிறேன்"

"அய்யோ," பூகம்பமாக மட்டுமே யானையை அறிந்த சேகரின் முகத்தில் பயத்தின் ரேகை படர்ந்தது.

"ஆனால், எனக்கொன்றும் தோன்றவில்லை. என் யானை அதுவல்ல என்று முடிவெடுத்திருந்தேன். என் உள்ளங்கையில் அடங்கும்படியான, நன்றாகத் தொட்டு உணரும்படியான ஒரு கையடக்கமான யானை எனக்கு வேண்டியிருந்தது."

"கல்யானைகள் போல" என்றேன் நான்.

"அதுவுமல்ல. எனக்கே எனக்குச் சொந்தமென்று சொல்லும் படியான ஒன்று."

அவன் ஒரு நிமிடம் நிறுத்தினான். முன்பெல்லாம் எங்கள் ஊரில் உள்ளவர்கள் தோலில் பச்சைக் குத்திக் கொள்வார்கள்.

மூலிகைச் சாறை ஊசியால் தொட்டுத் தொட்டு கோட்டோவியங்களையும் பெயரையும் வரைவார்கள். அது கரும்பச்சை நிறத்தில் மேலுடம்பில் உள்ளடங்கி அனுமன், விஷ்ணு என்று கடவுளின் உருவங்கள் எப்போதும் அழியாமல் இருக்கும்"

அவன் தன் கண்ணாடியைக் கழற்றினான். அந்தக்கண் இரப்பைகளின் வெளுத்த நிறம் ஒருவிதமான நிர்வாணத்தை உமிழ்ந்தது.

"சங்கைத்தான் பச்சை குத்திப் பார்த்திருக்கிறேன் நான்."

"ஆமாம் ஆமாம். அதெல்லாம் அவர்கள் செய்வார்கள். ஆனால் எனக்கு ஒரு யானை வேண்டியிருந்தது. பச்சை குத்துபவர்கள் ரொம்ப நேரம் ஒத்துக் கொள்ளவேயில்லை. தெய்வங்களின் படங்கள் போட்டால் போதாதா என்றார்கள். நான் பச்சை குத்திக் கொள்வ தென்றால் ஒரு யானைதான் வேண்டுமென்ற பிடிவாதத்திலிருந்தேன். உண்ணும்போதும் உறங்கும்போதும் என்னை விட்டுப் பிரியாதவன். நான் உறுதியாக இருந்தேன்" சந்திரன் திடமாகச் சொன்னான்,

"கடைசியில் அவன் சம்மதித்தான்"

"எங்கே?" நாங்கள் மூன்று பேரும் ஒன்றாகக் கேட்டோம்.

சந்திரன் சங்கோஜத்துடன் தயங்கிக் கட்டியிருந்த கைலியை மெதுவாக கால் முட்டிக்கு மேலேற்றி ரோமம் நிறைந்த தொடையைக் காட்டினான்.

அந்தத் தொடையின் வெண்மையில் விகாரமான ஒரு உருவத்தைப் பார்த்து நான் திடுக்கிட்டேன். யானையென்று சொல்லப்பட்ட அந்த உருவத்தின் கம்பீரத்தைக் குறித்துச் சிறிதும் நம்ப முடியாத விதத்தில், எல்லைகளைக் கடந்து நின்று கொண்டிருந்தது. தும்பிக்கையாகக் கற்பனை செய்யப்பட்டிருந்த உறுப்பு, உலுக்கி உயர்த்தப்பட்ட லிங்கம்போல உயர்ந்து நிற்கிறது. பயங்கரமான தொரு பிளிறல் என் காதின் வழியே துளைத்து ஏறியது.

சந்திரன் அந்தப் பச்சை குத்திய உருவத்தை மெதுவாகத் தொட்டான். மற்ற இருவரும் என் அருகாமைக்குப் பயப்படுவது போல சில நொடி சந்தேகத்துடன் நின்றனர். பிறகு அவர்களும் அந்தப்

பச்சையில் சூட்சுமமாக விரல்களால் தடவி, யானையை உணர்ந்தனர். அவர்களின் விரல்கள் அதில் ஸ்பரிசிக்கும்போது சந்திரன் மிகவும் கிளுகிளுப்புக்கு உள்ளாவதாக எனக்குத் தோன்றியது. எல்லைகளுக்குள் அடங்காத அந்த யானை என்னை அறைகூவி அழைப்பதாகவும் எனக்குத் தோன்றியது.

அவன் கைலியைப் பழையபடி இறக்கிய பிறகு, மர்மமாயிருந்தாலும் மிகப்பெரிய நிம்மதியோடு சிரித்தான். பிறகு தன்னுடைய கறுப்புக் கண்ணாடியை எடுத்து அணிந்து சலனமற்று என்னைப் பார்த்தான்.

கொஞ்ச நேரம் எல்லோரும் நிசப்தமாக இருந்தோம். அறையிலிருந்த பழைய வாட்ச் ஒலி எழுப்பியது.

ஒன்பதரை மணி.

நான் அவர்களிடம் நன்றி கூறி எழுந்தேன்.

மூன்று குருடர்களும் கதவுவரை வந்து வழியனுப்பினர். விடைபெற்று அறைக்கு வெளியே வந்தபோது சேகரின் குரல் கேட்டது. ''ஒன்பதரை மணிதானே அடித்தது? இது ஒரு நிமிடம் ஃபாஸ்ட். நண்பா, நீங்க வேகமா போங்க. ஒன்பதரைக்கு பவர் கட்டாயிடும்.''

நான் அவசரப்படாமல் நடந்து என் அறைக்கு அருகே சென்றேன். அறையைத் திறந்ததும் மின்சாரம் போனது. சுற்றிலும் கனத்த இருள் சூழ்கிறது.

அறைக்குள்ளே இருட்டின் அடர்த்தியில் ஒரு யானை காத்துக் கொண்டிருக்குமென்று நான் பயந்தேன்.

அடிக்குறிப்பு: ரகுராமன் என்ற ஒருவரின் அனுபவத்திற்கு, கார்வரின் "கதீட்ரல்" என்ற கதைக்கு நன்றி

ரசவாதத்தின் சரித்திரம்

எஸ். ஹரீஷ்
தமிழில் : **உதயசங்கர்**

"நீயல்லவா தெய்வமே
படைப்புகளின் மூலப்பொருளானதும்..."

(தெய்வதசகம்)

(உலகஞ்சுற்றும் பயணியாயிருந்த டச்சுக்காரன் ஹீஸ்டார்ட்டினுடைய பயணக்குறிப்புகளின் ஒன்பதாவது அத்தியாயம்)

பத்தொன்பதாம் நூற்றாண்டினுடைய இரண்டாம் பகுதியில் மலபார் பிரதேசத்தின் தென்கோடியில் அய்யாசாமி என்றொருவர் விலை மலிவான உலோகங்களைத் தங்கமாக்குகிற ரசவாத (அல்கெமி)த்தைக் கண்டு பிடிப்பதற்கு மிக அருகில் நெருங்கி விட்டார். ஆனால் விளக்கமுடியாத காரணங்களால் அதை அவர் மறைத்து வைத்திருந்தார்.

அப்போது தென் ஆப்பிரிக்கா வில் ஹேழ்ஸ்டிங்ஸ் கம்பெனியின் ஒற்றனாக நான் அவருடன் சேர்ந்திருந்தேன். விட் வாட்டர் ஸ்டிராண்ட், ஹார்வெஸ்ட் ராண்ட், க்ளெர்க் டிரோப்ஸ், போன்ற இடங்களில் தங்கக் கனிமவளமும், கிம்பர்லியில் ரத்தினக்கனிமமும் இருந்தன. அவர்களுடைய கேப்டவுன் ஆபீஸில் இதைத் தெரிந்து கொள்வதற்காகவே, எட்டு வருடங்களுக்கு முன் கொஞ்ச நாட்கள் வேலை பார்த்திருந்தேன்.

சீனாவின் கிழக்குப்பக்கத்திலிருந்து பிரயாணம் புறப்பட்ட எங்களுடைய கப்பல் பிரயாணத் திட்டத்திலுள்ள சில ஆபத்துகளைப் பற்றி முன்பே யூகித்திருந்தோம். அப்போதுதான் ஹாலந்திலிருந்து நான் பிரயாணம் கிளம்பி பத்து வருடம் முடிந்திருந்தது. என்னுடைய

முக்கியமான லட்சியத்தை நான் அடையாவிட்டாலும், எல்லா நீண்ட பிரயாணங்களும் அந்த விஷயத்தில் தோல்வியே என்றாலும் பிரயாணத்தினூடே எதிர்பாராமல் திடீரென நேர்கிற ஆபத்துகளுக்காய் எதிர்பார்த்துக் காத்துக் கொண்டிருப்பதும், தொடர்ந்து வந்து கொண்டிருந்த அந்த நிகழ்வுகளை அனுசரித்து, அதிலிருந்து தப்பிச் செல்வதும் வழக்கமாகி இருந்தது. இரண்டு மாத பிரயாணத்திற்குப் பிறகு 'பாலி'யில் சென்று இறங்கத் தீர்மானித்தோம். கப்பல்கள் சென்று கொண்டிருக்கும்போதே இளைப்பாறுகிற இடைவேளைநேரம் நெருங்கிவிட்டதென்று கடலும்,பறவைகள் வரைகிற சித்திரங்களாக ஆகாயமும், அடிவானமும், கரை அருகில் நெருங்கிவிட்டதைக் காட்டுகிற அறிகுறிகளாகத் தெரிந்தன. பெரிய அலைகளின் உச்சியில் பிறைச்சந்திரனைப்போல மாறுகிற மீன்பிடிப் படகுகளும், சிவந்த அடிவானத்தில் தெரிகின்றன. அப்போது அணிவகுப்பில் மிகவும் பின் தங்கியிருந்த எங்களுடைய கப்பல் கடற் கொள்ளைக்காரர்களால் கைப்பற்றப்பட்டது. கடல் பிராணிகளைப் போன்ற முஸ்லீம்களும் இந்துக்களுமான, இடுப்புக்கு மேலே ஆடையில்லாத அந்தக் கூட்டத்தினர், திடீரெனச் சிறிய படகுகளில் தோன்றிக் கப்பலில் ஏறி வந்தனர். கடற் கொள்ளையரால் சுற்றி வளைக்கப்பட்ட கப்பல் எறும்புப் புற்றில் நிற்கிற மனிதனைப் போன்றது. தோளில் ஒரு வெட்டுடனும், எண்ணற்ற சிறுசிறு காயங்களுடன் நான் தப்பி கரையை அடைந்தேன். சட்டையின் உள்ளறையில், பாதுகாத்திருந்த பரிசுத்த ஆடையைத் தவிர எல்லாம் போய்விட்டது. மூன்று மூட்டை தங்க இழைகளால் நெய்த பட்டுத்துணிகள், மங்கோலியாவிலிருந்து கிடைத்த ஏராளமான முத்துக்கள், பாலியில் கவர்னருக்கு வழங்கவேண்டிய பரிசுப்பொருட்கள், பெர்சியன் மொழி பைபிள் எல்லாம் இழந்து விட்டேன். எனக்கு கோபமும் வருத்தமும் தோன்றியது. பத்து வருடங்களாகச் சேர்த்திருந்த சொத்துகளை இழந்து விட்டிருந்தேன்.

பின்பு சிலோன் போய்ச் சேர ஆறுமாதங்களாகி விட்டது. கர்ப்பமான இந்தியப் பசுவைப்போலுள்ள சிறிய சரக்குக் கப்பல்களும், பிரிட்டிஷ் உத்தியோகஸ்தர்கள் வசிக்கின்ற பெரிய மாளிகைகளும், ரோமைக்காட்டிலும் சுத்தமான சாலைகளும் கூட்டநெரிசல் காரணமாக வேகமாக நடந்து செல்கின்ற மனிதர்கள்

உள்ள சரக்குக் கூடங்களும் நிறைந்த அங்கே ஹேஸ்டிங்ஸ் கம்பெனியின் கடிதத்துடன் ஒரு தூதன் எனக்காகக் காத்துக் கொண்டிருந்தான். அய்யாசாமியின் விஷயத்தைப் பற்றித்தான் கடிதம் பேசியது.

ரசவாதத்தை அவர் கண்டுபிடித்து விடுவார் என்றோ அல்லது உடனே அப்படி நடந்து விடுமோவென்று கம்பெனி பயந்தது. அப்படிநடந்துவிட்டால் காத்திருக்க வேண்டிய அவசிய மில்லையென்றும், எந்தவொரு பரிசோதனையும் நல்லவிதமாக வெற்றி பெறாத பட்சத்தில், முடியுமென்றால் ரகசியமாக அய்யாசாமியைக் கொன்று விடவும் கடிதம் ஆணையிட்டிருந்தது. அல்கெமிஸ்ட்களின் மீது கொஞ்சமும் நம்பிக்கையில்லாத எனக்கு கம்பெனியின் பயத்தைக் கண்டு சிரிப்புதான் தோன்றியது. நெப்போலியன் போனபர்ட் ஒரு கொல்லனின் பிரேதத்தைக் கண்டு பயப்படுகிறான். ஆனால் மலபாரைப் பார்க்க வேண்டுமென்பது என்னுடைய நீண்டநாள் ஆசையாக இருந்தது. தங்கமாக்குகிற வித்தையைக் கைவசமாக்கிக் கொண்டு ஐரோப்பாவிற்குத் திரும்பிப் போவதைப்பற்றி நான் வெறும் பகல் கனவுகளும் கண்டேன்.

இந்தியாவின் மேற்குக் கரையிலுள்ள மிளகுக் காடுகள் நிறைந்த பிரதேசத்தைத்தான் மலபார் என்று சொல்கிறார்கள். அது துளுநாடு தொடங்கிக் கன்னியாகுமரி வரை நீண்டிருக்கிறது. தெற்கே கடைசியில் வடக்கு அட்சரேகை ஏழரை டிகிரியில் இருந்தது. மேற்குப்புறத்தில் கடல்தான் எல்லை.கிழக்கில் உயர்ந்த மலைத்தொடர், அதை சோழமண்டலத்திலிருந்து பிரிக்கிறது. வடக்கு அட்சரேகைக்கும் பூமத்திய ரேகைக்கும் இடையில் நிலைகொண்டிருக்கிற இடம் என்பதால் சீதோஷ்ணநிலை சுகமாக இருந்தது. ஏராளமான நீருற்றுகளும், நீரோடைகளும், குளங்களும் இருந்தன என்றாலும் ஆழமில்லாத நதிகள் கப்பல் போக்குவரத்துக்கு ஏற்றதல்ல. ஹாலந்திலிருப் பதைப் போலவே இங்கேயும் படகுகளில்தான் அதிகப்பிரயாணம். உட்பிரதேசங்களில் ஏராளமான கிறித்துவர்கள் இருக்கிறார்கள். ஏராளமான மிளகு உற்பத்தி செய்கிற இவர்களைப் போர்ச்சுகீசியர்கள்தான் கிறித்தவர்கள் ஆக்கினார்கள்.

மலபார் சென்று இறங்கியது முதல் நான் அய்யாசாமியைப் பற்றி ரகசியமாக விசாரணை செய்யத் தொடங்கினேன். மலையாளமொழி

ஏராளமான புரிந்துகொள்ள முடியாத எழுத்துகளும், மாதத்தின் ஒவ்வொருநாளும் சில குறிப்பிட்ட நட்சத்திரங்களின் பெயர்களாகவும் உள்ள புரிந்து கொள்ளச் சிரமமானமொழி. எழுதுதாள் இல்லாததினால் பனையோலையில் இரும்புப் பென்சிலை வைத்து திருவிதாங் கூர்க்காரர்கள் எழுதுகிறார்கள். ஆனாலும் சிலோனிலிருந்து கொண்டு வந்திருந்த இரண்டு ராத்தல் கஞ்சாவைக் கொடுத்து ஒரு துவிபாஷியைச் (இருமொழி தெரிந்தவன்) சேர்த்து கொள்ள முடிந்தது. கொச்சி என்ற ராஜ்யத்தில் வாசனைத் திரவியங்கள் விற்பனை செய்கிற கடையில் வேலை பார்த்ததில் ஏராளமான டச்சுக்காரர்களுடன் பழக்கமுள்ள அவனுக்கு நம்மைப் பற்றி மிகுந்த பெருமையுண்டு. ஒரு நாயருக்குச் சொந்தமான சிறிய வீட்டில் இலவசமாகத் தங்குவற்கும் அவன் ஏற்பாடு செய்தான். நெடுங்காலமாக இங்கேயுள்ள மற்ற சாதியினரால் மதிக்கப்படுகிற ஒரு ஜாதிதான் நாயர் ஜாதி. காதுகளில் துளைபோட்டு நீளமாக வளர்த்துத் தோள் வரை தொங்க விடுவது ஒரு பெரிய சாதனையென்று அவர்கள் கருதினார்கள். நம்முடைய நாட்டிலுள்ள தையல்காரர்களைப் போலத் தரையில் உட்கார்ந்து சாப்பிடவும், உதட்டில் பாத்திரம் படாமல் தூக்கித் தண்ணீரை வாயில் ஊற்றிக் குடிக்கவும் சொல்கிற இவர்கள் சிரட்டையையே ஸ்பூன்களாகவும், கப்புகளாகவும் உபயோகப் படுத்து கிறார்கள்

இந்த ஊரில் அதிகமாக யாருக்கும் தெரியாத செங்கல் சூளைக்காரனான சுப்புராயன்தான் ஹேழ்ஸ்டிங்ஸ் கம்பெனி சொன்ன அய்யாசாமி என்று கொஞ்சநாட்களிலேயே எனக்குப் புரிந்து விட்டது. இந்தப் பெயர் எப்படி வந்தது என்று தெரியவில்லை. அவன் ஒரு ஹடயோகியென்று துவிபாஷி கண்டுபிடித்தான். வாழ்வின் கடைசிக்காலத்தில் சுகமரணம் நிகழ்வதற்கான சுவாச, சரீர உடற்பயிற்சிகள்தான் ஹடயோகம். விசித்திரம் என்று தான் சொல்லவேண்டும், மலபார்காரர்களுக்கு வாழ்க்கை என்பது இறந்து போவதற்கான தயாரிப்புதான். கூடுவிட்டுக் கூடு பாய்வதையும் இவர்கள் நம்புகின்றனர்.

கடல்களும், கண்டங்களும், ஏராளமான மக்களும் நல்கிய அனுபவத்தினால்தான் கஷ்டப்படாமல் அய்யாசாமியின் முகவரியைத் தேடிக்கண்டுபிடிக்க என்னால் முடிந்தது. விளங்கிக்

கொள்ளமுடியாத ஒரு தைலத்தினுடைய சகிக்கமுடியாத நாற்றத்தில் முங்கியெழுந்து நடக்கின்ற குள்ளனும், அடிமைகளைப்போல கறுத்தவனுமான அவன் பெரும்பாலான நேரங்களில் நிர்வாணமாகவே இருந்தான். கடற்பிரயாணத்தினால் ஏராளமாய் நஷ்டப்பட்ட ஒரு உலகஞ்சுற்றியென்றும், மலபார் பார்ப்பதற்காக வந்ததாகவும் தெரிவித்தபோது அவன் நட்பு பாராட்டினான். புளிப்பும் இனிப்புமான பழங்களும், அதிகக் காரமுள்ள சாராயமும் கொடுத்து உபசரித்தான். வேண்டிய காலம் அய்யாசாமியின் கூடவே தங்கியிருந்து யோகம் படிக்கவும் சம்மதம் கிடைத்தது.

காலம் கடந்தும் வாழ்கிறவர்களைப் போலத் தோற்றமளிக்கிற இரண்டு விசித்திரமான குணங்களுடைய சிஷ்யர்கள் நாணுவும், சட்டம்பியும் அவனோடு கூடவே இருந்தார்கள். அவர்கள் ஆசனங்களும், பிரணாயாமமும், கற்றுக் கொண்டிருந்தனர். மூக்கின் ஒரு துவாரத்தின் வழியாக மூச்சை இழுத்து மறு துவாரத்தின் வழியாக வெளியே விடுகிற பிரயோசனமில்லாத செயல்தான் பிரணாயாமம். நாணு ஈழவன், மற்றவன் நாயர். (தென்னைமரத்திலிருந்து கள்ளு என்ற தண்ணீரை எடுக்கிற ஜாதிதான் ஈழவ ஜாதி. இது நம்முடைய பிராந்தி அளவுக்கு சுவையானது அல்ல.) திருவிதாங்கோட்டில், இந்த ஜாதிமக்கள் எல்லோரும் சேர்ந்து வசித்து வந்தது வழக்கத்திற்கு மாறாக இருந்ததனால் இவர்கள்மீது சந்தேகம் இருந்தது. சட்டம்பி ஒரு இரட்டை ஒற்றனாக இருந்தான் என்று இப்போதும் நான் நம்புகிறேன். ஆங்கிலேயர்களுக்காகவும், திருவிதாங்கோடு ராஜாவுக்காகவும் ஒரேநேரத்தில் அவன் அல்கெமிஸ்ட் ரகசியங்களைச் சேகரித்துக் கொடுத்துக் கொண்டிருந்தான். சோழபாஷையின் கிரந்தங்களிலும், அதீத அக்கறை காட்டிய நாணு, சட்டம்பியின் காரியங்களைச் சோதித்துப் பார்க்க வந்த இன்னொரு ஆங்கிலேய ஒற்றனாக இருக்கவேண்டும். மலையாளமல்லாத இன்னொரு பாஷையிலும் இவர்கள், பரஸ்பரம் பேசிப் பகிர்ந்து கொள்வதுண்டு. இவர்களுக்கிடையிலிருந்துகொண்டு செய்து முடிக்கவேண்டிய வேலை, எதிர்பார்த்ததைவிடக் கடினமான வேலை தான்.

ஒரு மாதம் கழிந்தபிறகும் ரசவாதத்தைப்பற்றி ஒரு விவரமும் கிடைக்கவில்லை என்றபோது நான் அதிருப்தியடைந் தேன். வீட்டில் அலட்சியமாகக் கிடந்த ஒரு பனையோலை கிரந்தம் சமஸ்கிருத பாஷையில் இருந்த தென்றும், அதனுடைய பெயர் ரசச்சேர்க்கை என்றும் புரிந்துகொண்டதுதான் நடந்த ஒரே காரியம்.

''உங்களுக்கு ஜெர்மன் தெரியுமா?''

ஒரு நாள் சாமி கேட்டான்.

"ஒரு உலகஞ்சுற்றிக்கு ஜெர்மன் தெரியாமல் எதுவும் நடக்காது. எனக்குத் தெரியும்...''

''அப்படியென்றால் இதை வாசியுங்கள்...''

காற்றில் வைத்த விளக்குபோல ஆடுகின்ற என் கண் முன்னால் தற்கால எழுத்துகள்...

ஆல்பெர்ட்ஸ் மாக்னஸ் என்பவர் எழுதிய கடிதத்தை சாமி எனக்கு நேராக நீட்டினான். மாக்னஸை எனக்குத் தெரியும். அவர் ஒரு அரைக்கிறுக்கன். ஒரு பிஷப்பாக வேண்டிய ஆபத்திலிருந்து கத்தோலிக்கச் சபையை காப்பாற்றிய வைதிகன். இனி ஒருபோதும் அர்த்தமில்லாததும் உலகத்தைத் தலைகீழாக மாற்றி விடுவதற்கான ஆராய்ச்சிகள் செய்யக் கூடாதென்றும் சக்ரவர்த்தியிடமிருந்தும், சபையிலிருந்தும், கட்டுப்படுத்தப் பட்ட அல்கெமிஸ்ட். அய்யாசாமியின் கையிலிருந்து ஒரு சரடு, ஜெர்மனிக்கும் அங்கே ஒரு சிலந்தி வலையாக மாறி அதன் நடுவே மத்தேயு மாக்னஸ் தனித்து இருப்பதாகவும் எனக்குத் தோன்றியது. கடிதம் ரகசியமான தொனியில் இப்படித் தொடங்குகிறது.

ஒரு பொருள் மற்றொரு பொருளைத் துதிக்கின்றது.
ஒரு பொருள் மற்றொரு பொருளை அனுசரிக்கிறது.
ஒரு பொருள் மற்றொரு பொருளை அடக்கியாள்கிறது.

வழக்கம்போல அவர் ஜரதுஷ்டிரர்களைத் தூக்கிப் பிடித்திருக்கிறார் என்று சாமி சொன்னான். 'இயற்கையும் மர்மமான விஷயங்களும்' என்ற புத்தகத்திலுள்ள விஷயங்களையும், ஸோஸிமோஸ் என்ற புராதன எகிப்துக்காரனின் கண்டுபிடிப்பு களையும் மாக்னஸ் சாமிக்காகக் கடிதத்தில் எழுதியிருந்தான்.

மக்கள், இயக்கம், வளர்ச்சி ஆகியவற்றின் கட்டுப்பாடு என்பது இணைதலும் பிரிதலும்தான். உடலிலிருந்து ஆத்மாக்களை வெளியில் எடுப்பதும் பிற உடல்களோடு ஆத்மாக்களைச் சேர்த்துவிடவும் செய்கின்றன. அடிப்படை உலோகங்களை அழிக்கவும் பின்னர் மறுபிறவி கொடுத்து அவற்றைத் தங்கமாக உயர்த்தவும் முடியும். கந்தக நீரைக் கண்டுபிடித்து நிறங்களை உருவாக்கலாம் என்று சொன்னதைக் கேட்டு முரண்பட்ட அய்யாசாமி சிரித்துக் கொண்டே,

''மாக்னஸ் முன்பே கண்டுபிடித்ததைப் போல நோய் வாய்ப்பட்ட உலோகங்களுக்குச் செய்கிற சிகிச்சைதான் ரசவாதம்'' என்று சொன்னான்.

நாணுவும் சட்டம்பியும் சாமியின் ரசவாத ஆராய்ச்சிகளைப் பற்றி வெளியில் அதிருப்தியுடன் பேசிக்கொண்டனர். பெரும்பாலான நேரங்களில் அவர்கள் அதைப்பற்றிப் புரிந்து கொள்ளாததைப்போல நடிக்கவோ, புறக் கணிக்கவோ செய்தார்கள்.

''ஒவ்வொரு வாழ்க்கையும் ரசவாதத்தைக்கண்டு பிடிப்பதற்கான முயற்சிதான்''

கொச்சி என்ற ராஜ்யத்தை நோக்கி உள்நாட்டு நீர்வழியினூடே பிரயாணம் செய்யும்போது அய்யாசாமி சொன்னான். செய்முறைகளும், பொருட்களும் எதுவென்று புரியவில்லை என்றாலும், அவன் தங்க உற்பத்தியில் வெகுதூரம் முன்னேறி விட்டான் என்று எனக்குத் தோன்றியது. மாக்னஸைப் பற்றிய தகவல்களை ஒரு அரபு வியாபாரி மூலமாக நம்முடைய அரண்மனைக்குக் கொண்டு சேர்க்கவும் என்னால் முடிந்தது. ஹாலந்தும், ஜெர்மன் சாம்ராஜ்யமும் நெருக்கமாக இருந்த அந்தப் பொற்காலத்தைக் குறித்து உங்களுக்கு ஞாபகமிருக்கிறதா? மாக்னஸ் சில நாட்களுக்குள்ளாகவே குப்த ஒற்றர்களின் வளையத்தில் மாட்டிக்கொண்டான். பொருட்க ளெல்லாம் அதன் தோற்றத்தில் ஒருமாதிரியாகவும் நிஜத்தில் வேறு மாதிரியாகவும் - வாயுவை ஒரு திரவமாகவும், மனிதர்களை மீன்களாகவும் - அல்கெமிஸ்ட்டுகள் நம்புகிறார்கள் என்று கணித்து விடுகிற அவனுக்கு ஒற்றர்களைத் தெரிந்துகொள்கிற புலனுணர்ச்சிகள் இருந்தன. மாறிக்

கொண்டிருக்கிற சூழ்நிலையினால் ஒற்றர்களின் இயல்பு நிலைத்து அவர்கள் மாறி விடுவார்களென்றும், தப்பிச் செல்லமுடியாத நிலையில் அதிர்ந்து நின்று விடுவார்க ளென்றும், சரிசெய்வதற்கு சாத்தியமுள்ள ஒரு நிலைக்கு வந்தது மாக்னஸின் கண்டுபிடிப்பு.

பல வருடங்களாக ஒரு சீனாக்காரனைப் பார்ப்பதற்குக் காத்திருக்கிறான். அவனைப் பார்ப்பதற்காகவே இந்தப் பிரயாணம் என்று அய்யாசாமி சொன்னான். சிறிய ஆற்றின் இருபக்கக் கரையிலும் மிளகுச்செடிகள். நாங்கள், ஐரோப்பியர்கள் நினைப்பதுபோல அதன் கருப்பு நிறம் தீயில் வறுப்பதினால் அல்ல. அதை வெயிலில் காயவைத்து எடுக்க மட்டுமே செய்கிறார்கள். ஆற்றின் இரண்டு கரையிலும் தண்ணீரில் துணியை முக்கியெடுத்துப் பெண்கள் கல்லின்மீது அடித்துக் கல்லை உடைக்க முயற்சிப்பதைப் பார்த்து நாம் ஆச்சரியப்படுவோம். ஆனால் அவர்கள் துணிகளை வெளுத்துக் கொண்டிருந்தார்கள். இந்த மலபார்க்காரர்கள் அன்றாடக் காரியங்களுக்குக் கடினமான பரிசோதனை நடத்துகிறார்கள். பெரிய காரியங்களை அலட்சியப்படுத்துகின்றனர்.

கொச்சியில் ஒரு மழைக்காலம் முழுவதும் தங்கியிருந்த பின்னரே எங்களுடைய லட்சியத்தை நாங்கள் அடைந்தோம். இங்கே ஆறுமாதம் மழையும், மீதிக்காலம் கோடையுமாய் இருந்தது. கிழக்கு சீனாவிலும், மங்கோலியாவிலும் ஒரு வருடம் நீண்ட பிரயாணத்தில் என்னால் பார்க்க முடியாதிருந்த சில புராதனச் சித்திரங்களிலிருந்து இறங்கி வந்ததைப் போன்ற சீனாக்காரனையே அய்யாசாமி எதிர்பார்த்துக் காத்திருந்தான். நெஞ்சுவரை நீண்ட நூல்மீசையும் நீளவாக்கில் திறக்கிற ஒரு அங்கியும் அணிந்த சீனாக்காரன். அவன் அல்கெமிஸ்ட் இல்லையென்றாலும் அய்யாசாமியைப் பார்ப்பதற்காகவே இவ்வளவு தூரம் வந்திருந்தான். மொழியைத் தவிர, நீண்டயாத்திரையின் சோர்வோ, சலிப்போ அவர்கள் இருவருக்கும் இல்லை.

யுன்-சி-சி-சியென் (ஆகாய விரிவுள்ள புத்தகப்பையில் ஏழு குறிப்புகள்), சௌ-இ-த்ஸான்- தாங்-சி (ஐசிங்கினைத் குறித்தான அபிப்ராயம்) என்பன போன்ற பெரிய புத்தகங்களும், ஆறு வரிகள் வீதம் அறுபத்திநான்கு கணிதசாஸ்திர சித்திரங்களும், அதை உற்றுக்

கவனித்தால், எண்ணங்கள் சலனமற்றுப் போய்விடும் - அவன் சாமிக்காக கொண்டு வந்திருந்தான். இதுமட்டுமல்லாமல், புராதன அல்கெமிஸ்ட்டு களுடைய புத்தங்களிலிருந்து மொழி பெயர்ப்புகளும், கோஹுங்கினுடைய பாவோ-பூ-த்ஸூவும், ஸான்ஸுமியாவோ வினுடைய தான்-சின்-யாவோ-ச்சுக்கும் (ரசவாதத்தினுடைய பெரிய ரகசியங்கள்) அவன் மொழி பெயர்த்து எழுதிக்கொண்டு வந்தது இருபத்தி ஐந்து ராத்தல் எடை வரும் .

சராசரி சீனாக்காரனுடைய எந்திரத்தனமான முகத்துடன் அவன் நான்கு வாரங்கள் ஆசிரமத்திலும், சுற்றுப்புறமெங்கும் அலைந்து கொண்டிருந்தான். அவனுக்குப் பலவிதமான புல்பூண்டுகளிலும், நத்தைகளிலும், கரையில் மிதந்து வருகிற செடிகளிலும் அதிக ஆர்வம் இருந்தது. இரவானால் அவன் கண்ணுக்குத் தெரியாத சில் வண்டு கூட்டத்தைப் பின் தொடர்ந்துபோவதைக் காணலாம். மற்ற நேரங்களில் சித்திரங்களின் உதவியோடு அய்யாசாமிக்குச் சீனமொழி சொல்லிக் கொடுப்பான். அந்தமொழி சங்கீதமயமாக இருந்ததனால் அவன் சீக்கிரமே கற்றுக் கொண்டான். பாலமரத்தின் இலைகளையும், எருக்க இலைகளையும் மூட்டையாகக் கட்டிக் கொண்டு தான் சீனாக்காரன் போனான்.

அல்-ராஸ்வி (அரபி?) அல்கெமிஸ்ட்டுகள் பொருட்களைப் பிரித்த விதம் குறித்து அய்யாசாமி கேட்ட சந்தேகங்களுக்கான பதிலாக மாக்னஸின் அடுத்த கடிதம் இருந்தது. (சாமி மாக்னஸிற்கு பதில் எழுதியது எனக்குத்தெரியாது. அவனுக்கு ஜெர்மன் எழுதத் தெரியும் என்று நினைப்பதே சாத்தியமில்லாத விஷயம்) பாக்தாத்காரன் ஜாபிர் இபின் ஹையானும், ஸ்பானிஷ் சந்நியாசி ஜானும் கண்டு பிடித்ததெல்லாம் கோமாளித்தனமானது என்றும் அவர் எழுதியிருந்தார். ஒரு வழக்கறிஞராக மட்டுமே இருந்த நிகோலஸ் ஃபிளேமல் விளங்காத ஹீப்ரூ புத்தகங்களைப் படித்து தங்கம் உருவாக்கினார் என்ற யூகங்களும் நம்ப முடியாதவை. ஃபிளேமல் ஏராளமான தங்கத்தைத் தேவாலயங்களுக்குத் தானமாகக் கொடுத்திருக்கிறார் என்றாலும் ஸலோமென் டிரிஸ்மோஸிலும் சூரியனின் ஆபரணம் என்ற புத்தகமும் மிகுந்த நம்பிக்கைக்குரியது.

மிக உன்னதமானது - மிகக் கீழானது என்பதுபோலவும் இதற்கு நேர்மாறாகவுமான வாக்கியத்தோடு மாக்னஸின் பைத்தியக்கார உளறல் முடிந்திருந்தது.

மனநோயாளிகளிடம் உள்ள மனநிலையே அய்யா சாமியிடம் மையம் கொண்டிருக்கிறதென்று முடிவுசெய்து திரும்பிப் போய்விடலாமென எனக்குத் தோன்றியது. உலகம் முழுவதுமுள்ள பைத்தியக்காரர்கள் தங்களுக்குள் தொடர்பு வைத்திருப்பதையும், தவறான முடிவுகளையும் குழப்பங்களையும் அக்கறையாகப் பரிமாறிக் கொள்வதையும் பற்றி யோசிப்பதே பைத்தியக்காரத்தனம். நடைமுறைக்கான விவரம் சேகரிக்க அல்கெமிக்குள்ள பொருட்களைப் பற்றியோ, உபயோகமுறை பற்றியோ, இதுவரை முடிந்ததில்லை. நாணுவுக்கும் சட்டம்பிக்கும் தங்கம் உருவாக்கு வதைப்பற்றிய அவசியத்தைக் குறித்து சாமியோடு கருத்து வேறுபாடு ஏற்படத் தொடங்கியது. ஒரு துரும்பும் சிக்காது அவர்கள் வருத்தப் படுவதாகவும், அய்யாசாமிக்குக் கோபத்தை ஏற்படுத்தித் தங்கள் லட்சியத்தைத் தேடியடைய முயற்சிக்கிறார்கள் என்பதையும் புரிந்து கொண்டேன்.

சீனாக்காரனின் முறை நம்முடைய வழியில்லை என்று கொஞ்சநாட்களிலேயே தான் புரிந்து கொண்டதாக சாமி சொன்னான். மரணமடையாமலிருக்க மருந்துகளைத் தேடுவது தான் அங்கேயுள்ள அல்கெமிஸ்ட்டுகளின் வேலை. ஸான்ஸு மியாவொவின் மரணத்தை வெல்லும் மருந்துகளைப்(திரவத் தங்கம்) பரிசோதித்த அநேக ராஜகுடும்பத்து ஆண்கள் அகால மரணமடைந்து விட்டார்கள். யாரும் மரண மடையவில்லை என்பதால் அந்த மருந்தே அனாவசியம் என்று அபிப்ராயப் பட்டார்கள் நாணுவும் சட்டம்பியும்

ரசவாதத்தைக் கண்டுபிடிக்கத் தேடி அலைந்ததினாலேயே சக்கரவர்த்திகளின் கொடுமைகளை அனுபவித்த அலெக்ஸாண்டர் ஸெத்தோனை ஆதரிக்கிற மாக்னஸின் கடிதம், அய்யாசாமி தன்னுடைய பரிசோதனைச் சாலையைத் துவங்கிய அன்று வந்து சேர்ந்தது. தங்கம் உண்டாக்குவதற்கான திவ்யமருந்தைச் செய்வதற்குப் பஞ்சாங்கமும், வழிமுறைகளும் அவர்களுக்கு இடையே உருவாகிவிட்டதாக அந்தக் கடிதத்திலிருந்து நான் அறிந்து

கொண்டேன். கொல்ல வருடத்தில் முக்கியமான நாள் ஒன்றில் திருவிதாங்கோட்டைச் சேர்ந்த அய்யாசாமியின் பரிசோதனைச் சாலையில் ரசவாதம் நிதரிசனம் ஆகுமென்று மாக்னஸுக்குத் தெரிந்திருந்தது.‘‘மரணம் நேராதிருக்க மருந்து கண்டுபிடிப்பவரே உயரிய தெய்வமும், மருத்துவனும் ஆவான். அதுபோலவே அல்லது அதனினும் மேலான அல்கெமிஸ்ட்டாகிய நீங்கள் ரசவாதத்தைக் கண்டுபிடித்தே விடுவீர்கள்’’ அவன் சொன்னான்.

‘‘இல்லை ஜெபிக்கிற ரசவாதிகளுடைய சிந்தனை ஒரு தொடர்ச்சியாகும்’’சரீரத்தில் தைலம் தடவி உருவிவிட்டுக் கொண்ட அய்யாசாமி முரண்பட்டுப் பேசினான்.

சாதாரணமாக உள்ளூர்க்காரர்கள் செய்கைக்கு மாறாக, நட்சத்திரங்களுடைய சஞ்சாரத்தை அனுசரித்து, நேரம் கணிக்காமல், ஒரு நாள் அர்த்தராத்திரியில், அய்யாசாமி பரிசோதனைச் சாலைக்குள் பிரவேசித்தான். யாருமே எதிர் பாராத நேரத்தில் அவன் அங்கே சென்றான். அப்போது மனிதசுகந்தம் கமழும் மனிதர்களுக்கு நெருக்கமாக இணக்கமாக வினையாற்றும் செடிகளைத் தேடிக் கொண்டு வடக்கிலும் கிழக்கிலுமுள்ள சதுப்பு நிலத்தில் சீனன் அலைந்து கொண்டிருந்தான். உலோகங்களுடன் பிற வஸ்துகளைக் கலவை செய்யவும், மான்சூன் காற்றினுடைய திசைவழியை மாற்றும் வல்லமையுடனும் அற்புதமான கண்டுபிடிப்பை நிகழ்த்துவான் என உறுதியாகத் தோன்றினாலும் அதற்குரிய துளி நம்பிக்கையையும் அய்யாசாமி இன்னும் உருவாக்கவில்லை.தீயைக் கண்டடைந்ததைப் போல நிர்ணயகரமானதும் ஆபத்தானதும் கட்டுப்படுத்த வேண்டியதாகவும் இருக்கும் என்று நான் நினைத்தேன்.

சாதாரண இரும்பினைக்கூட தங்கமாக்குகிற ரசவாதம் ஆரம்பித்ததை அறிந்து ராஜ்யத்தினுடைய பல பகுதிகளிலிருந்தும் அரைநிர்வாண மக்கள் வந்து சேர்ந்தார்கள். அவலட்சணமான, பெரிய முலைகளுள்ள மலபார் பெண்கள் சகிக்க இயலாத தோற்றத்துடன் இருந்தார்கள். சில தினங்களுக்குள்ளே ஆசிரமும், மலைப் பிரதேசங்களும் பெரிய மக்கள் கூட்டத்தினால் நிறைந்து விட்டன. தோளில் பூணூல் போட்ட பிராமணர்கள் ஒரு பெரிய வீட்டில் தங்கினர். ஆவலுடன் அவ்வப்போது சாமியினுடைய பரிசோதனைச்

சாலைக்குள் எட்டிப் பார்த்தும், மீதி நேரங்களில் பேசிக்கொண்டும், ஆற்றிலோ குளத்திலோ பல தடவை குளித்தும் ஆட்கள் நேரம் போக்கினார்கள். ஏராளமான இரும்புப்பொருட்கள், நல்ல-பயன்படுத்தமுடியாத போர்க்கருவிகள் என எல்லாவற்றையும் தங்கமாக மாற்றி விடலாம் என்று சிலர் கருதினார்கள். ராஜாவினுடைய பிரதிநிதிகளும் பல நாட்களுக்கு அங்கேயே கூடாரம் போட்டுத் தங்கிவிட்டனர்.

இந்தக் காரியங்களைப் பற்றியெல்லாம் கவலைப் படாதது மாதிரி காண்பித்துக் கொண்டு நாணுவும், சட்டம்பியும், வழக்கமான தினசரி வேலைகளில் மூழ்கினர். மக்களும் அவர்களைக் கண்டு கொள்ள வில்லை.

பரிசோதனைச் சாலையின் வானத்தில் இருந்து மூன்று சுரைவிதைஅளவில் கனத்து இனிஎன்றைக்கும் இது நிற்காது என்று அஞ்சும் படியாக மழைகொட்டியது. அழுத்தப்படாத பூமியின் சாதாரண வெப்பத்திலேயே உலோகங்கள் இணைந்தன. எப்போதும் அமைதி தவழும் அக்னி மலைமுகட்டில் மட்டும் காணச்சாத்தியமான மெர்க்குரியின் கீற்றுகளினால் உலோகங்கள் இணைந்தன. அச்சூழலே பெரிய சிற்பமாக அவ்வப்போது தோற்றம் காட்டி நகர்ந்தது.

தங்க உற்பத்தி செய்வதற்கான அற்புதமான மருந்துக்காகக் காத்திருந்த மக்கள் கூட்டத்தின் பொறுமை நாளுக்குநாள் குறைந்து கொண்டேயிருந்தது. என்னுடைய வேலையை அவர்கள் மிகச் சுலபமாக்குவதற்கோ அல்லது மிகக் கஷ்டமாக்கு வதற்கோ சாத்தியமிருக்கிறது. மருந்து கண்டுபிடித்த உடனே அவர்கள் அய்யாசாமியைக் கடத்திக்கொண்டு போவதற்கான முயற்சியில் ஈடுபடவும் ஒரு துளியில் எட்டில் ஒரு பங்கு மருந்து என்ற அளவிலாவது பங்கு வைக்கவும் செய்வார்கள். மருந்தினுடைய கால்பங்காவது கிடைத்து விட்டால் அதுவே மிகப்பெரிய வெற்றியென்று தெரிந்து கொண்ட நான் அதற்கான உபாயங்கள் என்னவென்று யோசித்தேன்.

பலவிதமான திரவியங்களும் பரிசோதனைச் சாலையினுள் போய்க் கொண்டிருந்தன. வீர்யமற்ற வெற்றுப் பொருட்களும் அதில் இரண்டறக் கலந்தன. பொருட்களின் வருகையும், பரிசோதனைச் சாலையின் புகையும் கொஞ்சம் அடங்கியபோது இன்னும் ஒரு

பொருள் மட்டும் அதில் சேரவேண்டிய நிலை இருந்தது. தரமற்ற உலோகங்களைத் தங்கமாக்குவதற்கான சேர்மானத்தை முழுமையாக்க அபூர்வ மான ஒரு பொருள் சேர்க்கப்பட வேண்டும் என்கிற யோசனை மக்கள் கூட்டத்திற்கு வந்தது. அவர்கள் தொடர்ந்து வியப்பின் எல்லையில் பித்தாகி நின்றனர்.

அப்போது அய்யாசாமி, நாணுவையும் சட்டம் பியையும் பார்த்து, 'இனி நீங்கள் இதனோடு சேரவேண்டியதுதான்' என்று சொன்னான்.

அவர்களுடைய முகத்தில் சந்தேகமில்லாத சிரிப்பு படர்ந்தது. புரிந்து கொள்ளமுடியாத அதிருப்தியுடன் மக்கள் பல வழிகளிலும் கலைந்தனர். சிலர் பின்பும்கூடச் சந்தேகத்துடன் நின்று கொண்டிருந்தனர். நான் தலையில் கைவைத்தபடி அப்படியே உட்கார்ந்து விட்டேன். என் வாழ்க்கையில் வேறெந்த காலமும் இப்படி வீணானதில்லை.

அதே நேரத்தில்தான் பூமியின் மறுபக்கத்தில் மாக்னஸ் ஒரு பெரிய விஸ்கி பாட்டிலுடன் ரசவாதத்தின் கண்டுபிடிப்பைக் கொண்டாடிக்கொண்டிருந்தான். அறையிலிருந்து வெளியேறி ராஜபாட்டையில் நின்ற அவன் தனியாகக் கூவுகிறான். வெகுகாலத்திற்கு வேறு பிரதேசங்களுக்கு குதிரையில் பிரயாணம் செய்தால் என்ன என்று யோசித்தான். ஆனால் அப்போது ஒற்றர்கள் அவனைப் பிடித்துக் கட்டி இழுத்துக்கொண்டு போனார்கள். பின்பு ஒரு சித்திரவதைக் கூடத்தின் இருளில் கேட்டகேள்விக்குப் பதிலாக ஆல்பெர்ட்ஸ் மாக்னஸ் என்ற அறிஞனும் போதகனுமான அல்கெமிஸ்ட் இப்படி முழங்கினான்.

''முட்டாள்களான நீசர்களே, அவன் மனிதனைத் தங்கமாக்குகிற வித்தையைத் தானே கண்டுபிடித்தான்''.

பின்குறிப்பு :

1. பழைய ஊர்சுற்றிகளில் சிலர் இந்தியாவின் மேற்குத் தொடர்ச்சி மலைப் பிரதேசம் முழுவதையும் மலபார் என்று சொல்லும்போது, வேறுசிலர் மலையாள மொழி பேசுகின்ற பிரதேசத்தை மட்டுமே மலபார் என்று அழைக்கிறார்கள்.

2. ஸ்ரீநாராயண குரு-சட்டம்பி சுவாமி என்ற இருவரின் குருவுமான அய்யாசாமி திருவனந்தபுரத்தில் வேலைபார்த்து கொண்டிருந்தார் ஆதிதிராவிடரான அய்யாசாமி என்று கவி.உள்ளூர் சொல்கிறார். (கேரள இலக்கிய சரித்திரம்) இவர் இரும்பினைத் தங்கமாக்குவதற்கான பரிசோதனைகளைச் செய்தார் என்று சொல்லப்படுகிறது.

சந்தோஷ் ஏச்சிக்கானம்

நவீன கேரளாவின் கண்ணாடி இவரது எழுத்துகள். தொடர்ந்து அடித்தட்டு மக்களின் வாழ்க்கைப்பாடுகளையும், மாறிவரும் கேரள நடுத்தர வர்க்கத்தின் வாழ்க்கை முறைகளையும் தன் சிறுகதைகளில் எழுதி வருகிறார். மலையாள இலக்கியத்தில் முதுகலைப்பட்டமும், ஊடகத்திற்கான முதுகலைப்பட்டயமும் பெற்று ஆசிரியப்பணியில் துவங்கி இன்று தொலைக்காட்சிக்குத் திரைக்கதை எழுதுகிறார். கேரள சாகித்திய அகாடமி உட்பட விருதுகள் பல பெற்றுள்ளார்.

e-mail: santhoshaechikkanam@gmail.com

அசோகன் செருவில்

கேரள மாநிலம் திருச்சூர் மாவட்டம் காட்டூரில் பிறந்தவர். ஆசியரியராகத் தன் வாழ்வைத் துவங்கி தற்போது பதிவுத்துறையில் பணியாற்றுகிறார். 6 சிறுகதைத் தொகுப்புகள் வெளியாகி கேரள சாகித்திய அகாடமி விருது உட்பட பல்வேறு விருதுகளைப் பெற்றுள்ளார். மனைவி ரஞ்ஜினி, மகன்கள் ராஜா, ஹரி கிருஷ்ணன் ஆகியோருடன் மரங்களடர்ந்த தன் சொந்த ஊரிலேயே வசிக்கிறார்.

e-mail: asokancharuvil@gmail.com

கெ.ஆர்.மீரா

கேரளப்பல்கலைக்கழகத்தில் ஊடகவியலில் பட்டமும், காந்தி கிராமப் பல்கலைக்கழகத்தில் முதுகலைப் பட்டமும் முடித்து மலையாள மனோரமாவில் பணியாற்றினார். பத்திரிகைத் துறையில் பல தேசிய விருதுகளைப் பெற்றவர். இங்கிலாந்து சென்று மேற் பயிற்சி பெற்றார். சிறுகதைகள், கவிதை, உரைநடை என பத்துக்கும் மேலான நூல்கள் வெளியாகியுள்ளன. தற்போது திரைப்படங்களில் வசனகர்த்தாவாகப் பணியாற்றுகிறார்.

e-mail: kr.meera@gmail.com

சித்தாரா.எஸ்

1976 ல் கேரள மாநிலம் காசர்கோடில் பிறந்த சித்தாரா, ஆங்கில இலக்கியத்தில் முதுகலைப் பட்டமும், பத்திரிகைத் துறையில் பட்டயமும் பெற்றவர். கேரளா முழுவதும் நன்கறியப்பட்ட சிறுகதையாளர். ஐந்து சிறுகதைத் தொகுதிகளும், நினைவுக் குறிப்புகள் ஒன்றுமாக 6 புத்தகங்கள் இதுவரை வெளியாகி உள்ளன. சாகித்ய அகாடமி விருதும், கதா விருதும் பெற்றவர். கணவர் ஓ.வி. அப்துல் ஃபஹ்ஹீமுடனும், தன் ஒரே மகனுடனும் கேரளாவில் கண்ணூரில் வசிக்கிறார்.

e-mail: sitharafaheem@gmail.com

உண்ணி. ஆர்

கோட்டயம் மாவட்டம் குடமல்லூரில் பிறந்தவர். இதுவரை இரண்டு சிறுகதைத் தொகுப்புகளும், பல எழுத்தாளர்களைப் பற்றிய நினைவுக் குறிப்புகளின் தொகுப்பும், "வைக்கம் முகமது பஷீரின் நினை வலைகளும்" இவரது முக்கியப் படைப்புகளாகும். இவருடைய கதைகள் தமிழில் மொழிபெயர்க்கப்பட்டு வெளியாகியிருக்கிறது. தற்போது "ஏசியாநெட்" தொலைக்காட்சியில் தலைமை நிருபராக திருவனந்தபுரத்தில் பணிபுரிகிறார். கூடவே திரைப்படங்களுக்குத் திரைக்கதையும் எழுதி வருகிறார். கேரள சாகித்திய அகாடமியின் கீதா ஹிரண்யன் என்டோவ்மென்ட் விருது பெற்றவர்.

e-mail: unnisaraswati@gmail.com

ஈ. சந்தோஷ் குமார்

திருச்சூர் மாவட்டம் பொன்குன்னத்தில் வசிக்கும் சந்தோஷ் குமார் இதுவரை 5 சிறுகதைத் தொகுப்புகளும், 4 நாவல்களும், ஒரு குழந்தைகள் இலக்கியப் புத்தகமும், ஒரு மொழிபெயர்ப்பு புத்தகமும் எழுதி இலக்கியத்தின் சகல வடிவங்களிலும் இயங்கியுள்ளார். கேரள சாகித்திய அகாடமி பரிசு உட்பட பல பரிசுகளைப் பெற்றுள்ளார்.

e-mail: esanthoshkumar@redifmail.com

எஸ்.ஹரீஷ்

கோட்டயம் மாவட்டத்தில் நீண்டூர் என்ற கிராமத்தில் பிறந்தவர். கேரள மாநிலத்தின் இளம் படைப்பாளிகளில் முக்கியமானவராக அறியப்படுகிறார். ஒரு சிறுகதைத் தொகுப்பு மட்டுமே வெளி வந்திருக்கிறது. அதற்கு கேரள சாகித்திய அகாடமியின் கீதா ஹிரண்யன் என்டோவ்மென்ட் விருது பெற்றவர். தத்துவார்த்தப் பின்புலத்தில் அமைந்த மிக ஆழமான எழுத்து இவருக்கு வாய்த்திருக்கிறது. கேரளாவில் அரசுப் பணியில் இருக்கிறார்.

மொழிபெயர்ப்பாளர்கள்

கே.வி.ஷைலஜா

கேரளாவின் சொத்து என கருதப்படுகிற கவிஞன் பாலச்சந்திரன் சுள்ளிக்காடின் "சிதம்பர ஸ்மரண" என்ற வாழ்வியல் அனுபவங்களின் தொகுப்பைத் தமிழில் "சிதம்பர நினைவுகள்" என்ற பெயரில் மொழி பெயர்த்து நவீனத் தமிழ் இலக்கியப் பரப்பில் பிரவேசித்தவர். அது தந்த உற்சாகத்தினூடே என்.எஸ்.மாதவனின் "சர்மிஷ்டா", கெ.ஆர். மீராவின் "சூர்ப்பணகை", நவீன தமிழ், மலையாள சிறுகதைகளை ஒருங்கிணைத்து "பச்சை இருளனின் சகா பொந்தன் மாடன்" என்ற தொகுப்பையும் தமிழுக்குக் கொண்டு வந்து சேர்த்துள்ளார். இவர் மொழிபெயர்த்த புகழ்பெற்ற நடிகர் மம்முட்டியின் வாழ்பனுபவங்கள் 2010-ல் வம்சி வெளியீடாக வந்திருக்கிறது.

e-mail: kvshylajatvm@gmail.com

டாக்டர் டி.எம் ரகுராம்

1954 தலைச்சேரி, கேரளாவில் பிறந்தாலும் தன்னுடைய மருத்துவப் படிப்பையும், மனநோய் மருத்துவத்தில் பட்ட மேற்படிப்பினையும் சென்னையில் முடித்தவர். தன்னுடைய மருத்துவத் துறையின் ஈடுபாட்டினைப் போலவே, கவிஞராகவும், கட்டுரையாளராகவும், மொழிபெயர்ப்பாளராகவும் இசை ஆர்வலராகவும் தன்னை அடையாளப்படுத்திக் கொள்பவர். மலையாளத்திலிருந்து தமிழுக்கும், தமிழிலிருந்து மலையாளம், ஆங்கிலம் எனத் தன் எல்லையை விரிவுபடுத்திக் கொண்டவர். 5 கவிதைத் தொகுப்புகளும், ஒரு சிறுகதை தொகுப்பும் வெளி வந்திருக்கிறது. மஞ்சேரி மருத்துவக் கல்லூரியில் பேராசிரியாகவும், மருத்துவராகவும் பணிபுரியும் இவர் தன் மனைவி, இரண்டு மகன்கள், ஒரு மகளோடு மஞ்சேரியில் வசிக்கிறார்.

e-mail: tmraghuram@gmail.com

கே.வி.ஜெயஸ்ரீ

பாலக்காட்டை பூர்வீகமாகக் கொண்ட கல்லேக்காடு வாசுதேவன் மகள் கே.வி.ஜெயஸ்ரீ தமிழ் இலக்கியத்தில் முதுகலைப் பட்டம் பெற்று, மேல்நிலைப் பள்ளி ஆசிரியையாக வேலை பார்த்தாலும், தொடர்ந்த தன் எழுத்தியகத்தின் மூலம் பால் சக்காரியா, சந்தோஷ் ஏச்சிக்கானம், எ.அய்யப்பன், சியாமளா சசிகுமார் ஆகியோரின் மலையாளப் படைப்புகளைத் தமிழ் வாசகர்களுக்கு மொழி பெயர்த்தளித்திருக்கிறார். சாகித்திய அகாடமி இவர் மொழி பெயர்த்த பால் சக்காரியாவின் முழு கதைத்தொகுப்பை வெளியிட இருக்கிறது. சக மொழி பெயர்பாளர்களான கணவர் உத்திரகுமாரன், மகள் சுகானா மற்றும் மகன் ஹரியுடன் திருவண்ணாமலையில் வசிக்கிறார்.

e-mail: jeyasrikv@gmail.com

உதயசங்கர்

''யாவர் வீட்டிலும்'' என்ற சிறுகதைத் தொகுப்பின் மூலம் தமிழ் புனைவுலகிற்கு அறிமுகமான உதயசங்கர் தனித்துவம் மிக்க தன் படைப்புகளால் கவனிப்புக்குள்ளானார். ரயில்வே ஸ்டேஷன் மாஸ்டர் பணியின் நிமித்தம், திருவண்ணாமலைக்கு மாறுதல் பெற்று வந்தபோது இவரின் கேரள நண்பர் T.N . வெங்கடேஸ்வரன் மூலம் மலையாள மொழி பரிச்சயமாகி மலையாளப் படைப்புகளைத் தமிழ்ப்படுத்தத் தொடங்கினார். பஷீர், மாதவிக்குட்டி, கிரேஸி ஆகியோரின் படைப்புகளை இவர் மொழிபெயர்த்திருக்கிறார். வம்சி புக்ஸ் வெளியீடாக வந்த பிறிதொரு மரணம் என்ற இவரது மொத்த சிறுகதைத் தொகுப்பிற்கு 2010 ஆம் ஆண்டிற்கான தமிழ்நாடு முற்போக்கு எழுத்தாளர் சங்க விருது கிடைத்திருக்கிறது.

e-mail: navinudhya@gmail.com

தொடர் ஓட்டம்

அத்தலூரி விஜயலட்சுமி
தமிழில்: **இளம்பாரதி**

கையில் சூட்கேஸுடன் பஸ்ஸிலிருந்து இறங்கினாள் லாவண்யா. ஒரு முறை சுற்றும்முற்றும் பார்த்தாள். அந்த ஊரைவிட்டுப் போனவள் சுமார் பத்து ஆண்டுகளுக்குப் பிறகு இப்போதுதான் அந்த ஊரில் அடியெடுத்து வைக்கிறாள்.

அதே பஸ் ஸ்டாண்டு. அதே கடைகள். வெளியே வந்ததும் தென்படும் பங்க் கடைகள். அதே வாழைப்பழக் குலைகள். சோடாக் கடைகள். மணக்கும் மல்லிகை சம்பங்கி ஊர் கொஞ்சம்கூட மாறியதாகத் தெரியவில்லை. வெளியூர் மனிதர்களில் ஏற்பட்டிருக்கும் மாற்றம் போல இந்த ஊரில் அவ்வளவு எளிதில் மாற்றம் வந்துவிடாது போலும்!

பஸ் ஸ்டாண்டிலிருந்து தான் போக வேண்டிய வீடு மிகவும் அருகில்தான். ரிக்ஷா தேவையில்லை.

1984-இல் முதன்முறையாக, புது மணப்பெண்ணாக அந்த ஊரில் காலடி எடுத்து வைத்தாள். 1986-இல் அந்த ஊரிலிருந்து நிரந்தமாக விடைபெற்றுச் சென்றாள்.

இரண்டாண்டுப் புழக்கத்திற்குள் அந்த ஊருடன் இவ்வளவு பிணைப்பு ஏற்பட்டு விட்டதா என்று இப்போது தோன்றுகிறது. மனம் தனக்குத் தெரியாமலே இறக்கை விரித்துப் பறவையாகப் பறக்கிறது. ஒரு சிலிர்ப்பு, ஆனந்தப் பரபரப்பு, கால்களில் தடுமாற்றம், மனதில் தத்தளிப்பு, மூளையில் சிந்தனைப் புயல் அவளறியாமலே காலடிகள் அந்தத் தெருவுக்குக் கொண்டுபோய்ச் சேர்த்தன. அந்தத் தெருவிலும் எந்த மாற்றமும் இல்லை. உலகம் முழுவதும் மாறிவிட்டாலும் அந்த ஊர் மட்டும் மாறவில்லை. வீடு நெருங்கி விட்டது. கால்களில் தள்ளாட்டம். வாசலை நெருங்கிவிட்டாள். முன்பு இருந்த மூங்கில்

தெலுங்கு

தடுக்குக் கதவுக்குப் பதிலாக இரும்பு கேட் இருக்குமென்று எதிர்பார்த்தாள். ஆனால் அதே மூங்கில் தடுக்கு. சமீபத்தில் புதிதாக வைக்கப்பட்டது போலிருந்தது. சுற்றுச் சுவர் மாதிரி சுற்றிலும் கட்டப்பட்ட மூங்கில் தடுக்கு. அதன்மீது படர்ந்திருந்த விதவிதமான பூங்கொடிகள்.

நடுங்கியபடியே மூங்கில் தடுக்கைத் தள்ளினாள். தெரு வாசலில் சாணநீர் தெளித்து, அழகாகப் போடப்பட்ட கோலம். சாண வாசனை காற்றில் மிதந்து வந்தது.

திண்ணையில் உட்கார்ந்து பொம்மைகளுடன் விளையாடிக் கொண்டிருந்தாள் ஒரு சிறுமி. நான்கு வயதிருக்கும். அந்தச் சிறுமிக்குப் பக்கத்திலேயே இரண்டு வயதுச் சிறுவன். அவள் அவனுக்கு விளையாட்டு காட்டிக் கொண்டிருந்தாள்.

லாவண்யா இயல்பாகக் குனிந்து அவளுடைய கன்னத்தைச் செல்லமாக நிமிண்டினாள்.

“யாரு வேணும்?” செல்லம் வழிய நீட்டி முழக்கிக் கேட்டாள் சிறுமி.

லாவண்யா தடுமாறினாள் ‘‘ஆ எனக்கு எனக்கு அம்மா அம்மா இல்லே. தாத்தா தாத்தா இருக்காங்களா?” கேட்டாள்.

“ஆமுக்தா யாரும்மா?” உள்ளே இருந்து அழுத்தமான குரல் கேட்டது.

லாவண்யாவின் மனதில் பத்தாண்டு கால நினைவுகள் ஒரே கணத்தில் துள்ளிக் குதித்தன, அந்தக் குரலைக் கேட்டதும்.

“தாத்தா நீங்க வேணுமாம். அத்தே கூப்பிடுறாங்க”

லாவண்யா சடக்கென்று தன் கையால் சிறுமியின் வாயைப் பொத்திவிட்டுச் சொன்னாள்.

“அத்தை இல்லே தப்பு”

‘‘அப்படீன்னா?’’ சிறுமி கேள்விக்குறியாகப் பார்த்துக் கேட்டாள். “நீ எனக்கு என்ன வேணும்?”

‘‘நான்...நான்...’’

நிறுத்திக்கொண்டாள் லாவண்யா, நிலைப்படியில் வந்து நின்ற அந்த உருவத்தைப் பார்த்ததும்.

"நீயா!"

அவருடைய குரலில் ஒரு திகைப்பு. லாவண்யா சூட்கேஸைக் கீழே வைத்துவிட்டு இரண்டு கைகளையும் ஒன்றிணைத்துக் கூப்பினாள்.

அவர் எதுவும் பேசவில்லை.

இருவருக்குமிடையே ஒரு விதமான நிசப்தம்.

"என்னங்க, யாரு வந்திருக்கிறது?" உள்ளே இருந்து சேலைத் தலைப்பில் கைகளைத் துடைத்துக்கொண்டே வந்தாள் ராஜலட்சுமி.

லாவண்யாவைப் பார்த்ததும் ஒரு கணம் திகைத்தாள். "நீயா இன்னும் உயிரோடதான் இருக்கியா?" ஆவேசமாகக் கேட்டாள் ராஜலட்சுமி.

லாவண்யா பேசவில்லை. புடவை நுனியை விரலில் சுற்றியபடியே தரையைப் பார்த்தபடி நின்றிருந்தாள்.

"என்ன பெரிய இவளே! இப்போ யாரைத் தூக்கிப்போடலாம்னு வந்தே? யாரு சொத்தை அள்ளிட்டுப் போறாங்கன்னு பார்க்க வந்தியா?"

லாவண்யாவின் அடிபட்ட மனது கண்களில் பிரதிபலிக்க சட்டென்று தலையை நிமிர்த்திப் பெரியவரைப் பார்த்தாள்.

"ராஜலட்சுமி" கண்டிப்பது போல அவர் பார்த்தார். "விருந்தாளிங்களுக்கு மரியாதை தர்றது நம்ம பண்பாடு. வீட்டுக்கு வந்தவங்ககிட்ட பேசுற முறை இது இல்லே."

அவள் வெடுக்கென்று "விருந்தாளியா! இவ விருந்தாளியா? யாருக்கு? உங்களுக்கா, எனக்கா? போதும் போதும்"

"ராஜலட்சுமி! பொண்ணை உள்ளே கூட்டிப் போ." கட்டளையிடுவதைப் போலச் சொல்லிவிட்டு, லாவண்யாவிடம் "உள்ளே போம்மா!" என்றார்.

அந்தக் கட்டளையை மீறும் தைரியம் ராஜலட்சுமிக்குக் கிடையாது. ஆனாலும் ஒரு மறுப்பு. அந்த வேதனையை அவள் மறைக்கவில்லை.

"இப்படித் தலைக்கு மேலே ஏத்தி வச்சித்தானே இந்த நிலைமைக்கு வந்திருக்கீங்க. இன்னும் புத்தி வரலே தலையெழுத்து. யாரைச் சொல்லி என்ன செய்ய?".

கருவிக்கொண்டே உள்ளே போனாள்.

லாவண்யாவின் கண்களில் கண்ணீர் துளிர்த்தது. அந்த வீட்டின் மருமகளாக வீட்டுக்குள் தான் அடியெடுத்து வைத்ததிலிருந்து மாமியார் என்ற முறையில் அவள் தன்னிடம் காண்பித்த ஆதரவு, மரியாதை, நல்லிணக்கம், பரிவு எல்லாமே ஒரு முறை நினைவுக்கு வந்தன.

பெண்பிள்ளைகள் இல்லையென்று தன்னையே அந்த வீட்டு மகளாக பாவித்து, தந்தையைப் போலப் பாசம் பொழிந்த அவருக்குத் தான் கொடுத்த கைம்மாறு என்ன? வாழ்நாள் முழுதுக்கும் வசப்படாத மனப்பிணக்கு. ஆனால்... தான் அப்படி நடந்துகொண்டதற்குக் காரணம் ஒரு வகையில் அவரும்தான் அல்லவா?

"நான் நான்" ஏதோ சொல்லப்போனாள்.

"பிறகு பேசிக்கலாம். உள்ளே போய்க் குளியல் எல்லாத்தையும் முடி" என்றார் அவர். ஓசைப்படாமல் சூட்கேசுடன் உள்ளே போய் அறைக்குள் காலடி எடுத்து வைத்ததும், அவளுடைய காதுகளில் அமுதமாகக் கேட்ட அவருடைய குரல்... பேத்தியிடம் அவர் சொன்ன பதில்...

"தாத்தா! அவுங்க எனக்கு என்ன வேணும்?"

"பெரியம்மாடி!"

போதும்...இது போதும். இத்தனை வருடங்களுக்குப் பிறகு அடியெடுத்து வைக்கும் அந்த வீட்டில் எந்த மாதிரியான வரவேற்பு கிடைக்குமோ, எப்படிப்பட்ட அவமானங்களை ஏற்க வேண்டியிருக்குமோ, எப்படிப்பட்ட உதாசீனத்தைப் பொறுத்துக் கொள்ள வேண்டியிருக்குமோ... என்று விதவிதமான எண்ணங்க

ளுடன் புறப்பட்ட தனக்கு இந்த ஒரு வார்த்தை மலையளவு தைரியத்தைக் கொடுக்கிறது. ஹாலுக்குள் நுழைந்ததும் சூட்கேஸை ஒரு மூலையில் வைத்துவிட்டுச் சுற்றிலும் பார்த்தாள். செயற்கைப் பூமாலையுடன் ஸ்ரீகாந்த் புகைப்படம். ஸ்ரீகாந்த் தன் கணவன்.

லாவண்யாவின் நெஞ்சில் துக்கம் உருவாகி ஒரு பெரிய பாறாங்கல்லாகக் குறுக்கே விழுந்தது போலிருந்தது. காதலித்து, முனைந்து கல்யாணம் செய்துகொண்டு, தானும் சுகப்படாமல், மனைவியையும் சுகப்படுத்தாமல் இரண்டு வருடங்கள் நரகத்தை நேரடியாகக் காட்டிய கணவன்.

மாமனாரின் பரிவுடன், மாமியாரின் அரவணைப்புடன், கொழுந்தனின் பொறாமையுடன், கணவனின் உதாசீனத்துடன் ஒரு சம்பிரதாய மருமகளாக, ஒரு பொறுமைசாலியாக, ஒரு சனாதன வீட்டுக்காரியாக வாழ நேர்ந்த தான் ஒவ்வொரு துளி ரத்தத்திலும் நிறைந்திருந்த முற்போக்கு உணர்வுகளுடன், சிறு வயதிலிருந்தே வழக்கப்படுத்திக் கொண்டுள்ள போராட்ட உணர்வுடன், இரண்டு ஆண்டுகளிலேயே குடும்பப் பொறுப்பை உதறிவிட்டு, கணவனுடனான உறவை அறுத்து எறிந்துவிட்டு, மாமியாரை எதிர்த்து, மாமனாரைக் கலங்கடித்து வெறுப்படையச் செய்து... களைத்துப்போய் வீட்டு வாசலைத் தாண்டி, ஊரைத் தாண்டிப் பெற்றோர்களிடம் போய்ச் சேர்ந்தாள்

நடுவே விட்டுப்போயிருந்த படிப்பை முடித்து, வீட்டுக்காரி என்ற பாத்திரத்தை ராஜினாமா செய்துவிட்டு, ஒரு நிறுவனத்தில் வேலை பார்க்கும் பணியாளர் என்ற பாத்திரமாக மாறிப்போனாள்.

காலம் நகர்ந்தது. மறுகல்யாணம் செய்துகொள்ளும்படி அப்பா சொன்னார். விவாகரத்து நோட்டீஸ் அவரே அனுப்பிவைத்தார். ஆனால் விவாகரத்து செய்து அவளை விடுதலை பெற்று வாழவிடுவதில் கணவன் ஸ்ரீகாந்த்துக்குச் சம்மதமில்லை. அதனால் அந்த நோட்டீஸில் கையெழுத்திட மறுத்துவிட்டான்.

அவன் கையெழுத்துப் போட மறுத்தது தன் மீதிருந்த காதலினால் தான் என்றும், என்றாவது ஒரு நாள் நிச்சயம் தன்னைத் திரும்ப ஏற்றுக்கொள்வான் என்றும் நம்பினாள்.

ஆனால் காலம் கடத்துகிறான் என்று தெரிந்தது.

அது தன் மீதான பகையைத் தீர்த்துக்கொள்ளத்தான் என்பது காலம் கடந்துதான் தெரிந்தது.

அவன் மறுபடியும் ஒரு கல்யாணம் செய்துகொண்டான். அம்மா ஆசைப்பட்டாள் என்பதற்காகவாம்! அந்த வம்சம் நிலைப்பதற்காகப் பிள்ளைகளையும் பெற்றுக் கொண்டான். ஆனால் கெட்ட பழக்கங்கள் மட்டும் விட்டுப்போகவில்லை. பலன்...

லாவண்யாவின் கண்களிலிருந்து அப்போது ஏனோ ஒரு சொட்டுக் கண்ணீர்கூடக் கீழே விழவில்லை.

"அவன் போய்ட்டதும் நீ வருவேன்னு நினைச்சேன், கடைசியா ஒரு தடவை பார்த்திருவே என்கிற நம்பிக்கையிலே."

லாவண்யா தலையைத் திருப்பிக்கொண்டு சொன்னாள்,

"தகவல் வந்தது. ஆனா வந்து என்ன செய்யணும்னு புரியலே."

"இப்போ மட்டும் என்ன செய்யப்போறே? போ... போய்க் குளிச்சி முடி... கங்கா, அக்காவுக்கு பாத்ரூம் காமி."

மாமனார் அவதானியின் குரல் கேட்டதும் சொம்பில் தண்ணீர் எடுத்துக்கொண்டு வந்தாள் கங்கா. சிவப்புக் கரையிட்ட வெள்ளைச் சேலை. ஆள் நல்ல வெள்ளை நிறம். பொட்டு இல்லாத முகம். பரிசீலனையாக அவளைப் பார்த்துக்கொண்டிருந்தபோது அவர் சொன்னார்.

"என் மருமக."

நெஞ்சில் முள் குத்தியது போலிருந்தது.

முப்பதைக் கடக்காத வயது. ஸ்ரீகாந்த்தைவிடப் பத்துப் பன்னிரண்டு வயது சின்னவளாக இருப்பாள். இவ்வளவு சின்னவளையா அவன் கல்யாணம் செய்து கொண்டான்?

பணிவு, அடக்கம் வெளிப்பட ராஜலட்சுமியம்மாளின் ஆசையை நிறைவேற்ற வந்த சாதுவாக இருந்தாள்.

இவளுடைய இணைப்பினால் அவனுடைய ஆசை, அதாவது மனைவி என்பவள் அடிமையாக விழுந்து கிடக்க வேண்டுமென்ற அவனுடைய ஆசை நிறைவேறியிருக்கும்.

மருமகள் என்பவள் வீட்டில் இருப்பவர்களுக்குப் பணிவிடை செய்வது, பிள்ளைகளைப் பெற்று வம்சத்தை நிலைநிறுத்துவது, வீட்டில் எவ்வளவு அநியாயம் நடந்தாலும் வாய் திறக்காமல் பொறுத்துக்கொள்வது, என்பவையெல்லாம் இருக்க வேண்டு மென்பது ராஜலட்சுமியின் ஆசை.

இளைய ஓரகத்தி என்றால் தன் கைப்பிடியில் இருக்க வேண்டுமென்பது பிசாசு மனத்தத்துவம் கொண்ட மூத்த ஓரகத்தியின் ஆசை. தம்பி மனைவி தன் மனைவிக்குச் சம்பளமில்லாத வேலைக்காரியாக இருக்க வேண்டுமென்பது கொழுந்தனாரின் எதிர்பார்ப்பு. எல்லா விதத்திலும் அவர்களுக்குப் பிடித்த பெண்ணாக கங்கா இருப்பாள் போலிருக்கிறது.

பாவம், இப்போது இந்தப் பெண்ணின் எதிர்காலம் என்ன? நெஞ்சைக் கிழித்துக் கொண்டு வரும் பெருமூச்சை அடக்கிக்கொண்டு குளியலறை நோக்கி நடந்தாள். "என்ன உரிமை கொண்டாடி இங்கே வந்திருக்கிறாளோ? புருஷன்காரன் செத்துட்டான்னுதான் தெரியுமில்ல... அப்படியிருக்க இந்த அலங்காரமெல்லாம் என்ன? மறுகல்யாணம் பண்ணிக்கிட்டாளோ என்னமோ?" ஓரகத்தியின் புலம்பல். எத்தனை வருடங்களானாலும் அந்தக் குரலை அடையாளம் கண்டுபிடித்துவிடலாம்.

"அதுக்குத்தானே புருசன்காரனை விட்டிட்டு ஓடுனா... விட்டேத்தியாத் திரியறதுக்குப் பழக்கப்பட்டவங்களுக்குப் புருசன் எதுக்கு? அம்மாடி.... அந்த சொகுசைப் பாரு!" அத்தையம்மாவின் நொடிப்புகள்.

லாவண்யா கோபத்துடன் குளியலறைக்குள் போனாள். குளியல் முடித்து வெளியே வந்தபோது கங்கா திக்கான காபி கொடுத்தாள். பேசியபோது இயல்பாக பதில் சொல்லிவிட்டு, தப்பித்துக்கொண்டு போனது போலப் போனாள் கங்கா. மாமனார் அவதானி அவ்வப்போது பேசினார். கங்கா காபியும், டிபனும்,

சாப்பாடும், தயாரித்துத் தந்தாள். சாயங்காலம் வரை பொழுது கழிந்தது. மற்றவர்கள் யாரும் பேசவில்லை.

உண்மையில் அவள் இங்கே வந்தது தவறுதான். ஆனாலும் கல்யாணத்துத் துணிமணிகள், கல்யாணப் புகைப்படம், ஸ்ரீகாந்த் தனக்கு எழுதியிருந்த காதல் கடிதங்கள் எல்லாம் அடங்கிய ஒரு பெட்டி இங்கே தங்கிப் போய்விட்டது. ஆள் போய்விட்டாலும் அவனுடைய நினைவுகள் சில தங்கியிருக்கின்றன. அந்தப் பெட்டிக்காக வந்திருக்கிறாள்.

"நீ மறுகல்யாணம் பண்ணிக்கிட்டேன்னு நினைச்சேன்."

மாமனார் சொன்னதைக் கேட்டு லாவண்யா திடுக்கிட்டாள்.

அவதானி திண்ணையில் ஒரு பக்கமாகத் தன் மேல்துண்டை விரித்து உட்கார்ந்துகொண்டு இதைச் சொன்னார்.

''அந்த வாய்ப்பைத் தரக்கூடாதுன்னுதானே உங்க பையன் விவாகரத்துப் பத்திரத்திலே கையெழுத்து போடலே?"

''ஆனா, விவாகரத்து வாங்கலேன்னாலும் அவன் மறு கல்யாணம் பண்ணிக்கிட்டானில்ல?''

'அதுதான் ஆண் அகம்பாவம் என்கிறது.' இப்படிச் சொல்ல நினைத்தாள். ஆனால் இத்தனை ஆண்டுகளுக்குப் பிறகு சந்திக்கும் நிலையில் அவருடைய மனதைப் புண்படுத்த விரும்பவில்லை. "அந்த எண்ணம் வந்தப்போ வயசு மீறிப்போயிரிச்சி" என்றாள்.

''உன்னைப் பெத்த மகளாப் பார்த்துக்கிட்டதுக்கு இந்தக் கடைசிக் காலத்திலே ஒரு தடவை கண்ணிலே தட்டுப்பட்டுட்டே. இதுவே ரொம்ப சந்தோசமா இருக்கு."

அவருடைய கண்களில் உண்மையாகவே மகிழ்ச்சி பொருந்திய ஒளி.

"அவன் போனதும் தந்தி கொடுத்தேன், கடைசியா ஒரு தடவை பார்த்துக்கோன்னு. விவாகரத்து வாங்காததாலே உன்னை வேறொருத்தியா என்னாலே நினைக்க முடியலே."

''அந்த எண்ணம் உங்களுக்கு மட்டும்தான் இருக்கு.

மத்தவங்களுக்கு இல்லையே. உங்களுக்காவது என் மேலே இன்னும் பாசம் மிஞ்சி இருக்கிறதுக்கு நான் கொடுத்து வச்சிருக்கணும்.''

''இவ்வளவு பற்றும் பாசமும் வச்சிருக்கிற உனக்கு அப்படி எப்படிக் கிளம்பிப் போகணும்னு தோணிச்சி, லாவண்யா?''

லாவண்யா பேசவில்லை. உண்மையில் அந்தக் கேள்விக்கு பதில் இல்லை. ஆனாலும் ஏதாவது சொல்ல வேண்டும்போலிருந்தது. தன் சார்பாக இல்லாவிட்டாலும், தன்னைப் போன்ற பல பெண்மணிகளின் சார்பாக.

“பெண் கணவனை, புகுந்த வீட்டை, மாமியார், மாமனார்களை விட்டுட்டுப் போகிறதா இருந்தா, அது தனிநபர்களை உதறிட்டுப் போறதில்லே, மாமா! கௌரவம் பொருந்திய வாழ்க்கையை, உறவுமுறைகளை உதறிவிட்டுப் போவது! ஏதோ கட்டுப்பாடு இல்லாம விட்டேத்தியாத் திரியறதுக்காக, தனியா வாழணும்னு எந்தப் பொண்ணும் ஆசைப்பட மாட்டா. தான் ஒரு யந்திரமா இல்லாம, தனக்கொரு இருப்பை வேண்டிக்கிடுறா. அது வெறுமைன்னு ஒரு இடத்திலே தெரியிறப்போ, அதைத் தேடிக்கிட்டுப் போறதிலே தவறு இருக்கா? தன்மானம் இருக்கிற ஒருத்தி அடிமை மாதிரி இருப்பாளா? என்னோட நடவடிக்கை அவர்கிட்ட மாற்றத்தை ஏற்படுத்தும்னு எதிர்பார்த்தேன்'' என்றாள் லாவண்யா.

''கணவன்கிட்டப் பழகுறதிலே தன்மானங்கிற விவகாரமெல்லாம் எதுக்கும்மா. ஒருத்தருக்காக ஒருத்தர் சில ஆனந்தங்களை, கொள்கைகளை, ஆசைகளை, தனித்தன்மைகளைக் கொஞ்சத்துக்குக் கொஞ்சமாவது விட்டுக் கொடுத்தாத்தானேம்மா தாம்பத்திய வாழ்க்கைக்கு அர்த்தம் இருக்கும்?''

“ஒருத்தருக்கொருத்தர்னு நீங்களே சொல்றீங்க. ஆனா ரெண்டு வருசமா நான் தானே அவருக்காக எல்லாத்தையும் விட்டுக் கொடுத்துத் தியாகம் பண்ணிக்கிட்டு இருந்தேன்? அந்தத் தியாகத்துக்கு என்ன அங்கீகாரம் கிடைச்சிருக்கு? அவர் எனக்காக என்ன செஞ்சிருக்காரு? காதலிச்சிக் கல்யாணம் பண்ணி, தன் அம்மாவுக்கு ஒரு வேலைக்காரியை, தனக்கு ஒரு படுக்கைத் துணையை மட்டுமே ஏற்பாடு பண்ணிக்கிட்டாரு. என் மனசைச் சுக்கல்

சுக்கலா சிதறடிச்சாரு. என்னோட வாழ்க்கையைப் பாலைவனமா ஆக்கிட்டாரு.” கொஞ்சம் நிறுத்தினாள் லாவண்யா.

“அம்மா லாவண்யா! நீங்க புதுமை, நாகரீகம்னு சின்னச் சின்ன விசயங்களை பூதக்கண்ணாடி வழியாப் பார்த்துப் பயப்படுறீங்க. உன்னோட அத்தை பட்ட பாட்டைவிட நீ என்ன அப்படி வேதனைப்பட்டுட்டே? நான் என்னிக்கும் அவளோட பேச்சுக்கோ, ஆலோசனைக்கோ துரும்பளவும் மதிப்புத் தந்ததில்லே. எங்கம்மா அவளை அரைச்சி எடுத்திருவா. எல்லாத்தையும் பொறுத்துக்கிட்டா. எங்களோடது ஒரு கௌரவமான குடும்பம்னு வெளியே பேரெடுத்துக் கொடுத்தா.”

‘‘சமூக அந்தஸ்து என்கிறது குடும்பத்துக்குத்தானே தவிர, தனிநபருக்குக் கிடையாதுன்னு சொல்றீங்களா, மாமா?”

அவர் பதில் சொல்லவில்லை. என்ன சொல்வார்! லாவண்யா என்பவள் ராஜலட்சுமி அல்ல. ஒரு காலத்தில் பெண்கள் எல்லாருமே ராஜலட்சுமிகள்தான்! ஆனால் இந்தக் காலத்தில் பல லாவண்யாக்கள்; ஒரு சிலரே ராஜலட்சுமிகள். அந்தச் சிலருள் ஒருத்தியாக கங்கா இருப்பதனால்தான் இந்த வீட்டு மருமகளாக நிலையான இடத்தைச் சம்பாதிக்க முடிந்தது.

லாவண்யா மீண்டும் தொடர்ந்தாள்.

“நீங்க உங்க சுயநலத்துக்காக அத்தையை உங்க கையாளாகத் தயார் பண்ணி வச்சிக்கிட்டீங்க. அவங்களோட ஆலோசனைகளை மனைவி என்கிறதைவிட அடிமை என்கிற எண்ணத்தோடே கேட்டிருக்கீங்க. நரம்பு நெடுகப் பரவியிருக்கிற அந்த எண்ணத்தை, அந்தத் தத்துவத்தை அவங்க தன்னோட மருமகள்கள்கிட்ட காண்பிக்க நினைச்சிருக்காங்க. ஆனா உங்க துரதிருஷ்டமோ, என்னோட துரதிருஷ்டமோ தெரியலே, அவங்களோட ஆசை அளவுக்கு என்னை மாத்திக்கிட முடியாமப்போயிட்டேன். இதிலே பெரும்பகுதித் தப்பு உங்க மகன் மேலேதான்னு எனக்குத் தோணுது. படிச்ச, நவநாகரீக யுவதியான என்னைக் காதலிச்சிக் கல்யாணம் பண்ணிக்கிடுறதுக்கு முன்னாலே கங்கா மாதிரியான பொண்ணைக் கல்யாணம் பண்ணிக்கிட்டிருந்தா ரெண்டாவது கல்யாணத்துக்குத்

தேவையே ஏற்பட்டிருக்காது. எது எப்படியானாலும் கங்காவைக் கல்யாணம் பண்ணிக்கிட்டுத் தன்னோட ஆசை, தன் அம்மாவோட ஆசை ரெண்டையும் தீர்த்தாரு. இன்னிக்கு கங்கா ஒரு சாதாரண குடும்பப் பொண்ணா, ஸ்ரீகாந்த் மனைவியா, ராஜலட்சுமியம்மா வோட மருமகளா மிஞ்சியிருக்கிறா.''

''லாவண்யா! வயசோட கூட, உன்னோட சிந்தனைகளும் பதப்பட்டிருக்கு. அப்போ நீ சின்னப் பொண்ணா இருந்ததனாலே என் கோபத்தைக் காட்டி உன்னை அடக்க முடிஞ்சது. ஆனா இப்போ பெரியவளாயிட்டே. அதுவும் தவிர, இப்போ நீ ஒரு எழுத்தாளினியும்கூட. உன்னோட விவேகம், முன்யோசனை யெல்லாம் வளர்ந்திருக்கிறப்போ நான் எம்மாத்திரம்?''

''அப்படியெல்லாம் பேசாதீங்க, மாமா. நீங்க எப்பவும் எனக்கு அப்பா மாதிரிதான்.'' திகைப்பும் குழப்பமும் கலக்கச் சொன்னாள்.

''போகட்டும்மா. நடந்ததென்னவோ நடந்திடுச்சி. இப்போ அதையெல்லாம் நினைச்சி வருத்தப்படுறதிலே என்ன பிரயோஜனம்? நீ இப்போ கிளம்பி வந்ததுக்கான காரணத்தைச் சொல்லலியே'' நிதானமாகக் கேட்டார் மாமனார் அவதானி. லாவண்யா பெருமூச்சு விட்டபடிச் சொன்னாள்.

''இங்கே உங்களைப் பார்க்கிறதுக்காகத்தான் வந்தேன். நாளை என்னோட புத்தகம் ஒண்ணு விஜயவாடாவிலே வெளியிடுறாங்க. அதோடபேரு வாழ்க்கைன்னு வச்சிருக்கு.''

''அதாவது, உன்னோட பிராண்டு புத்தகம்தானே? புரட்சி, முற்போக்கு, பெண் விடுதலை''

''ஆமாம், அந்த மாதிரியானதுதான்.''

''அப்படீன்னா நாளைக்கே கிளம்பிப் போகணும்கிறே'' அவருடைய குரலில் ஒரு தெளிவில்லாத வேதனை. ''அவன் செத்தப்போ வரல்லே. எப்படியோ இப்போ வந்திட்டே, விசேஷத்துக்கு இருந்திட்டுப் போகலாமில்ல?''

''உங்களுக்குத் தெரியுமில்ல, எனக்கு இதிலேயெல்லாம் நம்பிக்கை இல்லேன்னு? இந்தப் புத்தகத்தை, ஒரு சமயம் அவருக்கு

மனைவியா இருந்தேன் என்கிறதை நினைவுபடுத்தி, அவருக்குத்தான் காணிக்கை தர்றேன்.''

''உன்னோட காதலை இப்படி வெளிப்படுத்திக்கிறதாச் சொல்றியா?''

''இல்லே. வாழ்க்கை முழுக்க என் பெயருக்கு முன்னாலே 'திருமதி'ன்னு போட்டுக்கிடுறதுக்கு வாய்ப்பு கொடுத்ததுக்கு நன்றி தெரிவிச்சிக்கிடுறேன்.''

''உன்கிட்ட என்னிக்கும் பேச்சிலே ஜெயிக்க முடியாதும்மா, லாவண்யா.''

சில கணங்கள் இருவருக்குமிடையே நிசப்தம்.

"மாமா! உங்களை ஒண்ணு கேக்கணும்னு நினைக்கிறேன்."

நிசப்தத்தை அவள்தான் உடைத்தாள்.

"கேளும்மா உனக்கென்ன தடங்கல்?" பாசத்துடன் சொன்னார்.

"கங்காவோட எதிர்காலத்தைப் பத்தி என்ன யோசிச்சிருக்கீங்க?"

துள்ளித் திகைத்தார்.

"ரெண்டு பிள்ளைங்களுக்குத் தாய். எங்ககிட்ட இருந்துக்கிட்டு, எங்க பாதுகாப்பிலே அந்தக் குழந்தைங்களைப் பெரியவங்களாக் குறதுதான் கங்காவோட பொறுப்பு. இனி வேறே என்ன எதிர்காலம் இருக்கு?''

''எவ்வளவு பாசம்! உங்க பாதுகாப்பிலே இல்லே அவ இருக்கிறது உங்களோட வஞ்சனை"

"லாவண்யா?"

"கோபப்படாதீங்க, மாமா! சந்தர்ப்பம் வந்திருக்கு , உங்ககிட்ட எனக்கு உரிமை இருக்கு என்கிறதனாலே கேக்கிறேன். முப்பதைக்கூடத் தாண்டாத அந்தப் பொண்ணு இப்படி உங்க குடும்பத்துக்காரங்களுக்குப் பணிவிடை செஞ்சிக்கிட்டு, நீங்க போட்டதைச் சாப்பிட்டுக்கிட்டுக் காலம் கடத்த வேண்டியதுதானா?"

"லாவண்யா, நீ செய்த காரியத்துக்கே இந்தக் குடும்பம் எவ்வளவு அல்லோகல்லோலப்பட்டதுன்னு உனக்குத் தெரியும். உங்க அத்தை உள்ளுக்குள்ளேயே பொசுங்கிப்போய் அண்டை அயலார்கிட்ட அவமானப்படுறா. நம்ம சம்பிரதாயம், ஆசாரம் எல்லாம் தாண்டி இந்த வீட்டு மருமகள் என்கிறதுக்குக் களங்கத்தை உண்டாக்கிட்டே. கங்காவாவது இந்த வீட்டு மானம் மரியாதையைக் காப்பாத்தட்டும்."

அவருடைய குரலில் ஒரு கண்டிப்பு தெரிந்தது.

"உங்க வீட்டு மானம் மரியாதையைக் காப்பாத்துறதுக்காக ஒரு பொண்ணோட வாழ்க்கை பலியாக வேண்டியதுதானா? இதைவிடப் பெரிய சோகம் இருக்கா? உங்க பையனோட சங்கதி தெரிஞ்சி, ஒரு பொண்ணு அவரைக் கணவனாப் பொறுத்துக்க முடியாம ஓடிப்போன பிறகு, திக்கற்றவளான இன்னொரு பொண்ணை அவரோட வாழ்க்கையிலே இணைச்சி வச்சீங்க. உங்க வம்சவிருத்திக்காக அவளை பலி கொடுத்தீங்க. இப்போவாவது அவளோட எதிர்காலத்துக்கு ஒரு வழி காமிச்சி, உங்க பரந்த மனப்பான்மையை வெளிப்படுத்துங்க."

அவர் பேச்சற்றுத் திகைத்தார். என்ன சொல்கிறாள் இந்த லாவண்யா! தன்னை என்ன செய்யச் சொல்கிறாள்!

"என்ன செய்யச் சொல்றே, லாவண்யா?" நடுங்கும் குரலில் கேட்டார்.

"பயப்படாதீங்க, மாமா. வருங்காலத்திலே தன் சொந்தக் காலிலே நிற்கிற சக்தியை, தைரியத்தை ஏற்படுத்துங்க. பொருளாதார ரீதியா அவளுக்குச் சுதந்திரத்தை ஏற்படுத்திக் கொடுத்தா, வாழ்க்கை முழுக்க உங்க இரக்கத்தைப் பிச்சை மாதிரி வாங்கிக்கிட்டு வாழணும்கிற தேவை இருக்காதுல்ல? இது லாவண்யா என்கிற முறையிலே என்னோட அறிவுரை."

அவதானியின் தலையில் சம்மட்டியால் அடித்த மாதிரி இருந்தது. இது எப்படி சாத்தியம்? சில நிமிடங்களுக்குப் பிறகு அவர் அங்கிருந்து எழுந்து போனார்.

லாவண்யா பெருமூச்சுவிட்டாள்.

விடிந்தது. தூக்கத்திலிருந்து எழுந்த லாவண்யா விடுவிடென்று காலைக்கடன்களை முடித்துக்கொண்டு, குளித்து முடித்துக்கொண்டு புறப்பட்டாள். கங்கா காபி கொண்டு வந்து கொடுத்துவிட்டு மௌனமாக உள்ளே போனாள்.

லாவண்யா காபி குடித்து முடித்து, தம்ளரை ஜன்னலில் வைத்துவிட்டு, உள்ளே எட்டிப் பார்த்து "கங்கா!" என்று கூப்பிட்டாள்.

கங்கா வெளியே வந்தாள்.

"மாமா இல்லையா?"

"இல்லே. கோயிலுக்குப் போயிருக்காங்க."

கங்கா மிகுந்த அடக்கத்துடன் பதிலளித்தாள்.

"எப்போ வருவாங்க? ஏதாச்சும் சொன்னாங்களா?"

"இல்லே. உங்ககிட்ட இதைக் கொடுக்கச் சொன்னாங்க."

விரலால் சுட்டிக் காட்டி ஒரு மூலையில் வைக்கப்பட்டிருந்த சின்னப் பெட்டியைக் காண்பித்தாள். லாவண்யாவுக்கு ஷாக் அடித்தது போலிருந்தது.

அதுதான் தான் அந்த வீட்டில் விட்டுவிட்டுப் போன நினைவுப் பெட்டகம். அதை எடுத்து இங்கே வைத்தாரென்றால் 'இனிமேல் நீ போகலாம். போய் வா. இனி வரத் தேவையில்லை' என்று தனக்கு அவர் நிரந்தரமாக விடைகொடுத்த மாதிரிதான்.

லாவண்யாவின் நெஞ்சில் சம்மட்டியால் அடித்த மாதிரி இருந்தது. இத்தனை காலத்தில் முதல் தடவையாக அவதானி தன் மீது காட்டிய அலட்சியம் தவிர்க்க முடியவில்லை. அதை இங்கே வைத்துவிட்டுச் சென்றதன் நோக்கம் வேறு. அவதானியின் பாசத்தை ஏற்றுப் பகிர்ந்து கொள்வதற்கு இன்னொரு தடவை தான் இந்த வீட்டுக்கு வர நேருமானால், அதை ஒரு காரணமாகச் சொல்லிக்கொள்ளலாம் என்றிருந்தாள். ஆனால் இப்போது அதற்குத் தேவையில்லை என்று தெரிகிறது. இனிமேல் எதற்காக இந்த நினைவுத் தடயங்கள்? சூட்கேஸை மட்டும் எடுத்துக்கொண்டு விடுவிடென்று நடந்து பஸ் ஸ்டாண்ட் சென்றடைந்தாள். பஸ் வர நேரமாகும்போல் இருந்தது. காத்திருந்தாள்.

அவள் போக வேண்டிய பஸ் வந்தது. சிலிர்த்துக்கொண்டு நின்றது. ஃபுட்போர்டு கம்பியைப் பிடித்து பஸ் ஏறப்போன லாவண்யாவின் தோள்மீது அழுத்தமாக ஒரு கை பட்டதால் சடக்கென்று திரும்பிப் பார்த்தாள்.

அமைதியான முகத்துடன் மாமனார் அவதானி. அவருக்கு அருகிலேயே கையில் சூட்கேசுடன் கங்கா.

நிலைகுத்திப் போனாள் லாவண்யா.

“மாமா நீங்க?...”

அவதானி வெளிப்படையாகச் சிரித்தார்.

‘‘நானேதாம்மா. ராத்திரியெல்லாம் நினைச்சிப் பார்த்தேன். அப்படி நினைச்சிப் பார்த்ததிலே நான் ஒரு சுயநலக்காரன் என்கிறதைப் புரிஞ்சிக்கிட்டேன். என்னுடைய சுயநலத்துக்காக இப்பவே கங்காவோட வாழ்க்கையை நாசம் பண்ணிட்டேன். இனிமே அப்படி நடக்கக் கூடாது. இந்த வெகுளிப்பொண்ணுக்கு சரியான வழிகாட்டி நீதான். அதனாலேதான் உன்கிட்ட ஒப்படைக்கணும்னு கூட்டி வந்திருக்கிறேன்.’’

‘‘அப்படீன்னா குழந்தைங்க?’’ குழப்பத்துடன் லாவண்யா கேட்டாள்.

‘‘பிள்ளைங்க என்னோட வம்சமில்லையா? அவங்களைப் பத்தின பொறுப்பு என் வாழ்நாள் இருக்கிற வரைக்கும் என்னோடதுதான்’’

“தப்பு மாமா. பிள்ளைங்க வம்சத் தொடர்ச்சின்னாலும், அம்மா என்கிறவ பிள்ளைகளுக்காகத்தான். அந்த உண்மையை மறந்திடாதீங்க. கங்கா தனக்குன்னு ஒரு வாழ்க்கையை ஏற்படுத்திக்கொள்கிற வரைக்கும் பிள்ளைகளைப் பாதுகாக்கிற பொறுப்பு உங்களோடதுதான்.”

‘‘லாவண்யா, அன்னிக்கு நீ இந்த வீட்டைவிட்டு வெளியே போனப்போ ஆவேசப்பட்டு மதி மறந்திட்டேன். ‘கௌரவமான, பத்திரமான வாழ்க்கையை இப்படி உதறித் தள்ளிட்டுப் போகிறாளே,

என்னென்ன கஷ்டப்படப் போகிறாளோ' அப்படீன்னு அன்னிக்கு மனசு கலங்கிட்டேன். ஆனால் திமிறி வெளியே போன பிறகு நீ சிகரங்கள் ஏறித் தொட்டதுமில்லாம, உன் எழுத்துகளாலே இன்னும் எத்தனையோ பேருக்கு வெளிச்சத்தைக் கொடுத்திருக்கிறே. ஒருவேளை அன்னிக்கு நீ அப்படி வெளியேறிப் போகாம இருந்திருந்தா, இன்னிக்கு இருக்கிற கங்காவோட இடம்தான் உனக்கும் இருந்திருக்கும். அதனாலேதான் அன்னிக்கு நீ எடுத்த முடிவை நான் இன்னிக்கு மனப்பூர்வமா வாழ்த்துறேம்மா."

அவருடைய கண்களில் கண்ணீர்.

"கங்கா அதிருஷ்டக்காரி, மாமா... கங்காவை முழுமையான தனித்தன்மை வாய்ந்த பொண்ணா உங்ககிட்ட ஒப்படைக்கிறேன். அவ உங்க மருமகளா."

"என் மருமகளா நான் வேண்டிக்கிட்டா, அது மறுபடியும் என்னோட தன்னலம்னு ஆகும். என்னோட மகளா நான் ஏத்துக்கிடுறேன்."

லாவண்யாவின் இதயம் அவருடைய பெருந்தன்மைக்கு மௌனமாக வணக்கம் செலுத்தியது.

"அப்போ அந்த மகளோட வாழ்க்கையை என்ன செய்யணும்னு தீர்மானிக்கிற பாரம் உங்களோடதுதான், மாமா."

"நான் அதுவரைக்கும் பொழைச்சிருந்தா நிச்சயமா கங்காவுக்கு அழகான, நிம்மதியான வாழ்க்கையை அமைச்சிக் கொடுப்பேன். அதுவரை இவளோட வாழ்க்கைப் புத்தகத்தை உன்கிட்ட கொடுக்கிறேன். இதைத் திருத்தி எழுத வேண்டியதை எழுதுறதும், வெளியிடுறதும் உன் பொறுப்புதான்."

கங்காவின் கையைப் பிடித்து லாவண்யாவின் கையில் வைத்தார்.

"நன்றி, மாமா" என்றாள் லாவண்யா.

பஸ்ஸில் ஏறிக்கொள்ளும்படி மணியடித்தார் கண்டக்டர். கங்கா மாமனார் கால்களில் விழுந்து வணங்கினாள்.

"வர்றோம், மாமா." லாவண்யா கைகூப்பினாள்.

"நல்லா இருங்க." நிறைமனத்துடன் இருவரையும் பார்த்துச் சொன்னார்.

கிளம்பிய பஸ்ஸுக்கு வெளியே நீண்டு விடைபெற்ற லாவண்யாவின் கை கண்ணீர் திரையிட்ட அவதானியின் கண்களுக்குக் காக்கும் கரமாகத் தெரிந்தது.

பழகிப் போகும் வாழ்க்கை

வி. ராஜாராம்மோகன்ராவ்

தமிழில்: **இளம்பாரதி**

வெயில் காலத்திலிருந்து மழைக்காலத்திற்கு வந்தது போல, கிராமத்திலிருந்து நகரத்திற்கு வந்து சேர்ந்தார்கள் சிவாவும் லட்சுமியும். சொந்த கிராமத்தில் வேலைக்குத் தட்டுப்பாடு அதிகரித்தது. செல்வந்தர்களின் ஆதிக்கம் அதிகரித்தது. எல்லா வகையிலும் அங்கே அலுத்துப்போய் மனைவி லட்சுமியை இட்டுக்கொண்டு சிவா நகரத்திற்கு வந்துவிட்டான்.

ரயிலிலிருந்து இறங்கி நாம் பள்ளி ஸ்டேஷனின் சூழ்நிலைக்கு ஆட்பட்டபோது ஒரிரு ரிக்ஷாக்காரர்கள் எதிர் வந்து கேட்டார்கள்: 'எங்கே போறீங்க? எந்தப் பக்கம் போகணும்?' எங்கே போகவேண்டுமென்று சிவாவுக்குத் தெரியாது. லட்சுமிக்கும் தெரியாது. அந்தச் சூழலில் ரிக்க்ஷாக்காரர்களின் கேள்விகளெல்லாம் அவர்களுடைய காதுகளில் விழவில்லை.

சின்னச் சின்னத் திருவிழாக்கள் முன்னிட்டுப் போனதைத் தவிர கிராமத்தைவிட்டு வெளியூர் எங்கும் போனதில்லை. எந்தத் திருவிழாவும் இல்லாமலே, அவ்வளவு பேர் கூட்டம் கூட்டமாக அங்கே இங்கே என்று குடி முழுகிவிட்டதைப் போல அரக்கப்பரக்க நடமாடுவதை அந்தத் தம்பதிகள் அதற்கு முன்பு பார்த்ததில்லை. ஆச்சரியத்துடனும் ஆர்வத்துடனும் எல்லாரையும், எல்லாவற்றையும் பார்த்துக்கொண்டே முன்னே நடந்தார்கள். சிவாவின் தலையில் சாக்குமூட்டை, லட்சுமியின் இடுப்பில் துணிமூட்டை. அவைதாம் அவர்கள் கிராமத்திலிருந்து கொண்டு வந்த மொத்தச் சொத்து.

கொஞ்ச தூரம் நடந்து ராயல் ஹோட்டல் பக்கம் போய்ச் சேர்ந்தார்கள். அங்கே கார்கள், பஸ்கள், ஆட்டோக்கள் ஆகியவற்றின் சந்தடியைப் பார்த்து, 'அம்மாடி' என்று லட்சுமி மலைத்தாள். இது ஒரு

வகையான கடல். மக்கள் நடமாடும் கடல். சுற்றிலும் எழுந்த கைதட்டல், கும்மாளம், பேச்சொலிகள் எல்லாமே கடல் அலைகளின் இரைச்சலைப் போலவே இருந்தன லட்சுமிக்கு. எல்லாவற்றையும் பார்த்து அதிர்ந்துபோன லட்சுமி என்ன செய்வதென்று தெரியாமல் அடியெடுத்து வைத்துக் கணவனருகே சென்று அவனுடைய தோளில் கை பதித்துக் கொண்டாள்.

சிவாவுக்கும் குழப்பமாகத்தான் இருந்தது. இவ்வளவு சந்தடியில் ஒருவர்கூடத் தெரிந்தவர்கள் இல்லை. எதுவும் புரிபடவில்லை. என்ன செய்வது, எப்படிப் பிழைப்பது என்ற திகில் வந்து சேர்ந்தது. ஆனால் லட்சுமியைத் திரும்பிப் பார்த்து, 'ஒண்ணும் கவலைப்படாதே' என்பதுபோல் ஒரு பைத்தியக்காரச் சிரிப்பு சிரித்தான்.

இயல்பாக இருவரும் முன்னோக்கி நடந்தார்கள். நகரம் தனது வலுவான ஆற்றலுடன் முன்னுக்கு நெட்டித் தள்ளுவதாக இருவரும் நடந்தார்கள். எல்லாருக்கும் தக்கதான எல்லா வகையான வாய்ப்புகளும் உள்ள அழகான உலகம் இந்த நகரம் என்ற கருத்தோட்டம் நிறையப் பேருக்கு இருப்பதைப் போலவே சிவாவுக்கும் இருந்தது. அந்த நம்பிக்கையோடும் ஆசையோடும்தான் கிராமத்து அவல வாழ்க்கையை உதறிவிட்டு வளமான வாழ்வு கிடைக்குமென்று இங்கே வந்தாயிற்று. அப்படியே ரோடு பக்கமாக நடந்தபோது, வகைவகையான தொழில்கள் சிவாவின் கண்களில் தென்பட்டன. ரிக்ஷா ஓட்டுபவர்கள், வண்டி ஓட்டுபவர்கள், விதவிதமான கடைகள், வந்துபோகும் லாரிகள். 'பரவாயில்லே, இவ்வளவு பெரிய ஊர்லே நமக்குன்னு ஒரு வேலை கிடைக்காமலா போகும்?' என்று தனக்குத்தானே தைரியம் சொல்லிக்கொண்டான். அதே தைரியத்துடன் லட்சுமியைப் பார்த்தான். இன்னும் மருண்ட பார்வையுடனேயே இருந்தாள் லட்சுமி.

முந்தின இரவு முழுவதும் பிரயாணம் செய்திருக்கிறார்கள். பாதி தூரம் இருவரும் மூட்டைகளைச் சுமந்தபடி, ரயிலில் நின்றபடியே பயணம் செய்திருக்கிறார்கள். நடக்க நடக்க, களைப்பு கொஞ்சம் கொஞ்சமாகத் தெரியத் தொடங்கியது. கொஞ்ச நேரத்தில் பசியும் தெரியத் தொடங்கியது. கொஞ்ச தூரத்தில் நடைபாதையில் ஒரு தள்ளு

வண்டி ஹோட்டல் தென்படவே, இருவரும் நின்றார்கள்.

"என்ன சாப்பிடுறே?" என்று லட்சுமியைக் கேட்டான்.

"உங்களுக்குப் பிடிச்சது." என்றாள் லட்சுமி.

முதலில் இட்லி சாப்பிட்டார்கள். பசி அடங்காததால் அடுத்து தோசை சாப்பிட்டார்கள். காபி குடித்தார்கள். எல்லாம் முடிந்த பிறகு "எவ்வளவு?" என்று கேட்டான் சிவா.

"நாலரை" என்றான் தள்ளுவண்டி ஹோட்டல்காரன்.

"என்ன எவ்வளவு?" என்று கேட்டான் சிவா, ஆச்சரியத்துடன்.

வண்டி ஹோட்டல்காரன் தனித்தனியாக விலை விவரம் சொல்லி, எல்லாவற்றையும் கூட்டித் தொகையைச் சொன்னான். தங்கள் கிராமத்து விலைகள் மாதிரி இருக்குமென்று நினைத்த சிவாவின் ஊகங்களின் மீது, நகரத்தின் பணம் சார்ந்த வாழ்க்கை தாக்கிய முதல் அடி இது. வேறெதுவும் பேச முடியாமல் கேட்ட காசைக் கொடுத்தான் சிவா.

கீழே இறக்கி வைத்திருந்த மூட்டைகளை எடுத்துச் சுமந்துகொண்டு மீண்டும் நடக்கத் தொடங்கினார்கள். நகரம் அழகாகத் தோன்றியது. ஆனாலும் அங்காங்கே எல்லாமே தாறுமாறாகக் கிடந்தன. 'ஒருத்தனுக்குத் தேவைப்படுறது இன்னொருத்தனுக்குத் தேவைப்படாது. உழைக்க நினைக்கிறவனுக்கு ஏராளமான வேலைங்க.' இவை நகரம் குறித்து சிவா கேள்விப்பட்டிருந்த தகவல்கள். அந்த நினைப்புகளுடன் ரோட்டு பக்கமாக, பெரிய பெரிய கட்டடங்கள் பக்கமாக, மக்கள் சந்தடி இருந்த பக்கமாக நம்பிக்கையுடன் உன்னிப்பாகப் பார்த்தபடி முன்னோக்கி நடந்தான். கிராமத்தைப் போலத் தனிப்பட்ட ஒருவனின் எதேச்சதிகாரத்திற்கு ஆட்பட்டிருக்கத் தேவையில்லை. சிவாவின் ஆழ்ந்த நம்பிக்கை அதுதான்.

கால்களும் கைகளும் வலியெடுத்தன. இதில் தலைச்சுமை வேறு 'கொஞ்ச நேரம் எங்கேயாவது உட்கார வேண்டும்' என்று தோன்றியது. மேலும் கொஞ்சதூரம் சாதர்காட் பார்க் வரை அப்படியே நடந்தார்கள். அந்தப் பூங்காவுக்கு உள்ளே போகலாமா, கூடாதா

என்று சற்றுத் தயங்கினான் சிவா. அங்கே நின்றிருந்த ஒரு பெரியவரைக் கேட்டுத் தெரிந்துகொண்டு உள்ளே போனான். ஒரு மூலைப்புறமாகப் பார்த்து ஒரு புதர்ச் செடிப் பக்கமாக மூட்டையை இறக்கினான். லட்சுமியின் கையிலிருந்த மூட்டையை வாங்கிக் கீழே வைத்துவிட்டு, 'உக்காரு' என்றான்.

மதியம் அந்த மூலையிலேயே கொஞ்சம் சோறு பொங்கிச் சாப்பிட்டார்கள். அங்கே பயப்படுவதற்கு எதுவும் இல்லையென்றாலும் லட்சுமியின் ஒவ்வொரு நடவடிக்கையும் பயந்து சாவதுபோல் தோன்றியது சிவாவுக்கு. உட்கார்ந்தபோது, எழுந்து நின்றபோது, சோறு பரிமாறியபோது, சாப்பிட்டபோது லட்சுமியின் அந்த பயத்தைப் பார்த்தபோது, சிவாவுக்குத் தன்னைத் தானே பார்த்துக்கொள்வது போலிருந்தது.

என்னதான் ஆனாலும் பிறந்து வளர்ந்த கிராமத்தில் இருக்கும் அளவு நிம்மதி இந்தப் புதிய இடத்தில் இருக்காது என்பது தெரிந்ததுதான். ஆனாலும் தவிர்க்க முடியாத நிலை. பிழைப்பின் போக்கு இப்படி இங்கே தள்ளிக்கொண்டு வந்திருக்கிறது. நிம்மதியை வரவழைத்துக்கொள்ள வேண்டுமென்று நினைத்த சிவாவுக்கு லட்சுமியின் பயம் சலிப்பைத் தந்தது.

இரண்டு மணி வரை லட்சுமியுடன் அது இது என்று பலவற்றைப் பேசிவிட்டு எழுந்து நின்றான். 'எங்கே?' என்பதுபோல் லட்சுமி ஏறிட்டுப் பார்த்தாள்.

''கொஞ்சம் அங்கே இங்கே போய் ஏதாவது வேலை கிடைக்குதான்னு பார்த்திட்டு வர்றேன். நான் வர்ற வரைக்கும் நீ இங்கேயே உட்கார்ந்திரு.'' என்றான் சிவா.

''அம்மாடி, தனியா உட்கார்ந்திருக்கவா?'' என்று லட்சுமி அதிர்ந்துபோய்க் கேட்டாள். லட்சுமியின் கண்களில் அதே மருண்ட பார்வை.

சிவாவுக்கு எரிச்சல் வந்தது. ஆடாமல் அசையாமல் அங்கேயே உட்கார்ந்திருந்தால் எந்த வேலையும் தானாகத் தேடி வராது என்பது அவனுக்குத் தெரியும். நகர்ந்து போவதற்கே இந்த லட்சுமி இப்படிக் காலைக் கட்டிப்போடுகிறாள். எரிச்சலுடன்

லட்சுமியைப் பார்த்தான். எந்தத் தவறும் செய்யவில்லையானாலும், ஏதோ தவறு செய்து விட்டதாக மருகிக்கொண்டு உட்கார்ந்திருந்த லட்சுமியைப் பார்ப்பதற்கு சிவாவுக்குப் பாவமாக இருந்தது. அவனுடைய கோபம் தணிந்துபோயிற்று.

லட்சுமியின் பயம் சாதாரணமானதுதான். ஊர் புதிது. அந்த இடம் புதிது. இத்தனை காலமும் யார் வந்து என்ன கேட்டாலும் பயப்படாமல் பதில் சொல்லும் தைரியம் லட்சுமிக்கு இருந்ததில்லை. இதெல்லாம் சிவாவுக்குத் தெரிந்ததுதான். அது மட்டுமல்ல, உண்மையில் பிறந்து வளர்ந்த கிராமத்தைவிட்டு வெளியேறி வந்ததே லட்சுமிக்காகத்தான். கஞ்சி குடித்துப் பொழுதைக் கழிக்க நேர்ந்தாலும், படாத கஷ்டம் பட நேர்ந்தாலும், தங்கள் இருவருடைய வாழ்வும் சீரழிந்து போகாமல் சேர்ந்து வாழ வேண்டுமென்றுதான் இப்படிக் கிளம்பி வந்ததே.

மனைவியின் போக்கு சிவாவுக்கு நன்றாகத் தெரியும். சின்ன விஷயத்தைக்கூடப் பெரிதாக எடுத்துக்கொண்டு கவலைப்படுவாள். சின்னதாகப் புகழ்ந்து பேசிவிட்டால் போதும், பொங்கிப் பூரித்துப்போவாள். கபடு தெரியாத மனம். லட்சுமிக்குத் தெரிந்த வாழ்க்கை முறையெல்லாம் மிகவும் எளிமையானதுதான். அவளுக்கு இருக்கும் ஆசைகளும் சின்னவைதாம். 'தனக்கு சிவா, சிவாவுக்குத் தான். இருவருமாகச் சேர்ந்து உழைத்து வயிற்றுக்குப் பார்த்துக்கொண்டு சேர்ந்து வாழ்ந்திருந்தால் போதும்.' அவ்வளவுதான்.

லட்சுமியினுடைய அந்தச் சின்ன ஆசைக்குக்கூட அந்த கிராமத்தில் வழியில்லாமல் போய்விட்டது. இறந்துவிட்ட தாய்க்கு பதிலாக முதலாளி வீட்டுக்கு லட்சுமி வேலைக்குப் போவதைத் தவிர்க்க முடியவில்லை. அப்படிப் போன நாளிலிருந்து பயம் பிடித்துக்கொண்டது லட்சுமியை. சந்தர்ப்பம் கிடைத்தபோதெல்லாம் முதலாளி நேரடியாகவே கேட்டுவிடுவார்.

இரண்டுமூன்று நாட்கள் பார்த்துவிட்டு அந்த வேதனைப்பட முடியாமல் பயந்து கொண்டே எல்லா விவரத்தையும் சிவாவிடம் சொன்னாள் லட்சுமி. கொதித்துப்போனான் சிவா. அந்த வேலையை விட்டுவிடச் சொன்னான். அதைத் தவிர வேறு வழி தோன்றவில்லை. லட்சுமி வேலையை விட்டுவிட்டாள். அதற்கு மறுநாளிலிருந்து

சிவாவின் பண்ணை வேலையும் நெருக்கடிக்குள்ளாயிற்று. அந்த வேலையை உதறினால் சாப்பாட்டுக்குச் சிக்கல். வீட்டுக்கும் வயலுக்கும் போய்வருவதில் நெருக்கடியான வாழ்க்கை. ஒரு நிமிடம் நின்று அலுப்பைத் தீர்த்துக்கொள்ளும் அவகாசம்கூட இல்லாத ஓட்டப்பாய்ச்சலாக ஆகிவிட்டது சிவாவின் பிழைப்பு. ஆனாலும் பொறுத்துக்கொண்டான். கடைசியில் முதலாளியின் வாயாலேயே அந்தப் பேச்சைக் கேட்ட பிறகு அதற்கு மேலும் சிவாவால் அங்கிருந்த சூழ்நிலையை எதிர்கொள்ள முடியவில்லை.

அந்த வார்த்தைகளை சிவா கேட்க வேண்டுமென்பதற்காகவே சொன்னாரோ? ஆள் இருப்பது தெரியாமலே சொன்னாரோ? வயல் வரப்பில் பொழுதுபோக்காக நண்பரிடம் வம்பளந்தபடி அந்த முதலாளி, ''என்னடா, சிவாவோட பொண்டாட்டி லட்சுமி சங்கதியைத்தானே நீ கேட்கிறது? வேலையை முடிச்சிட்டா அவளுக்கு வேறே எங்கேடா போக்கிடம்? இன்னிக்கு அவளோட புருசனுக்குத் தலைக்கு மேலே வேலை கொடுத்திருக்கிறேன். விஷயம் அவனுக்கும் தெரிஞ்சிதான் இருக்கும்! அவனே அவளைக் கூட்டிக்கிட்டு வருவான். இல்லேன்னா அவளோட அம்மா நம்மகிட்ட வாங்கின கடன் பாக்கி இருக்கு. சாப்பாட்டுக்கு வழியில்லாம சாகிறப்போ மத்ததெல்லாம் அப்படி அப்பிடித்தான். பசி வந்தா எல்லாரும் பணிஞ்சிதான் போயாகணும். அது மட்டுமில்லே, என்னிக்காவது ஒரு ராத்திரி அவளைத் தூக்கிக்கிட்டு வந்தா இந்த ஊரிலே நம்மை எவன் கேக்குறதுக்கு இருக்கிறான்?...'' அந்த அதிகாரக் குரல் அவனுக்குப் பழக்கமானதுதான். ஆனாலும் இவ்வளவு அசிங்கமான அதிகார தோரணை கேட்பதற்குக் கொடூரமானதாக இருந்தது சிவாவுக்கு.

அன்றைய இரவு முழுக்க சிவாவுக்குத் தூக்கமில்லை. முதலாளியின் வார்த்தைகளை மறக்க முடியவில்லை. தங்களுடைய வாழ்க்கை நிலைமை எவ்வளவு பாதாளத்தில் இருக்கிறதென்பது தெரிந்ததுதான். விவரம் தெரிந்த நாளிலிருந்து முதலாளியிடம் வேலை பார்த்து வருகிறான். அந்த ஒட்டுதல் அவரிடம் கொஞ்சம்கூட இல்லை. மனிதத் தன்மையற்றதாகவும் இருந்தது அந்த அதிகார தோரணை. ஒவ்வொரு கணமும் அடி வாங்குவது போன்ற பய உணர்வு லட்சுமியின் கண்களில் தென்பட்டது. இந்த முதலாளி

வேண்டாமென்று மறுத்து இன்னொருவரிடம் வேலை பார்க்கும் வாய்ப்பே கிடையாது. ஊருக்குள் அவருடைய செல்வாக்கு, வல்லமை அப்படிப்பட்டது. நன்றாக யோசித்த பிறகு, நகரத்துப் பக்கம் போவதைத் தவிர வேறு வழி தோன்றவில்லை. லட்சுமியிடம் இதைத் தெரிவித்தபோது அவளும் அதற்கு ஒப்புக்கொண்டாள். இருவருக்கும் ஒரே எண்ணம்தான். இதே உழைப்பை நகரத்தில் செலவிட்டால் தங்களுக்கான வாழ்க்கையைத் தாங்களே அமைத்துக் கொள்ளலாம். கிராமத்தைவிட்டு வெளியேறி வருவதற்கு சிவாவுக்கு வருத்தமாகத்தான் இருந்தது. முதலாளி ஏதாவது செய்து விடுவாரென்ற பயத்தைவிட, லட்சுமியின் பயந்த பார்வைதான் சிவாவை அந்த கிராமத்திலிருந்து வெளியே இழுத்து வந்தது. சூழ்நிலை எப்படிப்பட்டதாக இருந்தாலும், லட்சுமியின் உடம்பின் மீது மற்றோர் ஆணின் கைபடுவது என்பது சிவாவால் பொறுத்துக்கொள்ள முடியாத ஒன்று.

லட்சுமியின் கண்களில் இதுவரையிலான பயம் வேறு. இந்த பயம் வேறு. இரண்டுக்கும் நிறைய வித்தியாசம் இருப்பதாகத் தோன்றிற்று சிவாவுக்கு. ‘ஏதாவது ஒரு வேலையிலே சேர்ந்திட்டோம்னா எந்த பயமும் கிடையாது. அதுவரைக்கும் கொஞ்சம் பொறுமையாகத்தான் இருக்கணும்’ என்று நினைத்துக் கொண்டான் சிவா.

‘சரி, அப்படின்னா நீயும் வா. ரெண்டு பேரும் சேர்ந்தே வேலை தேடுவோம்’ என்றான். அதைக் கேட்டதும் கொஞ்சத்துக்குக் கொஞ்சம் தெளிவான முகத்துடன் எழுந்தாள் லட்சுமி.

தெம்பாக நீண்ட நேரம் இருவருமாக எங்கெங்கோ அலைந்தார்கள். எங்கெங்கோ அலைந்தாலும் மணிக்கணக்காக நேரம் கடந்ததே தவிர வேலை எதுவும் கிடைக்கவில்லை. நிறைய கடைகளுக்கும் ஆபீசுகளுக்கும் போய் வேலை கேட்டார்கள். பயனில்லை. அதற்கு மேல் இரவு பத்து மணி ஆகிவிடவே கால்களை இழுத்து இழுத்து நடந்து அதே பூங்காவைச் சென்றடைந்தார்கள். ஊரிலிருந்து கொண்டு வந்த அரிசியை அன்றிரவு பொங்கிச் சாப்பிட்டு முடித்தால் அத்துடன் எல்லாம் தீர்ந்துவிடும், சுமையும் குறைந்துவிடும்.

களைத்துப்போன உடம்புகள், சுமையேறிப்போன மனங்கள்... பசி... பூங்காவுக்குள் சென்று மதியம் உட்கார்ந்திருந்த மூலைக்கே போனார்கள். ஆயத்த ஏற்பாடுகள் செய்து சமைக்கத் தொடங்கினாள் லட்சுமி.

"யாரு நீங்க எந்திரிங்க எந்திரிங்க. இது பொங்கித் தின்னிட்டுப் படுத்துத் தூங்குற சத்திரம் இல்லே. பார்க்கு" என்று சொல்லிக்கொண்டே காவலாளி வந்தார். இந்த ராத்திரியில் இந்த எதிர்பாராத பிரச்சினை சிவாவைக் கலவரப்படுத்தியது.

"அய்யா, அய்யா எங்களுக்கு இந்த ஊரு இல்லே. வேலை தேடிக்கிட்டு ரொம்ப தூரத்திலேருந்து வந்திருக்கிறோம்யா. நீங்க கூடாதுன்னா சமைக்கிறதை நிறுத்திர்றோம். இந்த ராத்திரி இங்கே இருந்திட்டு, விடிஞ்சதும் கிளம்பப் போயிர்றோம்" என்றான் சிவா கெஞ்சலாக.

"சமைச்சி சாப்பிடலேன்னாலும் ராத்திரி வேளையிலே இங்கே இருக்கக் கூடாது. நான் விட்டிட்டாலும் போலீசுங்க விடமாட்டாங்க" என்றார் காவலாளி.

மேலும் கொஞ்ச நேரம் சிவா கெஞ்சிப் பார்த்தான். ஆனால் பலன் ஏற்படவில்லை.

"இந்த ராத்திரி வேளை, பொம்பளையக் கூட்டிக்கிட்டு எங்கே போறதுங்கய்யா." என்றான் சிவா, கடைசியில்.

இரக்கப்பட்டு அந்தக் காவலாளி அந்தப் பிரச்சினைக்கு ஒரு வழி காண்பித்தார்.

"இதோ, இப்படிக் கொஞ்ச தூரம் போய் அந்தப் பக்கம் திரும்புங்க. டெலிவிஷன் கஃபேன்னு ஒரு ஹோட்டல் இருக்கு. அதுக்கு இன்னும் கொஞ்சம் தள்ளிப் போனா வலது கைப்பக்கமா மூடியிருக்கிற கடைகளெல்லாம் இருக்கும். அதுங்க முன்புறமா வராண்டாக்கள் இருக்கும். உங்களை மாதிரி நிறையப் பேரு அங்கேதான் படுத்துக்கிடுவாங்க. நீங்களும் அங்கேயே போய்ப் படுத்துக்கிடுங்க" என்றார்.

அவர் அடையாளம் சொன்ன இடம் எளிதாகவே போய்ச் சேரமுடிந்தது. அப்போதே பலர் அங்கே படுத்திருந்தார்கள். தெரு

விளக்கடியில் நான்கைந்து ஆண்கள் ஆடு-புலி ஆட்டம் விளையாடிக் கொண்டிருந்தார்கள். சிலர் சாப்பிட்டுக் கொண்டிருந்தார்கள். சிலர் அரட்டையடித்துக் கொண்டிருந்தார்கள். ஓரிடத்தில் கொஞ்சம் காலியாக இருந்ததில் லட்சுமியுடன் அங்கே உட்கார்ந்தான் சிவா. அந்த இரவில் இடப்பிரச்சினை தீர்ந்ததில் ஒரு மாதிரியாகப் பெருமூச்சுவிட்டான்.

தரையெல்லாம் தூசி. குமட்டிக்கொண்டு வந்தது. தூசியைத் தட்டியெடுப்பதற்கான வாய்ப்பே இல்லை.

சுற்றிலும் ஆட்கள், ஆண், பெண், குழந்தைகள், அழுகைக் குரல்கள். ஒரே ரகளையாக இருந்தது.

அந்த இடம் ஒன்று மட்டுமல்ல, நகரத்தில் அது மாதிரியான இடங்கள் நிறைய இருக்கின்றன. வித்தியாசமெல்லாம் அமைப்பு முறையில்தான். சில இடங்களில் பெரிய அளவிலான திண்ணைகள், வேறு சில இடங்களில் நடைபாதைகள், வெற்றிடங்கள் அவற்றின் அனுசரணையுடன் இரவுகளில் வாழ்க்கை நடத்தும் ஆயிரக்கணக்கான மக்கள்.

தலை சாய்ப்பதற்கு நிழல் கிடைக்காத வெவ்வேறு விதமான மக்கள், பிச்சைக்காரர்கள், முடவர்கள், கண் பார்வையற்றவர்கள், தினக்கூலிகள், ஜேப்படித் திருடர்கள் வகைவகையானவர்கள். ஆனால் அங்கே எல்லாருடைய பிரச்சினையும் ஒன்றுதான். சின்னக் குடிசையைக்கூட வாடகைக்கு எடுத்துப் பிழைக்க முடியாத பொருளாதார அவலநிலை. அதற்கு முந்தின நாள்வரை விவசாயக் கூலியாகச் சின்னக் குடிசை நிழலில் பிழைப்பு நடத்திய சிவா அன்றிரவு மனைவியுடன் நடைபாதை மனிதனாக மாறிவிட்டான்.

அங்கிருந்த சூழ்நிலையைப் பார்த்து, ''இப்போ இங்கே உன்னாலே எப்படி சமைக்க முடியும்?'' என்று சிவா லட்சுமியிடம் கேட்டான்.

''அப்படீன்னா பசிக்கிறதுக்கு என்ன செய்ய?'' என்றாள் லட்சுமி.

''எதிரே ஓட்டல் திறந்திருக்கு. போய் ஏதாவது வாங்கிட்டு வர்றேனே.''என்றான். காலையில் சாப்பிட்ட தள்ளுவண்டி ஹோட்டல்

நினைவுக்கு வந்தது. அங்கேயே அவ்வளவு செலவாயிற்று. இது நாற்காலி, மேசை, கண்ணாடி அலங்காரமெல்லாம் இருக்கிற ஹோட்டல்... இங்கே எவ்வளவு ஆகுமோ?... அவ்வளவுக்குப் பணம் இல்லை. இருப்பதெல்லாம் இரண்டு ரூபாய்க்கு உள்ளேதான்... எப்போ என்ன தேவைப்படுமோ! இந்தப் பணத்தையும் செலவழித்துவிட்டால் எப்படி?...!

சிவாவின் யோசனை என்னவென்பதை லட்சுமி கண்டுபிடித்துவிட்டாள். ''இப்போ எங்கேயும் போய்ச் சாப்பிட வேணாம். மத்தியானம் சாப்பிடாம மிஞ்சின சோறு கொஞ்சம் இருக்கு. அதைச் சாப்பிட்டு ஒப்பேத்திக்குவோம்'' என்றாள். அதைத்தான் செய்தார்கள். அடுத்த அரை மணி நேரத்தில் போர்வையை விரித்து அடுத்தடுத்துப் படுத்துக்கொண்டார்கள்.

ஒவ்வொரு கணமும் நடப்பது என்னவென்று தெரிந்து கொண்டுதான் இருந்தது. என்றாலும் ஏதோ ஒரு குழப்படி. தாறுமாறான எண்ணங்களுக்கிடையே சிவாவுக்குக் கண்கள் சொருகிக்கொண்டு வந்தன. எச்சரிக்கையுடன் மூட்டையை உயரமாக வைத்து, தலைக்கு அனுசரணையாக வைத்துக்கொண்டான். அலுத்துக் களைத்த உடம்பு தூக்கத்தில் ஆழ்வதற்கு நீண்ட நேரம் ஆகவில்லை. அவனுக்கு முன்னதாகவே லட்சுமி தூங்கிவிட்டி ருந்தாள். அது ஊரானாலும், நகரமானாலும், குடிசையானாலும், ரோடானாலும் பக்கத்தில் சிவா இருக்கிறான்! போதும், அந்த தைரியம்தான் லட்சுமிக்கு.

பக்கத்தில் படுத்திருந்த ஆளின் கால் இடித்ததில் சட்டென்று முழிப்பு வந்தது சிவாவுக்கு. கொஞ்ச நேரம் அது புது இடம் என்ற நினைவு சிவாவுக்குத் தெளிவில்லாமல் இருந்தது. சுதாரித்து லட்சுமி படுத்திருந்த பக்கம் திரும்பப் பார்த்தான். பார்த்ததும் திடுக்கிட்டு எழுந்து உட்கார்ந்தான். கண்களைக் கசக்கிக்கொண்டு மீண்டும் பார்த்தான்.

படுத்திருந்த பக்கம்தான் லட்சுமி திரும்பிப் படுத்திருந்தாள். உடம்பு நிதானம் தெரியாமல் தூங்கிக் கொண்டிருந்தாள். ஆனால் லட்சுமியின் இடுப்பை வளைத்து யாரோ ஓர் ஆணின் கை. லட்சுமியின் கால்கள் மீது அதே நபரின் கால்கள்.

'தன்னுடைய லட்சுமியின் மீது இன்னோர் ஆடவனின் கை'

தூக்கக் கலக்கமெல்லாம் சிவாவிடமிருந்து ஒதுங்கிப் போயிற்று. சடக்கென்று எழுந்து லட்சுமியின் இடுப்பு மீதிருந்த கையை விலக்கிவிட்டு, அந்த ஆளின் மீது பளாரென்று அறைந்தான்.

திடீரென்று அப்படி அறை விழுந்ததில் திடுக்கிட்டு எழுந்தான் அந்த ஆள். எழுந்து, "என்ன என்ன?" என்றான்.

"பக்கத்திலே ஒரு பொம்பளை படுத்திருந்தா இப்படித்தானா நீ மனுசனா இல்லே, ஆடுமாடா?" என்றான் சிவா கோபமாக.

அந்த ஆள் குழப்பத்துடன் பார்த்து, "பொம்பளையா. எந்தப் பொம்பளை?" என்று கேட்டான்.

"வேறே யாரு? என் பெண்டாட்டிதான். உடம்பைப் பதனமாகப் பார்த்துக்கிட்டுப் படு." என்றான் சிவா, லட்சுமியின் பக்கம் பார்த்து.

விவரம் தெரிந்து, முதுகில் பளீரென்று அறை விழுந்ததன் அர்த்தம் புரிந்தது அந்த நபருக்கு.

"போதும்ப்பா. நீயும் உடம்பைப் பதனமாப் பார்த்துக்கோ. இது உன் வீடு இல்லே, நீ சொல்றபடியெல்லாம் எல்லாரும் கேட்டு நடக்கிறதுக்கு. உனக்கு அவ்வளவு சந்தேகமிருந்தா ராத்திரி முழுக்கப் பக்கத்திலே உக்காந்து பொண்டாட்டிக்குக் காவல் இருந்துக்கோ" என்று சொல்லிவிட்டு மறுபக்கமாகத் திரும்பப் படுத்துக்கொண்டான்.

'இவ்வளவு திமிராப் பேசுறானே இந்த ஆளு. இவன் வேணும்னே லட்சுமி மேலே கையைப் போட்டிருப்பான்' என்று நினைத்தான் சிவா. மறுபக்கம் பார்த்தான். தனக்கு இந்தப் பக்கம் இருந்த ஆண் இன்னொருவன் மீது கால் போட்டுக்கொண்டிருந்தான். மறுபக்கமாக லட்சுமியைப் படுக்கச் சொல்வதற்கு வகையில்லை. அதற்குப் பிறகு சிவா இரவு முழுக்கத் தூங்கவில்லை.

இரவு முழுக்க லட்சுமியைப் பார்த்துக்கொண்டு பாதுகாப்பு கொடுத்துக்கொண்டே இருந்ததில் விடிகாலையில் சலிப்பு, எரிச்சல், கோபம் எல்லாமாகச் சேர்ந்து சிவாவைக் குழுமிக்கொண்டன. ஊரைவிட்டு வெளியே வர நேர்ந்தது, சொந்தமாக உழுது

பிழைப்பதற்கென்று குறைந்தது அரை ஏக்கர் நிலம்கூட இல்லாத ஒரு விவசாயியின் மானசீக ஆவேசம், பழக்கப்படாத அந்த நடைபாதை வாழ்க்கை, எந்தப் பிடிமானமும் தென்படாத குழப்பநிலை மொத்தத்தில் விரக்தியுடன் சூரியோதயத்தைப் பார்த்தான் சிவா.

முழுக்குருடைவிட ஒன்றரைக்கண் பரவாயில்லை என்பது போல, உற்சாகமில்லாதிருந்த சிவாவுடன் ஓரிருவர் அனுசரணையாகப் பேச்சுக் கொடுத்தார்கள். விவரம் அறிந்து, அவர்களில் ஒருவன் "சீக்கிரமா முகத்தைக் கழுவிக்கிட்டு ஏதாவது சாப்பிட்டு முடிச்சித் தயாரா இருங்க. யாராவது தேவைப்பட்டுக் கூப்பிட்டாக் கூலி வேலைக்குப் போகலாம்'' என்றான். அவன் சொன்னது சிவாவுக்கு முதலில் புரியவில்லை. மேலும் கொஞ்சம் விளக்கிச் சொன்ன பிறகு புரிந்துகொண்டு 'சரி' என்பதாகத் தலையாட்டினான்.

சிவாவை யாரும் எந்த வேலைக்கும் கூப்பிடவில்லை. சிலர் வந்து ஏற்கெனவே தங்களுக்குத் தெரிந்தவர்களை அழைத்துக் கொண்டு போனார்கள். என்ன செய்வதென்று தோன்றாமல் சிவா அங்குமிங்கும் பார்த்தவாறே நின்றிருந்தான்.

எட்டரை மணிக்கு மஸ்தான் வந்தான். சிவா சுற்றுமுற்றும் பார்த்துக் கொண்டிருந்ததை மோப்பம் பிடிப்பதைப்போல் பார்த்து மஸ்தான் அவனருகில் வந்தான். வந்தவன் ''வேலைக்காக நிக்கிறியா?" என்று கேட்டான்.

சிவா ஆமாமென்பது போலத் தலையாட்டினான். மஸ்தான் ஓரிரண்டு கேள்விகள் கேட்டான். எந்த ஊர், எப்போது வந்தார்கள் என்ற விவரங்களைத் தெரிந்துகொண்டான். அதன் பிறகு, தான் யாரென்றும், தன்னுடைய நடைமுறை என்னவென்றும் தெரிவித்தான். சிவா ஒப்புக்கொண்டான்.

வேலை இருக்கும் நாட்களில் வேலை வாங்கிக் கொடுப்பான் மஸ்தான். அவனுடைய தொழில் அது. புதிய கூலிகளுக்குக் கூலி வாங்கித் தருவான். கிடைத்த கூலியில் நான்கில் ஒரு பங்கு கமிஷன் அவனுக்கு. இதை சிவாவிடம் சொன்னான்.

''நாள் ஒண்ணுக்கு அஞ்சி ரூபாயிலேருந்து பத்து வரைக்கும்

கூலி கிடைக்கும். எவ்வளவு வருதோ அதிலே நாலிலே ஒரு பங்கு எனக்கு.''

அன்றைக்கு ஒரு கோடவுனில் லாரியில் சரக்கை ஏற்றிவிடும் வேலையை வாங்கிக் கொடுத்தான் மஸ்தான். அந்த நகரத்திற்குப் புதிதாக வயிற்றுப்பாட்டுக்காக வேலை தேடி வரும் ஆட்களுக்குக் குறைவே கிடையாது. அவர்களுக்கு வேலை தேவை. அதற்கு அவர்களுக்கு மஸ்தான் தேவை. ஒரு நாள் முழுக்க வேலை செய்தால் ஆறு ரூபாய் கிடைக்கும்.

சிவாவுக்கு அதுவே புதையலாகத் தோன்றியது. நகர வாழ்க்கையின் முதல் படிக்கட்டில் ஏறியது போலிருந்தது. வேலை செய்துகொண்டிருந்த நேரமெல்லாம் அன்றைய இரவு படுத்துக்கொள்வது பற்றிய நினைப்பு சிவாவுக்கு வந்துகொண்டே இருந்தது. சாயங்காலம் மஸ்தானுக்குரிய கமிஷன் போக எஞ்சிய கூலிப்பணம் கைக்குக் கிடைத்தது. காலையில் இருந்ததைவிட இப்போது கொஞ்சம் தைரியம் வந்தது. ஒரு சின்ன ஹோட்டலுக்குப் போய் லட்சுமியும் சிவாவும் சோறு சாப்பிட்டார்கள். சாப்பிட்டு முடித்த பிறகு தலை சாய்ப்பதற்கான இடம் தேடிப் புறப்பட்டார்கள்.

அடுத்தவர்களுடைய தொந்திரவு இல்லாத இடமாகப் பார்த்துத் தேடினான் சிவா. ஒரு சின்ன திண்ணை தென்படவே 'அம்மாடி' என்று மூச்சுவிட்டான்.

சிவாவும் லட்சுமியும் அந்தத் திண்ணையில் படுத்த அரை மணி நேரத்திற்குள்ளாகவே போலீசார் வந்து துரத்தியடித்தார்கள். இன்னோர் இடத்திற்கு மாறிப்போனார்கள். அங்கே தெருநாய்த் தொல்லை. மற்றுமோர் இடத்தில் குடிகாரர்களின் அட்டகாசம். மொத்தத்தில் நான்கைந்து இடங்கள் சுற்றி அலைந்த பிறகுதான், அந்த நகரத்தில் இரவு நேரங்களில் நான்குபேர் சுற்றிச் சூழ இருக்கும் இடம்தான் பாதுகாப்பானது என்பது தெரிந்தது. அன்றிரவு சிவாவுடன் சேர்ந்து லட்சுமிக்கும் தூக்கம் பாழ்பட்டது.

மறுநாளும் மஸ்தான் சிவாவுக்கு வேலை தேடித் தந்தான். கூலி வழக்கம் போலக் கையில் கிடைத்தது. முந்தின நாளைப் போலவே செலவும் ஆயிற்று. சாப்பாட்டுக்கே கூலி சரியாய்ப் போயிற்று.

உறைவிடம் பற்றி நினைத்துப் பார்க்கும் அளவுக்குப் பணம் மீறுவதாக இல்லை.

அன்றிரவு நம்பிக்கை சார்ந்து அங்கே இங்கே என்று தூங்குவதற்கு முயற்சி செய்தான். தனிமையான இடங்களில் போலீசார் பார்க்க நேர்ந்தால் இருக்க விடமாட்டார்கள். போய் நான்கு பேர் இருக்குமிடத்தில் படுத்துக்கொள்ளச் சொல்வார்கள். நான்கு பேர் இருந்த இடத்தில், லட்சுமியை இன்னோர் ஆணின் பக்கமாகப் படுக்கச் செய்ய சிவாவுக்கு மனம் ஒப்பவில்லை.

சரியான தூக்கம் கிடையாது. சரியான சாப்பாடு கிடையாது. பழக்கப்படாத புது வகையான கூலி வேலைகள். மூன்றாம் நாள் உடம்பின் தெம்பெல்லாம் மாயமாய் மறைந்துவிட்டது போலிருந்தது சிவாவுக்கு. அன்றைய இரவு இனியும் தவிர்க்க முடியாதபடி, படுப்பதற்கு மீண்டும் பழைய இடத்திற்கே போய்ச் சேர்ந்தான். கொஞ்சம் ஓய்வாகத் தேடி ஒரு லம்பாடிப் பெண்ணின் பக்கத்தில் லட்சுமியைப் படுக்கை போடச் செய்து, அவளுக்குப் பக்கத்திலேயே தானும் படுத்துக்கொண்டான். அந்த இரவு வேளையில் நடுவே எப்போதோ அந்த லம்பாடிப் பெண் எழுந்து எங்கேயோ போய்விட்டாள். மறுபடியும் லட்சுமியை அடுத்து யாரோ ஓர் ஆண்.

சிவாவுக்கு தூக்க முழிப்பு வந்தபோது, லட்சுமியின் மறுபக்கத்தில் யாரோ ஓர் ஆடவன் இருப்பது தெரிந்தது. விழித்துக்கொண்டு உட்கார்ந்திருக்க வேண்டுமென்று எழுந்து உட்கார்ந்தான். பத்து நிமிடங்கள்கூட அவனால் அப்படி உட்கார்ந்திருக்க முடிய வில்லை. சலிப்பு, உடல் சோர்வு, களைப்பு, சரியான சாப்பாடு இல்லாமல் மூன்று நாட்களாக உழைத்ததனால் ஏற்பட்ட தூக்கச் சடவு... எல்லாமாகச் சேர்ந்து சிவாவைக் கலங்கடித்தன. தன்னை அறியாமலே சிவா தூக்கத்தில் ஆழ்ந்தான். சிவாவின் மனதில் நடக்கும் இந்த உள்யுத்தம் தெரியாத லட்சுமி உடம்பு நிதானம் தெரியாமல் தூங்கினாள்.

நாட்கள் கழிந்துகொண்டிருந்தன. சிவா மஸ்தானின் உதவியினால் வேறெந்த உதவியும் தேவைப்படாமல் கூலிவேலைகளுக்குப் போய்க்கொண்டிருந்தான். ஒரு மாதம் முடிவதற்குள்ளாகவே சிவாவுக்கு நகரம் சார்ந்த பல விஷயங்கள்

புரிந்தன. தன்னுடைய நடைமுறைகள் சிலவற்றை மாற்றிக் கொண்டாலொழிய இங்கே பிழைப்பு நடத்துவது கஷ்டமென்று எல்லாரையும் போலத் தானும் பழக்கவழக்கங்களுக்கு ஆட்படுவதைத் தவிர்க்க முடியாதென்று முடிவு செய்தான்.

சில புதிய வழக்கங்களைப் பழக்கப்படுத்திக்கொண்டான். அவற்றுள் டீ குடிப்பது ஒன்று. சோர்வைத் தாற்காலிகமாகவேனும் விரட்டியடிக்கும் டானிக். பசி குறுக்கிட்டபோது பன்ரொட்டிகள். எது எது எங்கெங்கே கிடைக்கிறதோ அதைத் தின்னும் பழக்கம் வந்து விட்டது. லட்சுமியைக்கூடக் கூலிவேலைக்கு அனுப்பி வைக்கும் மூன்றாவதான வழக்கம்.

நகரத்தில் தங்களைப் போன்ற தினக்கூலிகள் சம்பாதிப்பதில் பாதி டீக்கும், பாதி சாப்பாட்டுக்கும் சரியாகிப்போகும் என்ற உண்மை தெரிய வந்த பிறகு சிவாவுக்கு மன ஆயாசம் பாதி குறைந்தது. அந்தந்த நாள் கழிந்தால் போதுமென்ற நினைப்பு பழக்கமாகி விட்டது.

இந்த மாதிரியான பிழைப்புடன் இந்த மாதிரியான சம்பாத்தியத்தில், தானும் லட்சுமியும் எந்த நாற்றம் பிடித்த வாய்க்கால் பக்கத்திலாவது ஏதாவதொரு குடிசைகூட வாடகைக்கு எடுக்க முடியாதென்ற ஞானோதயம் ஏற்பட்டது.

இப்போது இங்கே அங்கே என்றில்லை. எங்கே படுத்தாலும், யார் பக்கத்தில் படுத்தாலும் அந்த நிலையிலேயே தூக்கம் பிடித்தது. லட்சுமியின் பக்கத்தில் ஆண் படுத்திருந்தாலும், பெண் படுத்திருந்தாலும் அதைப் பொருட்படுத்துவதை விட்டுவிட்டான். தூங்கிக்கொண்டிருக்கும் லட்சுமி மீது அவ்வப்போது அந்த ஆள் இந்த ஆள் கையோ காலோ பட்டால் இதுவரையில் ஆனது போலப் பார்த்து அங்கலாய்ப்பதில்லை.

நகரம் வளர்ந்துகொண்டே இருக்கிறது. தினந்தோறும் பதின்மக் கணக்கில், மாதந்தோறும் நூற்றுக்கணக்கில், ஆண்டுதோறும் ஆயிரக்கணக்கில் கிராமங்களிலிருந்து வலசை கிளம்ப வருபவர்களை நகரம் தன் விசாலமான மடியில் ஏற்றுக்கொண்டே இருக்கிறது. ரோடு பக்கமான திண்ணைகள், மூடப்பட்ட கடைகளின்

முன்னமைந்த வராண்டாக்கள், நடைபாதைகள் ஆக எல்லா இடங்களும் இரவு நேரங்களில் மேலும் மேலும் நெரிசலாக மாறிக்கொண்டே இருக்கின்றன.

'கணவன், மனைவி ஒருவருக்கு ஒருவர் இருவருக்கும் ஏற்றதான ஒரு சின்ன உறைவிடம்.' என்று ஆசைப்படும் லட்சுமி-சிவா மாதிரியானவர்களுக்கு அவற்றையெல்லாம் மறந்துவிட்டு வாழும் பிழைப்பு பழக்கமாகிக்கொண்டிருக்கிறது.

அண்டை அயலில் இருப்பவர்கள் பார்த்துக் கொண்டிருந்தாலும், தவிர்க்க முடியாததாகிப் போர்வைக்குள் நடக்கும் குடும்பம். கால் ரூபாய், அரை ரூபாய்க்குக்கூட உடம்பை விற்கும் வியாபாரம் இப்படி,இப்படியான மேலும் பல நடப்புகள் பழக்கமாகி விட்டிருக்கின்றன. எல்லாவற்றையும் விடக் குறிப்பிடும் வகையாக, மனிதனுக்கு மனிதன் பரஸ்பரம் துணை என்ற மனப்போக்கு நாளுக்கு நாள் மரித்துக்கொண்டு வருகிறது. மனிதனை மனிதன் கொல்வது, அப்படிக் கொல்வதற்குத் துணைபோவது என்பனகூட நகரத்தில் பழக்கமாகிவிட்டிருக்கிறது.

விற்பனைக்கு ஆக்சிஜன்

சலீம்
தமிழில்: **இளம்பாரதி**

ஞாயிற்றுக்கிழமை சாயங்காலம். எங்கள் வீட்டுப் பின் பக்கத்து விசாலமான தோட்டத்தில் சாய்வு நாற்காலி போட்டுக்கொண்டு உட்கார்ந்திருந்தேன். எங்கு பார்த்தாலும் பசுமை. கண்ணுக்கு இதமாக இருந்தது. குளிர்ந்த காற்று உடம்பு மேகத்தில் மிதப்பது போன்ற உணர்வு. பறவைகளின் கலகல ஒலி, காதுக்கு விருந்தாக, சங்கீதம் கேட்பது போன்று இனிமையாக இருந்தது.

எனக்கு மரங்களென்றால் உயிர். என் பிள்ளைகளை எவ்வளவு சிரத்தையாக அன்புடன் வளர்க்கிறேனோ அப்படி இந்தத் தோட்டத்திலுள்ள ஒவ்வொரு மரத்தையும் செடியையும் வளர்க்கிறேன். திருமணமான புதிதில் வாங்கிய இடம் இது. ஆயிரம் கஜம் இடம். வனஸ்தலிபுரத்தில் இடம் வாங்க அந்தக் காலத்தில் தயங்குவார்கள். நகர்ப்புறத்திலிருந்து சுமார் பன்னிரண்டு கிலோ மீட்டர் தூரம்.

எனக்கு நகரச் சூழலிலிருந்து தொலைவில் இருப்பதுதான் பிடிக்கும். எப்படியோ கிராமத்தில் இருக்கும் அதிருஷ்டம் இல்லையென்றாகிவிட்டது. வயிற்றுப்பாட்டுக்காக உத்தியோக வேட்டையில் கான்க்ரீட் காடுகளைப் போன்ற இந்த நகரத்தில் வந்து விழுந்தேன். இங்கேயுள்ள நெருக்கடி, சூழ்நிலை, அசிங்கம் மனிதர்களுக்கிடையிலான இறுக்கமான நடவடிக்கைகள் எனக்கு எரிச்சல் தந்தன. அடுத்திருக்கும் மனிதர்களுக்கும் அந்த நிலைதான். மனம் நிறையக் குப்பைக்கூளங்கள், பரபரப்பான போக்குகளில் ட்ராபிக் ஜாம்கள். எனக்கு நகர வாழ்க்கை துப்புரவாகப் பிடிக்காது.

வீட்டில் எல்லாரும் வேண்டாமென்றாலும் கேட்காமல் விலை குறைவாக இருக்கிறதென்று இந்த ஆயிரம் கஜ இடத்தை வாங்கினேன். அலுவலகத்தில் லோன் போட்டு 200 கஜ இடத்தில்

இரண்டு அறைகள், சமையல் அறை இருப்பது போல வீடு கட்டிக் கொண்டேன். நான் கட்டிய பிறகு பலர் இந்தப் பகுதியில் வீடுகள் கட்டிக்கொண்டார்கள். இப்போது இது மிகப் பெரிய காலனியாக வளர்ந்துவிட்டது.

எஞ்சிய தொள்ளாயிரம் கஜ காலியிடத்தில் வகைவகையான மரக்கன்றுகளை நட்டேன். இப்போது அவை என் மகன்களுடன் வளர்ந்து பெரிதாகி மரங்களாக மாறிவிட்டன. அதோ இந்தப்பக்கம் மா, கொய்யா, எலுமிச்சை. அந்தப்பக்கம் பப்பாளி, வாழை. அந்த மூலையில் வேம்பு. இங்கே கறிவேப்பலை. ஒரு பக்கம் முழுவதும் பூச் செடிகள் வைத்தேன். ரோஜா, மந்தாரை, துலுக்க சாமந்தி, சாமந்தி. மல்லிகைக்குப் பந்தல் போட்டிருக்கிறேன்.

இந்த வீட்டுக்கு வந்த பிறகு காய்கறிகளை வெளியே வாங்க வேண்டிய அவசியமே ஏற்படவில்லை. எங்கள் புழக்கடையிலேயே தக்காளி, கத்திரி, வெண்டை, அவரை, பீர்க்கை, சுரை, புடலை, மிளகாய், பசலைக்கீரை, அரைக்கீரை, கோங்கூராக்கீரை, கொத்தமல்லி வளர்த்தோம்.

காலையில் பறவைகளின் ஆரவார ஒலியுடன் தூக்கத்திலிருந்து விழிப்பது, தோட்டத்தைத் துப்புரவு செய்து செடி கொடிகளுக்குத் தண்ணீர் ஊற்றுவது, அன்றைய சமையலுக்குத் தேவையான காய்கறிகளைப் பறித்து மனைவியிடம் கொடுப்பது, சாயங்காலம் அலுவலகத்திலிருந்து திரும்ப வந்ததும் மீண்டும் எல்லாவற்றுக்கும் தண்ணீர் விட்டு முடித்து, இந்த மரங்களுக்குக் கீழே நாற்காலியைப் போட்டுக்கொண்டு ஒரு மணி நேரம் ஓய்வெடுத்துக்கொள்வது என்னுடைய அன்றாடச் செயற்பாடு.

ஐம்பத்தேழு வயது ஆகிவிட்ட போதிலும் தியானம், யோகாசனப் பயிற்சிகள் போன்றவற்றுக்கான தேவை எனக்கு எப்போதும் ஏற்படவில்லை. காலைநடை, ஜாக்கிங் போவதில்லை. தினமும் இரண்டு மூன்று மணி நேரம் தோட்ட வேலை செய்வது, ஒரு மணி நேரம் ஓய்வாக இருப்பது அவ்வளவுதான். உடல்நலக்கேடு என்பது ஒருபோதும் என் வழியில் வந்ததில்லை. வாழ்க்கை நிம்மதியாகப் போய்க்கொண்டிருந்தது.

அமெரிக்காவிலிருந்து பெரியவன் போன் செய்கிறானென்று என் மனைவி கார்டுலெஸ் டெலிபோன் கொண்டு வந்து என் கையில் கொடுத்து, "உங்க கூட ஏதோ பேசணுமாம்" என்றாள்.

இரண்டு நிமிடங்கள் அவனுடன் பேசினேன். அவனும், போஸ்ட்டனிலுள்ள இரண்டாமவனும் சேர்ந்து தங்கள் குடும்பத்தாருடன் உகாதிப் பண்டிகைக்கு ஹைதராபாத் வருகிறார்களாம். அடுத்த வாரக் கடைசியில் இங்கே இருப்பார்களாம். அதுதான் பேச்சின் சாராம்சம்.

எனக்கு வியப்பாக இருந்தது. என் அருமந்தப் புத்திரர்களுக்கு இந்தியாவுக்கு வருவதென்றால் பிடிக்காது. அப்படியே வந்தாலும் எங்களுடைய வீட்டில் இறங்கித் தங்கியிருப்பது அறவே பிடிக்காது. "இவ்வளவு நெருக்கடியான வீட்டில் எப்படி இருக்கச் சொல்றேம்மா?" என்று இரண்டாமவன் மிகுந்த வருத்தத்தைக் கொட்டித் தீர்த்தானாம். முதலாமவனின் மகன் என்னமோ "கிராண்ட்பாஸ் ஹவுஸ் இஸ் நாட் பிக்கர் தேன் அவர் பாத்ரூம், டாட்!'' என்றானாம். பேரனுக்குத் தாத்தாவின் வீடு அப்படி இருக்கிறது. அதனால் வரமாட்டார்கள்.

அவரவர் திருமணங்களை முடித்துக்கொண்டு அமெரிக்காவில் நிலைபெற்றுவிட்ட பிறகு ஒரே ஒரு தடவை வந்தார்கள். அதுவும் அவர்களுடைய அம்மாவுக்கு 'சீரியஸ்' ஆகிவிட்டதால் வந்தார்கள். ஸ்டார் ஹோட்டலில் ரூம்கள் எடுத்துத் தங்கிக்கொண்டு, வாடகைக் காரில் வந்து, போகிற போக்கில் பார்த்துவிட்டுப் போனார்கள். அவ்வளவுதான். அதற்குப் பிறகு இதோ, இப்போதுதான் வருவதாகச் செய்தி.

அவர்களுடைய வருகை எனக்கு விதவிதமான சந்தேகங்களைக் கிளப்பினாலும், அவர்களுடைய அம்மாவுக்கு மட்டும் கொண்டாட்டமாக இருந்தது. வகைவகையான பண்டங்கள் தயாரிப்பதில் அவள் 'பிஸி' யாகிவிட்டாள்.

வழக்கம்போல இரண்டு மகன்களும் நட்சத்திர ஹோட்டலில் ஸூட்கள் போட்டுக் கொண்டார்கள். பத்து நாட்களுக்கு வாடகைக் கார் அமர்த்திக்கொண்டார்கள்.

பண்டிகை நாளில் விடிகாலையிலேயே 'விஜயம் செய்து' அவர்களுடைய அம்மா பரிமாறிய உகாதிப் பச்சடியை

முணுமுணுத்துக் கொண்டே சாப்பிட்டார்கள். ஒரு அரை மணி நேரம் அந்தப் பேச்சு, இந்தப் பேச்சு என்று பேசி முடித்த பிறகு அவர்களுடைய வருகையின் அடிப்படை ரகசியத்தை வெளியில் சொன்னார்கள்.

''ஒரு மாசத்துக்கு முன்னாலே சேகர்கிட்டேருந்து கடுதாசு வந்திச்சிம்மா. சேகர் உனக்குத் தெரியுமில்ல... என் கூட என்ஜினீயரிங் படிச்சவன்... அந்த விஷயத்தைப் பத்திப் பேசிட்டுப் போகலாம்னுதான் எங்களுக்கு ஓய்வு இல்லேன்னாலும், நானும் தம்பியும் கிளம்பி இவ்வளவு தூரம் வந்தது.''

அதென்னமோ அவர்கள் இருவருக்கும் அதில் விருப்பமில்லாமல் வற்புறுத்தலினால் எங்களுக்காக வந்ததுபோல் குற்றச்சாட்டு கலந்த சொற்றொடர்களைப் பயன்படுத்தினான் பெரியவன்.

''என்னன்னு எழுதினான்டா அவன். சமீபத்திலே ஜூப்லி ஹில்ஸிலே பெரிய காம்ப்ளெக்ஸ் கட்டியிருக்கிறானே. உங்களை வாங்கிக்கச் சொல்லி ஏதாவது சொன்னானா, என்ன?'' என்று கேட்டாள் அம்மாக்காரி.

''அதே மாதிரிதான்னு வச்சிக்கோ. அவனுக்கு நம்ம வனஸ்தலிபுரத்திலே ரெஸிடென்ஷியல் ஃப்ளாட்ஸ் கட்டணும்னு எப்போ இருந்தோ ஒரு ஆசை. சரியான மனை இடம் கிடைக்காம இத்தனை நாளும் அந்த வேலையை எடுத்துக்கிடலையாம். இப்போ எல்லாமே அனுசரணையா வந்திருக்குன்னு எழுதியிருக்கிறான்.''

"இனிமே என்ன? நீங்க ரெண்டு பேரும் ஆளுக்கொரு ஃப்ளாட் வாங்கிக்கிடுங்க. நம்ம வீட்டுக்குப் பக்கத்திலேயே அமைஞ்ச மாதிரியிருக்கும். அதுங்களை வாடகைக்கு விட்டா, அந்த வாடகையை உங்கப்பா வசூல் பண்ணி உங்களுக்கு அனுப்பிருவாங்க. என்.ஆர்.ஐக்காரங்க எல்லாரும் ஹைதரா பாத்திலே வீடுங்க, மனையிடங்க ஏலம் போட்டு ஏத்திவிட்ட மாதிரி வாங்கினதிலே மனை விலையெல்லாம் எக்கச்சக்கமாக் கூடிப் போச்சாமே"

தோட்டத்தில் நாற்காலி போட்டு உட்கார்ந்தபடி, அம்மா-மகன்கள் உரையாடலைக் கவனமாகக் கேட்டுக் கொண்டிருந்தேன்.

“அதில்லேம்மா! நம்ம வீட்டு இடம் இருக்கில்ல தொள்ளாயிரம் கஜம் இடம் சும்மாதானே கிடக்கு. அதை அவனுக்கு வித்தா காம்ப்ளெக்ஸ் கட்டிக்குவானாம். என்னோட ஃப்ரண்டா இருந்தாலும் குறைஞ்சவிலைக்குத்தரணும்கிற தேவை இல்லேன்னு எழுதியிருக்கிறான். மார்க்கெட் ரேட் என்ன இருக்கோ, அவ்வளவு கொடுப்பானாம். இப்போ இங்கே அஞ்சாயிரம் போகுதாமே! அப்படீன்னா நமக்கு நாப்பத்தஞ்சி லட்சம் வரும்.”

அது அவர்களுடைய கெட்ட புத்தித் திட்டம். எனக்குக் கெட்ட கோபம் வந்தது. மரங்களின் இலைகள் சலசலத்து ‘அமைதி அமைதி’ என்று என்னை ஆசுவாசப்படுத்துவது போலிருந்தது. பலவந்தமாக என்னை நான் அடக்கிக்கொண்டேன். அவர்கள் கேட்ட உடனேயே நான் விற்றுவிட வேண்டுமென்ற கட்டாயம் இல்லை அல்லவா! இந்த இடம், இதிலுள்ள செடிகள், மரங்கள், என் உயிர். நான் போய்ச் சேர்ந்த பிறகு அவர்களுடைய விருப்பம். அதுவரையிலும், மார்க்கண்டேயன் சிவலிங்கத்தைக் கட்டி அணைத்துக்கொண்டது போல, நானும் இந்த இடத்தை அணைத்துக் கொண்டிருப்பேன்.

‘‘அது சரிடா. அவன் அவ்வளவு பெரிய காம்ப்ளெக்ஸ் கட்டினா, நம்ம நூறு கஜ வீடு அதுக்கு முன்னாலே ஒடுங்கிப் போயிடுறதா? ஆலமரத்து நிழலிலே துளசிச் செடி மாதிரிப் பொலிவில்லாமப் போயிறாதா?” என்றாள் அம்மாக்காரி.

அப்படியென்றால் அவளுக்கும் இதில் விருப்பம் என்றுதான் தெரிகிறது. ஏன் இருக்காது? ஒடுங்கியிருக்கிற வசிப்பிடத்தைவிட லட்சக்கணக்கான பணம் பெரிதில்லையா? வங்கியில் போட்டால் எக்கச்சக்கமான வட்டி. சுகமாக, அட்டகாசமாக கலர் டி.வி.க்கள், ஃப்ரிஜ்ஜுகள், சோஃபாக்கள், ஏர்கண்டிஷன் அறைகள் அனுபவிக்கலாம்.

‘‘இந்த விஷயம் எங்களுக்குத் தெரியாதா, மம்மீ? அதுக்குத்தான் சேகர்கிட்ட நாங்க ஒரு ஒப்பந்தம் பண்ணியிருக்கிறோம். இந்த வீட்டைக்கூட அவனுக்கே கொடுத்திட்டா ஐம்பது லட்சம் கொடுத்து, ஹிமாயத் நகர்லே டூ-பெட்ரூம் ஃப்ளாட் கொடுக்கிறதாச் சொல்லியிருக்கிறான்” இது இரண்டாமவனின் குரல்.

"இன்னொருத்தரா இருந்தா இதுக்கு ஒப்புக்கொண்டிருக்க மாட்டாங்க. என்னோட க்ளாஸ்மேட் என்கிறதனாலே இழுபறியா இதுக்கு ஒப்புத்துக்கிட்டான். நமக்கு எவ்வளவு லாபம் தெரியுமாம்மா? இந்த வீட்டுக்குப் பதினஞ்சு லட்சம் விலை கிடைச்ச மாதிரி. நீயே நினைச்சிப் பாரு. பேங்க்கிலே அம்பது லட்சத்தைப் போட்டுக்கிட்டா, மாசத்துக்கு நாப்பதாயிரம் வட்டி வரும். சிட்டியிலேருந்து பன்னிரண்டு கிலோமீட்டர் தள்ளி இவ்வளவு ஒடுங்குன வீட்டிலே இருந்தா உயிர் போயிரும்." அவளுடைய ஆசைகளுக்குப் பெரியவன் தூபம் போட்டுக்கொண்டிருந்தான்.

"இது கோல்டன் சான்ஸ், மம்மீ. மாசத்துக்கு நாற்பதாயிரம்னா நீங்களே பத்துப் பேரைப் பராமரிக்கலாம். ஹார்ட் ஆஃப் தி சிட்டியிலே விசாலமான ஃப்ளாட்டிலே இருக்கலாம்" இரண்டாமவன் அதை முடித்து வைத்தான்.

இப்போது நாங்களென்னவோ அடுத்தவர் பராமரிப்பில் இருப்பது போலப் பேசுகிறான். இவன் சம்பாதிக்க ஆரம்பித்த பிறகு நாங்கள் ஒரு டாலரைத் தொட்டுப் பார்த்திருந்தால் அதுவே அதிகம். இது சத்தியம்.

"இது எல்லாத்தையும் உங்கப்பாகிட்டச் சொல்லுங்கடா. மொதல்ல அவர் இதுக்கு ஒத்துக்கிடணும்ல?" என்றாள் அவள்.

"வீடு பொம்பளைங்க ராஜாங்கம் மம்மீ! அதனாலேதான் மொதல்லே உன்கிட்டச் சொல்றோம். உன்னோட ஒப்புதல் கிடைச்ச பிறகுதான் அப்பா"

இரண்டாமவன் நன்றாகவே காக்கா பிடிக்கிறான்.

"மொதல்லே அப்பாவைச் சம்மதிக்க வைங்கடா"

அவர்கள் இருவரும் என் எதிரில் வந்து நின்றார்கள்.

மரம் அளவுக்கு வளர்ந்த மகன்கள். ஒன்றுதான் வித்தியாசம் இவர்களிடம் தன்னலத்தின் கெட்ட நாற்றம் வீசுகிறது.

"அப்பா! கேட்டுக்கிட்டு இருந்தீங்கல்ல. ரொம்ப நல்ல வாய்ப்பு. ஒன்லி ஃபூல்ஸ்தான் இந்த மாதிரி வாய்ப்புகளை நழுவவிடுவாங்க."

“நான் ஃபூல்தாம்ப்பா வர்ற வாய்ப்புகளை நழுவ விடுறதைத் தவிரப் பயன்படுத்திக்கத் தெரியாத பைத்தியக்காரன்தான். உங்க கல்யாணங்களின்போது உங்களை விற்கத் தெரியாத கையாலாகாதவன் நான். உங்க சம்பாத்தியங்களிலிருந்து ஒரு பைசா கூட வாங்கிக்கத் தெரியாதவன். எனக்கு ஆடம்பரங்கள் மேலே நாட்டம் இல்லேப்பா. நான் வாழ்ந்துக்கிட்டிருக்கிற இந்த சர்வ சாதாரண வாழ்க்கை எனக்கு ரொம்ப மகிழ்ச்சியா இருக்கு.”

“ஐம்பது லட்சத்தை பேங்க்கிலே போட்டுக்கிட்டு இதே மாதிரி சிம்பிளாகவே இருந்துக்குங்க. நாங்க வேண்டாம்னா சொல்றோம்? இந்த வீட்டுமனையை மட்டும் வித்திருவோம்.”

“வித்திருவோம்னு உங்களையும் இதிலே சேர்த்துக்கிடுறீங்க. இது என்னுடைய சொந்த சம்பாத்தியம். வித்தா நான்தான் விற்கணும். அதைத் தீர்மானிக்க வேண்டியது நான்தான். இப்போ சொல்றேன், கேட்டுக்குங்க. இதிலே ஒரு கஜம்கூட விற்கிறதுக்கில்லே.”

“ஏன்? எதுக்காக விற்கமாட்டீங்க?”

பெரியவனுடைய குரலில் கோபம் வெளிப்படுவது எனக்குத் தெரிந்தது.

“ஏன்னா நான் உங்களை விற்கலே என்கிறதனாலே.”

“அதுக்கும் இதுக்கும் என்ன சம்பந்தம்?”

“அன்போட வளர்க்கிற எதையும் விற்கிறது என்கிறது மனிதத்தன்மை இல்லே. நான் உங்களை எவ்வளவு பாசத்தோடே வளர்த்தேனோ, அதே அளவு பாசத்தோடே இங்கே இருக்கிற செடிகளையும் மரங்களையும் வளர்த்திருக்கிறேன். இந்த இடத்து மேலே நான் வச்சிருக்கிற பாசம் உங்களுக்குப் புரியாது.”

“பாரும்மா, இந்தக் கெழடு எப்படியெல்லாம் பேசுதுன்னு.”

பெரியவன் தன் அம்மா இருந்த பக்கம் திரும்பிச் சொன்னான்.

“பாரு யங்மேன்! நான் இன்னும் கிழவனாகல்லே. வயசுப்படி ரிட்டையர்மென்ட் ஆகிறதுக்கு இன்னும் ஒரு வருஷம்தான் இருக்குன்னாலும், நான் யங் அட் ஹார்ட். உங்க மனசிலேதான்

கிழட்டுத்தனம் வந்திருக்கு. தீராத ஆசைகளோடே, பேராசைகளோடே, நிம்மதி இல்லாததனாலே உங்களுக்கு மனசு சுருங்கிப்போயிருக்கு."

"நாங்க இங்கே கவியரங்கம் கேட்கிறதுக்காக வரல்லே. இந்த இட விஷயமாத் தீர்மானிக்கிறதுக்குத் தான் வந்திருக்கிறோம்."

"தீர்மானிக்கிறதுக்கு எதுவும் இல்லேடா, பிள்ளைங்களா! இந்த இடம் என்னோடது. என் சம்பாத்தியத்திலே வாங்கினது. இது மேலே உங்களுக்கு எந்த உரிமையும் கிடையாது. இனி இந்த விஷயத்தை இத்தோட நிறுத்திக்கிடுறது நல்லது'' உறுதிபட, ஆனால் அமைதியாகவே சொன்னேன்.

அதுவரையிலும் மௌனமாக இருந்த இரண்டு மருமகள்களும் இந்தச் சமயத்தில் சேர்ந்து கொண்டார்கள்.

"இது அநியாயம் அத்தே! உங்க பிள்ளைகளுக்கு நீங்க எந்தச் சொத்தும் தரமாட்டீங்க, சரி. உங்க பேரன் பேத்திகளுக்காவது தருவீங்களா, மாட்டீங்களா?''

''நம்ம ரெண்டு பிள்ளைங்களுக்கும் இன்ஜினீரிங் படிப்பு படிக்க வச்சிருக்கிறோம். அதுதான் நாம அவங்களுக்குக் கொடுத்திருக்கிற அதிமேலான சொத்து. அமெரிக்காவிலே அவங்களுக்கு சோறு கிடைக்கிறது அதை வச்சித்தான். இனி பேரன் பேத்தி விஷயத்தைச் சொல்றியா... அவங்களுக்குக் கொடுக்கிறதுக்கு அளவில்லாத பாசம் இருக்கு, நேசம் இருக்கு. அது அமெரிக்காவுக்கு வலசை போனவங்களுக்கு இருக்காதுன்னு சொல்லு.'' என் மனைவியைப் பார்த்துச் சொல்வது போலச் சொன்னேன்.

"என்கிட்ட என்ன இருக்கு. சாம்பலைத் தவிர என்கிற மாதிரி விட்டேத்தியாப் பேசுறாங்க உங்கப்பா... இருக்கிறதனாலே தானே கேட்கிறோம்? இந்த இடம் அவங்களுக்கானது என்கிறதனாலே தானே கீழே விழுந்து கெஞ்சுறோம்" என்றாள் பெரிய மருமகள்.

''படிக்க வச்சதே பெரிய சாதனையா எப்படிப் பேசுறாங்க, பாருக்கா? உங்க அத்தான் நல்லா படிச்சதனாலே ஸீட் வாங்கிக்கிட்டாரு. சொந்தத் திறமையினாலே அமெரிக்காவிலே

உத்தியோகம் வாங்கிக்கிட்டாரு. இவரு ஏதாச்சும் டொனேஷன் லட்சக் கணக்கிலே கட்டினாரா, இல்லே, உத்தியோகம் வாங்குறதுக்காக லட்சம் லட்சமா லஞ்சம் குடுத்தாரா?"

''உங்க கொழுந்தன் கதையும் அதுதானே... இவரு என்ன செஞ்சிட்டாருன்னு?" என்றாள் இரண்டாவது மருமகள்.

''நான் தேடிக்கிட்ட குமாஸ்தா உத்தியோகத்திலே, ரெண்டு பிள்ளைங்களையும் இந்த அளவுக்குப் பெரிய படிப்பு படிக்க வச்சதே என் சக்திக்கு மீறின செயல். அதை ஒழுங்குமுறையா நிறைவேத்துனதுக்கு சந்தோசப்படுங்க. என்னாலே முடிஞ்சது அவ்வளவுதான்!''

என்னுடைய இரண்டு மகன்களும் சீறிக்கொண்டு எழுந்தார்கள்.

"இப்போ நாங்க கேக்கறது உங்க சக்திக்கு மிஞ்சினது இல்லே... உங்களாலே முடியாதது இல்லே. டாக்குமென்ட்டுகளையெல்லாம் நாங்களே ரெடி பண்ணிக் கொண்டு வர்றோம். நீங்க செய்ய வேண்டியதெல்லாம் உங்க கையெழுத்தைப் போட வேண்டியது மட்டும்தான்.'' தன்னுடைய அமெரிக்க மேதாவித்தனத்தை வெளிப்படுத்தினான் இரண்டாமவன்.

''உங்களுக்கு சேகர் தர்ற ஃப்ளாட்லே ஃபர்னிச்சர் எல்லாம் நாங்களே ஏற்பாடு பண்ணிருவோம். நீங்களும் அம்மாவும் இங்கே காரிலே ஏறி, அங்கே இறங்கி, உங்க அழகான ஃப்ளாட்லே நிம்மதியா இருக்க வேண்டியதுதான்." முதலாமவனின் ஆசை காட்டல்.

''பாருங்க, நீங்க எத்தனை பேர் என்ன சொன்னாலும் இந்த இடத்தை விற்க மாட் டேன். ஐம்பது லட்சமில்லே, ஐம்பது கோடி கொடுத்தாலும் என்னோட தீர்மானம் மாறாது." அங்கிருந்து எழுந்து உள்ளே போய்க்கொண்டே கடைசித் தீர்ப்பைச் சொல்லி விட்டேன்.

பண்டிகை நாளும் அதுவுமாக மதியம் யாரும் சாப்பாட்டுத் தட்டைத் தொடவில்லை. செய்து வைத்த பலகாரங்களெல்லாம் அப்படி அப்படியே இருந்தன. குழந்தைகள் பசிக்கு அழுததினால் மருமகள்கள் ஏதோ பரிமாறியதைப் போலிருந்தது. அவர்கள் அழுகையிலும் இறங்கினார்கள்.

வீடு முழுக்க சோகச் சூழல். என்னுடன் யாரும் பேசவில்லை. எல்லாரும் நிசப்த யுத்தம் புரிந்தார்கள். கடைசியில் என் மனைவியும் சேர்ந்துகொண்டாள்.

இருந்திருந்து மகன்கள் இருவரும் தங்கள் குடும்பங்களுடன் வந்து அந்தப்புரம் மாதிரியான என் வீட்டில் வசந்தத்தை வரவழைப்பார்கள் என்று மகிழ்ந்திருந்தேன். இப்போது அவர்களுடைய இதய ஒலி 'நீ அயோக்கியன்' என்று சொல்வது போல் எனக்குக் கேட்டது. அவர்களுடைய கண்கள் என் பக்கம் திரும்ப நீ இருதயம் இல்லாத கல் என்பதுபோலப் பார்த்தன.

என் பிள்ளைகள் இருவரும் வளர்ந்து பயனாளிகள் ஆகிவிட்டார்கள். என்னுடைய புழக்கடை மரங்கள் வாயில்லாதவை. எதையும் கேட்கத் தெரியவில்லை. அவற்றின் பராமரிப்பைப் பார்த்துக்கொள்ளும் பொறுப்பு எனக்கு இருக்கிறது. பிள்ளைகள் சம்பாதிப்பவர்களாக ஆன பிறகு அவர்களிடமிருந்து டாலர்களை நூறில் ஒரு பங்குகூட நான் கேட்டதில்லை. ஆனால் இந்த மரங்கள் நான் கேட்காமலேயே எனக்குக் குளிர்ந்த நிழலைத் தருகின்றன. எனக்குத் தேவைப்படுவதான காய்கறிகளைத் தருகின்றன. பழங்களைத் தருகின்றன. நல்ல காற்றைத் தருகின்றன. எல்லாவற்றையும்விட முக்கியமாக என் மனதுக்கு இதத்தைத் தருகின்றன. ஆனால் என் மகன்களோ....

நாள் முழுக்க வீட்டின் சூழ்நிலை காடாக இருந்தது.

அவர்களுடைய அம்மாவுக்கு என்ன கரைத்து, என்ன கொடுத்தார்களோ, இரவு என்னுடன் அடிபிடிச் சண்டையில் இறங்கிவிட்டாள். மகன்கள் சொல்வதைக் கேட்காவிட்டால் தூக்கிட்டுக் கொள்வதாகச் சொன்னாள். சேகர் வாங்கிக் கொடுக்கும் ஃப்ளாட்டை விட்டுவிட்டு இந்தக் குறுகலான வீட்டில் ஒரு கணம்கூட இருக்க முடியாதென்று கறாராகச் சொல்லிவிட்டாள். என்னைப் புறக்கணித்துவிட்டு அமெரிக்கா போய்விடுவதாகவும் சொன்னாள்.

பைத்தியக்காரி. அமெரிக்கா போனால் அவளுக்கு ஒரு கவளத்துக்குக்கூட வகை செய்ய மாட்டார்களென்ற சங்கதி தெரியாமல் பேசுகிறாள். முப்பது வருடக் குடித்தனம். அவள்

எவ்வளவு வெகுளி என்று எனக்குத் தெரியும். மகன்கள்மீது எவ்வளவு வெறி படித்த பாசம் என்பதும் எனக்குத் தெரியும்.

பண்டிகை கழிந்த இரண்டாம் நாள் அவர்கள் திட்டமிட்டுத் தயாரித்துக்கொண்டு வந்திருந்த காகிதங்களில் கையெழுத்துகள் போட்டேன். என் இதயம் வடித்த கண்ணீரை யாரும் கவனிக்கவில்லை.

எங்களுக்குக் கொடுக்கப்பட்ட ஃப்ளாட்டையும் சேர்த்துக் கணக்கிட்டு, ரொக்கத் தொகையாக வந்த ஐம்பது லட்சத்தை மூன்று பங்குகளாகப் பிரித்து, மகன்கள் இருவரும் ஆளுக்கு இருபது லட்சங்கள் எடுத்துக்கொண்டார்கள். எங்கள் பங்குக்கு வந்த பத்து லட்சத்தில் இரண்டு லட்சம் செலவு செய்து ஃப்ளாட்டுக்குத் தேவையான சாமான்களை யெல்லாம் வாங்கிவிட்டு, எஞ்சியிருந்த எட்டு லட்சத்தை வங்கியில் போட்டுவிட்டு அவர்கள் அமெரிக்கா திரும்பப் போனார்கள்.

ஆயிரம் சதுர அடிகள் கொண்ட அந்த ஃப்ளாட் எனக்கு ஜெயில் அறைபோல் தோன்றியது. விலையுயர்ந்த ஃபர்னிச்சர், எலெக்ட்ரானிக் சாதனங்கள் ஆகியவற்றைப் பார்த்து என் மனைவி புல்லரித்துப்போனாள்.

சாயங்காலம் ஆனதும் எனக்குப் பைத்தியம் பிடித்தது போலாகிவிடும். எந்தப் பக்கம் பார்த்தாலும் உயர உயரமான காம்ப்ளெக்ஸ்கள் தவிர பசுமையான மரங்கள் தென்படுவதே இல்லை.

பஸ் ஏறி வனஸ்தலிபுரம் செல்வது, வீட்டின் சுற்றுச்சுவருக்கு வெளியே நின்றபடி, வசதியாக எனக்கென்று கட்டிக்கொண்ட அந்த வீட்டையும், பின்னால் தோட்டத்தில் ஊமையாக அழுதபடி நின்றிருக்கும் மரங்களையும் செடிகொடிகளையும் கண்ணாரப் பார்த்து விம்மி விம்மி அழும் என்னுடைய இருதயத்தை எப்படியோ சமாதானப்படுத்திக் கொண்டு வீடு எனப்பட்ட சிமென்ட் அறைகளுக்குள் திரும்ப வந்து அடைந்துகொள்வது என்னுடைய அன்றாட நடவடிக்கை ஆயிற்று.

ஒரு நாள் பழக்க முறைப்படி போனேன். வெளியே இரண்டு

லாரிகள் நிறுத்தப்பட்டிருந்தன. அவற்றில் என் மார்பிலிட்டுச் சின்னக் குழந்தை போல வளர்த்த மரங்களின் தடிகள் அவற்றின் உடல்களைக் கண்டந்துண்டமாக வெட்டி, செடிகளைச் சுக்கல் சுக்கலாகச் சிதைத்து, கிளைகளைக் கண்ட துண்டமாக நறுக்கி என் கண்ணெதிரிலேயே சவ ஊர்திபோல அந்த லாரிகள் நகர்ந்தபோது நெஞ்சு திடுக்கிட்டது. மார்பில் லேசாக வலி ஆரம்பித்தது.

அதற்குப் பிறகு ஒரு வாரமாகச் சாப்பாடு சகிக்கவில்லை. ஏதோ மனக்கலக்கம், தாங்க முடியாத படபடப்பு, நெஞ்சுமீது சுமக்க முடியாத பாரம் அந்த இரண்டு லாரிகளில் ஏற்றப்பட்டிருந்தவை போல.

எனக்கு உள்ளார்ந்தவற்றை விற்றுவிட்டேனே என்ற குற்ற உணர்வு என்னை நின்ற நிலையில் சுட்டெரித்தது. என்னை அணுஅணுவாக வாட்டியது.

பயந்துகொண்டே என் பழைய வீட்டை நோக்கி மற்றொரு நாள் போனேன்.

அங்கே என்னுடைய வீடு இல்லை. எல்லாமே தரைமட்ட மாக்கப்பட்ட நிலம். நெஞ்சில் வலி அதிகமாயிற்று.

வீட்டுக்கு எப்படிப் போய்ச் சேர்ந்தேனோ தெரியாது. மயக்கமடைந்துவிட்டேனாம். பக்கத்து ஃப்ளாட்காரர்களின் உதவியுடன் அப்பல்லோ மருத்துவமனையில் சேர்த்து விட்டாளாம் என் மனைவி.

நெஞ்சு வலி தீவிரமாகிவிட்டதாம். இன்னொரு தடவை இப்படி வந்தால் அனேகமாகப் பாடை ஏறிவிடுவேனென்று டாக்டர் சொன்னார். ஓப்பன் ஹார்ட் சர்ஜரி செய்ய வேண்டுமென்றார். பிள்ளைகள் இருவருக்கும் ஃபோன் செய்தாள் அவர்களுடைய அம்மா. அந்த சர்ஜரி இப்போதெல்லாம் சர்வசாதாரணமென்றும், வேலை நெருக்கடியினால் தற்போது நேரில் வர முடியாதென்றும் சொல்லிவிட்டார்களாம்.

அவர்கள் வரமாட்டார்கள் என்பது எனக்குத் தெரியும். என்னிடம் இன்னொரு ஆயிரம் கஜ மனை இடம் இல்லையே.

வங்கியில் போட்டிருந்த பணத்திலிருந்து மூன்று லட்சம் செலவு செய்து என் பலவீனமான நெஞ்சை 'ரிப்பேர்' செய்துகொண்டேன்.

ஆபரேசன் ஆனதிலிருந்து சோர்வு. உற்சாகம் அறவே போய்விட்டது.

ஆக்சிஜன் க்ளினிக் போய்வருமாறு டாக்டர் அறிவுரை சொன்னார்.

இதற்கிடையே என்னுடைய 'கொலீக்' ராமநாதன் தென்பட்டான்.

''மணிக்கு முந்நூறு ரூபாய் கலப்படமில்லாத சுத்தமான ஆக்சிஜன். நம்ம சிட்டி ரொம்ப ரொம்பவே பொல்யூட் ஆயிரிச்சி என்ன செய்றது?. வேற வழியில்லே எனக்கு நல்லாத்தான் இருக்குது. ஒரு தரம் போய்ப் பாரு."

ஒரு வாரம் கழித்து செகந்திராபாத்திலுள்ள ஆரெஞ்ச் ஆக்சிஜன் கிளினிக் போனேன். ஆக்சிஜன் மாஸ்க்கை மூக்குடன் இணைத்துக்கொண்டேன். புஸ்ஸென்று ஆக்சிஜன் என் நாசித்துவாரங்களின் வழியே வேகமாகப் பாய்ந்தது.

கண்களை மூடிக்கொண்டு பலமாக உள்ளே இழுத்தேன். சுத்தமான ஆக்சிஜன் என் சுவாசப்பைக்குள் சென்றது.

சாயங்காலங்களில் என் தோட்டத்தில் சாய்வு நாற்காலியைப் போட்டுப் படுத்துக் கொண்டிருந்த நினைவு வந்து நெஞ்சைக் கத்தியால் கீறியது போலிருந்தது எனக்கு.

ஆக்சிஜனை விலை கொடுத்து வாங்க நேர்ந்த என் அவல நிலை கண்ணீரை வரவழைத்தது.

நான் பாசத்துடன் வளர்த்த மரங்களின் ஆத்மாக்கள் என்னைப் பார்த்து மௌனமாக அழுவதான ஓசைகள்.

ஷகீலா

எல். ஆர். சாமி

தமிழில்: **சாந்தா தாத்**

உலுக்கி விழுந்து எழுந்தேன். பூமா தேவி இதயத்தின் வலிபோல் இருள் மெல்ல மெல்லக் கவிழ்ந்து கொண்டிருந்தது. பதற்றத்துடன் மணி பார்த்தேன். ஐந்து கூட ஆகவில்லை.

எழுந்து ஜன்னலருகே சென்று திரை விலக்கித் தெருப் பக்கம் பார்த்தேன். உயிர்ப்பற்றுக் கிடந்தது சாலை. சந்தடி இல்லை. காலையில் பிள்ளைகளைப் பள்ளிக்கும் கல்லூரிக்கும் அனுப்பிவைக்கும் போது பரபரப்பாய்த் தென்படும் சாலை இப்போது மகளை மாமியார் வீட்டிற்கு அனுப்பும் தாய்போல் கலவரமாய்க் காணப்பட்டது.

ராத்திரி எட்டு மணிக்கு முன் அவர் வீடு திரும்பமாட்டார். ஒரு டீ போட்டுக் குடித்துவிட்டு கொஞ்ச நேரம் டி.வியில் பகை தீர்க்கும் படலம் பார்த்துப் பொழுதை ஓட்டலாம். அதற்குப் பிறகு....?

நீண்ட பெருமூச்சுடன் ஜன்னல் திரைகளை இழுத்து மூடும்போது தொலைபேசியின் அலறல்...

''மத்தியானம் மீட்டிங்கிற்கு வரல?'' அம்முனையில் லலிதா என் நெருங்கிய தோழி. எங்கள் இளங் காரியதரிசிகூட.

"என்ன சொல்ற லலிதா...? வெள்ளிக்கிழமைதான மீட்டிங்?"

"என்ன நீ... இன்னிக்கு வெள்ளிக்கிழமை இல்லாம என்னவாம். நாள் கிழமை கூட ஞாபகத்துல இல்லாத அளவுக்கு அப்படியென்ன கவலை உனக்கு? புருஷன் வீட்டுக்குப் போனது உன்னோட பெண் இல்லடி... வேலைக்காரப் பெண்..."

ஆமாம். என் மகள் இல்லதான். ஆனால் அது மற்றவர்களுக்கு. எனக்கு ஷகீலா ஒரு வேலைக்காரி மட்டும்தானா...? நினைத்துக் கொண்டேன்.

வெளியே வந்து தோட்டத்திலிருந்த நாற்காலியில் சாய்ந்தேன். மேகங்கள் கதிரவனுக்கு கருப்புத்திரை போர்த்திக் கொண்டிருந்தன. வெளிச்சம் மங்கிக் கொண்டிருந்தது.

‘‘ஏன் ஒரு மாதிரி இருக்கீங்க? உடம்பு சரியில்லையா? இளைச்சமாதிரி தெரியறீங்க...?’’ அடுத்த வீட்டம்மாள் அக்கறையுடன் வினவினார்.

உண்மைதான். இந்த ஒரு மாதத்தில் நான் மிகவும் சோர்ந்து போயிருப்பது எனக்கே தெரிகிறது. முகம் வாடிப் போயிருக்கிறது. கண்கள் சுற்றிக் கருவளையம். விழிகளில் ஜீவனே இல்லை. இரண்டுமாதங்கள் படுக்கையில் கிடந்தாற்போல் இருப்பதாய் அவர்கூடச் சொல்கிறார்.

“இங்க பாரு பத்மா. ஷகீலாவை நெனச்சு உன்னை ரொம்பத்தான் வருத்திக்கிற. ஒரு விஷயம் நல்லா ஞாபகம் வச்சுக்க. அவ நம்ம வேலைக்காரி. பிழைப்புக்காக நம்ம வீட்ல வேலை செய்த பெண்...”

அவர் கூற்றை ஏற்றுக்கொள்ள இயலவில்லை என்னால். எனக்கு நன்றாய் நினைவிருக்கிறது...

சுமார் பத்தாண்டுகளுக்கு முன் ஷகீலா வீட்டுக்கு வந்தபோது வேலை செய்ய வந்திருக்கும் பெண்ணாய்த் தெரியவில்லை, அவளைப்பார்த்தால் மூக்கு ஒழுகியபடி கிழிசலும் அழுக்குக் கவுனுமாய் அவளைப்பார்த்தபோது... உள்ளது உள்ளபடி சொன்னால் மிகவும் அருவெருப்பாக இருந்தது. அவளுக்கு எட்டுவயது இருக்கலாம். வேலைக்கு வைத்துக் கொள்ளுமாறு அவள் அம்மா மன்றாடினாள். வேலைக்கு ஆள் இல்லாமல் அப்போது நான் சிரமப்பட்டுக் கொண்டிருந்தாலும் என் மனம் இணங்கவில்லை. அவர் ஆனால் பிள்ளைகளை அனுப்பவேண்டியது பள்ளிக்கூடம் தானே தவிர பணிக்காக அல்ல எனத் திட்டவட்டமாய் கருத்து தெரிவித்ததாக கூட நினைவில்லை.

“இப்படி சொன்னால் எப்படிம்மா?’’ விடாது கெஞ்சினாள் அவள் அம்மா. “வேலைக்கு ஆள் வேணும் என்று சொன்னீங்களாம்”

‘‘ஆமாம் சொன்னேன். ஆனாலும் இவ்வளவு சின்னப் பெண்ணையா..?’’

‘‘என்ன செய்றதும்மா. இவள வேலைக்கு விடறதுக்கு எங்களுக்கு மட்டும் ஆசையா சொல்லுங்க. வேற வழி தெரியாமத் தான் இவளுக்கு கஞ்சி ஊத்த கதி இல்லாமத் தான்...’’ கண்களைத் துடைத்துக் கொண்டாள் அவள்.

அவளைப் பார்க்கப் பரிதாபமாக இருந்தது. என்ன செய்யலாம் என்பதைப் போல் அவரைப் பார்க்க அவர் முகத்தில் எச்சலனமுமில்லை.

இவ மூணாவதுங்க. இவளுக்குக்கீழ மூணு இருக்கு. ஆறு பேர் வயித்தை நெரப்பணும்னா....

இவருக்கு அவ்வளவு கோபம் வரும்னு நான் எதிர்பார்க்கவே இல்லை. ‘‘பிள்ளைகள் பெற்றுக்கொள்வதைக் குறைச்சுக்கத்தான் கேக்கமாட்டீங்க. இப்ப இந்த அவஸ்தை... இந்த வறுமை...’’

‘‘அதெல்லாம் நமக்கு எதுக்குங்க?’’ அவர் மேலே பேசுமுன் தடுத்தேன். ‘‘நமக்கு வேலைக்கு ஆள் வேணும். இவளை வெச்சிக்கலாமா வேணாமான்னுதான் நீங்க சொல்லணும்...’’

ஏதும் பேசவில்லை அவர்.

‘‘வேணான்னா சரி சார்... உங்க தயவு. நல்லவங்கன்னு சொன்னாங்களேன்னு இங்க கூட்டிட்டு வந்தேன். இவளை உங்களுக்குப் பிடிக்கலன்னா வுட்டுடுங்க’’ கேட்டருகே சென்றவள் சட்டென நின்றாள். ‘‘உங்க வூடு இல்லைன்னா இன்னொரு எடம் பார்த்துக்கிறேன் சார். எப்படியாச்சும் இவ வயித்த நெரப்பனும்...’’ எப்படியும் வேறு வீடு பார்த்துக்கொள்ளத்தான் போகிறாள்.

இப்போது என் மனதில் சலனம்.

ஷகீலாவை எங்கள் வீட்டில் விட்டுச் சென்றாள் அவள் அம்மா.

அப்போது துவங்கியது பிரச்சனை. வேலைகள் சங்கதி ஒரு பக்கம் இருக்கட்டும். தட்டில் வைக்கும் சோற்றைச் சரியாக பிசைந்து சாப்பிடக்கூட தெரியவில்லை அச்சிறுமிக்கு. சின்னப் பெண்ணாயிற்றே என்னும் இரக்கத்துடன் சோற்றுடன் குழம்பு அல்லது பருப்பை பிசைந்து தட்டில் வைத்தாள். முட்டை வேண்டும் என அடம் பிடித்தாள். பொறுமையிழந்து அவள் அம்மாவிற்குச் சொல்லியனுப்ப உடன் வந்து சேர்ந்தாள்.

“என்ன செய்யட்டும்மா? எல்லாம் பழக்கம் தாயி. இதுக்கென்ன தெரியும்? நீங்க குடுக்கற சாப்பாட்டுக்குக் குடுத்துவச்சிருக்கனு மின்னு. நான் நல்லா புத்தி சொல்லிட்டு போறேன். அம்மா... நீங்க தப்பா நெனச்சிக்கல்லன்னா...” தயக்கத்துடன் என்னைப் பார்த்தாள்.

‘‘சொல்லு.’’

ஷகீலாவை உங்க மகளாட்டம் பார்த்துக்கங்கம்மா. நீங்க திங்கறத இதுக்கும் கொடுங்க. நாங்க முட்டை திங்கறோம். நீங்க பருப்பு திங்கறீங்க. எதனாலும் வயித்த ரொப்பரத்துக்குத் தானமா.’’

யதார்த்தம் தெரிந்தது அச்சொற்களில். எனக்கு எப்படியும் குழந்தைப் பேறு கிடையாது. இருந்திருந்தால் ஷகீலா வயது இருக்குமோ?

அன்றிலிருந்து ஷகீலாமீது தனி அக்கறை காட்டலானேன். மெல்ல மெல்ல அவளை என் குழந்தையாகவே உணரத் தொடங்கினேன். நல்லது கெட்டது கற்றுக்கொடுத்தேன். படிப்பு கற்றுத் தர ஆரம்பித்தேன். மூன்றே மாதம் முற்றிலும் மாறிவிட்டாள் ஷகீலா. எங்கள் வீட்டிற்குப் புதிதாக வருபவர்கள் எங்கள் மகள் என்றே நினைத்தனர். ஒவ்வொரு மாதமும் சம்பளத் தேதிக்கு சரியாக வந்துவிடுவாள் அவள் அம்மா. அவள் தலை தெரிந்தால் போதும், அவளுடன் கூட்டிச் செல்லும்படி முரண்டு பிடிக்கத் தொடங்கிவிடுவாள் ஷகீலா

‘‘எதுக்குடி இப்படி அடம் பிடிக்கிற? அங்க என்ன வச்சிருக்குன்னு? நல்ல சாப்பாடும் துணியும் அப்படியே நிரம்பி வழியிது பாரு. இங்க அம்மா சொல்றதைக் கேட்டு வயிறு நிறையுதுன்னு நல்ல புள்ளையாய் நடந்துக்க.” புறப்படும் அம்மாவின் சேலைத் தலைப்பை இழுத்தபடி பின்னால் ஓடுவாள் ஷகீலா.

“ஏண்டி துரத்திட்டு வர்றே...” சேலைத்தலைப்பைச் சரேலெனப் பிடுங்கிக் கொண்டபடி, ‘‘நான் இல்லடி உன் அம்மா. இனிமேல் இவங்க தான் உன் அம்மா. வயிறு வாடமா பார்த்துக்கறாங்க மகராசி. நான் உன்னப் பெத்துக் கெடாசிட்டேன். அதத் தவிர என்ன செஞ்சிட்டேன்? சோறு வேணும்னா இங்கதான் இருக்கணும். உனக்கு ஒரு வேளை சோறுபோடக் கூட என்னால முடியாதுடீ.’’

அகற்றிக்கொண்டே விறுவிறுவெனச் சென்றுவிட்டாள் ஷகீலாவின் அம்மா. இல்லாத கொடுமை பாசபந்தங்களைக் கூட எவ்வளவு எளிதாய்த் துண்டித்துக் கொள்கிறது? மிகவும் வேதனையாக இருந்தது எனக்கு.

ஆறு வருடங்கள் அவ்வாறே கடக்க... ஒரு நாள் திடீரென வந்து நின்றாள்.

''ஷகீலாவைக் கூட்டிட்டுப் போறம்மா...'' எவ்விதப் பீடிகையுமின்றி வந்ததும் வராததுமாய்க் கூறினாள். தோட்டத்தில் மல்லிச்செடிக்குப் பாத்து கட்டிக் கொண்டிருந்த எனக்கு இதயமே நின்றுபோய்விடும் போலாகிவிட்டது. அன்றாடம் நீர் வார்த்து அதீத கவனத்துடன் பராமரித்து வரும் செடியின் மொட்டை மலரும் முன்பே கொய்து விடுவதற்காக அவள் கரம் நின்றிருப்பதுபோல் தோன்றியது எனக்கு. தலை நிமிர்ந்து பார்த்தேன். ஆறாண்டுகள் முன் பார்த்தது போல் பலவீனமாய்த் தென்படவில்லை அவள். முகத்தில் ஒரு களை தெரிகிறது. பழைய புடவையானாலும் நல்ல புடவையாக இருந்தது. தலைப்பில் பணம்கூட முடிந்துவைத்திருப்பதுபோல் காணப்பட்டாள்.

''ரம்ஜான் இல்லீங்களா... புள்ளைய வூட்டுக்குக் கூட்டிப் போலான்னு...''

பதில் சொல்லாது நின்றேன். ஷகீலாவை அனுப்பிவைப்பது என்னை வெகுவாய்ச் சிரமப்படுத்திக் கொள்வதாயிற்றே...?

''மத்ததுங்களைக்கூட அங்கங்க வேலைக்குவுட்டுருக்கேன் இல்ல. அவங்கள்லாம்கூட வந்துட்டாங்க.'' நல்ல நாளும் அதுவுமா புள்ளங்க அத்தனையும் சேர்ந்து இருக்கட்டும்னுதான் மென்று விழுங்கினாள் அவள். "ஒரு நாலு நாள் வச்சிட்டு அனுப்பிடறம்மா..."

போன உயிர் திரும்ப வந்தது போலிருந்தது எனக்கு. ஷகீலாவை அழைத்தேன். எழுதிக் கொண்டிருந்த நோட்டு புத்தகத்துடன் வந்தாள்.

"படிச்சிட்டுருக்கியா புள்ள?" அத்தாயின் விழிகளில் பரவசம் பளிச்சிட்டது. மகளைத் தரையிலிருந்து உச்சிவரை பார்த்தாள்.

"அம்மா உன்ன நல்லாவே வச்சிருக்காங்கடி..." எதுவும் பேசாது நின்றாள் ஷகீலா. அத்தனை வருடங்களுக்குப்பின் பெற்றவளைப்

பார்க்கும் மகிழ்ச்சி துளியும் இல்லை அம்முகத்தில். விருப்பமின்றி அம்மாவுடன் புறப்பட்டவள் அடுத்தநாள் திரும்பி விட்டாள்.

‘‘என்னடி, வந்துட்டே.... நாலுநாள் வைத்திருப்பதாய்ச் சொன்னாங்களே உங்கம்மா...’’

“என்னால அங்க இருக்க முடியலம்மா.. ஒரே நாத்தமடிக்குது. கொசுங்க வேற. சாக்கடைப் பக்கமா இருக்காங்க இல்ல... அதான்...”

வாயடைத்துப் போய்விட்டது எனக்கு. ஆறாண்டுகளில் எத்தகைய மாற்றம்? எட்டு வருடங்கள் வாழ்ந்த இடத்தில் இருக்க முடியாமல் போகிறதென்றால்...

“சாப்பிடலாம்மா ரொம்பப் பசிக்குது. ”

குறுகுறுவெனப் பார்த்தேன் அவளை.

“நேத்தி கூடச் சாப்பிடலம்மா.” தன்னிரக்கத்துடன் வெளிப்பட்ட குரலில் அதிர்ந்து விட்டேன்.

“அதென்னடி...?” கேட்குமுன் என் கண்கள் நிரம்பிவிட்டன.

‘‘சாப்பாடு இங்க போல் இல்லயே. முட்டை, மாமிசம்னு செய்யறாங்க. கவுச்சி நாத்தம் தாங்கலம்மா... மூக்கைப்பொத்திக் கொண்டாள் ஷீலா. அதெல்லாம் பார்க்கறப்பவே வாந்தி வாந்தியா வருதும்மா...’’

எங்கள் வீட்டிற்கு வந்த புதிதில் முட்டை வேண்டுமென அடம் பிடித்த பெண். சோறு பிசைந்து சாப்பிடத் தெரியாத சிறுமி. சோறும் பருப்பும் நெய்யும் கலந்து காணாததைக் கண்டாற்போல் அள்ளி அள்ளி விழுங்கியவள்.

எப்படி மாறிவிட்டாள் ஷீலா...? வேலைக்காரப் பெண் எனத் தெரியாத அளவிலான மாற்றம்! வீட்டில் அத்தனை வேலைகளும் செய்வாள். சமையல் செய்வாள், பூஜைக்கு எல்லாம் தயாராய் எடுத்து வைப்பாள், எனக்கு உடம்புக்கு முடியாமற் போனால் சுவாமிவிளக்குகூட ஏற்றுவாள்; என்னுடன் சேர்ந்து லலிதா சகஸ்ர நாமம், அனுமான் ஸ்தோத்திரம் போன்றவை தெளிந்த உச்சரிப்புடன் வாய்விட்டுச் சொல்லக்கூட நன்கு பழகிவிட்டாள். பூஜைக் கூடை

ஏந்தியபடி என்னுடன் கோயிலுக்குகூட வருவாள். இவ்விதமாய் முற்றிலும் மாறுபட்டவளாகி விட்டிருந்தாள்!

அந்நிகழ்ச்சிக்கும் பின்னால் அம்மா அப்பா யார் வந்தாலும் அவர்களுடன் சரியாகப் பேசமாட்டாள் ஷகீலா. வீட்டுக்கு வருமாறு எவ்வளவு கெஞ்சி கேட்டாலும் போகமாட்டாள்.

உங்க பெண்ணுக்கு வரன் பார்த்துக் கொண்டிருக்கிறீர்களா?

ஒரு நாள் கோயிலில் புதிதாய் அறிமுமாகியிருந்த ஒரு பெண்மணி கேட்டார். ரொம்ப அழகா இருக்கா..?

அவருக்கு என்ன பதில் சொல்வதெனத் தெரியவில்லை எனக்கு. கோவில் பிராகாரத்தில் மலர்ந்திருந்த சம்பங்கி பக்கம் பார்வையைத் திருப்பினேன்.

ஒரு மாதம் சென்றிருக்கும் திடீரென வந்து நின்றாள் ஷகீலாவின் அம்மா.

இவளுக்கு நிக்காஹ் செய்யத் தீர்மானிச்சருக்கோம் அம்மா. இவளோட அத்தை மகன்தான். இவமேல கொள்ளைப் பிரியம் அவனுக்கு. உடனே முடிச்சுடணும்னு அவங்க வீட்ல நச்சரிச்சிட்டிருக்காங்க..."

''அப்படியா?'' வாய்தான் சொன்னதே தவிர திருமணமாகி ஷகீலா புகுந்தவீடு சென்று விடப்போகிறாள் என்ற கலவரம் ஏகத்துக்குப் பயமுறுத்தத் தொடங்கியது.

"என்ன படிச்சிருக்கான்?" சத்தின்றிக் கேட்டேன்.

"என்னவோம்மா, எனக்குத் தெரியாது. நல்ல பையன் இந்தப் பொண்ணுன்னா அதுக்கு உயிர் அவ்வளவுதான் தெரியும்."

"எங்க வேல பார்த்திட்டிருக்கான்?''

ஏதோ ஒர்க் ஷாப்புன்னு சொன்னாங்க. நாலு எழுத்து படிச்ச பெரிய மனுஷங்களோட அப்பப்ப மீட்டிங், அது இதுன்னு போய்ட்டு வரான்...''

"சம்பளம் என்னன்னாவது தெரியுமா?"

"தெரியாது. ஆனா சோத்துக்குப் பஞ்சமிருக்காதுன்னு நல்லாத் தெரியும்..''

கபீருடன் ஷகீலாவின் திருமணம் நடந்து புகுந்தவீடு சென்றுவிட்டாள்.

காற்று பலமாய் வீசியது. அன்னை அணைப்பிற்கு ஆசுவாசமாய் காலம் கழித்த தளிர் இலைகள் எங்கிருந்தோ வீசிய காற்றில் ஊசலாடி கரங்கள் இணைத்துக் கொண்டு தான் அன்னையைவிட்டு எங்கோ எட்டாத்தொலைவுக்குப் பறந்துவிட்டன. வாழ்க்கைச் சத்தியம் இது என்பதை நன்கறிந்ததும் அந்த யதார்த்தத்தை ஜீரணிக்கவியலாது தடுமாறிப் போயிருக்கிறேன் நான்.

மாலை விளக்கேற்றவேண்டும். நாற்காலியினின்று எழுந்து கொண்டவள் என்னையுமறியாது அந்தப்பக்கம் பார்வையைச் செலுத்தினேன். மின்சாரம் தாக்கினாற்போல் கடும் அதிர்ச்சி? தெரு முனையில் ஷகீலா போல். விழிகளை அகலவிரித்துப் பார்த்தேன். ஆமாம் அவளேதான். அவளுடன் கபீர்.

“வாம்மா. உள்ள வா. வா கபீர்” ஆசையாய் வரவேற்றேன்.

இருவரும் உள்ளே வந்தனர்.

‘‘உட்காருங்க’’

ஷகீலா உட்காராமல் உள்அறை நோக்கி ஓடினாள்.

“அதென்னம்மா, பீரோவை இங்க மாத்திட்டீங்க?”

உள்ளிருந்தே கத்தினாள் .

‘‘சொல்றேன். இங்க வந்து உட்கார். என்ன விசேஷம்.? சந்தோஷமா இருக்கீங்களா?” மாமியார் வீட்டினின்று வந்திருக்கும் மகள்... ஆவலைக் கட்டுப்படுத்தவியலாது கேட்டேன்.

‘‘இதோ வந்துட்டேன். இருட்டிட்டது... இன்னும் விளக்கேத்தலயே.. ஏத்திட்டு வரேன்...”

‘‘இதாங்க. இப்படித்தான் இவள்’’ கபீர் மெல்ல பேசத் தொடங்கினான். ‘‘எங்க வீட்டிலயும் தினமும் ரெண்டு வேளையும் விளக்கேத்தாம இருக்கமாட்டா. வீடு முழுக்க சாமிப் படங்களை நிரப்பி வச்சிருக்கா.”

மௌனமாய் ஷகீலாவைப் பார்த்தேன். பேசினான். ‘‘அது மட்டுமில்லீங்க. காலையில் ஸ்தோத்திரமெல்லாம் கூட பக்தி சிரத்தையா படிக்கிறா. சனிக்கிழமைன்னா கோயிலுக்குப் போயே ஆகணும் இவளுக்கு.”

‘‘எல்லாம் பழக்கம்தான் கபீர். என்னுடன் இருந்தாள் இல்லையா?’’

‘‘நெஜம்தாம்மா. என்னாலப் புரிஞ்சுக்க முடியாது. கபீர் இல்லையா?’’ நான் சிரித்தேன். நானும் நெறய ஊரெல்லாம் போய் வந்திருக்கேன். வாழ்க்கைத் தத்துவம் ஏதோ கொஞ்சம் தெரியும் எனக்கு. அதனால் இவ மேல எந்தக் கோவமும் இல்ல. மதம் என்பது ஒரு வாழ்க்கை நெறி. நாம் பிறக்கறப்ப கூட வராது அது.. வளரும் சூழ்நிலையைப் பொறுத்து அமையற விஷயம்னு எனக்குத் தெரியும்மா..’’

ஆச்சரியம் தாங்கவில்லை எனக்கு.

“என்ன படிச்சிருக்கப்பா?’’

“வாழ்க்கையைப் படிச்சிருக்கம்மா. இந்தப் பிறவியெடுத்ததே வாழ்வதற்காகத்தான? சந்தோஷமா வாழறதுக்குத்தான். ஷீலான்னா எனக்கு உயிரும்மா...” ஒரு கணம் போல் மௌனமானான்.

“இப்ப நாங்க இருக்கறது கொஞ்சம் சாவகாசமான இடம்மா. இவ செய்யறதெல்லாம் அக்கம் பக்கத் தெருவுக்கு அடியோடு பிடிக்கல. இவ ஒரு இந்துப் பொண்ணுன்னு நெனச்சிட்டு ஏற்கனவே என் மேல ரொம்பக் கோவமா இருக்காங்க. என்னோட தத்துவமெல்லாம் அவங்களால் புரிஞ்சுக்க முடியலம்மா. அவங்க நியாயம் அவங்களுக்கு. எதுக்கு அவங்களோட வீண் தகராறுன்னு நான் ஒரு முடிவுக்கு வந்திருக்கேன்...”

என்ன சொல்லப்போகிறானோ எனும் படபடப்பு என்னுள்.

“இந்தப் பக்கமா வந்துடலாம்னு... வீடு கிடைக்கறவரை ஷீலா இங்க இருக்கலாமாம்மா...?’’

அப்பாடா என்றிருந்தது எனக்கு. இவன் உண்மையிலேயே கபீர் தான் என்று நினைத்துக் கொண்டேன்.

விளக்கேற்றினாள் ஷீலா.

ஜன்னல் திரை விலக்கிப் பார்த்தேன். வெளிச்சம் மங்கியிருந்தும் கதிரவன் இன்னும் முழுமையாய் மறையவில்லை. ஆம்... கதிரவனுக்கு அஸ்தமனம் கிடையாதல்லவா?

தேர்வு

அட்டாட அப்பலநாயுடு

தமிழில்: **இளம்பாரதி**

கைகளைக் கட்டிக்கொண்டு சம்பான பாரய்யா நீண்ட நேரமாக நின்று கொண்டிருந்தான். பீல்டு ஆபீசரை நம்பிக்கையுடன் பார்த்துக்கொண்டிருந்தான். கோடைக்காலம் கழிந்து ஆடி மாதம். சாயங்காலம் நான்கு மணி. வங்கியில் கூட்டமில்லை. கேஷ் கவுண்ட்டரை மூடிவிட்டிருந்தார்கள். மேனேஜர் அறையில் தொலை பேசி என்கேஜ்டு ஆக இருந்தது. பீல்டு ஆபீசர் அறையில் பாலேம் கிராமத்துக் கர்ணமும், போலிபேட்டை தலித் தலைவர் தம்மலய்யாவும் உட்கார்ந்திருந்தார்கள்.

பீல்டு ஆபீசர் ஏதேதோ பைல்களைப் பார்த்துப் பார்த்து, "உங்க வில்லேஜை க்ளஸ்ட்டர் க்ரூப்புலே சேர்த்திட்டாங்கய்யா இந்தத் தடவை" என்று சொன்னார் சம்பான பாரய்யாவிடம்.

புரியவில்லை. குழப்பத்துடன் பார்த்தான் பாரய்யா.

"இந்தத் தடவை ஸப்ஸிடி ஸ்கீமுங்களை உங்க ஊருக்குத்தான் குடுத்திருக்காங்க. உனக்கு நிச்சயமா இந்தத் தடவை ஸ்கீம் சாங்க்ஷன் ஆயிரும்" என்றார் பீல்டு ஆபீசர்.

பாரய்யாவுக்குப் புரிந்தது. ஆனாலும், மூன்று தேர்தல்களின் போதும் ஒரே வாக்குறுதியைக் கொடுத்துக் கொண்டிருக்கும் அரசியல் தலைவரைப் பார்ப்பதுபோல பீல்டாபீசரைச் சந்தேகத்துடன் பார்த்து...

''மூணு வருசமா அந்த நம்பிக்கையோடதான் அலைஞ்சிக் கிட்டிருக்கிறேன். வந்து போகலாம்கிற நம்பிக்கை, விட்டிரலாம்னா பயம். இந்த வருசம் ஒங்க தயவுதான்" என்றான் பாரய்யா.

‘‘மூணு வருசம் கழிஞ்சி போச்சின்னா நீங்க மாறிப் போயிருவீங்க. பெறகு புது ஆபீசரு வந்தாருன்னா, புதுசா மறுபடியும் கதையை ஆரம்பிக்கணும்.’’ தம்மலய்யா இதுதான் சந்தர்ப்பமென்று பீல்டாபீசர்மீது எகிறினார்.

“ஆபீசர் மாறிப்போனா என்ன? பைலுங்க மாறாதில்ல? நீங்க மூணு வருசமில்லே, முப்பது வருசம் அலைஞ்சாலும் பழைய பாக்கி வச்சிருந்தா புது ஸ்கீம் தரமாட்டோம்” என்றார் பீல்டாபீசர்.

“நான் பழைய பாக்கி எதுவும் வச்சிக்கலேங்கய்யா.” பாரய்யா சொன்னான்.

“நீ இல்லேப்பா, இதோ இவரு” என்று தம்மலய்யாவைச் சுட்டிக் காட்டி, ‘‘உங்க எஸ்.சி.க்களிலே யாராவது ஒருத்தர் பழைய லோன் கட்டி முடிச்சவங்க இருக்கிறாங்களா? மறுபடியும் புதுசாக் குடுக்கணுமாக்கும்?’’ தம்மலய்யாவைக் கேட்டார் பீல்டாபீசர்.

“கட்ட வக்கிருந்தா கட்டமாட்டாங்களா?’’

“வக்கு இல்லாதப்போ ஸ்கீமைப் பயன்படுத்துவானேன்?”

“வக்கு இருக்கிறவங்க மட்டும் கட்டிர்றாங்களாக்கும்? அவங்க மேல்தட்டுக்காரங்க. அவங்களைக் கேக்கிறதுக்கில்லே. எஸ்.சி.க்கள்னா எல்லாருக்கும் எளக்காரம்.’’

இருவரும் விவாதிக்கலானார்கள். இந்த வாக்குவாதத்தினால் தன்னுடைய வேலை கெட்டுவிடுமோ என்று பயப்படத் தொடங்கினான். தம்மலய்யா பேசுவதை நிறுத்தினால் நன்றாயிருக்கு மென்று, அவர் பக்கமாகத் தடுத்து நிறுத்துவதைப் போலப் பார்த்தான். இதற்குள்ளாகப் பாலேம் கர்ணம் சேர்ந்துகொண்டார்.

‘‘பெரியவங்க என்ன, சின்னவங்க என்ன? பேங்க்குக்கு யாரானாலும் ஒண்ணுதான். இருந்திருந்து பார்த்திட்டு கோர்ட்டிலே போடுவாங்க. அப்போ பெரியவங்க கிடையாது, சின்னவங்க கிடையாது. சட்டம் தன்னோட வேலையைத் தானாவே செய்யும்’’ என்று கர்ணம் லெக்சர் அடித்தார்.

தம்மலய்யா அதற்குப் பிறகு விவாதிக்கவில்லை. உட்கார்ந்திருந்த பெஞ்ச்சிலிருந்து எழுந்து வெளியேறுவதற்கு

ஆயத்தமாகி, ‘‘அப்படீன்னா, இனிமே பேங்க்குக்கு வரக் கூடாதுங்கறீங்க’’ என்பதாகக் கேட்டார்.

‘‘வரவேண்டாம்னு எப்படிச் சொல்வாரு, பழைய பாக்கி இருக்கிறப்போ? புதுக்கடன் வாங்குறதுக்கு வரவேண்டாம்கிறாரு, அவ்வளவுதான்.’’ மறுபடியும் கர்ணம்தான் பீல்டாபீசருக்கு வக்காலத்தாக பதில் சொன்னார்.

“அப்படீன்னா ஏழைபாழைங்க பொழைக்க வேணாம்கிறீங்க.” இருவரையும் ஒரு தோரணையாகப் பார்த்துவிட்டுக் காட்டத்துடன் வெளியேறிப் போனார் தம்மலய்யா.

“அய்யா, எப்போ வரச் சொல்றீங்கய்யா?’’ என்று கேட்டான் பாரய்யா.

அந்தக் கேள்விக்கு எங்குமில்லாத சிரிப்பு வந்தது பீல்டாபீசருக்கு. சிரித்துச் சிரித்துக் கண்களைத் துடைத்துக்கொண்டு, ‘‘சுத்த வெகுளியா இருக்கிறியே, இன்னும் ஏராளமான விவகாரமெல்லாம் இருக்கு. க்ளஸ்ட்டர் க்ரூப்புலே உங்க ஊரு சேர்க்கப்பட்டிருக்கு. இனிமேதான் உங்க ஊரிலே யார் யாருக்கு எந்த எந்த ஸ்கீமை அனுசரிக்கணும்னு வரும். அதை மறுபடியும் தனியா செலக்ட் பண்ணுவாங்க. உனக்கு அதெல்லாம் தெரியாதுதான். மொதல்லே, வில்லேஜ் டெவலப்மென்ட் ஆபீசர்கிட்ட பார்ம்-டூ எழுதிக் குடு.” பீல்டாபீசர் சொன்னார்.

“மூணு எழுதிக் குடுத்திருக்கேன்யா.” பாரய்யா சொன்னான்.

“மூணு எதுக்கு?’’

“வருசத்துக்கு ஒண்ணுண்ணு மூணு எழுதிக் குடுத்திருக்கிறேன். எந்த ஸ்கீமு வந்தாலும் வரலேன்னாலும் பாரம் செலவைக் கீழே வைய்டான்னு வி.டி.ஓ. சொன்னாரு. முன்னாலேயே வி.டி.ஓ., எம்.டி.ஓ.ன்னு எல்லார் கால்லேயும் விழுந்திட்டேன்யா. காரியம் நடக்கிறதுக்காகக் கல்லு சுமந்தேன், ஆபீசுங்க ஏறி இறங்கிட்டேன்.”

மூன்று வருடங்களாக வண்டி மாடுகளின் பராமரிப்புக்காகப் பட்ட வேதனைகளை மீண்டும் மீண்டும் சொல்லி மறுகத் தொடங்கினான் பாரய்யா.

தன் வயிற்றெரிச்சலை யாரிடமாவது கொட்டிக்கொள்வதென்றால் பாரய்யாவுக்கு மிகவும் விருப்பம். எதிரில் இருப்பவன் கேட்கிறானா, இல்லையா என்பதைக் கருதுவதே இல்லை. மற்றவர்களிடம் மட்டுமல்ல, வயல் வரப்பில் உட்கார்ந்துகொண்டு தனக்குத்தானே சொல்லிக்கொள்வான். மனிதர்களிடம் மட்டுமல்லாமல், பத்திக்கொண்டு போகும் மாடுகளிடம், காலில் மிதிபடும் செடிகொடிகளிடமெல்லாம்கூடச் சொல்வான்.

பாரய்யாவுக்கு இந்தப் பழக்கம் பதினான்காம் வயதில் தொடங்கியது. பாரய்யா அப்போது அப்பன்காரனுடன் வயலுக்குப் போவான். அவர்களுக்கு இருந்த நிலமெல்லாம் ஒரு ஏக்கர் சதுப்பு நிலம்தான். நாகாவளி ஆற்றோரம். வண்டல் மண் நிறைந்த வளமான நிலம்.

அதில் கந்தமூலக் கிழங்கு, கொத்துமல்லி, வெங்காயம், கத்திரிக்காய், சுரைக்காய், வெண்டை முதலான காய்கறிகளை விளைவித்தார்கள்.

அந்த ஊரில் வாரத்திற்கு ஒரு நாள் சந்தை கூடும். அந்தச் சந்தையில் காய்கறி விற்றுப் பிழைப்பு நடத்தினார்கள்.

“மாசச் சம்பளக்காரனைவிட நீங்கதான் அதிர்ஷ்டசாலிங்கடா. வாரம் முடிஞ்சதும் உங்ககிட்டதான் ரூபாய்ங்க கலகலன்னு சத்தம்” என்று ஊர்க்காரர்கள் அப்பனிடமும் மகனிடமும் சொல்வார்கள்.

உண்மையிலேயே பாரய்யாவுக்கு அப்பா இருந்த காலத்தில் தீனி தின்பண்டங்களுக்குக் குறை இருக்கவில்லை. படிப்பு கிடிப்பு என்று எதுவுமில்லாமல் அப்பாவின் பின்னாலேயே பாரய்யா திரிந்தான். ஏற்றம் ஏறி மிதிப்பான். கமலை ஏற்றத்தில் தண்ணீர் நிரம்பிய கூனத்தை பாரய்யாவின் அப்பா எட்டிப் பிடித்து, பாத்தி கட்டிய வயல்களில் நீர் பாய்ச்சும்போது இசைப்பாட்டுகளைப் பாடுவான். அவன் சோகப்பாட்டு நன்றாகப் பாடுவான். அப்பா எடுத்துக் கொடுக்கும் விதவிதமான ராகங்களை உள்ளுக்குள்ளேயே, தனக்குத் தானே பாடிப் பழக்கப்படுத்திக்கொள்வான். தனியாகவும் பாடல்களைக் கற்றுக்கொண்டான். இப்படிப் பாடிக்கொண்டே நிலத்தில் பாடுபடுவது பாரய்யாவுக்கு விருப்பமான செயற்பாடாகச்

சிறுவயது முதற்கொண்டே பழக்கமாகிவிட்டது. வயல்வரப்பில் உட்கார்ந்துகொண்டு, அப்போதுதான் நிலத்திலிருந்து வேருடன் பிடுங்கப்பட்ட வெங்காயத்தைத் தொடுகறியாக வைத்துக்கொண்டு பழைய சோற்றைச் சாப்பிடுவதில் அவனுக்கு மிகவும் விருப்பம்.

'அறுசுவைச் சமையல் எதற்கு?

எங்கம்மா வெங்காயம்மா இருக்கையிலே எனக்கு?'
என்று பாடிக்கொண்டிருப்பான் ஆனந்தமாக. அப்பனும் மகனும் எல்லா விசயங்களையும் கலந்தாலோசிப்பார்கள். பாரய்யா கல்யாண வயதுக்கு வந்தான். தாய்மாமன் வீட்டு சம்பந்தம் செய்துகொண்டான். அடுத்த இரண்டு ஆண்டுகளில் உடன்பிறந்தாளின் கல்யாணத்தை நடத்தினான். அந்தக் கல்யாணத்தைக் கடன் வாங்கித்தான் நடத்த முடிந்தது. அந்தக் கடன் இருக்கும்போதே பாரய்யாவின் அப்பன் சுடுகாடு போய்ச் சேர்ந்தான்.

சேர்ந்து பாட்டுகள் பாடுவது, நடப்பு விவகாரங்களைக் கலந்து பரிமாறிப் பேசுவது, இணைந்து நிலத்தில் பாடுபடுவது எல்லாமே அப்பனுடன் போய்விட்டது. அதற்குப் பிறகு கேட்பதற்கு ஆளில்லை என்பதால் பாரய்யா வெளிப்படப் பேசுவது நின்றுபோனது. அப்போதிருந்து கால்நடைகளுடன், ஆளில்லாமல் தனித்திருக்கும் நாகாவளி ஆற்றுடன், ஏற்றம் இறைத்தவாறே விவகாரங்களைச் சொல்லி ஆற்றிக்கொள்வான். கேட்பாளனும் பேச்சாளனும் தானே ஒருவனாக மாறிப்போனான்.

பீல்டாபீசர் சோர்ந்து போனார்.

"பேச்சை விடுய்யா" என்று எரிந்து விழுந்து, ஏதோ நினைவுக்கு வந்து,"ஆமாம், உனக்கு ரேசன் கார்டு இருக்கா?" என்று கேட்டார்.

"இருக்குதுங்கய்யா."

"பச்சைக் கார்டா, மஞ்சள் கார்டா?"

"நெறம் மங்கிப்போச்சிங்கய்யா." தலையைச் சொறிந்து கொண்டு வெகுளித்தனமாகச் சொன்னான் பாரய்யா.

"அது இல்லேப்பா, அரிசிக் கார்டா கோதுமைக் கார்டா?"

“கோதுமை எங்களுக்கு எதுக்குங்கய்யா? நாங்க என்ன உங்க மாதிரி ஆபீசருங்களா, வயிறு பருத்துப்போச்சின்னு கோதுமைச் சப்பாத்தி சாப்பிடுறதுக்கு?”

அந்த பதிலைக் கேட்டுக் கோபித்துக்கொண்ட பீல்டாபீசர், ‘‘தேவையில்லாத பேச்சு பேசுறதினாலேயே உனக்கு வேலை முடியமாட்டேங்குது” என்றார்.

“உத்தரவு.” பாரய்யா ஒத்துக்கொண்டான்.

“ரேசன் கார்டு ஜெராக்ஸ் எடுத்துக்கிட்டு வா. ஆமாம், பழைய பாக்கியெல்லாம் தீர்த்திட்டேன்னு சொன்னேல்ல, தீர்த்து எத்தனை நாளாச்சி?”

பாரய்யா தன் தந்தையின் காலத்தில் வங்கிக் கடன் வாங்கவில்லை. அப்போதெல்லாம் இந்த வங்கி கிடையாது. கடனோ உடனோ சந்தைக்கு வரும் சௌகார்தான் கொடுப்பார். கொடுத்த கடன் அப்படியே நின்று விடும். வழக்குகள் மூலம்தான் தீர்க்கப்படும். எனவே ‘சௌகார் தரும் கடன் விளைச்சலுக்கு நாசம்’ என்பதைப் புரிந்து கொண்ட பாரய்யா, தான் குடும்பப் பொறுப்பை ஏற்றுக்கொண்டதும் சௌகாரின் கடனை அசலும் வட்டியுமாக முற்றாகக் கொடுத்துத் தீர்த்தான். அதற்குப் பிறகு கடன் வாங்கவே இல்லை. மனைவியும் தானுமாக உழைத்து, காய்கறிகளை விளைவிப்பதில் காலத்தைக் கடத்தினார்கள். தந்தை இறந்த பிறகு, தங்கையின் கல்யாண சமயத்தில் மட்டும் பாரய்யா மீண்டும் சௌகாரிடம் கடன் வாங்க நேர்ந்ததைத் தவிர்க்க முடியவில்லை. காய்கறி விளைச்சலெல்லாம் வரவு செலவுக்கே சரியாகிவிட்டது. அவனைப் போலவே கிராமத்தில் பலபேர் மூழ்கிப் போனார்கள். புதிய புதிய மாற்றங்கள் ஊரில் இடம்பிடித்தன. கற்கள் மிதக்க, சாண வறட்டிகள் தண்ணீரில் அமிழ்ந்துபோகும் அவலம் ஏற்பட்டது. விவசாயிகள், தொழிலாளர்கள், நம்பிக்கையோடு இருந்தவர்கள்... ஆக எல்லாரும் கெட்டழிந்தார்கள். காட்டையும் நகரத்தையும் ஒருசேர வாயில் போட்டுக்கொள்ளும் வியாபாரிகள், கான்ட்ராக்டர்கள், சாராயம் காய்ச்சுபவர்கள், சந்தைக்கூட்டத்தில் சூதாட்டம் நடத்துபவர்கள் நன்றாக, வளமாக இருந்தார்கள். அதற்குத் துணையாகப் புதிதாக கிராம வங்கி வந்தது. புதிய புதிய திட்டங்களின்படி நிலத்தடி

துளைக்குழாய்கள், மின்மோட்டார்கள், வயல் சால்களில் ட்ராக்டர்கள். என வசதிகள் வந்தன. அதுவரை தண்ணீருக்கு வானத்தைப் பார்த்துக் கொண்டிருந்த நிலங்களுக்குப் பாதாள கங்கை பாய்ந்தோடி வந்தாள். இவற்றுக்கெல்லாம் துணையாக, கிருஷ்ணா மாவட்டத்திலிருந்து நான்கு துரைமார்கள் வந்திறங்கினார்கள். ஊரில் தரிசு நிலங்களை, விவசாயிகளுக்குத் தலைபாரமாக இருந்த மிச்சம் மீதி மேட்டு நிலங்களைக் குறைந்த விலைக்கு வாங்கினார்கள். அந்த நிலங்களை புல்டோசர்கள் வைத்துக் கிளறி, வரப்பு கட்டி, துளைக் குழாய்க் கிணறுகள் போட்டு, மோட்டார்கள் இணைத்து, மேட்டுநிலப் பகுதிகளைத் தாழ்நிலைப் பகுதிகளாக்கினார்கள். அந்த நிலங்களில் வாழை, மஞ்சள், சூரியகாந்தி, மிளகாய் மாதிரியான வணிகப் பயிர்களுடன் முட்டைக்கோஸ், கத்திரிக்காய், உருளைக்கிழங்கு, அவரை மாதிரியானவற்றை வகைவகையான ஹை-பிரிட் காய்கறிகளாகப் பயிரிட்டார்கள்.

முன்பெல்லாம் சந்தையன்று பார்வதிபுரம், ராயகட பகுதிகளிலிருந்து வியாபாரிகள் வருவார்கள். பாரய்யா மாதிரியான சிறுவிவசாயிகளின் காய்கறி விளைச்சலுக்கு நல்ல கிராக்கி இருக்கும். இப்போது அந்த வியாபாரிகள் வருவதில்லை. அவர்களுடைய குடோன்களுக்குத் தங்கள் வேன்களில் காய்கறி விளைச்சலை அனுப்பி வைத்தார்கள் புதிய துரைமார்கள். அதனால் பாரய்யாவின் காய்கறிகள் சந்தையில் அழுகின. புதிய துரைமார்களுக்குக் கமிஷன் அதிகமாகக் கொடுத்து விற்க நேர்ந்தது. கடன், வட்டி விவகாரங்கள் கூடச் செழிப்புதான்.

ஏற்கெனவே முனகிக்கொண்டிருக்கும் நரி மீது பனம்பழம் விழுந்த கதையாக மறு வருடம் வெள்ளம் பெருக்கெடுத்து வந்து பாரய்யாவின் சதுப்பு நிலத்தை மூழ்கடித்தது. ஏற்றமும் நாற்றுகளும் ஆற்று வெள்ளத்தில் மூழ்கிப்போயின. ஆறு அவனுடைய நிலத்தின் மீது பெருக்கெடுத்தது. அப்போது வெள்ளம் மூழ்கடித்த நிலங்களால் பாதிப்படைந்த ஏழைகளுக்குப் புதிய மேட்டு நிலத்துப் புறம் போக்குப் பகுதியைப் பார்த்துக் கொடுத்தார் எம். எல். ஏ.

அந்தப் புறம்போக்கு நிலத்தை வளப்படுத்துவதற்காக வங்கியில் கடன் வழங்க அவரே ஏற்பாடு செய்தார். ஆமாம்,

அப்போதுதான் வங்கியில் கடன் வாங்கினான் பாரய்யா. புறம்போக்கு நிலத்தை சுவாதீனப்படுத்தி, விவசாயப் பயன் பாட்டுக்குக் கொண்டு வந்தான். அந்த நிலத்து விளைச்சலைக் கொண்டு கடனைக் கட்டித் தீர்த்தான், மூன்று ஆண்டுகளுக்கு முன்பாகவே. அப்போதிருந்து வண்டி, மாடுகள் பராமரிப்புக்குக் கடன் பெறுவதற்காக அலைந்துகொண்டிருக்கிறான்.

பீல்டாபீசர் பைலை மூடி வைத்துவிட்டு, "அது சரிப்பா, இந்த வருசத்துக்குச் சம்பந்தப்பட்ட ஸ்கீம் லிஸ்ட் மண்டல ஆபீசிலே தயாராகிக்கிட்டிருக்கு. உங்க வி.டி.ஓ. வைப் புடிச்சி மொதல்லே 'பார்ம்-டூ' எழுதித் தரச் சொல்லு. போயிட்டு வா'' என்று பாரய்யாவிடம் சொன்னார்.

பாரய்யா அங்கிருந்து நேராக வி.டி.ஓ. வீட்டுக்குப் போனான். சாயங்காலம் பொழுது சாயும் நேரம். வி.டி.ஓ. தெருத் திண்ணையில் தலையணை போட்டுக்கொண்டு சாய்ந்தபடி இருந்தார். யாரோ ஐந்தாறு பேர் வாசல் படிக்கட்டில் அவரருகில் உட்கார்ந்திருந்தார்கள்.

கும்பிடு போட்டு நின்றான் பாரய்யா.

"என்னய்யா பாரய்யா நாயுடு எங்கே வந்தாப்பலே?'' என்று ஹாஸ்யமாகப் பேச்சைத் தொடங்கினார் வி.டி.ஓ.

அவருக்கு எல்லாமே ஹாஸ்யப் போக்குத்தான். யாருக்காவது பஸ் தவறிவிட்டால், சட்டைப்பையிலிருந்த பணத்தைப் பறிகொடுத்து விட்டால், ஏதாவது நஷ்டமாகிப்போனால் வெடிப்புறச் சிரித்துப் பேசுவார். அவர் இன்னும் ஆறு மாதங்களில் பணி ஓய்வு பெறப் போகிறார். அப்போது சிரித்துச் சிரித்துப் பேசி அவரை வழியனுப்பி வைக்க வேண்டுமென்று நிறையபேர் எதிர்பார்த்துக் காத்துக் கொண்டிருக்கிறார்கள்.

வி.டி.ஓ. கேட்டதற்குப் பாரய்யா தலையைச் சொறிந்துகொண்டு "பார்ம்-டூ'' என்றான்.

''நீ கேட்டப்போவெல்லாம் எழுதித் தர்றதுக்கு உன்னோட குமாஸ்தாவா நானு?''

''அதென்னங்க அப்படிச் சொல்றீங்க நீங்க கவர்னர் மாதிரி.''

பாரய்யா கைகளைக் கூப்பிக்கொண்டே சொன்னான்.

''வேறே என்னடா? நேரங்காலம், ஆபீசு-வீடுன்னு எதுவும் பார்க்க மாட்டியா? படுத்துத் தூங்கிட்டு இப்போ இங்கே வந்து நின்னுக்கிட்டு பார்ம்-டூன்னு கேட்டா எப்படிடா?"

அந்தக் கேள்விக்கு வாசல் படிக்கட்டில் உட்கார்ந்திருந்தவர்கள் 'கொல்'லென்று சிரித்தார்கள். வி.டி.ஓ. எதிர்பார்த்ததும் அதுதான்.

பாரய்யா சிறுத்துப்போய், ''ஒங்களுக்கு வலமோ இடமோ என்னாலே பக்கத்திலே வர முடியாது. எதுக்க நின்னுதான் பேசணும். நீங்க பெரியவங்க. ஒங்க தயவு'' என்று மறுபடியும் கும்பிடு போட்டான்.

வி.டி.ஓ. அந்தப் போக்குக்குத் திருப்தியடைந்து, "நாளைக்கு ஜன்மபூமி நிகழ்ச்சி இருக்கு. பள்ளிக்கூடம் பக்கம் வா. அங்கே சிரமதானம் செய்யணும். அங்கே நோடல் ஆபீசர், மண்டல அதிகாரி, மண்டல பிரசிடென்ட் எல்லாரும் வருவாங்க. எம்.எல்.ஏ.கூட வர்றாராம். சிரமதான நிகழ்ச்சி முடிஞ்சதும், அங்கே ஸ்கீம் லிஸ்ட் தயார் பண்ணுவாங்க. அதுக்குப் பிறகு லிஸ்ட் பிரகாரம் பார்ம்-டூ எழுதித் தர்றேன். நாளைக்கு வா" என்று சொன்னார்.

படிக்கட்டில் உட்கார்ந்திருந்தவர்கள் வி.டி.ஓ.விடம் விடை பெற்றுக்கொண்டு எழுந்து போனார்கள். வி.டி.ஓ. எழுந்தபடி பாரய்யாவுக்கு விடைகொடுத்தார்.

மறுநாள் பாரய்யா ஜன்மபூமி நிகழ்ச்சியில் கடப்பாரைத் தளவாடங்கள் கொண்டு சிரமதானம் செய்தான். அந்த நிகழ்விடத்தில் விவசாயிகள் எத்தனையோ பேர் வியர்வை சிந்தினார்கள். மண்டலத் தலைவர், எம்.எல்.ஏ., பாரய்யாவின் ஊருக்குப் புதிதாக வந்து சேர்ந்த துரைமார்கள், மேலும் சில பெரிய மனிதர்கள் சிரமதான போஸில் புகைப்படங்கள் எடுத்துக்கொண்டார்கள்.

அதற்குப் பிறகு நடந்த பொதுக்கூட்டத்தில், ஸப்ஸிடி திட்டத்தினால் பயன்பெறப் போகிறவர்களைத் தேர்வு செய்திருப்பதாகவும், வங்கிகளுக்கு அந்தப் பெயர்ப்பட்டியலை அனுப்பிவைக்கப் போவதாகவும், திட்டத்தினால் பயன்பெற்று

வளர்ச்சி காண வேண்டுமென்றும் எம்.எல்.ஏ., எம்.பி, ஆகிய இருவரும் பேசினார்கள்.

பாரய்யா மறுநாள் வங்கிக்குப் போனான். வங்கி அன்றைக்குத் திறக்கவில்லை. தனியார் வங்கிகளை ஆதரித்து செயல்படும் அரசாங்கத்திற்கு எதிர்ப்பு தெரிவிக்கும் வகையில் வேலைநிறுத்தம் செய்கிறார்களாம்.

மறுநாள் வங்கிக்குப் போனபோது பீல்டாபீசர் இல்லை. மேனேஜர் ஒருவர்தான் இருந்தார். நீண்ட நேரம் அவர் தொலைபேசியில் பேசிக்கொண்டே இருந்தார். பாரய்யாவிடம் பேசவே இல்லை. பாரய்யா கும்பிட்டபடி நின்றுகொண்டே இருந்தான்.

பின்னர் தொலைபேசியைக் கீழே வைத்து விட்டு பாரய்யாவின் கும்பிடுகளை ஏற்றுக்கொண்டு விசயத்தையெல்லாம் கேட்டுத் தெரிந்துகொண்ட பிறகு வங்கியில் இரண்டு யூனியன்கள் இருக்கின்றனவென்றும், அவற்றுள் ஒன்று மேனேஜ்மென்ட் கையாண்ட பணியிட மாறுதல் பிடிக்காமல் வேலைநிறுத்தம் செய்கிறதென்றும், பீல்டாபீசர் அதனால் வரமாட்டாரென்றும் சொன்னார்.

பாரய்யாவின் நெஞ்சு ஏனோ தடதடவென்று அடித்துக் கொண்டது. ஸ்கீம் லிஸ்ட் பற்றிக் கேட்டான். மேனேஜர் தெரியாதென்றார். அப்போதுதான் நினைவுக்கு வந்ததுபோல் பாரய்யா, ‘‘அய்யா, பணியிட மாறுதல்னு சொன்னீங்களே, நம்ம பீல்டாபீசருக்கு அது இருக்குதுங்களா?’’ என்று மேனேஜரைக் கேட்டான்.

அவர் அன்றைய செய்தித்தாளில் பங்குச்சந்தையில் கண்களை நுழைத்து மந்தகாசத்துடன் பார்த்துப் பார்த்துப் பூரித்துவிட்டு, அதற்குப் பிறகு பாரய்யாவின் பக்கம் பார்த்து,‘‘அந்த விசயத்தைப் பத்தி ட்ரான்ஸ்பர் பண்ற எங்க பெர்சனல் மேனேஜர் எதுவும் சொல்லலே. நல்லதுகெட்டது சரிபார்த்துத் தீர்மானிச்சாகணும். ரெண்டு யூனியன்களும் இப்போ பலப்பரீட்சையிலே இருக்குதுங்க’’ என்றார்.

பாரய்யாவுக்குப் புரியவில்லை. மறுபடியும் கேள்வி கேட்கத்

தோன்றவும் இல்லை. ''அப்படீன்னா நாளைக்கு வரேனுங்கய்யா'' என்று சொல்லிவிட்டு வந்துவிட்டான்.

மறுநாள் போனபோது பீல்டாபீசர் இருந்தார். ஏதோ பெயர்ப்பட்டியலைப் பார்த்துக் கொண்டிருந்தார். பாரய்யா கும்பிடு போட்டான். பீல்டாபீசர் பட்டியலைத் தாண்டிப் பாரய்யாவைப் பார்த்து,"சம்பான பாரய்யாதானே உன் பேரு?" என்று கேட்டார்.

'உண்மையைத்தான் சொல்லியிருக்கிறீங்க, சாமி' என்பது போலத் தலையாட்டினான்.

''வண்டிமாடுங்க ஸ்கீமுக்குத்தானே விண்ணப்பம்?'' என்று கேட்டார்.

'பரம சத்தியம் சொன்னீர்கள், மகாராஜா' என்பது போல ஆனந்தமாகத் தலையாட்டினான்.

''அந்தப் பேரு இல்லையேப்பா'' என்றார் பீல்டாபீசர். பெயர்ப்பட்டியலை ஒதுக்கி வைத்தார். பாரய்யாவின் காதுகளில் அனல்காற்று வீச கலக்கத்துடன்,

"என்ன எசமான், ஏன் இல்லே?" என்று கேட்டான்.

''இந்தத் தடவை பாலிஸி மாறியிருக்குதுய்யா. நம்ம வேளாண்மைத் துறையோட நோக்கத்தின்படி, நம்ம கிராமங்கள் எல்லாத்தையும் நவீனப்படுத்தணுமாம். ஹைடெக்னாலஜி விவசாயத்தை அறிமுகப்படுத்தி, வளர்ச்சியைக் காண்பிக்கணுமாம். அதனாலே அதுக்கேத்த ஸ்கீமுக்குத்தான் சாங்ஷன் பண்ணியிருக் கிறாங்க. மோட்டார், ஆயில் என்ஜின், ட்ராக்டருங்க கொடுப் பாங்கப்பா. இந்தத் தடவை வண்டி-மாடு ஸ்கீம் இல்லே" என்றார்.

அவர் சொன்ன கடைசி வார்த்தை மட்டும்தான் புரிந்தது. வயிறெரியும் ஆக்ரோஷத்துடன் 'முதல்நாள் எங்க தம்மலய்யா சொன்னதுதான் மெய். அப்படீன்னா ஏழைபாழைங்க பொழைக்க வேண்டாம்கிறீங்க'. இன்னும் குரல்வளை தாண்டி வெளிவராத கேள்விகளுடன் பாரய்யா.

பார்வையாளச் சக்ரவர்த்தி

எம். எஸ். சூரியநாராயணா

தமிழில்: **சாந்தா தத்**

வழக்கம்போல் துயிலெழுந்தான் சக்ரவர்த்தி. அவனுடன் அவன் நாற்காலியும் கண்களைக் கசக்கியபடி எழுந்து கொண்டது. சோம்பல் முறித்தபடி வழக்கம்போல் நாற்காலியில் சரிந்தான். கண்முன் காலை நேரக்காட்சி... அவன் உட்கார்ந்திருந்த இடத்தினின்று புழக்கடை தென்பட்டது.

பரந்த புழக்கடையில் ஒரு ஓரமாய் பாரிஜாத மரம். சற்றே இடைவெளிவிட்டு அகன்ற அழகான சிமெண்ட் தொட்டி ஒன்று. நடுவில் போரிங் பைப் அருகில் பாரிஜாதம். இரவில் மலர்ந்த பாரிஜாதப் பூக்கள் மரத்தடியில் உதிர்ந்து கிடந்தன. சிமெண்ட் தொட்டிலிருந்து நீர் சேந்தி அண்டாக்களில் நிரப்பியபடி பாரிஜாதம் போரிங் கைப்பிடி மேலும் கீழுமாய் ஆயாசமாய் அசைந்து கொண்டிருந்தது...கடலில் படகு செலுத்துவது போல் வேகமாய் துடுப்பு வீசுவது போல் கீழும் மேலுமாய் அசைந்துகொண்டிருந்தாள் அவள். புழக்கடைக் காட்சியைப் பார்த்தபடி சக்கரவர்த்தி.

பார்க்கப் பார்க்க அக்காட்சியில் ஏதோ புதுமை தென்படுவதுபோல் ஓர் உணர்வு. அன்றாட நிகழ்வொன்று அன்று வித்தியாசமாய் நடப்பதுபோல் ...

போரிங் பைப் கைப்பிடிக்குப் பதில் பெண்டாட்டியின் கைப்பிடி இறகு மேலும் கீழுமாய் அசைகிறது. கண்களைத் துடைத்துக்கொண்டு கவனித்தான். இம்முறை தெளிவாய்த் தெரிகிறது

நிஜம்தான் பாரிஜாதம் சரியாய்த் தன் கரங்களை போரிங் பைப் கைப்பிடியாய் பொருத்தியிருக்கிறாள்?

அவள் கரங்கள் பாதாள கங்கையைத் தோண்டி எடுத்துக்கொண்டிருந்தன. அண்டாக்களில் நீர்நிரப்புவது முடிந்ததும்

பாத்திரம் தேய்க்கத் தொடங்கின அக்கரங்கள். அக்காலை நேரக்காட்சியை... புதிதாய்த் தெரிந்த பழைய புழக்கடைக் காட்சியை நீண்டநேரம் பார்த்துக்கொண்டிருந்தவனுக்கு சலிப்பு எட்டிப்பார்த்தது. கண்கள் கனத்தன.

இதோ... காப்பி தர்ரியா...? நாற்காலியிலிருந்தபடியே எரிச்சலுடன் கத்தினான்.

அவ்வளவு நேரமாய் வியர்வைச் சிறுவெள்ளத்தில் நனைந்த பாரிஜாதம் கழுவிய பாத்திரங்களைச் சமையல் அறையில் வைத்துவிட்டு ஸ்டவ்வைப் பற்றவைத்தாள். நாற்காலி இப்போது தெருத்திண்ணையை அடைந்திருந்தது.

காப்பி வந்தது. மெல்ல உறிஞ்சியபடி தெருப்பக்கம் பார்வையைச் செலுத்தினான். வேடிக்கை பார்ப்பது என்பது அவனுக்கு மிகவும் பிடித்தமான விஷயம். சின்னத்திரை அல்லது பெரியதிரை முன் பிரவசித்துக் கிடப்பது போல் நடைபெறும் வினோதங்களை விழிவழியால் உறிஞ்சும் சுபாவம் அவனுடையது.

ஒரு உண்மையின் முன்னால்... ஒரு போராட்டத்தின் முன்னால்... ஒரு யுத்தத்தின் முன்னால்... அவனை மிக வசதியாய் மென்மையாய் தன்னுள் அமர்த்திக்கொள்ளும் அந்த நாற்காலி? அந்நாற்காலி அவன் உயிர். அதைக் காப்பாற்றிக்கொள்வதற்காகவே அல்லும் பகலும் பாடுபட்டுக்கொண்டிருப்பான். அதைத் தக்கவைத்துக்கொள்வதில் எதிர்பாராத... ஏராளமான பிரச்சனையை எதிர்கொள்ள வேண்டி வருமெனும் விஷயம் மிக நன்றாகத் தெரியும் அவனுக்கு. திரைமுன் என்றால் கால்களை நீட்டியபடி ரிலாக்ஸ்டாக உட்கார்ந்து கொள்ள வசதிப்படும். வாழ்க்கையின் முன்னால் அப்படியான அவகாசம் அடியோடு குறைவுதான். வாழ்க்கையில் எதிர்படும் பார்த்தவைகளின் நாற்காலி போட்டுக்கெண்டு வேடிக்கை பார்த்தபடி உட்காருவதற்கு எவ்வளவோ சாமார்த்தியம் தேவை.

ஒரு வேளை எல்லா இடங்களிலும் நாற்காலி கொள்ளுமளவு இடம் இருக்காமலும் போகலாம்? அத்தகு சமயங்களில் கட்டாயம் கொஞ்சம் உடம்பைக் குறுக்கியே தீரவேண்டும்? கடினக் காட்சிகள் என்றால் நிற்க வேண்டியும் வரும். சற்றே நடக்கவும் வேண்டும் தேவைக்கேற்ப ஓடவேண்டும், நொண்ட வேண்டும்,

குதிக்கவேண்டும். ஆனால் எவருக்கும் எவ்வித ஐயப்பாடும் தேவையில்லை. சக்ரவர்த்தி சாதுர்யமிகு பார்வையாள மாமனிதனாயிற்றே? தன் பார்வைத்தன்மையை எப்படிப் பாதுகாத்துக்கொள்வதென்பது அற்புதமாய்த் தெரியும் அவனுக்கு. அவ்வளவு எளிதா என்ன? அவனிடம் அற்புத நாற்காலி இருக்கிறது. கர்ணனுக்கு கவசகுண்டலம்போல் சக்ரவர்த்திக்கு நாற்காலி மதிப்புமிகு அந்தரங்க உடல் அங்கம்? அப்படிப்பட்ட அபூர்வமான ராஜாங்கம் கொண்ட சக்ரவர்த்தி தன் வீட்டில் தினந்தோறும் இளம் காலையிலேயே கண்ணில்படும் புழக்கடைக்காட்சி முதற்கொண்டு தெருவில் எதிர்படும் காட்சிகள் வரை... அவை எப்படிப்பட்டவை ஆயினும் பார்த்தபடி இருக்கமுடியும்.

நடக்கும்போதுகூடப் பார்வைகளை இறைத்தபடியே நடப்பான்.

சாலையில் நடந்து கொண்டிருக்கிறான்... கண் முன்னிருந்து சலனத் திரைப்படமாய் நகர்ந்தபடியே ஜன நெரிசலால் திணறும் அந்த நாற்சந்தியில் திடீரென பயங்கரக் கலவரம் ... பரபரப்பு...?

நாற்சந்தி அமளி துமளிப்பட்டு... திசைகள் சிதறிக் கொட்டி... கண்முன்னால் சடலங்கள் காற்றில் எழும்பின. துண்டு துண்டான அங்கங்கள்... சின்னா பின்னமாய்ச் சிதறிய பிள்ளைகள், பெண்கள், வயோதிகர்கள்.

ஓங்கி வளர்ந்த மனிதன் பக்கெனத் தீப்பிடித்து, எரிந்து, கனன்று, தணலாய், சாம்பலாய்... எங்கிருந்தோ ஒரு பயங்கர வெடிகுண்டு ரிமோட் மூலம்...

அப்போதும் அவன் பார்த்தபடியே...

தன் கண்களைக் கத்தரித்து... ஒரு சுவரில் ஒட்டி...

தன் பார்வையை நிலைகுத்தி... வெறித்து...

சோர்வு மீதூர நாற்காலியின் முதுகில் சாய்ந்தான்.

திரைக்கும் வாழ்வுக்குமான இடைவெளியை... வித்தியாசத்தை அழித்துப்போட்டு அப்படியே பார்த்தபடியே இறக்கிறான்.

நான்கு மாநகரங்களில் நான்கு மயானங்கள்.

சார் மஹா நகரோம்மே பம்ப் விஸ்பாடன் ஈஸ் பிரகார் ஹை... (நான்கு மாநகரங்களில் குண்டு வெடிப்பு நிகழ்ந்த விதம்...)

நமஸ்கார்... நமஸ்காரம்...வணக்கம் இதா பரஸ்...? ஒரு பாதுகாப்பான இடத்தில் நாற்காலி போட்டுக் கொண்டு விநாயக உற்சவங்களில் போடப்படும் சிந்தாமணி நாடகம் பார்த்துக் கொண்டிருப்பது போன்ற ஆசுவாசத்துடன் அநேக விஷயங்களை ரசித்துப் பார்த்தான் அவன். ஆயிரத்துத் தொள்ளாயிரத்தி நாற்பத்தேழு ஆகஸ்ட் பதினைந்து அன்று நள்ளிரவைப் பார்த்தான். மைதானத்தில் அநேக பொதுக்கூட்டங்கள் பார்த்தான். தேர்தல் பிரச்சாரங்கள் பார்த்தான். அப்போதெல்லாம் திரையரங்குகளில் செய்திச்சுருள்களை ஆவலுடன் பார்த்தான். ரீல்களில்... பைல்களில் பார்த்தான். கடைசியாய் பாதயாத்திரைகள் பார்த்தான். உன்னதமான மானுட மதிப்பீடுகளுடன் அத்தனையும் விதவிதமான வண்ணங்களில் பார்த்திருக்கிறான்.

முக்கியமாய் மேஜிக் வியாபாரிகளின் மாயாஜால நிகழ்ச்சிகள் என்றால் சக்ரவர்த்திக்கு மிகவும் பிடிக்கும். அந்த மாயாஜால நாயகன் மேடைமீது ஒரு அழகான இளம் பெண்ணை வரவழைத்து அவனுக்கு தேர்தல் சுந்தரி எனப்பெயர் சூட்டுவான். ஆதாரமோ பிடிப்போ அற்று உயரே வெற்றிடத்தில் எழுப்புவான். அவன் அவளைக் கொடூரமாய் துண்டு துண்டாய் வெட்டியெறிவான். சக்ரவர்த்தி மெய்மறந்து பார்த்தபடி...

கதர் உடைகளில்... தொப்பையைச் சரிசெய்தபடி... பூச்சாடியைத் தன் மந்திரக்கோலால் தட்டியபடி நாயகனின் காட்சி நடந்தபடி இருக்கும். இவன் கண்களை அகல விரித்தபடி... பார்த்தபடி... பார்த்துக்கொண்டே...

பசி வேலையில்லாத் திண்டாட்டம்... வறுமை... போன்ற கருப்புப் பூக்கள் நிறைந்த பூச்சாடியை நாயகன் தன் மந்திரக்கோலால் வண்ணப்பூக்களாய் மாற்றிடுகிறான்? ஒலிபெருக்கிக் குழலில் மென்மையாய்க் காற்று. எதிரே ஏராளமான ப்ராஜெக்ட் பறவைகளாய் உயரே பறக்கவிடுவான்?காலியான ஓட்டுப் பெட்டியைப்

பார்வையாளனுக்குக் காண்பித்து... அதனின்று விதவிமான திட்டங்களை வெளியே எடுப்பான்.

மாயாஜால நாயகன் இம்முறை தெருவில் இறங்கி ஜனங்களிடையே வருகிறான். எல்லோரும் பார்த்துக் கொண்டிருக்கும்போதே தன் கண்களுக்குத் துணிகட்டிக் கொள்கிறான். போக்குவரத்து நெரிசலில் வாக்குறுதி வாகனத்தில் பகிரங்கமாய் லெப்ட் அண்ட் ரைட் செய்கிறான் .

ஆச்சரியத்தால் சிலிர்த்துப்போகிறான் சக்ரவர்த்தி. இறுதி நிகழ்ச்சியாய் மாயாஜால நாயகன் இந்தியநாட்டின் புகழ்பெற்ற காட்சியான ரோப் மேஜிக் துவக்குகிறான்... வாத்திய இசையின் பின்னணியுடன். அது வரை சுற்றிப் பிணைத்திருந்த அதிகாரக் கயிறு... இசை கேட்டபடி... திடீரென மேலெழும்புகிறது. கயிறு ஆதாரமற்று ஆகாயத்தில் ஏறி மகுடி கேட்கும் பாம்புபோல் நடனமாடியபடி அந்தரத்தில் தொங்குகிறது. அனைவரும் வாய்பிளந்து பார்த்துக் கொண்டிருக்கும் போதே காற்றில் தொங்கும் கயிற்றைப்பிடித்துக் கொண்டு மேலே... இன்னும் மேலே ஊடுருவிச் சென்று... கடைசியில் ஆகாயத்தில் மாயமாகிவிடுகிறான்.

வேடிக்கை பார்த்துக்கொண்டிருக்கும் மக்கள் கழுத்து வலிக்க வலிக்க வானத்தை வெறித்தபடி...

எங்கே தலைவர்...? நீங்க பார்த்தீங்களா? தலைவர் எங்கே... உங்களுக்குத் தென்படுகிறாரா சக்ரவர்த்தி சார்?

எங்கிருந்தோ மிகப் பெரிய கேள்வி?

சக்ரவர்த்தி அக்கேள்விப் பக்கமாய் பார்த்தபடி...

அதற்குள் ஆகாயத்திலிருந்து மேஜிக் நாயகன் தொண்டையைக் கனைத்தபடி சொற்பொழிவாற்றத் தொடங்குகிறான். மேஜிக் ரகசியம் வெளியே சொல்லக் கூடா தென்கிறான். இப்போதைக்குக் கீழே இறங்கப் போவதில்லையெனத் திட்டவட்டமாய்க் கூறிவிட்டான். உண்மையில் ரோப் மேஜிக் ரகசியம்... புதிர்... இதுவரை வெட்ட வெளிச்சமானதில்லை.

மாயாஜாலம் முடிவில்லாது நடைபெற்றுக் கொண்டேயிருக்கிறது. சக்ரவர்த்தி மேஜிக் பார்ப்பதிலும் நன்றாகப் பழகிவிட்டான்.

எங்கோ மென்மையான நம்பிக்கைகள் குப்பைக் கூளமாய்ச் சரிகின்றன. அச்சிதிலங்களின் இடையில் வழிசெய்து கொண்டு நம்மவன் முன் நடக்கிறான்.

ஆழ்ந்த உறக்கத்திலிருந்த வேளை...

கள்ளங்கபடறியா அப்பாவி மக்களை ரத்தக்கடலில் கலந்துவிட்டு நழுவி விடுகின்றனர். அந்த ரத்தத்தில் நீந்தியபடி கடந்து கொண்டிருக்கிறான் சக்ரவர்த்தி. சரியாகச் சொல்லவேண்டுமெனில் ரத்தச் சமுத்திரத்தில் படகுச் சவாரி செய்து கொண்டிருப்பதன் இந்த நீண்ட நிகழ்வினின்று அவனால் தன் விழிகளை மீட்டுக் கொள்ள இயலவில்லை. ஒரு இடைவெளியோ அலுப்பு சலிப்போ ஏதுமிருக்காது. அவன் விழிகளின் அந்த ஒப்படைப்புக்கு முடிவில்லை... மீட்சி இல்லை.

இவ்வளவு திறமையுள்ள சக்ரவர்த்தியைக் கண்டிருக்கிறாயா எனக் கேட்டால் துல்லியமாய்க் காட்டமுடியும். எங்கும்... எங்கெங்கும்...?

ஒரு சக்தி...! அவன் ஒரு தனி மனிதன் அல்ல. சமூக சக்தி!

உங்களுக்கு நிச்சயமாய் நினைவிருக்கலாம். உங்கள் எதிரில்... ஒரு கண்காட்சியில்... பிராம்மாண்ட ரங்கராட்டினம்... பேசும் பொம்மை... கணினி சோதிட வகையறாக் கொட்டகைகளிடையே... ராட்சச மனிதன் எனும் அறிவிப்புப் பலகை பார்த்திருப்பீர்கள். பிள்ளைகளுக்கு அவ்விந்தைகளெல்லாம் காண்பித்திருப்பீர்கள். அதே மாதிரி டிக்கெட் வகை இல்லையே தவிர சக்கரவர்த்தியை அவன் நாற்காலியைப் பிரகலாதன் பாணியில் காண்பிக்கவியலும், அங்கிங்கெனாதபடி எங்கும்... எங்கெங்கும்...?

அந்த அற்புதமான நாற்காலி! அந்தரங்க ஊடல் பாகமாய் இறுகிவிட்ட அபூர்வப் பார்வையாளன் யாரென நினைக்கிறீர்கள்?

நானேதான்! என்பெயர் சக்ரவர்த்தி! பார்வையாளச் சக்ரவர்த்தி!

நம்பிக்கையில்லையெனில் காலைவேலைகளில் எங்கள் வீட்டுக்கு வந்து பாருங்கள் புழக்கடையில்...

பாரிஜாதமனம்... சற்றே தள்ளி அழகான அகன்ற சிமெண்ட் தொட்டி. அதன் நடுவிலுள்ள போரிங் பைப்பில் தன் தோள்பட்டையைப் பொருத்தி என் மனைவி பாரிஜாதம். என் நாற்காலியில் உட்கார்ந்தபடி காலைக் காட்சியில் மூழ்கிவிட்ட நான்? புழக்கடைக் காட்சியினின்று உலகானுபவக் காட்சிகள் வரை... அனைத்தும் பார்த்தபடி... முடிவற்று...நானே!

பலாத்காரம்

டி. ஆர். இந்திரா
தமிழில் : **சாந்தா தத்**

"பாவம் ..... ரொம்பத்தான் மிரண்டு போயிருக்காங்க. அசைவே இல்ல பார். அப்பேர்ப்பட்ட ஷாக்...? இப்படிப்பட்ட சமயங்களில் மனசு மரத்துப்போய்டுமாம்..."

"நீங்க வேற. ஷாக்காவது மண்ணாவது. எதிர்த்துப் போராடாம என்ஜாய் பண்ணியிருக்காங்க போலிருக்கு. இல்லன்னா எதுவுமே நடக்காதது போல இவ்வளவு சாதாரணமா இருக்க முடியுமா? துளிக்கூடத் துயரமே இல்லாத இவங்களுக்காக மெனக்கெட்டு சமாதானப்படுத்த வந்திருக்கோம். நமக்குப் புத்தியில்ல. அடித்து வைத்த புளியாட்டம் எப்படி இருக்காங்க பாருங்க..."

"சே சே.... இப்படியெல்லாம் பேசாதடி..."

ஓவெனப் பெருங்குரலெடுத்து அழ வேண்டிய சமயத்தில் அவள் கண்களில் துளி ஈரம் தென்படாதது கண்டு அவளுக்கு ஆறுதல் கூறி ஆசுவாசப்படுத்த வந்திருந்தவர்கள் ஏகத்துக்கு வியப்படைந்தார்கள். என்ன சொல்வதெனத் தெரியவில்லை. துடித்துக் கதறும் நிலை எனப் பிறரால் எதிர்பார்க்கப்பட்ட லலிதாவின் விழிகளில் சொட்டு நீர் இல்லை. பாறாங்கல் போல் உறைந்து கிடந்தவளுக்கு எப்படி ஆறுதல் சொல்வது... ஆறுதல் சொல்லும் அவசியம் உள்ளதா, இல்லையா... தெரியாமல் குழம்பினார்கள் அவளுடன் வேலை செய்யும் சகபணியாளர்கள். ஓரிரு நிமிடங்களுக்குப் பின் சமாளித்துக் கொண்டு..... "உனக்கு இப்படியொரு கஷ்டம் வந்துட்டதே லலிதா..." முகங்களில் வலிய சோகம் ஒப்பிக் கொண்டார்கள்.

அவள்மீது 'ரேப்' நடந்திருப்பது டாக்டர்களால் உறுதி செய்யப்பட்டுவிட்டது. அவளுக்கே தெரியாது தனக்கு என்ன நேர்ந்தது என. இரு தினங்களுக்கு முன் மேகங்கள் இருண்ட மழை இரவு.... அலுவலகத்திலிருந்து வீட்டிற்கு ஆட்டோவில் சென்று கொண்டிருந்த போது அந்த ஆட்டோக்காரன் சந்து பொந்துகளில் ஆட்டோவை ஓட்டிக்கொண்டு போய் அவளைப் பலாத்காரம் செய்ய முனைந்த போது முதலில் அரண்டு போனாலும், சட்டெனச் சுதாரித்துக்கொண்டு உதவிக்கு ஆள் வேண்டி உரக்கக் கூச்சலிட்டபடி சக்தியெல்லாம் திரட்டிப் போராடினாள். சதை பிய்ந்து வருமளவுக்கு வெறியுடன் அவன் கையைக் கடிக்க.... அடிபட்ட புலியாய் கத்தி ஆவேசமான அவன் அவள் கன்னத்தில் பளீரென அறைந்தான். அத்தாக்குதலில் மயக்கமடைந்து சரிந்தாள். அப்புறம் என்ன நடந்ததோ, எப்படி தெரியும்? தன் உடம்பில் என்ன நடந்து கொண்டிருக்கிறதெனத் தெரியாமல் நினைவிழந்து கிடந்தாள். பலமான அடியில் 'தனக்கு' என்னவாகிவிட்டது? எங்கு சென்றாள்? உடம்பு இருக்கிறது.'தான்' மட்டும் இல்லை. என்ன நடந்ததென்று தனக்குத் தெரியாததால் பலாத்காரத்தை உடம்புதான் அடைந்ததே தவிர 'தான்' மானபங்கத்திற்காளாவது போல்தானா... இல்லையா...? இதென்ன வேதாந்தம்...? மானபங்க வேதாந்தம்?

சரி... இந்த 'உடம்பு' மற்றும் 'தான்' சங்கதியெல்லாம் ஒரு பக்கம் இருக்கட்டும். தன் மீது பலாத்காரம் நடந்திருக்கிறதென்பது மட்டும் பௌதிக நிஜம். தன் மீது வன்முறை நடந்திருக்க, தனக்கேன் அழுகை வரவில்லை? தன் மனம் மரத்துப் போய் விட்டதா? பலாத்காரம் என்றால் என்ன? விருப்பத்திற்கெதிராய் அக்கிரமமாய் பிரயோகிக்கப்படும் எந்த நிகழ்வும் பலாத்காரம்தான் என்றால் இப்பலாத்காரம் புதிதல்ல அவளுக்கு. அவள் விருப்பத்திற்கு கெதிராய் அவள் வாழ்க்கையில் அநேக நிகழ்வுகள் நடந் தேறியுள்ளன. ஆனால் அவற்றை இச்சமூகம் பலாத்காரமாய் நினைக்காது. பலாத்காரத்திற்கு பல அர்த்தங்கள் உண்டா? அவள்மீது வன்முறை நிகழ்த்திய அந்த ஆட்டோக்காரன்மேல் வழக்கு தொடுக்க வேண்டும் என்கின்றனர் எல்லோரும். அவனை அடையாளம் கண்டு

கொள்ள முடியுமா அவளால் என்று கேட்கிறார்கள். அவளிடம் வன்முறையாய் நடந்துகொண்ட அத்தனைபேர் மீதும் வழக்கு போடவேண்டுமென்றால் இந்த ஆட்டோக்காரன் எத்தனையாவது ஆள்.

"பொட்டைக்குட்டியா பொறந்து தொலைச்சயேடி... ஆத்திரத்துடன் பகையுடன் அவளைப்பார்க்கும் பெற்றோர்மீது கேஸ் போட முடியுமா? "உன் அண்ணன் மாதிரி உன்னை பி.டெக் எல்லாம் படிக்க வைக்க முடியாது, அதிகமா செலவாகாத கரஸ்பாண்டன்ட் டிகிரியை ஒழுங்காக முடிக்கிற வழியைப்பாரு..." அவள் கல்வியார்வத்தின் மீது நீர் தெளித்து அடக்கிய தந்தைமீது கேஸ் போட முடியுமா? படிப்பும் வேலையும் இருந்தாலும் கட்டியவளை மரியாதையுடன் நடத்தத் தெரியாமல் தினமும் வம்புக்கிழுக்கும் பண்பாடு குறைந்த புருஷன்மீது கேஸ் போடவா முடியும்? தொடர்ந்து பங்கப்பட்டுக்கொண்டிருக்கும்போது இந்த மான பங்கத்திற்காக அழ வேண்டுமா? அவளுக்கு விருப்பமிருக்கிறதா, இல்லையா என்றெல்லாம் அலட்டிக்கொள்ளாமல் அவள் உடம்பு மீதான தன் இச்சையைத் தீர்த்துக் கொள்ளும் புருஷன் என்பவன் தினமும் செய்வது மானபங்கம் இல்லையா? அவளுக்கு உடம்பு சரியில்லை யென்றாலும் பொருட்படுத்தவே மாட்டான் "ரெண்டு நிமிஷம் ஒத்துழைக்க இப்படி அழறயே?" அக்னியாய் எரிக்கப்படுவாள். உடம்பெங்கும் மிளகாய்த்தூள் தூவினாற்போல் இயங்குபவனுக்கு ஒத்துழைப்பு குறைந்து போய்விட்டதாம். கட்டியவனாயினும் சரி, பெண்டாட்டி விருப்பத்திற்கு மாறாகத் தாம்பத்தியம் நடத்துவது மானபங்கத்திற்குச் சமமானதுதான் என்கிறது சட்டம். ஆனால் அவளைப் போன்ற எந்தப் பெண், புருஷன் தன்னை மானபங்கம் செய்ததாக நீதிமன்றப் படியேறுகிறாள்? எந்தப் பெண்ணும் அதற்குத் துணிய மாட்டாள் என்பது நன்கு தெரிந்துதானே இந்தக் கண்துடைப்புச் சட்டங்கள்? ரேப் கேஸ்கள் உருவாக்கும் பரபரப்புகளை 'பப்ளிக் மர்டர்' கேஸ்கூட உண்டு பண்ண முடியாது. பலாத்காரத்திற்குள்ளான பெண், ஆண் சமூகத்தின் நச்சுப் பார்வையைச் சகித்துக் கொள்ள முடியாமல் கோர்ட் பக்கமே போவதில்லை.

இதெல்லாம் தெரியாத அல்லது தெரிந்தும் உணர முடியாத வனஜா, அச்சமயத்தில் அந்தக் கொடுமையை அவள் ‘என்ஜாய்’ செய்ததாக வாய்கூசாமல் சொல்கிறாள். போராட்டம்...? அவள்மீது பலாத்காரம் நடக்கப்போகிறதெனும் பயம், துக்கம், கோபம் அவள் நடத்திய போராட்டத்திற்கு, மிருகம்போல மேலே பாய்ந்தவனைத் தடுத்து நிறுத்துமளவில் சத்தியில்லாமல் போய்விட்டது. அப்படியான அசம்பாவிதம் நடக்கப் போகிறதெனும் எண்ணம்கூட அவளுக்கு என்றும் வந்ததில்லை. பெண்கள் அப்படிப்பட்ட ஆபத்தான சந்தர்ப் பங்களில் எப்படித் தற்காத்துக் கொள்ள வேண்டுமெனும் பாதுகாப்பு நடவடிக்கை மீதான கருத்தரங்கு ஒன்றைச் சில தினங்கள் முன்புதான் ஒரு தொலைகாட்சி நிகழ்ச்சியில் பார்க்க நேரிட்டது. ஆனால் அதில் சமூகத்தில் பெயரும் புகழும் பெற்ற பெண் பிரமுகர்கள் பங்கேற்றிருந்தனர்.

எப்போது எந்தப்பாவி மேலே கைவைக்கப் போகிறானோ என்று சின்ன மிளகாய்த்தூள் டப்பா ஒன்று எப்போதும் கைப்பையில் தயராக இருக்க வேண்டுமென ஒரு மாதர் சங்கத்தலைவி கருத்துத் தெரிவித்தார். இதனால் அத்தகைய சமயங்களில் நடுங்கும் கைகளால் பையிலிருந்து மிளகாய்த்துள் டப்பா எடுத்து அதைத் திறந்து அவன் கண்களில் தூவும் வரை அவன் சும்மா இருப்பானா? அப்பதற்றத்தில் மூடியைத் திறக்காமல் போனால் அந்த ரேப்காரனைப் பார்த்து... ‘டேய் பையா... கொஞ்சம் இந்த டப்பாவை திறக்கிறாயா? திறந்துட்டு ஒரு நிமிஷம் அப்படியே அசையாமல் நின்று உன் கண்ல காரம் தெளிக்க விடறயா... ப்ளீஸ்... எனக்காக....’ இப்படிக் கேட்டுக் கொள்ள வேண்டுமா அந்த ஆலோசனைனயைக் கேட்டு? அவளுக்குச் சிரிப்பு வந்தது . அமெரிக்காவில் ஒரு பெண் விஞ்ஞானி மனிதர்களால் சகிக்கமுடியாத நாற்றத்தைத் தெளிக்கும் ஒரு ‘ஸ்ப்ரே’ கண்டுபிடித்திருக்கிறாளாம். ‘ரேபஸ்ட் சார்’ வெறியுடன் மேலே விழும்போது அதை எடுத்து அவன் முகத்தில் தெளித்தால் மூக்கையும் முகத்தையும் பொத்திக்கொண்டு ஓட்டம் பிடிப்பானாம். இது அப்பெண் விஞ்ஞானியின் அசைக்க முடியாத நம்பிக்கையாம். ஆனால் அவன் அதைப்பிடுங்கி அப்பெண் மீதே பிரயோகித்து, காரியத்தை முடித்துக் கொண்டு ஓடும் வாய்ப்பும் உண்டே?

பழங்காலத்து சாது உருவமாய் ஒரு பெண். நெற்றியில் இரண்டு ரூபாய் பில்லை அளவு குங்குமம். அதுபோன்ற கெட்ட நேரங்களில் கடவுளைப் பிரார்த்திக்கொள்ளுமாறு அறிவுரை கூறினார். கடவுள் ஏதோ ஒரு வடிவில் வந்து காப்பாற்றாமல் இருப்பாரா என்பது அவர் வாதம். நிறைந்த கௌரவர் சபையில் துச்சாதனன் திரௌபதியை துகிலுரித்துக் கொண்டிருக்கும்போது திரௌபதியின் பிரார்த்தனை கேட்டு கிருஷ்ண பரமாத்மா அருளிய 'நீளவஸ்திரதான' சம்பவத்தை அவர் கம்பீரத்தொனியில் விழிகளில் நீர் வடிய பக்திப் பெருக்குடன் விவரித்தபோது இவளுக்கு எரிச்சல் பற்றிக்கொண்டு வந்தது. பண்டிதர்களும் அமைச்சர்களும் நீதியாளர்களும் ஓங்கி உயர்ந்த இந்து கணவன்மார்களும் இன்ன பிறரும் வெறுமனே பார்த்துக்கொண்டிருக்க, மிருக பலத்துடன் துச்சாதனன் சேலையை உருவிக்கொண்டிருக்கும்போது இரு கரங்களால் சேலையை இறுகப்பற்றிக்கொண்டு போராடிப் போராடி கதறியபோது.... சோர்ந்து போய்... இனி பயனில்லை என அவிழ்ந்து கொண்டிருக்கும் சேலை நுனியை ஒரு கையால் இழுத்துப்பிடித்துக் கொண்டு ஆற்றாமையுடன் அழுதபடி இன்னொரு கையால் நமஸ்கரித்து முறையிட்டுக்கொண்டு பயனற்றுப்போக, வெட்கம் விடுத்து சேலை நுனியைப் பிடித்திருந்த கையையும் விடுவித்து இரு கை கூப்பி 'உன்னைவிட்டால் வேறு கதியில்லை' என ஓலமிட்டு அரற்ற... அப்போது இறங்கி வந்து 'வஸ்திரதானம்' அருளினாராம் பகவான்.

பெண்ணுக்குத் தன்மானம் இருக்கக்கூடாதெனக் கூறாமல் கூறிய பரமாத்மா சேலையை அவிழ்ப்பதில் மும்முரமாக இருந்த துச்சாதனனை விட...! உடம்பை மூடியிருந்த கையையும் விடுவித்துக்கொண்டு நமஸ்கரிக்கும்வரை அருள் பாலிக்காத அந்தக் கிருஷ்ணன் பெரிய வில்லனாய் அவள் பார்வையில்? பெண்ணின் சுய கௌரவத்திற்கு எல்லோருமே எதிரிகள்...?

அதே தொலைக்காட்சி நிகழ்ச்சியில் பங்கேற்ற மனோதத்துவ நிபுணர் ஒருவரின் அறிவுரை அவ்விதம்...! பலாத்காரத்தைத் தவிக்கவியலாச் சமயத்தில் அமைதியான மன நிலையுடன் "என்ஜாய்" செய்ய வேண்டுமாம், (வென் தி ரேப் இஸ் இன்எவிடபள், காம்லி

என்ஜாய் இட்டாம்...?) இதன் மூலம் துக்க அனுபவத்தைச் சுக அனுபவமாய் மாற்றிக் கொள்ளலாம்.

அடுத்து வந்த பெண்மணியின் ஆலோசனை கராத்தே! பெண்கள் பள்ளி நாட்களிலேயே கராத்தே கற்றுக் கொள்ள வேண்டுமாம்.. அம்மாதிரி சந்தர்ப்பத்தில் அப்படியொரு வீரியமான தாக்குதலுக்கு அந்த அயோக்கியன் அப்படியே மடங்கிச் சுருண்டு விடுவானாம். அந்த யோசனை அவளுக்கும் இசைவாகவே இருந்தது. ஆனால் அப்பயிற்சி பெற எத்தனை பெண்களால் முடியும்? ஒருவேளை அந்த பலாத்கார எருமைக்கும் கராத்தேவில் தேர்ச்சியிருந்தால்? அது வேரொரு புதுக்கஷ்டம்? நாட்டில் அதிக ஆண்கள் கராத்தே கிராத்தே கற்றுக் கொள்ளக் கூடாதென்று பெண் சட்டம் வந்தால் தவிரப் பயனில்லை.

ஒரு கல்லூரிப்பெண் ஆவேசத்துடன் கூறியது இன்னும் பிடித்திருந்தது. ஈரான் நாட்டில் பெண்களைப் பலாத்காரம் செய்யும் நீசனை கை கால்களைப் பின்னுக்கு மடக்கிக் கட்டி மையத்திற்கு இழுத்துவந்து.... கற்பழிக்கப்பட்ட பெண்ணின் உறவினர்கள் அவனை அடி அடியென அடித்து பிறகு அத்தனை பேர் கண் முன்னால் கிரேனில் தொங்கவிட்டுத் தூக்கில் இடுகிறார்கள். சில இஸ்லாமிய நாடுகளில் பகிரங்கமாய் சிரச்சேதம் செய்வார்களாம். நம் நாட்டிலும் இப்படியான தண்டனைகள் சட்டங்களில் இடம்பெறவேண்டும் என்றாள். அதைக்கேட்டு ஒரு பெரியவர் சிரித்தார். பெண்ணே... பார்லிமெண்ட்மீது தாக்குதல் நடத்தியவர்களையே தூக்கில் மாட்டாமல் சகல மரியாதைகளுடன் பராமரிக்கும் நாட்டில் அதிகமாத்தான் ஆசைப்படறே.. என்றார். அப்பெண்ணின் ஆவேசம் மூலம் இன்னும் இவள் மனதில் நிழலாடியபடியே...

எல்லாமே சுந்தரத்தின் முட்டாள்தனத்தினால் ஏற்பட்ட வினை. அவள் பேருந்தில் அலுவலகம் சென்று வந்திருந்தால் இந்த அசம்பாவிதம் நிகழ்ந்தே இராது. ஆனால் அது அவனுக்குப் பிடிக்காது. நெரிசலைப் பயன்படுத்திக் கொண்டு சில கயவர்கள் பெண்களை வேண்டுமென்றே இடிப்பார்களாம். தொடுவர்களாம்.

எத்தனை மறுத்தும் கேட்காமல் அவளுக்காக ஒரு செகண்ட் ஹாண்ட் மொபெட் வாங்கினான். அதில் அவள் பயணித்து உடம்பின் புனிதத்தைக் காப்பற்றிக் கொள்ள வேண்டுமெனப் பணித்தான். பயங்கரமான வாகன நெரிசலிடை யே தன்னால் வண்டி ஓட்ட முடியாதென அவன் எவ்வளவோ சொல்லியும் ஒப்புக் கொள்ளவில்லை அவன். பேருந்தில் பயணிக்கும் ஆண்கள் அனைவருமே கெட்டவர்களல்ல என்றெல்லாம் எவ்வளவு சொல்லியும் பிடிவாதமாக இருந்தான் அவன். அப்படி இடிபடுவது உனக்குப் பிடிக்கும்போல என்று குத்தல் பேச்சுகள் வேறு. அவள் உணர்வுகளை வலிக்கச் செய்து தன் வழிக்குக் கொண்டு வருவது அவனின் 'டிரேட் மார்க்' குணம். அவள் தொடர்ந்து வாதிட்டால் நிலைமை மேலும் விபரீதமாகுமே தவிர சுமுகம் ஏற்பட வழியே கிடையாது. கிலோமீட்டர் கணக்கில் தினமும் காலையும் மாலையும் இருசக்கர வாகனத்தில் சென்று வருவது மிகவும் சிரமமாகத்தான் இருந்தது. பல முறை சின்னச்சின்ன விபத்துகள் நடந்து உயிர் தப்பியிருக்கிறாகள். ஏன் உலகத்தில் பெண்கள் மொபெட்டில் போவதே கிடையாதா, கவனத்துடன் ஓட்டினால் எதுவும் நடக்காது என்பானே தவிர பஸ் என்ற பேச்சே எடுக்கக்கூடாது என்று உத்தரவு. ஆக.. அவள் அன்றாட வாழ்க்கை ஒரு கண்டமாகவே ஆகிவிட்டிருந்தது.

இரு தினங்கள் முன் அலுவலகத்தில் தணிக்கை காரணமாய் தாமதமாகிவிட்டது. போதாக்குறைக்கு மழைவேறு. இரவு மணி பத்தாகிவிட்டது. ஊசியாய்க் குத்தும் சாரல்கள். எதிரில் வரும் வாகனங்களின் வெளிச்சத்தில் கண்களில் மசமசப்பு படர்ந்தது. ஏதோ ஒரு வண்டியின்கீழ் விழுந்து சாகப்போவது நிச்சயம் என்று நினைத்துக் கொண்டாள். பாதி தூரத்தில் வண்டி நின்றுவிட்டது. அதன் மெக்கானிசமெல்லாம் அவளுக்கு அடியோடு தெரியாது. பேருந்தில் போகலாமென்றால் வண்டியை என்ன செய்வது? மூடிக்கொண்டிருந்த ஒரு கடைக்காரரிடம் சென்று மறுநாள் எடுத்துக்கொள்கிறேன் என்று கெஞ்சிக் கேட்டுக்கொண்டு வண்டியை அங்கே விட்டாள். பேருந்துக்காகக் காத்திருந்து, அது வராமல்...

காலியாக வந்து கொண்டிருந்த ஆட்டோவை நிறுத்தி ஏறிக்கொண்டாள். அந்த ஆட்டோக்காரனின் அட்டூழியம் ஊர் முழுக்க டாம் டாம் ஆகிட்டது... ஊர் பெயர் இத்யாதிகளுடன்?

'எங்களிடையே இந்தப் பலாத்காரமெல்லாம் கிடையாது. நாங்கள் எவ்வளவு சந்தோஷமாக இருக்கோம் பார்' என்பதுபோல் குருவி ஜோடியொன்று டீபாய் மீதிருந்து பறந்து வந்து படுக்கையில் கைக்கெட்டும் தூரத்தில் உலாவிக்கொண்டிருந்தன.

சிற்றுண்டி, காப்பி எடுத்துக்கொண்டு மருத்துவமனைக்கு, காமேஸ்வரி வந்தாள். பெற்றோரைவிட... ஊர்கூடித் தாலிகட்டிய புருஷனை விட... பிற உறவினர்களைவிட அதிகமான, மிக அதிகமான அக்கறையுடன் அடிவாங்கிய குழந்தையை மடியில் தாங்கும் அன்னையாய் அவளைக் கவனித்துக் கொள்ளும் காமேஸ்வரி, அவள் அலுவலகத்தில் பணிபுரியும் கடைநிலை ஊழியை. இப்போது மருத்துவமனையில் அவளுக்குச் சேவை செய்வது அலுவலக வேலையல்ல. ஆனாலும் மட்டம் போட்டுவிட்டு அவளுடனே இருந்து கவனமாய்ப் பராமரித்து வருகிறாள்.

"எத்தனை தடவை போன் செய்தாலும் உங்க சார் எடுக்கவே இல்ல மேடம். அதனால் உங்க வீட்டுக்கே போனேன். என்னைப் பார்த்ததும் பட்டுனு கதவை மூடிட்டார்.'' டிபன் பொட்டலத்தைப் பிரித்தபடி அவள் சொன்னபோது எதுவும் பேசவில்லை லலிதா எல்லோரும் வந்து அவளைப் பார்த்துவிட்டுப் போனார்கள் சுந்தரம் தவிர. அவன் வரமாட்டான் என்பது அவள் மட்டுமே அறிந்த சங்கதி.

சுந்தரம் மிகவும் சுத்தபத்தம் கடைப்பிடிப்பவன். அசுத்தம் என்பதைத் துளியும் சகிக்காதவன். திருமணமான மறுநாள் முகம் துடைத்துக்கொண்டு துவாலையை அவனிடம் நீட்டியபோது "ஒருவர் உபயோகித்ததை நான் உபயோகிக்க மாட்டேன். இனிமேல் இப்படியெல்லாம் பண்ணாதே" என்று எரிச்சல் பட்டான். சாப்பிடும் தட்டு, தம்ளர், துவாலை, சோப் என அத்தனையும் அவனுடையதாக மட்டுமே இருக்க வேண்டும். பிறர் அவற்றைத் தொட்டால்கூடப் பிறகு அவன் தீண்டவே மாட்டான். சில சமயங்களில் வீசியெறிந்தும்

விடுவான். இப்போது அவளை வேறொருவன் தொட்டது மட்டுமன்றி பயன்படுத்திக் கொண்டுவிட்டான்கூட. அவள் இனிமேல் பயன்படுத்தத் தகுதியற்றவள். அவளை உபயோகித்துக்கொள்ள சமூகமும் சட்டமும் அவனுக்கு லைசென்ஸ் கொடுத்திருக்க... லைசென்ஸ் இல்லாத இன்னொரு ஆள் அவளைப் பயன்படுத்திக் கொண்டால் அந்த லைசென்ஸ் உரிமையாளனுக்கு எவ்வளவு பெரிய நஷ்டம் பாவம்?

இந்த லைசென்ஸ் சமாச்சாரமெல்லாம் தெரியாத, திருமணமாகாத வெகுளி காமேஸ்வரி அப்பாவித்தனமாய்க் கேட்கிறாள்...

"போகட்டும் ஒரு தடவை. சார் உங்களிடம் இப்படி நடந்திருக்கக்கூடாது?"

அவளுக்கு பதில் சொல்லாது டி.வியில் ஒளிபரப்பாகிக் கொண்டிருந்த சுதந்திரதின விழாக் கொண்டாட்டங்களைப் பார்த்துக்கொண்டிருந்தாள் லலிதா. கிலோமீட்டர் நீளத்திற்கு முப்படைப் பாதுகாப்புப் படைகளின் கம்பீரமான அணிவகுப்புகள்... ஆகாயத்தில் போர்விமானங்களின் சாகசங்கள்... லயம் தவறாத பேண்ட் வாத்தியங்களின் முழக்கம்... வரிசையாய் அலங்கார வாகனங்கள்... குண்டுபாயாத கண்ணாடிச் சுவர் அறையினின்று சொற்பொழிவுகள்... கொடியேற்றக் கோலாகலம்... பளபளவென்று பூட்ஸ், யூனிபார்ம்களின் சல்யூட் மரியாதைகள்... ஹெலிகாப்டர்களினின்று மலர் மழை...

இதையெல்லாம் கண்ணிமைக்காது பார்த்துக்கொண்டிருந்த காமேஸ்வரி மனதில் ஒரு கேள்வி குறுகுறுத்தது லலிதாவிடம் கேட்க. ஆனால் கேட்கத் தயக்கம். இவை அத்தனையும் அப்பட்டமான மோசடி... அக்கிரமம்? இந்த ஆர்ப்பாட்டம், கொண்டாட்டங்க ளெல்லாம் ஒரு டிராமா இல்ல...? என்று கேட்கவேண்டும் என்பதாக இருக்குமோ...? ஆமாம்... இதோ... இதெல்லாம் ஒரு கண்கட்டு வித்தை... இந்த ஜனநாயகம் ஒரு மாயாஜாலம் என்று நினைத்தபடி டி.வியை அணைத்துவிட்டு எழுந்தாள் லலிதா.

காமேஸ்வரியின் தோளைப்பிடித்துக் கொண்டு மெல்ல மருத்துவமனைப் படியிறங்கியபோது அவள் லலிதாவைப் பார்த்தாள் எங்கே என்பதாய்.

"நல்ல ஒர்க்கிங் வுமன் ஹாஸ்டல் உனக்கு ஏதாவது தெரியுமா காமேஸ்வரி? என்னை அங்க கூட்டிட்டுப் போ..."

"பயமா இருக்கா மேடம்?" அவளை ஆதரவாய் அணைத்தபடி கேட்டாள் காமேஸ்வரி.

"இல்ல. இனிமே நான் பஸ்ல ஆபீஸ் போய் வரும் சுதந்திரம் கிடைத்ததற்குச் சந்தோஷமா இருக்கு..." என்றாள் லலிதா சிரிப்பதற்குத் தெம்பு வரவழைத்தபடி...

அத்தலூரி விஜயலட்சுமி

பெண்ணுரிமைப் படைப்பாளர்களில் முக்கியமானவர். உரத்த குரலாக இல்லாமல் வாசிப்பவரைக் கதைக்குள் உள்ளிழுத்துக் கொள்ளும் மென்மையான கதை சொல்லி. டாக்டர் வேதகிரி தொகுத்த வினூதன கதா என்ற தொகுப்பில் இருந்து இக்கதை எடுக்கப்பட்டது. தற்போது ஆந்திராவில் வசிக்கிறார்.

ராஜராம் மோகன்ராவ்

ஐதராபாத் நகரத்தில் வசித்துவரும் மோகன்ராவ் இதுவரை 250 சிறுகதைகளும் 17 நாவல்களும் எழுதியுள்ளார். ஹிந்தி, கன்னடம், மலையாளம் ஆகிய மொழிகளில் இவருடைய 30 கதைகள் மொழி பெயர்க்கப்பட்டுள்ளன. ஆவணப்படங்கள் எடுப்பதிலும் தெலுங்கு திரைப்படத்திற்கு வசனம் எழுதுவதிலும் தொடர்ந்த ஈடுபாடு உள்ளது. குறிப்பிடத்தக்க திரைப்பட விமர்சகர்.

சலீம்

சையத் சலீம் என்ற இயற்பெயர் கொண்ட சலீம், ஆந்திராவின் வருமானவரித்துறை உயரதிகாரி. 140 சிறுகதைகள் ஐந்து நாவல்கள். மொழிபெயர்ப்புகள் என இலக்கியத் துறையில் சலிப்பின்றி இயங்குகிறார். வெண்டிமேகம் என்ற நாவலுக்கு ஆந்திர சாகித்திய அகாடமி விருது கிடைத்தது மட்டுமல்லாமல் அந்நாவல் இந்தி, மராத்தி, மலையாளம் மற்றும் ஆங்கிலத்திலும் மொழிபெயர்க்கப் பட்டுள்ளது. தற்போது ஐதராபாத்தில் வசிக்கிறார்.

எல். ஆர்.சாமி

என்ற லட்சுமண அய்யர் ராமசாமி பிறப்பால் மலையாளி. பணிநிமித்தமாக விசாகப்பட்டினத்திற்கு வந்து தெலுங்கு கற்று தெலுங்கிலேயே எழுதுகிறார். ஆந்திராவின் நட்சத்திரப் படைப்பாளி. தெலுங்கிலிருந்து மலையாளத்திற்கும், மலையாளத்திலிருந்து தெலுங்கிற்கும் நல்ல படைப்புகளை மொழிபெயர்ப்பு செய்கிறார். தொடர்ந்த படைப்பியக்கத்தில் நாடகங்களும், நாவல்களும்

அடங்கும். ஆந்திர பெட்ரோ கெமிக்கல் நிறுவனத்தில் பணியாற்றி ஒய்வு பெற்று விசாகப்பட்டினத்தில் வசிக்கிறார்.

அட்டாட அப்பல் நாயுடு

எண்பதுக்கும் மேலான சிறுகதைகளும் நாவல்களும் எழுதியுள்ளார். பிறரது படைப்புகளைத் தொகுத்தும் உள்ளார். வங்கி மேலாளரான இவரது படைப்புகள் கன்னடத்திற்கும் ஆங்கிலத்திற்கும் மொழிபெயர்ப்பாகியுள்ளது. சாகித்திய அகாடமி இவரது படைப்புகளை வெளியிட்டுள்ளது. ஸ்ரீகாகுளத்தில் வசித்துக் கொண்டு சூர்யா நாளிதழில் பத்தியும் எழுதுகிறார்.

சூர்யநாராயணா

கிழக்கு கோதாவரி பகுதியைச் சார்ந்த சூர்யநாராயணா, ‘தெலுங்கு படைப்பிலக்கியத்தின் சிற்பி’ எனச் சொல்லலாம். காலம்காலமாய் கட்டிக் காத்த சிறுகதை மரபுகளை உடைத்துக் கொண்டு முற்றிலும் வேறு மாதிரியான வடிவத்தில் எழுதிப் பார்த்தவர். வர்ணனைகளும் வாக்கிய வசீகரங்களும் தன் படைப்புகளில் படியாமல் பார்த்துக் கொண்டவர்.

டி. ஆர்.இந்திரா

இராமாயணத்தைக் கேள்விக்குள்ளாக்கிய “ராவண ஜோஸ்யம்” என்ற சிறுகதை, தெலுங்கு இலக்கிய விவாதத்தின் உச்சம். அக்கதை ஆங்கிலத்திலும் மொழிபெயர்க்கப்பட்டது. அரசு வன்முறையை மீறுவதே தனது எழுத்து எனப் பிரகடனப்படுத்துகிறார். இலக்கியத்திற்காகத் தரப்படுகிற பரிசுகளை நோக்கி தன் கைகள் நீண்டதில்லை என்கிறார். குழந்தைகள், பெண்கள், தலித்துகள் ஆகியோரிடையே என் எழுத்து பயணப்பட வேண்டும் என விரும்புகிறேன் என்று சொல்லும் இவர் ஒரு மனநல ஆலோசகர். தற்போது ராஜமுந்திரியில் வசிக்கிறார்.

e-mail: indra.dr1950@gmail.com

மொழிபெயர்ப்பாளர்கள்

இளம்பாரதி

என்ற ருத்ர துளசிதாஸ் தெலுங்கைத் தாய்மொழியாகக் கொண்ட குடும்பத்தில் கோவில்பட்டியில் பிறந்தார். தமிழ், தெலுங்கு, கன்னடம், மலையாளம், இந்தி, சமஸ்கிருதம், ஆங்கிலம் ஆகிய மொழிகளில் புலமை பெற்றவர். “மய்யழிக் கரையோரம்” என்ற எம். முகுந்தனின் மலையாள நாவலை மொழிபெயர்த்தற்காக 1998 ஆம் ஆண்டின் சாகித்திய அகாடமி விருது பெற்றவர். தொடர்ந்து மலையாளம், தெலுங்கு, ஆங்கிலம், கன்னடம் ஆகிய மொழிகளிலிருந்து ஏராளமான படைப்புகளைத் தமிழுக்குக் கொண்டுவந்து சேர்த்துள்ளார். வேதியியல் துறை பேராசிரியராக இருந்து ஓய்வு பெற்றவர்.

சாந்தா தத்

கடந்த பத்தாண்டுகளாய் தீவிர மொழியாக்கப் பணியில் தெலுங்கிலிருந்து தமிழுக்குப் பல படைப்புகளைத் தொடர்ந்து தந்து கொண்டிருக்கிற சாந்தா தத் காஞ்சிபுரத்தைச் சேர்ந்தவர். சுயமாக எழுதப்பட்ட 150 சிறுகதைகள் இதுவரை வெளியாகியுள்ளன. 80 சிறுகதைகளும், 150 க்கும் மேற்பட்ட கவிதைகளும் இவர் மொழியாக்கத்தில் வெளிவந்துள்ளன. சுயமாக எழுதப் பட்டவைக்கும், மொழியாக்கம் செய்யப்பட்டவைக்குமெனப் பல பரிசுகள் இவரைச் சென்றடைந்து கொண்டே இருக்கின்றன. திசை எட்டும் இதழில் தெலுங்கு மொழி சிறப்பாசிரியராகப் பணியாற்றுகிறார்.

செம்மானின் கங்கை

மொஹள்ளி கணேஷ்

தமிழில் : **தி.சு. சதாசிவம்**

அதுவொரு தளர்ந்த முதுகிழவி போல இருந்த சாயங்காலம். நெஞ்சுல ஈரமில்லாத அக்கிரமக்காரங்க வந்து தீவச்சுக் கொளுத்தி சாம்பலாக்கிட்டுப் போய் சில மாசங்களே ஆகியிருந்தது. மாலை நேரச் சூரியனோட செந்நிறத்துல எங்களவங்க ரத்தத்தக் கக்கிக்கிட்டு விழுந்துகிடப்பதப்போல மேகங்களோட விரிசல் பயங்கரமான பொறுமையின்மையச் சிந்திக்கிட்டிருந்தது. கொல்லும் மனித விவகாரம் எங்களுக்கெல்லாம் பழையதுதான்னு எண்ணிகிட்டு அவங்களச் சமாளிச்சு வாழமுடியும்ன்ற நம்பிக்கைய அந்தக் கொடுமையே எங்களுக்கெல்லாம் கத்துக்குடுத்திருந்தது.

அடர்த்தியான வெண்ணிலா கருகும் வாசனையோட அந்தப் பழைய புகை காத்துல கரைஞ்சி சுழன்றுகிட்டிருந்தது. என்னைக்கும் போலவே நாங்க, தெருப்பையனுங்க சாணம் புரண்ட வாசல்ல ஓலையப் பாயா விரிச்சுப்போட்டு படுத்து, தாத்தாவோட கதையின் றெக்கை விசிறலில் காலத்தோட சோர்வைப் போக்கிக்க ஆவலா காத்துக்கிட்டிருந்தோம்.

தாத்தா காயும் வெளுத்த நிலாவுல கதையின் ஆத்மாவ நாக்கினால விடுவிக்கத் தொடங்கினார். அந்தக் கதையின் ஆத்மா கங்கையாகி அவர்கிட்டயிருந்து பாய்ந்து எங்களையெல்லாம் தாயன்போடு தழுவும் தன் அலையில் தழுவிக்கொண்டது.

அதுவொரு பழைய காலமாயிருந்தது. அந்த ஊருக்கு வெளியே ஒரு தோப்பு இருந்தது. அந்தத் தோப்புல செருப்பு தைக்கிற ஒரு சக்கிலி இருந்தான். அவனப்போல திறமையா தோல் பொருளுங்களத் தைக்கிறவன் அந்தச் சுத்துவட்டாரத்துல யாருமில்ல. அவன் அசாத்தியமான திறமையுள்ள வாலிபனாயிருந்த

காலத்துல வானத்துல இருக்கிற சூரிய சந்திரர்களுக்கே தன்னோட ஆத்மாவ உரிச்சி காலணி செய்துதரணும்ன்ற பெருங்கனவு கண்டுக்கிட்டிருந்தான். அவனோட அந்தத் தீராத விருப்பம் நிறைவேறவேயில்ல. சூரிய-சந்திரர்களே அவனோட ஆத்மா வாலான காலணிகள எதனாலோ புறக்கணிச்சாங்க.

அவன் நூத்துக்கணக்கான வருஷம் பொழச்சி வாழ்ந்துக்கிட்டிருந்தான். அவன் உடம்புச் சூடு காலங்கடந்தும் நெலைச்சிருந்தது. அவன் எங்கெயும் ஒரேயிடத்துல நெலையா தங்கியிருந்ததில்ல. ஊரூரா சுத்தியலைஞ்சி எல்லாரோட பாதங்களுக்கும் அழகான செருப்புங்களத் தச்சுக் குடுக்கிறதுலயே மனநிறைவு கண்டுக்கிட்டிருந்தான். அவனோட கடைசி காலத்துல எங்களவங்க யாரும் அவங்கூட இல்ல. எங்களவிட்டு ரொம்ப தொலைவான உயரத்துக்கு அவன் புறப்பட்டுப் போயிருந்தான். இப்படி இந்தக் காலம்ன்றது வானத்துக்கே பறந்துபோயிருந்தது. மூப்பு அவனைப் பிடிச்சி அந்த ஊருக்கு வெளியேயிருந்த தோப்போட ஒரு மரத்து நிழல்ல கட்டிப் போட்டிருந்தது. நெடுங்காலம் அவன் மரத்து நிழலோடுகூட சேர்ந்து மூச்சு விட்டுகிட்டே அந்த வழியா போற வர்றவங்களுக்குச் செருப்பு தச்சுக் கொடுத்தபடி தன்னோட கடைசி காலத்த எண்ணிகிட்டிருந்தான்.

பூமிச்சுமையோட மூப்பு அவனத் தழுவிகிட்டிருந்தாலும் தன் கடமைய மட்டும் விடல. காலத்தை மீறிய அவனோட தோற்றம் அவனோட கண்ணாழத்துல வானத்தோட எல்லையில்லாமைய எதிரொளிச்சிகிட்டிருந்தது. அவன்மேலயிருந்த அன்புக்காக அந்தத் தோப்புலயிருந்த நூத்துக்கணக்கான சாதியச் சேர்ந்த பூஞ்செடி கொடி மரங்களெல்லாம் அழகழகான செறிந்த பூக்குவியல உதிர்த்து ஒரு யூகத்திற்கு அப்பாற்பட்ட உலகத்த உருவாக்கியிருந்தன.

அந்த வழியில போறவர்றவங்க அந்தத் தோப்போட குளுமையில ஒரு கணம் சோர்வப் போக்கிக்கிட்டு மேற்கொண்டு தங்களோட பயணத்த தொடர்றது வழக்கமாயிருந்தது. அவங்க அவனுக்கு ஏதாவது குடுத்தா சாப்புடுவான். இல்லேன்னா அந்தத் தோப்போட குளுமையான காத்த குடிச்சி வயிற நிரப்பிக்கிட்டு அந்தப் பூக்கள்கூட உறவாடிக்கிட்டிருப்பான்.

இப்படி இருக்கும்போது, ஒருநாள் அந்தத் தோப்புப் பாதையில காசியாத்திரைக்குப் புறப்பட்ட பண்ணக்காரன் ஒருத்தன் நடந்து வந்தான். நீண்ட தொலைவு சிரமப்பட்டு நடந்து வந்ததனால அவனோட செருப்பு அறுந்து போயிருந்தது. சோர்வப் போக்கிக்க மரத்தடியில உடம்பக் கிடத்தினான். நல்ல ஆழ்ந்த தூக்கம் வந்து தூங்கி நிம்மதியானான். சூரியன் மறையும் நேரத்துக்கு எழுந்து பாத்தான். அவன் படுத்திருந்த மரத்துக்குக் கொஞ்சம் தொலைவுலயே இருந்த மரத்தடியில அந்தச் சக்கிலி உக்காந்து கத்தியால் ஏதோ தோலை அறுத்தெடுத்துப் பதம் பண்ணிக் கிட்டிருந்தான். காசிக்குப் புறப்பட்ட பயணிக்குத் தன் அறுந்த செருப்பு நினைவுக்கு வந்து அவனிடம் போனான். அந்தக் கிழவன் தன் வேலையில் மூழ்கிப்போய் பூமியோட கருவறையிலிருந்து தன் உயிர்மூச்சை இழுத்து விடறதப்போல தலைய குனிஞ்சி செருப்பத் தச்சிக்கிட்டிருந்தான்.

“பாருப்பா, இந்தச் செருப்பத் தச்சுத்தர்றியா?”

கிழவன் தன்னோட பழங்காலத்துக் கண்ணத் தூக்கி அந்தப் பண்ணகாரன் முகத்தப் பாத்தான். துவக்கமே தெரியாத காலத்து அர்த்தமில்லாத ஏதிலித்தனமும் கருணையும் கிழனோட பிம்பங்களில் மிதந்துக்கிட்டிருந்தது. நான் இன்னும் ரொம்பதூரம் போகணும், சீக்கிரமா தச்சிக்குடுன்னு அந்தப் பண்ணக்காரன் அவசரப்படுத்தினான். கிழவன் அதே கண்ணுங்கள இப்போ பண்ணக்காரனோட செருப்புங்க மேல திருப்பிச் சோதிச்சிப்பாத்து தொட்டு வணங்கி சுத்தி பண்ணத் தொடங்கினான். கணநேரத்துக்குள்ள அற்புதம்ன்ற மாதிரி கிழிஞ்சு அழுக்குப் படிஞ்சிருந்த பண்ணக்காரனோட செருப்புங்க மினுமினுத்ததுங்க.

“இல்ல கெழவா, நான் எதையெதையோ மெதிச்சிட்டு வந்த செருப்புங்கள தொட்டுக்கும்புட்டியே எதுக்கு? ” ன்னு கேட்டான். கிழவன் மனசுக்குள்ளயிருந்ததச் சொல்லத் தயங்கினான், அவனுக்கு உள்ளயிருந்த நம்பிக்கையே வேறயாயிருந்தது. மனுசங்களோட பாரமான பாதங்களச் சுமந்து நடக்கிற அந்தச் செருப்புங்கள்ல தன்னோட மூதாதையருங்களோட ஆத்மா இருக்குதுன்னு அவன் நம்பிக்கிட்டிருந்தான். பண்ணக்காரன் கிழவனுக்கு மூணுகாச

வீசியெறிஞ்சிட்டு புறப்பட்டான். என்னன்னு தெரியல கிழவனுக்கு. என்னமோ நெனப்பு வந்து ‘‘சாமீ..’’ ன்னு கூப்புட்டான். பண்ணக்காரனுக்குக் கிழவன் அப்படி கூப்பிட்டது தொல்லையாப் பட்டது.

“என்னாயா, மூணுகாசு குடுத்ததே பெரிய விசயம் தெரியுமா?”

‘‘அதில்ல சாமி, நீங்க எந்தவூருக்கு போய்க்கிட்ருக்கீங்கன்னு தெரிஞ்சிக்கலாமேன்னு தோணிச்சி.... அதான் கூப்புட்டேன்.”

“நானு அந்த மகாபுண்ய ஊரான காசிக்கு யாத்தர போறேன்.”

காசியாத்திரைன்னு கேட்டதும் கிழவனுக்கு உடம்புல ஒரு புது பூரிப்பு பொங்கிவந்தது. கிழவன் அந்த வழியில காசியாத்திரைக்குப் புறப்பட்ட இப்படிப்பட்ட ஒரு ஆளுக்காகத்தான் ரொம்பகாலமா எதிர்பாத்துக்கிட்டிருந்தான். காசிய நெனச்சவுடனே அவன் உடம்பு முழுக்க நீர்சுரக்கிற கண்ணுங்க பளபளத்த மாதிரியிருந்தது. அந்தப் பண்ணக்காரனக் கையெடுத்து வணங்கி, ‘‘சாமீ என் கடைசி ஆசவொண்ண நீங்க நெறவேத்தி குடுக்கணும். யாரும் கதியில்லாத அனாத கெளவன் நான். நீங்க இந்தவொரு வேலய நெறவேத்தி குடுத்தா என் உசிரு குளுந்து இங்கயே எதுனாவொரு வேர்ல எறங்கி மரத்து நெழல்ல மறஞ்சி போயிடும்....” ன்னு கெஞ்சினான்.

பண்ணக்காரனுக்குக் கிழவனோட நடவடிக்க புதுமையா தெரிஞ்சிது. வியப்போடு, நிறைவேற்றித் தர்ற நம்பிக்கையோடும் ஆறுதலாவும் ‘‘அதென்னா வேலன்னு சீக்கிரம் சொல்லு, முடிஞ்சா செய்றேன்” ன்னான். கிழவன் ரொம்பவும் விநயமா கெஞ்சி “சாமீ.., நீங்க சத்யமா காசிக்குப் போறீங்கதானே’’ன்னு கேட்டான். ‘‘கட்டாயமா போறேன், சொல்லு’’ன்னு பண்ணக்காரன் நிச்சயமான குரல்ல சொன்னதுக்கப்புறம் கிழவன் வாயைத் திறந்தான்.

“அப்படியொன்னும் பெரிய வேலையில்ல சாமீ.... காசியில என் பொண்ணக் கல்யாணங் கட்டிக்குடுத்துருக்கேன். அந்த அனாதப் பொண்ணப் பாத்து ரொம்ப வருசங்க ஆயிப்போச்சி. எனுக்கும் வயசாயிடிச்சி. தள்ளாத கெளவன் நான் காசிவரைக்கும் நடந்துபோக முடியாது. நான் அவளுக்கு மஞ்சா குங்குமம் வெத்தலப்பாக்கு வச்சி சொமங்கலித் தாம்பூலம் குடுக்கணும். அத நீங்க அவளுக்குக்

கொண்டுபோய் குடுத்துட்டா அது எனுக்கு நீங்க செய்ற பெரிய உபகாரமாயிருக்கும்"ன்னு அவன் வேண்டிகிட்டான்.

பண்ணக்காரன் கிழவனுக்குப் புத்தி சரியில்லேன்னு எண்ணிக்கிட்டு, "ஆயிரக்கணக்கான ஜனங்க இருக்கிற காசியில உம் பொண்ணுன்னு யார அடையாளம் புடிக்கிறது கௌவா, இது என்னா பயித்தியகாரத்தனம் உன்னோடது, இது என்னால முடியாது"ன்னு குச்சி ஒடிச்சமாதிரி சொன்னான். கிழவன் மறுபடியும் தாழ்மையா வேண்டிக்கிட்டான்.... "அய்யோ சாமீ.... இதுவொன்னும் கஷ்டமான வேலயே இல்ல. காசியில ஓடற கங்கதான் எம்பொண்ணு. மூணுவாட்டி 'கங்கம்மா கங்காதாயி வா கங்கா'ன்னு கரயில நின்னு கூப்புட்டா அவளே வந்து தாம்பூலத்த வாங்கிக்குனு போயிடுவா. என்ன நம்புங்க சாமி.... உங்களக் கும்புடறேன்''ன்னு வேண்டிக்கிட்டான்.

பண்ணக்காரன் பெரிய மனசு வச்சி தாம்பூலத்த வாங்கிக்கிட்டு புறப்பட்டான். ஏழு ராத்திரியும் ஏழு பகலும் வானத்து அளவேயில்லாத நீலத்துல கரைஞ்சி போனது. தொலைவான காசிக்கு அந்தப் பண்ணக்காரன் வந்து சேர்ந்தான். ஆயிரக்கணக்கான பயணிங்களோட ஊர்வலத்துல முழுகிப்போயிட்டான். தான் பண்ணின, தன் மூதாதையர் பண்ணின, நாளைக்குத் தன்னோட குழந்தைகுட்டிங்க பண்ணப்போகும் எல்லா பாவங்களையும் அக்ரமங்களையும் கொடூரமான அசிங்கமான எண்ணங்களையும் மன்னிச்சி எங்களக் காப்பாத்துன்னு தெய்வத்துகிட்ட அவன் ரொம்பவும் ஆழமான பயபக்தியாவும் அபாரமான சுகசாந்தி, நிம்மதியான கனவுனால தங்களோட தப்பையெல்லாம் மறந்து காப்பாத்தத்தான் வேணும்ன்னு தெய்வத்துகிட்ட விதவிதமா தழுதழுக்க வேண்டிக்கிட்டுத் தங்களோட எல்லாப் பாவங்களயும் கழுவிக் காப்பாத்துன்னு பாயும் கங்கையில நீந்தியபடி ஆயிரக்கணக்கான வருசங்களோட தப்பைக் கணநேரத்துல கழுவிக்க முயற்சி பண்ணிகிட்டிருந்தான்.

மூணுநாள் வரைக்கும் தங்கியிருந்து காசியாத்திரைய வெற்றிகரமா முடிச்சான். கொண்டுவந்திருந்த கட்டுச்சோறு தீர்ந்துபோயிருந்தது. வேற என்ன மீந்திருக்குன்னு பாக்கும்போது

அந்தக் கிழவன் கொடுத்திருந்த மஞ்சள்குங்கும வெத்தலைப்பாக்கு தாம்பூலத்தோடவே சுருண்டு காய்ஞ்சு போயிருக்கிறது தெரிஞ்சது. பண்ணக்காரனுக்குக் கிழவனோட தாழ்மையான வேண்டுகோள் நினைவுக்கு வந்தது. அவன் சொன்னது உண்மையா? உண்மையாவே இந்த கங்கை அவனோட மகளா? -ன்னு எண்ணி அந்தக் கிறுக்குக் கிழவனோட பேச்ச, தான் எதுக்கு நம்பணும்னு அந்த வெத்தலப்பாக்கு குங்குமத்தக் கல்லுமேல எடுத்தெறிய இருந்தான். எதனாலயோ கை தடைபட்டது. மனசு சொல்லிச்சி.... இதச் சோதிச்சுப்பாரு, தொலைவுலேருந்து கொண்டாந்திருக்கே, நல்லா யோசிச்சிப் பாருன்னு சொன்னது.

பண்ணக்காரன் அப்படியே பண்ணினான். "வாம்மா கங்கம்மா, உங்கப்பன் மஞ்சள்குங்குமம் குடுத்திருக்கான். வாங்கிக்க வாம்மா"ன்னு மூணுமுறக் கூப்புட்டான். பண்ணக்காரன் ஒரு கணம் தட்டுத்தடுமாறி பயந்துபோயிட்டான். தன்னத்தானே நம்பமுடியாம போயிட்டான். ஆத்துக்குள்ளேயிருந்து ரெண்டு அழகான கைங்க தலைக்கு மேல கிளம்பி வந்து கையேந்தி நின்னதுங்க. அந்த ரெண்டு கைநெறைய முத்து, ரத்தினம், வைரம் பொருத்திய தங்க வளையலுங்க மின்னலா பளபளத்து அவனை இழுத்தது.

உலகத்துல எங்கெயுமே இப்படிப்பட்ட விலை மதிப்பில்லாத வளையலுங்க கிடைக்காதுன்னு அவனோட பேராசைப்பேய் தலைக்குள்ள நுழைந்து சொன்னது. ஆசை றெக்கய விரிச்சது. அவனோட பேராச அவனுக்கு யானைபலத்த உருவாக்கி தந்தது. ஆத்துக்குள்ள இறங்கிப்போய் கிழவன் குடுத்த மஞ்சள்குங்குமத்த கங்கையோட கையில வச்சி ரொம்ப சாமர்த்தியமா அந்த வளையலுங்கள்ல ஒன்ன மெதுவா உருவிக்கிட்டான். கங்கை எதுவும் சொல்லல. தகப்பன் குடுத்த சுமங்கலி தாம்பூலத்த வாங்கிட்டு அப்படியே தண்ணியாப் பாயத் தொடங்கினா.

யாத்திரை, உற்சவம், பயணம் எல்லாம் முடிஞ்சிது. தோப்புல வானத்து நட்சத்திரங்க மின்மினிப்பூச்சா வந்து பாடி, கிழவனோடு பேசிவிட்டு எப்போதையும்போல போறதும் வர்றதுமா இப்படியே நடந்துகிட்டேயிருந்தது. தர்ம கர்மங்க அதிகமானதாலயோ என்னமோ மேகங்க கோவிச்சுகிட்டு எங்கெங்கெயோ போயி

பஞ்சகாலம் வந்து ஜனங்க மழைய வேண்டி என்னென்னமோ பண்ணுனாங்க. அந்தக் கிழவன் தோப்புல மரத்து நெழலோடவே இன்னும் வாழ்ந்துகிட்டிருந்தான்.

பண்ணக்காரன் எல்லாப் பாவங்களயும் கழுவிக்கிறதுக்காகப் போய் கிழவன், மகளோட வளையல திருடினு வந்திருந்தான். பஞ்சத்தோட தீநாக்கு ஊருக்குள்ள நொழைஞ்சி ஊரையே விழுங்கத் தொடங்கிச்சி. காசிக்குப்போய் திரும்ப வந்திருந்த பண்ணக்காரனும் பஞ்சத்துனால தத்தளிச்சான். கங்கையிலேருந்து திருடினு வந்தத விக்காம அவனுக்கு வேற வழியே தெரியல. பெரிய ஊர்லயிருக்கிற பணக்காரங்ககிட்ட அந்த வளையல விக்கப்போனா ஒவ்வொருத்தரும் ஒவ்வொரு விலையச் சொல்லிப் பண்ணக்காரனுக்குக் கொழப்பமாயிருந்தது.

நிறைய பேர் அந்த வளையலப்பத்தி சந்தேகப்பட்டாங்க, கடைசியில அவன் தயக்கத்தோடும் பெருமையோடும் வளையல வெளிப்டையா ஏலத்துலவிடத் தீர்மானிச்சான். ஏழூரு கிராமங்களுக்கும் வளையல் ஏலத்தப்பத்தி தண்டோரா இடியா மொழங்க செய்தி மின்னலா பரவிக் காலைல ஜனங்க வந்து கூடிட்டாங்க.

அதுக்குள்ளவே ஜனங்க அந்த வளையலப்பத்தின வர்ணனையில இறங்கியிருந்தாங்க. வானவில்லோட முழு வடிவம் அதுன்னு கொண்டாடிக்கிட்டிருந்தாங்க. இப்படிப்பட்ட வளையல அணிஞ்ச அந்தப் பேரழகி யாருன்னு வாதம் பண்ணிக்கிட்டிருந்தாங்க. இந்த வளையல ஆகாசமாதா மட்டுமே அணிஞ்சிக்கமுடியும்ன்னு சிலபேர் சொன்னாங்க.

வேற சிலபேர் இது பூமித்தாயோட வளையலுதான்னு சாதிச்சாங்க. மொத்தத்துல அந்த வளையல வர்ணிச்சி அதோட ஒளி வீசுற அழகான வெளிச்சத்துல நாமயெல்லாரும் நம்ம துக்கங்கள மறக்கிறதுதான் சரின்னு முடிவெடுத்திருந்தாங்க. ஏலம்விடற பெரியவங்க ஒருபக்கம் கூடி கணக்குப்போட்டு பாத்துக் கிட்டிருந்தாங்க.

ஏலம் கூவி மெருகேத்தறதுல திறம படைச்சவங்க இப்போ நாமுன்ன நீமுன்னன்னு ஏலம் கூப்புடத் தயாரானாங்க. ஏலச்செய்தி

எல்லாரையும் தன் கைப்பிடிக்குள்ள இறுக்கிக்கிட்டிருந்தது. அந்தக் கிழவனோட ஆத்மாவுக்கும் அந்தச் சேதி எட்டியிருந்தது. அப்படி என்ன பெரிய அதிசய வளையல ஏலம் உடப்போறாங்கன்னு தானுந்தான் ஒருமுற பாத்துட்டு வரலாமேன்னு அந்தக் கிழவன் தன் எல்லா பலத்தையும் ஒண்ணா சேத்துபுடிச்சினு ஏலம்வுடற இடத்துக்கு வந்து சோர்வா ஜனங்களோட நெரிசல் இடுக்குல கொஞ்சமா எடம் பண்ணினு உயரத்துல வச்சிருந்த அந்த வளையல முடிஞ்சவரைக்கும் உத்துப் பாத்தான். அந்த வளையல் அவ்வளவு தொலைவுலயிருந்து சரியாத்தெரியல.

ஏலம்விடற நேரம் நெருங்கிவந்தது. ஜனங்க ஆச்சரிய அலையில மெதந்துனிருந்தாங்க. ராஜமகாராஜருங்களால 'பலே'ன்னு விருதுவாங்கியிருந்த ஏலக்காரன் ஒருத்தன் அந்த மகா வளையல எல்லாருக்கும் தெரியும்படியா தூக்கிப்புடிச்சி அதோட விலைய மூணுமுற வானத்துக்கே கேக்கிறமாதிரி கத்திச்சொன்னான். ஜனங்க பெருங்கூச்சலோடு மூச்சுவிடத் தொடங்கினாங்க. முழுசான வெண்ணிலாவோட ராத்திரி வானத்துல சந்திரனச் சுத்தி வளையமிட்ட, வளையலயும் மீறின மின்னல்ல அந்த வளையல் ஜனங்களோட மனவானத்துல சுத்திவந்தது.

அந்தக் கிழவன் அந்த வளையல பாத்தவொடனே இடியிடிச்சமாதிரி கத்தினான். அவன் ஒடம்பு கொதிச்சுக்கிட்டிருந்தது. "நிறுத்துங்க இந்த ஏலத்த. அந்த வளையலு என் மக கங்காவோடது. யாரோ இந்த வளையல திருடினு வந்து ஏலம் உடறாங்க. இந்த ஏலம் நடக்க நான் உடமாட்டேன்''ன்னு உள்ள நொழஞ்சிவந்து ஏலம் உடறவனோட வாய மூட யத்தனிச்சான். அந்தக் கிழவன ஒண்ணுரெண்டுபேரு தடுத்தும் அவனப் புடிச்சி நிறுத்த யாராலயும் முடியல. இந்த வளையலு என் சொந்த மக கங்காவோட வளையலுன்னு பயித்தியம்போலக் கத்தி எல்லார் மனசையும் கலங்க வச்சான்.

ஏலம் விடற பெரியவங்கள வெறுப்போட திட்டத் தொடங்கினான். எம்மகளோட கட்டுக்கழுத்தி நெலைய அழிச்சி புடாதீங்கன்னு கோவத்தக் கக்கினான். அவளக் கெடுத்து அவ வளையல யாரோ புடிங்கினு வந்துருக்காங்கன்னு தன் துக்கத்தச்

சிந்தினான். அந்த வளையலோட தெய்வீக மாயத்துக்கு முன்னால இந்தக் கிழவன் ஜனங்களோட கண்ணுக்கு ஒரு புழுப்பூச்சி மாதிரி தெரிஞ்சி இவன் நிஜமாவே என்னமோ சதி பண்றான்னு தோணிச்சி.

அவனோட கூக்குரலுக்கு ஏலம்விடறவங்க விசித்திரமா நடந்துகிட்டாங்க. பண்ணக்காரன், இந்தக் கிழவன எனக்குத் தெரியவே தெரியாது, இவன் ஏதோ திருடனாயிருக்கணும், இல்லேன்னா கிறுக்கனாயிருக்கணும்ன்னு சொல்லி நழுவிட்டான். இந்த வளையலோட மகிமைக்கும் அதோட வைபோகத்துக்கும் அதோட அழகுக்கும் இவன் கரி பூசறான்னு ஜனங்கெல்லாம் தாங்களே முடிவுபண்ணிக்கிட்டாங்க. கூச்சலும் கொழப்பமும் வரம்புமீறிப் போயிடிச்சி. அந்தக் கிழவனக் கத்தியால குத்திடட்டுமான்னு ஒருத்தன் முன்னால வந்தான். ஏலம்விடற பெரியவங்க தடுத்தாங்க.

தங்களயே மறந்துபோன கும்பலு அவன வெட்டிப்போடத் துடிச்சது. மறுபடியும் ஏலம் விடறவங்க தடுத்து கிழவனையே உத்துப்பாத்தாங்க. அவங்கள்ல ஒருத்தர் எல்லாரையும் அமைதி படுத்தி, ''ஏய் கெழவா, இந்த வளையலு உம் மகளுதுதான்னு சொல்றதுக்கு உங்கிட்ட என்ன ஆதாரம் வச்சிருக்கிறே?'' ன்னு கேட்டார். ஆமாம், இந்தக் கேள்விய நாமெல்லாம் மொதல்லியே கேட்டுருக்கணும்ன்ற மாதிரி அந்த ஜனங்க சாட்சியக் காட்டுன்னு கேட்டாங்க.

கிழவன் எந்தத் தயக்கமுமில்லாம, "இருக்கு சாமி, இதேமாதிரி வளையலு ஒன்னு எங்கிட்டயிருக்குது. எம்மகதான் கங்கான்றதுக்கு நான் எல்லா சாச்சியும் வச்சிருக்கிறேன். நீங்க எங்கூட வந்தா அப்பறம் எல்லாம் உங்குளுக்கே தெரியும்''ன்னு தெம்பாச் சொன்னான். திடீர்ன்னு நெலம மாறிப்போயிடிச்சி. இந்தக் கிழவன் சொல்றத சோதன பண்ணியே பாத்துடணும்னு எல்லாரும் முடிவுபண்ணி அவன் பின்னாலயே போனாங்க.

கிழவன் எல்லாரயும் தன் தோப்புக்குக் கூட்டிட்டு வந்தான். வர்றவழியிலயே நூத்துக்கணக்குல என்னென்னமோ கதைங்க கிளம்ப இவன் யாரோ ஒரு மாயமந்திரம் தெரிஞ்ச சதிகாரனாத்தான்

இருக்கணும்ன்ற புரளி வாசன அவங்கள ஆட்டிவச்சது. செருப்பு தைக்கிற ஆயுதங்க பக்கத்துல கிழவன் உக்காந்ததும் இவன் ஒரு சக்கிலின்றது அவங்களுக்குப் புரிஞ்சிது. "அவ்ளோ பெரிய கங்கெ உம்மகளா? உம்மாதிரியான ஆளுக்கு மகளா அவ பொறந்துருக்காளா? பவித்ரமான அப்படிப்பட்ட புண்ணிய கங்கெய நீ அவமானப்படுத்தறயா? நீ சொல்றதெல்லாம் கட்டுக்கத, மோசடி, ஏமாத்து. இந்த வளையல திருடறதுக்கு என்னமோ சதிதிட்டம் போடறயில்ல, உன்ன நாங்க நம்பமாட்டோம். எங்க வச்சிருக்கிறே சொல்லு அந்த இன்னொரு வளையல?"ன்னு ஆத்திரப்பட்டாங்க.

பண்ணக்காரன் இந்தப் பாதையில முன்னவொரு முற வந்திருந்த கதையக் கிழவன் ஜனங்களுக்குச் சொல்லியும் யாரும் நம்பல. 'இந்தக் கிழவன் மாயாவி, இவன் ஜனங்கள மயக்கி என்னமோ பெரிய சதித்திட்டம் தீட்றான், இவன இப்படியே உட்டா நாளைக்கி நமக்கெல்லாம் ஆபத்து வந்து சேரும்'ன்னு சொல்லி பண்ணக்காரன் தந்திரமாச் சமாளிச்சான்.

கிழவனுக்கு என்ன செய்யறதுன்னு புரியல. அவங்கள கொஞ்சம் கூச்சல் போடாமயிருக்கும்படி வேண்டிக்கிட்டான். சாட்சியக் காட்றேன்னு சொன்னான். ஜனங்க அவனையே கண் சிமிட்டாமப் பாத்தாங்க. எங்கப்பாத்தாலும் ஆவேசமான கொந்தளிப்பு. செருப்புங்களோட தோல நனைக்கிறதுக்கு வச்சிருந்த ஒரு குடுவைய மூணுமுற வணங்கிட்டு "தாயே, மகளே இந்த ஜனங்க என்னயே திருடனா நெனைக்கிறாங்க, சாச்சி வேணும்ன்னு கேக்கறாங்க, நீ என் மகளாயிருந்தா நீ உங்கையால எனுக்கு இன்னொரு வளையல குடு தாயே''ன்னு பக்தியோடு கேட்டுக்கிட்டான். ஜனங்கெல்லாம் அந்தச் செருப்பு நனைச்சுவச்ச தண்ணி குடுவையயே அப்படியிப்படி அசையாம உத்துப் பாத்துகிட்டுருந்தவங்க திடும்ன்னு அதிர்ந்துபோனாங்க.

அவங்க நாடி நரம்பெல்லாம் ரத்தவோட்டம் ஏறி மூளவரைக்கும் அது பாய்ஞ்சி பயந்துபோயிட்டாங்க. அதே நேரத்துல விசித்திரமான இருட்டு ஒண்ணு கனத்த போர்வையா அவங்கமேல படிஞ்சிது. ஏலம்விடறவங்களால நம்பமுடியல. அந்தக் குடுவையிலேருந்து கங்கையோட ஒரு கை மேலவந்து

ஏலத்துல வச்சிருந்தது மாதிரியேயிருந்த வளையளோடு பளபளன்னு மின்னிச்சி. ''பாருங்க சாமீ, இவதான் என் மக கங்கா. அந்த கங்கையேதான் இவ" ன்னு கிழவன் சொல்லியும் அவங்க யாருக்கும் அது உண்மைன்னு தோணல. எத்தனயோ முற ஆழமான உண்மை வெளிப்படையா நேர்ல வந்து நின்னாலும் அது யாரு கண்ணுக்கும் தெரியறதில்ல, அதனோட பிரமாண்டமே மனுஷனோட பார்வையயும் மீறி புறப்பட்டுப் போயிட்டிருக்கும்.

கங்கை ஒரு கணம் மட்டும் மின்னி மாயமாயிட்டா. ஏதோவொரு உண்மையோட பிரமை அவங்களச் சுத்தி பரவிச்சி. உண்மைக்கும் பிரமைக்கும் இருக்கிற வித்யாசத்த அவங்களால இப்பொ உணரவே முடியல. அவங்க இப்பொ எதப் பாத்தோம்ன்றதையே மறந்துட்டாங்க. ஜனங்க தங்களுக்கு எதுவுமே தெரியல, நாங்க எதயுமே பாக்கலேன்னு கோவத்துல குதிச்சாங்க. இவன் ஏதோ கண்கட்டு வித்தை பண்றான்னு பண்ணக்காரன் பழிசுமத்தினான்.

ஏலம்விடறவங்க மத்தியிலயிருந்த ஒரு பாளையக்காரன் தீர்மானமான குரல்ல விசாரிச்சான். 'நான் காட்னது நெசமானதுதான், என் மக கங்கெ அதேமாதிரி வளையலக் காட்டி மறஞ்சிபோனாளே. நீங்களே பாத்தீங்கயில்ல. என்னுது ஒண்ணும் கண்கட்டுயில்ல. கங்கெ எம்மகதான். என்ன நம்புங்க. அந்த வளையலத் திருப்பித்தாங்க'ன்னு கிழவன் பதட்டத்தோடு கேட்டான். 'இவன் சொல்றதெல்லாம் பொய்யி. நாங்க எதயும் பாக்கல. மறுபடியும் அந்த கங்கெயோட வளையலக் காட்டு, அப்படியே அவள உயிரோட எங்க முன்னாடி வரவழச்சிக் காட்டு'ன்னு ஆத்திரப்பட்ட அந்த ஜனங்க கன்டீஷன் போட்டாங்க.

ஆகாசத்து வானவில்லே ஒடஞ்சிவிழுந்த மாதிரியாச்சி. மறுபடியும் அந்த கங்கையச் சுலபமா திடீர்ன்னு கூப்புட முடியாது. எவ்வளவோ காலத்துக்கு அப்புறமா ஒருமுறதான் அந்த கங்கை அப்படி கிழத்தகப்பனோட குடுவையில காட்சிதர முடியும். அப்படி கூப்புடும்போதெல்லாம் மகள் கங்கை இங்க வந்து காட்சி தர்றதுனால ஆத்தோட பவித்திரமான தெய்வீகச் சக்திக்குக் களங்கம் ஏற்பட்டுப்போயிடும். கிழவனுக்கு இப்பொ என்ன பண்றதுன்னே தெரியல. அவன் பேச்ச எல்லாரும் சந்தேகப்பட்டாங்க. திருடன்

மாட்டிக்கிட்டான்னு வெறிபுடிச்சிக் கத்தினாங்க.

‘நீ இப்பவே இன்னொருவாட்டி வளையலயும் கங்கெயயும் காட்னயோ பொழச்சே, இல்லேன்னா உன்னயே தீத்துக்கட்டிப்புடுவோம். சொல்லு, நீ எங் கெயிருந்து வந்திருக்கிற திருடன். உன் பின்னால யார்யாரு இருக்கிறாங்க சொல்லு. உன்னச் சும்மா உடமாட்டோம். பஞ்சம் பத்தினு எரியிற இந்த நேரத்துல கொள்ள அடிச்சி மோசடி பண்ண வந்துருக்கிறயா? மொதல்ல வாயத் தொறந்து சொல்லு எங்கெங்க என்னென்ன திருடியிருக்கிறே?’ன்னு கேட்டு அந்த கும்பலோட சந்தேகப்புத்தியும் போக்கும் அவன புடிச்சித் துன்புறுத்தத் தொடங்கிச்சி.

அந்தத் தொண்டுகிழவன் துணிச்சலோட, ‘எனுக்கு ஒரு சந்தர்ப்பம் குடுங்க, என் மக கங்கய கூப்புடறேன், அடிக்காதீங்க. உட்டுடுங்க’ன்னு கூக்குரலிட்டான். பண்ணக்காரன் அவங்களத் தடுத்து கிழவனக் காப்பாத்தியிருக்க முடியும்ன்னாலும் எதனாலயோ அவன் கும்பலோடு சேர்ந்து குழம்பிப்போயிருந்தான். இருக்கட்டும்ன்னு எதுவோ ஒரு கணக்குல சிலபேரு அவனுக்கு இன்னொரு சந்தர்ப்பம் வாங்கிக் குடுத்தாங்க.

கிழவன் இந்தமுற தன்னோட உயிரையே ஜனங்களோட ஆவேசத்துக்கு ஈடா பணயம் வச்சி கங்கையக் கூப்புட்டான். “வா மகளே வா. பூமிதாயி ஒடம்புலேருந்து தண்ணியா பொங்கி வா”ன்னு கடைசி மூச்சிலயிருந்து கத்திக் கூப்புட்டான். கங்கை உண்மையாவே வானத்து அளவில்லா நீலமாகி படுத்தபடி சிரிச்சிக்கிட்டிருந்தா. வானம் நிறைய அவளோட நீலப்புடவை நட்சத்திரங்களச் சூட்டிகிட்ட மாதிரி மின்னிகிட்டிருந்தது. சூர்ய சந்திரருங்க அவளோட கொண்டையில சொருகின மொக்கா விரிஞ்சிக்கிட்டிருந்தாங்க. மேகங்க மல்லியப்பூ அலையா, முடிவில்லாத கரையான அடிவானம்வர நீண்டு கங்கையோட போக்குக்கு ஏத்தபடி அசஞ்சாடிட்டிருந்ததுங்க.

“பாருங்க அங்க, அங்க, அங்க பாருங்க எம்மகள. அந்தச் சூரியன் அவளோட இன்னொரு வளையலு. எடுத்துக்குங்க அந்த வளையல, நீங்களே போட்டுக்குங்க அந்த வளையல. பாருங்க, உத்துப்பாருங்க. எம்மக சிரிக்கிறா கவனிங்க. அதோ பாருங்க காத்து அவளோட வானத்து நீலச்சேலைய சும்மா நீவிவுட்டுனு நகந்து

போகுதுங்க. அவ பூமியிலயெறங்கி பாஞ்சி வந்துக்கிட்டிருக்கிறா. இப்பொவாவது நீங்க அவ வளையல குடுத்துடுங்க. அவ வளையலத் திருடி அவளோட சுமங்கிலித்தனத்தப் பறிச்சிடாதீங்க. கங்கையோட உசிரத் திரும்பக் குடுத்துடுங்க. மகளே...... பாத்திங்களா, எம் மகள. .. இப்பவாவது நம்புங்க என்ன. . .” ன்னு கிழவன் வானத்தப் பாத்து பெருமூச்சுவிட்டு கூச்சலிட்டுக் கிட்டிருந்தான்.

ஜனங்களோட அத்தனை கண்களுக்கும் வானத்து முடிவில்லாத உச்சியே தெரியல. அதாவது, வானத்தோட எல்லயில்லாத ஆழம் அவங்க சின்ன கண்களுக்குத் தென்படலேன்னு தெரியுது. தங்களுக்கு எதுவும் தெரியலேன்னு ஜனங்க பயித்தியங்க மாதிரி கத்தினாங்க. நிஜமாவே இவன் ஒரு பித்தலாட்டக்காரன்னு ஜனங்க முடிவுபண்ணி கடுமையான தண்டனையத்தான் இவனுக்குக் குடுக்கணும்னு தயாரானாங்க. பண்ணக்காரன் கிழவனப்பத்தி மனுஷங்க மட்டும் சொல்ல முடிஞ்ச எல்லாப் பொய்யயும் சொல்லி எல்லாரோட மனசையும் கெடுத்தான்.

ஏலம் விடறவங்க கொதிப்படைஞ்சாங்க. அவன் ரத்தத்த உறிஞ்சிக் குடிக்கணும்ன்னு யாரோ கூச்சல் குழப்பத்த ரெண்டு மடங்காக்கினாங்க. அதுக்குள்ள பலபேர் கையில எங்கயிருந்தோ கூர்மையான கத்திங்க வந்து ஆடிகிட்டிருந்ததுங்க. கிழவனோட மகள் கங்கை வானத்து அகலத்துக்குச் சிரிச்சும் அவங்க யாரு காதுக்கும் அது கேக்கவேயில்ல. இவன் ஆதி காலத்து மோசம் பண்ற மாயாவின்னு எல்லாரும் நம்பினாங்க. இவனால நமக்கு நிச்சயமா கேடுதான் ஏற்படப் போகுதுன்னும் இவன இங்கெயே இந்தக் தோப்புலயே கொன்னுபோடணும்ன்னும் கொதிச்செழுந்தாங்க.

ஆயிரக்கணக்கான கத்திங்க அவன் ஆதிகாலத் தோல அறுத்துப்போட்டன. பழமையான அவனோட ரத்தத்தச் சிந்திக் கூக்குரலிட்டாங்க. அவன் அப்பவும் கங்கையக் கூப்பிட்டபடி ‘இங்க என் நெஞ்சுகிட்ட இவங்க பக்கமா இந்த மண்ணுலேருந்து பொங்கிப் பீறிட்டு வா மகளே, ரத்தம் படிஞ்ச இந்த நெலத்த கழுவ வா மகளே’ன்னு அழுதுபுலம்பினான். தொண்டுகிழவனான சக்கிலியோட ரத்தம் ஆவியாகி காத்துல மின்னலப்போல

பாய்ஞ்சிபோயி தொலைவான கங்கையில கலந்துடிச்சி. அவனோட ரத்தம் கங்கையில விழுந்தவொடனெ அந்த மகளான கங்கை தத்தளித்துப்போனா.

வெடித்துக் கிளம்பி ஆர்ப்பரிச்சி மொழங்கி பெருவெள்ளமாப் பொங்கி பாயத்துவங்கினா. கங்கையாற்றின் கரையெல்லாம் கிழவனோட ரத்தம் படிஞ்சிகிடந்தது. பூமியின் அடியாழம்வர நீரூத்துக்கண்ணோட கலந்தது. ஏழுபகலும் ஏழு ரத்திரிகளும் கங்கை சாவுதீட்டு அனுசரிச்சி பெருமழைய வரவழச்சி துக்க அலைங்கள்ல நகர்ந்து அடிவானத்து நீளத்துக்கும் இருக்கிற நிலப்பரப்புலயெல்லாம் பரவிக் கெடந்தா. கிழவனக் கொன்னுட்டு அவங்கெல்லாம் இருளோட கடைவாய்ப்பல்லோட ஏதோ மூலைடியில சிக்கி கிழவனக் கொன்ன உற்சாகக் கனவ ஒடஞ்ச மனக்கண்ணாடி விரிசல்ல பாத்துக்கிட்டிருந்தாங்க. உருச்சிதைவோட ஆனந்தம் தன் தொட்டில்ல அவங்களத் தாலாட்டிக்கிட்டிருந்தது.

அங்க கங்கை வெறி புடிச்சவளா பாய்ஞ்சிக்கிட்டிருந்தா. முடியாத, எல்லயில்லாத துயரமா அந்த கங்கை பூமியகலத்துக்கும் தண்ணீரின் ஊற்றுக் கண்ணாகி ஓடி ஒவ்வொரு வருஷமும் தகப்பன் செத்த நாள் வரும்போது வெள்ளமா பாயத் தொடங்கினா. அந்தக் கிழவனோட ரத்தம் கங்கையின் மூலமா பரந்த நெலத்து தானியங்கள்ல கலந்து அங்கயிருந்து மறுபடியும் திரும்பிவந்து ஒவ்வொருத்தர் ரத்தத்துலயும் கலந்துடிச்சி. கிழவன் பசுமையான மரம் செடி கொடிகளோட நெழல்ல அதுங்களோட நல்ல வாசனயில, சாறுல அழகுல என்னென்னைக்குமா கலந்துபோயிட்டான்.

பெய்துகிட்டிருந்த கதையோட மழ நின்னுபோயிடிச்சி. அந்த மழயோட உயிர்ச்சத்துல நாங்கெல்லாம் நனைஞ்சிப் போயிருந்தோம். அந்தத் தொண்டுகிழவப் பாட்டன் எங்க மூதாதைன்னு தெரிஞ்சி பெருமையாயிருந்தது. ஆனாலும் அதுக்கிடையில அந்த முழுநிலவோட மறைவுலயும் வீசி வந்துகிட்டிருந்த குளுமையான காத்துலயும் எப்பெப்பவோ நடந்த தகனங்களோட கருகின நாத்தம் தாக்கி எங்கள எச்சரிச்சுக்கிட்டிருந்தது. நாங்க மறுபடியும் நாளைய கனவுக்கும் எதிர்படப்போகும் சம்பவங்களுக்கும் கதைமழைக்கும் தயாராகிக்கிட்டிருந்தோம்.

வைப்பாட்டி

எஸ்.பி. ஜோ குரு

தமிழில்: **இறையடியான்**

அன்றைய நாளின் நிகழ்ச்சி இன்றும் தெளிவாகவே என்னுள் வெளிப்படுகிறது. எல்லாமே சுருள் சுருளாக மெல்ல மெல்லப் படிகின்றன. முழுமதியின் பௌர்ணமி வெதுவெதுப்பான குப்பைமேட்டில், தன் தோலை உரித்த பாம்புபோல் நினைவுகள் வெளிப்படுகின்றன.

வீட்டின் மூலை முடுக்குகளில் வெளிச்சம் பரவும் வகையில் மின்சார இணைப்புக்கான முயற்சி செய்ய எங்க அப்பாவால் முடியாமல் இருந்தது. இதனால் எப்போதும் எங்கள் வீட்டில் வாசற்படியின் மேலே ஒரு லாந்தர் விளக்கு மந்தமான வெளிச்சத்தை உமிழ்ந்து கொண்டிருக்கும். வீட்டின் நடுப்பகுதி, சமையற்கட்டு, சாமிவீடு, என ஒவ்வொரு பகுதியும் எண்ணையின் பிசுபிசுப்பில் காணப்படும் டப்பாக்கள் கரிய நிறத்தில் காட்சியளிக்கின்றன இந்த டப்பாக்களின்மீது வைக்கும் லாந்தர் விளக்கு வெளிச்சத்தை விடவும் புகையைமட்டுமே வெளியேற்றிக் கொண்டிருக்கும் அப்பாவின் பீடிப்புகையோடு இந்த லாந்தருக்கு ஒரு போட்டி.

வராந்தாவையொட்டி தரையிலொரு மரத்திலான சிறு மேடை. இந்த மேடையே தனக்கு சாகாவரம் என்பதைப்போல் லாந்தரைவிட தானே ஒசத்தி என வெளிச்சம் தரும் அகல்விளக்கு. நானும் அண்ணனும் ஏழு, எட்டாம் வகுப்பில் அப்போது படித்துக்கொண்டிருதோம். லாந்தரின் கருப்புப்புகை எங்கள் நாசியில் எப்போதும் மூடிக்கொண்டிருக்கும். படிக்கும் காலத்தில் தலையை சற்றே முன்னுக்கு சாய்த்தால் போதும். மயிர்கள் பொசுங்கும். வேத மந்திரம் ஓதுகின்ற புரோகிதனுக்கு நாங்கள் ஒன்றும் தாழ்ந்து போகல.

மனதுக்குள்ளாரப் படிப்பது அப்பாவுக்குப் புடிக்காது. கண்ணனின் தூக்கமும் இதற்கொரு காரணம். “இதுங்களுக்கு ஒம்பது

மணிவரைக்கும் சோறுபோடாதே, படிக்கட்டும்" என்பது அப்பாவின் கட்டளை. ''அப்படித் தூங்கிட்டா என்கிட்ட சொல்லு'' என்று தங்கச்சியிடம் காவல்.

அடிக்கடி சண்டை போடுவதால் அவளுக்குக் கோபம். "தூங்கித் தூங்கி விழாதேடா'' என்கிற வார்னிங் அவளுடையது. அண்ணன் அடிக்கடி கண்களைத் தேய்த்துக்கொண்டே இருப்பான். அப்பாவிடம் அவனைப்பற்றி கோள்மூட்டியே நல்ல பெயர் வாங்கிக் கொள்வதுண்டு அவள்.

வீட்டில் இரண்டு எருதுகள். ஒரு எருமை மாட்டுத் தொழுவத்தில் புல்லைத் தின்னும்போது கழுத்தை ஆட்டி ஆட்டி எழுப்பும் சலங்கையொலி. எங்களின் காதுகளுக்கு அந்தச் சலங்கை சப்தம் பெரும் பாரமேற்றும். அதேவேளையில் அப்பாவின் காலடியோசை கேட்கும். அந்தச் சப்தம் காதுகளில் விழுந்தவுடன் நாங்கள் எச்சரிக்கை அடைவோம். கண்களை அகலமாக்கிக்கொண்டு பாடங்களை வாசிப்போம். அப்பா ரொம்பப் படிக்காதவர். நாங்கள் தப்பும் தவறுமாக உச்சரிக்கும்போது, ''அப்படி இருக்காதே. தூக்க கண்ணிலே படிக்கறீங்க போல இருக்கு'' என்பார். அப்பா நாலாம் கிளாசு படிச்சவர் ஆனாலும் அவருடைய புலமையில் எங்களுக்குப் பெருமை.

சமையலறையில் ''சுய்யென்று'' சப்தம் அம்மா சமைக்கிற வேர்க்கடலை குழம்பு வாசனை சிம்னி தாண்டி தடுத்த வீட்டுக்குள் படையெடுக்கும். சாம்பார் தாளிக்கும் வாசனை மூக்கைத் துளைக்கும். எங்கள் வயலில் பயிரான அரிசியின் நறுமணம் எந்த பாசுமதிக்கும் குறைஞ்சு போயிடல. சட்டியில் சமைக்கும் குழம்பு, நெய் ஊற்றியபடி பிசைந்து சாப்பிடும்போது அலாதியான சுவை மணத்திலும், வாயிலும்... இப்படியான கற்பனையில் நாங்கள். ஆனால் அப்பாவின் க்ரீன் சிக்னல் வரவில்லையே... ''சரி... சரி... படிச்சது போதும், சாப்பிடப் போங்க..!'' என ஆர்டர் கொடுப்பார். அவர் வாய்மூடும் முன்பே போட்டதைப் போட்டபடி சமையற்கட்டில் ஆஜராகிவிடுவோம். அம்மாவிற்கு எப்போதும் ஒரே இராகம்... எங்களுக்கு ஒரே பாட்டு.

“போய் கைகால் முகம் கழுவிட்டு வாங்க” என்பாள்.

“அப்பவே கழுவியாச்சு” என்போம். சொற்கள் பாதி முடிவதற்கு முன்பாகவே அம்மா அப்பாவின் பக்கம் பார்த்து, “இங்க பாருங்க” என்பாள். உடனே நாங்கள் கை கால் கழுவி ரெடி.

இரவு சாப்பாட்டுக்குக் கத்தரிப்பிஞ்சு, கொண்டைக்கடலை என அம்மா சமைப்பாள். அப்பா சாராயம் குடிப்பார் என்பது உறுதியாகிவிடும். எங்களின் தோட்டத்தையொட்டி லம்பானிகளின் குடியிருப்பு. எங்களின் பாட்டன் முப்பாட்டன் காலத்திலிருந்தே அவர்களின் குடியிருப்பு அங்கே இருந்து வருவதாக அப்பா அடிக்கடி சொல்வார். கங்யா, துக்யா, போஜ்யா ஆகியோர் அப்பாவின் நண்பர்கள். இந்த நட்புக்கொரு காரணமும் இருந்தது. அப்பா ஒரு கண்டிஷன் போட்டிருந்தார். இந்த கண்டிஷன் எப்போதும் மீறிப்போனது கிடையாது. எங்களின் கரும்புத்தோட்டத்தில் சாராயம் காய்ச்சுவதற்கு அப்பா பர்மிஷன் கொடுத்திருந்தார். இதனால் அவருக்கு இரண்டு பாட்டில்கள் சாராயம் இலவசம். அப்பாவுக்குச் சில சமயங்களில் மூட் அவுட்டாகிவிடும்.

சில வேளைகளில் ரொம்ப ஜாலியாகக் காணப்படுவார். அப்படிப்பட்ட சமயங்களில் சாராயம் குடிப்பதுண்டு. தண்ணி கிளாஸ், ஊறுகாய் எடுத்துக் கொடுப்பது என்னோட டியூட்டி. சாமி அறையின் பக்கமாக முதுகைக் காட்டியபடி அமர்ந்து கொள்வார். பாட்டிலைத் திறந்தால் வீடு முழுவதும் துர்நாற்றம் பரவும். தொடக்கத்தில் அந்த நாற்றம் வயிற்றைக் கலக்கியது. அம்மாவுக்கு இது ஒரு வேடிக்கையாகப் படும். இரண்டு மூணு மிட வயிற்றுக்குள் இறங்கியதும் அப்பாவின் பேச்சு எங்கெங்கோ சிறகடிக்கும். ஒவ்வொரு பேச்சுக்கும், “என் சின்னப் பையன நானு நல்லாவே போஜனை செய்யறேன். பின்னால அவன்தான் என்னைக் காப்பாத்த போறவன். ஒரு குடுகுடுப்பக்காரன் சொன்னான். அவன் பதினெட்டு வயதில் மோட்டார் சைக்கிளில் வருவானாம்’’ குடிபோதையில் தலையை ஆட்டியபடியே அப்பா சொல்வதைக் கேட்டு எனக்கும் பெருமையா இருக்கும்.

‘‘இது பெரிய பாடாய்ப் போச்சே, எப்போதும் இதே உளறல்..!!” என அம்மா குறுக்கிடுவாள்.

“நீ தனியாப் போய் எங்கயாவது படுடி. யார் வேணாம்னு சொன்னது...” என்பார். பேசியபடியே பாட்டிலில் முழுவதையும் காலி செய்வார். அடியில் கொஞ்சம் திரவம் இருந்ததோ என்னமோ? ஒரு சின்னப் பரிசோதனை செய்வார். எனக்கும் அவர் செய்யப்போறதப் பார்க்க ஆவல். தீக்குச்சியைச் சிறியதாக ஒடித்து சீசாவின் உள்ளே போடுவார்.. உள்ளே விழுந்த குச்சி துள்ளும். ‘‘ சாராயத்தின் மகிமையப் பாத்தியா’’ என்பார் - ‘பலே ஆசாமி, அப்பா ஒரு விஞ்ஞானி போல இருக்கே’ன்னு வியப்படைவேன். அம்மா, அப்பாவுக்காக இரண்டு முட்டைகளை வேகவைத்திருப்பாள். குடிபோதையில் அரையும் குறையுமாக சாப்பிட்டு அப்படியே சுருண்டு படுத்துவிடுவார். அவர் சாப்பிட்டு மிச்சமானதை அம்மா எடுத்து மூடி வைப்பாள். காலையில் சிற்றுண்டி சாப்பிடும்போது, இதை அப்பா சாப்பிட்டு மிச்சம் வைத்திருந்ததை யார் சாப்பிடுவது என்பதில் எனக்கும் அண்ணனுக்கும் பலத்த போட்டி. நான் சின்னவன். அதனால எனக்குத்தான் எப்பவும் வெற்றி.

வீட்டுக்கு யாராவது உறவினர்களோ தெரிஞ்சவங்களோ வந்துவிட்டால் எனக்கு ரொம்ப மகிழ்ச்சி. அம்மாவும் அப்பாவும் வந்தவங்ககிட்ட பேச்சுல இருப்பாங்க. நாங்க என்ன செஞ்சாலும் கண்டுக்க மாட்டாங்க. அந்த சமயத்துல படிக்கவேண்டியதில்ல பாருங்க. அப்ப நாங்க என்ன வேண்டும்னாலும் செய்யலாம். ஏதாவது சித்திரம் வரைவோம். அப்பதான் எங்க ஊருக்கு வந்திருந்த ‘சம்பத்திகே சவால்’ சினிமாப்படத்தின் டைட்டிலுக்கான மாதிரி வரைவோம், அழிப்போம்.

‘என்ன செஞ்சுனு இருக்கீங்க’ன்னு அப்பா குரல் எழுப்புவார். ‘ட்ராயிங் போடுறோம்’ என்போம். இப்படி யாராவது வீட்டுக்கு வந்தால் இவர்கள் தினந்தோறும் இதே நேரத்துல வீட்டுக்கு வரலாமே என்று எண்ணிக்கொள்வோம். ஒருநாள் நான் படித்துக் கொண்டிருக்கும் சமயத்தில் என் க்ளாசில் படிக்கின்ற பையன் வந்தான். அப்படி வந்தவன் ‘சம்பத்திகே சவால்’ படத்தின் கதை சொன்னது நினைவுக்கு வந்தது. நடிகர் இராஜ்குமார் கையில் அரிவாள் பிடித்திருந்த காட்சியைச் சரித்திரப்பாடம் நடத்திக்கொண்டிருந்த சமயத்தில் வர்ணித்தான். ‘‘சந்தோஷ் நாளைக்கு நாங்களும் சினிமாவுக்குப் போறோம்” எனச் சொன்னான்.

அப்பாவிடம் கேட்பதென நானும் முடிவு செய்தேன். அந்தச் சமயத்துல பக்கத்து வீட்டு ஷேகப்பா டெஸ்டில் பெயிலானான் என அவனுடைய அப்பா அடித்துக்கொண்டிருந்தார். இதனால் நான் சினிமா பார்க்கும் ஆசையில் மண் விழுந்தது. நினைத்தபடி அப்பாவிடம் கேட்டிருந்தால் அவ்வளவுதான். அந்த ஷேகப்பாவைக் காரணம் காட்டி அரைமணி நேரம் பேசி இருப்பார் எனப்பட்டது.

இராஜ்குமார் உதட்டைக் கடித்துக்கொண்டு அரிவாளால் ஓங்குவது போன்ற போஸ்டர் மாட்டுவண்டியில் வந்துகொண்டிருந்ததை அடுத்தநாள் பஜாரில் பார்த்தேன். பேண்ட் வாத்தியம் முழங்க 'இன்னிக்கே வந்து பாருங்க' என்னும் வாசகம் அடங்கிய துண்டுகளை விநியோகம் செய்து கொண்டிருந்தனர். நானும் ஒரு துண்டை வாங்கி நோட்டுப்புத்தகத்தில் வைத்துக்கொண்டேன். அடிக்கடி அந்த பிட் நோட்டீசைப் பார்ப்பதும் மறுபடியும் நோட்டுப்புத்தகத்தில் வைத்துக்கொள்வதுமாக இருந்தேன். ஒரு ஞாயிற்றுக்கிழமை தியேட்டர் பக்கம் போய் காம்பவுண்ட் சுவரில் உட்கார்ந்து டயலாக் கேட்டேன். அப்படிக் கேட்டதில் இருந்து எப்படியாச்சும் 'சம்பத்திகே சவால்' பார்த்தே விடுவதென்று எண்ணிக்கொண்டேன். ஹிட்டு படங்கள் திரையிட்டால் பெரிய பெரிய சவுண்ட் பெட்டிகளை தியேட்டருக்கு வெளியே வைத்துவிடுவார்கள். முன்னொரு சமயம் 'ஷோலே' இந்திப்படம் திரையிட்ட சமயத்திலும் இப்படிச் செய்ததுண்டு. இப்போது ஊரில் இருந்த பாதி பசங்க அந்த சினிமா பார்த்து டயலாக் பேசி சந்தோஷப்பட்டாங்க.

அன்றிரவு எட்டு மணியாகி இருந்தது. வழக்கம்போல் நானும் அண்ணனும் ஹோம்வொர்க் முடிப்பதில் மும்முரமாக இருந்தோம். அன்று வெள்ளிக்கிழமை. அடுத்தநாள் பள்ளியில் ட்ரில் என்பதால் பீரியட் அதிகம் இல்லை. பள்ளியும் அரைநாள் மட்டுமே 'சம்பத்திகே சவால்' திரைப்படத்தின் டயலாக் வாய் நுனி வரையில் வந்து நர்த்தனம் ஆடத்தொடங்கியது. அண்ணனை மெல்லக் கிள்ளினேன். ''எலே, வீட்டு எஜமானனே! பொண்ணு வேணும்னா பொண்ணு ஒனக்கு'' என்பதற்குள் டயலாக் பாதியில் நின்றுவிட்டது. "வாங்க... உள்ளே வாங்க"ன்னு அப்பா யாரையோ அழைப்பது போல் கேட்டது,

நான் உற்சாகத்துடன் வாசல் பக்கம் பார்த்தேன். அம்மாவின் சித்தப்பா. அவருடன் நடுத்தர வயதுள்ள புதிய பெண்ணொருத்தி. அம்மாவின் சித்தப்பா அடிக்கடி வந்துபோய்க்கொண்டிருப்பார். அவரைத் தெரியும். ஆனால் அந்தப் பெண் எங்களுக்கு அந்நியம். யார்? அவள் யார்? அவள் யாராக இருக்கும்? என்பதில் எனக்கும் அண்ணனுக்கும் ஒரே குழப்பம். அப்பா அம்மா இருவருக்கும் அவள் யாரென்பது தெரியும். வெங்காயச்சருகு சேலை, சேலைக்கு ஏற்ற ரவிக்கை, கால்களில் பாட்டா ஸ்லிப்பர், வாயில் தாம்பூலம், இடுப்பில் ஒட்டியாணம், கால்களில் கொலுசு என ரொம்பவும் ஆடம்பரமாகக் காணப்பட்டாள். அவளுடைய தலை அலங்காரம் விசித்திரமாக இருந்தது. பார்ப்பதற்கு அசூயையாக இருந்தாள். அம்மாவின் சித்தப்பா நடந்துகொண்ட விதம் இப்போதுதான் மணமாகி இருப்பவளைப்போல காணப்பட்டது.

'அவன் பெரிய கருமி' என அப்பா சொல்லிக் கொண்டிருப்பார். ஆனால் அன்னிக்கு அவரோ கொடையாளி போலவே காட்டிக்கொண்டார். 'எல்லாம் அந்தப் பெண்ணின் மகிமை போல இருக்கிறது' எனச் சொல்லிக்கொண்டோம். அம்மாவின் சித்தப்பா எப்போதும் சினிமா பற்றி பேசியது கிடையாது. ஆனால் திடீரென, "என்னடி பொண்ணுங்களா? ஏதாச்சும் புதுசாப் படம் வந்திருக்கா?" எனக்கேட்டார். அப்படிக்கேட்டதுதான் தாமதம் சினிமா கதையை அவர் சொல்லியாகிவிட்டது. "அப்ப சரி! வாங்க எல்லாரும் சினிமாவுக்குப் போலாம்" என்றார். கடவுளே பூமிக்கு இறங்கி வந்தது போலானது எனக்கு. அவரைப் போன்ற நல்லவர்கள் யாருமே இல்லை என்பதுபோல் பெருமைப் பட்டுக்கொண்டோம்.

பாவம் இப்படிப்பட்டவரின் மனைவி சிறுவயதிலேயே இவரை விட்டுப்போயிருந்தாள். இந்தக் கதையை அம்மா அடிக்கடி எல்லார் முன்னிலையிலும் சொல்லிக்கொண்டிருந்தார். சித்தப்பாவான நிங்கப்பாவின் பெண்டாட்டி ஒருநாள் துணி துவைப்பதற்காக போனாள். 'அப்படியே தண்ணீரில் அடித்துக்கொண்டு போய்விட்டாள்' எனச் சொல்லிக்கொண்டு இருந்தார். நிங்கப்பாவுக்கு குழந்தைகள் யாரும் இல்லை எனக் கிடையாது. திருமண வயதில் பெண்ணொருத்தி இருந்தாள் என்பது எங்கள் வீட்டில் பேச்சாக

இருந்தது. இப்படி இருக்கும்போது இப்போது வந்திருப்பது யார்? யாராக இருந்தால் என்ன? நாங்கள் இப்போது 'சம்பத்திகே சவால்' சினிமா பார்க்கணும். அவ்வளவுதான்.

''அக்கா! வாங்க எல்லாருமா சினிமாவுக்குப் போகலாம்'' அந்தப் பெண்ணும் அழைத்ததும், "பரவாயில்லயே! கெட்டிக்காரிப் போலத் தெரியுது" என மனதில் எண்ணிக்கொண்டேன்.

அப்பா மட்டும், ''நீங்க ரெண்டு பேர் மட்டும் போய்வாங்க, நாங்க இன்னொரு சமயம் போறோம்'' என்றார். அம்மாவும் அப்பாவுக்கு சப்போர்ட். எங்க அம்மா அப்பாவைப் போல கெட்ட ஜனங்க இந்த உலகத்துல இல்லேன்னு நினைத்துக்கொண்டேன்.

''அது எப்படி? எல்லாருமா போயிட்டு வரலாம்'' என்றார் அம்மாவின் சித்தப்பா.

''நான் எந்த சினிமாவுக்கும் வரல. நீங்க வேணும்னா போய் வாங்க'' என்றாள் அம்மா. அம்மா சொன்னது சரிதான். இருக்கற ரெண்டு தியேட்டர்ல, அம்மா இதுவரைக்கும் எந்த சினிமாவும் பார்த்ததில்ல. இன்னும் சரியா சொல்லப்போனா எந்த தியேட்டரையும் கண்ணால கண்டதில்ல. அப்பா மட்டும் கன்னட இராஜ்குமார், இந்தி திலீப்குமார், வினோத் கன்னா படங்கள் வந்திருந்தபோது என்னையும் ரெண்டு தடவ கூட்டினு போயிருக்கார். அம்மாவின் சினிமான்னா மனுசங்க, வயல், கணவன், மனைவி, கொழுந்தன்கள், மாடு கன்னு மட்டும்தான்.

''அக்கா! சினிமாவுக்குப் போகலாம் வாங்க, ரொம்ப நல்லா இருக்குதாம்னு" யாராவது அம்மாவை சினிமாக்குக் கூப்பிடும்போது, அவள் சிரித்துக்கொண்டே யதார்த்தமாச் சொல்லுவாள். ''தங்கச்சி! என்னோட சினிமா ஒன்னும் கொறஞ்சது இல்ல. உங்க மாமன்காரன் குடிச்சிட்டு வந்து ஆடற ஆட்டம் எப்படியான ஷோக்கு தெரியுமா?" எனச் சொல்லி அவர்களின் வாயை மூடிடுவாள்.

எப்படியோ கடைசியில் லிங்கப்பா, அவரோட வந்தவர், நான், கண்ணன் நால்வருமாக செகண்ட் ஷோ சினிமா போறதுன்னு முடிவாயிருச்சு. நாக்கை மடித்துக்கொண்டு இராஜ்குமார் அரிவாளைப் பிடித்துக்கொண்டிருந்த ஸ்டைலை நினைத்துக்

கொண்டே அவசர அவசரமாக சாப்பிட்டுத் தயாரானேன். நிங்கப்பா படுப்பதற்காக அம்மா படுக்கையை ரெடி செய்தாள் சாமியறைக்குள்.

நான் அம்மாகிட்ட போய் "நிங்கப்பா கூட வந்திருப்பது யார்னு மெதுவாகக் கேட்டேன்''. ''அது உனக்கு எதுக்கு'' என்றாள். பீடி புகைத்தபடி அப்பாவும் அங்கே இருந்தார். அவர் சிரித்துக்கொண்டே "நிங்கப்பாவோட வேசி" என்றார்.

"கொழந்தைங்க முன்னால எத பேசறது, எத பேசக்கூடாதுன்னு உங்களுக்கு தெரியலே"ன்னு அம்மா அப்பாவின்மீது பாய்ந்தார்.

அப்பா, "இல்லேடி! உன் சித்தப்பா கெழவனாயிட்டான். என்ன செய்யணும் என்ன செய்யக்கூடாதுன்னு அவனுக்குத் தெரியல. எனக்குச் சொல்றியே"

"சாவகாசமாப் பேசலாம். இப்ப சாப்பிட வாங்க"

''எலே அவனுக்குப் பயந்துடுவேனா?'' வெச்சிகினு இருக்கிறவள எங்க அழைச்சிகினு போவணும்னுகூட அவனுக்குத் தெரியக்கூடாதா? பொண்ணு கல்யாணத்துக்கு நின்னு இருக்கறா? இவன் தேவடியாளக் கூட்டினு திரியறானே... எப்படி இது? அப்படி எங்கயாவது போகணும்னு ஆசை இருந்தா ஒரு லாட்ஜுக்குப் போக வேண்டியதுதானே. இப்படி குழந்தை குட்டிங்க இருக்கற இடத்துக்கு இவளையும் கூட்டினு வந்தது நல்லா இருக்கா?'' - என்று அப்பா சொல்லிக் கொண்டிருந்தபோது நிங்கப்பா நல்லவர் இல்லேனு பட்டது. ஆனால் இது எங்களுக்கு முக்கியமாகப் படல. மொத்தத்துல 'சம்பத்திகே சவால்' சினிமா பார்க்கணும். முதல் வகுப்பு டிக்கெட் எடுத்துத் தியேட்டருக்குள் சென்றோம்.

நாங்கள் உள்ளே போவதற்குள் ஸ்கிரீனின் மேல் 'விகோ டர்மரிக் ஆயுர்வேத க்ரீம்' விளம்பரம் தெரிந்தது. சீக்கிரமா வந்திருந்தால் சர்க்காரின் ரீல் பார்த்திருக்கலாம் என்றும் சங்கடம். சினிமா ஸ்டார்ட் ஆச்சு. டைட்டில் முழுதும் அச்சுக்கட்டா படித்தாகிவிட்டது. இராஜ்குமாரை எருமை மேலே பார்த்ததும்... பாட்டுப் பாடியதும் தான் தாமதம் 'விஷ்... விஷ்'னு விசில் சத்தம். சல்சல்லென சில்லரைக்காசுகள் பறந்தன. முன் சீட்டில் உட்கார்ந்தவர்களில் ஒருவர்மீது ஒருவர் தாவிச் சில்லரை

பொறுக்குவதைப் பார்த்தபடியே சினிமாவில் லயித்தோம். நிங்கப்பாவும் அப்பா சொன்னதைப் போல அந்த வேசியும் சினிமா பார்க்கிறத விடத் தலையோடு தலையை வெச்சுகினு குசுகுசுவென சிரித்துப் பேசியபடி இருந்தார்கள்.

அப்பா எதுக்காக எங்களுடன் படம் பார்க்க வரவில்லையென எனக்குப் புரிந்தது. அவங்க ரெண்டு பேரும் என்ன படம் பார்த்தாங்களோ தெரியல. வீட்டுக்கு வந்ததும் அவங்க ரெண்டு பேரும் குசுகுசுன்னு பேசிட்டு இருந்ததை அம்மாகிட்ட சொன்னேன். ‘‘ வாயைப் பொத்தினு சும்மாயிரு. ரொம்ப பெரிய மனுஷனா ஆயிட்டியா. உங்க அப்பா முன்னால பேசாதே. ஜாக்கிரதை, இடுப்பை உடைச்சிடுவேன்’’ என பயம் காட்டினாள். யார் சரி... யார் சரியில்லேன்னு கொஞ்சம் நேரம் எனக்குத் தெரியல.

அடுத்தநாள் பள்ளிக்குச் சென்றதும், ‘‘நாங்களும் நேத்து சினிமா பாத்தோம்’’ என்றேன். நினைவு பசுமையாக இருந்ததால் இவர்கள் இதுவரை சொல்லாத சினிமா டயலாக்குகளைச் சொல்லி அவர்கள் கவனத்தைக் கவர்ந்தேன். இடைவேளையில் டாய்லட்டுக்குப் போனேன். அங்கே யாரோ ‘மகேஷ் ஒரு தேவடியா மவன்’ என ஒருவரியை எழுதி இருந்தார்கள். உடனே எனக்கு நிங்கப்பாவின் நினைவு எழுந்தது. விபச்சாரியை வைத்துக்கொள்வது என்பது இப்படித்தான் இருக்கும். இருட்டியும் யாருக்கும் தெரியாமல் ஊருக்கப்பால் எங்கெங்கோ அலைவது, சினிமா, ட்ராமா போவது, தலைகளை முட்டிக்கொண்டு குசுகுசுவென பேசறது, உறவுக்காரங்க வீட்டுக்குப் போய் ராத்திரில தங்கறது, விடியலில் சேவல் கூவும் முன்பாகவே காலி செய்வது. இப்படித் திருட்டுத்தனமாக இரவு வேளைகளில் இப்படி ஏன் செய்யணுங்கற கேள்விக்குச் சில மாதங்களுக்குப் பின்னால் பதில் கிடைத்தது.

சம்பள நாள்

நாயகபாட
தமிழில்: இளம்பாரதி

அப்புவுக்கு முழிப்பு தட்டியபோது வெளியே அம்மா யாருடனோ சச்சரவிட்டு இரைந்துகொண்டிருந்தது கேட்டது. இல்லாவிட்டால் அந்த இரைச்சலால் தான் அவனுக்கு முழிப்பு வந்ததோ என்னவோ! அவன் பாய்மீது உட்கார்ந்தபடியே அங்குமிங்கும் பார்த்தான். வெளியே மை பூசினாற்போல் இருட்டு. அடுப்பில் ஏதோ தளதளவென்று வெந்துகொண்டிருந்தது. அடுப்பில் எரிந்து கொண்டிருந்த சுள்ளிக்குச்சிகளால் வெளியே மந்தமான வெளிச்சம். அப்பு கொட்டாவி விட்டபடிக் கண்களைக் கசக்கிக்கொண்டு சுற்றுமுற்றும் பார்த்தான். தங்கைகள் இருவரும் ஆளுக்கொரு கோணிச் சாக்குக்குள் புகுந்து மூடியபடி படுத்திருந்தார்கள்.

ஒரு சாக்கு மெல்ல அசைந்ததால் அப்பு மெதுவாக ‘மாதேவி’ என்று கூப்பிட்டான். ஒரு கணம் கழித்து ‘ஷமி’ என்று கூப்பிட்டான். சாக்கு இன்னொருமுறை அசைந்து அதற்குள்ளிருந்து ‘...ம்...’ என்ற குரல் வெளிப்பட்டு மறுபடியும் நிசப்தம் பரவியது. வெளியே அம்மாவின் குரல் மேலும் அதிக உச்சத்தில் கேட்டதால் அப்பு படுக்கையிலிருந்து எழுந்து வெளியே வந்து நின்றான்.

ஒரு நிமிடம் கொட்டாவி விட்டபடி உடம்பைப் பரபரவென்று சொரிந்து கொண்டு ‘அம்மா’ என்று கூப்பிட்டான். ஆனாலும் அம்மா அவனைப் பொருட்படுத்தாமல், தன் உயிரைவிட அதிகமாகப் போற்றிப் பாதுகாக்கும் பசலைக்கீரையை மேய்ந்துவிட்டுப் போயிருந்த பசுமாட்டைத் திட்டித் தீர்ப்பதில், அதன் வீட்டுக்கார வம்ச பரம்பரை நாசமாகப் போக வேண்டுமென்று சபித்துக்கொட்டுவதில் முனைந்திருந்தாள். அடுப்படியிலிருந்து அப்பு ஏற்கெனவே ஒதுக்கி

வைத்திருந்த சாம்பலை விரலிட்டு எடுத்து அதனால் பல் தேய்த்தான். அப்போதுதான் அம்மா உள்ளுக்குள் வந்தாள்.

“யாரோடதும்மா மாடு?” என்று கேட்டான்.

‘‘அந்தச் சுடுகாட்டுக்குப் போறவனோடதுதான். சும்மா என்னெத் தொளச்செடுக்காதே’’ என்று மீண்டும் திட்டுவதில் ஆழ்ந்தாள்.

திண்ணையில் படுத்திருந்த அப்பா உரக்க ‘‘எடுபட்டவளே, விடிஞ்சும் விடியாததுமா தொண்டை கிழிய என்னடி கத்தறே? எந்திரிச்சி வந்தேன், ஒரே மிதி” என்று தன் பங்குக்கு இரைந்தார்.

அம்மா அப்போதுதான் வாயை மூடினாள். அப்புவுக்கு அப்போதுதான் தோன்றியது, தான் அம்மாவிடம் அந்தப் பேச்சை எடுக்காமலே இருந்திருக்கலாமோ என்று. அத்துடன் மட்டுமல்லாமல் அப்பா எழுந்து வந்துவிடுவாரோ என்ற பயமும்கூட. திண்ணைப் பக்கம் பார்த்தான். அப்பா புளிமூட்டை போலப் படுத்துக் கிடந்தார். அவன் வேறெதிலும் நாட்டம் செலுத்தாமல் தேங்காய்ச் சிரட்டையில் தண்ணீர் மொண்டு இரண்டு மூன்று தடவை வாய் கொப்புளித்தான். முகம் கழுவி, சட்டை நுனியாலேயே ஓரம் துடைத்துக் கொண்டு, பின்வாசலில் இருந்த துளசிமாடத்தைக் கும்பிட்டபோது வெங்கப்பன் வீட்டு நாய் தென்பட்டது. அது பார்ப்பதற்கு ஒரு பிசாசுபோல் இருக்கும். ஓடிப்போய் ஒரு கல் எடுத்து வந்து அதன் மீது வீசி கெட்ட வார்த்தை சொல்லித் திட்டினான்.

அந்தக் கல் குறி தவறியது. அடிபட்டிருந்தால் அந்தப் பாழாய்ப்போன நாய் மூன்று உலகங்களுக்கும் கேட்கும்படியாகக் குரைக்கத் தொடங்கிவிடும். அதைத் தொடர்ந்து அம்மாவின் வசவைச் சமாளிக்க வேண்டியிருக்கும். அப்பு உள்ளே வந்து, சுவரில் சாத்தியிருந்த மனை ஒன்றை எடுத்து வந்து அதை அடுப்புக்கு எதிரே போட்டு உட்கார்ந்தான். இரண்டு உள்ளங்கைகளையும் அடுப்பு அனலில் காட்டிக்கொண்டிருந்தபோது சட்டென்று அவனுக்குப் பொறி தட்டியது. ஆகா, இன்றைக்குத் திங்கள்கிழமை. அந்த நினைப்பு வந்ததும் என்றுமில்லாத மகிழ்ச்சிப் பரவசத்தில் காற்றில் பறப்பது போலிருந்தது. வெளியில் யாருடனோ வாயடித்து

அலுத்துப்போன அம்மா உள்ளே வந்து அப்பு எதிரில் அலுமினியத் தட்டு ஒன்றை வைத்தாள். இரவு காய்ச்சி வைத்திருந்த புளிக்குழம்பை அதில் ஊற்றினாள். டப்பாவைத் திறந்து இரவு சாப்பிட்டு மீந்திருந்த இரண்டு காய்ந்த ரொட்டித் துண்டுகளைத் தட்டில் வைத்துவிட்டு வெளியே போனாள். ரொட்டியில் எறும்பு மொய்த்திருந்தது. அப்பு இரண்டு ரொட்டித் துண்டுகளையும் கையால் நன்றாகத் துடைத்து, அடுப்புத் தணலில் காட்டிச் சூடுபடுத்திக்கொண்டான்.

அப்படியானால் அப்பா இரவில் சாப்பிடவில்லை போலிருக்கிறது. அப்பா சாப்பிட்டிருந்தால் இந்த ரொட்டித் துண்டுகள் மிஞ்சியிருக்காது. அப்பாவுக்கு இந்தச் சாப்பாடெல்லாம் ஒரு பொருட்டா என்ன? அவருக்கு கங்கம்மா இருக்கிறாளல்லவா, அவருக்கு எது வேண்டுமோ அதைச் சமைத்துப் போடுவதற்கு. கங்கம்மா நினைவு வந்ததும் அவனுடைய உள்ளங்கை இறுகியது. அப்பாவைத் தங்களிடமிருந்து பறித்துக்கொண்டுபோன அந்த கங்கம்மா சாக வேண்டுமென்று அம்மாவுடன் சேர்ந்து எத்தனையோ சாமிகளை அவன் கும்பிட்டிருக்கிறான். ஆனால் கங்கம்மாவை எந்தச் சாமியும் எதுவும் செய்துவிடவில்லை. அது மட்டுமல்லாமல் அவள் மேலும் மேலும் கொழுத்துப்போய்ப் பருத்துக்கொண்டே போகிறாள்.

ஒரு ரொட்டித்துண்டை விண்டு, அதைப் புளிக்குழம்பில் புரட்டி வாயில் போட்டான். ஊசிப்போன குழம்பின் நாற்றத்தை வேறு வழியில்லாமல் பொறுத்துக்கொண்டு சூடேற்றிய ரொட்டித் துண்டை அதில் புரட்டி மென்ற ஆனந்தத்தில் திளைத்தான். அதற்குள்ளாக அன்றைக்குத் திங்கள்கிழமை என்ற விவரம் மீண்டும் நினைவுக்கு வந்தது. அம்மாவைக் கூப்பிட்டு மகிழ்ச்சி பொங்க அந்த விஷயத்தைச் சொல்ல வேண்டுமென்று வாயைத் திறந்தான். ஊகூம்... இப்போது கூடாது. இரவு திரும்பி வந்து அம்மாவை ஆச்சரியத்தில் ஆழ்த்த வேண்டும். மகிழ்ச்சியில் அம்மா பூரித்துப் போவதைப் பார்க்க வேண்டும்.

‘ஆமாம்ப்பா... நீ பெரிய ஆம்பளை ஆயிட்டேப்பா! உங்கப்பாரு அந்த முண்டச்சியைச் சேர்த்துக்கிட்டு நம்மள நடுத்தெருவிலே நிப்பாட்டினாலும் சாமி நமக்குத் துணை இருக்குப்பா, மகனே!’ என்று அவள் கண்களைத் துடைத்தபடித் தனது

தலையை நீவிவிடுவதை அனுபவிக்க வேண்டும்.

அப்பு அவசர அவசரமாக ரொட்டியை விண்டுக் குழம்பில் தோய்த்து வாயில் திணிக்கலானான்.

எட்டப்பன் முந்தாநாளே சொன்னான் இன்றைக்குச் சம்பள நாள் என்று. அவன் தன்னைவிட மூத்தவன். கம்த்தி ஐயா கடையில் அப்பு வேலைக்குச் சேர்ந்து ஆறுமாதமாகிறது. அதாவது, ஆறு தடவை சம்பளம் வாங்கியிருக்கிறான் என்று அர்த்தம். இதனால் அவன் வேலையில் சேர்ந்த பிறகு கம்த்தி ஐயா எட்டப்பனை வீட்டு வேலைக்குப் பயன்படுத்திக்கொண்டு, அவனைக் கடைவேலைக்கு வைத்துக்கொண்டார்.

கம்த்தி ஐயா அப்படி ஒன்றும் நல்லவரில்லை. நாள் முழுக்கத் திட்டிக் கொண்டே இருப்பார். திட்டுவதற்குக் காரணம் என்று அவருக்கு எதுவும் இருக்காது. அவருடைய வாய் எப்போதும் இயங்கிக் கொண்டே இருக்க வேண்டும். அவ்வளவுதான்! வாயில் எப்போதும் தாம்பூலம் இருக்க வேண்டும் அல்லது யாரையாவது திட்டிக்கொண்டாவது இருக்க வேண்டும். அப்புவுக்கு இதெல்லாம் இப்போது பழக்கமாகிவிட்டிருந்தது.

அப்பு எழுந்துபோய்ச் சுவர் மூலையில் தொங்கப் போட்டிருந்த காக்கிக் கால்சட்டையை எடுத்து மாட்டிக்கொண்டான். அந்தச் சட்டையை கணபதி மாமா மகன் தினேஷ் கொடுத்தான். அப்புவிடம் இருப்பது அது ஒன்றுதான். கால்சட்டையும் சொக்காயும் போன வருடம் தேர்த் திருவிழாவின்போது தைத்தது. அங்கங்கே கிழிந்து போயிருந்தது. தங்கைகள் இருவருக்கும் இருந்தவை ஆளுக்கொரு சொக்காதான். சாயந்திரம் இருவருக்கும் ஆளுக்கொரு சொக்காய் வாங்கி வந்தால் எப்படி இருக்கும் என்று யோசித்தான். டவுன் பஜாரில் ஜவுளிக்கடையில் தொங்கப் போட்டிருந்த வண்ணவண்ணச் சொக்காய்களை, கவுன்களை எத்தனையோ தடவை பார்த்திருக்கிறான். மாதேவியும் ஷமியும் அந்த கவுன்களைப் போட்டுக் கொண்டால் எப்படி இருப்பார்களென்று நினைத்துப் பார்த்தபோது உடம்பெல்லாம் சிலிர்த்தது.

"இன்னும் பொழுது விடியலேடா, விடியறதுக்கு முன்னாலே

கிளம்பிட்டியேப்பா'' என்று வாசலிலிருந்த அம்மா கேட்டுவிட்டுத் தண்ணீர் எடுக்கக் கிளம்பினாள்.

அப்பு கபகபவென்று கிளம்புவதற்கு ஆயத்தமானான். கால்சட்டைப் பையிலிருந்த கால்ரூபாய் காசைச் சொக்கா பைக்கு மாற்றினான். சுப்ராயப்பாவின் மனைவி கொடுத்தது அது பஜாரிலிருந்து வரும்போது மூக்குப்பொடி வாங்கி வருவதற்காக. ஒருவேளை அவன் மூக்குப்பொடி வாங்கி வர மறந்துவிட்டானானால் அப்போது இருக்கிறது அவள் சங்கதி. உயிரை எடுத்துவிடுவாள், அவ்வளவுதான்!

அப்பு திண்ணைப்பக்கம் வந்தான். ஒரு முரட்டுக் கம்பளியை விரித்துக் கொண்டு, வேட்டியால் போர்த்துக்கொண்டு படுத்திருந்தார் அப்பா. அப்பு ஒரு நிமிடம் திண்ணைப் பக்கம் நின்றிருந்துவிட்டு, ஏதோ நினைவுக்கு வர, மீண்டும் உள்ளே போய் தங்கைகளை எழுப்பினான்.

"மாதேவி... சாய்ந்தரம் நான் வர்ற வரைக்கும் தூங்கீறாதீங்க. ஒங்க ரெண்டு பேருக்கும் என்ன வாங்கிட்டு வர்றேன்னு அப்போ பாருங்க" என்று சொல்லிவிட்டு வெளியே வந்தான்.

இடுப்பில் ஒன்றும் தலையில் ஒன்றுமாகத் தண்ணீர்ப் பானைகளைச் சுமந்தபடி வந்துகொண்டிருந்த அம்மாவிடம் "போய்ட்டு வர்றேன்" என்றான்.

''சாயந்தரம் வெரசா வந்திரு. இருட்டுறதுக்கு முன்னாலே வந்திரு'' என்றாள்.

தலை முழுக்க முக்காடு போட்டுக்கொண்டு, இழுத்துப் போர்த்துப் பார்த்துக் கொண்டிருந்த அப்பா முக்காட்டுக்குள்ளிருந்து ''அப்பு'' என்று கரகரத்த குரலில் கூப்பிட்டதும் வெளியில் அடியெடுத்து வைத்த அப்பு அங்கேயே நின்றான்.

''ஒண்ணும் இல்லேடா... நீ போய்ட்டு வா'' என்று அப்பா விட்டேத்தியாகச் சொன்னதைத் தொடர்ந்து அப்பு வெளியேறி நடந்தான்.

சோபநாயக்கன் வீட்டுப் புழக்கடையைத் தாண்டி, புட்டய்யா ஆசாரி சந்து வழியே நடந்து ரோடு முனையில் நின்று 'இந்த

வழியாவே நடந்து போகலாமா? இல்லாட்டி, வயல்காட்டில் விழுந்து குளக்கரைமேல் நடந்து போகலாமா?' என்று யோசித்தான். ரோடு வழியாகப் போனால் ஒருவேளை சைக்கிளில் பஜாருக்குப் போகிறவர்கள் யாராவது கிடைத்தால்... யோசனை ஒரு முடிவுக்கு வர, அப்பு ரோடு வழியே நடையைத் தொடர்ந்தான். மடி நிறைய காய்கறி நிரப்பிக்கொண்டு ரோட்டில் வந்துகொண்டிருந்த பெரிய வீட்டு சோமக்கா,

"யாரது... அப்புவா?" என்று கேட்டாள். வருவது அப்புதான் என்று நிச்சயப்படுத்திக்கொண்ட பிறகு, "அப்பு, அரிசி பொடைக்க உடனே வரணும்னு அம்மாகிட்டச் சொல்லு'' என்று சொல்லி முடிப்பதற்குள்ளாக, "நீ குமட்டாவுக்குப் போய்க்கிட்டிருக்கேல்ல, ஒனக்கு லேட்டாயிரும். நான் வேறே யாருகிட்டேயாவது சொல்லியனுப்பிச்சிக்கிறேன்" என்றாள்.

அப்பு முன்னால் நடந்தான்.

வெள்ளை வேட்டி உடம்பு முழுக்கப் போர்த்துக்கொண்டு கையில் தண்ணீர்ச் செம்புடன் ஒருவர் ரோட்டைத் தாண்டித் தோப்புப் பக்கம் சென்றார். அவர் அவனுடைய வாத்தியார். மூன்றாம் வகுப்பில் அவர்தான் அவனுக்கு வாத்தியார். அவன்மீது அவருக்கு எவ்வளவோ வாஞ்சை. அப்பா அவனைப் பள்ளிக்கூடத்திலிருந்து நிறுத்திக் குமட்டாவில் கம்த்தி ஐயா கடையில் வேலைக்குச் சேர்த்தபின் ஒரு நாள் இந்த வாத்தியார் அப்பாவைத்தேடி வீட்டுக்கு வந்தார். 'வேண்டாம்ப்பா ஹனுமந்த்தா... அப்புவுக்கு என்ன இப்போ வேலைக்குப் போற வயசா? அவன் வயசுப் பிள்ளைங்களுக்கு இன்னும் சரியா ட்ரவுசர்கூடப் போட வராது. மாசத்துக்கு இப்போ முப்பது நாப்பது கிடைக்குதுன்னு எதுக்காக அவனோட வாழ்க்கையைப் பாழடிக்கிறே? அவன் படிப்பிலே கெட்டிக்காரனா இருக்கிறான்...' வாத்தியார் இன்னும் சொல்ல வேண்டியதைச் சொல்லி முடிக்கவில்லை. குடி போதையிலிருந்த அப்பா 'வாத்தியாரே... அப்பு எனக்குப் பொறந்தவனா, ஒமக்குப் பொறந்தவனா? அந்த வெவரத்தை மொதல்லே சொல்லுங்க' என்றார்.

அவ்வளவுதான்... வாத்தியார் வாயை மூடிக்கொண்டு வந்த வழியே திரும்பிப் போனார்.

“வணக்கம் சார்” என்றான் அப்பு.

முக்காடு போட்டிருந்தவர் டக்கென நின்று, “யாரு? அப்புவா? வேலை பார்க்கப் போறியா? உங்கப்பா இன்னும் எந்திரிச்சிருக்க மாட்டாரு, நீ அதுக்கு முன்னாலே ட்யூட்டிக்குக் கிளம்பிட்டேயாக்கும். இல்லேன்னா உங்கப்பாவுக்கு வேணும்கிற காசு எங்கேருந்து வந்து சேரும்? கடவுள்கூட இப்படிப்பட்டவங்களுக்கு நல்லது செய்ய மாட்டாரு....ம்... உனக்கு நேரமாச்சி, கிளம்புப்பா’’ என்று சொல்லிவிட்டுச் சவுக்குத் தோப்புக்குள் மறைவிடம் தேடிப் போனார்.

அப்புவுக்குக் கண்கள் பனித்தன. அவரைவிட நல்ல வாத்தியார் வேறு யாரும் கிடையாது என்று ஊரிலிருந்த எல்லாருக்கும் தெரியும். அவனுக்கு நான்காவது வகுப்புக்கான எல்லாப் புத்தகங்களையும் அவர்தான் வாங்கிக் கொடுத்தார். அவருடைய சொந்த மகனே நான்காவது வகுப்பில் இருந்தாலும் அப்புதான் பர்ஸ்ட் மார்க். அப்பு மறுபடியும் அவர் பக்கம் நன்றியுடன் பார்த்துவிட்டு முன்னோக்கி நடந்தான்.

மங்கலான இருட்டு. ஆள் நடமாட்டமில்லாத பாதை. குளிரில் கடிப்பது போன்ற காற்று. அப்பு நடை வேகத்தைக் கூட்டினான். லைட் இல்லாத சைக்கிள் ஒன்று ‘ஒத்திப் போ, ஒத்திப் போ’ என்று அரற்றுவது போல் வந்துகொண்டிருந்தது. அப்பு ஒரு பக்கமாக ஒதுங்கி நின்று, சைக்கிள் பக்கத்தில் வந்ததும், “கொஞ்சம் நில்லுங்கண்ணே...நானும் குமட்டாவுக்குத்தான் போறேன், என்னை ஏத்திக்குங்க’’ என்று கோஞ்சினான்

சைக்கிள் மிதித்து வந்தவன் பதில் ஏதுவும் சொல்லாமல் விர்ரென்று கடந்து கண்ணிலிருந்து மறைந்தபோது அப்புவுக்கு என்னவோ போலிருந்தது. அவன் அப்புவை ஏற்றிக்கொண்டு போயிருந்தானானால் நிம்மதியாக விடிவதற்குள்ளாகவே குமட்டா பஜாரில் இருந்திருக்க முடியுமல்லவா என்று நினைத்துக் கொண்டான். அப்பு இப்போது ஓட்டம் பிடிக்கத் தொடங்கினான்.

ஹொலனகத்தெ பள்ளிக்கூடத்தைத் தாண்டியபோது உடம்பிலிருந்து வியர்வை வெள்ளமாக ஒழுகியது. மாசூர் குன்றுக்குப்

பின்பக்கம் இப்போது புலர்வெளிச்சம் தென்பட்டது. அப்புவுக்கு மிகவும் உதறலாகிவிட்டது. கொஞ்சம் தாமதமானால்கூட, கம்த்தி ஐயா வாய் மடை திறந்துவிடும். தன்னுடைய ஏழு வம்சத்தையும் சேர்த்து வைத்துத் திட்டுவார். ரோட்டில் அங்கொருவரும் இங்கொரு வருமாகத் தென்பட்டார்கள். நேரம் அதிகமாகிவிட்டதோ என்னமோ....

முன்னும் பின்னும் பால் கேன்கள் ஊசலாட, அப்படி இப்படிச் சாய்ந்தாடிய சைக்கிள் ஒன்று சாக்கடையில் விழுந்து தொலைக்குமோ என்னும்படி வந்துகொண்டிருந்தது. அப்பு நன்றாக ஒரு பக்கமாக ஒதுங்கி நின்று சைக்கிள் தன் அருகில் வந்ததும், அவனுடைய கையில் வாட்ச் இருந்த விவரத்தை நிச்சயப்படுத்திக்கொண்டு ''டைம் எவ்வளவுங்க?'' என்று கேட்டான். ''ரெண்டுக்கு மேலே ஒண்ணு'' என்று நமுட்டு பதிலைச் சொல்லி ''ஐயா இவுக எந்த ஆபீசுக்குப் போறாகளோ?'' என்று அந்த நமுட்டுப் பேச்சுக்கு ஒரு வியாக்கியானமும் வீசிவிட்டுப் போனான்.

சட்டைப் பையிலிருந்த கால் ரூபாய்க் காசை உள்ளங்கையால் இறுக்கமாகப் பிடித்துக்கொண்டு தன்னுடைய சக்தியையெல்லாம் ஒன்றுதிரட்டி ஓடத் தொடங்கினான் அப்பு.

கம்த்தி ஐயாவின் டீக்கடைக்கு வந்து சேர்ந்தபோது நன்றாகவே விடிந்து விட்டது. நான்கு மைல் தூரம் ஓடியபடியே வந்ததனால் வியர்வை வெள்ளமாக வழிந்தது. ஆயாசம் தீர்வதற்கு கொஞ்சம் அவகாசம் பிடித்தது. சட்டை முனையால் முகம், கைகளைத் துடைத்துக் கொண்டு கடைக்கு முன்பு ஒரு நிமிடம் நின்றான். கதவுக்கு அந்தப் பக்கம் ஒரு புலி காத்துக்கொண்டு உட்கார்ந்திருந்தது. அவன் உள்ளே அடியெடுத்து வைத்ததும் அது தன்மீது குபீரென்று தாவிப்பாயும் என்று தெரிந்து மறுகியபடி உள்ளே போக மெதுவாக அடி எடுத்து வைத்தான். அவன் நினைத்தது சரியாகத்தான் போயிற்று. முயலுக்கு மூன்று கால்களே!

இருந்த நாற்காலியில் பேலன்ஸ் செய்தபடி உட்கார்ந்திருந்த கம்த்தி ஐயா வேட்டியை மேலேற்றிக்கொண்டு வெற்றிலையைத் தொடை மீது வைத்து நீவிக்கொண்டிருந்தார். அப்புவைப் பார்த்ததும்

தாம்பூலம் போட்டு அசிங்கமாகிவிட்டிருந்த பற்களைக்காட்டி இளித்து, கிண்டலாக ‘‘ஓஹோஹோ...மகாராஜாவுக்கு இப்பத்தான் விடிஞ்சிரிக்கா? எதுக்கு இவ்வளவு சீக்கிரமா வந்திட்டீங்க? இன்னும் சரியா விடியலையே? உங்களைக் கூட்டியாறதுக்குக் கார் அனுப்பலாம்னு இருந்தேன்’’ என்றார்.

பிறகு தனக்கு எதிரில் வேட்டியைத் தார்ப்பாய்ச்சிக் கட்டிக்கொண்டு, மேலே சட்டையில்லாமல் உட்கார்ந்திருந்த கிழவர் பக்கமாகத் திரும்பி, ‘‘இப்படியாப்பட்ட தேவடியாப் பசங்களை நம்பிக்கிட்டிருந்தா நாங்க வியாபாரம் பண்ணின மாதிரிதான்’’ என்றார். அதற்கு அந்தக் கிழவர் தாளம் போட்டதுபோல் இருந்தார். கம்த்தி ஐயாவின் சுப்ரபாதம் வழக்கம்போல் மொன்னைத்தனமாக நடந்தேறிக் கொண்டிருந்தது.

அவருடைய வசவுகளால் அப்புவுக்கு எந்த வாதனையும் ஏற்படவில்லை. ஏனென்றால் அவற்றையெல்லாம் கேட்பது என்பது அன்றாட வேலைகளைப் போல வழக்கமாகிவிட்டிருந்தது. அவனுக்கு இப்போது அயர்வைப் போக்கிக் கொள்ளக் கொஞ்சம் டீ தேவை. ஆனால் யாரைக் கேட்பது? தப்பித் தவறித் தன் வாயிலிருந்து அந்தக் கோரிக்கை வந்ததென்றால் ஏற்கெனவே எரிச்சல்பட்டுக் கொண்டிருக்கும் கம்த்தி ஐயா டீ கொதிப் பாத்திரத்தில் இருக்கும் வெந்நீரைத் தன் மூஞ்சியில் விசிறியடிப்பார் என்று அப்புவுக்குத் தெரியும்.

சரி.... இனி எதுவும் செய்வதற்கில்லையென்று அவன் வேலையில் மூழ்கினான். டேபிள்மீது திட்டுத்திட்டாகக் கறை படிந்திருந்தது. கப்கள், சாசர்கள், கிளாசுகள், அடுப்பருகில் கரி படிந்த பாத்திரங்கள், ரோட்டோரம் விறகுக்கட்டைகள் இவை எல்லாமே அப்புவை எதிர்பார்த்துக் கொண்டிருந்தன. பிளாஸ்டிக் வாளி எடுத்து வந்து டேபிள் மீதிருந்த கப்கள், சாசர்கள், கிளாசுகள் எல்லாவற்றையும் அதில் வாரி எடுத்துப் போய்க் கழுவிக் கொண்டு வந்து அடுக்கி வைத்தான். கடைக்குப் பின்னாலிருந்த கிணற்றிலிருந்து தண்ணீர் இறைத்துக்கொண்டு வந்து தொட்டியில் நிரப்பினான். கரி படிந்த பாத்திரங்களை எடுத்துப்போய்த் தொட்டி அருகில் குவித்துப்போட்டுக் கொண்டு ஒவ்வொன்றாய்த் தேய்க்கத்

தொடங்கினான். வண்ண வண்ண யூனிபார்ம் போட்டுக் கொண்டிருந்த அழகழகான குழந்தைகள் பள்ளிக்கூடத்துக்குக் கிளம்பிக் கொண்டிருந்தார்கள். அவர்களுடைய சிரிப்புகள், கும்மாளங்கள் அந்த மனோகரமான காலைப்பொழுதின் சூழலை மேலும் உற்சாகப்படுத்துவதாய் அமைந்தன. அப்பு அவர்களை ஒரு தடவை பார்த்துவிட்டு, பிறகு தன்னுடைய கரி படிந்த கைகளையும், அழுக்குப் படிந்த கால்களையும், மேலும் மேலும் அழுக்குப் படிந்து நைந்துபோன தன் சட்டையையும் பார்த்துக்கொண்டான். முதலில் இங்கு வந்த புதிதில் இந்த மாதிரியான காட்சிகளைப் பார்த்தால் தன் மீதே அவனுக்குக் கழிவிரக்கம் தோன்றும். எத்தனையோ தடவை அவர்களுடைய யூனிபார்மில் தன்னைப் பொருத்திப் பார்த்து ஆனந்தப்பட்டிருக்கிறான். ஆனால் இப்போது அதெல்லாம் பழக்கப்பட்டுவிட்டது.

தன்னை இந்த நிலையிலிருந்து மேலே தூக்கிவிட எந்தக் கடவுளாலும் முடியாது என்கிற கசப்பான உண்மை அந்தப் பள்ளிக்கூடத்து வாத்தியாரைவிட அவனுக்குத்தான் தெளிவாகத் தெரிந்திருந்தது. சாட்சாத் கடவுளே வந்து ''அப்பு... உன்னைக் கடைத்தேற்றவே வந்திருக்கிறேன். இந்த யூனிபார்ம் வாங்கிக்கொள். இந்தப் புத்தகங்களை வாங்கிக்கொள். பள்ளிக்கூடத்துக்குப் போ'' என்று சொன்னாலும் அவன் நம்ப மாட்டான்.

உள்ளேயிருந்து கம்த்தி ஐயாவின் அலறல் கேட்டதுமே கபகபவென்று கைகளைக் கழுவிக்கொண்டு உள்ளே ஓட்டமாய் ஓடினான். அதே வேகத்துடன் வெளியே வந்து ரோட்டோரம் கொட்டி வைத்திருந்த விறகுக்கட்டைகளைக் கொஞ்சம் கொஞ்சமாகக் கைகளில் அடுக்கி உள்ளே சுமந்து போகத் தொடங்கினான். ஒன்பது மணிவாக்கில் எட்டப்பன் வந்தான். அவனைப் பார்த்ததும் அப்புவின் முகம் மலர்ந்தது. காரணம், அது அவர்கள் இருவருக்கும் டீ குடிக்கும் நேரம். 'சாணி எடுத்திட்டியா? எருக்குழியிலே தண்ணி ஊத்தினியா? துணி துவைக்கிறதுக்குத் தண்ணி எறைச்சியா? விறகை உள்ளே எடுத்துப் போட்டியா?' இப்படியான நூற்றியெட்டுக் கேள்விகளுக்கு எட்டப்பன் தக்கதான பதில்களைச் சொன்ன பிறகு கம்த்தி ஐயா இருவருக்கும் நேற்றைய மிச்சம் மீதியான

பலகாரங்களையும் மசாலாவையும் வைத்து, சர்க்கரை குறைவாகப் போட்ட சிங்கிள் டீ கொடுத்துவிட்டு, மீன் வாங்கி வருவதற்காக வெளியே நடந்தார். அவர் வெளியே போனதும் அப்பு,

"எட்டப்பண்ணே, இன்னிக்குச் சம்பளம் குடுக்கப்போறது நெசந்தானா?" என்று கேட்டான்.

அதற்கு எட்டப்பன் "சாமி சத்தியமா நெசம்தாண்டா... அவரு மட்டும் இன்னிக்குச் சம்பளம் குடுக்காம இருக்கட்டும், அவரு வயித்திலே கத்தியாலே ஒரே குத்தா குத்திர்றேன்" என்றான்.

அப்பு உரக்கச் சிரித்ததால், "டேய்... கூடப்பொறந்த அண்ணன் மாதிரின்னு சொல்லிக்குவாரு. எனக்குண்ணு குழிதோண்டத் தயங்கமாட்டாரு" என்று விமர்சனம் செய்தான்.

அப்புவுக்குச் சொல்ல முடியாத ஆனந்தம். அவன் கணக்குப் போடத் தொடங்கினான். ஷமிக்கும் மாதேவிக்கும் ஒருசேரப் பொருந்துகிறாற்போல ஒரு கவுன் வாங்கிக்கொள்ள வேண்டும். இன்னொரு கவுன் அடுத்த மாதம் வாங்கிக்கொண்டால் போகிறது. ஷமிக்குச் சிவப்பு ரிப்பன், மாதேவிக்குப் பிளாஸ்டிக் வளையல்கள், அடுத்து ஒரு பொட்டலம் மசாலாக் கடலை. வீட்டிற்குப் போனதும் அம்மாவைக் கூப்பிட்டு உட்கார வைத்து, பைக்குள்ளிருந்து ஒவ்வொரு நோட்டாக எடுத்துக் கொடுத்துக் கணக்குப் பார்த்துக் கொள்ளச் சொல்ல வேண்டும். அப்போது அம்மாவின் முகம் எப்படிப் பிரகாசிக்கிறது என்பதைப் பார்க்க வேண்டும்.

ஆறு மணியானபோது கிழிந்துபோய் அசிங்கமாக இருந்த சேலை கட்டிய ஒருத்தி வந்து வாசற்படிப் பக்கம் ஒதுங்கி நின்றிருந்தாள். அப்பு வழக்கமான குரலில் "போ, போ... அப்பாலே போ" என்றபோது எட்டப்பன் "எங்கம்மா" என்றான். அப்பு நிலைகலங்கி வெளிறிப் போய் "அய்யோ... எனக்குத் தெரியாதுங்கண்ணே..." என்று ஒரு பைத்தியக்காரச் சிரிப்புச் சிரித்தான்.

கம்த்தி ஐயா எட்டப்பனின் அம்மாவிடம் அவனைப் பற்றி கணக்கில்லாத புகார்கள் செய்து, அவன் எந்த வழியிலும் உருப்படமாட்டான் என்று முத்தாய்ப்பாகச் சொல்லி, 'உங்க

எல்லாருக்கும் படியளக்கத்தான் கடவுள் என்னை பூமிக்கு அனுப்ப வச்சிருக்கான்' என்ற தோரணையில் பேசி, கல்லாப் பெட்டியிலிருந்து பணத்தை எடுத்து ஒவ்வொரு நோட்டையும் நான்கு தடவை தடவிப் பார்த்து, "சரியா கணக்கு வச்சிக்கோ" என்றார்.

அப்புவின் நெஞ்சு மெதுவாக அடிக்கத் தொடங்கியது. கம்த்தி ஐயாவின் வாயிலிருந்து "அப்பு... உன் சம்பளத்தை வாங்கிக்கோ" என்று வரப்போகிற வார்த்தைக்காக உடம்பைக் கூனிக்குறுகலாக்கிக் காத்துக் கொண்டிருந்தான். ஆனால் கம்த்தி ஐயா அந்தச் சங்கதியையே எடுக்காமல் தன்னுடைய வேலையில் மூழ்கிப்போனார். சாயந்திரம் பொழுது போய்க்கொண்டே இருந்ததைப் பார்த்து பயந்தபடி...

"மொதலாளி... மொதலாளி... என்னோட சம்பளம்" என்றான்.

அந்த நான்கு வார்த்தை பேசியதற்கே அவனுடைய கழுத்து, நெற்றி, அக்குள் எல்லாமே வியர்வையால் நனைந்துத் தெப்பமாகி விட்டன. அதற்கு ஏற்றவாறு கம்த்தி ஐயாவும்,"தேவடியா மகனே... எந்தச் சம்பளம்டா? நீ பாக்குற வேலைக்குச் சம்பளம் வேறேயா? ஒரு மாசம் முடிஞ்சும் முடியாம இருக்கிறப்பவே அந்தத் தேவடியாப் பய... ஒங்கப்பன்... ரெண்டு தடவை பணம் வாங்கிட்டுப் போய்ட்டான். இங்கே நீ பெரிய ஆபீசர் உத்தியோகம் பாக்குறதா நெனச்சிக் கிட்டிருக்கானா ஒங்கப்பன், எப்ப வந்து கேட்டாலும் பணத்தை அள்ளிக் கொட்றதுக்கு? அந்த...." என்று திட்டத் தொடங்கினார்.

அப்புவுக்கு கம்த்தி ஐயா அதற்குப் பிறகு சொன்ன எதுவும் காதில் விழவில்லை. அவனுடைய கனவுக் குமிழ்களெல்லாம் உடைந்து போயின. அவன் கட்டியிருந்த ஆகாயக்கோட்டைகள் சொல்லாமல் கொள்ளாமல் இடிந்து நொறுங்கித் தரைமட்டமாயின. அவனுடைய சின்னஞ்சிறு கண்களிலிருந்து கண்ணீர் தாரைதாரையாக வழிந்தது. துடைக்கத் துடைக்க நிற்காமல் ஏறிக் கொண்டிருந்தது கண்ணீர்.

கிழிந்த சேலை கட்டிய அம்மா கொளுத்தும் வெயிலில் பெரிய வீட்டு சோமக்கா வீட்டில் கொத்தடிமை வேலை செய்வது, சிங்கப்ப நாயக்கர் வீட்டில் கமுகு அளக்கச் செல்வது, ஒவ்வொரு

கோணிச்சாக்கை எடுத்துக்கொண்டு அதற்குள் புகுந்து முடங்கிப் படுக்கும் தங்கைகள், இரவு எப்போதோ தள்ளாடிக் கொண்டும் திட்டிக்கொண்டும், எதிர்த்துப் பேசினால் அம்மாவை அடித்து மிதிப்பதற்காகவே வீட்டுக்கு வரும் அப்பா... அப்புவின் கண்களுக்கு முன்னால் இவை எல்லாமே சினிமா போல ஒவ்வொரு காட்சியாகத் தென்பட்டன.

இருள் கவிந்து கொண்டிருந்தது. வீட்டுக்குப் போகவேண்டு மென்ற ஆர்வமே இல்லாமல் நின்றுகொண்டிருந்த இடத்திலேயே குத்துக்கல்லாக நின்றிருந்தான் அப்பு.

கேப் டப்பி

பத்மநாப பட் ஷேவ்கர்

தமிழில் : **பாவண்ணன்**

அழுதபடியே கேட்டைத் திறந்து, அதை மூடாமலேயே வெளியே நடந்தேன். சின்ன அளவில் பொட்டு பொட்டாக மழை தூறிக்கொண்டிருந்தது. அணிந்திருந்த சட்டை முதுகுப்புண்ணின் ரத்தத்தோடு ஒட்டிக்கொண்டு கடுமையாக எரிந்தது. மண்சாலையில் மழையால் குழைந்த சேறு, செருப்பில்லாத கால்விரல்களின் இடுக்குவழியாக பசுக் பசுக்கென்று பீய்ச்சியடித்தது. அத்தையின் வீடு எங்கள் வீட்டுக்குப் பக்கத்திலேயே இருந்தது. அதாவது அரை பர்லாங் தொலைவுக்குள்ளேயே இருந்ததால் பயம் எதுவும் தோன்றவில்லை. ஆனாலும் வெட்கமாக இருந்தது. கேப் டப்பியை திருப்பிக் கொடுத்துவிட்டு 'மன்னிச்சிடுங்க...' என்று சொல்லிவிட்டு வரவேண்டும். அந்த இடைப்பட்ட நேரத்தில் என் கைகால்மீது இருக்கிற இந்தக் காயங்களைப் பார்க்காமல் இருந்துவிடுவார்களா? எப்படி ஆச்சி? அப்பா அடிச்சாரா? எதால அடிச்சாரு? என்று என்னென்னமோ கேள்விகள் வரும். எல்லாவற்றுக்கும் நான் பதில் சொல்ல வேண்டும். சீ...

யோசித்தபடியே நடந்ததில் சாலை நடுவில் நீர் நிரம்பியிருந்த பள்ளத்தில் தெரியாமல் கால்வைத்துவிட்டேன். குபுக்கென்று சேற்றுத்துளிகள் மேலே எழுந்து கால்சட்டை நுனிவரையில் படிந்து நனைத்தன. காலை எடுக்காமலேயே அப்படியே தண்ணீருக் குள்ளேயே மெதுவாக நகர்த்தி குள் குள் என்று சத்தமெழுப்பியபடி நடந்தேன். பள்ளத்தைக் கடந்ததும் அழுவதை மறந்து கடந்து வந்த இடத்தைத் திரும்பிப் பார்த்தபோது தண்ணீர் கலங்கிச் சிவப்பாக வழியெங்கும் படர்ந்திருந்தது.

அடிவயிறு வலித்ததால் வெகுநேரமாகச் சிறுநீர் கழிக்கவே மறந்து அடக்கிக்கொண்டிருந்ததை நினைத்துக் கொண்டேன்.

கால்சட்டையை விலக்கியபோது, சற்றே ஈரமாக இருந்ததைப் பார்த்ததும் இது ஒருவேளை அப்பா அடித்த சமயத்தில் வந்ததாக இருக்கக்கூடும் என்று தோன்றியது. அல்லது மழைநீரில் நனைந்திருக்குமோ? சந்தேகத்தில் ஈரமான இடத்தில் விரலை வைத்துத் தேய்த்து முகர்ந்து பார்த்தேன். இது நிச்சயமாக சிறுநீர் வாடையே என்பதை உறுதிப்படுத்திக்கொண்டு, அந்தத் தண்ணீரிலேயே சிறுநீர் கழித்தேன். சர்ரென அடித்ததால் தண்ணீரின் மேல் நுரை பொங்கி மிதக்கத் தொடங்கியது. கடைசியில் சில துளிகள் காலில் பட்டு ஈரமானது. அதை ஈரமான இலையொன்றை எடுத்துத் துடைத்துக்கொண்டேன்.

இப்போது வீட்டில் மூன்று துண்டுகளாக விழுந்திருந்த சிவப்பு பெல்ட் ஞாபகத்துக்கு வந்து, மறந்துபோயிருந்த அழுகை மறுபடியும் பொங்கிப் பீறிட்டதால் அழத் தொடங்கினேன்.

ரொம்ப அழகான பெல்ட் அது. போன ஆண்டு யெல்லாப்புர திருவிழாவில் தேவி பீடத்தில் பூசை செய்து, பிரசாதம் வாங்கிக்கொண்டு, சிட்டாணிக் குழுவினரின் யட்சகானத்துக்குச் செல்வதற்கு முன்பாக, ஒய்.டி.எஸ்.எஸ். மைதானத்தில் அப்பா வாங்கிக்கொடுத்த பெல்ட் அது.

கம்பளிச் சுங்குபோல மிருதுவாக இருந்த சிவப்புநிற பெல்ட்டில் இறுக்கமாக இருப்பதற்குத் தோதான வகையில் ஆறு துளைகள் இருந்தன. முதலில் அந்த பெல்ட் வேண்டுமென்று கேட்டபோது வாங்கிக்கொடுக்க அப்பா ஒத்துக்கொள்ளவில்லை. சீச்சீ.. அதெல்லாம் நாம வாங்கிக் கட்டறதில்லை. மேலெடத்துக் காரங்க வாங்கிக் கட்டறது என்றார். அன்று சுதன்வார்ஜுனத்தில் சிட்டாணி பெரிய கிரீடத்தை அணிந்துகொண்டு, ‘சிருஷ்டிகே அர்ஜுனனோ நீ?’ என்னும் பாட்டுக்கு ஆடும்போது அப்பா அடா அடா, இதுதான் பாரு சிட்டாணி. மூஞ்சியில வர்ணம் பூசியதுமே ‘தலமேல வழுக்கை காணாம போயிடுச்சிபாரு’ என்று அப்பா சுட்டிக்காட்டியபோது, நள்ளிரவில் சிறுநீர் கழிக்கச் சென்றிருந்தபோது, ஒரு பிளேட் போண்டா பஜ்ஜியைக் கட்டிக்கொடுத்த தாளில் இருந்த எழுத்துகளை எட்டி எட்டிப் பிடித்தபடியே தின்னும்போது, என எல்லா சமயங்களிலும் பொட்டு கேப் டப்பி கையிலேயே பத்திரமாக இருந்தது.

வீட்டுக்கு வந்தபிறகும் அதை வட்டமாகச் சுருட்டி, நடுவில் பச்சைக் கற்பூர உருண்டையைப் போட்டு, பெட்டிக்குள் வைத்துவிட்டேன். எங்காவது போகும்போது மட்டுமே எடுப்பது. இன்று எதற்காகவோ எடுத்த பெல்ட் அப்படியே வெளியே தங்கிவிட்டது. அப்பாவுக்கும் அடிப்பதற்கு அதுதான் கிடைக்கவேண்டுமா?

நடந்ததற்கெல்லாம் அந்த அத்தைதான் காரணம். கொஞ்ச நாட்களுக்கு முன்பாக விளையாடுவதற்கு அத்தையின் வீட்டுக்குச் சென்றிருந்தேன். அங்கே என் வயதே உள்ள அத்தையின் பேரன் பச்சி வந்திருந்தான். அவனோடு விளையாடிவிட்டு வரும்போது, அங்கே சுவர் அடுக்கில் நாலணா கேப் டப்பியைப் பார்த்து, ரொம்ப ஆசையோடு எடுத்து கால்சட்டைப் பைக்குள் போட்டுக்கொண்டு வந்துவிட்டேன். ஆனால் அந்த விஷயம் பச்சிக்கு எப்படியோ தெரிந்துவிட்டது. அவனும் அத்தையிடம் தெரிவித்துவிட்டான். இன்று அப்பா ஏதோ வேலையாகக் குல்லாபுரத்துக்குச் சென்று திரும்பும் வழியில், அப்பாவின் சைக்கிளை நிறுத்தி அத்தை எல்லாவற்றையும் சொன்னாராம்.

அப்பா வீட்டுக்குள் நுழைந்ததுமே, ‘‘அத்தை வீட்டுலேருந்து என்னடா எடுத்து வந்த? உண்மைய சொன்னா உன்ன ஒன்னும் செய்யமாட்டேன்” என்று நயமாகக் கேட்டார். நான் சொல்வதற்குள், அப்பா, தன் தொனியை மாற்றி, ‘‘திருடறதுக்கும் கத்துக்கினியா?’’ என்றபடி அங்குமிங்கும் பார்த்தவருடைய பார்வையில் என்னுடைய திருவிழா சிவப்பு பெல்ட் பட்டது. பெல்ட்டை அப்பா கையில் எடுத்ததுமே அடி விழுவது உறுதி என்பது நிச்சயமானதால் ஓடுவதற்கு இரண்டடி எடுத்து வைப்பதற்குள்ளேயே அப்பா, “ஓடுனா கூட ரெண்டு அடி விழும் பாத்துக்கோ..” என்று கர்ஜித்தார். அதனால் அப்படியே நின்று பின்னங்காலால் ஒவ்வொரு அடியாக தயங்கித்தயங்கி வைத்து “வேணாம்பா, தப்பாய்டுச்சிப்பா, இனிமேல கடவுள் சத்தியமா இப்படி செய்யமாட்டம்பா..” என்று மன்றாடியும் கேட்காமல் அப்பா,“நான் செஞ்ச கர்மம்டா நீ எனக்குப் பொறந்தது. இத்தன நாளு அக்கா மாமாகிட்ட வாங்கிக் கட்டிக்கிற பொழப்பா கெடந்தது. இப்ப என் மூஞ்சியில கரி பூசறதுக்கு நீயே வந்துட்டியா?

திருட்டுவேல செஞ்சி என் மரியாதயக் கெடுக்கறியா? இனிமேல செய்வியா, இனிமேல செய்வியா, இனிமேல செய்வியா?..” என்றபடி முதுகு, கை, கால் எல்லா இடங்களிலும் சரமாரியாக அடித்தார். ஒவ்வொரு அடிக்கும் தோல் பிய்ந்துவரும்போல வலித்தது. கடைசியில் தாங்கமுடியாத நிலையில், முடிந்த அளவு சத்தமான குரலில் “அப்பா.. தப்பாய்டுச்சிப்பா... அடிக்காதப்பா, உன் கால்ல உழறன் அடிக்காதப்பா...” என்றபடி அவருடைய காலை உறுதியாகப் பிடித்துக் கொண்டேன். அப்பாவின் காலில் முளைத்திருந்த முடியை என் உதடுகள் தொட்டுக்கொண்டிருந்தன. என் வாயிலிருந்து ஒழுகிய நீர் அப்பாவின் காலை நனைத்தபடி இருந்தது.

மூன்று துண்டுகளான பெல்ட்டை விசிறியடித்த அப்பா என் காதைப் பற்றி இழுத்து மேலே தூக்கினார். “இப்பவே இந்த கேப் டப்பிய அத்த வீட்டுல கொண்டுபோயி குடுத்துட்டு, அவுங்ககிட்ட தப்பு செஞ்சிட்டேன், மன்னிச்சிக்குங்கன்னு சொல்லிட்டுவா, போ..” என்று சொல்லிவிட்டு கேப்டப்பியை என்னிடம் கொடுத்தார். நான் அழுதபடியே அங்கேயே பக்கத்தில் தொங்கிய சட்டையை எடுத்துப் போட்டுக்கொண்டு வாசல்வரைக்கும் வந்து திரும்பிப் பார்த்தேன். என்னையே பார்த்துக்கொண்டிருந்த அப்பா, “போறியா, இல்ல.. இப்ப..” என்றபடி வாசலைவிட்டு இறங்கி என்னை நோக்கி வேகவேகமாக வந்தார். இதற்கு முன்னால் பள்ளியிலேயே தொலைத்துவிட்டு வந்திருந்ததால் காலில் போட்டுக்கொள்ள செருப்பு கூட இல்லை.

அழுதபடியும் யோசித்தபடியும் சாலையோரமாக நின்றிருந்தவன் டிரிங் டிரிங் என்று ஏதோ ஒரு சைக்கிள் மணியின் சத்தத்தைக் கேட்டுச் சுயநினைவுக்குத் திரும்பினேன். பிறகு அத்தையின் வீட்டுக்கு ஓட்டமாக ஓடினேன்.

மழைக்காலமாதலால், வாசலில் வழுக்கியது. கவனமாக நடந்து, கதவின் முன்னால் நின்றேன். அழுத கண்களைச் சுத்தமாகத் துடைத்துக்கொண்டு “அத்த..” என்று அழைத்தேன். எவ்வளவோ கட்டுப்படுத்திக் கொண்டாலும் குரலில் சின்ன நடுக்கம் வெளிப்பட்டது. கதவைத் திறந்த அத்தை, உள்ளே அழைத்துச் சென்று ஒருமுறை என்னைத் தலையிலிருந்து பாதம்வரைக்கும் பார்த்து

விட்டு "அப்பா அடிச்சாரா?" என்று கேட்டாள். பேசினால் அழுகை வந்துவிடுமோ என்கிற எண்ணத்தில் ஆமாம் என்பதுபோல தலைமை மட்டும் அசைத்து கேப் டப்பியைக் கொடுத்தேன். அதை எடுத்துக்கொள்ளாமல் "அதுவா, நீயே வச்சிக்கடா கொழந்த, அப்பா ரொம்ப அடிச்சுட்டாரா? எரியுதாப்பா?'' என்று கேட்டாள். அதற்கிடையில் வெளியே வந்த அத்தையின் மகன் கஜாமாமா என்னைப் பார்த்து, "அப்பாகிட்ட நல்லா அடி வாங்கனியா? ரொம்ப நல்லதாப் போச்சி. கைக்கு கெடச்சதயெல்லாம் சுருட்டி எடுத்துக்கினு போற திருடனுங்களுக்கெல்லாம் இப்படித்தான் அடி உழும்..'' என்றார்.

அப்போது பொங்கிவந்த அழுகையைத் தடுக்கமுடியாமல் ''மன்னிச்சிடுங்க'' என்று அழுதுகொண்டே சொன்னபடி, கேப் டப்பியைக் கையில் வைத்துக்கொண்டே வெளியே வந்துவிட்டேன். இரண்டு அடி வைப்பதற்குள் கால் வழுக்கி விழுந்துவிட்டேன். நாலைந்தடி தொலைவுக்கு வழுக்கிக்கொண்டே போனது. பின்னாலிருந்து மாமா சிரித்ததும், அத்தை ''வழுக்கப் போவுது பாத்துப் போடா..'' என்று சொன்னது கேட்டபோதும்கூட திரும்பிக்கூடப் பார்க்காமல் எழுந்து வந்துவிட்டேன். கால்சட்டை, முழங்கால், கை எல்லாம் துடைத்துக்கொண்டேன்.

அந்த அத்த கூட எப்படிப்பட்டவங்க? அப்பாகிட்ட சொல்லி அடிவாங்கிக் குடுத்தது அவுங்கதான். இப்ப பாத்தா, எவ்வளவு அழகா பேசறாங்க? எல்லாம் நாடகம். அந்த கஜா மாமாக்கு சரியான கழுதமூஞ்சி. 'அடி வாங்கனது ரொம்ப நல்லதா போச்சி'ன்னு சொல்றாரு. நான் விழுந்தபோது அவர் பல்லைக் காட்டிச் சிரித்ததை நினைத்து, திரும்பவும் சென்று அவருடைய முகத்திலேயே துப்பிவிட்டு வரவேண்டும் போலக் கோபம் வந்தது.

என்னதான் சொன்னாலும் அவுங்கள்ளாம் மோசக்காரங்கப்பா. அத்த மாமா எல்லாருமே அப்பாவுக்கு மோசம் செஞ்சவங்க.. அம்மா எல்லா நேரங்களிலும் அப்பாவிடம் சொல்லிக்கொண்டே இருப்பாள். உங்க அக்கா மாமா ரெண்டுபேருமே நம்ம பங்குக்கு வரவேண்டிய எல்லாப் பணத்தயும் முழுங்கி ஏப்பம் உட்டுட்டு நம்மள இந்த நெலைமைக்கு ஆளாக்கிட்டாங்க. கொடசள்ளி டேம் கட்டும்போது

முழுகிப்போன எங்கள் நிலத்துக்கு நஷ்டஈடாக மூணு லட்ச ரூபா கொடுத்தார்கள் P.W.D.காரர்கள். அதையெல்லாவற்றையும் அப்பா தேங்காய் வியாபாரத்துக்காக மாமாவுக்குக் கடனாகக் கொடுத்தார். அந்தப் பணத்தயெல்லாம் மாமா விழுங்கிவிட்டார்.

இவ்வளவு விஷயங்களையும் அப்பாவோ அம்மாவோ நேராக சொன்னதில்லை என்றாலும், சாயங்கால வேளைகளில் தோட்டத்திலிருந்து திரும்ப வந்ததும் அம்மாவுக்கும் அப்பாவுக்கும் இடையில் நடைபெறும் சண்டை சச்சரவுகள் மூலமாகத் தெரிந்து கொண்டிருந்தேன்.

ஆனால் அந்த அளவுக்குப் பணத்தை எல்லாம் விழுங்கி இருந்தாலும் மாமாவுக்கு வயிற்றுவலியே ஏன் வரவில்லை என்கிற கேள்வி எனக்குள் முட்டிக்கொண்டிருந்தாலும், அதை அம்மா அப்பாவிடம் கேட்கத் துணிச்சலில்லாமல், மாமாவின் வயிறு பெரிதாக இருப்பதே அதற்குக் காரணம் என்னும் பதிலையும் நானே என்னளவில் கண்டுகொண்டேன்.

அப்படியெல்லாம் கேட்பது ஒருபக்கம் இருக்கட்டும், சண்டை போட்டுக்கொண்டிருக்கும்போது அம்மாவிடம் சாப்பாடு போடு என்று கேட்பதற்கு அச்சப்பட்டுக்கொண்டிருந்தேன். ஏனென்றால் சிற்சில சமயங்களில் அவர்களிடையே நிகழ்கிற சண்டையில் நான் குறுக்கிடும்போது அம்மா, அப்பா இருவரிடமும் சேர்ந்து அடிவாங்கிய சம்பவங்களும் நடந்ததுண்டு. அம்மா அப்பா சண்டை இப்போது மட்டுமல்ல, முதலிலிருந்தே அதாவது இங்கே நாங்கள் வீடு கட்டிக்கொண்டு வருவதற்கு முன்னால் அத்தை வீட்டில் வசித்த காலத்திலிருந்தே நடைபெற்று வந்தது.

அம்மாவுக்கு இங்கே வருவதில் விருப்பமே இருந்ததில்லை. ஒனக்கு வேணுமின்னா அங்க போயி அரண்மன கட்டிக்கோ. நான் மட்டும் பரபள்ளியிலதான் இருப்பேன். முழுவிப்போவும்ன்னா, இங்க இருக்கற எல்லாத்துக்கும் என்ன நடக்குமோ அதுவே எனக்கும் நடந்துட்டு போவுது.. என்று பிடிவாதமாக உட்கார்ந்திருந்த அம்மாவை ஒப்புக்கொள்ளும்படி செய்வதற்குள் அப்பாவுக்குப் போதும்போதும் என்றாகிவிட்டது.

புதுவீட்டுக்குச் செல்வது என்னைப் பொறுத்தவரையில் மகிழ்ச்சியான விஷயமாகவே இருந்தது. புதுவீடு கட்டிமுடிக்கும் வரை அத்தை வீட்டிலேயே தங்கியிருக்கலாம் என்று அம்மாவும் அப்பாவும் முடிவெடுத்தார்கள்.

தொடக்கத்தில் என்னை மிகவும் நன்றாகப் பார்த்துக்கொண்ட அத்தை ஒரு வாரத்துக்குள் முழுக்கமுழுக்க மாறிவிட்டாள். "சாப்புடும்போது சப்புசப்புன்னு சத்தம்போட்டுகிட்டே சாப்புடறான். இது என்ன கெட்ட பழக்கம்" என்று தொடக்கத்தில் சொல்ல ஆரம்பித்தவள், கடைசியில் நாள் முழுக்க எதாவது ஒரு காரணத்தைத் தேடிக் கண்டுபிடித்து, திட்டுவது, காதைப் பிடித்துத் திருகுவது, தலையில் பட்டென்று அடிப்பது என்றெல்லாம் செய்யத் தொடங்கினாள்.

தேங்காய் வியாபாரத்துக்காக ரொம்பக் காலமாக வீட்டைவிட்டு வெளியே இருந்த கஜா மாமா பி.காம் படிப்பதற்காக தார்வாடில் இருந்தார். அத்தைக்கு அடிக்கடி மூச்சுப் பிரச்சனை வரும். ஆனால் மூச்சுப் பிரச்சனை இல்லாத நாட்களிலும் தலைவலி, இடுப்புவலி என எதையாவது காரணமாகச் சொல்லிவிட்டுப் படுத்துவிடுவாள். வீட்டுவேலை, தோட்டத்தில் இருக்கிற மாட்டுக்கொட்டகை வேலை எல்லாவற்றையும் அம்மாவே செய்யும்படி ஆனது. அப்போ தெல்லாம் படுத்தபடியே இருக்கும் அத்தை, சாப்பாட்டுக்காக மாமா வரும் மதியவேளையில் மட்டும் எழுந்து, அவருக்கு இலைபோட்டு, சாப்பாடு பரிமாறிவிட்டு, "ஸ்.. இந்த சமையல் செஞ்சி முடிக்கிறதுக்குள்ள போதும் போதும்னாய்டுச்சி" என்று கண்களைத் துடைத்துக் கொள்வாள்.

நாள்முழுக்க அப்பா அத்தையின் தோட்டத்தில் பட்டை உரிப்பது, செதில்களைக் கூட்டிவைப்பது, கன்று நடுவது, தண்ணீர்ப் பாய்ச்சுவது என ஏதாவது ஒரு வேலையைச் செய்துகொண்டே இருந்தார்.

எப்போதாவது எல்லாப்புரத்துக்குச் செல்லும்போதும் அல்லது என்னைப் பள்ளியில் சேர்க்கவோ, பாடபுத்தகங்கள் வாங்கவோ செல்லும்போதும் அப்பா மாமாவிடம் பணம் கேட்பார். ஒருநாள்

நான் அம்மாவிடம், ‘‘மாமாகிட்ட எதுக்காக அப்பா பணம் கேக்கறாரும்மா? அப்பாகிட்ட பணம் கெடையாதா?’’ என்று கேட்டதற்கு, ‘‘கொஞ்சநஞ்சம் இருந்ததயெல்லாத்தயும் வச்சி பொழச்சிகட்டும்ன்னு மாமாகிட்ட குடுத்துட்டாரு. இப்ப அவரு முன்னால நின்னு வால புடிச்சிட்டிருக்காரு’’ என்று சொல்லிவிட்டு சடக்கென்று எழுந்து உள்ளே சென்றாள்.

இதேபோல ஒருமுறை நான் அப்பாவிடம், “அப்பா எங்க பள்ளிக்கூடத்துல எல்லாருகிட்டயும் காம்பஸ் பெட்டி இருக்குது. எனக்கும் வேணும்பா” என்று கேட்டேன்.

மறுநாள் மதிய வேளையில் சாப்பாட்டை முடித்துக்கொண்டு திண்ணையில் சாய்வுநாற்காலியில் மாமா உட்கார்ந்திருந்தபோது அப்பா மெதுவாக அவருக்கு முன்பக்கமாகச் சென்று அடங்கிய குரலில், “சின்னவனுக்கு காம்பஸ் பெட்டி வேணுமாம். அதுக்கு ஒரு ஒம்பது ரூபா வேணும்’’ என்றார். அதைத் தலைவாசல் பக்கமாக மறைந்து நின்றுப் பார்த்தபோது எனக்கு ஆச்சரியமாக இருந்தது.

என் முன்னாலும் அம்மாவின் முன்னாலும் ஆர்ப்பாட்டமாகப் பேசுகிற அப்பா, மாமாவின் முன்னால் எதற்காக இந்த அளவு தணிந்து பேசுகிறார் என்று எண்ணிக்கொண்டிருந்தபோது, மாமா குடம்போல இருந்த தன் வயிற்றைத் தடவியபடிச் சத்தமாக ஏப்பம் விட்டுக்கொண்டே, ‘‘அந்தச் சின்னப்பையன் கேட்டதெல்லாம் வாங்கிக் குடுத்துனே இருக்க முடியுமா?இப்ப என்னமோ ஒரே புள்ளயா பெத்திருக்க. இன்னும் இப்படியே எத்தினி புள்ளங்களுக்கு காம்பஸ் கீம்பஸ்னு வாங்குவ?’’ என்று நாற்காலியில் உட்கார்ந்தவாக்கிலேயே ஒரு பக்கமாக இடுப்பை உயர்த்தி ப்ர் ப்ர் என்று ரொம்ப சத்தமாக காற்று வெளியேறும்படி குசுவை விட்டுவிட்டு எழுந்து, சுவரில் அடிக்கப்பட்டிருந்த மரக்குச்சியில் தொங்கவிட்டிருந்த சட்டைப் பையிலிருந்து கொஞ்சம் பணத்தை எடுத்து அப்பாவிடம் கொடுக்க தான் சாப்பிட்ட இடத்தைச் சுத்தம் செய்துகொண்டிருந்த அம்மா, ‘‘நம்ம பணத்த நமக்குக் குடுக்கறதுக்கு, என்னமோ பிச்ச கேட்டு வந்தவங்களுக்கு குடுக்கறமாதிரி பண்றாரு..’’ என்று முனகிய சத்தம் வாசல்பக்கமாக நின்றிருந்த என்னைக் கடந்து திண்ணைக்குக் கேட்காமல்

போய்விட்டாலும், தண்ணீர்ச் சொம்பை தரையில் ஓசையெழும்படி அழுத்திவைத்த சத்தம் கேட்டிருக்கும்.

இன்று இரவு தூங்கும்போது அம்மாவுக்கும் அப்பாவுக்கும் இடையில் சண்டை நடக்கப்போவது உறுதி என்று தோன்றியது. சாப்பிட்ட பிறகு, அம்மா வருவதற்கு முன்பாகவே சீக்கிரமாகச் சென்று தூங்கவேண்டும் என்று முடிவெடுத்துக்கொண்டேன்.

அப்பா அம்மாவுக்கு எவ்வளவு கோபம் வந்தாலும் இரவுவேளையில்தான் சண்டை போட்டுக் கொள்வார்கள். அதுவும் அத்தையும் மாமாவும் தூங்குவதற்காக அறைக்குச் சென்று கதவை மூடிக்கொண்ட பிறகுதான். அம்மா ஏதாவது ஒரு விஷயத்தை எடுத்து சண்டையைத் தொடங்கிவைத்து கடைசியில், ‘‘ஒனக்கெல்லாம் குடுமியப் புடிச்சி உலுக்கி கேள்வி கேக்கற பொண்டாட்டி இருந்தாள்னா அப்ப புத்தி வரும். நாணொருத்தி சோப்ளாங்கி ஒனக்குக் கெடச்சிட்டேன், ஒனக்குன்னு சொல்லிவச்சி செஞ்சமாரி’’ என்று திரும்பிப் படுத்துக்கொள்வாள். அப்போதெல்லாம் சில சமயங்களில் படுக்கையில் படுத்துக்கொண்டு பார்த்தபடி இருப்பேன். சில சமயங்களில் தூங்குவதுபோலக் கெட்டியாகக் கண்களை மூடிப் படுத்துவிடுவேன்.

நேரம் கிடைத்தபோதெல்லாம் என்னை உட்காரவைத்துக் கொண்டு அத்தையும் மாமாவும் செய்த மோசடிகளைப் பற்றியெல்லாம் சொல்லி கடைசியில், ‘‘நீயாவது நல்லா படிச்சி, வேலைக்குப் போயி எனக்குப் சோறு போடுடா..’’ என்று சொல்வாள் அம்மா. அதை அப்பா பார்க்க நேர்ந்துவிட்டால் ‘‘அந்தச் சின்னப்புள்ள மனசுல இப்பவே கண்டதயெல்லாம் சொல்லிக் கெடுத்து வைக்காதடி மகராசி..’’ என்று கோபித்துக்கொள்வார். உடனே அம்மா, ‘‘நீதான் என்ன ஒக்காரவச்சிச் சோறு போடலை, அவனாவது போடட்டும். அதத் தடுக்கறதுக்கு நீங்க ஒன்னும் குறுக்குவழி காட்டவேணாம்’’ என்று சொல்வாள்.

அத்தையும் மாமாவும் வீட்டில் இருக்கிற சமயங்களில் அப்படி இப்படி இருந்தாலும்கூட, இல்லாத சமயங்களில் ரொம்ப மிடுக்காக நடந்துகொண்டார் அப்பா. வீட்டுத் திண்ணையில் ஒரு பக்கமாக,

மாமா மட்டுமே உட்கார்கிற சாய்வு நாற்காலியில் கால்மேல் கால் பேட்டுக்கொண்டு உட்கார்ந்தபடி, அம்மாவிடம் வேகமான குரலில், ''ஏய், ஒரு சொம்புல டீ போட்டு எடுத்துவா'' என்று சொல்வார். கடைசியாக எழுந்து கொள்ளும்போது தோளில் இருக்கும் துண்டை எடுத்துச் சாய்வுநாற்காலியின்மீது அடித்துத் துடைத்து விடுவதை மறக்கமுடியாது.

அதற்குப் பிறகு, எங்களுக்குச் சொந்தமான இடத்திலேயே வீடு கட்டிக்கொண்டு, இங்கேயே வந்து வசிக்கத் தொடங்கியபிறகும் கூட அப்பாவுக்கும் அம்மாவுக்கும் இடையில் நிகழ்கிற சண்டைகள் நிற்கவில்லை. இப்போது இரவு வேளைகளில் மட்டுமில்லாமல் பகல் வேளைகளிலும் சண்டைகள் நடந்தன. அத்தையும் மாமாவும் அறைக்குள் சென்று கதவைச் சாத்துகிறவரைக்கும் காத்திருக்க வேண்டிய தேவை இல்லை அல்லவா?

அத்தை, மாமாவைப்பற்றி நகைச்சுவையாக ஏதாவது சொன்னால் கேட்டுச் சந்தோஷப்படுவாள் அம்மா. நான் ஏதாவது கேட்க வேண்டுமென்றால் அம்மாவை சந்தோஷப்படுத்துவதற்காக மாமாவின் தடித்த கண்ணாடி, தொப்பை வயிறு, இடுப்பை வளைத்தும் தூக்கியும் அவர் காற்றை வெளியேற்றும் விதம், அத்தை மூச்சுமுட்ட உட்கார்ந்திருக்கும் விதம் எல்லாவற்றைப்பற்றியும் நகைச்சுவையாகச் சொல்லச்சொல்ல அதைக் கேட்டு வேகமாக சிரிப்பாள் அம்மா. அப்பா மட்டும் சிரிக்காமல் கோபத்தோடு என்னை உற்றுப் பார்க்கும்போது நான் அமைதியடைந்துவிடுவேன். அத்தை, மாமாமீது அப்பாவுக்கு இன்னும்கூட அன்பு இருப்பதுபோலத்தான் தெரிந்தது.

ஆனால், அன்றைய தினம் அத்தை மாமா வீட்டுக்குப் போய்வந்த பிறகு, அவரும் முழுக்க மாறிவிட்டார்.

அன்றைய தினம் மாமாவிடம் கடனாகக் கொடுத்திருந்த மூன்று லட்ச ரூபாய்க்குக் கணக்குகேட்டு, பாக்கிப் பணத்தைக் கேட்டு வாங்கி வருவதற்காகத்தான் அத்தை வீட்டுக்கு அப்பா போயிருந்தார்.

அப்பா வீட்டுக்கு வந்தபோது இருட்டிவிட்டது. வந்ததுமே திண்ணையில் இருந்த கட்டிலில் படுத்துவிட்ட அப்பாவிடம் பேச்சு

கொடுக்கிற அளவுக்கு எனக்குத் துணிச்சலில்லை. மெதுவாக, வெளியே போய்விட்டு வந்தவரிடம் 'என்ன சங்கதி?' என்று கேட்கிற அம்மாவும் அன்று அமைதியாக உட்கார்ந்திருந்தாள்.

சிறிது நேரத்துக்குப் பிறகு அப்பா, உள்ளே சும்மா உட்கார்ந்திருந்த என்னை, "டேய் சின்னப்பையா, இங்க வா..." என்று பக்கத்தில் அழைத்தார். எதிரில் சென்று நின்றதும் "சின்னப்பையா, நீ நல்லா படிச்சி நல்ல வேலைக்கு போ. இந்தத் தோட்டம் தொரவு வீடு எல்லாத்தயும் வித்துட்டு, எங்கனாச்சிம் வெளியூருல ஒரு வீட்டுக்கு ஏற்பாடு செஞ்சிகினு வாழலாம்'' என்றபோது அவர் குரல் நடுங்கியது. முன்னால் ஸ்டூல் மேலே வைத்திருந்த சிம்னி விளக்கு வெளிச்சத்தில் அவர் விழிகளில் தேங்கிய கண்ணீர்த்துளி சுடர்விட்டது.

இப்படிப்பட்டச் சூழலில் அப்பாவைப் பார்த்தேயிராத எனக்கு துக்கத்தைவிட அச்சமே மிகுதியாக இருந்ததால் வாசலில் வந்து நின்ற அம்மாவின் இடுப்பை ஓடிச்சென்று உறுதியாகப் பற்றிக்கொண்டு அழத்தொடங்கினேன். என் முகத்தை வயிற்றோடு இறுக்கிப் பிடித்துக்கொண்ட அம்மாவின் அணைப்பு மற்ற நாட்களைவிட அன்று அழுத்தமாகவும் இதமாகவும் இருந்தது.

அன்று இரவு அப்பாவே என் கைகளைப் பற்றி நடுவில் படுக்கவைத்துக்கொண்டார். அவருடைய கைமீது தலையை வைத்து, வயிற்றின்மீது காலைப் போட்டுக்கொண்டுச் சீக்கிரமாகவே உறங்கிவிட்டேன்.

நள்ளிரவில் எப்போதோ ஒருமுறை விழிப்பு வந்தபோது பக்கத்தில் அப்பாவைக் காணவில்லை. அம்மாவும் எழுந்து சிம்னிவிளக்கை ஏற்ற தீக்குச்சியைப் பற்றவைத்தாள். நான் உறங்குபவனைப்போலப் படுத்தே கிடந்தேன்.

"நான் குடுத்த பணத்துக்கு மாமா கணக்கு குடுத்தாரு. என் பணத்தப் பூரா எனக்காகவே செலவு செஞ்சதா கணக்கு காட்டனாரு. எல்லாமே பொய்க்கணக்கு. நான் என்னவிட அவர அதிகமா நம்பினேன். அவரு என் கழுத்த அறுத்துட்டாரு.." என்றார் அப்பா. "போனா போவட்டும். நமக்கு இந்த தோட்டமும் வீடும் இருக்குது.

இதுலயே உழைப்போம். கடவுள் நம்மப் பட்டினியா ஒன்னும் போடமாட்டான்னு எனக்கு நம்பிக்க இருக்குது..'' என்றார் அம்மா.

“பணம் போனா போவட்டும். ஆனா, இன்னிக்கு அந்த மாமா பையன் கஜா என்ன அடிக்கறதுக்கே கைய ஓங்கிக்கிட்டு வந்தாண்டி. அவனச் சின்ன வயசிலேருந்தே எடுத்து வளத்து, கால் கழுவிவிட்டு, மூத்திரத்துணி தொவச்சி, தோள்மேல தூக்கிவச்சிகினு திரிஞ்சிருக்கேன். நம்ம புள்ளையவிடப் பாசமா அவனக் கவனிச்சிகிட்டேன். இப்ப எங்கயோ பி.காம். படிச்சி முடிச்சிட்டு வந்தபிறகு என்னப் பாத்து கை ஓங்கற அளவுக்குப் பெரியவனாய்ட்டான். அந்த நிமிஷமே இதயம் வெடிச்சி செத்துட்டமாதிரி ஆயிடுச்சி. நான் தோத்துட்டேன். நான் தோத்துட்டேன்டி..” என்றபடி கைகளால் முகத்தை மூடிக்கொண்டார்.

அம்மா எதுவும் பேசாமல் அப்பாவின் கழுத்தை வளைத்து மெதுவாக மார்போடு அணைத்துக்கொண்டாள் முதல்நாள் என்னை அணைத்துக்கொண்டதுபோலவே. அதைப் பார்த்து வெட்கத்தால் சிரித்தபடித் தூங்கிவிட்டேன்.

அதற்குப் பிறகும் நம்பிக்கை, உறவு, பணம், காதல், மோசம் என அப்பா எதை எதையோ சொன்னபடி இருந்ததை அவ்வப்போது கேட்டுக் கொண்டிருந்தாலும் எதுவும் புரியவில்லை. மொத்தத்தில் கஜு மாமா அப்பாவை அடிக்கவந்தார் என்பதுமட்டும் புரிந்தது. அப்பாவுக்கு கஜு மாமாவைவிட பலம் அதிகம் என்றாலும் அப்பா அவரை ஏன் அடிக்கவில்லை? நான் பெரியவனான பிறகு, அத்தை வீட்டில் இருப்பவர்களையெல்லாம் டிஷ்யூம் டிஷ்யூம் என்று அடிக்கவேண்டும் என்றெல்லாம் யோசித்தபடி உறக்கத்தில் ஆழ்ந்துவிட்டேன்.

அன்று இரவு கனவில் அத்தை, மாமா, கஜா மாமா எல்லாரும் எங்கள் வீட்டுக்கு முன்னால் நின்று அப்பாவைத் திட்டிக் கொண்டிருந்தார்கள். மிகப் பெரியவனாகவும், பலசாலியாகவும் இருந்த நான் வீட்டைவிட்டு வெளியே வந்து, முதலில் கஜா மாமாவையும் பிறகு மாமாவையும் அடித்துப் போட்டுவிட்டு அத்தையை அடிப்பதற்குள் எழுந்து வந்துவிட்ட கஜா மாமா வீட்டு எரவாணத்திலிருந்து கழியை உருவியெடுத்து அப்பாவின் தலையில்

அடித்தான். அதைப் பார்த்ததும் அப்பாவுக்குப் பக்கத்தில் ஓடிவருவதற்குள் நான் திடீரென சின்னவனாகிவிட்டிருந்தேன். அப்பா தலையைப் பிடித்தபடி தரைமீது சரிந்தார். ரத்தம் பீய்ச்சியடித்தது. நடுங்கி எழுந்திருந்தபோது படுக்கையில் நான் தனிமையில் கிடந்தேன். விடிந்திருந்தது.

அன்றிலிருந்து அத்தை, மாமாவைப் பற்றிய நகைச்சுவையைச் சொன்னதைக் கேட்டு அப்பாவும் சிரிக்கத்தொடங்கினார். அம்மா எப்போதாவது அவர்களுடைய பேச்சை எடுத்தாலே சீறினார். நான் கேப் டப்பியை திருடியது அத்தையின் வீட்டிலிருந்து என்பதே இப்போது எனக்கு அடிவிழுந்ததற்கான காரணம் என்பது என்னுடைய சந்தேகம்.

யோசித்தபடியே நடந்ததில் என்னையறியாமல் வீட்டு வாசல்வரை வந்து நின்றேன். அத்தை வீட்டில் கேப் டப்பியைத் திருப்பி வாங்கிக் கொள்ளவில்லை. அது கையிலேயே இருந்தது. அதைப் பார்த்த அப்பா மறுபடியும் அடித்தால்? பயம் ஏற்பட்டது. அங்குமிங்கும் பார்த்துவிட்டு அங்கேயே பக்கத்தில் காணப்பட்ட மூங்கில் புதரிடையில் வீசினேன். கைகாலெல்லாம் சேறுபட்டு நனைந்திருந்தது. முட்டிவரையில் சேறும் அழுகிய இலைத்துண்டுகளும் அப்பியிருந்தன. விரல் சந்துகளில் சிக்கியிருந்த சேற்றையெல்லாம் வழித்தெறிந்தேன்.

மீண்டும் மழை சின்னச்சின்னத் துளிகளாக விழத்தொடங்கின. மழையில் நனைந்தால் அப்பா அடிக்கக்கூடும் என்கிற பயத்தோடு வாசலில் கால்வைத்தேன். வீட்டுக்குள் சென்று திண்ணைச் சுவரில் அடிக்கப்பட்டிருந்த மரக்குச்சியில் உடைகளைக் கழற்றி மாட்டிய போது, உள்ளே சுவரில் சாய்ந்தபடி கால்களை நெஞ்சுவரை மடக்கிக்கொண்டு உட்கார்ந்தபடி என்னையே பார்த்துக் கொண்டிருந்த அப்பாவைப் பார்த்தேன். அம்மாவும் நான் வந்தது தெரிந்தும் கூட, வழக்கத்தைப்போல "சீச்சீ.. வீடு பூரா சேறாக்காதடா. சேறாக் காதடா. போய் கொளத்துல, நல்லா தேச்சிக் கழுவிச் சுத்தமாக்கினு அப்பறமா உள்ள வா, போ" என்றெல்லாம் திட்டவில்லை.

என்னையே பார்த்துக்கொண்டிருந்த அப்பா, நான் அவரைப் பார்த்த கணத்திலேயே 'வா..' என்று சைகை செய்து அருகில் வரும்படி

அழைத்தார். அவருடைய கண்களில் நிறைந்திருந்த ஏதோ ஒரு உணர்வைப் பார்த்து என் துக்கத்தின் கட்டி உடைய, பெரிதாக அழுதபடி அவருடைய கழுத்தைச் சுற்றி வளைத்துக்கொண்டேன். அப்பாவின் கழுத்து என் தோளைவிட உயரத்தில் இருந்தது. தம்பி, பிச்சயெடுத்து வாங்கிச் சாப்படற நெலமயே வந்தாலும் சரி, திருடி மட்டும் சாப்பிடக்கூடாதுப்பா''.. என்றார் அப்பா. நான் எதுவும் பேசாமல் 'ம்'.. என்றேன். மீண்டும் "ரொம்ப வலிக்குதாப்பா? என்று கேட்டார். நான் மறுபடியும் 'ம்'.. என்று சொன்னேன். அப்பாவின் கண்களிலிருந்து சூடான கண்ணீர்த் துளியொன்று முதுகுப் பக்கத்தில் இருந்த காயத்தின்மீது பட்டு சுரீர் என்று எரிந்தபோதும், எங்கே அப்பா தன் அணைப்பிலிருந்து விடுவித்து விடுவாரோ என்கிற அச்சத்தில் ஒரு வார்த்தைகூடப் பேசாமல் உதடுகளைக் கடித்துக்கொண்டேன். இன்னும் கொஞ்சம் இறுக்கமாக அணைத்துக்கொண்டேன். அழுகை எனக்குத் தெரியாமலேயே ரொம்ப நேரத்துக்கு முன்பாகவே நின்றுவிட்டிருந்தது. வெளியே கன்னங்கரேலென்று மேகங்கள் அடர்ந்திருக்க, மழை சோவென்று பொழியத் தொடங்கியது.

இன்னும் ஒரு கதை

சந்தீப் நாயக்
தமிழில்: **இறையடியான்.**

கதை கேட்பதற்கென்றே பாபு அந்த வீட்டிற்குச் சென்று கொண்டிருந்தான். அந்த ஊரிலேயே கறுப்பு நிறத்திலான பெரிய வீடு அது. இது போன்ற வீட்டை இதற்கு முன்புவரை பாபு பார்த்தில்லை. அங்கே சக்கக்கா அவனுக்கொரு மிட்டாயும் கொடுப்பாள். கதையும் சொல்வாள். கௌதமி, சந்துரு, பரியாகி எனச் சிறுவர், சிறுமிகள் அவனோடு சேர்ந்து வாயைப்பிளந்தபடி கதை கேட்கின்றனர். பாபு மட்டும் அங்கே கதை சொல்வது கிடையாது. ஆசிரியர் சொல்லிக்கொடுக்கும் பாடங்களை அங்கே படிக்கத் தேவையில்லை. பள்ளிக்கூடத்தில் என்னென்ன நடந்தன என்பதை மட்டும் சொல்லலாம். ஆசிரியர் அடித்தது, பள்ளியின் அருகில் இருந்த பஸ் ஸ்டாண்டின் பின்புறத்தில் மாங்காய் திருடியது போன்றவற்றைச் சொல்லலாம். குன்றில் ஏறியது, அங்கிருந்த மரங்களில் பார்த்த பச்சைநிறப் பாம்புகள் பற்றிச் சொல்லி சக்கக்காவைப் பயமுறுத்தலாம். 'அங்க போவக்கூடாது. பச்சை பாம்புங்க நம்ம கொத்தும்' எனச் சொல்லுவாள் அவள்.

சக்கக்கா சொல்லுகிற கதைகள் என்றால் பாபுவுக்கு ரொம்ப பிடிக்கும். அவள் யாரையும் அடிக்கமாட்டாள். எந்தக் கதை வேண்டுமென்றாலும் சொல்லுவாள். அவளுக்குத் தெரியாத கதை எதுவுமே இந்த உலகத்தில் கிடையாது என்ற நம்பிக்கை பாபுவுக்கு இருந்தது. அவள் பெரிய பெரிய புத்தகங்கள் படிப்பதை அவன் பார்த்திருக்கிறான். ஆனாலும் இவ்வளவு கதைகள் அவளுக்கு எப்படித் தெரியும் என்பது மட்டும் அவனுக்குத் தெரிந்திருக்க வில்லை. அவள் சொல்லியிருந்த எந்தக் கதையையும் அவன் கேட்காமல் இருந்ததில்லை. அவனை அந்தக் கதைகளே அங்கு

அழைத்துச்சென்றன. பள்ளி விடுமுறை நாட்களில் சக்கக்கா சொல்லுகின்ற கதைகளைக் கேட்க அவன் அங்கே போகலாம்.

விடுமுறை நாட்களில் அவனுடைய செயல் அலாதியானது. மழைபெய்து கால்வாயில் நீர்ப்பெருக்கெடுத்து ஓடிக் கொண்டிருக்கும். நீரில் பாய்ந்து செல்லும் சின்னச்சின்ன மீன்களைப் பிடிக்க முயற்சிப்பான். மீன்களைத் துரத்திக் கொண்டு செல்வான். ஆனால் இப்படிச் செய்வதற்கும் ஒருநாள் தடை உண்டானது. மீன்களின் பின்னால் திரிந்தபோது வண்ண வண்ண பூக்களைப் பறித்துக் கூடையில் போட்டு வீட்டுக்குப் புறப்பட்டுக்கொண்டிருந்த சக்கக்கா பாபுவின் தோளைப் பிடித்து, “தண்ணியில் எதுக்காக விளையாடற? கைகளக் கழுவிட்டு எங்க வீட்டுக்கு வா. உனக்கொரு நல்ல கதை சொல்றேன்” என்று சொன்னாள். வெறுமனே தலையசைத்த பாபு அங்கே நிற்கவேயில்லை. ஓட்டமெடுத்து வீடுவந்து சேர்ந்த பின்னரே திரும்பிப் பார்த்தான். பலதடவை அந்த வீதியில் நறுமணக்காற்றின் துணுக்கைப் போல அவள் நடந்துவருவதை பாபு பார்த்திருக்கிறான். அதற்கு முன்பு மகமாயி கோயிலின் கார்த்திகை தீபத்தின்போது பார்த்ததுண்டு. தையல் வகுப்புக்கு அதே தெருவில் அவள் சென்று திரும்பும்போது கண்ணில் படுவாள்.

சக்கக்கா அத்துடன் விடவில்லை. அவளுடைய வீட்டு முன்னால் பாபு நடந்து செல்லும்போது, “ராஜகுமாரன் ஸ்கூலுக்கு கிளம்பினாப் போல இருக்கு. சாயந்திரமா வீட்டுப்பக்கம் வாடா. உன்னோட ப்ரண்ட்ஸ் வராங்க. வருவேல்ல” என அவள் கேட்க தலையை மட்டும் அசைத்த பாபு, அவள் தன் பின்னால் வருவதைப் போல் நினைத்து வேகமாக நடந்து முன்னேறினான்.

அவளுடைய வீட்டுக்குப் போக அவனுக்கு விருப்பமில்லை. அவள் வீட்டுக்குப் போனால் புல் அடுக்குகளில் பறவைகளின் முட்டைகளையும் மரஞ்செடிகளின் பழங்களையும் தேடி அலைய முடியாமல் போய்விடும்.

அவளுடைய வீட்டின் வெளியிலிருந்து பார்த்தால் யாரோ அதட்டுவதுபோல் தெரியும். அதே வீட்டிலிருந்து அவனுடைய வகுப்பில் படிக்கும் நித்யானந்தன் வருவான். ஊரிலிருந்த கடையில்

பணியாற்றும் குமாஸ்தா, பள்ளி வரையில் நித்யானந்தத்தை விட்டுச் செல்லுவான். பெரிய வீட்டுப் பிள்ளை என்பதால் வகுப்பாசிரியர் அவனை முதல் பெஞ்சில் உட்கார வைப்பார். பள்ளி முடிந்ததும் வெளியே நிற்கும் குமாஸ்தாவுடன் வீட்டுக்குக் கிளம்பிவிடுவான்.

நித்யானந்தன் தொடர்ந்து பள்ளிக்கு வரமாட்டான் "எங்கேடா போயிருந்தேன்னு யாராவது கேட்டால், சிர்சி மலையடிவாரத்தில் இருக்கும் அவனது தாத்தா வீட்டுக்குப் போய்வந்ததாகச் சொல்வான்." ஒருதடவை தொடர்ந்து பள்ளிக்கூடத்துக்கு வரவில்லை. ஊருக்குப் போய்த்திரும்பிய நித்யானந்தன் தன் தாயாருடன் பாபுவின் வீட்டுக்கு வந்தான். தாயும் மகனும் உள்ளே வராமல் வெளித்திண்ணையில் உட்கார்ந்து பாபுவின் தாயாரிடம் பேசிக்கொண்டிருந்தார்கள். ஆசிரியர் இதுவரை நடத்திய பாடங்கள் பற்றித் தெரிந்துகொள்ள வேண்டியிருந்தது. அதற்காகத் தன் தாயாருடன் அவன் வந்திருந்தான். பாடங்களைச் சொல்ல பாபுவுக்கு இஷ்டமில்லை. அவனிடம் பேசாமல் இருந்த நித்யானந்தனை பாபுவுக்குப் பிடிக்காமல் இருந்தது.

சக்கக்கா வீட்டில் இருந்தவர்களைப் பற்றி பாபுவின் அக்கா அடிக்கடி சொல்வார். "மற்றவர்களுக்குக் கேடு செய்யாமல் இவ்வளவு பெரிய வீட்டைக் கட்ட முடியாது. பாவம். அந்த மந்திரி வூட்டுக்காரங்க இவங்களுக்கு என்ன செஞ்சாங்க? பெரியவங்க சாபம் சும்மா போகாது பாரு. ஒருத்தன் பைத்தியக்காரன். இன்னொருத்திக்கு என்னமோ ஆச்சு."

ஒருதடவை அம்மாவிடம் சொல்லியிருந்தார்.

"உங்களுக்கு என்ன... சும்மா இருங்க. என்கிட்டச் சொல்லிட்டிங்க... இத்தோட விட்டுடுங்க. வேற யார்கிட்டயும் சொல்லப்போகாதீங்க. நீங்க சொல்றது வேற மாதிரியா வேஷம் போட்டுனு அவங்க காதுக்குப் போவும்". என அப்பாவின் பேச்சுக்குத் தடைபோட்டிருந்தாள்.

"வீட்ட நாசம் செய்யறதுன்னா" என்னவென்று பாபுவுக்குத் தெரிந்திருக்கவில்லை. அது ஒரு பயங்கரமான விஷயமா இருக்கும். யக்ஷகானத்தில் காட்சிதரும் இராட்சசன் வேஷம் போன்றது. இந்த

வேஷதாரி ஆர்ப்பாட்டம் ரொம்ப ஜோரா இருக்கும். “இல்ல, சக்கக்காவோட வூட்டுக்கு நான் போவ மாட்டேன்” என மனதளவில் நினைத்துக்கொண்டான் பாபு. அத்துடன் சக்கக்காவின் தம்பியான மள்ளா தன்னை அடித்துவிடுவானோ என்கிற பயமும் இருந்தது.

பாபு அந்த வீட்டுக்குப் போவதில் இருந்து தப்பித்துக்கொள்ள முடியவில்லை. பாபு அங்குமிங்கும் திரிந்துகொண்டிருப்பதைப் பார்த்த அவனுடைய அக்கா பத்மக்காவே அவன் கையைப் பிடித்து இழுத்துக் கொண்டுபோய் சக்கக்காவின் எதிரில் நிறுத்தினாள். பாபுவைப் பார்த்த அவள், “அடே, வாடா, ராஜகுமாரா! இன்னிக்கு ஞாபகம் வந்திருச்சா என்ன?... உக்காரு” எனச் சொல்லி சிவப்புக் கம்பளத்தின்மீது பாபுவை உட்கார வைத்தாள்.

“இவன்வூட்டுல இருந்தா, சொல்ற பேச்சு கேக்கறதில்ல. நான் வர்றேன்” எனச் சொல்லிய பத்மக்கா விடைபெற்றிருந்தாள். பள்ளிக்கூடத்தில் இருக்கிற கரும்பலகையோ வெள்ளைச் சாக்பீசோ அங்கு இருக்கவில்லை. சரஸ்வதி, சந்து, பரியாகி ஆகியோர் அங்கிருந்தனர். ஆனால் அவங்க வீட்டு நித்யானந்தன் அங்கே இருக்கவில்லை. இதனால் பாபுவுக்குச் சற்று ஆறுதலாக இருந்தது. பத்மக்காவின்மீது இருந்த கோபம் மறைந்தது.

“நம்ம பாபு இன்னிக்கு வந்திருக்கான்... பாதியில கதையைச் சொன்னா அவனுக்குப் புரியாது தொடக்கதிலிருந்தே சொல்றேன்” என மகாபாரதத்தில் தேவயானி, ஷர்மிஷ்டையின் கதையைச் சொன்னாள். “பாவம் ஷர்மிஷ்டைக்கு இப்படி ஆயிடுச்சி” என்று கதையை முடித்தாள். பாபு கண்களை அகலமாக்கியபடி கதையைக் கேட்டான். அவன் கண் முன்னால் அந்த அரண்மனை சக்கக்காவின் வீடு போல் மாறியிருந்தது. ஷர்மிஷ்டையைப் போலச் சபிக்கப்பட்ட சுந்தரியாகி இருந்தாள்.

“பெரிய வூட்டுச் சகுந்தலாவைப் பார். பள்ளிக்குப் போயி படிச்சா மட்டும் போதாது. நயமும் நாசுக்குமான வேலையை இந்த வயசுல அவளைப்போலச் செய்யக் கத்துக்கணும். அவளுக்குத் தெரியாத வேலை எதுவுமே இல்லியாம். ஆனா, சம்சாரத்துல அநியாயம் நடந்திருச்சு. அப்படி ஆகாம இருந்திருந்தா எல்லாம் சரியாயிருக்குமோ என்னமோ..?”

அம்மா பாபுவின் எதிரில் பத்மாக்காவிடம் அடிக்கடி சொல்லுவாள்.

அம்மா இப்படிச் சொல்லும் சமயங்களில் அவள் செய்கின்ற வேலையைச் சிறிது நேரம் செய்யாமல் உட்கார்ந்து இருப்பதை பாபு கவனித்திருக்கிறான்.

''சக்கக்காவுக்கு என்ன ஆச்சு?'' அம்மாவிடம் இது பற்றிக் கேட்டபோது, "சின்னப் பசங்களுக்கு இதெல்லாம் எதுக்குடா? மொதல்ல சட்டையப் போடக் கத்துக்க. பெரியவனா ஆயிட்டா தெரிஞ்சிக்கலாம்." இப்படிச் சொல்லி அம்மா கண்களை உருட்டுவாள். உனக்கு இதெல்லாம் வேண்டாம் என்பதுபோல்.

"போடா... போ... பெரியவங்க விஷயத்த நீ எதுக்குடா தெரிஞ்சிக்கணும். வாய்ப்பாடு ஒழுங்கா சொல்லத் தெரியல. சக்கக்கா விஷயம் தெரியணுமா?" என பத்மக்காவும் தன் பங்குக்குச் சொல்லி நாக்கை வெளியே நீட்டிக் காட்டுவாள். "நான் கல்லூரியில் படிக்கிறேன். எனக்கு எல்லாச் சங்கதியும் தெரியும்.'' அறிவாளி என்னும் கர்வம் அவளுக்கு. அக்கா சொல்றத பாபு எப்போதும் கேட்க மாட்டான். இதனால் பத்மக்கா பாபுவைப் பற்றி அடிக்கடி அம்மாவிடம் புகார் செய்வாள். இருக்கிற வேலையை விட்டுவிட்டு அம்மாவும் பாபுவைத் திட்டுவாள்.

சக்கக்காவிடம் கேட்க வேண்டும்... வேண்டாம்... அவள் துன்பப்பட்டுக் கொள்வாள். பாவம் சக்கக்கா. எல்லாவற்றையும் தெரிந்துள்ளதைப் போல் பேசுகின்ற சந்துவிடம் பாபு கேட்கவில்லை. இந்த வாரம் சக்கக்காவின் கதைகளுக்கு விடுமுறை. படிப்பதற்காகக் கொடுத்திருந்த கதைப் புத்தகங்களைத் திருப்பிக் கொடுப்பதற்கு பாபு மத்தியான வேளையில் சென்றான். வண்ண வண்ண இலைகளின் செடிகள் வளர்ந்துள்ள முற்றத்தைத் தாண்டிச் சப்போட்டா மரத்தில் இருந்த அணிலைப் பார்த்த பாபு வாசலில் வந்து நின்றான்.

"அக்கா..." எனக் குரல் கொடுத்தான். யாரும் வருவதாகத் தெரியவில்லை. தாழ்ப்பாளை ஆட்டினான். "யாரது...?" என்கிற சக்கக்காவின் குரலைத் தொடர்ந்து அவளே வந்தாள்.

ஒருக்களித்திருந்த வாசலை முழுவதுமாகத் திறந்து, "ஓகோ... மணமகன் நீதானா? உனக்கு ஆரத்தி எடுத்து அழைக்கணுமா? வெளியாளு மாதிரி பாக்கறியே" எனச் சொல்லிச் சேலைத் தலைப்பால் நெற்றி வியர்வையைத் துடைத்தபடியே அவனை உள்ளே அழைத்துச் சென்றாள்.

"சாப்பிட்டியாடா...? இன்னிக்கு என்ன மீனு கொண்டு வந்தாங்க?" எனக் கேட்டு அவன் கையைப் பிடித்து நாற்காலிமீது உட்கார வைத்தாள்.

"என்ன மீனுன்னு தெரியல. ஆனா மீனு கொழம்பு. ருசியா இருந்துச்சு... ரொம்ப முள்ளுங்க இருந்துச்சி... இவ்வளவு பெரிசா இருந்திச்சு" என்று சொன்ன பாபு உள்ளங்கையை விரித்துக் காட்டினான்.

"பேரு தெரியாம மீனு சாப்பிடுற நீ எப்படிப்பட்ட ஆம்பளையோ தெரியல. உன் பொஞ்சாதி எதுருல மள்ளனை மாதிரி இப்படி இருந்தா நெதமும் திட்டு வாங்குவே. இங்கேயே இரு. உள்ளே கொஞ்சம் வேல இருக்கு. வந்துடுறேன்" எனச் சொல்லி அவனிடமிருந்துப் புத்தகங்களை வாங்கி வைத்துவிட்டு உள்ளே சென்றாள். நீண்ட நேரத்துக்குப் பின், "நேரம் போக்குச் சொல்லியவாறு வந்துடுறாங்க" என்கிற பேச்சு கேட்டது. "இப்பவே கேட்டால் எப்படிக் குடுக்க முடியும்? வீட்டுல யாருமில்ல. நாளைக்கி வா" எனக் கீழே கதவை மூடிய சத்தம் பாபுவுக்குக் கேட்டது.

"ஏண்டா! யஷ்வந்த் அண்ணாவோட மகன் சுதீர் கல்யாணத்துக்கு நீ போகலியா? உன்னைப்போல சின்னப் பசங்க போகாம வேறு யாரு போவாங்க? உங்க வீட்டில யார் யார் போனாங்க?"

"பத்மாக்கா போயிருக்கிறா. அவளோட சினேகிதியின் அக்காவைத் தான் சுதீரண்ணா கட்டினு இருக்கிறாரு." பத்மா ஏன் திருமணத்துக்குச் சென்றிருக்கிறாள் என்பதை பாபு சொன்னான்.

குமட்டே என்னுமிடத்தில் நடக்கின்ற திருமணத்துக்கு நித்தியானந்தன் பெற்றோர்களோடு நேற்றே போய் இருக்கிறான் என்றும் நாளை திரும்புவார்கள் என்றும் சக்கக்காவின் பேச்சிலிருந்து

தெரிந்தது. பத்மக்கா அழைத்தபோது போகாதது தவறெனப்பட்டது அவனுக்கு. அக்காவுடன் போயிருந்தால் அவளிடமிருந்து திட்டுகள் வாங்க வேண்டியிருக்கும். அம்மா சொல்லியும் அவன் திருமணத்துக்குப் போகவில்லை.

"இப்ப வீட்டுக்குப் போய்த் தூங்கப் போறியா? இங்கேயே ஒக்காந்துப் படிக்கப்போறியா? வரும்போது பாடப் புத்தகத்தை எடுத்துனு வந்திருக்கலாமில்லியா? பரியாகி, சந்து யாருமே இன்னிக்கு வரமாட்டாங்க. பரீட்சை வந்துவிட்டதல்லவா?" எனக் கேட்டாள்.

"அக்கா! நீ எதுக்குக் கல்யாணத்துக்குப் போகல?" பாபு கேட்டான்.

"கல்யாணத்துக்கு... என் போன்றவங்களுக்கு விதிக்கல. அத பிறகு பார்த்துக்கலாம். மேல மாடிக்குப் போகலாம் வா. அங்கே போனால் கொஞ்சம் காற்று வரும்" என்றபடியே முன்வாசலை மூடி பாபுவை எழுப்பினாள். வீட்டுக்கு வெளியே இருந்த படிக்கட்டுகளில் ஏறும்போது உச்சி வெயில் நெற்றியைத் தொட்டது. சந்தடியற்ற ஊரின் பாதை வெயிலில் பளபளத்தது.

இந்தப்படிகளில் ஏறித்தான் பாபு கதை சொல்லும் அறைக்குச் செல்வான். அக்கா இப்போது கதை சொன்னாலும் சொல்லுவாள் என்கிற சிறிய எதிர்பார்ப்பு அவனிடமிருந்தது. ஆனால் சக்கக்கா அவளுடைய அறைக்கு அழைத்துச் சென்றாள். இராமகிருஷ்ண பரமஹம்சர், விவேகானந்தர், சாரதாதேவி படங்களும் பாபுவுக்குத் தெரிந்திராத தாடியுடன் கூடிய பல சாமியார்களின் படங்களும் சுவரில் மாட்டப்பட்டிருந்தன. அவர்களில் சிலர் அவனுடைய வீட்டிலும் இருந்தனர். படங்களை நோட்டம் விட்டுக்கொண்டிருந்த பாபுவைப் பார்த்த சக்கக்கா, "மும்பையிலிருந்து வந்தபோது இதையெல்லாம் எடுத்துனு வந்தேன்" எனச் சொன்னாள்.

"அக்கா, மும்பையில நீ என்ன செஞ்சினு இருந்தே?"

"அதெல்லாம் இப்ப வேண்டாம். யாரிடமும் சொல்லாத கதையை ஒருநாள் உன்கிட்ட சொல்றேன். பரீட்சை முடியட்டும்" என்றாள்.

பாபு செவிகளைக் கூர்மையாக்கிக் கொண்டான். ‘‘பரியாகி, சந்துக்கும்?’’

“இல்ல. உனக்கு மட்டும் சொல்லப்போறேன்.

“அக்கா! அது என்ன கதை?”

“புதுவகையான கதை. நீ இதுவரையில் கேட்டிராதது.”

“அதுல யாரெல்லாம் இருப்பாங்க?”

“இப்பவே கதை சொல்லிட்டா, என்ன மிச்சமிருக்கப் போறது? அப்புறம் உன்னால கேட்க முடியாது?”

“பேரு என்னன்னு மட்டும் சொல்லுங்க அக்கா.”

“ஒரே ஒரு ஊரில ஒரேயொரு இராஜகுமாரியோட கதை.”

இவ்வளவு மட்டுமே சொல்லிய சக்கக்கா வேறு எங்கோ சென்று வந்தாள். நெடுநேரம் அங்கே உட்கார்ந்திருந்த பாபுவுக்கு அவளுடைய தம்பியான மனு கண்ணில் படவில்லை.

“அக்கா! மனு அண்ணன் எங்கே?” பாபு இந்த வீட்டுக்கு வரத் தொடங்கியதிலிருந்து மனுவைப் பைத்தியக்காரன் எனச் சொல்லிக் கேலி செய்வதை விட்டுவிட்டிருந்ததால் தைரியமாகக் கேட்டான்.

‘‘அவனும் கல்யாணத்துக்குப் போயிருக்கிறான். வீட்டுல எவ்வளவு நேரம்தான் ஒருவனால் அடைபட்டுக் கிடக்க முடியும். நித்தியானந்தனோடு அவனும் போய் இருக்கிறான்” என்றாள்.

அந்தப் பைத்தியக்காரனான மனுவால்தான் பாபுவுக்கு இந்த வீட்டுக்கு வர பயம். தொடக்கத்தில் அவனை வீதியில் பார்த்தால் ‘ஏ… அரைப் பைத்தியமே!’ என்பான். அப்போது அவன் ‘உங்கப்பா பைத்தியம்’ எனச் சொல்லிப் பாபுவையும், அவனுடைய நண்பர்களையும் அடிக்கத் துரத்திச் செல்வான்.

இவன் இப்போதெல்லாம் அவனைப் பைத்தியம் எனச் சொல்வதில்லை. டாக்டர் கொடுத்துள்ள மாத்திரைகளை விழுங்கும் மனு வீட்டிலேயே உட்கார்ந்து விடுகிறான். அவன் பெரும்பாலும் நீரைப் பார்த்தபடியே கிணற்றுக் கல்லின்மீது உட்கார்ந்திருப்பான்.

உலர்ந்த ஆடைகளை மடித்த சக்கக்கா அலமாரியைத் திறந்தாள். ரசக்கற்பூர உருண்டையின் வாசனையும், பழைய துணிகளின் வாசனையும் ஒருசேர வெளிப்பட்டது ஒரு கணம். அலமாரியில் ஆளுயரக்கண்ணாடி பொருத்தப்பட்டிருந்தது. அலமாரிக் கண்ணாடியின் பின்னால் பல ஆண்டுகளாக இருந்துவிட்டு இப்போதுதான் சக்கக்கா வெளியே வந்ததுபோல காட்சியளித்தாள் பாபுவுக்கு.

"இந்தப் புடவைகளில் எது நல்லா இருக்குது" எனக் கேட்ட சக்கக்கா நான்கைந்து புடவைகளை அவன் எதிரில் பிடித்துக் காட்டினாள். அப்படிப் பிடித்தவள், "உனக்கெப்படி தெரியப் போவுது. அதெல்லாம் பொஞ்சாதி வந்த பின்னால, இப்பயில்ல" எனச் சொல்லிக் கிளிப்பச்சை நிறப் புடவையை பாபு உட்கார்ந்திருந்த கட்டிலின் மீது போட்டாள்.

"சாயந்திரம் பூமித்தாய் கோயிலுக்குப் போவணும். இன்னிக்கு அம்மனுக்குத் தங்க நகைகள் பூட்டி அலங்காரம் செய்வாங்க" எனச் சொல்லிக் கட்டியிருந்த புடவையைச் சரசரவெனக் கழற்றிப் போட்டாள். அவன் வெட்கத்தால் 'ச்சீ... ச்சீ..' எனக் கண்களை மூடிக்கொண்டான்.

முகத்தை மூடியிருந்த விரல்களைத் திறந்த சக்கக்கா, "நீ பெரிய ஆம்புள. அம்மணமா திரிஞ்ச நாளிலிருந்து உன்னைத் தெரியும் எனக்கு" எனச் சொல்லி மாற்றுப் புடவை உடுத்தி பாபுவின் எதிரில் நின்றாள். அது பட்டுப் புடவையெனப் பாபுவுக்குத் தெரியும். அவனுடைய அம்மா வெளியில் புறப்படும் சில சமயங்களில் அது போன்ற புடவை கட்டுவாள்.

பூச்சூடியிருந்த அவளுடைய நீளமான கூந்தல் அலமாரிக் கண்ணாடியில் அவனுடைய கண்ணுக்குத் தெரிந்தது. தலையில் அவள் மலர்சூடி இருந்ததை முதலில் அவன் பார்க்கவில்லை. திருமணத்துக்காக அலங்காரம் செய்து கொண்ட மணமகளைப் போல அவள் தெரிந்தாள்.

"அக்கா! எவ்வளவு அழகா இருக்குறீங்க?" என்றான் பாபு.

"இது எதுக்கும் பயன்படாதது" எனச் சொல்லிய அவள் அத்தர்

பாட்டிலைத் திறந்து அவனுடைய சட்டையில் தடவினாள். "இப்ப நீ அரேபிய நாட்டு அத்தர் பூசிய இராஜகுமாரனா ஆயிட்டே" எனக் கன்னத்தைத் தடவிப் பாபுவின் தலையைத் தன் வயிற்றில் புதைத்தாள். அத்தரின் வாசனையைவிடச் சகுந்தலை அக்காவின் உடலிலிருந்து 'கம்'மெனப் பரவிய நறுமணம் சுகமாக இருந்தது.

"யாரிடமும் சொல்லாதே" என்றவள் கண்களைத் துடைத்துக் கொண்டாள். பட்டுப் புடவையைக் கழற்றிப் பழைய சேலையை உடுத்தினாள். 'எதுக்காக அழுதாள்? என் எதிரில் புதிய பட்டுப் புடவையை ஏன் கட்டிக் கொண்டாள்?' எனப் பாபுவுக்கு விளங்கவில்லை.

''வா போகலாம்'' என அவள் அழைக்கும்வரை அவன் உட்கார்ந்தே இருந்தான்.

....

மாலையில் பாபு பள்ளியிலிருந்து வீடு திரும்பத் தாமதமானது. சந்துவின் வீட்டுப்பூனை குட்டி போட்டிருந்தது. கண்கள் அகல அவற்றின் இமையைத் தொட்டுப் பார்த்தான். அவன் திரும்புவதற்குள் இருள் படர்ந்திருந்தது.

அம்மா திட்டுவாள் என்கிற பயம் இருந்தது. அடியெடுத்துச் சப்தம் எழுப்பாமல் உள்ளே வந்தான்.

பாபுவை அவனுடைய அம்மா கவனிக்கவில்லை. 'தாமதமேன்? கை கால் கழுவாமல் ஏன் உள்ளே வந்தாய்?' எனக் கேட்கவில்லை. நித்தியானந்தனின் தாயார் அம்மாவுடன் பேசுவதில் மும்முரமாக இருந்தாள்.

தேவம்மா வரும் சமயங்களில் பாபு அவ்வளவாகச் சிரத்தை எடுத்துக் கொள்வதில்லை. ஓரக் கண்களால் அவளைப் பார்ப்பான். ஒருநாளும் அவள் தன்னை அருகில் அழைத்துப் பேசவில்லை என்பதால் அவனுக்குக் கோபம். இன்று இவர்கள் சக்கக்காவைப் பற்றிப் பேசிக்கொண்டிருந்தார்கள். பெரியவர்கள் பேசுவதைச் சின்னப்பசங்க கேட்கக் கூடாது. பெரியவங்க பேசுறத கேட்பதில் இவனுக்கு ரொம்ப ஆசை என்றெல்லாம் அம்மா பேசி இருக்கிறாள்.

அம்மா திட்டுவார்கள் என்ற பயம் இருந்த போதிலும் அவர்கள் பேசுவதைச் செவிமடுத்தான்.

''எது எப்படியானாலும் பரவாயில்ல. இந்தத் தடவையாவது சகுந்தலாவுக்கு ஏதாவது நல்லது நடந்தா போதும். அவள் போயிட்டா போதும்'' என அம்மா சொன்னபோது தேவம்மா தலையை ஆட்டியது, பேருக்குப் புத்தகத்தைப் படித்துக் கொண்டிருந்த பாபுவுக்குத் தெரிந்தது.

இந்த தேவம்மா லேசுப்பட்டவள் இல்ல. அவள் கெட்டவள் என்பதில் பாபுவுக்கு எந்தச் சந்தேகமும் இல்லை. "எல்லாவற்றையும் இழந்துட்டு உட்கார்ந்திட்டே. இங்கேயே தங்கி எங்க வயிறு எரியற மாதிரி செய்யறே'' என ஒருமுறை சக்கக்காவைத் தேவம்மா திட்டினாள். அவள் அழுதபடியே குடத்தை எடுத்துக் கொண்டு கிணற்றடிக்குப் போனதை பாபு பார்த்திருந்தான்.

''கலாவதி! இப்ப இருக்கிற பசங்க யாரும் ஒத்துக் கொள்ள மாட்டாங்க. இவளைப் பற்றி இந்தக் கிராமத்துக்கே தெரியும். இந்தப் பசங்க பேசவும் சம்மதிக்க மாட்டாங்க. இவ்வளவு விரைவில் இப்படி ஆகும்னு நாங்க கண்டோமா? வீட்டு கௌரவம். குணம் எல்லாம் பார்த்த பிறகே செய்துகொண்ட உறவு. இவ்வளவு சீக்கிரம் இப்படி ஆகும்னு தெரிஞ்சதா என்ன? வயசானவங்களா இருந்தாலும் பரவாயில்ல... ரெண்டாம் தாரம் ஆனாலும் கட்டி விட்டுடலாம்னு. உங்க அண்ணன்கிட்டே சொன்னேன். கன்னிப் பொண்ணுங்களுக்குக் கல்யாணம் நடக்கறதே கஷ்டம். என்ன செய்யலாம் சொல்லு, உனக்குத் தெரிஞ்ச தூரத்து உறவு ஏதாச்சும் இருந்தா பாரு'' எனச் சொல்லிப் புறப்படத் தயாரானாள்.

பாபு அங்கேயே உட்கார்ந்திருந்தான். தேவம்மா அவனிடம் பேசவே இல்லை. மீண்டும் தன் பேச்சைத் தொடர்ந்தாள்.

"என்ன செய்யறது சொல்லு? பொழுது போகணுமே. அதுக்காக ஊரிலுள்ள குழந்தைகளுக்கு எதையாச்சும் சொல்லிக் குடுக்கறா, அவ மனசுபோல இருந்துகிட்டு போவட்டும். நாங்க எதுலேயும் குறுக்கிடறதுல்ல. இந்தப் பொழப்பு நடக்குற வரைக்கும் நடக்கட்டும்" எனச் சொல்லிப் படலைத் தாண்டினாள். அவளை வழி அனுப்பிய

அம்மா அவரைக் கொடியை ஒழுங்குபடுத்துவதற்குச் சென்றதைப் பாபு பார்த்தான். வீட்டில் இப்போது பாபுவின் ஆட்சி. முகத்துக்கு எதிரே பிடித்திருந்த புத்தகத்தை வீசி எறிந்தான். விளக்கு வெளிச்சத்துக்கு வந்த புழுக்களைப் பிடிக்கத் தொடங்கினான்.

ஊரிலுள்ள வீடுகளில் நடக்கின்ற எந்த நிகழ்ச்சிகளிலும் சக்கக்கா கலந்து கொள்வதில்லை என்பது பாபுவுக்குத் தெரியும். அப்படிப்பட்டவள் ஒரு நாள் அவனுடைய வீட்டுக்கு வந்தாள்.

பூமித்தாய் கோயிலுக்குப்போய் திரும்பும்போது பாபுவை மூங்கில் படலருகே விட்டாள். அவள் கரத்தைப் பற்றி இழுத்த போதும் அன்று அவள் உள்ளே வரவே இல்லை.

''இப்ப வேணாம். வேறொரு சமயத்தில வர்றேன்'' எனச் சொல்லியபோதும் அவனுக்குச் சமாதானமாகவில்லை. அழுகை வந்தது. 'கண்டிப்பா வர்றேண்டா' என அவனிடம் உறுதி பெற்ற பின்னரே சக்கக்காவின் கையை விட்டிருந்தான்.

சக்கக்கா வந்ததில் பாபுவுக்கு வியப்பு. அவளைப் பார்த்த அம்மாவும், "வா... வா... பக்கத்துல இருந்தும் இதுவரை வந்ததில்ல. விஷயம் தெரிஞ்சுது, எல்லாம் நல்லபடியா நடக்கட்டும்'' எனச் சொல்லி அடுக்களைக்கு அழைத்துச் சென்றாள்.

பாபு அவளின் பின்னால் போனான். "என்ன செய்வியோ? எதையும் பெரிசா எடுத்துக்காதே. போகப் போக எல்லாம் சரியாயிடும்," எனச் சொன்னாள்.

''பெரியவங்க பேசறதக் கேட்குறதுக்கு எதுக்குடா வந்தே? விளையாடப் போ'' எனச் சொல்லி பாபுவை அங்கிருந்து விரட்டினாள்.

பாபுவின் முகம் வாடியது. தாயாரின்மீது சினம் கொண்டவாறே வெளியறையில் போய் உட்கார்ந்தான். உள்ளே இருந்து வருகின்ற சன்னமான பேச்சை உற்றுக் கேட்டபோதும் எதுவும் காதில் விழவில்லை. உரத்தக் குரலில் 'எல்லாம் சரியாயிடும்' என அம்மா சொன்னது மட்டும் கேட்டது.

சக்கக்கா வெளியில் வரும்போது அம்மாவின் கால்களில்

விழுந்தாள். சேலைத் தலைப்பால் அம்மா கண்களைத் துடைத்துக் கொண்டாள். இதனை எல்லாம் வாசல் இடுக்கு வழியாகப் பார்த்தான் பாபு.

உள்ளே இருந்து அவர்கள் இருவரும் வெளியே வருவதற்குள் பாபு திண்ணைமீது உட்கார்ந்திருந்தான். பாபுவின் கன்னத்தை வருடி, "நல்லா படிக்கணும் தெரிஞ்சுதா?" என்றாள். "நேரம் கிடைக்கும்போது வர்றேன்" என அம்மாவிடமும் சொல்லிப் புறப்பட்டாள் சக்கக்கா.

"வீட்டுக்கு வாடா" என அழைத்தாள். தன்னிடம் சரியாகப் பேசவில்லை என்ற கோபம் பாபுவுக்கு. 'மறுபடியும் அந்த வீட்டுக்குப் போகமாட்டேன்' என மனத்துள் நினைத்துக் கொண்டான்.

பாபு விடுமுறையில் ஊருக்குப் போயிருந்தான். அங்கிருந்து திரும்ப வரவே அவனுக்கு விருப்பம் இல்லாமல் இருந்தது. பத்மக்கா, மற்றும் அம்மா இருவரின் கெடுபிடியிலிருந்து அவன் விலகி இருக்கவே விரும்பினான்.

"மறுபடியும் உன்னை ஊருக்கு கூட்டிட்டு வர்றேன்" என மாமா நம்பிக்கை ஊட்டினார். அரை மனத்துடன் பாபு வீட்டுக்குத் திரும்பினான்.

வண்ண வண்ணத் துணிகளாலான தேர், ஊர்த்திருவிழா, காற்றில் உருண்டோடுகின்ற வண்ணமான சிறு சக்கர வண்டி போன்றவற்றை விட்டு வர அவனுக்கு மனமில்லை. "ஊர்ப்பண்டிகை மறுபடியும் வரும், போகலாம்" என அம்மா சொன்னதின் பேரில் ஊருக்குத் திரும்பினான்.

இவர்கள் வந்த அடுத்த நிமிடமே தேவம்மா எப்படியோ தெரிந்துகொண்டு வந்தாள். எதையோ அவசரமாகச் சொல்ல வேண்டும் என்பதைப் போல் அவளுடைய நடை காட்டியது.

"வா... வா..." என பாபுவின் அம்மா உள்ளே அழைத்தாள். "அங்கோலாவுல இருந்து இப்பத்தான் வந்தேன்."

உள்ளே வந்த தேவம்மா பூந்தி லட்டு பொட்டலத்தை அம்மாவிடம் கொடுத்தாள். பூந்தி, லட்டு ஆகியவற்றை எல்லாத் திருமணங்களிலும் பார்த்துப் பார்த்து பாபு சலித்துப் போயிருந்தான்.

அவற்றைச் சாப்பிடுவதையும் விட்டுவிட்டான்.

"கடவுள் கண்ணைத் திறந்தார் பாரு" அம்மாவின் அழுத்தமான பேச்சு மெல்லியதாகவே இருந்தது.

''நல்லபடியா முடிஞ்சுது கலாவதி. எதையும் உங்களுக்குச் சொல்ல முடியாமப் போச்சு"

"சொல்லிக் கொண்டு போவதற்குச் சகுந்தலா வந்திருந்தாளே, அதுபோதும்.''

''சக்குவின் விதி ரொம்ப வலுவானதுன்னே சொல்லணும். பையன் சம்மதித்து விட்டிருந்தான். அவனுக்கு எல்லாமே தெரியுமாம். ஆனா அதைப்பற்றி எதுவுமே சொல்லல. கேட்கவுமில்ல. மும்பையில் இதெல்லாம் சகஜமாம். அங்கேயே மாலையை மாத்திப் பத்துப் பேருக்குச் சாப்பாடு போட்டோம். அத்தோடு முடிஞ்சது. ஆனாலும் உங்கிட்ட ஒரு விஷயத்தைச் சொல்லணும் கலாவதி" என்று சொல்லிய தேவம்மா புடவைத் தலைப்பால் கண்களைத் துடைத்தபடியே உட்கார்ந்தாள்.

"என்னது சொல்லு.''

"யார்கிட்டயும் இத சொல்லிடாத. உன் மனசுல இருக்கட்டும். ஒருமுறை தவறினதையே நம்மால தாங்க முடியல. சகுந்தலா எங்கேனு யாராவது உன்கிட்ட கேட்டால், அவளோட பெரியப்பா ஊட்டுக்குப் போய் இருக்கிறதாகச் சொல்லணும். ஜனங்க வாயில எதுவுமே நிற்காது பாரு. ஜனங்களுக்குத் தெரியுற சமயத்தில தெரிஞ்சிட்டுப் போவட்டும். நம்மாலே தெரிஞ்சுதுன்னு இருக்க வேணாம். அவளுக்கும் தெரியும். ஆனா மனம் புண்படும் இல்லியா?" எனச் சொல்லிப் பெருமூச்சு விட்டாள்.

இவர்களின் பேச்சில் ஊன்றிப்போயிருந்த பாபுவை அருகே இழுத்து அவன் தலையை வருடினாள். "கலாவதி! வீட்டுல ரொம்ப வேலை. இன்னொரு நாள் வர்றேன்.'' என நிலத்தில் கையூன்றி எழுந்தாள்.

"பெரியவங்க பேசுறத கேட்க மட்டும் கத்துகிட்டு இருக்கிறே" எனச் சொல்லி அம்மா திட்டுவாள் என பாபு நினைக்க அவளோ அமைதியாகக் காணப்பட்டாள்.

"யாருக்கும் சொல்லாத புதிய கதையை உனக்கு மட்டும் சொல்றேன். அப்புறமா நீயே அதை எல்லார்கிட்டயும் சொல்லு" எனச் சொல்லி இருந்தாள் சக்கக்கா. அவ பேச்சு தவறாதவ. ஊர்ப் பண்டிகையின் கோலாகலத்தில் அவன் மறந்தே போயிருந்தான்.

"சக்கக்காவின் கதையை இனிமேல் யார் சொல்லுவாங்க? கதையைச் சொல்லாமல் ஏன் இப்படி செய்து விட்டாள்?" என பாபுவுக்கு ரொம்பவும் வருத்தமாகி விட்டது.

"சக்கக்கா எங்கே போயிருக்கிறாள்? எப்போது இங்கே வருவா? மகமாயி தேவதையின் உற்சவத்துக்கு வருவாளோ? என அம்மாவிடம் கேட்க வேண்டுமென பாபு எண்ணினான். போன வருஷம் இதே பண்டிகையின்போது அவளே பாபுவை அழைத்துச்சென்றது நினைவுக்கு வந்தது. தூணில் சாய்ந்துகொண்டு உட்கார்ந்திருந்த அம்மாவிடம் எதையும் கேட்காமல் ஒருமுறை அவளைப் பார்த்து அமைதியானான்.

கறுத்த சிறுவனின் பாட்டு

அப்துல் ரஷீத்
தமிழில் : பாவண்ணன்

காப்பித் தோட்டத்தின் கறுத்த நிழலையும் கிணற்றைச் சுற்றிப் படர்ந்த நிழலையும் துளைத்துக்கொண்டு சூரிய வெளிச்சம் எட்டிப் பார்த்தது. குடத்தில் கயிற்றைக் கட்டிச் சர்ர்ரென கிணற்றுக்குள் இறக்கிய வேகத்தில் கிணற்றுக்குள் எழுந்த அலைகளால் அதுவரை தெளிவாகத் தெரிந்த தன் முகத்தின் பிம்பம் கலைந்து நெளிந்ததைக் கண்டு ஹமீதுக்கு அச்சமுண்டானது. சட்டெனத் தலையை நிமிர்த்தினான்.

மாடு மேய்கிற கொரகன் தண்ணீர்த்தொட்டியின் அருகே குனிந்து நின்றவாக்கில் கன்று தண்ணீரைக் குடிக்கும்படிச் செய்து கொண்டிருந்தான். கீழ்ப்பக்கம் பச்சைப் புல்வெளி காணப்பட்டது. பச்சைப்புற்கள் சூரியவெளிச்சத்தில் பளபளத்தன. புல்வெளியின் நடுவே நாவல் மரமொன்று கம்பீரமாக நின்றுகொண்டிருந்தது. அதன் கிளைகளில் குருவிகள் கட்டிக்கொண்டிருந்த கூடு வெளிச்சத்தில் பார்வைக்குப் புலப்பட்டதும் இன்று சந்தைகூடும் நாள் என்பது நினைவுக்கு வந்தது.

நாவல்மரத்துக்குக் கீழே தான் சேர்த்துவைத்திருந்த செங்கல் துண்டுகள் சிவப்பாகக் காணப்பட்டன.

"கல்லுங்கள சேத்துவை. சந்தை அன்னிக்கு எனக்குப் பள்ளிக்கூடம் லீவு. அன்னிக்கு கல்லால அடிச்சி குருவிக்கூடுங்கள கலைச்சி விழவைக்கலாம்" என்று ரைட்டர் மகனான பஷீர் சொல்லியிருந்தான். இன்று சந்தை நாள். மாடு மேய்க்கும் கொரகனுக்கும் விடுப்பு. மேய்க்கப்படும் மாடுகள் இல்லாமல் புல்வெளி வெறிச்சென்றிருக்கும். கொரகனின் பக்கம் பார்த்தான் ஹமீது. அவன் தரையில் உட்கார்ந்தவண்ணம் தண்ணீர்

குடித்துக்கொண்டிருக்கும் கன்றுக்குட்டியின் அடிவயிற்றுப் பக்கத்திலிருந்து உண்ணிகளைத் தேடித்தேடி எடுத்து நசுக்கியபடி இருந்தான். வாலை ஆட்டியபடி தொட்டிக்குள் முகத்தை வைத்துக்கொண்டிருந்தது கன்றுக்குட்டி.

கிணற்றுக்குள்ளிருந்த குடத்தில் நீர் நிரம்பியதன் சலசல சத்தம் கேட்டது. நேரம் கடந்துகொண்டிருப்பதாகத் தோன்றியது. குருவிக்கூட்டைக் கல்லால் அடிப்பதற்குத் தனக்காக பஷீர் காத்துக்கொண்டிருப்பான் என்று எண்ணியபடி கிணற்று மேட்டில் காலை வைத்து அழுத்திக்கொண்டு தண்ணீர்க்குடத்தை இழுத்தான். ராட்டினம் க்ருக் ம்ருக் என்று சத்தமெழுப்பியபடி குடம் மேலேறி வந்ததும் அதை இழுத்துக் கிணற்றின்மீது ஒருகணம் வைத்து பிறகு சுமந்துகொண்டு சென்று தண்ணீர்த் தொட்டிக்குள் ஊற்றினான். சத்தத்தால் கலவரமுற்ற கன்றுக்குட்டி தலையைத் தூக்கிப் பார்த்துவிட்டு மீண்டும் தண்ணீருக்குள் தலையை வைத்தது. உண்ணியைத் தேடிக்கொண்டிருந்த கொரகன் அவனைப் பார்த்து விளையாட்டாக,

"ஏ ஹமீதே. இங்கே வா ஹமீதே
செத்த நாயின் தோலை உரித்த
தொப்ப தையடா ஹமீதே....."

என்று பாடியபடிச் சிரிக்கத்தொடங்கினான். பாடிக்கொண்டிருந்த கொரகனுடைய கறுத்த முகம் ஹமீதுக்குக் கோபமெழுப்பியது. இதே கொரகன் நேற்று புல்வெளியில் மாடு மேய்த்துக்கொண்டிருந்தபோது "ஹமீது, இங்க வா" என்று பக்கத்தில் அழைத்து ''ரைட்டர் பொண்டாட்டி மரியாள் ஒரு பிச்சைக்காரிகிட்டேருந்து தவுட்டுக்கு ஒன்ன வாங்கனா, தெரியுமா?" என்று கிண்டல் செய்து சிரித்தான். ஹமீதுக்கு அழுகை வரும்போல இருந்தது. கொரகன் சிரித்தபடியே இருந்தான். அவனைப் பார்த்தபடி அங்கே நிற்கவே முடியவில்லை. சட்டெனக் குடத்தை எடுத்துக்கொண்டு கிணற்றுக்கு அருகே சென்று மீண்டும் குடத்தைத் தண்ணீருக்காகக் கிணற்றுக்குள்ளே இறக்கினான். "கோபமா ஹமீதே?" என்று கொரகன் சிரிப்பது கேட்டது.

தண்ணீர் நிரம்பிய குடத்தை மேலே இழுத்தான் ஹமீது. ஆனால் கொரகனுக்கு அருகே உள்ள தொட்டிக்கருகே சென்று நிரப்புவதற்கு மனம் வரவில்லை. அவன் மறுபடியும் கிண்டல் செய்யக்கூடும் என்று தோன்றியதால், குடத்தைத் தோள்மீது வைத்துக்கொண்டு ரைட்டரின் வீட்டுப்பக்கம் நடக்கத் தொடங்கினான். சளக் புளக்கென்று தளும்பத் தளும்பக் குடத்திலிருந்து தண்ணீர்த்துளிகள் முகத்தின்மீதும் மார்பின் மீதும் பட்டு வழியத்தொடங்கின. பின்பக்கத்திலிருந்து "போவாதடா பையா'' என்று சத்தமிட்டபடி கன்றுக்குட்டியை மார்போடு கட்டிப்பிடித்துத் தூக்கிக்கொண்டு வந்தான் கொரகன்.

புல்வெளிக்குச்செல்ல பஷீர் காத்துக் கொண்டிருக்கக்கூடும் என்று எண்ணி வேகவேகமாக வந்து கொண்டிருந்தவனுக்குக் படிக்கட்டுகளின் மேலிருந்து கூடை எடுத்துக்கொண்டு சாரா அக்கா வருவது தெரிந்தது. இமைகளில் இறங்கிய குளிர்ந்த தண்ணீர்த் துளியால் சரியாகப் பார்க்க முடியாதபடி கண்கள் மங்கலாகத் தெரிந்தன.

சந்தைப்பேட்டையில் உள்ள சந்தைக்கு சாரா அக்கா கிளம்பியிருந்தாள். சந்தையிலிருந்து திரும்பிவரும்போதெல்லாம் சாரா அக்கா வறுத்த அரிசியும் வெல்லமும் வாங்கி வருவாள். மங்கலான கண்களை மலர்த்திப் பார்த்தான் ஹமீது. சாரா அக்கா அவன் பக்கமாகவே படியிறங்கி வந்துகொண்டிருந்தாள். ஒவ்வொரு படியாக மேலேறத் தொடங்கினான் ஹமீது. பின்பக்கத்திலிருந்து விசிலடித்தபடி கன்றுக்குட்டியைத் தூக்கியவண்ணம் கொரகன் வந்துகொண்டிருந்தான். ஹமீதை நெருங்கியதும் சாரா அக்கா "நில்லு மகனே" என்றபடி வெற்றுக் கூடையைப் படியின் மேலே வைத்து விட்டு நின்றாள். குடத்தைத் தோளிலிருந்து இறக்கி வைத்துவிட்டு அவளை ஆர்வத்துடன் பார்த்தான் ஹமீது. அக்கா அவனை நெருங்கினாள்.

எதற்காக என்று ஹமீதுக்குப் புரியவில்லை. அவன் தலைமுடியைக் கோதியபடி "மகனே, சந்தைக்கு வரியா?" என்று கேட்டாள் அக்கா. சந்தை என்கிற பெயரைக் கேட்டதுமே ஹமீதுவுக்குச் சந்தோஷமுண்டாயிற்று. குடத்தின் பக்கம் பார்த்தான். படிக்கட்டுகளின் கீழேயிருந்து கொரகன் எழுப்பிய விசிலின் ஓசை

நெருங்கிநெருங்கி வருவது கேட்டது. சாரா அக்கா தலையைத் தடவியபடியே இருந்தாள். தன்னைப் பார்க்கும் போதெல்லாம் அக்கா தன் தலையைத் தொட்டுத் தடவிக்கொடுப்பது எதற்காகவென்று ஹமீதுக்குப் புரியவில்லை. தலைமுடிக்குள் விரல்களை விட்டு அக்கா கோதிக்கொடுக்கும் போதெல்லாம் ரொம்ப சந்தோஷமாக இருந்தது. “இல்லக்கா, நான் சந்தைக்கு வரலை.” என்று சொல்ல வேண்டும் போலத் தோன்றியது, சொல்லமுடியவில்லை.

சந்தை மிகவும் நன்றாக இருக்குமென்று பஷீர் சொன்னதுண்டு. சந்தைப்பேட்டைக்குச் செல்லும் தார்ச்சாலையின் இருபக்கங்களிலும் கடைகள் நிரம்பியிருக்கின்றன என்றும் சொன்னதுண்டு.

அக்காவின் முகத்தையே பார்த்தான் ஹமீது. “வா மகனே போகலாம்” என்றபடி சட்டெனெ அவனைத் தழுவிக்கொண்டாள் அக்கா. படிக்கட்டுகளின் மேல்பக்கத்திலிருந்து குளிர்ந்த காற்று வீசியது. ஹமீதின் உடலில் கதகதப்பேறியது. அக்காவின் மடியில் முகம் புதைத்தவனாக நின்று கொண்டிருந்த ஹமீதுக்குப் படியேறி மேலே அருகில் வந்த கொரகனைக் கண்டு அச்சமுண்டானது. அக்காவின் தழுவலிலிருந்து விடுவித்துக்கொண்டு ஓடநினைத்தான். அக்கா விடவில்லை. மேலும் கொஞ்சம் இறுக்கமாகக் கட்டிப்பிடித்துக்கொண்டாள். கொரகன் வேகமாகச் சிரிப்பது கேட்டது. அவன் கையிலிருந்த கன்றுக்குட்டி உச்சத்தில் கத்தியது. கொரகனுடைய சிரிப்பு மேலும் கூடியது.

“ஹோ... இதென்ன? தவுட்டுக்கு வாங்கன பையன்கூட அம்மா விளையாட்டா?” என்றபடி சிரிப்பது ஹமீதுக்கு நன்றாகக் கேட்டது. “நடக்கட்டும் நடக்கட்டும் அம்மா புள்ள வெளையாட்டு...” என்றபடி கிளம்பிச் சென்றான். அச்சத்துடன் சாராவின் தழுவலிலிருந்து விலக முயன்ற ஹமீதின் நெற்றிமீது சூடான இரண்டு கண்ணீர்த்துளிகள் உதிர்ந்தன. அவன் அச்சத்துடன் அவளுடைய முகத்தைப் பார்த்தான். அக்கா அழுதுகொண்டிருந்தாள்.

அவள் கண்களிலிருந்து பெருகும் கண்ணீர் கன்னங்களில் வழிந்து கீழே உதிர்ந்தன. ஹமீதுக்குப் புரியவில்லை. “அக்கா எதுக்கு அழுவறாங்க?”

அச்சப்பட்ட கொரகன் படிக்கட்டுகளின் மேலேயிருந்து இருவரையும் திரும்பிப் பார்த்துவிட்டு மறைந்துபோனான். பஷீர் காத்துக்கொண்டிருப்பது ஹமீதின் நினைவுக்கு வந்தது.

"நான் கௌம்பறேங்கா, நேரமாயிடுச்சி" என்றபடி அவளுடைய அணைப்பிலிருந்து விலக முயற்சி செய்தான். முடியவில்லை. அவள் இறுக்கமாக அணைத்துக்கொண்டிருந்தாள்.

பஷீருக்கு வாக்களித்தாகிவிட்டது. இப்போது சொல்லாமல் கொள்ளாமல் சந்தைக்குச் சென்றால் அவன் திட்டுவான். இப்போது தன்னையும் சந்தைக்கு வரச்சொல்லி அழைக்கும் அக்காவின் வார்த்தைக்குப் பதிலாக எதையும் சொல்லத் தோன்றவில்லை.

"இல்லக்கா, நான் வரலை" என்று ஒருவழியாகச் சொன்னான். "எதுக்கு மகனே, என்மேல கோபமா?" என்று அவள் கேட்டபோது மீண்டும் அழுதுவிடுவாள் போலத் துடைத்துக் கொண்டிருந்தாள். அவளைப் பார்ப்பதற்குப் பாவமாக இருந்தது. "எதுக்காக அக்கா என்னை எங்க பார்த்தாலும் இப்படி பேசறாங்க?" வாய்திறந்து கேட்காமல் அக்காவின் முகத்தையே பார்த்தபடி நின்றான் ஹமீது. அவள் மீண்டும் அவன் தலையை நீவிக்கொடுக்கத் தொடங்கினாள். அவள் அணைப்பில் கட்டுண்டவனாகி யோசனைகளில் மூழ்கியிருந்தவனுக்குப் படிகளின் மேல்பக்கத்திலிருந்து சரக் சரக்கென்று எழுந்த செருப்புகளின் ஓசை கேட்டது.

மேலேயிருந்து 'ஹமீது' என்று சத்தமாகக் கூப்பிட்டபடி இறங்கி வந்த பஷீர் சாரா அக்காவின் அணைப்பில் கட்டுண்டு கிடக்கும் ஹமீதைப்பார்த்ததும் கூப்பிடுவதை நிறுத்தி ஆச்சரியத்துடன் இருவரையும் பார்த்தான்.

தன் அணைப்பிலிருந்து ஹமீதை மெதுவாக விடுவித்த சாரா அக்கா "வரேன் மகனே" என்றபடி வெற்றுக் கூடையை எடுத்துக்கொண்டு படியிறங்கிச் சென்றாள்.

இப்போது ஹமீதின் முகத்தையே பார்க்கத்தொடங்கினான் பஷீர். ஹமீதுக்கு வெட்கமாக இருந்தது. ஆச்சரியத்துடன் பார்த்துக்கொண்டே இருந்தான் பஷீர். ஹமீதால் அங்கே தொடர்ந்து நிற்கமுடியவில்லை. புல்வெளியில் குருவிக்கூட்டின் ஞாபகம்

வந்தது. "வா பஷீர்.. குருவிக்கூட்ட கல்லால அடிக்கலாம்" என்றபடி அவனுடைய கைகளைப் பற்றிக்கொண்டு படியிறங்கத் தொடங்கினான்.

புல்வெளிவரை ஓடிவந்த பஷீர் திடுமென ஹமீதின் பக்கம் திரும்பி, "ஹமீது, சாரா அக்கா ஒன்ன எதுக்கு கட்டிப்புடிச்சிக்கினாங்க?" என்று கேட்டான். ஹமீதுக்கு ஒருமாதிரியாக ஆனது. பதில் சொல்ல முடியவில்லை. குருவி, கூடு கட்டிக்கொண்டிருந்த நாவல்மரத்தடியில் பார்வையைப் பதித்தான். மரத்தடியில் சேர்த்துவைத்திருந்த செங்கல் துண்டுகள் குவியலாகக் காணப்பட்டன.

கேள்வி கேட்ட பஷீர் ஹமீதையே பார்த்துக் கொண்டிருந்தான். ஹமீது சற்றே கலவரப்படத் தொடங்கினான். ஸாரா அக்கா தன்னை அணைத்துப்பிடித்துக்கொண்டு கண்ணீர் சொரிந்தது எதற்காக?

நுனிப்புல்லொன்றை இழுத்துத் துண்டாக்கி பல்லிடுக்கில் வைத்துக்கொண்டபடி ஹமீதையே பார்த்தான் பஷீர். ஹமீதால் அவன்பக்கம் திரும்பிப்பார்க்க இயலவில்லை. பஷீர் மறுபடியும் கேட்டான்.

"ஹமீது, ஸாரா அக்கா உன்னுடைய சொந்த அம்மாவா?" ஹமீதின் உடலில் ஒரே கணத்தில் கணப்பேறியதைப்போல ஆனது. "ஸாரா அக்கா என் அம்மாவா? அப்படியென்றால் இந்த மாடு மேய்க்கிற கொரகன் தன்னைப் பிச்சைக்காரியின் மகன் என்று கிண்டல் செய்வது எதற்காக?" ஹமீதுக்கு அழுகை வரும்போல இருந்தது.

புல்வெளியில் மாடுமேய்த்தபடி நாவல்மரத்தடியில் உட்கார்ந்திருக்கிற முதுர என்னைப் பார்த்ததும் "பிச்சைக்காரியின் மகனே" என்றபடி முதுகில் குத்தி வலியுண்டாக்குவது எதற்காக? "ஸாரா அக்கா உன் அம்மாவா?" என்று பஷீர் கேட்பதைக் கண்டு மகிழ்ச்சியுண்டானது.

தன்னை ஸாரா அம்மா பெற்றிருப்பாளா? "ஹமீதே, உன்னைப் பிச்சைக்காரி பெற்றெடுத்து ரைட்டர் மனைவியிடம் விற்றுவிட்டாள், தெரியுமா?" என்று கொரகன் சொல்வதுண்டு. இப்போது பஷீரிடம் ஸாரா அக்கா என் அம்மா என்று சொன்னது யார்?

இவனுடைய கண்களையே பார்த்தபடி இருந்தான் பஷீர். ஸாரா அம்மா ''சந்தைக்கு வருகிறாயா மகனே'' என்று அழைத்தது நினைவுக்கு வந்தது. இன்று சந்தையிலிருந்து திரும்பியதும் கூடையிலிருந்து வறுத்த அரிசியையும் வெல்லத்தையும் எடுத்துக்கொடுத்து “தின்னு மகனே” என்று சொல்வாள்.

தாம் புல்வெளிக்கு வந்திருப்பது கூட்டைக் கல்லால் அடிப்பதற்காக என்று சட்டென நினைவுக்கு வந்தது ஹமீதுக்கு. உடனே, பஷீரின் பக்கம் பார்த்தான். அவனும் இவனையே பார்த்தபடி இருந்தான். காற்று வேகமாக வீசியதில் நாவல் மரத்தின் கிளையிலிருந்த குருவிக்கூடு அசைந்தபோது, கூட்டுக்குள்ளிருந்து குருவிக்குஞ்சுகள் ஒரே சமயத்தில் வெளியே வந்தன.

இப்போது தொடர்ச்சியாகச் சேகரித்து வைத்திருக்கிற கற்களை எடுத்து வீசிக் கூட்டைக் கலைக்க வேண்டும். ஹமீதுக்கு சந்தோஷமுண்டாயிற்று. “கூட்டைப் பாத்தியா? ஒரேயடியா காலியாயிடுச்சி” என்றபடி கூட்டின் பக்கம் காட்டினான் பஷீர். அதை ஒருகணம் பார்த்திருந்துவிட்டு மறுகணம் பார்வையைத் திருப்பி, “ஹமீதே, உன்னைப் பெத்தது ஸாரா அக்காவா? உண்மையைச் சொல்” என்றான். ஹமீதுக்கு அழுகை வந்தது.

“சொல்றதின்னா சீக்கிரமா சொல்லு. ஒரே தடவையில குறிபார்த்து அடிச்சி கூட்டைக் கீழே விழவைக்கலாம்...” என்றான் பஷீர். அவன் உட்கார்ந்த இடத்திலிருந்து சற்றும் அசையவில்லை.

“பஷீரு, அப்படின்னா, நாளைக்கு இந்த வழியாப் பள்ளிக்கூடம் போவும்போது குருவி கொத்திச் சாவடிச்சிடும், பாத்துக்கோ” என்று அச்சுறுத்தினான். பஷீர் எந்தப் பதிலையும் சொல்லாமல் இவனையே பார்த்தபடி இருந்தான். ஹமீதுக்கு கோபம் வந்தது. “பஷீரு, கல்லால அடிக்கிறதுக்கு நீ வரியா இல்லியா?” அப்போதும் பஷீர் பதில் பேசவில்லை. “அப்படின்னா, எதுக்குடா கல்லு சேத்துவைன்னு சொன்னே?” என்று வேகமான குரலில் கேட்டான் ஹமீது.

எதற்கும் பதில் சொல்லாத பஷீர் “ஹமீது, நான் போறேன். ஸாரா அக்கா சந்தையிலிருந்து வரும்போது வறுத்த அரிசியும் வெல்லமும் வாங்கி வந்திருப்பா வா, போவலாம்...” என்றபடி உட்கார்ந்திருந்த

இடத்திலிருந்து எழுந்து நின்றான். "வேண்டாம்டா" பஷீர் கேட்கவில்லை. "நான் போறேன்" என்றபடி புல்லை மிதித்துக்கொண்டு வீட்டின் பக்கம் ஓடத் தொடங்கினான்

அப்புல்வெளியில் தனியாக இருப்பதை நினைத்து கண்களில் நீர் தளும்பியது. பஷீர் புல்வெளியின் கடைசித் திருப்பத்தையும் கடந்து மறைந்து போனது தெரிந்தது.

இப்போது தனிமையில் நாவல் மரத்தின் பக்கம் பார்க்கத் தொடங்கினான். சாயங்கால வெளிச்சத்தில் கூட்டில் மஞ்சள் படரத்தொடங்கியது. பறவைகள் தொலைதூரத்திலிருந்து பறந்துவந்து கூட்டுக்குள் சேரத்தொடங்கின. மரத்தடியில் சேகரித்துவைத்த செங்கற்குவியல் தொடப்படாமல் கிடந்தன.

ஹமீதுக்கும் ஸாரா அக்காவின் ஞாபகம் வந்தது. பஷீரிடம் யார் இப்படிச் சொல்லியிருக்கக்கூடும்? கொரகனாகத்தான் இருக்கவேண்டும் என்று தோன்றியது. மாடுமேய்க்கிற இந்தப் புலையன் இல்லாததையும் பொல்லாததையும் இட்டுக்கட்டி எல்லாவற்றையும் பாழாக்குகிறான் என்று தோன்றியது. பிறகு, தானே தனியாக எல்லாக் கற்களையும் ஒவ்வொன்றாக எடுத்துக் கூட்டின் மீது வீச வேண்டும் என்று தோன்றியது.

கொரகன் அதே மரத்தடியின் நிழலில் உட்கார்ந்தபடி மாடு மேய்த்துக்கொண்டிருந்தான். தன்னைப் பார்த்ததும் சட்டையின் நுனியைப் பிடித்து இழுத்து,

"ஹமீதே ஹமீதே...

இங்கே வா ஹமீதே ...

பிச்சைக்காரி தவிட்டுக்கு விற்றுவிட்டு

ஓடிப் போனாள் ஹமீதே..." என்று பாடினான்.

கொரகனின் பிடியிலிருந்து தப்பித்துக்கொண்டு ஓடிவந்தாலும் கொரகனுடைய பாட்டு இன்னும் ஒலித்தபடி இருந்தது..

ஹமீதுக்கு அழுகை தடுக்கமுடியாதபடி பொங்கியது. மீண்டும் கூட்டின் பக்கம் பார்த்தான். கூட்டின்மீது படர்ந்திருந்த வெளிச்சமெல்லாம் மறைந்து இன்னும் மேற்பக்கம் மரத்தின் நுனியில்

பிரகாசித்துக்கொண்டிருந்தது. புல்வெளி முழுக்கச் சிவந்த வெளிச்சம் படர்ந்து நிறைந்தது.

இந்நேரம் சந்தையிலிருந்து ஸாரா அக்கா திரும்பி வந்திருக்கக்கூடும் என்று தோன்றியது. வறுத்த அரிசியும் வெல்லமும் வைத்து காத்துக்கொண்டிருக்கக்கூடும் என்று தோன்றியது.... ஸாரா அம்மா வறுத்த அரிசியைக் கொடுக்க வந்தால் கையிலிருந்து பிடுங்கி வீசி "அக்கா, நீதானே என் அம்மா?" என்று வேகமாகக் கேட்டபடி அவளையே பின்தொடர்ந்து அவளுடைய வீட்டுக்குச் செல்லவேண்டும் என்று தோன்றியது. வேகவேகமாக காலடி வைத்து புல்வெளியைக் கடந்து சென்றான்.

ரைட்டர் வீட்டை ஹமீது அடையும்போது இருட்டத் தொடங்கிருந்தது. வீட்டுக்குள் விளக்கு எரிந்தது. ஸாரா அக்காவை நினைத்துக்கொண்டு ஓடோடி வந்தவன், வாசலருகே கூடையை வைத்துக்கொண்டு நின்றிருந்த ஸாராவைப் பார்த்து படிக்கட்டிலேயே கல்லைப்போல நின்றுவிட்டான். வாசலருகே நின்ற இடத்திலிருந்தே இவனுடைய முகத்தையே பார்த்துக்கொண்டிருந்தாள் ஸாரா. ஹமீது தலையைத் தாழ்த்திக்கொண்டான்.

"அக்கா, நீ என் உண்மையான அம்மா இல்லயா?" என்று கேட்டுவிட வேண்டும் என்று தோன்றியது. தலைநிமிர்ந்து பார்த்தான். அக்காவின் கூடைக்குள் வறுத்த அரிசியும் வெல்லமும் இருக்கக் கூடும் என்று கேட்டுவிட வேண்டும் என்று தோன்றியது. நிமிர்ந்த தலையைத் தாழ்த்திக்கொண்டான். 'அக்கா, நீதான் என் உண்மையான உம்மாவா? என்று நினைத்தான். அக்காவின் கூடைக்குள் வறுத்த அரிசியும் வெல்லமும் இருந்தது. ஸாரா அக்கா தன்னைத் தழுவிக்கொண்டதை நினைத்துக்கொண்டான். இன்னொருமுறை இந்த அக்காவைத் தழுவிக்கொள்ள வேண்டும் என்று தோன்றியது.

ஸாரா அவனுடைய கண்களையே பார்த்தவாறு "எங்கே போயிருந்தே மகனே? நான் உனக்காகக் காத்திருக்கிறேன்" என்றாள். ஹமீதுக்கு கூச்சமாக இருந்தது. புல்வெளியில் "ஸாரா அக்கா உன் அம்மவா?" என்று பஷீர் கேட்டது நினைவுக்கு வந்தது. மெதுவாகப் படியேறி வாசலைக் கடந்து உள்ளே ஓடுவதற்குப் பார்த்தான்.

வாசலருகே நின்றிருந்த ஸாரா அவனை எட்டிப் பிடித்து அணைத்துக்கொண்டாள்.

ஹமீதின் மூக்குக்கு ஸாராவின் மடியிலிருந்து ஏதோ ஒரு மணமெழுந்து மிதந்து படர்ந்ததைப்போல இருந்தது. அவள் மடியில் தன் முகத்தைப் புதைத்துக்கொண்டான். அவள் கை மெதுவாக மீண்டும் அவனுடைய தலையைத் தடவிக்கொடுத்தது.

“மகனே, இங்க பாரு” என்றாள் ஸாரா. ஹமீது தலைநிமிர்ந்து பார்த்தான். கூடையிலிருந்து பிளாஸ்டிக் பையொன்றை வெளியே எடுத்து கையில் வைத்துக்கொண்டாள் அவள். ஹமீதுக்கு அது என்னவென்று தெரிந்துகொள்ளும் ஆர்வம் அதிகரித்தது. அவள் அந்தப் பையிலிருந்து வெள்ளை நிற லுங்கியொன்றை வெளியே எடுத்தாள். “இது உனக்குத்தான் மகனே” என்றாள். இப்போதாவது அவளிடம் ‘நீ என் அம்மாவா?’ என்று கேட்டுவிட ஹமீதின் கண்களில் நீர் தளும்பிக்கொண்டது. அவனால் கேட்க முடியவில்லை. வெளியே பார்த்தான். இருள் நிறைந்து, காப்பித் தோட்டத்தில் பறவைகள் கூட்டம்கூட்டமாக இரைச்சலிடத் தொடங்கின.

“எடுத்துக்கோ மகனே” என்றபடி பையை அவனிடம் நீட்டினாள் அவள். ஹமீது அவள் கண்களையே பார்த்தான். அவள் சட்டெனத் தன் கண்களில் பொங்கி வழியத் தொடங்கிய கண்ணீர்த்துளிகளை அவசரம் அவசரமாகத் முக்காட்டுத் துணியால் துடைத்துக்கொண்டு “நான் வரேன் மகனே” என்றபடி படியிறங்கி மறைந்தாள்.

படியில் நின்றவண்ணம் அந்தப் பக்கத்தையே பார்த்தபடி இருந்தான் ஹமீது. அக்காவின் வெள்ளை முக்காட்டுத் துணியின் நுனிப்பக்கம் திரும்பும் வரையில் தெரிந்து மறைந்தது. கையிலிருந்த பிளாஸ்டிக்பை காற்றில் சரசரத்துச் சத்தமெழுப்பியது. கையிலிருந்த லுங்கியை என்ன செய்வதென்று தெரியவில்லை. பஷீரிடம் காட்டலாமா என்று தோன்றியது. வாசலைத் தாண்டிக்கொண்டு உள்ளே சென்றான்.

நாற்காலியில் புத்தகமொன்றைப் படித்தபடி ஏதோ யோசித்தபடி இருந்தான் பஷீர். பிளாஸ்டிக் பையை அசைத்துச்

சத்தமெழுப்பினான் ஹமீது எதையும் கேட்காதவனைப் போல எங்கோ பார்வையைப் பதிய வைத்திருந்தான் அவன். “பஷீரு, இங்கப் பாருடா புது லுங்கி” என்று அவன் தோளைத் தட்டிச் சொன்னான். திடுமென விழித்தெழுந்தவனைப்போல பஷீர் எதையும் பேசாமல் இவனையே பார்த்தான். ஹமீதுக்கு எல்லாமே புதுமையாக இருந்தது. “பஷீரு, இங்க பாருடா, ஸாரா அக்கா சந்தையிலிருந்து வாங்கியாந்து கொடுத்தாங்க” என்று சொல்லவேண்டும் என நினைத்துக் கொண்டான். ஆனால் பஷீர் லுங்கியின் பக்கம் பார்க்கவே இல்லை. ஹமீதுக்கு நிராசையாயிற்று. அதற்கிடையில் சட்டெனத் திரும்பிய பஷீர் மெதுவாக இவனுடைய காதருகே வந்து “ஹமீது, கொரகனுடைய கொட்டகையில கன்னுக்குட்டி இருந்ததில்லியா, அதனுடைய பசு கவுத்த அறுத்துகிட்டுக் காட்டுப்பக்கம் ஓடிப்போயிடுச்சாம்” என்றான்.

ஹமீதுக்கு திடீரென அச்சமுண்டானது. பஷீரின் கண்களிலும் அச்சம் நிறைந்துகொண்டது. . பஷீர் எதற்காகப் பயப்படுகிறான்? ஹமீதுக்கும் ஏதோ ஒன்று தோன்றியது. தான் ஸாரா அக்காவிடமிரந்து லுங்கியை வாங்கிக்கொண்டது தெரிந்தால் ரைட்டர் கோபித்துக்கொள்வாரோ என்று தோன்றியது.

பஷீர் மறுபடியும் நாற்காலியில் புத்தகத்தைப் படித்தபடி உட்கார்ந்தான். ஹமீதுக்கு லுங்கியைக் கையில் பிடித்துக் கொண்டிருப்பதற்குப் பயமாக இருந்தது. மெதுவாகப் பின்கட்டில் அடுப்பு இருந்த பக்கம் போனான்.

பின்கட்டு வழியாக உள்ளே சென்ற ஹமீதுக்குக் கற்களைக் கூட்டிவைத்து உருவாக்கிய அடுப்புக்குள் நெருப்பைத் தள்ளியபடி உட்கார்ந்திருந்த கொரகனைப் பார்க்க வேடிக்கையாக இருந்தது. ரைட்டரிடம் சரமாரியாகத் திட்டுவாங்கிக்கொண்டு இங்கே வந்து உட்கார்ந்திருப்பதைப்போலத் தோன்றியது. கொட்டகையின் பக்கத்திலிருந்து கன்றுக்குட்டி அம்மா என்று அழைப்பது கேட்டது. இப்போது காட்டுக்குச் சென்றிருக்கும் பசு அங்கே என்ன செய்துகொண்டிருக்குமோ?

கொரகன் தன்னை அருகே அழைத்து, “பிச்சைக்காரி மகன்” என்று கிண்டல் செய்யக்கூடுமோ என்று தோன்றியதால் கொரகனுக்கு

இப்படித்தான் நடக்கவேண்டும் என்று நினைத்துக் கொண்டான். புதிய லுங்கியை அவனிடம் காட்ட வேண்டுமென்று தோன்றியது. "இங்க பாரு, என்னுடைய புது லுங்கி" என்று சரசரவென ஒலியெழுப்பியபடி புதுத்துணியை எடுத்துக் காட்டினான். தூக்கத்திலிருந்து விழித்தெழுந்தவனைப் போல முகத்தை வைத்துக் கொண்டிருப்பதைப் பார்த்து ஹமீதுக்குத் துணிச்சல் பிறந்தது. "கொரகா, இந்த லுங்கி அம்மா சந்தையிலேருந்து வாங்கியாந்து கொடுத்தது" என்று சத்தம் போட்டுச் சொன்னான். கொரகனுடைய முகம் ஒரேயடியாக இருண்டது. ஹமீதுக்கு எதற்காகவென்ற காரணம் புரியவில்லை. கொரகனுக்கு வயிற்றெரிச்சலாக இருக்குமோ என்று தோன்றியது.

கொரகன் மீண்டும் அடுப்புக்குள் சுள்ளிச் சருகுகளைத் திணிக்கத் தொடங்கினான். அவனுடைய கறுத்த முகம் நெருப்பின் வெளிச்சத்தில் பயத்தைக் கொடுத்ததால் மெதுவாகச் சமையலறைக் கதவைத் தள்ளிக்கொண்டு உள்ளே சென்றான். சமையலறைக்குள் அடுப்பின் முன்னால் குளிர்காய்ந்தபடி உட்கார்ந்திருந்தார் ரைட்டர். ரைட்டர் மனைவி மாவாட்டிக்கொண்டிருந்தாள். ஹமீது மூலையில் நின்றுகொண்டான். புதுலுங்கிப் பையை ரைட்டர் பார்த்தால் என்ன ஆகுமோ என்று அவனுக்கு அச்சம் எழத்தொடங்கியது.

ரைட்டர் தம் கால்களை நெருப்பினருகே நீட்டிக்கொண்டு "மரியா, நாளைக்குக் காட்டுக்குப் போய் பசுவைத் தேடிப் புடிச்சாரேன்" என்றார். ரைட்டரின் மனைவி மாவரைத்தபடி அவருடைய பக்கம் திரும்பிப் பார்த்தாள். அவர் ஓடிப்போன பசுவை நினைத்து அழுகிறார் என்று தோன்றியது. ஹமீதால் அங்கே நிற்கமுடியவில்லை. மெதுவாக அந்த இடத்தைத் தாண்டி உள்ளறையின் பக்கம் சென்றான். லுங்கிப்பையை எங்கே வைப்பது என்று தெரியவில்லை. மெதுவாக பஷீரின் அருகே வந்தான். பஷீரின் கையில் இன்னும் புத்தகம் அப்படியே இருந்தது. பஷீர் தலையை நிமிர்ந்து பார்க்கத் தொடங்கினான். ஹமீது எதுவும் சொல்லாமல் மறுபடியும் பின்கட்டுப்பக்கம் சென்றான். பின்கட்டில் இருந்த கல்லடுப்பில் சுள்ளிகள் நெருப்பில் படபடவென்று வெடிப்பதால் எழும் சத்தம் கேட்டது.

அடுப்பின் அருகே சென்று லுங்கியைக் கையில் பிடித்தபடி கொரகனுடைய எரியும் முகத்தையே பார்த்தவாறு நின்றான். தரைமீது படிந்து உட்கார்ந்து முழங்காலின்மீது கைகளை நீட்டியவாக்கில் வைத்துக்கொண்டு நெருப்பையே பார்த்தவாறு இருந்தான் கொரகன். ஹமீதுக்கு லுங்கிப்பை பாரமாக இருப்பதைப்போலத் தோன்றியது. அதை அவன் கையில் கொடுக்கும்போது ஸாரா அக்கா அழுதது நினைவுக்கு வந்தது. ஹமீதால் அந்த நினைவைத் தடுக்க முடியவில்லை. நெருப்பின் பிரகாசத்தில் கொரகனுடைய முகம் மின்னியது. லுங்கியை எரியும் நெருப்பில் வீசி எறித்துவிடலாம் என்று தோன்றியது.

நெருப்பை நோக்கி வேகமாக நெருங்கியவன் கொரகனுடைய கால்சந்து வழியாக நுழைத்து லுங்கிப்பையை எரியும் நெருப்பில் போட்டான்.

பார்த்துக்கொண்டு இருக்கும்போதே நெருப்பின் பிரகாசம் கூடியது. அவனுடைய கண்முன்னாலேயே லுங்கிப்பை எரிந்தது. பிரகாசம் கூடியது. பார்வையைத் திருப்பிய கொரகன் அவனையே உற்றுப் பார்த்தான். ஹமீதின் உடல் மெல்ல நடுங்கியவாறிருந்தது. கொரகனுடைய கண்களில் நீர் தேங்கியது. கட்டுப்படுத்த இயலாமல் தேம்பித்தேம்பி அழுதான் ஹமீது.

இனியும் தடுத்துக்கொள்ள முடியாது என்று தோன்றியது கொரகனுக்கு. நின்றுகொண்டு அழுத ஹமீதை இழுத்து சிறிது நேரம் அணைத்துக்கொண்டிருந்தான். பிறகு "டேய், ஹமீது, உன் அப்பா நான்தான்டா ஹமீது. நீ என்னுடைய மகன் ஹமீது, உன் அம்மா ஸாரா ஹமீதே" என்றபடி பாடுவதைப்போல அழத்தொடங்கினான்.

ஹமீதுவின் அழுகை சட்டென நின்றுபோனது. அவன் அணைப்புக்குள்ளிருந்தபடியே ஆச்சரியத்துடன் கொரகனுடைய முகத்தைப் பார்த்தான். அவனுக்கு அப்பா என்கிற விஷயம் முழுக்க முழுக்கப் புதிய விஷயமாக இருந்தது. "உன் அம்மா ஸாரா ஹமீதே" என்று சொன்னதைக் கேட்டு மகிழ்ச்சியுண்டானது. அடுப்பின் பக்கம் பார்த்தான். ஸாரா அக்கா சந்தையிலிருந்து வாங்கிவந்து கொடுத்த புதிய லுங்கி ஒரு பக்கமாக எரிந்து சாம்பலாகிக்கொண்டிருந்தது. அதைப் பார்க்கப்பார்க்கப் பாவமாக இருந்தது.

கொரகன் ஹமீதின் தலையைத் தடவிக்கொடுத்தபடி அழுதவாறு இருந்தான்...

"ஐ ஹமீதே...
உன் அப்பா நானே ஹமீதே
நீ என் மகன் ஹமீதே
உன் அம்மா ஸாரா ஹமீதே"

கொட்டகைக்குள்ளிருந்து கன்றுக்குட்டி அம்மா என்று அழைத்தது.

ரைட்டர் பசுவைத் தேடிக்கொண்டு கயிற்றுடன் காட்டுக்கு சாயங்காலமே சென்றுவிட்டிருந்தார். தாயைத் தேடிய கன்று கொட்டகைக்குள் கதறிக்கொண்டிருந்தது.

பெரிய ஆரஞ்சுப்பழத்தைப்போல பிரகாசிக்கும் நிலவின் ஒளியில் காப்பிச் செடிகளின் கீழே கொஞ்ச தூரம் வெளிச்சம், பிறகு இருள், கொஞ்ச தூரம் வெளிச்சம், பிறகு இருள் என்றபடி மாறிமாறிப் படர்ந்திருந்தது. ஸாரா ஹமீதின் கைகளைப் பற்றிக்கொண்டு ரைட்டர் வீட்டுப்பக்கம் நடந்தாள். தன்னந்தனியாக இருப்பதற்குப் பயமாக இருக்கிறது என்பதால் துணைக்குத் தன்னோடு இருப்பதற்காக ஸாராவை அழைத்துவரும்படி ரைட்டர் மனைவிதான் ஹமீதை அனுப்பி வைத்தாள்.

பிரகாசிக்கும் வெளிச்சத்தில் ஹமீது ஸாராவின் முகத்தைப் பார்த்தான். அவனுக்கு நிலவின் ஞாபகம் வந்தது. ஸாராவின் காதிலிருந்த வெள்ளி ஆபரணம் மின்னியது. 'நீ என் அம்மா அல்லவா?' ஹமீது அவளுடைய கையை அழுத்திப் பிடித்தான். ஸாரா வேகவேகமாக எட்டி அடிவைக்கத் தொடங்கினாள்.

அவர்கள் ரைட்டரின் வீட்டை அடைந்தபோது கொட்டகையின் பக்கத்திலிருந்து கொரகன் குழல் ஊதிக் கொண்டிருப்பது கேட்டது. குழலின் நாதம் காப்பித் தோட்டத்தின் மீது அலையலையாக மிதக்கத் தொடங்கியது அவர்கள் இன்னும் நெருங்கி வரத்தொடங்கியபோது கொட்டகைக்குள்ளிருந்து, கன்றுக்குட்டி 'அம்மா' என்று அழைப்பது கேட்டது. புல்வெளியிலிருந்து வெண்ணிலவுப் பறவைகள் இறக்கைகளை அடித்தபடியும் வானில்

மிதந்தபடியும் 'கீக்கீக்கீ' என்று பாடிக்கொண்டிருந்தன. ஆகாயத்தை நோக்கிப் பறக்கத்தொடங்கிய பறவைகளைப் பார்க்கத் தொடங்கினான் கொரகன்.

ரைட்டர் வீட்டை அடைந்தபோது அவர்களுக்காகவே காத்துக்கொண்டிருந்தாள் ரைட்டர் மனைவி. கொட்டகையின் பக்கமிருந்து எழுந்துவந்த கொரகனுடைய குழலோசை வாசல் கதவில் பட்டு எதிரொலித்தது. இவர்கள் உள்ளே வந்ததும் வாசலில் இருந்த விளக்கை எடுத்துக்கொண்டு கதவைச் சாத்திவிட்டு, சமையலறைக்குச் சாப்பிடுவதற்காக அழைத்துச் சென்றாள்.

ஹமீது சத்தமில்லாமல் சாப்பிட்டுக்கொண்டிருந்த ஸாராவின் முகத்தையே பார்த்தபடி மெதுமெதுவாகச் சாப்பாட்டை உருண்டையாக உருட்டி விழுங்கினான். சமையலறைக்குப் பக்கத்தில்தான் பின்கட்டு என்பதால் கொரகனுடைய குழல் சத்தம் தொடர்ந்து கேட்டபடி இருந்தது.

அதற்குப்பிறகு அவர்கள் அனைவரும் படுக்கையறைக்குள் நுழைந்து கதவை மூடிக்கொண்டு உறங்கத் தொடங்கினர். ரைட்டர் மனைவியும் பஷீரும் மெத்தைமேல் படுத்துக்கொண்டனர். கீழே பாயை விரித்து அதன்மீது கம்பளி விரித்து ஸாராவின் பக்கத்திலேயே ஹமீது படுத்துக்கொண்டான். ரைட்டர் மனைவி விளக்கை அணைத்தாள்.

பஷீர் மெத்தையிலிருந்து எழுந்து, "ஸாரா ஒரு கதை சொல்லு" என்றான்.

இருட்டுக்குள் கூரைத்துளைகள் வழியாக நிலவின் வெளிச்சம் எட்டிப்பார்த்தபடி இருந்தது. கொரகனுடைய குழலோசையும் மிதந்து வந்துகொண்டிருந்தது.

வெண்ணிலவுப் பறவைக்கூட்டத்தின் பாட்டுச் சத்தம்... ஹமீது ஸாராவை ஆனந்தத்துடன் தழுவிக்கொண்டு "கதை சொல்லும்மா" என்றான். தாய் அவனுடைய உதடுகளைக் தடவியபடி கதை சொல்லத்தொடங்கினாள். ஹமீது அவளுடைய மடியில் முகம் புதைத்தவனாக 'ம்' கொட்டத்தொடங்கினான்.

“ஒரு காலத்துல முத்துபுரம்ங்கற ஊரிலேருந்து கொஞ்ச தூரம் தள்ளி முத்தாரமாலைன்னு ஒரு தங்க அரண்மனை இருந்திச்சாம். அரண்மனைக்குள்ள முத்துமகள்ன்னு பௌர்ணமி மாதிரி ஒரு பொண்ணு... அவளுக்கு ஏழு பேரு அண்ணன்மாருங்க இருந்தாங்க. ஒருத்தன் ஆகாய ராஜா... ஒருத்தன் மலைராஜா... இன்னொருத்தன் வீசுகிற வாயுராஜா.. இன்னொருத்தன் தங்கச் சுரங்கங்களுக்கு ராஜா. இன்னொருத்தன்.. எல்லாரும் சேர்ந்து தங்கத்தப் போல வளத்தத் தம்முடைய தங்கச்சி கூந்தல்ல முடிஞ்சிக்கறதுக்காக சில முத்துங்களத் தேடி ஏழுமலைங்களத் தாண்டி ஏழு ஆகாயங்களத் தாண்டி ஆறு கடல்களைத் தாண்டி அதுக்கப்புறம் இருக்கற பாற்கடல்ல முழுகி முத்தெடுப்பதற்காகப் போனாங்க.

போவறதுக்கு முன்னால முத்துமகளக் கூப்பிட்டு அரண்மனை மேல மல்லிகையாலேயே மெத்த செஞ்சி “முத்துமகளே உனக்கு முத்து எடுத்து வரதுக்காகப் போறோம். நாங்க திரும்ப வரும் வரைக்கும் நீ கீழே இறங்கவேண்டாம். எறும்பு சுத்திக்கும். முத்தாரமாலையைத் தாண்டாதே. திருடனுங்க தூக்கிட்டுப் போயிடுவாங்க’’ன்னு சொல்லிவச்சிட்டு ‘‘ஆறு மாசம் கழிச்சி ஏழாவது மாசம் திரும்ப வருவோம்” ன்னும் சொல்லிட்டுப் போனாங்க..

முத்தம்மா மல்லிகை மெத்தையில உட்கார்ந்து அண்ணம்மாருங்களுக்காக காத்திட்டிருந்தா

நாலு மாசமாயிடுச்சி.. அஞ்சாவது மாசமாயிடுச்சி.. ஆறு மாசமும் முடிஞ்சிபோச்சி. முத்தெடுத்துவரப்போன அண்ணம்மாருங்க திரும்பி வரவே இல்லை. முத்துமகளுக்கு பசியெடுக்கத் தொடங்கிச்சி. ஏழு மாசமும் முடிஞ்சி எட்டாவது மாசமும் நடக்கத்தொடங்கிச்சி. தாகத்தால கிளிமூக்கு மாதிரி இருந்த சிவப்பு உதடுங்க காஞ்சிப்போயி தண்ணியில்லாத ஏரி பாளம்பாளமா வெடிச்சிக் கெடக்கறாப்பல வெடிச்சிப்போச்சி... முத்துமகள் அரண்மனைக்குள்ளயே காத்துக்கிட்டிருந்தா..

பசிக்கறப்போ காய்ஞ்சிப்போன மல்லிகையே சோறாச்சி... ஆரஞ்சு சாறே தண்ணியாச்சி. தன்னுடைய கண்ணீரே எண்ணெயாச்சி... தன்னுடைய கைநகமே சீப்பாச்சி...

அண்ணம்மாருங்க வரவே இல்ல... முத்தம்மாவுடைய பெருமூச்சே கறுப்புக் கண்மையாச்சி... இப்படி இருக்கும்போது திடீர்னு ஒருநாளு ராத்திரி அரண்மனை ஜன்னல் வழியா குழலூதற சத்தம்கேட்டுது முத்தம்மாவுக்கு. அந்தக் குழல்சத்தம் ஏழு மலைகளையும் ஒன்னாக்கிச்சி. ஏழு சமுத்திரத்துத் தண்ணீரைப்போல பாஞ்சிது. ஏழு ஆகாயத்துல தாவக்கூடிய பறவைங்க ஒன்னா சேந்து பாடறமாதிரி குழலினுடைய பாட்டு முத்தம்மாவின் காதுல கேட்டுது."

ஏழு ஆகாயங்களில் மிதப்பதைப்போல ஹமீதுவுக்குத் தோன்றியது. வெளியிலிருந்த கொரகனுடைய குழலோசை ஏழுமலைகளின் உச்சியிலிருந்து மிதந்துவருவதைப்போலக் கேட்டது. மாடியிலிருந்து இறங்கிக்கொண்டிருக்கும் நிலவின் வெளிச்சத்தில் தன் தலையைக் கோதிக்கொண்டிருக்கும் ஸாரா முத்துமகளாக இருக்கக்கூடும் என்று தோன்றியது.

ஸாரா தொடர்ந்து சொன்னாள்.

"முத்துமகள் ஜன்னல் பக்கமா தலையை நீட்டி தேடிப்பாத்தா. பாட்டுச்சத்தம் மட்டும் கேட்டுது. ஆனா பாட்டுக்காரனப் பாக்க முடியலை. பாட்டுக்காரனப் பாக்கணும்ன்னு முத்துமகளுக்கு ஆசை வந்திச்சி.

பாட்டு வந்த பக்கமா அரண்மனையிலிருந்து ஒரு படி கீழ இறங்கனா முத்துமகள்... பாட்டுச் சத்தம் ரொம்ப நெருக்கத்துல கேட்டுது. இன்னொரு படி கீழ இறங்கினா... இன்னும் ரொம்ப நெருக்கத்துல கேட்டுது. இப்படியே இன்னொரு படி இன்னொரு படின்னு கீழ இறங்கினா...

முத்தார மாலையின் பூந்தோட்டத்துல பாட்டுக்காரன் இருக்கற மாதிரி பட்டுது. பூந்தோட்டத்துக்குள்ள கால்வச்சா. காய்கறித் தோட்டத்திலேருந்து சத்தம் வரமாதிரி இருந்திச்சி. அங்க போயி பாத்தா. பழத்தோட்டத்துப் பக்கத்திலேருந்து சத்தம் வரமாதிரி இருந்ததிச்சி. அங்க போயி பாக்கறப்போ முத்தாரமாலையின் வேலிக்கு மறுபக்கத்திலேருந்து சத்தம் வரமாதிரி இருந்திச்சி...

முத்துமகள் வேலியத் தாண்டிப் போனா. நடைபாதைக்கு வந்தா. பாட்டுச் சத்தம் காட்டுக்குள்ளேருந்து வராமாதிரி இருந்திச்சி.

வெள்ளையா பிரகாசமா இருந்த பௌர்ணமி வெளிச்சத்துல கருப்புக் காட்டுக்குள்ள முத்துமகள் போனா. அதுக்குள்ள இன்னொரு பாதை

முத்துமகள் கால் தடுக்கி முள்ளுல நடந்து சிவப்பா ரத்தம் வரத்தொடங்கிச்சி. நெத்தியில வியர்வை முத்து முத்தா வழிஞ்சிது. காட்டு நடுப்பகுதியிலேருந்து வரமாதிரி இருந்த பாட்டுச்சத்தம் மரங்களின் உச்சியிலேருந்து வரமாதிரி இருந்திச்சி. முத்துமகள நல்லா அலைய வச்சிது

நடந்து நடந்து கறுத்த காட்டுக்கு நடுவுல இருந்த ஒரு புல்வெளிக்கு வந்தா முத்துமகள். அங்க பச்சைப்பசேல்னு புல்லு. அதுக்கு நடுவுல கணக்கில்லாம நாவப்பழம் பழுத்துத் தொங்கற நாவல்மரம். அந்த மரத்தடியில் கன்னங்கரேல்னு ஒரு பாட்டுக்காரன் குழல் ஊதிக்கிட்டு உக்காந்திருக்கான். பால் கொடுக்கற பசுக்களெல்லாம் கழுத்துல கட்டியிருக்கற மணி குலுங்க குலுங்க புல்வெளியில மேஞ்சிட்டிருந்துச்சி

குழல் ஊதிக்கொண்டிருக்கிற கறுத்தவனைப் பாத்துட்டிருக்கும் போதே முத்துமகளுக்கு சுயநினைவு தப்பி மயக்கம் வந்திச்சி. அங்கயே பச்சைப்புல்வெளியில் விழுந்துட்டா. குழல் ஊதிட்டிருந்தவன் ஒரு சிவப்பு எருதுமேல ஏறிவந்து முத்துமகளை மல்லிகைப்பூமாதிரி தூக்கிக்கொண்டு ஏழு மலைக்கு மேல இருக்கற தன்னுடைய பூமலைக்குத் தூக்கிட்டுப் போனான்."

இந்த உலகத்தில் தான் மட்டுமே அக்காவின் கதைக்கு 'உம்' கொட்டுவதைப்போலத் தோன்றி உடல் உறைந்ததைப்போல இருந்தது ஹமீதுக்கு. கதை முடிந்தது என்பதைப்போல அவனுக்கு மெய்ச்சிலிர்த்தபோது அவனை நன்றாக இழுத்து அணைத்தபடி மேலும் சொல்லத் தொடங்கினாள்.

''கதை முடியலை மகனே.. முத்துமகள் பூமலையிலிருந்து முத்தாரமாலை அரண்மனைக்குத் திரும்புவதற்கு இறங்கியபோது அவளுடைய கையில ஒரு குழந்தை இருந்திச்சி.

குழந்தைக்குப் பேச வாய் கெடையாது. குழந்தைக்கு எதுவுமே இல்லை. உடல்முழுக்க விதவிதமான கண்கள். ஒன்னு சூரியக்கண்ணு. ஒன்னு மீன்கண்ணு. உடல்முழுக்க விதம்விதமாக் கண்ணுங்க.

குழந்தையைப் பாக்கப் பாக்கப் முத்துமகளுக்குப் பயமா இருந்திச்சி. முத்து கொண்டுவரப்போன அண்ணம்மாருங்க நெனப்பு வந்திச்சி. குழந்தையைத் தூக்கிட்டுக் காட்டுக்குள்ள தன்னுடைய அரண்மனையைத் தேடிப்போனா.

காட்டுக்குள்ள ஒரு வழிப்பாதை. கொஞ்ச தூரத்துல அப்பாதையிலேருந்து பிரியற இன்னொரு பாதை. அப்பறம் அதிலேருந்து பிரியற இன்னொரு பாதை... அந்தப் பாதைகளிலே சுத்திச்சுத்தி முத்துமகளுக்கு உயிரே போனமாதிரி ஆயிடுச்சி. பசியில குழந்தையின் கண்ணிலேருந்து தண்ணி வழிய ஆரம்பிச்சது. முத்தாரமாலை அரண்மனை கெடைக்கவே இல்ல.

சுத்திச்சுத்தி முத்துமகளுக்குச் சோர்வாயிடுச்சி. காட்டுக்கு நடுவுல கறுத்த தரைமேல குழந்தையை வச்சிட்டு உக்காந்தா. காடெல்லாம் கன்னங்கரேல்னு இருட்டா இருந்திச்சி.. காத்து அடிச்சது... ஆகாயத்துல மேகம் கூடி மழை வந்திச்சி. குழந்தையை கட்டிப்புடிச்சபடி உக்காந்தே இருந்தா முத்துமகள். அசையவே இல்ல..

ராத்திரி முடிஞ்சி விடிஞ்சிது. மழை நின்னு வெயில் வந்தது. வெடிஞ்சதும் பசுக்கள் ஓட்டிகிட்டு வந்த குழல் ஊதுகிற கறுத்த பாட்டுக்காரன் அங்க ஒரு விசித்திரமான செடியைப் பாத்தான்

முத்துமகள் ஒரு சின்ன காப்பிச்செடியா மாறி மொளஞ்சிருந்தா. அவள் குழந்தையின் விதம்விதமான கண்கள் அந்தச் செடியில பஞ்சுகளாவும் பூக்களாவும் முத்துகளாவும் வெள்ளையா பூத்திருந்திச்சி.. அப்பறம் அந்த இடம் காப்பிக் காடாச்சு."

ஹமீதால் நம்பவே முடியவில்லை. ஸாரா அக்காவே முத்துமகள் என்று தோன்றியது. அக்காவின் கன்னத்தைத் தொட்டுப் பார்த்தான். சூடான கண்ணீர்த்துளிகள் தட்டுப்பட்டன. அக்கா அழுகிறாள் என்று தோன்றியது. அவளுடைய கன்னத்தைத் தடவிக்கொடுத்தான்.

அக்கா அவனை அழுத்தமுடன் அணைத்துக்கொண்டு கம்பளிக்குள் இழுத்துக்கொண்டாள். கம்பளியின் இருட்டுக்குள் ஹமீது அவளுடைய உதடுகளைத் தடவிக்கொடுத்தான். கண்கள் மூக்கு எனத் தடவிக்கொடுத்தபடி இருந்தான். கண்களில் மயக்கம்

கவிந்தது.

புல்வெளியின் பக்கத்திலிருந்து ஆந்தைகளின் அலறல் கேட்டது. கொரகனுடைய குழலோசை நின்றுவிட்டிருந்தது. ஸாரா அக்கா ஹமீதைத் தழுவிக்கொண்டு சத்தமின்றித் தேம்ப ஆரம்பித்தாள்.

விடிந்ததும் கொட்டகையின் பக்கத்திலிருந்து 'அம்மா' என்கிற கன்றின் அழைப்பைக் கேட்டு விழிப்பு வந்தது. அதே நேரத்தில் 'ம்மே' என்று தாய்ப்பசு பதில் குரல் கொடுப்பதும் கேட்டது. ரைட்டர் பசுவைத் தேடிப் பிடித்துக்கொண்டு வந்துவிட்டார் என்று தோன்றியது. ஹமீதுக்குச் சட்டென ஸாரா அக்காவின் ஞாபகம் வந்து பக்கத்தில் பார்த்தான். ஸாரா அக்காவைக் காணவில்லை. விடிந்ததுமே எழுந்து வீட்டுக்குச் சென்றிருந்தாள்.

கொட்டகையிலிருந்து மீண்டும் மீண்டும் 'அம்மா' என்று கன்று அழைக்கும் குரலும் அதற்கு 'ம்மே' என்று பசு கொடுக்கும் பதில் குரலும் ஹமீதுக்குக் கேட்டன.

இரவில் கேட்ட கதை நினைவுக்கு வந்து அழத்தொடங்கினான்.

காரணபூதம்

விவேக் ஷேன்பேக்

ஆங்கிலம் வழி தமிழில். **ஜெயமோகன்**

மரிகாம்பா கோயிலுக்குச் செல்லும் சிறிய தெருவின் இருபக்கமும் வீடுகள் நெருக்கியடித்துக்கொண்டிருந்தன. பல வீடுகளுக்குப் பொதுவான சுவர்கள்தான். வீடுகள் நடுவே சிவந்த தெரு பூமாலையின் பூக்கள் நடுவே வாழைநார் ஓடுவதுபோலச் சென்றது. இந்த அடர்ந்த வீட்டுவரிசையின் நடுவே ஒரு காலி மனை. அந்த காலியிடத்தை நோக்கியதுபோல் இருந்தது தாத்தாவின் வீடு.

விடுமுறையின் போதெல்லாம் தாத்தா வீட்டுக்குப் போய்விடுவோம். ஒவ்வொருமுறை போகும்போதும் பிறந்தவீட்டுக்கு வந்து தங்குவதைப்பற்றி ஏதாவது சண்டையை இழுக்காமல் இருக்கமாட்டாள் அம்மா. அவளுடைய நான்கு சகோதரிகளில் யாராவது வந்திருந்தார்கள் என்றால் அவர்கள் சேர்ந்து ஏற்கனவே நடந்த, அல்லது நடந்ததாகக் கற்பனை செய்யப்பட்ட, அல்லது நடக்கச் சாத்தியமாக இருந்த கடந்தகாலச் சம்பவம் ஒன்றைத் தோண்டி எடுத்து பாட்டியின் மனசைக் குத்துவதுபோல அதை முன்வைப்பார்கள். ஐந்து சகோதரிகளுக்கும் இந்த விஷயத்தில் அபாரமான செயல்திறமை இருந்தது.

மகள்களின் உரிமை, வரதட்சிணை, சொத்தில் பங்கு போன்றவை பேச்சில் அடிபடும். இந்தச் சர்ச்சைகளில் சட்டநுட்பங்களைத் துல்லியமாகக் கோர்க்கக்கூடிய திறமை கொண்ட என் அம்மாதான் எல்லாவற்றுக்கும் பின்னணிச் சக்தி என்று நான் ஊகித்தேன். உரிய முறையில் எதற்காவது அழைக்கப் படாமலிருத்தல், பரிசுப்பொருட்களில் விலை வித்தியாசம் இருத்தல், ஏதாவது உள்ளர்த்தம் தொனிக்கும் கருத்து, பாராட்டப்பட வேண்டிய ஒன்று உரியமுறையில் பாராட்டப்படாமலிருத்தல் இப்படி ஏதாவது ஒன்று ஒரு சண்டையைக் கொளுத்திப்போடும். எவ்வளவுநாள்

அங்கே தங்குவோம் என்பது எங்களுக்கு அந்தச் சண்டை எந்த அளவுக்குச் சத்தமாக இருக்கிறது என்பதை வைத்துத்தான் ஊகிக்கக் கூடியதாக இருக்கும்

தாத்தாவின் வீட்டுமுகப்பில் இருந்த காலிமனை நாலைந்துவீடுகள் கட்டுவதற்குப் போதுமான அளவுக்குப் பெரியது. அதன் வலப்பக்கம் பண்டிதரின் வீடு. தாத்தாவீட்டு வராந்தாவில் நின்றால் காலிமனைக்கு எல்லை வகுத்த அதன் உயரமான சுற்றுமதிலைப் பார்க்க முடியும். அந்த மதிலில் நான்கு பெரிய ஜன்னல்களும் அவற்றில் கீழே இழுத்து மூடும் கதவுகளும் உண்டு. கீழே உள்ள கதவுகள் எப்போதுமே மூடித்தான் இருக்கும். மேலே உள்ளவை கால்வாசி திறந்து உள்ளே என்ன நடக்கிறதென காண்பிக்காதமாதிரி தெரியும்.அந்த சன்னல்களின் கனமான கம்பிகள் துருப்பிடித்து நிறமாறியிருக்கும்.

சுவரின் மேல்பகுதியில் நேர்த்தியான மாபெரும் எழுத்துகளில் ''ஆஸ்துமாவுக்கு அரியமருந்து! டாக்டர் புரோகித்தின் மருந்து வேலைசெய்கிறது!'' என்று எழுதப்பட்டிருக்கும். இந்த விளம்பரம் வைக்கப்பட்டபின் டாக்டர் புரோகித் அதிகநாள் உயிர்வாழவில்லை என்று பாட்டி சொன்னாள். அந்தச் சுவரையும் விளம்பரத்தையும் பற்றிப் பாட்டி அங்கிங்காகச் சொன்னவை கொஞ்சம் மர்மமாகத்தான் இருந்தன. புரோகித் இறந்து நெடுநாட்களான பின்னாலும்கூட அந்த விளம்பரம் அங்கேயேதான் இருக்கிறது. காலிமனையையும் புரோகித் வீட்டையும் அந்த விளம்பரம் இல்லாமல் எவரும் நினைத்தே பார்க்க முடியாது.

நாங்கள் எப்போதெல்லாம் பாட்டி வீட்டு வராந்தாவுக்கு வருகிறோமோ அப்போதெல்லாம் அந்த விளம்பரத்தை ஒருமுறை சத்தமாக வாசித்துப் பார்த்துவிடுவோம். பாட்டியின் ஏராளமான பேரக்குழந்தைகளில் ஏதேனும் ஒன்று எல்லா வருடமும் பள்ளிக்கூடம் போக ஆரம்பத்திருக்கும். அதனிடம், 'இந்த எழுத்துகளை வாசி பார்க்கலாம்' என்று சோதனை வைத்து பார்ப்போம். அவை எழுத்து எழுத்தாக சேர்த்து உருட்டி முழித்து வாசிக்கத் திணறும்போது என்னைப்போன்ற 'கற்றுத்தேறிய' பசங்கள் எங்களைப்பற்றி பெருமிதம் கொள்வோம். நாகேஷ்மாமா மட்டும்

அந்தப் பிராந்தியத்தில் இல்லாமலிருக்க வேண்டும். சூபரிண்டெண்ட் 'ஃப்ரீடம் ஃபைட்டர்' என்று எதையாவது சொல்லி ஸ்பெல்லிங் கேட்டு எங்கள் மானத்தை வாங்கிவிடுவார்

பண்டிதர் வீடு ரொம்பப் பெரியது. அரண்மனை என்றே சொல்லலாம். வீட்டின் ஒருபகுதியைக் கடையாக ஆக்கியிருந்தார்கள். வீட்டின் வலதுபக்கம் அந்தக்கடையின் ஒருபகுதி தெரியும், இடதுபக்கம் பெரிய நுழைவுவாசல். வீட்டின் அஸ்திவாரம் ஒன்றரையாள் உயரமானது. வராந்தாவை அடைவதற்கே பத்துபடி ஏறவேண்டும். வராந்தாவின் தடிமனான தூண்கள்மீது அமர்ந்திருக்கும் கனமான உத்திரச் சட்டங்கள் தெருவில் நின்றாலே தெரியும். மையக்கதவில் உள்ள பூவேலைச் செதுக்கல்கள் அந்த வீட்டின் பழங்காலப்பெருமையைக் காட்ட முயன்றன. கண்ணுக்குத் தெரியாத ஒரு கை இந்தப் புறக்கணிக்கப்பட்ட வீட்டின்மீது மெல்லிய திரை போல ஒரு அலட்சியத்தைப் பரவ விட்டிருந்தது. ஆங்காங்கே அதன் பழம்பெருமை, கிழிசல்கள் வழியாக வெளியே வந்தால் உண்டு. மங்களூர் ஓடுகள் வேய்ந்த கூரைமடிப்புகளில் புழுதி சேர்ந்திருக்கும். ஓடுகள்மீது படிந்த பாசி வெயிலில் காய்ந்து கருமையாக மாறி கூரை ஒரு பெரிய கரும்பாறை போல இருக்கும்.

வராந்தாவின் நடுவே ஒரு உயரமான திண்டு உண்டு. கடைக்கு வருபவர்கள் வீட்டுக்குள் செல்லும் வழியில் ஏறிவிடாமல் தடுப்பதற்காக என்று படும். கடையின் கதவு நிரைப்பலகைகளால் ஆனது. கடையை மூடியிருக்கும்போது எண்ணினால் சுண்ணாம்பால் எப்போதோ எழுதப்பட்டு அழிந்துபோன ஒன்றுமுதல் இருபத்தெட்டு வரையிலான எழுத்துகளைக் கவனித்து வாசிக்க முடியும். மதுகரர் கடையைத் திறக்கும்போது நாங்கள் அடுத்து அவர் எடுக்கப்போகும் பலகையின் எண்ணைச் சொல்லி கூச்சல்போடுவோம்.

கடைக்குள் எண்ணைய்ப்பிசுக்கு படிந்து தோல்மாதிரி வழவழப்பான கறுப்பு மர அலமாரிகள் இரு சுவர்களிலும் வரிசையாக இருக்கும். ஆனால் அவையெல்லாம் காலியாகத்தான் காணப்படும். கடைக்குள் எந்நேரமும் இருட்டுதான். அந்த இருட்டும் கடைச்சுவர்களின் கருமையும் சேர்ந்து உள்ளே முடிவில்லாது

சென்றுகொண்டே இருக்கும் மந்திரவாதியின் மாயக்குகை போலிருக்கும். கடைமுன்னால் ஒரு சாக்கில் தேங்காய்கள் வைக்கப்பட்டிருக்கும். பித்தளைத் தாம்பாளத்தில் குட்டியான ஒரு குங்கும மலை. மரத்தட்டில் ஊதுவத்திகள். சிறிய சுருள்களாகக் கதம்பம். ஓரமாக ஒரு பழைய ஜாடியில் பெப்பர்மிண்ட்.

வாசலில் இரு பூஜைக்கூடைகளில் ஒரு தேங்காயும் ஒரு கூடு ஊதுவத்தியும் கொஞ்சம் பூவும் ஒரு சிறிய பொட்டலம் குங்குமமும் ஒரு பச்சைநிற விரிப்பின் மீது போகிறவர்களின் கவனத்தை கவர்வதுபோல வைக்கப்பட்டிருக்கும். 'தேவி மரிகாம்பாவுக்கான வழிபாட்டுக்கூடைகள் இங்கே விற்கப்படும்' என்று ஒரு தகரத்தில் வெள்ளை எழுத்தில் எழுதி அருகே சாத்தப்பட்டிருக்கும்.

கிராமத்தில் யாருமே இந்தக்கடைக்கு வருவதில்லை. அன்றாட உபயோகத்துக்கான எப்பொருளும் இங்கே கிடைக்காது. கோயிலுக்குப்போகும் வேற்றூர்க்காரர்கள் இந்தப் பூஜைக் கூடைகளில் ஒன்றை வாங்குவார்கள். அது அவர்களுக்கு வசதியானது. சிலசமயம் கூடவே போகும் பிள்ளைகள் அடம்படித்து பெப்பர்மிண்ட் வாங்கிக்கொள்ளும். படித்துப் படித்துச் சொன்னாலும் பெரும்பாலான பக்தர்கள் கூடைகளைத் திருப்பத்தர மறந்துவிடுவதனால் மதுகரர் அவர்கள் திரும்ப வருவதற்குக் கொஞ்சம் தாமதமானாலும் பதற்றம் அடைவார். தாத்தாவின் வீட்டில் நின்று பார்க்கும்போது மதுகரர் நிலைகொள்ளாமல் கோயிலின் திசையை அடிக்கடி பார்த்துக் கொண்டு ஓரக்கண்ணால் இருப்புப் பெட்டியையும் பார்த்து கடைத்திண்ணையில் முன்னும் பின்னும் நடந்து கொண்டிருந்தாரென்றால் "அங்கே பார். யாரோ கூடையைத் திருப்பக் கொடுக்க வில்லை. மதுகரர் குண்டி சுட்ட பூனையை மாதிரி நடந்து கொண்டிருக்கிறான்" என்பார் தாத்தா.

ஆனால் அவர்கள் கூடையைத் திருப்பக்கொடுக்கும்போது தன்னுடைய பொறுமையின்மையை எண்ணி தானே கொஞ்சம் நாணுவதால் மதுகரர் "சரி சரி, அங்கெ வச்சிட்டுப் போங்க" என்பார். ஆனால் திண்ணையில் நாகேஷ் மாமா இருந்தால் கண்டிப்பாகச் சொல்லாமல் இருக்கமாட்டார். ''பார்த்தீர்களா இப்போதுதான் வாடிக்கையாளர்கள் அந்தக்கூடையை வைத்துவிட்டுப்போனார்கள்.

உடனே அதை எடுத்து எத்தனை தடவை திருப்பத்திருப்ப பார்க்கிறான்'' தாத்தா கேட்டாரென்றால் ''போடா உனக்கென்ன தெரியும் சொத்தை இழப்பதில் உள்ள துக்கம்'' என்பார்

அந்தப் பெரிய கல்லாப்பெட்டி கடையின் முன்பகுதியில் இருந்தது. அதற்குப் பின்னால் உள்ள மரநாற்காலியில் மதுகரா் அமர்ந்திருப்பார். இருப்பைப் பார்த்தால் கடும் வியாபாரத்தை எதிர்பார்க்கும் தோரணைதான். நரைத்த பழைய பைஜாமாவும் காலர் பிரிந்த சட்டையும் அணிந்து அடிக்கடி வழுக்கைத் தலையை மேல்நோக்கி தடவிவிட்டுக்கொண்டு மங்கலான கண்களால் தெருவை பார்ந்தபடி நாள் முழுக்க அங்கேயே குந்தியிருப்பார்.

மதுகரா் எவரிடமும் பேச்சை ஆரம்பிப்பதேயில்லை. தாத்தா கடையைத் தாண்டிசெல்லும்போது சிலசமயம் நின்று அவரிடம் சில சொற்கள் பேசுவார். தாத்தாவைக் காணும்போது மரியாதை நிமித்தம் எழும் பாவனையில் மதுகரா் நாற்காலியில் கொஞ்சம் முன்னால் வருவார். தாத்தா திண்ணைக்கு வந்ததுமே எழுந்து மரியாதையாக ஒதுங்கி நிற்பார். தாத்தா சும்மா ''மதுகரா'' என்று சொல்லிவிட்டு போவார். அவ்வளவுதான் குசலம் முடிந்துவிடும்

குழந்தைகளை அந்தக் காலியிடத்தில் விளையாட அனு மதிப்பதேயில்லை. இந்தக் காலியிடம் பண்டிதரின் குடும்பத்துக்குச் சொந்தமானது. ஆனால் அதை எவரும் எதற்காகவும் பயன்படுத்தியதில்லை. மதியச் சாப்பாட்டுக்குப் பின்னர் வராந்தாவில் சாய்வுநாற்காலியில் படுத்துக்கொண்டு என் சித்தியின் கணவர் நாகேஷ் மாமாவிடம் சொன்னார் ''தெருவோரமாக இப்படிப்பட்ட இடத்தில் இந்த காலிமனை நல்ல விலைக்கு போகுமே''

கையில் வெற்றிலையை எடுத்து கூர்ந்து ஆராய்ச்சி செய்தபடி இன்னொரு கையை பாக்குக்காக நீட்டிய நாகேஷ் மாமா சொன்னார் ''அந்தக்கிழவி உயிரோடிருக்கும்வரை இந்த நிலத்தை வாங்க யாருமே வரமாட்டார்கள் மாப்பிள்ளை.. சரி, இந்தக் காலத்தில் இதையெல்லாம் நம்புவது கஷ்டம்தான்''

சித்தி கணவருக்கு ஹொன்னவரத்தில் பல தொழில்கள். அவர் தொட்டதெல்லாம் பொன் என்றார்கள். நினைத்ததைச் செய்யக்கூடிய

ஆள். அவர் கப்பல் ஏற்றுமதி முதல் ஐஸ் தொழிற்சாலை வரை பல விஷயங்களை ஒரேசமயம் திறம்பட நடத்திவந்தார். அந்த காலிமனையின் வணிக சாத்தியங்களைப் பற்றி சிந்தித்தபடி அவர் பேசிக் கொண்டிருந்தார்.

மச்சானின் மனதை அறிந்தவர் போல நாகேஷ் மாமா அந்தக் காலியிடத்தைப் பற்றியே பேசிக்கொண்டிருந்தார். "கிம்மாணியில் இருந்து ஹம்மண்ணாவின் மகன் மாட்டுவண்டி கட்டிக்கொண்டு வந்திருந்தான். அவன் இங்கே வருவது இதுதான் முதல் தடவை. சாயங்கால நேரம். நாங்களெல்லாம் உள்ளே இருந்தோம். காலியிடம் இருப்பதைக் கண்டு வண்டியை அங்கே நிறுத்தி மாட்டுக்குக் கொஞ்சம் வைக்கோலும் போட்டுவிட்டு இங்கே வந்தான். எங்கள் கொல்லைப்பக்கத்துக்கு வந்து பேசிக்கொண்டிருந்தபோது "அம்மா நீ காளைகளை இங்கே தொழுவத்திற்குக் கொண்டுவந்து கட்டு" என்றாள். அப்போதுதான் அவன் வண்டியை காலிமனையில் நிறுத்திய விஷயத்தைச் சொன்னான். "அய்யய்யோ!" என்று அம்மா அலறிவிட்டாள். "இங்கே கொண்டுவந்து கட்டு" என்று சொல்லிக் கட்டாயப்படுத்தி அந்த மிருகங்கள் வைக்கோல் தின்று கொண்டிருக்கும்போதே இழுத்து வந்து இங்கே கட்டிவிட்டாள். நல்ல திடமான மாடுகள். ஆனால் கிம்மானிக்கு திரும்பச்செல்லும் வழியில் பண்டால கட்டாவில் வண்டி சரிந்து ஒரு மாட்டுக்கு கால் முறிந்துவிட்டது. இதற்கு என்ன சொல்கிறாய்?"

"நான் கிழவியைப் பார்த்ததே இல்லை. அவள் எப்போதும் ஜன்னலருகே உட்கார்ந்திருக்கிறாள் என்றா சொல்கிறாய்?"

"இங்கே இருந்து அவளைப் பார்க்க முடியாது. அந்தச் சுவரைப் பார்த்தீர்கள் அல்லவா? சிலர் அவள் முகத்தை அந்தச் சன்னல் இடுக்கு வழியாக பார்த்திருப்பதாகச் சொல்கிறார்கள். இங்கே இருந்து பார்த்தால் ஒன்றும் தெரியாது, இருட்டாக இருக்கும்"

"மாமாவுக்கு இதில் எல்லாம் நம்பிக்கை உண்டா?"

"இல்லை. கடவுளே கூட அவரிடம் உண்மையைச்சொல்லி நம்பவைக்க முடியாது. கண்ணெதிரே தெரியும் விஷயத்தை நம்பமாட்டேன் என்று சொல்வாரென்றால் நாம் என்ன செய்ய

முடியும்? போன வருடம் இப்படித்தான் நரசிம்ம பார்க்குரனின் மகள் சக்கு கோவாவில் இருந்து வந்திருந்தாள். அவள் மகனுக்கு பதினாறு வயது. அப்படி ஒரு திடகாத்திரமான பையன். கட்டைகுட்டையாக இருப்பான். நாங்கள் அவர்களுக்குச் சொந்தம் என்பதனால் இங்கே வந்திருந்தார்கள். பையன் அங்கே போய் விளையாடினான். மறுநாள் காய்ச்சல் ஆரம்பித்தது. கடுமையான டைபாயிடு. தப்பித்ததே பெரிய விஷயம்.சக்கு இனிமேல் இந்தத் திசைக்கே வரமாட்டேன் என்று சொல்லிவிட்டுச் சென்றாள். இதற்கு என்ன சொல்கிறீர்கள்?"

"இந்த நிலத்தை இப்போது வாங்கினால் அடிமாட்டு விலைக்கு தட்டி எடுக்கலாம். வாங்கிப் போட்டால் எதிர்காலத்தில் நல்ல லாபம் வரும்''

''ஆனால் அந்த ஆள் அதை விற்கமாட்டானே. அவன் கடையில் இருந்து அவருக்கு நாளைக்கு பத்து ரூபாய் வந்தால் அதிகம். எப்படித்தான் தின்று குடித்து வாழ்கிறானோ, கடவுளுக்கே வெளிச்சம். அவர்கள் திருமணங்களுக்கோ மற்ற சடங்கு சாங்கியங்களுக்கோ தலைகாட்டுவதே கிடையாது. அவரை எதற்காகவாவது கூப்பிட்டால் என்னவோ லட்சரூபாய் வியாபாரம் மாதிரி ''நான் வந்தால் கடையை யார் பார்த்துக்கொள்வது? கல்லாப்பெட்டியை விட்டுவிட்டு எப்படி வர முடியும்?'' என்பார். ஒருநாள் அந்த காலிமனையை விற்பதைப்பற்றி மேலோட்டமாக பேசிப்பார்த்தேன். அவர் என்ன சொன்னார் தெரியுமா? அவர் அதை விற்றால் அவரது வாடிக்கையாளர்கள் எங்கே வண்டியை நிறுத்துவார்கள் என்கிறார். வேடிக்கைதான் இல்லையா? அந்தக்காலத்தில் அவரது அப்பா தொழில் செய்த நாட்களில் அங்கே அவரது வாடிக்கையாளர்களின் வண்டிகளை நிறுத்துவதற்காக நல்ல பெரிய பந்தல் போட்டு வைத்திருந்தார்களாம் மனிதர்களின் பகற்கனவுகளுக்கு அளவே கிடையாது"

"உன் அப்பா சொன்னால் ஒருவேளை கேட்பார்"

''அப்பாவை அதற்குச் சம்மதிக்க வைக்கமுடியாது. நாம் மதுகரரை வேறு ஆள் வழியாக அணுகினால்கூட அப்பாவிடம் ஒரு வார்த்தை கேட்காமல் அவர் ஒப்புக்கொள்ளமாட்டார். அதை

மறந்துவிடுங்கள்'' நாகேஷ் மாமா வெற்றிலைச் சாறை துப்ப வராந்தாவின் எல்லைக்குச் சென்றார்

யாருமே அந்தக்கிழவியைப் பற்றி எதுவுமே வெளிப்படையாகப் பேசுவதில்லை என்றாலும் நான் ஒட்டுகேட்டும் ஒளிந்து கேட்டும் நிறைய விஷயங்களை உள்வாங்கி மிச்சத்தை கற்பனையில் பூர்த்திசெய்து எனக்கென ஒரு உருவத்தை கற்பிதம்செய்துகொண்டேன். என் பாட்டி தாத்தா இருவருக்குமே கிழவி மீது ஒரு பரியம் இருப்பதை அவர்கள் சொற்கள் காட்டின. ஆனால் மற்ற எவருமே அவளைபப்ற்றி நல்லதாக ஏதும் சொல்லி நான் கேட்கவில்லை.

அந்தப் பெரிய வீடு கனசியாம பண்டிதருடையது. கிழவி அவரது ஒரே தங்கை. கிழவியின் பெயர் முக்தா. கனசியாமப் பண்டிதர் கிராமத்தின் முக்கியமான வியாபாரி. அவரது பலசரக்குக் கடை புகழ்பெற்ற ஒன்று. பக்கத்து ஊர்க்காரர்கள் கூட இங்கே வந்து திருமணத்துக்குச் சரக்கு எடுப்பதுண்டு. அவர்களுக்குச் சொந்தமான மாட்டு வண்டியில் நாங்கள் ஒருமுறை பக்கத்து ஊரில் ஒரு திருமணத்துக்குச் சென்றபோது அதற்குள் போடப்பட்டிருந்த மென்மையான மெத்தை திண்டுகளைப் பற்றி என் பாட்டி பெருமையாகப் பேசிக்கொண்டது நினைவிருக்கிறது.

முக்தா ஏராளமான செல்வமும் அழகும் இருந்தும்கூட நெடுநாட்கள் திருமணமாகாமலேயே இருந்தாள். ஜாதக தோஷமோ என்னவோ அதுபோல ஏதோ பிரச்சினை. அவளுக்கு வயது முதிர்ந்தபின் எப்படியோ விஷயங்கள் சாதகமாக ஆகி தெர்னமக்கி குடும்பம் திருமணத்துக்கு முன்வந்தார்கள். கனசியாமப் பண்டிதர் வரதட்சிணை விஷயத்தில் பெருந்தன்மையுடன் இருந்தார். முக்தாவின் கணவர் திடீரென்று இறப்பதுவரை எல்லாம் சரியாகத்தான் போயிற்று. அதன்பின் அவள் கணவனின் குடும்பம் அவளைக் கொடுமைப்படுத்த ஆரம்பித்தது. 'அவள் ஒரு துக்கிரி' என்றும் 'அவள் பார்வை பட்டாலே அழிவுதான்' என்றும் வதந்தி பரவியது

ஒருமுறை முக்தா சாதாரணமாக ஒரு நல்ல தென்னைமரத்தைப் பார்த்து ஏதோ பாராட்டாகச் சொன்னாள், அந்த தென்னைமரத்தில்

அன்றிரவே இடி விழுந்தது. வேலைக்காரியின் மகனுக்கு திருமணம் முடிந்து வந்தபோது ''பொண்ணு அழகா இருக்கா'' என்று அவள் சொன்னாள். அவளை இரண்டுநாள் கழித்து பாம்பு கடித்தது. "எங்கள் வீட்டு கிணறு வற்றியதே இல்லை'' என்று அவள் யாரிடமோ பேச்சுவாக்கில் சொன்னாள். அந்தக் கோடையில் அவள் கிணறு வறண்டு அடித்தரையில் சேறு உலர்ந்தது. "தேவி மகாமாயியின் தேர் ஊர்வலத்தைப்பார்க்க ஒரு கண் போதாது" என்றாள் ஒருமுறை. அந்த முறை தேரின் கடையாணி உடைந்து சக்கரம் சரிந்தது.

அவளுடைய கண்ணின் கொடூரத்தை கடவுளாலேயே தாங்கிக்கொள்ள முடியவில்லை என்றுதானே அர்த்தம் ? குற்றச் சாட்டுகள் பெருகின. இது அவள் சதுர்த்திக்கு நிலவைப்பார்த்ததனால் வந்ததா என்று சந்தேகப்பட்டு முக்தா கணேச பூஜை செய்து பிராயச்சித்தமெல்லாம் எடுத்தாள். இதற்கெல்லாம் உச்சமாக ஒருமுறை முக்தாவின் மைத்துனரின் மகன் தென்னைமரத்தில் ஏறி கீழே விழுந்து இறந்தான். அவன் கோபவெறியில் முக்தாவைப் பிடித்து இழுத்துவந்து தூணில் கட்டி எரியும் தென்னை மட்டையால் அடி அடி என்று அடித்தான். அவள் முந்தின நாட்களில் பையனைப்பற்றி ஏதாவது சொன்னாளா என்று நுட்பமாக ஆராய்ந்தார்கள். சொல்லியிருப்பாள் என்றே முடிவும் கட்டினார்கள். அடிதாங்கமுடியாமல் முக்தா ஓடி பக்கத்துவீட்டுத் தொழுவத்தில் அடைக்கலம் புகுந்தாள்.

மறுநாள் முக்தாவின் கணவனின் தம்பியும் அண்ணாவும் சேர்ந்து அவளைக் கொண்டுவந்து அவள் பிறந்தவீட்டிலேயே விட்டுவிட்டுச்சென்றார்கள். கனசியாமப் பண்டிதரை அவரது அந்தஸ்தை பொருட்படுத்தாமல் கண்டபடி வைதார்கள். ஊரார் சிலரும் அப்போது கூட இருந்தார்கள். கனசியாமப் பண்டிதர் கோபம் தாங்காமல் பாய்ந்து அவர்களில் ஒருவனை அறைந்தார். "நீ துரத்தி விட்டால் என் தங்கை அனாதையாகி விடுவாள் என்றா நினைத்தாய்? நான் என் சொத்தில் பாதியை அவளுக்குக் கொடுப்பேன் அவளுக்கு உன்னுடைய பிச்சை வேண்டாம் போடா" என்றார். அவ்வாறாக முக்தா அண்ணாவுடனேயே தங்கிவிட்டாள்

செய்தி சீக்கிரமே பரவியது. முக்தாவுக்கு எப்படி அந்த துக்கிரித்தனம் திடீரென்று வந்தது என்று எவருமே கேட்கவில்லை. கிராமத்தில் என்ன விபத்து நடந்தாலும் அது அவளால்தான் என்று சொல்ல ஆரம்பத்தார்கள். பாகவதரின் வைக்கோல்போரில் தீப்பிடித்ததும் சரி, வடுபக்ரியின் மகள் தற்கொலைச் செய்து கொண்டதும் சரி, விட்டல் ராவின் மகனுக்குப் பைத்தியம் பிடித்ததும் சரி, லக்கப்பாவின் பேரன் மந்தபுத்தியாகப் பிறந்ததும் சரி எல்லாமே அவளால்தான் என்றார்கள்.

அவள் ஊருக்குத் திரும்ப வந்தபிறகு எல்லா விபத்துக்களுக்கும் காரணம் உண்டாகிவிட்டது. அவள் சொன்ன சொற்கள், அவளுடைய புன்னகை ,அவளுடைய பார்வை, அவள் தொட்ட பொருட்கள் எல்லாமே காரணம்தான். கிராமத்தின் விதியையே அவள்தான் தீர்மானித்தாள். அதன் பின்னர் எவருக்கும் வாழ்க்கையில் சிக்கல்களோ மர்மங்களோ இல்லாமலாயிற்று. எல்லாவற்றுக்கும் முக்தாவையே காரணமாக ஆக்கினார்கள்.

நாங்கள் எங்கள் அம்மாவின் கடைசித்தம்பி சுதிர் மாமாவின் திருமணத்துக்காக கிராமத்துக்குப் போயிருந்தோம். பெல்காமில் திருமணம் முடிந்து திரும்ப வந்தபின் என் அம்மா என்னை மதியம் தூங்குவதற்காக படுக்க வைத்தாள். அம்மாவும் நானும் கட்டிலில் படுத்திருக்க பாட்டி கீழே தரையில் ஜமுக்காளத்தில் படுத்திருந்தபடி தற்செயலாக முக்தாவைப்பற்றிப் பேச ஆரம்பித்தாள். குடும்பத்தின் புதிய மருமகளான சுரேகா மாமியும் அறையில் இருந்தாள். பாட்டி உற்சாகமாகப் பேசப்பேச என் அம்மா நிம்மதியிழப்பதைப் பார்த்தேன்

“அந்தக் குடும்பத்திற்கும் அதனால் தீங்குதானே?” என்று சுரேகா மாமி தன் அச்சத்தை மறைத்தபடி கேட்டாள்.

‘‘பின்னே? இதுவரை நடந்ததே போதாதா? கனசியாமப் பண்டிதரின் கடை எப்படி இருக்கும் தெரியுமா? சும்மா சொல்லவில்லை. யாரிடம் வேண்டுமானாலும் கேட்டுப்பார். ஒருகாலத்தில் பக்கத்தில் இருக்கும் வீட்டுக்கு மத்தியான்னம் சாப்பிடப் போகக்கூட நேரமில்லாதபடி வியாபாரம் நடந்துகொண்டிருக்கும். செவ்வாய்கிழமை சந்தை மாதிரி ஆட்கள்

வந்து கூடி வரிசையாக நின்று சாமான்கள் வாங்கிக்கொண்டு செல்வார்கள். எல்லாம் கனவு மாதிரி அப்படியே கலைந்து போயிற்று. இப்போது கடை எப்படி இருக்கிறது என்று பார். எல்லா பெட்டியும் காலியாக இருக்கிறது. எல்லாம் என் கண்ணெதிரே நடந்த சம்பவங்கள். என்ன ஏது என்று தெரிந்துகொள்வதற்குள் மொத்தக்குடும்பமே திவாலாகிவிட்டது''

அம்மா கேட்டாள், "போதும் அம்மா. அவள் அப்படி என்ன செய்தாள்? கனசியாமப் பண்டிதரின் அருமை மகன் என்ன செய்தான் என்று யாராவது சொல்கிறார்களா என்ன?"

''அந்த முட்டாள் செய்ததிலும் ஒரு காரணம் இருக்கும் இல்லையா? இல்லாவிட்டால் ஒரு போலிச்சாமியார் வந்து கேட்டான் என்று ஒரு சுயபுத்தி உள்ள ஆண்பிள்ளை மொத்தக் குடும்பத்துச் சொத்தையும் தங்கமாக ஆக்கி அவன் கையில் கொடுப்பானா என்ன? அவள் கண்ணால் அந்தக்குடும்பமே அழிவதாக இருந்தது. அதனால்தான் அப்படி நடந்தது''

"இப்போது சொல்கிறாய். மதுகரனுடைய பேராசை அப்படி. பண்டாரம் வந்து தங்கத்தைக் கொடுத்தால் இரட்டிப்பாக ஆக்கி தருகிறேன் என்று சொன்னதும் தூக்கிக் கொடுத்துவிட்டான். யாரிடமும் எதுவும் கேட்கவில்லை எல்லாம் போன பின்னாடி அவளைக் குற்றம் சொல்லி பலாக்காணம் வைத்து என்ன பயன்"

''அவனுக்கு எப்படி அந்தமாதிரி ஒரு குருட்டுப் புத்தி தோன்றியது ஏனென்றால்''

பாட்டியின் பேச்சை அம்மா மறித்து, ''நான் சொல்கிறேன். கனசியாமப் பண்டிதர் பாதிச்சொத்தைத் தங்கைக்குக் கொடுத்ததை இவனால் தாங்கிக்கொள்ள முடியவில்லை. குடும்பத்தைவிட்டு கட்டிக்கொடுத்து போனவளுக்கு எதற்காகச் சொத்தைக் கொடுக்க வேண்டும் என்று நினைத்தான். ஆனால் அப்பாவை எதிர்த்துப் பேசவும் தைரியமில்லை. அப்பாவுக்குத் தெரியாமல் இப்படிச் செய்துவிட்டான். பேராசைப்பட்டு செய்தானா, அப்பாவை பழிவாங்கச் செய்தானா, எரிச்சலில் செய்தானா யாருக்குத்தெரியும்? ஆனால் ஒரே நாளில் கஜானா காலி''

‘‘அதற்கு முன்னால் என்ன நடந்தது என்று கேள். ஒருநாள் முக்தா வந்து கனசியாமைச் சாப்பிடக் கூப்பிட்டிருக்கிறாள். அப்போது இரும்புப்பெட்டி திறந்து உள்ளே பணம் நிறைந்து ததும்பிக் கொண்டிருந்தது. அவர் பணத்தை எண்ணி கட்டுக்கட்டாக அடுக்கிக் கொண்டிருந்தார். அவள் அதைப் பார்த்தாள். அவ்வளவுதான் எல்லாமே போயிற்று. இதுதான் நடந்தது” என்றாள் பாட்டி.

மேற்கொண்டு பேச்சைத்தொடராமல் அம்மா வெளியே போனாள். ‘‘மனுஷர்களுக்கு மூளை கழண்டுபோனால் என்ன செய்வது?’’ ஆனால் பாட்டி அதைப் பொருட்படுத்தாமல் புதிய மருமகளிடம் மேலும் பேசிக்கொண்டிருந்தாள்.

கனசியாமப் பண்டிதரின் அதிருஷ்டம் அந்தத் தங்கத்துடன் போய் விட்டது. அவரால் அதிலிருந்து மீளவே முடியவில்லை. சரக்கு எடுக்கப் பணமில்லாமல் அவரது வியாபாரம் சரிந்தது. சங்கர் நாயக்கின் புதிய கடை அதே சமயம் தோன்றி நன்றாக விற்பனையாக ஆரம்பித்தது. ஆறு மாதத்தில் பண்டிதர் மனமுடைந்து இறந்தார். அவர் கடைசி காலத்தில் தன் தங்கையிடம் என்ன சொன்னார் என்று யாருக்கும் தெரியாது. அல்லது அவளே ஊர் முழுக்க என்ன சொன்னார்கள் என்று தெரிந்து கொண்டிருப்பாள். அவள் ஒரு சபதம் எடுத்தாள். ‘‘இனிமேல் செத்துப் பிணமாக சிதையிலேறுவதற்காக மட்டும்தான் இந்த வீட்டைவிட்டு வெளியே வருவேன்’’ அதன்பின்னர் இத்தனை வருடங்களில் அவள் வெளியே வந்ததே இல்லை. அவளை யாரும் பார்த்ததும் இல்லை.

‘‘அய்யோ, அதற்கு முன்னால் எல்லா இடங்களுக்கும் சென்றுகொண்டா இருந்தாள்?’’ என்று சுரேகா மாமி அச்சத்துடன் கேட்டாள்.

‘‘ஆமாம். எல்லா இடத்துக்கும் போவாள். யார் அவளைக் குற்றம் சாட்டினாலும் அவள் ஒத்துக்கொள்ளவே மாட்டாள். அவள் வெளியே வருவதே அவள் பார்வையில் அப்படி ஒன்றும் துக்கிரித்தனம் இல்லை என்பதை நிரூபிப்பதற்காகத்தான் என்று தோன்றும். ஆனால் சந்தேகம் என்று வந்துவிட்டால் அதைக் கடவுளால்கூட மாற்ற முடியாதல்லவா? எல்லாருக்குமே அவளைப்

பார்த்தாலே பீதிதான். அவள் எங்கே பார்ப்பாள்? என்ன சொல்வாள்? என்று எல்லோருமே திகிலடித்துக் கிடப்பார்கள். ஒரு கட்டத்தில் இங்கே உள்ளவர்கள் எதைப்பற்றியும் நல்லதாக எதுவுமே சொல்லாமல் போனார்கள். அது அவள் காதுகளுக்குப் போய் ஆமாம் என்று அவள் சொல்லிவிட்டால் என்ன ஆவது? நீயே சொல்லு, ஒன்றுக்குள் ஒன்றாக இருந்த தம்பதியினர் அவள் எதிரே வந்த மறுநாளே நிரந்தரமாகப் பிரிந்தார்கள் என்றால் என்ன காரணம்? வேறு யாரோ தெரியாத ஆளைப்பற்றி சொல்லவில்லை. நம்முடைய ரங்கப்பாவின் மகன் மோகன் அவனுடைய புதிய மனைவியுடன் இவளைப்போய் சந்தித்து ஆசி வாங்கியிருக்கிறான். சொன்னால் கேட்டால்தானே? அருமையான பையன். ஒழுக்கமானவன். அவனுக்கு ஏன் திடீரென்று மேட்டிமைக்காரி ஒருத்தியுடன் கள்ளத்தொடர்பு ஏற்பட்டு பம்பாய்க்கு ஓடிப்போகத் தோன்ற வேண்டும்? அந்தச் சம்பவத்துக்குப் பிறகுதான் எல்லாரும் முக்தாவை வெளிப்படையாகவே எச்சரிக்க ஆரம்பித்தார்கள். இனிமேல் உன் காலடியே எங்கள் வீட்டில் படக்கூடாது என்று சொல்லிவிட்டார்கள். அவள் அதையெல்லாம் பொருட்படுத்தவில்லை. ஆனால் கனசியாமப் பண்டிதர் இறந்த பிறகு அவள் மாறிவிட்டாள். ஏன் என்றே தெரியவில்லை. ஆனால் அவள் அதன் பின்னால் வெளியே வரவில்லை. உண்மை என்னவென்று யாருக்குமே தெரியாது"

"அதன் பின்னர் அவள் வரவேயில்லையா?"

"இல்லை. மதுகரனின் திருமணத்துக்குக்கூட வரவில்லை. அவனுக்கு ஒரு பெண்ணைக் கண்டுபிடிக்க என்ன கஷ்டப்பட்டோம் தெரியுமா? கடைசியில் ஹால்டிபூரில் இருந்து வயது மூத்த ஒரு பெண்ணைக் கண்டுபிடித்தோம். பரம ஏழைகள். அவனைவிட பெரிய முட்டாள் அவள். காளிக்குக் கணவனுமில்லை. வேதாளத்துக்கு மனைவியுமில்லை என்று சொல்வார்களே அந்த மாதிரி.. அவர்களும் இவனை மாதிரி ஒரு மாப்பிள்ளையைத் தேடிக் கொண்டிருந்திருக்கிறார்கள். என்ன ஒரு ஜோடி! கடவுள் இருவரையும் சேர்த்தே படைத்திருக்கிறார்"

"இந்த வராந்தாவில் நிற்பவர்களை அவளால் பார்க்க முடியுமா மாமி?"

"சேச்சே.. நீ பயப்படாதே. ஒன்றும் நடக்காது. அவள் அந்த ஜன்னல் வழியாக வெளியே பார்க்கிறாள் என்று சொல்கிறார்கள். நான் பார்த்ததில்லை. அது ஒரே இருட்டாக இருக்கும். ஆனால் அந்த காலிமனைக்கு யாருமே போகமாட்டார்கள்"

அம்மா வந்ததனால் பேச்சு அறுபட்டது. பாட்டி சொன்ன அந்த ஜன்னலைப்பற்றிய தகவலை நான் குறித்துக் கொண்டேன். அந்த ஜன்னலின் கதவு கொஞ்சமாகத் திறந்திருக்கும். எவ்வளவு கவனித்தாலும் உள்ளே என்ன நடக்கிறதென்று தெரிந்துகொள்ள முடியாது.

அன்று மதியத்துக்குமேல் பெண்கள் யாருமே தூங்கவில்லை. வெவ்வேறு விஷயங்களைப்பற்றி பேசிக்கொண்டிருந்தார்கள். "எல்லாருக்கும் லட்டு கொடுக்கவேண்டுமே ஏகப்பட்ட வீடு இருக்கிறது" என்று பாட்டி சொன்னாள்.

டீ சாப்பிட்டபின்னர் எல்லாருமாக அமர்ந்து லட்டுகளைப் பொட்டலம் கட்ட ஆரம்பித்தார்கள். லட்டுகளைக் கொண்டுபோய் கொடுக்கும் வேலை பிள்ளைகளுக்கு. எங்களுக்கு அதில் ஒரே உற்சாகம், சண்டை. பாட்டி ஒரு பொட்டலத்தைக் கொடுத்து அதை எங்கே ஒப்படைக்க வேண்டும் என்று சொல்வாள். அதைக் கேட்டதும் பையன்கள் கிளம்பி நிற்காமல் ஓடிப்போய் கொடுப்பார்கள். பெரிய பையன்களுக்கு தூரத்தில் உள்ள வீடுகள் கிடைக்கும்.

நான் பண்டிதர் வீட்டுக்குக் கொண்டு சென்று கொடுத்தால் போதும் என்றபோது ஏமாற்றமாக இருந்தது. பக்கத்து வீடுவரை போகும் சின்னப் பயணத்தில் சுவாரசியமே இல்லை. நான் சிணுங்க ஆரம்பித்தபோது பாட்டி சொன்னாள் "இதை முதலில் கொண்டு போய்க் கொடு. என்னைப் போட்டுப் படுத்தினால் அப்புறம் நான் எல்லாவற்றையும் மறந்து யாருக்கு கொடுத்தேன் என்று தெரியாமல் கொடுத்தவர்களுக்கே திருப்பியும் கொடுத்தனுப்புவேன். மதுகரன் வாசலிலேயே கடையில் இருப்பான். அவனிடம் கொண்டுபோய் கொடுத்துவிட்டு திண்ணையிலிருந்தே திரும்பி வந்துவிடு. அதன்பின் நீ பர்குராவின் வீட்டுக்குப் போகலாம்"

ஆனால் மதுகரர் கடையில் இல்லை. நான் கொஞ்ச நேரம் காத்திருந்தேன். அவர் இருப்பதாகவே தெரியவில்லை. நான்

பர்க்குராவின் வீட்டுக்குப்போகும் வாய்ப்பு பறிபோவதை எண்ணி பதைப்படைந்தேன். ஒருவேளை அவர் வீட்டுக்குள் இருப்பாரோ என்று எண்ணி மெல்ல உள்ளே சென்றேன். திண்டை தாண்டி வாசல் வழியாக உள்ளே நுழைந்தேன்.

யாருமே கண்ணுக்குப் படவில்லை. நான் கதவைத்தட்டினேன். பதில் இல்லை. கொஞ்சம் தயங்கிவிட்டு உள்ளே சென்றேன். பெரிய கூடம் அது. ஆனால் நன்றாக இருட்டிக்கிடந்தது. ஒருபக்கம் மாடிக்குப் போகும் மரப்படிகள். படித்துக்கொண்டு ஏறுவதற்காக ஒரு கயிறு தொங்கவிடப்பட்டிருந்தது. அங்கே யாரோ இருக்கிறார்கள் என்று காட்டும்படியாக அந்தக் கயிறு ஆடிக்கொண்டிருந்தது. வீட்டின் அமானுடமான சூனியத்தன்மை எனக்குத் திகிலூட்டியது. எங்கே பார்த்தாலும் காலியான சுவர்கள். இன்னும் உள்ளே நிலவறைகளில் இருப்பதுபோல ஒரு இரும்புக்கதவு. அது பூட்டப்பட்டிருந்தது. நான் உள்ளே செல்லச்செல்ல கடைசியில் ஒரு கதவு திறந்திருந்தது. அப்பாலிருந்து வெளிச்சம் வந்தது. அங்கே வரிசையாக விறகடுப்புகள் இருந்தன. அதுதான் சமையலறை. மிகவும் பெரியது.

அடுத்த அறையில் இருந்து வந்த சத்தம் என்னை அதிர வைத்தது. “யார்? வா, வா இங்கே”

அந்தக்குரல் மேலும் ஒலித்தது. “யார் நீ? என்ன வேண்டும்?” இருட்டுக்குள் எனக்கு எதுவும் தெரியவில்லை. நான் வெளிச்சமான தெருவில் இருந்து சட்டென்று உள்ளே சென்றதனால்கூட இருக்கலாம். என்ன சொல்வதென்று தெரியாமல் தடுமாறி எச்சில் விழுங்கினேன்

‘‘நீ அனந்தண்ணாவின் பேரனா? ஏன் திருடன் போலப் பதுங்குகிறாய்?’’

‘‘ஆமாம்’’

“யாருடைய பையன் நீ?”

நான் அம்மாவின்பெயரைச் சொன்னேன்.

“ஏன் இப்படி பயப்படுகிறாய்? வா.. உள்ளே வா” அந்தக் குரல் விளையாட்டுத்தனமாக இருந்தது. கையில் லட்டு பொட்டலத்துடன் நான் அங்கேயே நின்றேன்

“சரியான கோழையாக இருக்கிறாயே.. வாடா இங்கே” அந்தக் குரல் கட்டளை போல ஒலித்தது. நான் திரும்ப நினைப்பதற்குள் ஒரு கை என்னைப் பிடித்துக்கொண்டது.

‘‘எனக்கு வெளிச்சமே பிடிக்காது. கண்ணைக் கூசும். அதனால்தான் உள்ளே வரச்சொன்னேன். கொஞ்சம் நில்லு. நான் ஜன்னல் கதவை இன்னும் கொஞ்சம் திறக்கிறேன். ரொம்ப நாளாகவே நான் இருட்டில்தானே இருக்கிறேன், அதனால்தான்..”

நான் முன்னால் நகர்ந்தபோது மென்மையான மெத்தை என் முழங்காலில் இடித்தது. அவள் மெத்தையில் அமர்ந்திருக்கிறாள் என்று தெரிந்துகொண்டேன்

“உட்கார்’’

“நான் வீட்டுக்குப் போகிறேன்”

“உட்கார்.. நீ என் செல்லம் தானே.? நான் உன் அம்மாவைத் தூக்கி வளர்த்தவள். அவளுக்குக் குண்டி கழுவி விட்டவள் தெரியுமா? உட்காரச்சொன்னால் உட்காரவேண்டும், என் கண்ணில்லையா? யார் லட்டு கொடுத்தனுப்பியது?

‘‘பாட்டி’’

“நீ கல்யாணத்துக்குப் போனாயா?”

‘‘ஆமாம்’’

‘‘பெண் வீட்டில் வைத்தா கல்யாணம்? இல்லாவிட்டால் கோயிலிலா?’’

“அது வீடுமபெரிய வீடுமஅதன் முன்னால் ஒரு பந்தல்.”

“உன் மாமி அழகாக இருக்கிறாளா? அவள் பேரென்ன?”

“அழகுதான்..சுரேகா மாமி என்று அவளுக்கு பெயர்”

“சுதீர்.. சுரேகா.. சு-வுக்கு சு நல்ல பொருத்தம். பெண் உயரமாக இருக்கிறாளா? என்ன மாதிரி நகையெல்லாம் போட்டுக்கொண்டு வந்தாள்?’’

‘‘அவள் மாமாவைவிட குள்ளம்தான். நிறைய வளையல் போட்டிருந்தாள்’’.

‘‘நல்ல கதை.. மாப்பிள்ளையைவிட உயரமான பெண்ணை எங்காவது பார்ப்பார்களா என்ன? மக்காக இருக்கிறாயே. எல்லா பெண்களும்தான் வளையல் போடுகிறார்கள்? வேறே என்ன நகை? தோளில் நகை போட்டிருந்தாளா?’’

நான் மாமியின் நகைகளை நினைவுகூர முயன்றேன். புஜங்களில் நகை ஏதும் இல்லை. இடுப்பில்? இடுப்பிலும் எந்த நகையும் இல்லை. மூத்த மாமிதான் இடுப்பில் நகை போட்டிருந்தாள். ஒன்றும் புரியவில்லை, ஆனால் நான் எனக்கு தோன்றியதுபோல உற்சாகமாக விவரிக்க ஆரம்பித்தேன். உண்மையையும் பொய்யையும் என்னாலேயே பிரித்தறிய முடியவில்லை

“அவள் இடுப்பில் நகை இருக்கிறது! பெரியநகை!”

“அப்படியா? கழுத்திலே எத்தனை சங்கிலி?”

‘‘ஒன்றுதான்’’

‘‘உன்னை மாதிரி பையன்கள் எதையுமே பார்ப்பதில்லை. எங்காவது ஒரே சங்கிலியுடன் திருமணம் செய்து கொள்வார்களா? உன் வயதில் நானெல்லாம் கல்யாணத்துக்குப் போய்விட்டு வந்தேனென்றால் எல்லா நகைகளையும் எண்ணி எண்ணி பாட்டியிடம் சொல்வேன் தெரியுமா? ஒரு சின்ன விஷயம்கூட விட்டு விடமாட்டேன்’’

“நான் வீட்டுக்குப் போகிறேன்”

“நில்லு கண்ணா. நான் ஜன்னலைத் திறக்கிறேன். நீ என்ன உன் குதிரையை வாசலில் விட்டுவிட்டு வந்தது போலப் பறக்கிறாய்?’’ அவள் எழுந்து ஜன்னலைக் கொஞ்சமாகத் திறந்தாள். கொஞ்சம் வெளிச்சம் உள்ளே வந்தது.

“வரபூஜை செய்தபோது மாப்பள்ளையுடன் இருந்தது யார்?”

“சந்துரு.. சீமந்தி மௌஷியின் மகன்”

‘‘நீ போய் பக்கத்தில் உட்காரவேண்டியதுதானே? நீதான் நன்றாக வளர்ந்திருக்கிறாயே.. என்ன சாப்பாடு போட்டார்கள்?”

“சோறு”

“உன்னைப் போய் கேட்டேன் பார். என்ன பாயசம்? எவ்வளவு இனிப்பு வகைகள்? அதைச் சொல்லு”

‘‘ஜிலேபி.. அப்புறம் லட்டு.. அந்த மாமியின் பெயரும் என் மாமாவின் பெயரும் பப்படத்திலே அச்சிட்டிருந்தார்கள் தெரியுமா?” பொரித்த பப்படத்தில் அவர்களின் பெயரைக் கண்டு நான் அதிர்ச்சி அடைந்து விட்டிருந்தேன். மஞ்சள் கொண்டு எழுதப்பட்டிருந்த பெயர் பப்படத்தின் உள்ளே இருந்து வருவது போல் இருந்தது. அவள் அதை அதற்கு முன்னால் கேள்விப்பட்டதே இல்லை. ஆச்சரியத்துடன் என்னைப் பார்த்தாள். அவளுக்கு ஒரு புதிய விஷயத்தைச் சொல்லும் பெருமிதம் என்னிடம் ஏற்பட்டது

“ஆர்ப்பாட்டமான திருமணம் போலிருக்கிறதே. எத்தனை பேர் வந்திருந்தார்கள்?’’

‘‘நிறையபேர். சாயங்காலம் மூன்று மணிவரை இலை போட்டார்கள்’’

‘‘பெல்காமில் இப்போது நன்றாகக் குளிருமே. எல்லாரும் எங்கே தங்கியிருந்தார்கள்?”

திருமணத்துக்கு முன்னால் திருமண கோஷ்டி பெல்காமில் ஒரு பெரிய வீட்டில் தங்கியிருந்தார்கள். அங்கே ஆவி பறக்கும் சோறு போட்டதை நான் நினைவுகூர்ந்தேன். நான் அந்தத் தகவல்களை துல்லியமாக நினைவுகூர்ந்து சொல்ல ஆரம்பித்தேன். அவள் ‘‘ ஆகா! சொல்லு அப்புறம்’’ என்று கேட்டுக்கொண்டே இருந்தாள். அதைக் கேட்க கேட்க எனக்குத் தகவல்கள் நினைவுக்கு வந்தபடியே இருந்தன. அந்த மொத்த இரவையே என் முன்னால் திரும்ப நிகழச்செய்தேன். கீழ்த்தளத்தில் மெத்தைகளைத் தூக்கிப்போட்டுப் படுக்க ஏற்பாடுசெய்தார்கள். கோயில் மண்டபம் போலப் பெரிதான அந்தக் கூடத்துக்கு ஏராளமான வாசல்கள் இருந்தன. எல்லா அம்மாக்களும் பயணக் களைப்பால் பொறுமை

இழந்திருந்தார்கள். ஆனால் பிள்ளைகள் புதிய இடமாதலால் உற்சாகமாக தூங்க மறுத்து அடிவாங்கின.

திருமண கோஷ்டி தாமதமாக வந்ததனால் வரபூஜையை அவசர அவசரமாகச் செய்யவேண்டியிருந்தது. அதனால் பல பெண்களுக்கு மனக்கசப்பு. கடைசியாக எல்லாம் முடிந்ததும் பெண்கள் வந்து அப்பாடா என்று படுத்துக்கொண்டார்கள். ஆண்கள் எல்லாம் மறுபக்கம் இன்னொரு கூடத்தில் படுத்தார்கள். கடைசி விளக்கை அணைக்கும் முன்னால் நாகேஷ் மாமா பலமுறை எச்சரித்தார்.

நாங்கள் தூங்க ஆரம்பிக்கும்போது வெளியே மராத்தி பாட்டு ஒன்று கேட்க ஆரம்பித்தது. கூடவே ஆர்மோனிய இசையும். "ராமா ராமா மதுசூதனா மனமோகனா." பிள்ளைகள் எல்லாம் பாய்ந்து எழ ஆரம்பித்தபோது அம்மாக்கள் 'உஷ்..உஷ்..' என்று சொல்லி அதட்டினார்கள். அவர்களுக்கும் ஆவல்தான். கொஞ்சநேரத்தில் ஒருபையன் எழுந்து சென்று ஜன்னல் வழியாக வெளியே பார்த்தான். பின்பக்கம் பெரிய கொல்லைமுற்றத்தில் ஏராளமான காய்கறிகளைப் பாயில் பரப்பி நறுக்கிக் கொண்டிருந்தார்கள். அங்கே மின்விளக்கு இழுத்து அந்த வெளிச்சத் தில் ஏராளமானவர்கள் வேலைசெய்து கொண்டிருந்தார்கள். கொஞ்சபேர் தேங்காய் துருவினார்கள். முன்னால் ஒரு ஆர்மோனியத்தை வைத்துக்கொண்டு பெண்ணின் அப்பாதான் வேலைசெய்பவர்களை உற்சாகப்படுத்த பாட்டு பாடிக்கொண்டிருந்தார்.

முதல் பாட்டு முடிந்ததும் அடுத்த பாட்டு. "சேயிசண்டா மகரந்தா! பரியா, ஹா மிலிந்தா!" பிள்ளைகள் எல்லாம் ஜன்னலருகே கூடி கீழே பார்த்தார்கள். பேர் போன வம்புக்காரரான தாத்தாவின் தம்பி எரிச்சலுடன் சொன்னார். "அய்யய்யோ, இது இப்பிடியே விடிய விடிய போகும்போல இருக்குதே.. நாம் இதுவரை நாடகக்கூத்தாடிகளின் குடும்பத்தில் பெண் எடுத்ததில்லை." மற்றவர்கள் என்ன செய்வது என்று புரியாமல் நிற்கையில் அவர் ஜன்னலருகே போய் "யாருடா அது கத்தறது?" என்று சத்தம் போட்டார். பாட்டு நின்றது. ஒருகணம் கவனித்தபின் தாத்தா மீண்டும் கத்தினார் "ராத்திரியிலே என்ன பாட்டும் கூத்தும்? மனுஷங்க தூங்க வேண்டாமா? கிறுக்குப்பயல்களா"

பெண்ணின் அப்பா ஆர்மோனியம் வாசிப்பதை நிறுத்திவிட்டு மேலே பார்த்தார். அவரால் எங்களைப் பார்க்க முடியவில்லை, இருட்டாக இருந்தது. உடலற்ற அந்த அதட்டலுக்குப் பணிந்தவரைப் போல பெண்ணின் அப்பா ஆர்மோனியத்தை எடுத்துக்கொண்டு உள்ளே போய்விட்டார். சுதீர் மாமாவை நாளை மணக்கப்போகும் சுரேகா மாமியும் பிறருடன் சேர்ந்து மேலே ஜன்னலை ஏறிட்டுப் பார்ப்பதை நான் கவனித்தேன்.

நான் சுரேகா மாமி எப்படி கண்ணைச்சுருக்கிக்கொண்டு மேலே பார்த்தாள் என்று நடித்துக்காட்டினேன். சின்ன தாத்தா "பாத்தியா, ஒரே குரல்ல அந்தாள் பாட்டை அப்படியே நிறுத்திட்டேன்" என்று தன் வீரத்தைச் சொல்லிக் காட்டியபடியே இருந்தார். அதே அறையில் இருந்தபோதிலும் கூட தாத்தாவும் சரி ,சுதீர் மாமாவும் சரி, எதுவும் சொல்லவில்லை

"பெண் வீடென்றால் அப்படித்தான். அவர்கள் எல்லாவற்றையும் எதிர்க்காமல் ஏற்றுக்கொள்ளவேண்டும்" என்று அவள் சொன்னாள். நான் உடனே "வீட்டுக்குப் போறேன்" என்று மீண்டும் சொல்ல ஆரம்பித்தேன். இவ்வளவு தூரம் பேசிய பிறகும்கூட என்னால் இருட்டுக்குப் பழக முடியவில்லை. நான் அதுவரை பேசியதேகூட என்னால் பார்க்கமுடியாத ஓர் இருளுருவத்திடம்தான்.

அவள் எழுந்து எனக்கு ஒரு உலரவைத்த மாம்பழத்தைத் தந்து ஆறுதல்படுத்தினாள். நான் மொத்த மாம்பழத்தையும் வாய்க்குள் போட்டபோது அவள் "மெல்ல சாப்படு, விக்கப்போகிறாய்" என்றாள்.

அவள் என்னிடம் திருமணத்தைப்பற்றி இன்னும் நிறைய கேட்க விரும்பினாள். "நான் போறேன்..நான் வீட்டுக்குப் போறேன்" என்று சிணுங்க ஆரம்பத்தேன். அவளிடமிருந்து திமிறி விலகினேன்.

இருண்ட காலியான அறைகள் வழியாக நான் திரும்பி நடந்தேன். இவ்வளவுநேரம் மதுகரர் எங்கே போனார் என்பது தெரியவில்லை. பணப்பெட்டிக்குப் பின்னால் இருந்தபடி அவர் சொன்னார் "இங்கேயா இருக்கிறாய்? அங்கே எல்லாரும் உன்னைத் தேடிக்கொண்டிருக்கிறார்கள். இத்தனை நேரம் எங்கே போனாய்?"

நான் ஒன்றும் சொல்லாமல் வராண்டாவுக்கு வந்து தெருவில் பாய்ந்து வீட்டை நோக்கி ஓடினேன்

பாட்டி பர்குராவின் வீட்டுக்குக் கொடுக்க வேண்டிய லட்டுப் பொட்டலத்தை எடுத்த போதுதான் என்னைப்பற்றிய நினைவு அவளுக்கு வந்தது. நான் நெடுநேரமாகியும் வரவில்லை என்பதைக் கவனித்ததும் மதுகரரின் கடைக்குப்போய் கேட்டிருக்கிறார்கள். அவர் நான் அங்கே வரவில்லை என்று சொல்லிவிட்டார். ஆகவே எல்லா இடங்களிலும் தேடியிருக்கிறார்கள். பக்கத்தில் இருந்த எருக்குழியில்கூடத் தேடிப் பார்த்திருக்கிறார்கள். தாத்தாவின் கடைக்கும் தகவல் சொல்லி அனுப்பியிருக்கிறார்கள்.

நான் நடந்ததைச் சொன்னேன். ‘‘நான் பண்டிதர் வீட்டுக்குள் போய் அங்கே இருந்த பாட்டியிடம் பேசினேன்”

“எந்தப் பாட்டிடா சனியனே?”

‘‘அந்தப்பாட்டிதான்’’

“அய்யோ அவளா?” என்றாள் பாட்டி. “அவள் அதற்குள் கிழவி ஆகிவிட்டாளா?” ஏராளமானபேர் என்னைச்சுற்றி வந்து நின்று என் பேச்சைக் கவனித்தார்கள். என் அம்மாகூட நம்பாமல் நின்று பார்த்தாள். அவள் எப்படி இருப்பாள் என்று குடைந்து குடைந்து கேட்டார்கள். நானே அவளைச் சரியாகப் பார்க்கவில்லை. ஆகவே என்னைக் கூப்பட்டு உட்காரவைத்து விரிவாக நுட்பமாக விசாரணை செய்தார்கள்

சர்ச்சை தீவிரமாக நடந்துகொண்டிருக்கும்போது நாகேஷ் மாமா நான் காணாமல் போனதை அறிந்து ஓடிவந்தார், ஒன்றும் நடக்காது என்றார் மாமா. ‘‘அப்படி இந்தச் சோனிப்பையன் மேல் அவளுடைய கெட்ட பார்வை விழுந்திருந்தால் அது நேர் தலைகீழாகத்தான் பலிக்கும். அப்போதாவது இந்த ஒல்லிப்பிச்சான் உடம்பில் சதை போடுகிறதா பார்ப்போம்”

அம்மாவுக்கு அந்தப் பேச்சு பிடிக்கவில்லை. அவள் ஏதோ சொன்னாள். மாமா பதிலுக்குப் பேசினார். ஆனால் அந்தச் சண்டை கூரையை முட்டவில்லை. அதனால் நாங்கள் ஒன்றும் சமீபத்தில் பாட்டி வீட்டை விட்டுக் கிளம்பப்போவது போலத் தோன்றவில்லை.

மொஹள்ளி கணேஷ்

கன்னட நவீன சிறுகதை படைப்பாளர்களின் இளைய தலை முறையினரில் மிகவும் குறிப்படத்தக்கவர். சிற்றூர் என்ற ஊரில் பிறந்தர். மைசூர்ப் பல்கலைக் கழகத்தில் முதுகலைப் பட்டப்படிப்பு. இவரது 'பம்பரம்' சிறுகதைத் தொகுப்பு கர்நாடக சாகித்திய அகாடமியின் பரிசும் பாராட்டும் பெற்று விசுவேசுவரய்யா இலக்கியப் பரிசையும் பெற்றது. இதுவரை வெளிவந்த நூல்கள் 3 சிறுகதைத் தொகுதிகள், ஒரு கவிதைத் தொகுப்பு, மூன்று தொகை நூல்கள், இரண்டு நாவல்கள். ஒடுக்கப்பட்ட மக்களின் உள்ளுணர்வை அடக்கமான குரலில் பேசுகிறார்.

எஸ்.பி.ஜோகுரு.

சிறுகதைகளுடன் வேறுபல துறைகளும் இயங்கும் இவர், சமூகவியல் துறை விரிவுரையாளராக பணிபுரிகிறார்.

நாயகபாட

தென்கர்னாடகாவை சேர்ந்த நுட்பமான படைப்பாளி . அடித்தட்டு மக்களின் வாழ்வின் துயரங்களை அவர்களின் வலியின் அழுத்தம் குறையாமல் தருவதில் தேர்ந்த படைப்பாளர். தன்னை முன் நிறுத்தாத அடக்கமான எழுத்தாளர்.

பத்மநாப பட் ஷேவ்கர்

இருபது வயதையொட்டிய இளைஞர் பத்மநாப பட் ஷேவ்கர், தீராத இலக்கிய ஆர்வத்தால் எழுத்துத்துறையில் நுழைந்தவர். ஒருசில கதைகளையே எழுதியிருக்கிறார். வடகன்னட மாவட்டத்தைச் சேர்ந்த குல்லாப்புர கிராமத்தைச் சேர்ந்தவர்.

சந்தீப் நாயக்

வடகன்னடாவில் அங்கோலாவில் பிறந்து காரவாரில் படித்தார். பெங்களூருவில் பிரஜாவாணி நாளிதழில் பணியாற்றிக் கொண்டு திரைப்படம், இலக்கியம், இயற்கை விவசாயம், சுற்றுச்சூழல் என பல்துறைச் செயற்பாட்டாளராக இருக்கிறார். ஒரு சிறுகதைத்தொகுதி, ஒரு கவிதைத்தொகுதி வெளியாகியுள்ளது.

அப்துல் ரஷீத்

இளம் தலைமுறைச் சிறுகதையாசிரியர்களில் முக்கியமானவர். மலையாளத்தைத் தாய்மொழியாகக் கொண்ட கன்னட எழுத்தாளர். குடகு மாவட்டத்தைச் சேர்ந்த சுண்டிகொப்பாவைச் சேர்ந்தவர். மைசூர் வானொலி நிலையத்தில் பணிபுரிகிறார். ஆங்கிலத்தில் முதுகலைப்பட்டம் பெற்றவர். கதை, கவிதை, கட்டுரை என எல்லாத் துறைகளிலும் எழுதிவருபவர். "பால் அருந்திய சிறுவன்" என்னும் இவருடைய முதல் சிறுகதைத் தொகுப்பு கர்நாடக சாகித்திய அகாடமியின் விருதைப் பெற்றது.

விவேக் ஷன்பேக்

புனைவிலக்கியக்கட்டுரைகள், அரசியல் குறிப்புகள், சஞ்சிகைகளில் பத்திகள் என இடைவிடாது எழுதிக்கொண்டே இருக்கிறார். இவருடைய படைப்புகளில் நுண்ணரசியல் கலாப்பூர்வமாக வெளிப்படுகிறது. "சக்கரகொம்பே" நாடகம் 60 முறைக்கும் மேல் நிகழ்த்தப்பட்டுள்ளது. 4 சிறுகதைத் தொகுப்புகளும், 2 நாவல்களும் எழுதியுள்ளார். இவருடைய "வேங்கைச் சவாரி" என்ற சிறுகதைத் தொகுப்பை ஜெயமோகன் மொழிபெயர்ப்பில் வம்சி புக்ஸ் வெளியிட்டுள்ளது.

மொழிபெயர்ப்பாளர்கள்

இறையடியான்

களப்பணியாளர். கர்நாடக நாட்டுப்புறவியல் ஆய்வு நூலொன்றை வெளியிட்டுள்ளார். இந்தியத்தொலைபேசி தொழிற்சாலையில் பணியாற்றிகொண்டு சிறுகதைகளை மொழிபெயர்ப்பு செய்கிறார். "பசவபதம்" எனும் சஞ்சிகையின் பொறுப்பாசிரியர்களில் ஒருவர்.

பாவண்ணன்

தமிழின் முக்கிய படைப்பாளி. சிறுகதை, கட்டுரை, நாவல், மொழிபெயர்ப்பு என அனைத்து இலக்கியத்துறைகளிலும் சலிப்பின்றி உழைக்கிறார். எஸ்.எல். பைரப்பா கன்னடத்தில் எழுதிய ''பருவம்'' என்ற நாவலை தமிழுக்கு மொழிபெயர்த்ததற்காக சாகித்திய அகாடமி விருது வழங்கப்பட்டது.

e-mail: paavannan@gmail.com

தி.சு.சதாசுவம்

மூத்த மொழிபெயர்ப்பாளர்களில் ஒருவர். கன்னடம், மலையாளம், தெலுங்கு ஆகிய தென்னிந்திய மொழிகளில் நல்ல புலமை உள்ளவர். இவருடைய மொழிபெயர்ப்பில் வெளிவந்த யு.ஆர்.அனந்த மூர்த்தியின் "சம்ஸ்காரா" "பாரதபுரம்"நாவல்கள் தமிழ் இலக்கியப் பரப்பில் மிக முக்கிய இடம்பெற்றது . சாரா அபுபக்கருடைய ''சந்திரகிரி ஆற்றங்கரையில்'' என்ற கன்னட நாவலின் தமிழ் மொழிபெயர்ப்புக்காக சாகித்திய அகாடமி விருது பெற்றவர்.

ஜெயமோகன்

ஜெயமோகனுக்கு கன்னட மொழியில் பரிச்சயம் இல்லையெனினும் மற்ற மொழிப்படைப்புகளின் மீது கொண்ட அக்கறையின் காரணமாக விவேக் ஷன்பேக்-க்கின் இக்கதையை ஆங்கிலத்தி லிருந்து தமிழுக்கு மொழிபெயர்த்துள்ளார். இந்திய அளவில் இவரளவிற்கு படைப்பியக்கமும், கவனமும் கொண்ட படைப்பாளி வேறு யாரும் இல்லை.

e-mail: jayamohan@gmail.com